இந்தியக் கலை வரலாறு

முனைவர் சாலமன் பெர்னாட்ஷா (வரலாற்றுத்துறை)
அருளானந்தர் கல்லூரி, கருமாத்தூர்.

முத்துக்குமரன் (கணிதத்துறை)
விவேகானந்தா கல்லூரி, திருவேடகம் மேற்கு.

நியூ செஞ்சுரி புக் ஹவுஸ் (பி) லிட்.,
41-B, சிட்கோ இண்டஸ்டிரியல் எஸ்டேட்,
அம்பத்தூர், சென்னை- 600 050.
☎: 044 - 26251968, 26258410, 48601884

Language: Tamil
Indiya Kalai Varalaaru
Authors: **Dr. M. Solomon Bernardshaw,
P. Muthukumaran.**
NCBH First Edition: August, 2011
Revised Second Edition: December, 2013
Third Edition: November, 2022
Copyright: Publisher
No. of pages: xiv + 538 = 552
Typesetting: NCBH Computers
Publisher:
New Century Book House Pvt. Ltd.,
41-B, SIDCO Industrial Estate,
Ambattur, Chennai - 600 050.
Tamilnadu State, India.
Email : info@ncbh.in
Online:www.ncbhpublisher.in

ISBN: 978 - 81 - 2341- 863 - 6
Code No. A 2241
₹ **690/-**

Branches
Ambattur (H.O.) 044 - 26359906 **Spenzer Plaza (Chennai)** 044-28490027
Trichy 0431-2700885 **Pudukkottai** 04322- 227773 **Thanjavur** 04362-231371
Tirunelveli 0462-4210990, 2323990 **Madurai** 0452 2344106, 4374106
Dindigul 0451-2432172 **Coimbatore** 0422-2380554 **Erode** 0424-2256667
Salem 0427-2450817 **Hosur** 04344-245726 **Krishnagiri** 04343-234387
Ooty 0423 2441743 **Vellore** 0416-2234495 **Villupuram** 04146-227800
Pondicherry 0413-2280101 **Nagercoil** 04652-234990

இந்தியக் கலை வரலாறு
ஆசிரியர்கள்: **டாக்டர் ம. சாலமன் பெர்னாட்ஷா,
ப. முத்துக்குமரன்**
என்.சி.பி.எச். முதல் பதிப்பு: ஆகஸ்ட், 2011
திருத்திய இரண்டாம் பதிப்பு: டிசம்பர், 2013
மூன்றாம் பதிப்பு: நவம்பர், 2022

அச்சிட்டோர்: **பாவை பிரிண்டர்ஸ் (பி) லிட்.,**
16 (142), ஜானி ஜான் கான் சாலை, இராயப்பேட்டை, சென்னை - 14
☎: 044-28482441

All rights reserved. No part of this book may be reprinted or reproduced or utilised in any form or by any electronic, mechanical, or other means, now known or hereafter invented, including photocopying and recording, or in any information storage or retrieval system, without permission in writing from the publishers.

சமர்ப்பணம்

இந்நூல்....
தோளிலோ அரசு நிர்வாகம்....
மனதிலோ இந்தியத்தை
வெளிக்கொணரும் கலை வேட்கை.......
இழந்ததோ சொத்தும் சொந்தமும்....
உறங்குவதோ கொல்கத்தா கல்லறைகளில்.......
பயனடைந்ததோ உலக அரங்கில்
இந்திய வரலாறும், கலையும், பண்பாடும்.........

சர் வில்லியம் ஜோன்ஸ்க்கும்
கர்னல் காலின் மெக்கன்ஸிக்கும்...

பதிப்புரை

இந்திய நாட்டின் கலாசாரச் சிறப்பின் வரலாற்றைப் பயில்வோர் வியப்புறுவது நிச்சயம். எண்ணற்ற அதிசயங்களைத் தன்னகத்தே கொண்டது இந்தியா என்று கூறும் புகழ்மிக்க வரலாற்றறிஞர் **எ.எல். பாஷம்** அவர்கள் "அதிசயம், அதுதான் இந்தியா" என்றும் குறிப்பிட்டுள்ளார். பழக்கவழக்கங்களில் வேறுபட்ட பலமொழி பேசும் பல இனமக்கள் வாழும் பாரம்பரியம் மிக்க பழம்பெரும் நாடு நமது நாடு. இந்திய கிராம மக்களின் சடங்குகள், சம்பிரதாயங்கள், பழம் பெருமைகளைப் பறைசாற்றும் நினைவுச் சின்னங்கள், வடஇந்திய தென்னிந்தியக் கலை வரலாறு போன்றவற்றை நேரில்கண்டு பதிவுசெய்து அவற்றைத் தமிழறிந்தோர் அனைவரும் படித்துப் பயன்பெற வேண்டும் என்ற நோக்கில் கருமாத்தூர், அருளானந்தர் கல்லூரி, வரலாற்றுப் பேராசிரியர் **Dr. M. சாலமன் பெர்னாட்ஷா** அவர்களும், திருவேடகம் - மேற்கு, விவேகானந்த கல்லூரி, கணிதப் பேராசிரியர் **P. முத்துக்குமரன்** அவர்களும் இணைந்து 'இந்தியக்கலை வரலாறு' என்ற அரிய நூலை வெளியிட்டுள்ளனர்.

நான் என்னும் அகந்தையைத் தொலைக்கும் ஆன்மிக சிந்தனைக்கு ஊடகமாகத் திகழ்வது இந்தியக்கலை; அசுரனைத் தெய்வம் வதைப்பது போன்ற கலைப்படைப்பு, தீமையை நன்மை வெல்லுதல் என்னும் உண்மைக் குறியீடுகள். எனவே இந்தியக் கலைகளின் படைப்புக்கள் அந்நித்தியத்தைத் தாண்டி நித்தியத்தை வெளிக்கொணரும் படைப்புக்களாகவே மிளிர்கின்றன என்று கலைகள் குறித்து ஆசிரியர்கள் முன்னுரை பகர்கின்றனர்.

கற்காலங்கடந்து பயிர்செய்யக் கற்று வேளாண் சமூகமாக வளர்ந்து விவசாய, கைவினைப் பொருட்கள் செய்யக் கற்று, பின் விற்பனை செய்யவும் தொடங்கிய காலத்தே மக்களிடம் கலையுணர்வு தோற்றம் பெற்றது என்பதனை ஹரப்பா நாகரிகத்தால் நாம் அறிந்து கொள்ள முடிகிறது.

வேதகால ஆரியர்கள் தொடக்க காலத்தில் மரத்தாலான கட்டுமானத் தேர்ச்சிபெற்று கலைநுட்பத்துடன் அழகுணர்ச்சி வெளிப்படுத்தலின் வளர்ச்சியை அறிய முடிகிறது

சுங்கர், சாதவாகனர் ஆட்சிக்காலத்தில் ஸ்தூபிகள் கலைநயத்துடன் உருவாக்கப்பட்டன. அசோகரின் ஸ்தூபிகள், புனித ஸ்தலங்களில் குகைவரைக் கட்டுமானங்கள் கலை ஆற்றல் வெளிப்படுமாறு அமைக்கப்பட்டன.

ஆப்கானிஸ்தானத்தில் பல்வேறு இஸ்லாம் பிரிவின மக்கள் வாழ்ந்த பகுதிகளில் பிற்காலத்தில் புத்தம் வலுப்பெற, இன்றோ துப்பாக்கிக் கலாசாரத்திற்கும் உலகிற்கே போதைப்பொருள் உற்பத்தி இடமாகவும் செயல்படுவது அறிந்து நாம் கவலை அடையாமல் இருக்க இயலாது.

குப்தர் காலம் பொற்காலம் என்று போற்றுவதற்கேற்ப ஆட்சிச் சிறப்போடு சிற்பக்கலையும் சிறந்து விளங்கியது.

அஜந்தா, எல்லோரா போன்ற இடங்களில் குடைவரைக் கோயில்களில் சிற்ப ஓவியக்கலைகளின் வெளிப்பாடு உலகப் பிரசித்தி பெற்றுத் திகழ்கின்றன.

பல்லவர் காலத்தில் தமிழகத்தில், மாமல்லை, காஞ்சி போன்ற இடங்களில் கலைநுட்பம் மிக்க சிற்ப வேலைப்பாடுகளோடு திட்டமிட்டுக் கட்டப்பட்ட கோயில்கள், குடைவரை மண்டபங்கள் இன்றும் புகழோடு நிலைத்து நிற்கின்றன.

தமிழகத்தில் சோழர்கள் காலத்தில் புதுக்கோட்டை, திருச்சி, தஞ்சை, கங்கைகொண்ட சோழபுரம், தாராசுரம் போன்ற புனித ஸ்தலங்களில் அமைந்துள்ள கோயில்கள் சிற்பக்கலையின் பொக்கிஷங்களாகத் திகழ்கின்றன.

அவ்வாறே, வேலூர், சிதம்பரம், இராமேஸ்வரம், மதுரை, திருச்சி, திருவானைக்கா, திருவாரூர், திருவண்ணாமலை, நெல்லை, ஸ்ரீவில்லிபுத்தூர் ஆகிய இடங்களையும் குறிப்பிடலாம்.

இமயப்பகுதி, கலிங்கம், பேளூர், சோம்நாத்பூர், கோனார்க், குஜராத்தில் கத்தியவார் ஆகிய இடங்களில் சமயச்சார்பான கலைநுட்பம் பொருந்திய சிற்பங்கள், ஜைன, சமண வழிபாட்டுத் தலங்களின் கலை நயங்கள் ஆகியன குறித்து விளக்கமாக எழுதப்பட்டுள்ளன.

ஜைன புத்தமதக் கருத்துக்கள், மதத் தலைவர்கள், வழிபாட்டுத் தலங்கள், குறித்துப் பனை ஓலைச் சுவடிகளில் வண்ண ஓவியங்களோடு நூலாகத் திகழ்வதையும் ஆசிரியர்கள் குறிப்பிட்டுள்ளனர்.

கண்ணுக்கும் கருத்துக்கும் விருந்தாக அமைவதோடு காணும்போதே தொழத்தூண்டும் சிற்பங்களுக்கு நிலைக்களனாகத் திகழும் இடங்கள் கோயில்களே. நம் நாட்டின் வட எல்லை முதல் தென்குமரி வரை புகழ்பெற்று விளங்கும் குடைவரைக் கற்கோவில்கள், குகைக்கோவில்கள், மலைக்கோவில்கள், செங்கற்கட்டுமானக் கோவில்கள் அவற்றின் தரைப்படம், குறுக்குவெட்டுத் தோற்றம், எழுந்தருளியுள்ள கடவுள்களின் பெருமைகள், சிற்பச் சிறப்புக்கள், கோவில் நிர்மாணித்த அரசர்கள், அவர்களின் இறைத்தொண்டு பற்றியும் முழுமையாக அறிந்து செய்திகளை முறையாகத் தொகுத்து காலம், பொருள் செலவு கருதாது முழுமுயற்சியுடன் அயர்ச்சிகருதாது மக்களுக்குச் செய்யும் தொண்டாகவே கருதி இந்நூலை வெளியிட்டுள்ள பேராசிரியர்களுக்கு நன்றி பாராட்டி, வரலாற்று மாணவர்க்கும், ஆராய்ச்சி மாணவர்க்கும் கலை ஆர்வலர்களுக்கும் இந்நூல் சிறப்பாகப் பயன்படும் என்று கருதி அவர்களின் பேராதரவை நாடி எமது பதிப்பகம் இந்நூலை மகிழ்வுடன் வெளியிடுகின்றது.

– பதிப்பகத்தார்

எங்களுரை

பரந்த நம் தேசத்தின் பன்முகத் தன்மை இக்கலாசாரத்தின் தனிப்பெரும் சிறப்பாகும். வரலாற்றிற்கு முற்பட்ட காலம் முதல் இன்று வரை இந்தியக் கலாசாரத்தின் பல கூறுகள் காண்போரை வியப்புற வைப்பதாகும். இதனை உணந்தே புகழ்மிக்க வரலாற்று அறிஞர் ஏ.எல். பாஷம் தாம் எழுதிய இந்திய வரலாற்றிற்கு "அதிசயம்: அதுதான் இந்தியா", (The Wonder that Was India) என்று பெயரிட்டார். குமரி முதல் இமயம் வரை; சோமநாதபுரம் முதல் மிஜோரம் வரை பரந்து விரிந்த இந்த தேசத்தில்தான் எத்தனை மொழிகள்; எத்தனை பழக்க வழக்கங்கள்; எததனை இனங்கள்; எத்தனை மதங்கள்; எத்தனை பாரம்பரியங்கள்? இவை அனைத்தும் ஒரு சோலையின் பலவண்ணப் பூக்களைப்போல இத்தேசத்திற்கு அழகும், மணமும் ஊட்டக்கூடியவை.

இவை சிறுவயது முதலே நாங்கள் கண்டு அதிசயித்து வருபவை. இந்தியாவிலுள்ள 6,30,000 கிராமங்களில் ஒவ்வொரு கிராமத்திற்கும் ஒரு தனித்துவம் உண்டு. என் சிறுவயதில் ஒரு கிராமத்தில் ஒரு இறப்பிற்குச் சென்றிருந்தேன். இறந்துபட்டவர் இருபத்தி ஐந்து வயது இளைஞர். வீட்டின் வெளியே ஆண்கள் வேலைசெய்து கொண்டும், அளவளாவிக் கொண்டும், அங்கலாய்த்துக் கொண்டும் சிலா சிந்தனை வயப்பட்டும் அமர்ந்திருந்தனர். கலைஞர்கள் ஆடவும், மூதாட்டிகள் ஒப்பாரி பாடவும் ஒருபுறம் பெண்கள் கூட்டமாக உட்கார்ந்து அரற்றி அழுகுரல் எழுப்பவும் செய்துகொண்டிருந்தனர். ஒரு மூதாட்டி ஒரு வெண்கலத் தாம்பாளத்தை எடுத்துவந்து வீட்டின் வெளியே தலைவாசலுக்கு நேரே வைத்து அதைத் தண்ணீரால் நிரப்பினார். பின் அதில் இரண்டு மல்லிகை மொட்டுக்களை மிதக்க விட்டுச் சென்றார். சில நிமிடங்கள் கழித்து மீண்டும் வந்து ஒரு மொட்டை அதனுடன் சேர்த்து மிதக்கவிட்டுச் சென்றார். எனக்கு அதன் பொருள் விளங்கவில்லை. ஒரு முதியவரிடம் விளக்கம் கேட்டேன். அவர் என்னிடம் இறந்து போனவரின் மனைவி மூன்றுமாதமாக கருவுற்றிருக்கிறாள்; அதை அனைவருக்கும் தெரிவிக்கவே இது என்றார். அனைவருக்கும் ஏன் தெரிய வேண்டும் என்று நான் அவரிடம் கேட்டேன். அதற்கு அவர், வழி சொல்லத் தெரியாத ஊருக்குப் பழிசொல்லத் தெரியும்; அதனால் கணவனைப் பிரிந்த அப்பெண்ணின் மேல் பழி வரக்கூடாது என்பதற்காக இதைச் செய்கிறார்கள் என்றார்.

இது போன்று ஒவ்வொரு சிறு அசைவிற்குப் பின்பும் எத்தனை எத்தனையோ பொருள் பொதிந்திருப்பதும், அமைதிக்குப் பின்னால் ஏராளமான வார்த்தைகள் இருப்பதும் இன்றும் நான் கண்டு வியப்பவை. இவை நம் கலாசாரத்தின் விலை மதிப்பற்ற பொக்கிஷங்கள். இவற்றுள் பல மறைந்து வருவதும், மறக்கப்படுவதும், மறைக்கப்படுவதும், மறுக்கப்படுவதும், திரிக்கப்படுவதும் நிகழ்ந்து வருகின்றன. மதுரையில் வைகை நதியைக் கடக்கும் பொழுதெல்லாம் கல்பாலத்தின் அருகே ஆற்றின் நடுவே உள்ள கல் மண்டபம் நம்மை ஈர்க்கும். அதைப்போல் இந்தியாவின் பல்வேறு பகுதிகளிலும் இடிபாடுகளுக்குட்பட்ட எத்தனையோ சின்னங்கள் நிற்பதைக் காணலாம். அவை பழம் பெருமையின் அடையாளங்களும் காலப் பெட்டகங்களும் ஆகும். இவையனைத்தும் எங்களின் சிந்தனைக்குள் புகுந்தன. எங்களைத் தூண்டின. இவ்வரிய கலாசாரத்தின் கூறுகளில் ஒன்றிரண்டையேனும் பதிவு செய்ய வேண்டுமென்ற ஆர்வத்தை ஏற்படுத்தின.

முப்பது ஆண்டுகளுக்கும் மேலான ஆசிரியப் பணியில் மாணவர்களுடன் வரலாற்றுச் சிறப்புமிக்க இடங்களான டில்லி, ஆக்ரா, பதேபூர்சிக்ரி, ஜெய்பூர், அஜந்தா, எல்லோரா, எலிபெண்டா, சாஞ்சி, நாளந்தா, வைசாலி, கஜுரகோ, பூரி, ஹம்பி, போன்ற தொலைதூரப் பகுதிகளுக்குப் பலமுறை சென்று வந்ததும், ஆண்டு தோறும் கழுகுமலை, ராமேஸ்வரம், திருமயம், சித்தன்ன வாசல், தஞ்சை, கங்கை கொண்ட சோழபுரம் போன்ற தமிழகப் பகுதிகளுக்குச் சென்று வருவதும் இந்தியக் கலை வரலாற்றின் மீது தீராத காதலை ஏற்படுத்தின. பழமைமிக்க சமணர் ப்டுக்கைகள், அழகிய சிற்பங்கள், கி.மு. மற்றும் கி.பி. முதலாம் நூற்றாண்டுகளின் பிராமி கல்வெட்டுக்கள் அடங்கிய சமணர் நினைவுச் சின்னங்கள் கல் உடைக்கும் குவாரிகளால் சிதைக்கப்படுவதைக் காணச் சகிக்காமல் தொடர் முயற்சிகளால் மதுரை நாகமலைக் கருகில் முத்துப்பட்டி, ஒந்திமலையிலுள்ள சமணர் சின்னங்களை உயிரையும் பொருட்படுத்தாமல் காத்த நிகழ்வு இவற்றை அவசியமாக, அவசரமாகப் பதிவு செய்ய வேண்டுமென்ற வேகத்தை எங்களுள் ஏற்படுத்தியது. இதன் விளைவே தங்கள் கைகளில் தவழும் "இந்தியக் கலை வரலாறு" என்னும் எங்களது முயற்சியினால் ஆன நூலாகும்.

இந்நூலின் ஆக்கத்திற்கு நாங்கள் எடுத்துக் கொண்ட கால அளவு மிக நீண்டதாகும். ஒவ்வொரு கட்டுமானத்தையும், ஓவியத்தையும், சிற்பத்தையும் பார்த்து, ரசித்து, அனுபவித்துப் பதிவு செய்வதற்குக் கால அவகாசம் தேவைப்பட்டது. இதை ஆக்கியோர் முனைவர். M. சாலமன் பெர்னாட்ஷா மற்றும் அவரது பால்ய நண்பர் பேராசிரியர், P. முத்துக்குமரன் ஆகியோர்.

முனைவர். மா. சாலமன் பெர்னாட்ஷா கலைவரலாற்று மாணவர்; வரலாற்றுப் பேராசிரியர். இவர் இந்நூலினை ஒரு வரலாற்று ஆசிரியர் என்ற முறையில் மட்டுமின்றி இச் சிறந்த, பாரம்பர்யம் மிகுந்த தேசத்தின் பொறுப்புமிக்க குடிமகன் என்ற வகையிலும், கலைவரலாற்று ஆர்வலர் என்ற நிலையிலுமே இம்முயற்சியில் இறங்கினார். பேராசிரியர். பொ. முத்துக்குமரன் ஒரு கணிதப் பேராசிரியர். உலக அளவிலான சதுரங்க வீராங்கனை கஸ்தூரியின் தந்தை என்ற நிலையில் இந்தியாவின் பல பகுதிகளுக்கும் தன் மகளின் விளையாட்டுப் போட்டிக்குச் செல்லும் பொழுதெல்லாம் அப்பகுதிகளிலுள்ள வரலாற்றுச் சின்னங்களின் முன் மெய்மறந்து நின்று ரசிப்பதும் அவற்றைப் புகைப்படம் எடுப்பதும் முத்துக்குமரனின் தொழிலானது. பாரம்பரிய இந்துக் குடும்பத்தில் பிறந்த அவர் வாய்ப்புக் கிடைக்கும் பொழுது மட்டுமின்றி, வாய்ப்புகளை உருவாக்கித் தமிழகத்திலும், இந்தியாவிலுமுள்ள பல பிரசித்திபெற்ற கோயில்களை தரிசிப்பதும் அவற்றின் கலையம்சங்களைப் போற்றுவதும் கட்டடக் கலைகளிலும் சிற்பக் கலைகளிலும் பண்டைய கைவினைஞர்களின் தொழில் நுட்பம் மற்றும் கணித நுட்பம் ஆகியவற்றை அளப்பதும் சிறுவயது முதலே அவரது வழக்கமாயிருந்தது. இருவருக்கும் ஏற்பட்ட இந்த உணர்வு ஒற்றுமையே இப்புத்தகத்தின் உருவாக்கத்திற்குக் காரணமாயிற்று.

இது ஒரு ஆராய்ச்சி நூலல்ல. இது இந்தியக் கலைத்தாய்க்கு நாங்கள் செலுத்தும் இருகரம் கூப்பிய வழிபாடு. லட்சக்கணக்கான கலைப் படைப்பாளிகளுக்கு நாங்கள் செலுத்தும் அஞ்சலி. அவர்களின் படைப்புக்களுக்கான ஒரு பாராட்டுப் பத்திரம். கலை அறிவியல் மேதைகளான பெர்குஸன், பெர்ஸி பிரௌவுன், E.B. ஹேவெல், ஜேம்ஸ் பர்க்ஸ் இந்தியக் கலைவரலாற்று அறிஞர்களான ஆனந்த குமாரசுவாமி, சி. சிவராமமூர்த்தி, K.R. சீனிவாசன், K.V. சௌந்தரராஜன், எடித் தோமரி, R. வெங்கட்ராமன், G. சேதுராமன் போன்ற அறிஞர் பெருமக்களின் நூல்கள் எம்முயற்சிக்குக் கலங்கரை விளக்கமாயின. அவர்களின் தோள்களில் அமர்ந்து இக்கலைப் பயணத்தை நாங்கள் இடரின்றி அனுபவித்து மகிழ்ந்தோம். இவ்வறிஞர் பெருமக்களிடமிருந்து பெற்ற கருத்துக்களுடன் நாங்கள் களத்தில் பெற்ற அனுபவங்களை எங்கள் உணர்வுகளுடன் கலந்து தொகுக்க முற்பட்டோம். அத்துடன் இந்து, இந்தியன் எக்ஸ்பிரஸ், பிரண்ட் லைன் போன்ற பத்திரிகைகளில் வந்த கட்டுரைகளும் எங்களுக்குப் பெரிதும் துணை நின்றன. இவற்றிலிருந்து ஏராளமான தரவுகளையும் இந்தியத் தொல்பொருளியல் துறை வெளியிட்டுள்ள பல படங்களையும் இந்நூல் முழுவதும் நாங்கள் கையாண்டுள்ளோம். இது ஒரு ஆராய்ச்சி நூல் அல்ல என்பதால் ஒவ்வொன்றிற்கும் அடிக்குறிப்பு செய்யவில்லை. மேற்கண்ட அறிஞர்களுக்கும் பத்திரிகைகளுக்கும் எம் நன்றிகளை உரித்தாக்குகிறோம்.

இந்நூலின் ஆக்கத்திற்கு எங்களை மேலும் தூண்டியது இந்தியக் கலைவரலாற்றைத் துவக்கம் முதல் இன்றுவரை ஒரே நூலில் தொகுத்தளிக்க வேண்டும் என்ற எங்களது நோக்கமாகும். மேலும் எம் தாய்மொழியில் அத்தகையதொரு நூல் இதுவரை படைக்கப் பட்டிருக்குமா என்ற ஐயமும் இதற்குத் தூண்டுகோலாய் அமைந்தன. ஆயினும் எங்களால் இந்தியக் கலை வரலாற்றை ஒரே புத்தகத்தினுள் அடக்கிவிட இயலவில்லை. ஆகவே டில்லி சுல்தான்கள், முகலாயர்கள், மராட்டியர்கள், இந்திய மாநிலங்களிலுள்ள சிற்றரசர்கள், கிறித்தவர்கள். ஆங்கிலேயர்கள் ஆகியோரது கலைப்பணிகளை எமது இரண்டாம் பாகத்தில் தொகுத்தளிக்கிறோம். தங்கள் கைகளிலுள்ள இந்நூல் இந்தியக் கலைவரலாற்றின் முதல்பாகம் என்பதைப் பணிவுடன் சமர்ப்பிக்கின்றோம்.

நெல் மரத்தில் காய்க்குமா? என்று தாத்தாவிடம் பேரன் கேட்கும் கேள்வி எங்களைத் தட்டியெழுப்பியது. அடுத்த தலைமுறையல்ல; இன்றைய சம காலத்தவரே தத்தம் துறையில் பாண்டித்தியம் பெற முனைப்புடன் செயல்பட்டு வரும் வேளையில் நம் அனைவருக்கும் பொதுவான, நம் அனைவருக்கும் பெருமை சேர்க்கும் கலைப் பொக்கிஷங்களைப் பற்றிய தெளிவை பொதுவில் வைக்க விரும்பினோம். அத்துடன் சுற்றுலாப் பயணிகளுக்கும், கலை வரலாற்று ஆர்வலர்களுக்கும் எளிய நடையில் அனைத்துக் கலையம்சங்களையும் பற்றிய ஓர் சிறு அறிமுகம் செய்ய விரும்பினோம். அதன் விளைவே இந்நூல்.

முனைவர் பொன்னாட்ஷா “இந்து - கிறித்தவக் கலாசாரப் பரிவர்த்தனை”, என்னும் தலைப்பில் தம் முனைவர் பட்ட ஆய்வினை மேற்கொண்டு அதை ஆங்கிலத்தில் நூலாகவும் வெளியிட்டார். டிசம்பர் 26, 2004 ஆம் ஆண்டு ஆழிப்பேரழிவின் போது மீட்புப் பணிக்கு அந்தமான் - நிக்கோபார் தீவுகளுக்குச் சென்று வந்த தம் அனுபவங்களையும், ஆதங்கங்களையும் ‘அழிவின் விளிம்பில் அந்தமான்”, என்னும் தலைப்பில் ஆங்கிலத்தில் புத்தகமாக வெளியிட்டார். அத்துடன் தம் ஆய்வுக் கட்டுரைகளைத் தொகுத்து நூலாக வெளியிட்டார். பேராசிரியர் முத்துக்குமரன் உலக அளவிலான சதுரங்க வீராங்கனையான தன் மகளின் சாதனைகளையும் அதனால் ஏற்பட்ட தன் பயண அனுபவங்களையும் தொகுத்து “சதுரங்களில் பயணம்” என்னும் நூலாக வெளியிட்டார். இந்நூல் முத்துக் குமரனுள் புதைந்திருந்த சிறந்த எழுத்தாளரை வெளிக் கொணர்ந்தது. இந்த எழுத்துலக அனுபவங்களும் இந்நூலாக்கத்திற்குப் பெரிதும் உதவின.

இந்நூலாக்கத்திற்கு ஆரம்பம் முதல் ஊக்கமும் உத்வேகமும், வழிகாட்டுதல்களும் கொடுத்தவர்களுள் முதன்மையானவர் தமிழகத்தின் தலைசிறந்த பேச்சாளரும், இலக்கியவாதியும் முன்னாள் தமிழக சுற்றுலாத்துறையின் செயலாளரும் எங்கள் நண்பரும், வழிகாட்டியுமான

முனைவர். வெ. இறையன்பு, I.A.S, அவர்களே. அவர்கள் இந்நூலின் கையெழுத்துப் பிரதியைப் படித்துப் பாராட்டியது இந்நூலை அச்சிடும் துணிவை எங்களுக்கு அளித்தது. "இறையன்பு", என்பது எங்களுக்கு ஒரு பெயர்ச் சொல் அல்ல; அது ஒரு மந்திரச் சொல். அவர்களது ஊக்கமும், உற்சாகமும், அரவணைப்பும், ஆதரவும் எங்களின் முயற்சியைப் புத்தக வடிவில் கொண்டுவர எங்களுக்குத் துணைபுரிந்தது.

கலை வரலாற்றின் அரிச்சுவடியை எங்களுக்குக் கற்றுக் கொடுத்தவர் எங்கள் பேரன்பிற்கும், பெருமதிப்பிற்கும் உரிய மதுரை காமராசர் பல்கலைக்கழக கலை வரலாற்றுத் துறையின் தலைவர் மூத்த பேராசிரியர். முனைவர். G. சேதுராமன் ஆவார். அவரது வழிகாட்டுதல் எங்களின் பெரும் பேறாகும். இந்நூலாக்கத்தின் ஒவ்வொரு கட்டத்திலும் எங்களுக்கு வழிகாட்டியவர் அவரே. அருள்திரு. முனைவர். F. ஆரோக்கியசாமி, கிறிஸ்து இல்லம், கருமாத்தூர் அவர்களும், பேராசிரியர். முனைவர். S. கண்ணன், அண்ணாமலைப் பல்கலைக்கழகம் அவர்களும் எம் ஒவ்வொரு முயற்சியிலும் உறுதுணை நின்றதுடன் எங்களுக்கு வழிகாட்டியாக விளங்கினர். இந்நூலின் கையெழுத்துப் பிரதியை எங்கள் வணக்கத்திற்குரிய முன்னாள் தமிழ்வளர்ச்சித்துறை இயக்குநர் திருமிகு. கொண்டல் மகாதேவன் அவர்கள் முழுவதுமாக வாசித்து எங்களுக்கு வழிகாட்டியது எங்களை உற்சாகப்படுத்தியது. குட்லாடம்பட்டி ரமணாஸ்ரமம் சாஸ்வதானந்த சுவாமிஜி, முனைவர். வேதாச்சலம், பேராசிரியர்கள் P. விஜயகுமார், N. நாகேந்திரன், முனைவர். ரவிச்சந்திரன் மற்றும் எம் நண்பர்கள் எம் நன்றிக்கு உரியவர்கள்.

நாங்கள் பணியாற்றும் எம் கல்லூரிகளான அருள் ஆனந்தர் கல்லூரி, கருமாத்தூர், விவேகானந்தா கல்லூரி, திருவேடகம் ஆகியவற்றின் நிர்வாகத்தினருக்கும், நூலகங்களுக்கும் எம் மனமார்ந்த நன்றிகள். எங்கள் எழுத்துக்களை அச்சிலேற்றி எங்களுக்கு ஊக்கமளித்தவர்கள் திரு. B. செண்பகப் பெருமாள் மற்றும் அவரது துணைவியார் திருமதி. ஜோதி செண்பகம் ஆகியோர்.

எங்களுக்குப் பேராதரவும் ஊக்கமும் அளித்து எங்களின் கற்பனைகளையும் முயற்சிகளையும் நூல்வடிவாக்கித் தந்தவர்கள் NCBH பதிப்பகத்தார் ஆவர். அவர்களுக்கு எம் சிரம் தாழ்ந்த நன்றிகள்.

எங்களது முயற்சிகளுக்கு ஊக்கமளித்து உடனிருந்து உதவிசெய்த எம் குடும்பத்தார் அனைவருக்கும் எங்களது நன்றிகள்.

M. சாலமன் பெர்னாட்ஷா
P. முத்துக்குமரன்.

பொருளடக்கம்

1. நித்திய இந்தியா 1
2. வேட்டை; வேளாண்மை; வணிகம் 5
3. சிந்து நதிக்கரையோரம் 8
4. ஆரியர்களின் மரக்கட்டுமான முன் வடிவமைப்புகள் 16
5. அழிவற்ற அசோகன் 22
6. கல்லோ? காவியமோ? சுங்கர், சாதவாகனர் (ஆந்திரா) ஸ்தூபிக் கட்டுமானங்கள் 35
7. குடைவரையில் இறையுணர்வு 54
8. காந்தார மற்றும் மதுரா பாணிக் கலைகள் பண்பாடுகளின் சங்கமமும், அதன் தாக்கமும் 90
9. ஸ்தூபிகளின் பள்ளத்தாக்கு - ஆந்திரம் 107
10. செங்கற் கட்டுமானக் காவியங்கள் 123
11. மனதை வெல்லும் வடிவங்கள் 140
12. நிறைவின் தொடக்கம் 159
13. மஹாயான குடைவரைக் காவியங்கள் 177
14. சாளுக்கியக் காவியங்கள் 202
15. குடைவரைக் கலையின் உச்சகட்டம் 223
16. தமிழகக் கலைகளின் வித்து 255

17.	அரச கோயில்கள்	281
18.	சோழர்களின் கலைப் பொக்கிஷங்கள்	297
19.	உலோகத் திருமேனிகளும், கலை நோக்குக் கூறுகளும்	326
20.	மாமலை போற்றுதும்! மாமலை போற்றுதும்!	340
21.	இமயத்தின் எழில் கொஞ்சும் கலைச் சோலைகள்	354
22.	கலிங்கத்துக் காவியங்கள்	370
23.	அர்ப்பணிப்பும் அதன் அழகியலும்	384
24.	அற்புதக் கலவை	399
25.	ஞாயிறு போற்றுதும்! ஞாயிறு போற்றுதும்!	421
26.	மாற்றங்களின் பரிணாமங்கள்	435
27.	புனிதப் பகுதிகளின் விரிவாக்கம்	455
28.	ஆற்றுப்படுத்தும் ஆலயங்கள்	480
29.	சிற்றோவியங்கள்	510

அத்தியாயம் - 1
நித்திய இந்தியா

உலகிலேயே மிகப் பழமையான நாகரிகங்களில் தலை சிறந்தது இந்திய நாகரிகமாகும். இதனைப் பறைசாற்றுபவை இந்தியாவின் கட்டுமானங்களும், கலைகளுமேயாகும். அந்நாள் முதல் இந்நாள் வரை கலை வெளிப்பாடுகளிலுள்ள தொடர்ச்சி நம்மை வியப்பில் ஆழ்த்துகிறது. இத்தொடர்ச்சியின் உயிர்மூச்சாக ஆன்மிகமே விளங்குகின்றது. மெய்ப்பொருளின் பிரதிபலிப்பாகத்தான் மனிதர்களையும், உயிரினங்களையும், மரங்களையும், மலர்களையும், தென்றலையும்.... இந்தியக் கலை காண்கின்றது. மெய்ப்பொருள் படைப்புகளுக்கிடையேயான தெய்வீகத் தொடர்பை வெளிக்கொணரும் திட்டத்தை இந்தியக்கலை கொண்டுள்ளது. மெய்ப்பொருளின் ஓர் அங்கமாகத் தன்னைப் பார்க்கத் தெரிந்துகொண்ட மனிதனுக்கு, மெய்ப்பொருளோடு ஐக்கியமாகும் வழி புலப்படுகின்றது.

கலைப்படைப்பை அல்லது இயற்கை எழிலைக்கண்டு மெய்மறந்து நிற்கும் கணம்தான் படைப்பிற்கு அடிப்படையான மெய்ப்பொருளின் கருணையை அல்லது தயையை உணரும் கணமாகும். 'பிரம்மானந்த நிலை' எனப்படும் இந்தியச் சிந்தனைக் கோட்பாடும் இதுதான். இக்கணத்தில்தான் சராசரி வாழ்க்கை நிலையைத் தாண்டி மெய்ப்பொருளைத் தரிசிக்கத் தடையாயிருக்கும் மாயவலை விலக்கப்படுகின்றது. எனவேதான் இந்தியாவில் அன்றாட வாழ்வில் 'கலை' ஒரு முக்கிய பங்கு வகிக்கின்றது. இதனை வலியுறுத்தியே 'மனித குலத்தின் மாபெரும் பொக்கிஷம் கலையே' என்று விஷ்ணு தர்மோத்தர புராணத்தின் ஓர் அங்கமான சித்ர சூத்திரத்தில் கூறப்பட்டுள்ளது.

இந்தியாவின் தொடக்க நிலை தத்துவார்த்த சிந்தனைகளில் "மெய்ப் பொருள்" இடம் பெற்றிருக்கவில்லை; மாறாக சக்தியின்

ஊற்றுக் கண்ணாக சூரியன், உழைப்பின் உருவகமாக எருது, படைப்பின் உருவக மாகப் பசு, மரஞ்செடிகொடிகள், மழை.......... ஆகியவை போற்றப்பட்டன. இதன் தொடர்ச்சியான கால கட்டங்களிலும் நல்வாழ்வுக்குத் தேவையான குணாதிசயங் களின் உருவகங்களாகத்தான் கலைப் படைப்புகள் உருவாக்கப்பட்டன. இத் தெய்வ வடிவங்களைப் பணிந்து, வணங்கி, தியானிப்பவரினுள் புதைந்துள்ள நற்சிந்தனைகளும், நல்லொழுக்கங்களும் விழித்தெழுகின்றன; வணங்குகின்ற தெய்வமாகவே தியானிப்பவர் உயர்ந்து விடுகின்றார்.

1.1 போதி சத்துவர், தபோ மடாலயம்.

மனிதனைத் தெய்வமாக உயர்த்தும் கலை வேலைப்பாடுகளில் மெய்ப்பொருளின் கருணையும், தயையும் ததும்புமாறு படைத்தல் என்பது இந்தியக் கலைஞனுக்கு வழிபாடும், கண்டுபிடிப்பும் கலந்த ஒரு தியான நிலை ஆகும். உதாரணமாக மெய்ப்பொருளின் பிம்பத்தை மறைத்திருக்கும் கல்லின் புறப்பகுதிகளை உளியின் மூலம் நீக்குவது மட்டுமே தனது வேலை என்று இந்தியச் சிற்பி எண்ணுகின்றான். எனவேதான் இந்தியச் சிற்பப் படைப்புகளனைத்திலும் புறத்தோற்றத் தையும் தாண்டிய அகத்தோற்ற அழகு வெளிப்படுகின்றது. தெய்வ வடிவங்களின் அகம் நோக்கிய பார்வை ஒன்றே இதற்கோர் சிறந்த சான்றாகும்.

'நான்', 'எனது கொள்கைகள்' என்பன போன்ற தனிமனித அடையாளங்கள் அனைத்தும் மாயையேயாகும். இந்தியாவில் எந்த சிந்தனையாளனும், "நான் மட்டுமே மெய்ப்பொருளைக் கண்டவன்" என்று தம்பட்டம் அடித்ததில்லை. தங்களுக்கு முன்னால் இருந்த ஆன்றோர்களின் வழித்தடங்களையே பின்பற்றுவதாகப் புத்தர், மஹாவீரர் உட்பட அனைத்து ஆசான்களும் கூறினர். 'நான்' என்னும் அகந்தையைத் தொலைக்கும் ஆன்மீகச் சிந்தனைக்கோர் ஊடகமாகத்தான் இந்தியக் கலை உருவெடுத்தது. எனவேதான் இந்தியக் கலைகள் உருவாகிட ஆதரவளித்த அரசர்கள், அக்கலைகளில் இடம் பெற்றிருத்தல் என்பது காண்பதற்கரிதாயுள்ளது. அநித்யத்தைத் தாண்டி நித்யத்தை வெளிக்கொணரும் படைப்புகளாகவே இந்தியக் கலைப் படைப்புகள் மிளிர்கின்றன.

1.2 மகிஷ வதம் - மாமல்லபுரம்

அசுரனைத் தெய்வம் வதைப்பது போன்ற கலைப் படைப்புகளில், வதைபடும் அசுரர்கள் புன்னகை புரிவது போன்று படைக்கப் பட்டுள்ளனர். ஏனெனில் இக்கலைப் படைப்புகள் "அறியாமையை அறிவு வெல்லுதல்", "தீமையை நன்மை வெல்லுதல்" என்ற தத்துவார்த்த உண்மையின் குறியீடுகளாகும்; நமது மனதிலும், உணர்வுகளிலும், மாறி மாறித் தோன்றும் நித்தியத்திற்கும், அநித்யத்திற்குமான போராட்டங்களின் உருவகங்களேயாகும். மெய்ப்பொருளைத் தேடும் முயற்சியில் இத்தகு 'லீலைகள்' அல்லது 'திருவிளையாடல்' தவிர்க்க இயலாதவை; இந்த உண்மையை மறைக்கும் முயற்சிகள் எதையும் இந்தியக் கலை ஒருபோதும் செய்ததில்லை. மாறாக, நமது ஐம்புலன்களையும், புரிந்து கொள்ளுதல்களையும் ஒருங்கிணைத்து நம்மைச் சுற்றியுள்ளனவற்றின் மூலமாகவே மெய்ப்பொருளை உணர்ந்துகொள்ளவும், அடையவும் உதவும் பணியை இந்தியக் கலைகள் ஆற்றுகின்றன.

இந்தியக் கலைக் கண்ணோட்டத்தில் அன்றாட வாழ்க்கைக்கும், ஆன்மீக வாழ்க்கைக்குமிடையே முரண்பாடு ஏதுமில்லை. இவ்வுலகில் அழகை ரசித்துணர்ந்து வெளிப்படுத்தும் உணர்வுகள் எதற்கும் தடையேதுமில்லை. மனித வடிவழகு உட்பட அன்றாட வாழ்க்கைச் செயல்பாடுகள் அனைத்தும் காம இச்சையைத் தூண்டாதவாறுதான் இந்தியக் கலை வேலைப்பாடுகளில் வெளிப்படுத்தப்பட்டுள்ளன. இவை நம்முள் உறையும் பேரானந்த நிலை மெய்ப்பொருளை உணர்ந்து கொள்ள உதவும் ஊடகங்களாகின்றன.

ஹரப்பா நகர நாகரிக காலந்தொட்டே இந்தியாவுடனான வணிகத் தொடர்பு என்பது உலகந் தழுவியதாகவே இருந்தது. எனவே இந்தியக் கலைகளுக்கு ஆதரவளித்த வெளிநாட்டவர்களில் கிரேக்கர்கள்,பார்த்தியர்கள் (இன்றைய ஆப்கானிஸ்தான் நாட்டைச் சேர்ந்த ஓர் இனம்) போன்றோரும் அடங்குவர். அதே போன்று பல்வேறு வெளிநாட்டுக் கலைப் பாணிகளும், இருகரம் கூப்பி வரவேற்கப்பட்டன. அவற்றின் பெரும்பான்மையான கூறுகள் இந்திய மயமாக்கப்பட்டு இந்தியப் பாணிகளுடன் இரண்டறக் கலந்துவிட்டன. இந்தியா முழுமைக்கும் பொதுவான ஆன்மீகத்தை அடிப்படையாகக் கொண்ட கலைக் கருவை எக்கால கட்டத்திலும் காண முடிகின்றது.

1.3 மாயாவின் கனவு - காந்தாரக் கலைப் பாணி
(பண்பாடுகளின் சங்கமத்தால் உருவானது)

♦ இக்கலைக் கருவில், பாணியில் அந்தந்த பிராந்திய கலாசாரத்தைப் பிரதிபலிக்கும் வண்ணம் மேற்கொள்ளப்பட்ட சிற்சில மாற்றங்களும் அவற்றுக்கு மேலும் மெருகேற்றின. இத்தகு கலை வேலைப்பாடுகளில் ஒரு சிறுபகுதியைத்தான் காண நாம் கொடுத்து வைத்திருக்கின்றோம்! இச்சிறு பகுதிதான் இந்தியாவெங்கும் பரவலாகக் காணப்படும் எண்ணற்ற நினைவுச் சின்னங்களும், சிற்பங்களும் என்பது நம்மை வியப்புக் கடலில் ஆழ்த்துகின்றது. அவைகளின் வரலாற்றை அறிய முயலும் பயணத்தில் நாம் கைகோத்துச் செல்வோமா!

♦ பழங்கால இந்தியக் கலைப்பாணியுடன் கலந்துவிட்ட கிரேக்கக் கலைப்பாணி காந்தாரக் கலையையும், இடைக்கால இந்தியாவில் அராபிய, சரசனிக், துருக்கிய, பாரசீகக் கலைப்பாணிகள் இந்தியக் கலைப்பாணியுடன் இணைந்து இந்தோ - இஸ்லாமியக் கலைப்பாணியும் நவீன காலத்தில் ஐரோப்பியக் கலைப்பாணிகளான கோதிக், மறுமலர்ச்சி , ரோமனாஸ்க், போன்றவற்றுடன் இணைந்த இந்தியக் கலைப்பாணி இன்றளவும் கல்வி நிலையங்களிலும், கிறித்தவ மடாலயங்களிலும் விரவிக் கிடக்கின்றன.

அத்தியாயம் - 2
வேட்டை, வேளாண்மை, வணிகம்

"ஒவ்வொரு துளிரத்தமும் ஒரு வரலாற்றுப் புத்தகம்தான்; பரம்பரையாக வரும் மரபுப் பண்புக்குக் காரணமாக இருக்கும் உயிர்மம் (Gene) மொழியில் எழுதப்பட்டதாகும் இப்புத்தகம்" என்பதை உலகளவில் நடைபெறும் ஜீனோகிராபிக் பிராஜெக்ட் (Genographic project) நிரூபிக்கின்றது. இது ஆப்பிரிக்காவிலிருந்து மனித மூதாதையர் இடம் பெயர்ந்த வரலாற்றை ஆய்வு செய்யும் முயற்சியாகும். தாய்வழி மரபை 'M' Mitochondrial DNA ஜெனடிக் மார்க்கர்கள் மூலமும், தந்தை வழி மரபை 'XY' குரோமோசோம் குறியீடுகள் மூலமும் கணக்கிட முடிகின்றது. ஆப்பிரிக்காவிலிருந்து இடம் பெயர்ந்து இந்தியாவின் மேற்குக் கரையை அடைந்த மூதாதையர்கள் M 130 என்ற மரபுவழிக் குறியீட்டினைப் பெற்றிருந்தனர்.

மதுரையின் கிராமப் பகுதியொன்றில் வசிக்கும் விருமாண்டி என்பவரும், அக்கிராமத்தில் குடியிருப்போர்களில் பெரும்பாலோரும் M130 என்ற மரபுவழிக் குறியீட்டினைப் பெற்றுள்ளனர். இதன் மூலம் ஆப்பிரிக்காவிலிருந்து இடம் பெயர்ந்த மூதாதையர்கள், தமிழ்நாடு, கேரளா மாநிலங்களிலும் குடியேறியது நிரூபணமாகின்றது. பலநூறு ஆயிரம் ஆண்டுகளுக்கு முன்னால் ஆப்பிரிக்கக் காடுகளில் பறவைகள் எழுப்பிய ஒலியையொத்த ஓசைக் கூறுகள் வாய்மொழி மூலமாகவே காலங்காலமாக இன்றுவரை கேரளாவில் குறிப்பிட்ட பிரிவினருக்குள் கற்றுத் தரப்படுகின்றது. திட்டவட்டமான விதிமுறைகளையும், அமைப்புக் கூறுகளையுமுடைய இந்த ஓசைக் கூறுகளை எந்த மொழி கொண்டும் எழுத இயலாது. இது 'ஆப்பிரிக்க மூதாதையர்கள்' கருத்தை வலுவூட்டும் மற்றொரு சான்று என்கின்றனர் ஆய்வாளர்கள்.

பாறை ஓவியங்கள், குகை ஓவியங்கள்

உலகெங்கிலும் மனிதன் கடந்து வந்த கால கட்டங்களில் ஏறத்தாழ 80 விழுக்காடுகள் குகைகளில் தான் வசித்தான். இந்தியாவும் இதற்கு விதிவிலக்கல்ல. இக்காலங் களில் கல்லாலான ஆயுதங்களைப் பயன்படுத்தி வேட்டையின் மூலம் தான் உணவைத் தேடிக்கொண் டான். சிக்கிமுக்கிக் கற்களைப் பயன்படுத்தி நெருப்பை உண்டாக் கக் கற்றபின் தான் மாமிசத்தை வாட்டிச் சுவையேற்றும் வித்தை கைகூடிற்று. எனவே இந்தக் கல்லாலான கருவிகள்தான் மனித நாகரிகத்தின் முதல் கலைப் பொருட்கள் என்று கூற வேண்டும். அகழ்வாராய்ச்சிகளிலிருந்து இந்தியாவிலும் கற்களாலான சிறிய ஆயுதங் களைப் பயன்படுத்திய மனிதனும், புதிய கற்கால மனிதனும் இருந்த தடயங்கள் கிடைத்துள்ளன. இவனுடைய செயல்பாடுகள் எல்லாம் பாறைச் சித்திரங்களாய் இந்தியாவெங்கிலும் கண்டுபிடிக்கப் பட்டுள்ளன.

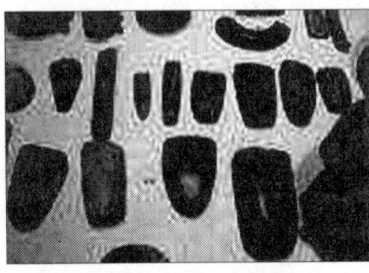

2.1 புதிய கற்கால ஆயுதங்கள்

போபால் நகரிலிருந்து நூறு மைல் சுற்றளவிற்குள் ஆதி மனிதர்கள் வாழ்ந்த குகைகள் அதிக எண்ணிக்கையில் கண்டுபிடிக்கப்பட்டுள்ளன. இங்கு காணப்படும் பழமையான பாறை ஓவியம் கி.மு. 5500இல் வரையப் பட்டிருக்கலாம் என்பது கார்பன் தேதியிடும் முறையில் கணிக்கப் பட்டுள்ளது. இக்குகைகளில் காணப்படும் ஓவியங்கள் பக்குவ முறாத உத்தியில் தீட்டப் பட்டுள்ளன. இயற்கைக் கனிமப் பொருட்களிலிருந்தும், தாவரங் களிலிருந்தும் கிடைக்கும் வண்ணங்களே பயன்படுத்தப் பட்டுள்ளன. சிவப்பு வண்ணம் அதிக அளவில் பயன்படுத்தப் பட்டுள்ளது. இந்த ஓவியங்கள் பெரும்பாலும் உயிரோட்டமுள்ள வேட்டைக் காட்சிகளையே சித்திரிக்கின்றன. சில இடங்களில் பழைய சித்திரங்கள் மேல் புதிய சித்திரங்கள் வரையும் நடைமுறை காலங்காலமாகத் தொடர்ந்ததைக் காணமுடிகின்றது.

2.2 தப்தி சமவெளி சாத்புரா மலைத் தொடர்களில் பாறை ஓவியங்கள்

வேளாண் சமூகமாக வளர்ச்சியடைதல்

மெஹ்கார் (Mehgarh) என்ற இடம் பலுசிஸ்தானில் போலன் ஆற்றுப் பள்ளத்தாக்கில் அமைந்துள்ளது. இங்கு 1970களில் விரிவான அகழ்வாராய்ச்சிகள் மேற்கொள்ளப்பட்டன. இதன் மூலம், இப்பகுதி களில் கி.மு. 7000 ஆண்டுகளிலேயே பார்லியும், கோதுமையும் பயிரிடும் வேளாண் சமூகமாக முன்னேற்ற மடைந்துள்ளது தெரியவருகின்றது; அன்று முதல் வெவ்வேறு கால கட்டங்களில் அடைந்த வளர்ச்சி மாற்றங்களையும் பட்டியலிடுகின்றது. இச்சந்ததியினர் கி.மு. 3500 ஆண்டு களில் எல்லாம் சக்கரத்தைப் பயன் படுத்திப் பானை தயாரித்தனர்; உலோகக் கருவிகளைப் பயன்படுத் தியதால் விவசாய உற்பத்தி அதிகரித் தது. தேவைக்கு அதிகமாக உற்பத்தி செய்யப்பட்ட பொருட்கள் க்வெட்டா (Quetta) சமவெளிப் பகுதிகளிலிருந்த பிற குடியிருப்புக் குழுமங்களுக்கு விற்கப்பட்டன. இதனை இக்குடியிருப்புக் குழுமப் பகுதிகளில் மேற்கொள்ளப்பட்ட அகழ்வாராய்ச்சிகளில் கிடைத்த மெஹ்காரின் மண்பாண்டங்கள், முத்திரைகள், பெண் உருவப் பொம்மைகள்,....... போன்றவற்றைக் கொண்டு கணிக்க முடிகின்றது.

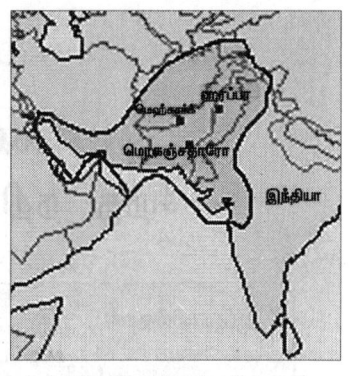

2.3 மெஹ்கார் அகழ்வாய்புப் பகுதி

நகரங்கள் - வணிக மையங்கள்

மெஹ்காரில் பல்வேறு காலகட்டங்களில் கண்ட வளர்ச்சிப் போக்கு (வேளாண் வளர்ச்சி, நாகரிக வளர்ச்சி) பலுசிஸ்தானின் பல பகுதிகளிலும், சிந்து நதிப் பகுதிகளிலும் தென்படுவதை அகழ்வாராய்ச்சிகள் நிரூபிக்கின்றன. தேவைபோக எஞ்சிய விவசாய, கைவினைப் பொருட்களை விற்கும் வணிகத்திற்கு உதவி புரிந்திடும் மையங்களாக நகரங்களின் தேவை உணரப்பட்டது. வேடனாகத் தொடங்கி விவசாயியாக வளர்ச்சி பெற்று வணிகனாக முன்னேற்றம் கண்டான் மனிதன். கிராமிய வேளாண் சமுதாயங்கள் பலவற்றிற்கு வணிக மையங்களாக ஹரப்பா நகர நாகரிகம் உருவெடுத்தது என்பதே அசைக்க முடியாத உண்மையாகும். இந்திய மண்ணிலேயே தோன்றி வளர்ச்சியடைந்ததே ஹரப்பா நகர நாகரிகமாகும்.

அத்தியாயம் - 3
சிந்து நதிக்கரையோரம்

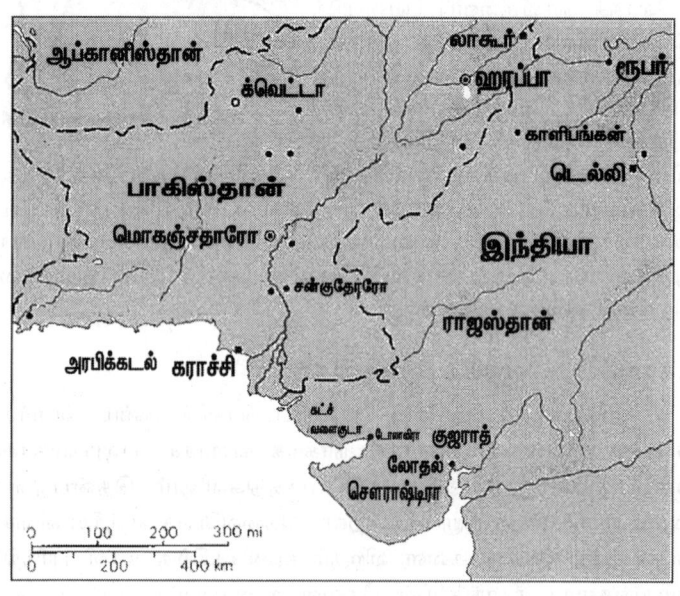

3.1 ஹரப்பா நாகரிகப் பரப்பு

மூல்தானிருந்து லாகூர் செல்லும் இருப்புப் பாதையில் அமைந்துள்ள கிராமம் ஹரப்பா ஆகும். இக்கிராமத்தின் அருகில் 1856ஆம் ஆண்டு விக்டோரியன் ரயில்வே கான்டிராக்ட் கம்பெனியானது இருப்புப் பாதை அமைக்கும் பணியில் ஈடுபட்டிருந்தது. உறுதியாகப் பாதை

அமைக்கும் பணிக்கு அருகிலிருந்த சுட்ட செங்கல் மலைக்குவியலைத் தோண்டி அச்செங்கற்களைப் பயன்படுத்தினர். புல்பூண்டு தவிர வேறெதுவும் வளராத வறண்ட பகுதியில் உள்ள இச்செங்கற் குன்றிலிருந்து யானைகளும், புலிகளும், காண்டாமிருகங்களும், புரியாத எழுத்துக்களும் உடைய சின்னஞ்சிறு முத்திரைகளும் கிடைத்தன. இம்முத்திரைகள் இந்திய அகழ்வாராய்ச்சியின் தந்தை எனப் போற்றப்படும் சர் அலெக்ஸாண்டர் கன்னிங்ஹாமின் கவனத்திற்கு கொண்டுவரப்பட்டன. இவர், அகழ்வாராய்ச்சிக் கண்ணோட்டத்தில் சிதிலமடைந்த இந்த செங்கல் மலைக்குன்றை ஆய்வு செய்தார்; இப்பகுதி ஒரு தொன்மையான நகரின் எச்சம் என்றும் மூன்று கல் சுற்றுப்பரப்பில் அமைந்திருந்த நகர நாகரிகம் இது என்றும் அகழ்வாராய்ச்சியின் முடிவில்தான் தெரிய வந்தது.

ஹரப்பாவிலிருந்து 400 மைல் தெற்கே சிந்து மாகாணத்தில் உள்ளது மொகஞ்சதோரோ என்னும் ஊர். இறந்தோர் குன்றம் என்பது இதன் பொருள்.♦ இங்கிருக்கும் ஒரு உயரமான பகுதியில் இருந்த கி.பி. இரண்டாம் நூற்றாண்டைச் சேர்ந்த ஒரு புத்தமத ஸ்தூபியை ஒரு அகழ்வாராய்ச்சியாளர் ஆய்வு செய்துகொண்டிருந்தார். மிகவும் தொன்மையான நகரம் பூமிக்கடியிலிருப்பதை உணர்ந்தார். அப்போது (1922-23) தொல்பொருள் துறைத் தலைவராயிருந்த சர்.ஜான் மார்ஷல் இப்பகுதியில் திட்டமிட்ட அகழ்வாராய்ச்சியை மேற்கொண்டார். ஹரப்பா போல அல்லாமல் சிறிதளவு கூடப் பாதிப்படையாத இப்பகுதியில் மேற்கொள்ளப்பட்ட அகழ்வாராய்ச்சியின் விளைவாக, இந்திய வரலாறு திருத்தி எழுதப்பட்டது. 'ஹரப்பா நகர நாகரிகம்' வெளிச்சத்திற்குக் கொண்டுவரப்பட்டது. ஏறத்தாழ ஆயிரம் ஆண்டுகள் மிக உயர்ந்த நகர நாகரிகம் நிலவியது என்பதை அனைத்து ஆராய்ச்சியாளர்களும் ஏற்றுக்கொள்கின்றனர்.

மேற்கே குஜராத் கடற்கரை, மகாராஷ்டிராவிலிருந்து கிழக்கே உத்தரப்பிரதேசம் வரை ஹரப்பா நகர நாகரிகம் (கி.மு.2300-1750) பரவியிருந்தது என்பதற்கு அகழ்வாராய்ச்சி நடைபெற்ற நூற்றுக் கணக்கான இடங்களில் கிடைத்த தடயங்கள் தெரிவிக்கின்றன. ஹரப்பா நகர நாகரிகம் தான் அக்கால கட்டத்தில் பரப்பளவில் மிகப் பெரியது ஆகும்."

♦ இவ்விரு சிந்துவெளிப் பகுதிகளும் இன்றைய பாகிஸ்தான் எல்லைக்குள் அமைந்துள்ளன.

♦♦ இந்நாகரிகம் இன்றைய வட, மேற்கிந்தியப் பகுதிகள், பாகிஸ்தான் முழுமையும், ஆப்கானிஸ்தானம் ஆகிய பகுதிகளிலும் பரவியிருந்தது. தொல்லியல் அறிஞர் ஐராவதம் மகாதேவன் சிந்துவெளி நாகரிகம் தென்னிந்தியாவிலும் பரவியிருந்ததற்கான ஆதாரங்களை வெளியிட்டுவருகின்றார்.

ஹரப்பா நகர மக்கள் வாழ்ந்த வாழ்க்கைக்கு "நாகரிகம்" என்னும் சொல் முற்றிலும் பொருந்தும்.♦

ஊர் மற்றும் வீடுகள் கட்டமைப்பு

தெருக்களின் குறுகலான வீதி செங்குத்தாக அகலமான சாலைகளுடன் இணைகின்றன. சாலைகளின் இருபுறமும் ஒழுங்காக வீடுகள் கட்டப்பட்டுள்ளன. பல வீடுகள் மேல் மாடிகளையும், அவற்றை அடைய சுற்று மாடிப் படிக்கட்டுகளையும் கொண்டுள்ளன. வீடு கட்டப் பயன்படுத்திய சுட்ட செங்கற்களின் அளவு வெவ்வேறு நகர வீடுகளிலும் ஒரே மாதிரியாயிருந்தது வியப்பளிக்கின்றது. கழிவு நீரை வீட்டினின்றும் தெருக்களிலும், தெருக்களிலிருந்து ஊருக்கு வெளியேயும் கொண்டு செல்ல நிலத்திற்கு அடியே பதித்த குழாய்கள் பயன்படுத்தப்பெற்றன. ஊருக்கு நடுவே ஒரு பெரிய குளமும் அதைச் சுற்றிப் பல அறைகளும் வேறோரிடத்தில் நீச்சற் பொய்கையும் காணப்படுகின்றன.

3.2 டோலவிரா - அகழ்வாய்வுக் களம்

ஆக்கிரமிப்பில் ஆர்வமில்லாத வணிகர்கள்

ஹரப்பா நாகரிக அகழ்வாராய்ச்சி நடைபெற்ற எந்தவோர் இடத்திலிருந்தும் இராணுவ அமைப்பு இருந்ததற்கோ, ஆயுதக் கிடங்குகளும், பெருமளவில் ஆயுதங்களும் இருந்ததற்கோ உண்டான தடயங்கள் தட்டுப்படவேயில்லை. போர்க் கைதிகளை அடைப்பதற்கான அமைப்புகளும், போரில் வெற்றி அடைந்ததற்கான நினைவுச் சின்னங்களும், போர் சம்பந்தப்பட்ட செயல்கள் எதற்குமான தடயங்களும் கிடைக்கப் பெறவேயில்லை. மேலும் மன்னர் ஆட்சி முறையில்லாமல் கூட்டுறவு நிர்வாக அமைப்பு முறை இருந்ததை வரலாற்றாசிரியர்கள் போற்றுகின்றனர்.

♦ இது ஆரியரல்லாத, ஆரியருக்கு முற்பட்ட முதிர்ந்த நகர நாகரிகமாகும்.

ஹரப்பா நாகரிக நகரங்களெல்லாம் வணிக மையங்களாகவே திகழ்ந்ததற்கான ஆதாரங்கள் கிட்டியுள்ளன. லோதல் என்ற அகழ்வாராய்ச்சி நடைபெற்ற இடமானது குஜராத்தில் மேற்குக் கடற்கரையோரம் உள்ளது. இவ்விடத்தில் அகழ்வாராய்ச்சியில் கிடைத்த ஒரு பிரம்மாண்டமான கட்டமைப்பு கடலில் பயணப்படும் கப்பல்களுக்கான செயற்கைத் துறைமுகம் எனக் கண்டுபிடிக்கப்பட்டுள்ளது. ஹரப்பா நாகரிக நகரங்கள், அதே காலத்தில் மற்ற நகரங்களுடன், நாடுகளுடன் பெரிய அளவில் வணிக உறவு கொண்டிருந்ததற்கான ஆதாரங்கள் ஏராளமாகக் கிடைத்துள்ளன. மெசபடோமியா நாகரிக நினைவுப் பதிவுகள் பலவற்றில் ஹரப்பா நாகரிக நகரங்களுடன் வணிக உறவுகள் நிலவியதைக் குறிக்கின்றன. ஹரப்பா நகர மக்கள் பயன்படுத்திய பல பொருட்கள் மேற்கு ஆசிய நகரங்களிலும் கிடைத்துள்ளன.

முத்திரைகள்

நான்காயிரத்திற்கும் மேற்பட்ட முத்திரைகள் ஹரப்பா நாகரிக அகழ் வாராய்ச்சி இடங்களிலிருந்து மீட்கப் பட்டுள்ளன. எழுத்து வடிவங்கள், விலங்குகள், தாவரங்கள், மனிதர்கள் போன்றவைகளில் சில, கலவையாக, பெரும்பாலான முத்திரைகளில் இடம் பெற்று உள்ளன. களிமண், கல், செம்பு ஆகியவற்றைக் கொண்டு இம்முத்திரைகள் தயாரிக்கப்பட்டுள்ளன. ஈரப்பதமான இளகிய களிமண்ணில் இம்முத்திரைகள் லேசாக அழுத்தப்பட்டுப் பதிக்கப்படுகின்றன. முத்திரைகள் மீது காணும் சித்திர எழுத்துக்களை இன்றும் ஒருவரும் முற்றிலும் படித்தறிய முடியவில்லை.

முத்திரைகள் அளவில் சிறியவைதான். எனவே அதனுள் சித்திர எழுத்துக்களுக்கும், சித்திரங்களுக்கும் கிடைக்குமிடம் அதை விடக் குறைவுதான். மிகமிகச் சிறிய உருவிலே இம்முத்திரைகளில் இடம் பெறும் விலங்கு கள் இயல்பாக நேரில் காண்பது போல், அவற்றின் இனங்களைக் கூடக் கண்டறியும் வண்ணம் உள்ளன.

3.3 ஹரப்பா நாகரிக முத்திரைகள்

பசுபதி?

இம்முத்திரைகளிலேயே குறிப்பிடத்தக்கது ஆசனத்தின் மீது அமர்ந்த நிலையிலுள்ள பசுபதி தான். கைகள் நன்கு நீட்டப்பட்டு உள்ளங்கைகள் சம்மணமிட்டிருக்கும் முழங்கால்களின் மேல் வைக்கப்பட்டுள்ளன. அமர்ந்திருக்கும் ஒட்டு மொத்த நிலை யோகாசனம் செய்வதை ஒத்துள்ளது. உடம்பின் மேல்பகுதியில் ரம்பத்தின் பற்கள் போல் தோற்றத்தையுடைய மூலைவிட்டக் கோடுகள் இடம் பெற்றிருப்பது புலித்தோல் போர்த்தியிருப்பது போன்ற தோற்றத்தைக் கொடுக்கின்றது. அமர்ந்திருக்கும் ஆசனத்தைக்கொண்டு அந்தஸ்த்தில் மிக உயர்நிலையிலிருப்பவர் என்பது புலப்படுகிறது. பசுபதி சூலாயுதத் தோற்றத்தைக் கொடுக்கும் பெரிய எருதுக் கொம்புகளாலான மணிமகுடம் தரித்துள்ளார். இம்மனிதனின் இருபக்கங்களிலும், கீழும் காண்டாமிருகம், எருது, யானை, புலி, மான் போன்றவைகள் உள்ளன. இவையனைத்தையும் கவனத்தில் கொண்டு இம்மனித வடிவம் சிவனின் முன்னோடியான பசுபதி என்பர். எப்படியிருப்பினும் 'யோகாசனம்' போன்ற ஒன்று ஹரப்பா நாகரிகக் காலத்தில் நடைமுறையிலிருந்ததை அறிய முடிகின்றது. இந்திய ஆன்மிக தத்துவப் பிரிவுகள் அனைத்திலும் மனிதனை மெய்ப்பொருளுடன் இணைக்கும் கருவியாக யோகாசனங்களும், தியானமும் ஹரப்பா நாகரிகக் காலந்தொட்டே திகழ்கின்றதை இம்முத்திரை மூலம் அறிய முடிகின்றது.

கலைப் பொருட்கள்

3.4 சக்கரத்துடன் கூடிய பொம்மை வண்டி - ஹரப்பா நாகரிக கலைப் பொருள்

ஹரப்பா நாகரிகக் கலைஞன் தன்னைச் சுற்றியுள்ள உலகைக் கவனமாக உற்று நோக்க முடிந்தது. மனதில் பதிந்ததை உருவ வடிவில் வெளிக்கொணரும் திறமையும் இருந்தது. அத்திறமையைக் கலை வடிவங்களாக உருவாக்கிடப் பொருத்தமான வழிமுறைகளும், கருவிகளும் கிடைக்கப் பெற்றிருந்தன. வசித்த இடத்திலேயே எளிதாகக் கிடைக்கும் பொருட்களை மட்டும் கலைஞன் பயன்படுத்தவில்லை. மாறாகக் கலைக்குத் தேவையான குறிப்பிடத்தக்க குணாதிசயங்கள் கொண்ட மூலப் பொருட்கள் பயன்படுத்தப்பட்டன.

தொலை தூரங்களிலிருந்தும் கூட இத்தகு சில மூலப் பொருட்கள் தருவிக்கப்பட்டன என்பது பெருமைக்குரியது.

ஒரு கொடியில் இருமலர்கள்

இந்தியத் துணைக் கண்டமானது 1947இல் இந்தியா, பாகிஸ்தான் எனச் சுதந்திரமடைந்த நாடுகளாகப் பிரிந்தபோது, ஹரப்பா, மொகஞ்சதோரோ போன்ற அகழ்வாராய்ச்சி நடைபெற்ற இடங்கள் பாகிஸ்தானுக்கும், இவ்விடங்களில் கண்டெடுக்கப்பட்ட கலைப் பொருட்களில் கணிசமான அளவு இந்தியாவிற்கும் அளிக்கப்பட்டன. இக்கலைக் பொருட்கள் இந்திய தேசிய அருங்காட்சியகங்களில் வைக்கப்பட்டுள்ளன. ராஜஸ்தானில் காளிபங்கன், குஜராத்தில் லோதால் போன்ற பல இடங்களில் ஹரப்பா நகர நாகரிகத்தை ஆய்வு செய்யும் இந்திய அகழ்வாராய்ச்சி முயற்சிகள் தொடர்கின்றன.

கல் மற்றும் களிமண் கலைப்பொருட்கள்

அருங்காட்சியகங்களில் சக்கரத்தின் உதவிகொண்டு வெவ்வேறு அளவுகளில் வெவ்வேறு பயன்பாடுகளுக்காகத் தயாரிக்கப்பட்ட, சுட்ட மட்பாண்டங்கள் உள்ளன. இவைகள் வண்ணச் சித்திரங்களைக் கொண்டுள்ளன. இயற்கைக் காட்சிகள், கிராமியக் காட்சிகள், விலங்குகள், பறவைகள், மீன்கள் போன்றவை சித்திரக் கருத்துருக்களாக மிளர்கின்றன. பறக்கும் பறவை, கம்பத்தில் ஏறும் வால் சுருண்ட குரங்கு, தலையாட்டிக்கொண்டு நகரும் எருது போன்ற விளையாட்டுப் பொம்மைகள் சிறிய அளவுள்ள உச்சகட்ட கலைப் படைப்புகளாகும். படுக்கையில் படுத்தவாறு குழந்தைக்குப் பாலூட்டும் பெண், பின்னல் வேலை பார்க்கும் பெண், கையில் பத்திரமாகச் செல்லப் பறவையைத் தூக்கிச் செல்லும் ஆண் போன்ற எட்டு செ.மீ. உயரத்திற்கும் மிகாத பொம்மைகள் குழந்தையைக் குதூகலப்படுத்தும் வகையில் படைக்கப்பட்டுள்ளன. உலோகத்தாலும், களிமண்ணாலும் ஆன பொம்மை மாட்டுவண்டிகளிலிருந்து மக்களின் போக்குவரத்து முறைகளை அறிந்துகொள்ள முடிகின்றது. வெவ்வேறு அளவுகளில், வெவ்வேறு வடிவங்களில் உறுதியான பெரிய சக்கரங்களைக் கொண்டுள்ளன இவ்வண்டிகள். டெல்லி தேசிய அருங்காட்சியகத்தில் பிரத்யேகமாக ஹரப்பா நாகரிகக் கலைப் படைப்புகள் இடம் பெறுகின்றன.

உலோகக் கலைப் பொருட்கள்

கல், களிமண் அல்லாமல் செம்பையும் இம்மக்கள் பயன்படுத்திய காரணத்தால், ஹரப்பா நாகரிகம் கற்செம்புக் கால நாகரிகம் என்றும் பெயர் பெறுகின்றது. சக்கரப் பலகை மேல் யானை, கால்நடைகள்

இழுக்கும் வண்டி, மொகஞ்சதோரோவில் கிடைத்த எருது போன்றவை குறிப்பிடத்தக்க உலோகக் கலைப் பொருட்களாகும். கலை உணர்வின் பிரதிபலிப்பாக, நகைகள் தயாரிக்கும் உலோகங்களாக, வெள்ளியும், அபூர்வமாக தங்கமும் பயன்படுத்தப்பட்டுள்ளன. ஆனால் மிகவும் பரவசப்படுத்தக் கூடிய உலோகப் படைப்பு நாட்டியத் தாரகைதான்.

நாட்டியத் தாரகை

3.5 நாட்டிய தாரகை - உலோகச் சிலை - ஹரப்பா நாகரிகம்

சிந்து சமவெளியில் கிடைத்துள்ள நாட்டிய தாரகை சிலையின் உயரம் கிட்டத்தட்ட 10 செ.மீதான். மெலிந்த தேகத்துடன் வலது கை இடுப்பில் இருக்க, வலது கால் நேராக உடல் முழு எடையையும் தாங்க, இடது கால் ஓய்வாக மடங்கி இருக்க, முழுவதும் நீட்டப்பட்ட இடது கையானது இடது தொடைமேல் இருக்க, ஒய்யார பாவனையைக் கொடுக்கு மாறு சற்று உயரத் தூக்கிய தலையுடன் நின்ற நிலையில் நடனமாடும் பெண்ணின் சிலை யமைப்பு உள்ளது. உடை ஏதும் அணியவில்லை; தோளில் தொடங்கி முழங்கை வரை வளையல்கள்; கழுத்தில் எளிய வடிவமைப்பில் நெக்லஸ்; சீவி முடிந்து போடப்பட்ட கொண்டை என உயிரோட்டமுள்ளதாய் சிலை வடிவமைப்பு உள்ளது. பிற்கால சிலை வடிவமைப்பில் பயன்படுத்தப்பட்ட நேரே வலதுகை உணர்த்தும் பாவனை பெண்மைக்குச் சமுதாயம் கொடுத்த உயர்நிலை அங்கீகாரத்தையும், இடது கை உணர்த்தும் பாவனை பெண் தன்னை அழகுபடுத்திக் கொள்ளும் சுதந்திரக் கலையுணர்வையும் குறிப்பதாக வியாக்கியானம் கூறுவர். சமுதாயம் பெண்மைக்களித்த உயர் மதிப்பையும் இந்தியச் சமுதாயம் பெண்வழிச் சமுதாயமாகத் திகழ்ந்ததையும் விளக்கும் சான்று இச்சிலை என்பர். பார்ப்பது போன்ற நுட்பத்தில் வடிக்கப்பட்டுள்ளது. முக அமைப்பும், கறுப்பு வண்ண உடல்வாகும் கொண்டு, ரிக்வேதத்தில் குறிப்பிடப்படும் 'தாசா' இனப் பெண் என முடிவெடுக்கத் தோன்றுகின்றது. ஹரப்பா நாகரிகப் பகுதிகளில் ஆரியர்கள்

வருகைக்குமுன் வசித்தவர்கள் நாகரிகத்தில் முன்னேற்ற மடைந்திருந்த 'தாசா' இன மக்கள் என்று ரிக் வேதத்தில் கூறப்பட்டுள்ளது.

ஹரப்பா நாகரிகத்தின் வீழ்ச்சி

ஹரப்பா நாகரிக நகரங்களின் வீழ்ச்சிக்கான காரணங்கள் நீண்ட நாள் சர்ச்சைக்குள்ளானவைகளாகவே உள்ளன. ஆரியர்களின் தாக்குதலால் வீழ்ந்தது என்ற வாதம் வலுவிழந்துவிட்டது. வெள்ளப் பெருக்கால் அழிவேற்பட்டது என்பதற்கு ஓரளவிற்கு முகாந்திரங்கள் மொகஞ்சதோரோவிலும், லோதலிலும் மட்டுமே காணப்படுகின்றன. இயற்கை மாற்றங்கள், நதிப்போக்கின் மாற்றம் என ஏதோவொரு காரணத்தால் காளிபங்கள் நகர வீழ்ச்சி ஏற்பட்டிருக்கலாம். மற்ற ஹரப்பா நாகரிக நகரங்களில், நகரங்களை உருவாக்க செங்கற்களை வேகவைக்க அடர்ந்த காடுகளை அதிக அளவில் அழித்திருக்கலாம். இதன் விளைவாக சுற்றுச் சூழல் பாதிப்பும், தட்ப வெப்ப நிலை பாதிப்பும் ஏற்பட்டு நகர வீழ்ச்சிக்குக் காரணமாயிருந்திருக்கலாம். எப்படி இருப்பினும், ஹரப்பா நாகரிக வீழ்ச்சி என்பது திடீரென்று நடைபெற்றுவிடவில்லை; படிப்படியாகவே ஏற்பட்டுள்ளது. இருப்பினும் இந்தியத் துணைக்கண்டத்தின் பிற்காலக் கலை மற்றும் கலாசாரங்களுக்கு அழிக்க முடியாத தடயங்களை விட்டுச் சென்றுள்ளது என்பது மறுக்க முடியாத உண்மையாகும்.

அத்தியாயம் - 4

ஆரியர்களின் மரக்கட்டுமான முன்வடிவமைப்புகள்

'முதல் நிலை நகரக் குடியேற்றம்' என வணிகத்தை அடிப்படையாகக் கொண்ட ஹரப்பா நகர நாகரிகத்தைக் கூறுவர். ஹரப்பா நகர நாகரிகம் குதிரையையும், இரும்பையும் அறிந்திராதது; பயன்பாட்டை மட்டுமே நோக்காகக் கொண்ட இவர்கள் வீடுகள் சுட்ட செங்கற்களால் கட்டப்பட்டவை. மாறாக இந்திய வரலாற்றில் தோன்றும் வேதகால நாகரிகம் கிராமிய நாகரிகமாகவும், மேய்ச்சல் - விவசாய அடிப்படையைக் கொண்டதாகவும் இருந்தது. இவர்களின் எளிய மரக்கட்டுமான அம்சங்கள்தான் முன்வடிவமைப்புகளாக (templates) இந்தியக் கட்டுமானங்களில் செல்வாக்கு பெற இருக்கின்றன.

மூன்று நிலை குடியேற்றங்கள்

ரிக், யஜுர், சாமம், அதர்வணம் என்ற நான்கு வேதங்கள் இயற்றிய காலத்தை வேதகாலம் என்பர். இந்தக் காலகட்டத்தில்தான் இன்றைய ஆப்கானிஸ்தான் பகுதியிலும், சிந்துவும், துணை நதிகளும், பாயும் பஞ்சாபிலும் ஆரியர்களின் நிலையான முதல் நிலைக் குடியேற்றங்கள் ஏற்பட்டன. குதிரைப்படையும், ரதப்படையும், திட்டவட்டப் போர் முறைகளும் பெற்றுத்தந்த வெற்றிக் கனி இது.

பிராம்மணங்கள், ஆரண்யங்கள், உபநிடதங்கள் முதலியவை தோன்றிய காலத்தை வேத பிற்காலம் என்பர். இக்கால கட்டங்களில் முதல் நிலைக் குடியேற்றப் பகுதிகளிலிருந்து கிழக்கு நோக்கிய, கங்கைக் கரைக்கு வடக்கேயான இரண்டாம் நிலைக் குடியேற்றங்கள் நடைபெற்றன. குரு, பன்சாலா, கோசலம், காசி, விதேகம் போன்ற

பகுதிகள் இரண்டாம் நிலைக் குடியேற்றத்தினுள் அடங்கும். இப்பகுதிகளின் அடர்ந்த காடுகள் இரும்பாலான கருவிகளும், அக்னியும் கொண்டு அழித்துத்தான் விவசாய நிலங்களாக மாற்றப்பட்டன.

கங்கை நதிக்குத் தென்புறமும், கிழக்கு நோக்கியும் மூன்றாம் நிலைக்குடியேற்றங்கள் நடைபெற்றது கி.மு.800 முதல் கி.மு. 550 வரையிலான காலகட்டமாகும். இதைப்பற்றிய குறிப்புகள் இதிகாசங்களிலும், புராணங்களிலும் ஆங்காங்கே இடம் பெற்றுள்ளன. வால்மீகியின் இராமாயணம், வியாசரின் மகாபாரதம் என்ற இரு இதிகாசக் கதைகளைப் பலவாறாக விரித்து 18 புராணங்கள் உருவாயின. வேத மொழியானது பாணினியின் இலக்கணத்தால் செப்பனிடப்பட்ட சமஸ்கிருதத்தை விட எளிமையான சமஸ்கிருத மொழியாகும்.

வேதகாலக் கட்டுமானங்கள்

வேதகால ஆரியர்களின் கட்டடக் கலை காடுகளில் கட்டப்பட்ட குடிசைகளிலிருந்து தொடங்குகிறது. இவர்களது மரத்தாலான வீடுகளின் எச்சங்கள் ஏதும் இன்று கிடைக்காவிடினும் அவற்றைப் பற்றிய வர்ணனைகளை வேதங்களிலே காணலாம். ஆரியரது வருகைக்கும், புத்தரது காலத்திற்கும் இடைப்பட்ட காலத்தில் கட்டடங்கள் மரத்தாலும், களிமண்ணாலும், செங்கற்களாலும் கட்டப்பட்டதால், கால வெள்ளத்தில் அழிந்து போயின. வேதகாலக் கட்டுமானங்களைப் பற்றி வேதங்கள், பார்ஹுத் மற்றும் சாஞ்சி ஆகிய இடங்களிலுள்ள ஸ்தூபி கல்வேலிகளில் இடம் பெறும் புடைப்புச் சிற்பங்கள், புத்தமத விமர்சகரின் குறிப்புகள் போன்ற பல ஆதாரங்களிலிருந்து ஊகிக்க முடிகின்றது.

வேதகால கிராம வேலி

ஆரியர்கள் தங்களையும், தங்கள் உடைமைகளையும் பாதுகாத்துக் கொள்ளத் தங்களது குடியேற்றப் பகுதிகளைச் சுற்றி மூங்கில் வேலியமைத்தனர். மூங்கில் வேலியானது குறிப்பிட்ட இடைவெளி யிலமைந்த கம்பங்களையும் (தாபா), இக்கம்பங்களில் இடப்பட்ட துளைகளில் பொருத்தப்பட்ட மூன்று வரிசை மூங்கில் குறுக்குச் சட்டங்களையும் (சுசி) கொண்டதாகும். மூங்கில் வேலியின் ஒரு பகுதி மட்டும் செங்குத்தாக, சற்று முன் நீட்டப்பட்டு அதன் முனையில் திறந்து மூடும் நிலையில் உள்ள கதவுகள் பொருத்தப்பட்ட வாயில்கள் உள்ளன. இவ்வாயில் (தாபாவை விட) உயரமான இரு கம்பங்களும், அதன்மேல் புறத்தில் மூன்று வரிசை குறுக்குச் சட்டங்களும் (காமத் துவாரம்)

கொண்டாகும். இத்தகு வேலியமைப்புத்தான் ஸ்தூபியைச் சுற்றியுள்ள கல்வேலி (வேதிகா)யின் முன்வடிவமைப்பாகும். அது போன்றே நுழைவாயிலமைப்பும் இனி வருங்காலக் கலைகளில் தோரண வாயிலாகவும், தென்னிந்தியக் கோயில்களில் கோபுரங்களாகவும் மலரவிருக்கின்றன.

வேதகாலக் குடிசைக் கட்டமைப்பு

வேதகாலக் கிராமத்திலுள்ள குடிசைகள் வட்ட வடிவில் உறுதியான வளையக் கூடிய மூங்கில்களாலான சுவர்களாகும்; கூரையும் அரைக் கோள வடிவமைப்புள்ளதாகும்; இலைகளைக் கொண்டோ, புற்களைக் கொண்டோ முழு குடிசையும் அடைக்கப்பட்டிருக்கும். நாளடைவில் நீள்வட்டச் சுவர் அமைப்பின் மேற்கூரை உருளை வடிவமைப்புடைய தாய் மாறியது. சிறிது காலத்தில் சதுர முற்ற வெளியின் விளிம்புகளில் மூன்று, நான்கு குடிசைகள் உடையதாகவும், இக்குடிசைகளின் கூரைகள் மரச்சட்டங்கள் அல்லது ஓடுகளால் மூடப்பட்டுள்ளதாய் உருவெடுத்தன. வேக வைக்கப்படாத செங்கற்களாலான சுவர்களையும், இரட்டைக் கதவுகள் கொண்ட சதுர வடிவ வாயிலையும் கொண்டதாய் வசதி படைத்தோர் வீடுகள் அமைந்தன. உருளை வடிவக் கூரையானது குதிரை லாட வடிவமைப்புள்ளதாய் முன்னேற்றம் கண்டது. மண்சுவர்களில் வெள்ளையடிக்கப்பட்டு அதில் சிவப்பு வண்ணக் கோடுகள் குறிப்பிட்ட இடைவெளிவிட்டு வரைந்து அழகுபடுத்தப்பட்டன. மேற்கூரை வடிவமைப்புதான் சைத்ய வளைவுகளாய்ப் புத்தக் கட்டுமானக் கலைகளில் மலரவிருக்கின்றன.

இரண்டாம் நிலை நகரக் குடியேற்றங்கள்

கி.மு. முதலாம் ஆயிரமாண்டின் தொடக்கத்திலிருந்து ஆரியரின் சமூக அமைப்பு பெரிய அளவில் விரிவடைந்தது. எனவே கங்கைச் சமவெளிப் பகுதிகளில் இரண்டாம் நிலை நகரக் குடியேற்றங்கள் தொடங்கின (ஹரப்பா நகர நாகரிகம் முதல்நிலை நகரக் குடியேற்றமாகும்). இந்நகரங்கள் நாளடைவில் பல்வேறு அரசுகளின் தலைநகரங்களாக மாறின. பல்வேறு அரசுகளுக்கிடையே தீவிர விரோத மனப்பான்மை நிலவியதால், தலைநகரின் பாதுகாப்பை அதிகரிக்கவேண்டிய அவசியமேற்பட்டது. எனவே நகரைச் சுற்றி வலுவான பாதுகாப்பு அரணும், உச்சியில் கூர்மைப்படுத்தப்பட்ட வலுவான கம்பங்களைக் கொண்ட மரத்தாலான வேலிகளும் அமைக்கப்பட்டன. நகரினுள் குடியிருப்பு வீடுகளெல்லாம் பெரிய அளவிலான, மரக்கட்டுமானக் குடிசைகளாகவே தொடர்ந்தன.

மகாஜன பதங்கள்

கி.மு. ஆறாம் நூற்றாண்டின் தொடக்கத்தில் ஆர்யவர்த்தத்தில் சில குடியரசுகளும், 16 பெரிய அரசுகளும் இருந்ததாகத் தெரிகிறது. பெரிய அரசுகளுக்கு மகாஜனபதங்கள் என்பது பெயர். அவற்றில் மகதம், கோசலம், வத்ஸம், அவந்தி, குரு, பாஞ்சாலம், காசி, மத்ஸயம் என்பவை முக்கியமானவை. சுதந்திரக் குடிகளில் மிதிலையைச் சேர்ந்த விரிஜ்ஜிகளும், கபிலவஸ்துவைச் சேர்ந்த சாக்கியர்களும், குசீ நகரத்தைச் சேர்ந்த மல்லர்களும் சிலர்.

இதே காலகட்டத்தில் இந்தியாவின் வடமேற்குப் பகுதி அரசியல் சூழலைக் காண்போம். மகாசைரஸ் (கி.மு. 558 முதல் கி.மு. 530 வரை) என்னும் மன்னர் பாரசீகம், மெசபடோமியா முதலிய பகுதிகளை வென்று அக்கமினியர்களுடைய பாரசீகப் பேரரசை நிறுவினார். அவர் காந்தாரத்தை வென்று வடமேற்கு இந்தியாவில் சிறியதொரு பகுதியைத் தம் பேரரசில் சேர்த்துக்கொண்டார். அக்கமினியர்களின் பேரரசரான மகாடைரயஸ் I (கி.மு. 522 - கி.மு. 485) பஞ்சாபையும், சிந்துவையும் வென்றார். பஞ்சாப், சிந்துப்பகுதியானது பாரசீகப் பேரரசின் மொத்த

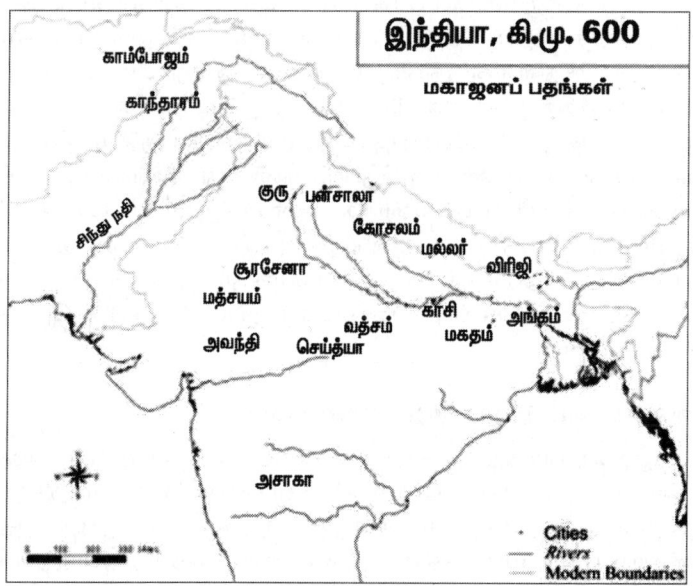

4.1 16 மகாஜனபதங்களின் இருப்பிட வரைபடம்

வருவாயில் மூன்றில் ஒரு பகுதியைப் பெற்றுத் தந்தது! இது பாரசீகப் பேரரசின் இருபதாவது சத்ரபியாகத் திகழ்ந்தது.

இவ்வாறு பாரசீக அக்கமினியர்களுடன் ஏற்பட்ட தொடர்புகள் காரணமாக இந்தியாவிலும் 'பேரரசு' எண்ணங்கள் துளிர்விடத் தொடங்கின. ராஜகிருஹத்தைத் தலைநகராகக் கொண்டு ஆண்டவர் மகத மன்னர் பிம்பிசாரர். இவர் அரசியல், மண உறவுகளின் மூலமும், போரின் மூலமும் மகதப் பேரரசு அமைய வித்திட்டார். ராஜகிருஹத்தின் நிலைத்த கட்டுமான முயற்சியை அகழ்வாராய்ச்சிகள் மூலமும், பிற மஹாஜனபதங்களின் தலைநகரமைப்பை இலக்கியங்களில் இருந்தும் ஊகிக்க முடிகின்றது. மிகச் சிறந்த புத்தமத வர்ணனையாளரான தம்மபாலர், "தந்தபுரி, மிதிலை, வாரணாசி.... போன்ற தலைநகரங்களின் அமைப்பிற்கும் கட்டுமானத்திற்கும் காரணகர்த்தா கட்டுமான வித்தகர் மகாகோவிந்தா" என்றுரைத்துள்ளார்.

தலைநகரமைப்பு

இத்தலைநகரங்கள் செவ்வக வடிவமைப்பிலமைக்கப்பட்டன. நீள, அகலப் பகுதிகளின் மையங்களில் அமைந்த இரு முக்கிய சாலைகள் நகரை நான்கு கூறுகளாகப் பிரிக்கின்றன. இரு சாலைகள் மையத்தில் செங்குத்தாகச் சந்திப்பதோடு, சாலைகளின் முடிவில் நகர வாசல்கள் நான்கு அமைந்துள்ளன. நான்கு பகுதிகளில் ஒன்று கோட்டைக்கும், அரச குடும்பத்தினருக்கான கட்டுமானங்களுக்கும் உரியதாகும்; மற்றொரு பகுதி உயர்பதவி வகிப்போருக்கானது; மற்றொரு பகுதி மத்திய தர மக்களுக்கான சாதாரண குடியிருப்புகளுடையது; நான்காவது பகுதி அனைவரும் பார்க்கும்படியமைந்த வணிகர்களுடைய கடைகளும் மற்றும் அவர்களுடைய குடியிருப்புகளும் கொண்டதாகும். கோட்டைக்கும், அரச குடும்ப அரண்மனைக்கும் ஒதுக்கப்பட்ட பகுதி பற்றிய முழு வடிவமைப்பு வர்ணனைகள் இலக்கியங்களில் இருந்து கிடைக்கின்றன.

நிலைத்த கட்டுமானத்திற்கான முயற்சி

இருப்பினும் அழியக் கூடிய கட்டுமானங்களை விடுத்து நிலைத்த கட்டுமானங்களுக்கான முயற்சிகளும் தொடங்கிவிட்டதை மகதத்தின் தொன்மையான தலைநகரமான ராஜகிருகத்தில் காண முடிகின்றது. இன்றைய பீகார் மாநிலத்தில் பாட்னா மாவட்டத்தில் அமைந்துள்ள இவ்வூரில் நிற்கும் நகர்ச்சுவரின் எச்சத்திலிருந்து நாம் அறிந்து கொள்வதாவது: மூன்றடி முதல் ஐந்தடி நீளமுள்ள தேர்ந்தெடுக்கப்பட்ட

4.2 சைக்ளோப்பியன் கட்டமைப்புச் சுவர் - ராஜகிருகம். (Rajgir)

செதுக்கப்படாத பெரிய கற்களைக் குவியலாக அடுக்கி யுள்ளனர். குவியல் சரிந்து விடாமல் கெட்டியாக இருக்கும் வகையில், அடுக்கப்பட்ட பெரிய கற்களின் இடைவெளிகளில் பொருத்தமான சிறிய அளவு கற்களைச் செலுத்தி இறுக்கி யுள்ளனர். சாந்து எதுவும் கல் இடைவெளிகளில் பூசப் படவில்லை. இதுபோன்ற கட்டுமான அடித்தளம் 12 அடி உயரம் வரை போடப்பட்டுள்ளது. அதன்மேல் அமைந்த கட்டுமானமானது மரம் மற்றும் செங்கல் அல்லது கல் மற்றும் செங்கல் கொண்டதாக அமைந்துள்ளது. இந்த அடித்தள அமைப்பு சைக்ளோபியன் கட்டமைப்பு எனப்படும். ஏதென்ஸ் நகரிலுள்ள அக்ரோபோலிஸ்ன் பெலாஸ்ஜிகம் என்பதன் அடித்தளமும் சைக்ளோபியன் வகையைச் சேர்ந்தது, சமகாலத்தது என்பது குறிப்பிடத்தக்கது.

அனுபவத்தைப் பயன்படுத்தும் முயற்சி

காடுகளுடன் காலங்காலமாகத் தொடர்ந்த பந்தத்தினால், கைவினைஞர்கள் மரவேலைப்பாடுகளில், மரத்தாலான கட்டுமானங்களில் அடைந்த திறன் மிக உயர்தரமானதாகும். ஆரியர்கள், வாழ்வின் பெரும்பாலான தேவைகளுக்கு மரத்தையே நம்பும்படியாயிற்று. எனவே கைவினைஞர்களில் மரவேலை பார்ப்பவர்கள் ரிக் வேதத்தில் மிக உயர்வாகப் போற்றப்படுவதில் வியப்பொன்றுமில்லை. எனவே மகாஜனபதங்களில் சில பேரரசுகளாக விரிவடையும்போது, கட்டுமானக் கலையில் 'அழியாத் தன்மை' மிக முக்கிய நோக்கமானது, அப்பொழுது கட்டுமான அமைப்பிலும், அழகுபடுத்தும் நுணுக்கங்களிலும் மர வேலைப்பாடுகள் முன்மாதிரியாக அமைந்ததில் வியப்பொன்றுமில்லை.

அத்தியாயம் 5

அழிவற்ற அசோகன்

அசோகப் பேரரசின் எல்லை

5.1 அசோகப் பேரரசின் பரப்பு

இந்தியாவில் கட்டுமானக் கலை காலங்காலமாகவே தொடர்ந்து சிறந்தோங்கியிருந்தது என்பதற்குக் கண்ணால் காணும்படியான முதன்மைச் சான்றுகளாக விளங்குவது பேரரசர் அசோகரின் கட்டுமானங்களேயாகும். மகதப் பேரரசை ஆண்ட மௌரிய வம்சத்தின் மூன்றாம் பேரரசர் அசோகராவார். இவர் கி.மு. 274 இல் அரியணை ஏறினார். கி.மு. 255 இல் அசோகர் புத்த மதத்தை அரச மதமாக அங்கீகரித்தார். பெரும்பாலான மக்கள் முழு மனதுடன் புத்தமதத்தை ஏற்றுக் கொண்டனர்.

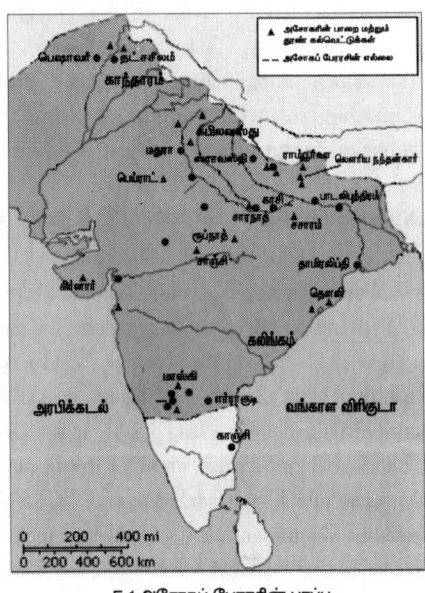

அசோகன் பாணி

மதச்சூழலில் ஏற்பட்ட மாற்றம் கலைச் சூழலிலும் மாற்றத்தைக் கொணர்ந்தது. புத்தமத போதனைகளை வடிவங்கள் மூலமும், குறியீடுகள் மூலமும் எளிமையாக எடுத்துரைக்கும் பணியை, அசோகரால், கலைகளின் மூலம் செயல்படுத்த முடிந்தது. அசோகரின்

ஆட்சிக் காலத்திலேயே தோன்றி, அவருடைய ஆட்சியோடு முடிவுற்ற தனித்துவமான கட்டுமான கலைப் பாணியை 'அசோகன் பாணி' என்றழைப்பர். தனது மதம், தனது குறியீடுகள், தனது கலை என்ன என்பதை பிற நாடுகளுக்கெல்லாம் அழுத்தந்திருத்தமாக எடுத்துரைக்கும் காலகட்டத்தைத் தொடங்கி வைத்ததுதான் அசோகன் பாணியின் சிறப்பம்சமாகும்.

அசோகர் பாணியின் சாதனைப் பட்டியல்

அசோகர் பாணியின் சாதனைப் பட்டியலை ஆறு பிரிவினுக்குள் அடக்கலாம். 1) அசோகரின் 'பாறை ஆணைகள்' 2) ஸ்தூபிகள் 3) அசோகன் தூண்கள் 4) தூண்களின் மேல் இடம்பெறும் சமயக் குறியீட்டுச் சிற்பங்கள் 5) மிகப் பரந்த அரண்மனையின் உள்கட்டு மானங்கள் 6) அஜிவகர்களுக்கான குடைவரைத் தங்குமிடங்கள் என்பவைகளே அந்த ஆறு பிரிவுகள். அசோகருக்குப் பிற்காலத்திய கலை வளர்ச்சியில் தாக்கத்தை ஏற்படுத்தியவை ஸ்தூபிகள், தூண்கள், குடைவரைத் தங்குமிடங்களேயாகும். பிற்காலக் கலை, கட்டுமான வளர்ச்சியில் ஸ்தூபி வடிவமைப்பிற்கு அசோகர் ஸ்தூபிகளும், கலை வேலைப்பாடுகளுக்கு அசோகர் கல் தூண்களும், குடைவரை தொழில்நுட்ப நுணுக்கங்களுக்கு அசோகர் குடைவரைத் தங்கு மிடங்களும் முன்மாதிரிகளாக அமைந்தன.

பாறை ஆணைகள்

பெரும்பாலான நாடுகளின் ஆரம்ப காலகட்ட வளர்ச்சி நிலைகளின் ஒரு கட்டத்தில் தங்களை நிலைநிறுத்திக்கொள்ளும் மனப்போக்கும், வருங்கால சந்ததியருக்கு எடுத்துரைக்கும் மனப்போக்கும் நிலவும். அசோகர் பேரரசும் அதற்கு விதிவிலக்கல்ல. இத்தகு மனப்போக்கின் முதல் முயற்சியாக அசோகரும் தான் மக்களுக்குச் சொல்ல விரும்பினவற்றை அவர் ஆதரவோடு எழுப்பப்பட்ட பெரிய பாறைகளிலும், பெரிய தூண்களிலும், பாமரர் மொழியான பிராகிருத மொழியிலேயே பொறித்தார். பாறைகளிலும், தூண்களிலும் அசோகர் விரும்பியது பொறிக்கப்பட்டது என்ற அளவுக்கே அசோகருக்கும், பாரசீக அக்கமினியர்களுக்கும் ஒற்றுமை நிலவியது. பொறிக்கும் செய்திகளில் இந்திய வழிமுறைகளையே அசோகர் பின்பற்றினார்.

அசோகர் பொறித்து வைத்த தகவல்களின் படி, அசோகர் 'தர்ம' வழிமுறைகளில் லயித்திருந்தார் என்பது தெரியவருகின்றது. சக மனிதர்களுக்கும், தன்னைச் சுற்றியுள்ள உயிர்கள் அனைத்திற்கும் ஒரு மனிதன் ஆற்ற வேண்டிய கடமைகளே 'தர்மம்' எனப்படும்.

5.2 கிர்னாரிலுள்ள அசோகரின் பாறைக் கல்வெட்டு

நன்னெறிகளைப் பின்பற்றுமாறு அசோகர் தனது குடிமக்களுக்குக் கூறிய தகவல்களே பாறைகளிலும், தூண்களிலும் பொறிக்கப் பட்டுள்ளன. உண்மை பேசுதல் வேண்டும்; பெற்றோர்கள், ஆசிரியர்கள், முதியோர்கள் ஆகியோரை மதிக்க வேண்டும் என்பன போன்ற தர்மப் பாதைகள் தான் அவை. (சிறிய பாறை ஆணை II")

அசோகரின் பாறை ஆணைகள் பெஷாவர், கத்தியவார், தாணா, ஒரிஸ்ஸா, டேராடூன், கர்நூல் முதலிய வெவ்வேறிடங்களில் காணப்படுகின்றன. அசோகரின் கல்வெட்டுக்கள் பிராமி, ஏசு கிறிஸ்து பேசிய அராமய்க், கிரேக்கம், பாரசீகம் போன்ற மொழிகளில் இருக்கின்றன. இதனின்றும் அசோகரது பேரரசின் பரப்பை ஒருவாறு அறிந்து கொள்ளலாம். ரூபநாத் (ஜபல்புரி மாவட்டம்), சசாரம் (பீஹார்), மாஸ்கி (ராய்ச்சூர் மாவட்டம்), எர்ராகுடி (மைசூர்) முதலிய பத்து இடங்களில் உள்ள ஆணைகள் 'சிறிய பாறை ஆணைகள்' எனப்படும். பாறை ஆணைகள் யாவையும் 'தூண் ஆணை'களைவிட காலத்தால் முற்பட்டவை.

அசோகர் சமய ஒற்றுமையைப் பெரிதும் வலியுறுத்தினார் என்பது சிறிய பாறை ஆணை XII லிருந்தே தெளிவாக வெளிப்படுகின்றது. "பிற சமயப் பிரிவுகளை இகழ்ந்து, தனது சமயப் பிரிவினுக்கு மட்டுமே பெருமதிப்பு கொடுப்பது; தனது சமயப் பிரிவினையே ஆழ்ந்து நேசிப்பது;

அல்லது தனது சமயப் பிரிவின் அருமை பெருமைகளை உயர்த்திக் காட்ட முயல்வது என்பது எவனொருவனும் செய்யத்தகாததாகும். ஏனெனில் நடைமுறை உலகில் இத்தகு செயல் அவனது சமயப் பிரிவினுக்கே பெரும் பாதகத்தை விளைவிக்கும்''.

ஏறத்தாழ இந்தியத் துணைக்கண்டம் முழுவதும் அசோகரது ஆட்சிக்குட்பட்டிருந்த போதிலும், அவரது பாறை ஆணைகளிலும், கல்வெட்டுக்களிலும், அவரது பெயரோ அல்லது பட்டங்களோ குறிப்பிடாதது அவரது பணிவுடைமையையும், எளிமையையும் எடுத்துரைக்கின்றது. மாஸ்கியில் காணப்படும் ஆணையில் மட்டும் "அசோகர்" என்று குறிப்பிடப்படுகின்றது. மற்றவற்றில் எல்லாம் 'தேவனாம்ப்ரிய ப்ரியதர்சி' என்றுதான் உள்ளது. இது அவரது பட்டமன்று. இறைவனின் அன்புக்குப் பாத்திரமானவன். அனைவரையும் இன்முகம் கொண்டு பாராட்டுபவன் என்னும் பொருளுடையதாகும்.

அசோகர் ஸ்தூபிகள்

"உயர்ந்த இறைவழிபாடு என்பதற்கான வடிவமே எந்தவொரு உருவவடிவம் கொடுக்காதிருப்பதுதான்'' என்கிறது சித்திரச் சூத்திரம். ஒரு நாமம் ஓருருவம் ஒன்றுமில்லார்க்கு ஆயிரம் திருநாமங்களல்லவா! எனவேதான் உருவமில்லா இறைவனை வழிபட எளிமையான குறியீடுகளைப் பயன்படுத்துவதே சாலச் சிறந்தது. இறைவனை வணங்குவதற்கரிய எளிய வடிவமானது சில கற்களை ஒன்றன் மீது ஒன்று அடுக்குவதிலேயே கிடைத்துவிடுகின்றது. கற்களையும், செங்கற்களையும் ஒன்றின் மேல் ஒன்றாக அடுக்கி எண்ணற்ற ஸ்தூபிகளை இந்தியர்கள் உருவாக்கினர் என்று ஆரம்பகால சீன புனித யாத்திரிகர்கள் குறிப்பிட்டுள்ளனர். தொன்று

5.3 தமக் ஸ்தூபி, சாரநாத்

தொட்டு இன்றளவும் இமயமலைப் பகுதிகளிலுள்ள புத்த மதத்தவர் அதிகம் வசிக்கும் பகுதிகளில் இம்மாதிரி ஸ்தூபி கட்டுமானப் பாணி பின்பற்றப்பட்டு வருவது இங்குக் குறிப்பிடத்தக்கதாகும்.

ஜெய்ப்பூர் மாநிலத்தில் பெய்ராட் (Bairat) என்ற புராதனப் பெருமை வாய்ந்த இடத்தில் அகழ்வாராய்ச்சி நடத்தப்பட்டது. இவ்வாராய்ச்சியின் கண்டுபிடிப்புகள்: செங்கற்களால் கட்டப்பட்ட வட்டவடிவில் அமைந்த ஸ்தூபியானது எண் கோண வடிவைத் தோற்றுவிப்பது போல் ஊன்றப்பட்ட 26 மரத்தூண்களுக்கு மத்தியில் அமைந்துள்ளது; ஸ்தூபிக்கும், மரத்தூண்களுக்கும் இடையே வலம் வருவதுபோல் அகலமான பாதை அமைந்துள்ளது; இப்பாதையின் கிழக்குத் திசையில் அகலமான வாசலொன்று அமைந்துள்ளது; அசோகர் காலத்தை உறுதிப்படுத்துவது போன்ற நினைவுச் சின்னங்கள் கிடைத்துள்ளதால், இந்த ஸ்தூபி கி.மு. 250இல் அசோகரால் கட்டப்பட்டிருக்கலாம் என்று அகழ்வாராய்ச்சியாளர்கள் யூகிக்கின்றனர். சாரநாத் மான் பூங்காவில் புத்தர் முதன்முதலாக தர்மக்கோட்பாட்டுப் பிரகடன உரை ஆற்றிய இடத்தில் அமைந்துள்ள தமக் ஸ்தூபியின் மையத்திலுள்ள செங்கல் கட்டுமான ஸ்தூபியானது அசோகரால் கட்டப்பட்டது என்பர்.

இதிலிருந்து அசோகர் தனது பேரரசின் பல இடங்களில், குறிப்பாக, புத்தரது வாழ்க்கையுடன் தொடர்புள்ள புனித இடங்களில் செங்கற்களாலான ஸ்தூபிகளை நிறுவினார் என்பதும், இந்த ஸ்தூபிகளுக்குச் செல்லும் சாலைகளில் கற்றூண்களையும் நாட்டினார் என்பதும் புலப்படும்.

கல் ஊடகம்

இந்தியாவிற்கு அண்மையிலிருந்த பாரசீகப் பேரரசில்தான் கி.மு.500இல் தொடங்கி ஏறத்தாழ 150 ஆண்டுகள் வரை ஆசியக் கலாசாரம் மற்றும் கலையின் இதயத் துடிப்பு ஒலித்துக் கொண்டிருந்தது. அதன் காரணமாக அக்கமினியப் பேரரசின் நகரங்களில் எகிப்திய - கிரேக்க - ஈரானிய பாணிகளின் கலவையிலமைந்த கலைப் படைப்புகள் உருவாயின. கி.மு. 330இல் அலெக்ஸாண்டர் பாரசீகத்தை வென்றதால் அக்கமினியப் பேரரசு வீழ்ச்சியுற்றது. ஆனால் இப்பகுதிகளிலும், இந்தியாவின் வடமேற்குப் பகுதி வரையிலும் மாசிடோனிய பேரரசின் காலனிகள் அமைந்தன. இப்பகுதிகளெல்லாம் மேலும் சீருற்ற கிரேக்க கலைச் சிறப்பியல்புகளையும் அரவணைத்துக் கொண்டு அக்கமினிய பாணிப் படைப்புகள் ஆசிய கிரேக்கர்களால் எழுச்சி பெறத் தொடங்கியது. இதன் தாக்கத்தினால்தான் என்றும்

அழியாத 'கல்' ஊடகத்தைப் பயன்படுத்தித் தூண் ஆணைகளின் மூலம் புத்தமத நினைவுச் சின்னங்களை எழுப்பும் ஆவல் அசோகரின் சிந்தையில் உதித்தது என்பர். இதனைச் செயல்படுத்த அக்கமினியக் கலைஞர்கள் சிலரை அசோகர் பயன்படுத்திக் கொண்டிருக்கலாம் என்று கலை வரலாற்றறிஞர் பெர்ஸி ப்ரௌன் கருதுகின்றார். பௌத்தக் கோட்பாடுகளை விளக்கும் குறியீடுகளையும், கற்பனைகளையும் கலை வடிவில் கொடுத்திட உதவும் தொழில் நுட்பத்தையும், மற்றும் அழகுபடுத்தும் கலை (ல்) வேலைகளையும் அக்கமினிய கலைஞர்கள் சிலரின் மேற்பார்வையில் செய்திருக்கலாம்.

மௌரியப் பளபளப்பு

ஆனால் அசோகர் பாணிக்கே உரித்தான "மௌரியப் பளபளப்பு" என்ற சிறப்பம்சம் முழுக்க முழுக்க இந்தியாவில் உதித்ததுதான். கல்தச்சர்கள் ஏதோவொரு நவரத்தினக்கல் கொண்டு பொறுமையாகத் தேய்த்து கண்ணாடி போன்ற வழுவழுப்பையும், பளபளப்பையும் அசோகாரின் தூண் ஆணைகளிலும், அரண்மனைக் கட்டுமானத் தூண்களிலும், பொதுவாக மணற்பாறைகளால் ஆன அனைத்துக் கலைப் பொருட்களிலும் ஏற்றியிருக்க வேண்டும். கண்ணாடி போல் பளபளப்பாக இருந்ததாக சீனப் புனித யாத்ரிகர் பாஹியான் வியந்து கூறியுள்ளார்.

பயன்படுத்தப்பட்ட கற்கள் போன்ற மூலப் பொருட்களிலும், வடிவமைப்பிலும் காணப்படும் ஒற்றுமை அரசு கலைக்கூடங்களில் வடிக்கப்பட்டு பின் நிறுவவேண்டிய இடங்களுக்கு எடுத்துச் செல்லப்பட்டது போல் தோன்றுகிறது. பாட்னாவுக்கு அருகிலுள்ள 'சூனார்' என்ற ஊரில் உடைத்தெடுக்கப்பட்ட பழுப்பு மஞ்சள் நிறமான மணற்பாறைகளில் கலை வேலைப்பாடுகள் செய்வதில் மௌரியர் காலத்துக் கலைஞர்கள் அதிக விருப்பம் கொண்டிருந்தனர் என்பது குறிப்பிடத்தக்கது.

தூண் ஆணைகள்

அசோகர், தாம் உருவாக்கிய ஸ்தூபிகளுக்குச் செல்லும் சாலைகளில் கற்றூண்களையும் நிறுவினார். அசோகர் நாட்டிய சுமார் 30 கற்றூண்களுள் இன்று நமக்குக் கிடைப்பன சுமார் பத்து தான். பீகார் மாநிலத்தில் சாம்பரான் மாவட்டத்தில் கோல்ஹுவா (Kolhua) என்ற இடத்திலும், லௌரிய நந்தன்கார் (Laurya Nandangarh) என்ற இடத்திலும் அமைக்கப்பட்ட சிங்கத் தூண்கள் அழியாமல் தப்பியுள்ளன. மற்ற

தூண்கள் அழிந்து போய் தூண் உச்சிப் பகுதியில் இணைக்கப் பட்டிருந்த சிகரப் பகுதிகள் மட்டுமே கிடைத்துள்ளன. அவை பாட்னா, சாரநாத் போன்ற இந்திய அருங்காட்சி யகங்களில் இடம் பெற்றுள்ளன.

மௌரிய அரச கலைக்கு மிகச் சிறந்த சான்றுகள் அசோகரின் தூண் ஆணைகளேயாகும். ஒவ்வொரு கல் தூணும் ஒரே கல்லால் உருவாக்கப் பட்ட தண்டுப்பகுதி, உச்சிப்பகுதி என்ற இரு பாகங்களின் இணைப்பே யாகும். தண்டுப் பகுதியானது ஏறத்தாழ 40 அடி உயரமுள்ளது; மௌரியப் பளபளப்பைத் தவிர வேறு எவ்வித அலங்கார வேலைகளையும் பெறாதது; உருளை வடிவமைப் புள்ளது; அஸ்திவாரம் எதுவுமின்றி அப்படியே தரையில் நிறுத்தப் பட்டுள்ளது.

5.4 வைஷாலி தூண்

இத்தண்டுப் பகுதியானது உச்சிப் பகுதியோடு தாமிரத்தால் ஆன உலோகத்துண்டு கொண்டு இணைக்கப்பட்டுள்ளது. உலோகத்துண்டு கனகச்சிதமாக அமர்வது போல் பொருத்து குழிகள் மிகச் சிறப்பாக செதுக்கப்பட்டுள்ளன. ராம்பூர்வா என்ற இடத்தில் அமைக்கப்பட்டிருந்த அசோகர் ஆணை, தூணின் உலோகத் துண்டு இணைப்புகளில் ஒன்று பாதுகாப்பாக வைக்கப்பட்டுள்ளது. இது இரண்டடிக்கும் மேற்பட்ட நீளமுடைய உருளை வடிவத் தாமிர உலோகத்துண்டு ஆகும். தாமிரத்தைப் பயன்படுத்தியதிலிருந்தே இரும்பு போன்ற பிற உலோகங்களின் துருப்பிடிக்கும் குணாதிசயத்தை இக்கலைஞர்கள் நன்கு அறிந்துள்ளனர் என்பது தெரிய வருகின்றது.

அசோகரின் சின்னங்கள் (தூண் சிகரங்கள்)

உச்சிப்பகுதி இணைப்பிற்கு மிகச் சிறந்த சான்றாகத் திகழ்வது சாரநாத் சிங்கத்தூணின் உச்சிப் பகுதிதான். இது சாரநாத் அகழ்வாராய்ச் சித்துறை அருங்காட்சியகத்தில் இடம் பெற்றுள்ளது. திக்கெங்கும் தர்மம் பரவியுள்ளதை உணர்த்துவது போல, ஒன்றுக்கொன்று முதுகைக்

5.5 அசோகச் சின்னம் - சாரநாத் தூண்

காட்டியவாறு, நான்கு சிங்கங்கள் நான்கு திசைகளையும் பார்த்தவாறு அமைக்கப் பட்டுள்ளன. பாரசீக கலைப் பாணியை நினைவுபடுத்துவதுபோல் அழகிய, கம்பீரமான, அரச தோரணையில் சிங்கங்கள் வடிவமைக்கப்பட்டுள்ளன. இச்சிங்கங்கள் தங்கள் பிடரிகளில் மிகப் பெரிய சக்கரத்தைத் தாங்கிக் கொண்டிருந்தன.

உயரம் குறைந்த உருளை வடிவமான பீடத்தின் மீது இந்த நான்கு சிங்கங்களும் இடம் பெறுகின்றன. உருளை வடிவ பீடத்தின் சுற்றுப் பரப்பில் நான்கு சக்கரங்களும், அவற்றினிடையே எருது, யானை, சிங்கம், குதிரை போன்ற விலங்குகள் தனித்தனியாக முகத்தெதிரே உள்ள சக்கரத்தை உந்தித் தள்ளுவது போன்ற நிலைகளிலும் செதுக்கப்பட்டுள்ளன.

இப்பீடத்தின் ஒட்டுமொத்த வடிவமைப்பு தர்மசக்கர பரிபாலனம் நடைபெறத் தொடங்கிவிட்டதைக் குறிப்பது போலுள்ளது. ஏனெனில் வைதீக மத, புத்தமதக் கோட்பாடுகளில் தர்மத்திற்கான குறியீடு சக்கரம் ஆகும். எருது, யானை, சிங்கம், குதிரை போன்றவை முறையே பக்தி, வலிமை, அதிகாரம் அல்லது ஆதிக்கம், வேகம் ஆகியவற்றுக்கான அடையாளங்களாகும். அசோகரின் தூணில் உள்ள நான்கு சிங்கங்கள் தற்கால இந்திய அரசின் சின்னமாகவும், தர்ம சக்கரம் மூவண்ணக் கொடியின் நடுவிலும் பொறிக்கப்பட்டுள்ளது.

பீடப்பகுதியானது கவிழ்க்கப்பட்ட தாமரை மலர் போன்ற வடிவமைப்பின் மேல் இடம் பெற்றுள்ளது. பீடத்தின் மேல் உள்ள பிரம்மாண்ட

5.6 சாரநாத் தூணின் பீடப்பகுதி

மான நான்கு சிங்கங்கள் போலல்லாமல், பீடத்தின் சுற்றுப் பரப்பில் உள்ள எருது, யானை, சிங்கம், குதிரை ஆகிய நான்கும் மிகவும் தத்ரூபமாக சிறிய அளவில் அமைந்துள்ளன. இது, ஹரப்பா நாகரிகத்தில் அனைத்து ஜீவராசிகள் மீதும் காட்டப்பட்ட கரிசனம் இத்தூண் வடிவமைக்கப்பட்ட காலத்திலும் தொடர்வதை வெளிப்படுத்துகின்றது.

அரண்மனைக் கட்டுமானங்கள்

"மனிதர்களால் இம்மாபெரும் மாளிகைப் பகுதிகளைக் கட்டியிருக்க முடியாது; யக்ஷர்களால்தான் இதுபோன்று சிறப்பாகக் கட்ட முடியும்" என்று சீனப் புனித யாத்திரிகர் பாஹியான் அரண்மனை மாளிகைகளின் அழகில் மயங்கி வியந்து கூறியதாகும். பாஹியான் வருகைக்குப் பின் ஏறத்தாழ 600 ஆண்டுகளுக்குப் பின்பு இவை தீக்கிரையாகின. இன்றைய பாட்னா நகருக்குத் தெற்கேயுள்ள கும்ரஹார் (Kumrahar) என்ற இடத்தில் மேற்கொள்ளப்பட்ட அகழ்வாராய்ச்சியில் அசோகன் அரண்மனைக் கட்டுமானங்களின் சாம்பல் குவியல் கிடைத்துள்ளது. "பல மாளிகைகளைக் கொண்ட ஒட்டுமொத்த அரண்மனையும் உயரமான செங்கற் சுவரால் சூழப்பட்டது; மிக முக்கிய கட்டுமானம் 250 x 250 சதுர அடி அடித்தளத்தின் மேல் மூன்று தளமுடைய தூண்களாலான மண்டபம்; இரு தூண்களுக்கிடையே 15 அடி இடைவெளி என்ற கணக்கில் மொத்தம் 225 கல்தூண்களால் இம்மண்டபம் தாங்கப்பட்டிருக்கும்; மாபெரும் தூண்களின் உச்சியிணைப்புகளான அழகிய பெண் சிற்பங்கள் விதானத்தை தாங்குவது போல் ஒரு தளம் அமைந்திருக்கும்; மேற்கட்டுமானங்கள் மரத்தால் உருவாக்கப்பட்டிருக்கும்" என அகழ்வாராய்ச்சியில் கிடைத்த பொருட்களைக்கொண்டு அரண்மனைக் கட்டுமானங்களைத் திரும்ப வடிவமைக்க முடிகின்றது.

உலகப் புகழ் பெற்ற சாமரம் வீசும் பெண்

பெண் உருவச் சிலைகள் மேல் விதானத்தைத் தாங்கின என்பதற்கு ஆதாரமாக மாபெரும் அசோகர் காலச் சிலைகள் கிடைத்துள்ளன. இச்சிலைகள் பிற்காலச் சிலை வடிப்பு பாணிகளின் முன்னோடிகள் என்பதில் எவ்வித ஐயமுமில்லை. உதாரணமாக இரண்டடி உயரமுள்ள ஆண் நிர்வாண நிலைச் சிலையையும், சாமரம் வீசும் பெண் சிலையையும் கூறலாம்.

எண் திசைகளே ஆடையாக உடுத்திய திகம்பர ஜைனப் பிரிவினைச் சேர்ந்தவரை ஆண் நிர்வாணச் சிலை குறிக்கும் என்பர். இச்சிலைக்கு ஹரப்பா நகர நாகரிகத்தில் கிடைத்த சிறிய அளவிலான

5.7 திதார்கஞ்ச் சாமரம் வீசும் பெண் - முன்பக்கத் தோற்றம்

5.8 திதார்கஞ்ச் சாமரம் வீசும் பெண்ணின் பின்பக்கத் தோற்றம்

இடுப்புக்கு மேலுள்ள உடல்பகுதி மட்டுமேயுள்ள ஆண்சிலையுடன் அதிக ஒற்றுமை உள்ளது. உள்ளுணர்வுகளையெல்லாம் வெளிப்படுத்துவதுபோல் உயிரோட்டமுள்ள சிலையாக சிற்பியின் கைவண்ணத்தில் இறுகிய கல் மாறியுள்ளது.

இன்றைய பாட்னாவுக்கு அருகிலுள்ள திதார்கஞ்ச் (Didarganj) பகுதியில் கிடைத்த சாமரம் வீசும் பெண் சிலையானது மௌரியர்களின் சிற்பக் கலையைப் பறைசாற்றும் மிகச் சிறந்த உதாரணமாகும். உயரம், பருமன் ஆகிய இயல்புகளில் உயிருள்ள பெண்ணுக்கும், இச்சிலைக்கும் எவ்வித வேற்றுமையும் காண இயலாது. எவ்வித ஆதாரமுமில்லாமல் நிற்கும் நிலையில் அமைந்துள்ளது இச்சிலை. மணற்பாறையில் வடிக்கப்பட்ட இச்சிலை மிகச் சிறப்பாக மௌரிய பாணி வழுவழுப்பையும், பளபளப்பையும் பெற்று ஒளிர்கிறது. இச்சிலைப் பெண் மிக மெல்லிய, ஒளி ஊடுருவக் கூடிய இடையாடையுடுத்தி, மேலாடையின்றி, அதிக நகையலங்காரத்துடன் காட்சியளிக்கின்றாள். மேலாடையின்றி, இடையாடையுடன் அதிக நகையலங்காரத்துடன் சிலை வடிப்பதென்பது பிற்காலச் சிற்பக்கலை மரபாகவே அமைந்துவிட்டது. சம்பிரதாய முன்பக்கத் தோற்றத்துடன், பிரம்மாண்டமும் சேர்ந்த மௌரியர் காலச் சிலை பார்வையாளர்களை பிரமிப்பில் ஆழ்த்துகின்றது.

குடைவரைத் தங்குமிடங்கள்

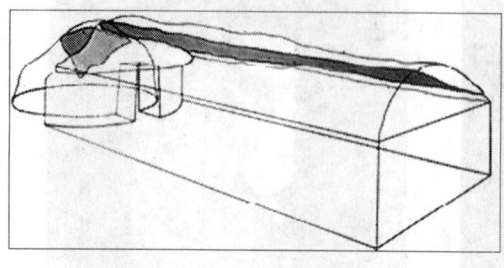

5.9 லோமாஸ்ரிஷி குடைவரை - வரைபடம்

புத்தகயாவிற்கு அருகிலுள்ள பராபர் மலையில் நான்கும், நாகர்ஜுனி மலையில் மூன்றும், ராஜகிருஹத்திற்கு அருகில் சீதாமார்ஹியில் ஒன்றும் ஆகமொத்தம் எட்டு குடைவரைத் தங்குமிடங்கள் ஜைனமத அஜிவகப் பிரிவு துறவிகளுக்காக உருவாக்கப்பட்டன. அசோகருக்கு மட்டுமல்லாமல் அவரது பேரன் தசரதனுக்கும் இக்கலை வேலைப்பாடுகளில் பங்குண்டு. குடைவரைப் பாணிக் கட்டுமானங்களின் முன்னோடிச் சான்றுகள் என்ற விதத்திலும், மரத்தாலும், கூரையாலும் ஆன கட்டுமானங்களின் பிரதிகள் போன்று உருவாக்கப்பட்டுள்ளன என்ற விதத்திலும் இக்குடைவரைக் கட்டுமானங்கள் சிறப்பு பெறுகின்றன.

பராபர் மலையில் அடுத்தடுத்து அமைந்துள்ள லோமாஸ் ரிஷி, சுதாமா என்ற இரு குடைவரைத் தங்குமிடங்களின் உட்புறக் கட்டுமான மானது மரத்தாலும், கூரையாலும் ஆன எளிய கட்டுமானங்களின் பிரதி போலுள்ளது. குடைவரையின் நீளவாட்டத்தில்தான் சற்று சாய்ந்தாற்போன்ற நுழைவாயில் அமைந்துள்ளது. உருளை வடிவ விதானத்துடன் பெரிய அளவு அறையும், அதன் முடிவில் தனி நுழைவாயிலுடன் மற்றும் அரைக்கோள வடிவ விதானத்துடன் கூடிய வட்ட வடிவ உள்ளறையும் அமைந்துள்ளன. வெளியிலிருந்து குடைவரையைக் காணும் பொழுது கிட்டத்தட்ட தேன்கூடு குடிசை போன்றே உள்ளது.

5.10 லோமாஸ் ரிஷி - குடைவரை முகப்பு

சுவர், விதானப் பகுதிகள் அனைத்துமே மௌரியப் பளபளப்பை, வழுவழுப்பைப் பெற்றுள்ளது.

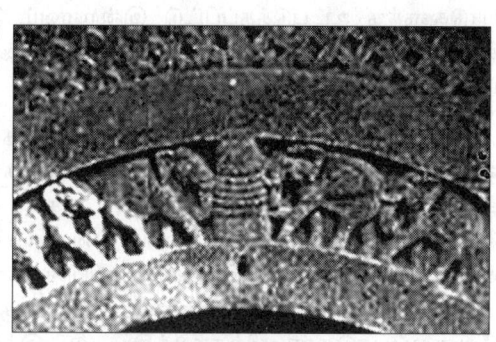

லோமாஸ் ரிஷி குடைவரையில் நுழைவாயிலும், முகப்பு வேலைப்பாடுகளும் 'சைத்ய வளைவு' என வருங்கால புத்த, ஜைன, சில வைதீக கட்டுமானங்களிலும் சிறப்பாக இடம் பெற இருக்கின்ற ஒன்றாகும். லோமாஸ் ரிஷி முகப்பில் பல தலைமுறைகளாகத் தொடர்ந்த மரத்தச்சர்களின் சிறந்த வேலைப்பாட்டின் எல்லாவித நுணுக்கங்களையும், கல்லில் வெளிக் கொணர்ந்துள்ளனர். மரக்கட்டுமானங்களின் முடிவிலமைந்துள்ள முக்கோண வடிவமைப்பைப் பாறை முகத்தில் செதுக்கியுள்ளனர். 13 அடி உயரமுள்ள பருத்த நெட்டுக்குத்தாக ஆனால் சற்றே உள் வளைந்தாற்போல் அமைந்துள்ள இரண்டு தூண்களமைப்புகளே முக்கிய எடை தாங்கும் பகுதியாகும். இத்தூண்களின் உச்சிப் பகுதியில் வளைவான விதானத்தின் முக்கிய இரு உத்திரங்கள் அமர்த்தப் பட்டுள்ளன. இந்த உத்திரங்களுக்கு இணையான பிற துணை உத்திரங்களும் அமைந்துள்ளன. இந்த உத்திரங்களின் மேல் ஒன்றன் மேல் ஒன்றாக ஒட்டப்பட்ட மூன்றடுக்குப் பலகைகளாலான வளைந்த விதானம் நிறுவப்பட்டுள்ளன. விதானப் பலகைகளின் இரண்டு நுனிப்பகுதிகளும் நழுவிவிடாமலிருக்கும் பொருட்டு உருளை வடிவ இணைப்புக் கட்டைகளுடன் பிணைக்கப்பட்டுள்ளன.

5.11 லோமாஸ் ரிஷி குடைவரை சைத்திய வளைவு வேலைப்பாடுகள்

ஏழரை அடி உயர நுழைவாயிலானது அரைவட்ட வடிய அலங்கார வளைவின் கீழ் உள்ளடங்கியுள்ளது. அலங்கார வளைவின் மேல் வெளிச்சத்திற்காக அமைக்கப்படும் அரைவட்ட வடிவச் சிறு சாளரங்கள் இரண்டு அமைந்துள்ளன. கீழ்ப்புற சாளரத்தில் ஸ்தூபிகளுக்கு வணக்கம் செலுத்துவது போன்று யானைகளின் அணிவகுப்பும், மேற்புற சாளரத்தில் துவாரங்கள் நிறைந்த சல்லடை வடிவமைப்பும் செதுக்கப் பட்டுள்ளன. யானைகளின் வடிவமைப்பு மிகச் சிறப்பாயுள்ளது. மேற்கூரையமைப்பின் உச்சியில் அமைந்துள்ள கலசம் வழிவழியாக வந்த

சுடுமண் அலங்கார வேலைப்பாட்டின் பிரதியாகும். ஒட்டுமொத்த முகப்பின் அனைத்துப் பகுதிகளும் மிக தீர்க்கமாக உளிவேலைப் பாடுகளுக்கு உட்படுத்தப்பட்டு இன்றளவும் மௌரியக் கலையின் சிறப்பம்சமான மௌரியப் பளபளப்பையும் வழுவழுப்பையும் கொண்டு மிளிர்கின்றது.

அசோகரில் தொடங்கி அவரது பேரன் தசரதனோடு முடிவுக்கு வந்தது அசோகர் பாணி கலைவேலைப்பாடுகள். ஆனால் இந்தியக் கலைவரலாற்றில் மிகவும் குறிப்பிடத்தக்க சிறப்பியல்புகளைக் கொண்டது அசோகர் பாணி கலைப் படைப்புகள் ஆகும். சாரநாத்தில் உள்ள சிங்கமுகத்தூண் இந்தியச் சிற்பியின் தலையாய கலை வெற்றி ஆகும். அசோகரது கற்றூண்களின் உச்சிப் பகுதியிலுள்ள அலங்கார வேலைப்பாடுகள் பிற்காலத்திய வடஇந்திய தென்இந்தியத் தூண்களின் அலங்காரங்களுக்கு ஆதாரமாக அமைகின்றன. அசோகரின் குடைவரை தங்குமிடங்கள் அமைந்துள்ள குன்றுகள் மிகக் கடினப் பாறைகளாலானவை. கடினப் பாறைகளை இவ்வாறு குடையும் மரபு 1000 ஆண்டுகளுக்குப் பின் தெற்கே பல்லவர்களால் பின்பற்றப்பட்டது. இந்திய மூவர்ணக் கொடியின் மையத்தில் அசோகச் சக்கரமே இடம் பெற்றுள்ளது. அசோகர் பின்பற்றிய அறநெறி வழியை முன்மாதிரியாகக் கொள்ள எண்ணிய இந்திய அரசு தனது முத்திரை, கொடி போன்ற அரசாங்கச் சின்னங்களில் அசோகரின் கலைச் சின்னங்களைப் பயன்படுத்திக் கொண்டதில் வியப்பேதுமில்லை.

அத்தியாயம் - 6

கல்லோ? காவியமோ?

சுங்கர், சாதவாகனர் (ஆந்திரா) ஸ்தூபிக் கட்டுமானங்கள்

அசோகர் கட்டுமானங்களில் வெகுஜனங்களின் உள்ளத்தைத் தொட்டதென்னவோ, அவர் நிறுவிய ஸ்தூபிகள்தான்; ஒருவேளை காலங்காலமாக நிலவிய முன்னோர், பெரியோர் நினைவைப் பேணி நிலைநிறுத்த முயலும் உளரீதியான, உணர்வுப்பூர்வமான மனப்போக்கு காரணமாயிருக்கலாம். ஏனெனில், "பெருங் கற்கள்" எனப்படும் புதைகுழி ஈமச் சின்னங் களில், நடுவே பெரிய பாறையும், அதனைச் சுற்றி வட்ட வடிவத்தில் பெரிய கற்களும் அடுக்கப்படும், சில சமயங்களில் முதல் வட்டத்தைச் சுற்றி மற்றொரு வட்டம் கற்களைக் கொண்டு அமைக்கப்படும்; இவ்விரு வட்டங்களுக்கிடையேயான பகுதி திருச்சுற்றாக அமையும். இத்தகு பெருங்கற்களின் வடிவமைப்பு அப்பட்டமாக ஸ்தூபியின் மூல வடிவமைப்பிலும் உள்ளது. எனவே அசோகர் அமைத்த ஸ்தூபிகள் பலவற்றுள் பார்ஹூத், புத்தகயா, சாஞ்சி ஸ்தூபிகள் விரிவுபடுத்தப்பட்டதில் வியப்பொன்றுமில்லை. இவ்விரிவாக்கங்கள் மகதத்தை ஆண்ட சுங்கவம்ச அரசர்களின் காலத்திலும், ஆந்திராவைச் சேர்ந்த சாதவாகனர் ஆட்சிக் காலத்திலும் மேற்கொள்ளப்பட்டன. எனவே இவ்வம்ச காலக் கலைக்கட்டு மானங்களை சுங்கர் அல்லது சாதவாகனர் (ஆந்திரா) கட்டுமானங்கள் என வகைப்படுத்துவது வழக்கம்.

6.1 பெருங்கற் காலப் புதைகுழிகள்

சுங்க வம்சமும், சாதவாகன வம்சமும்

கடைசி மௌரிய வம்ச மகத மன்னராயிருந்த பிரகத்ரதரைக் கொன்று சுங்கவம்ச ஆட்சியை நிறுவியர் மகதநாட்டுப் படைத் தலைவராயிருந்த புஷ்யமித்ர சுங்கர் ஆவார். ஆனால் இவரது ஆட்சிக் காலத்தில் மகதப் பேரரசானது மாகாண அளவிற்குச் சுருங்கிவிட்டது. தெற்கே கலிங்கர் ஆதிக்கமும், தக்காணத்தில் சாதவாகனர்களின் வளர்ச்சியுமே இதற்குக் காரணமாகும். ஏறத்தாழ கி.மு. 185 தொடங்கி கி.மு. 73 வரை சுங்கவம்ச ஆட்சி நடைபெற்றது. கடைசி சுங்கவம்ச மன்னரான தேவபூதியை அவரது வைதீக மந்திரியான வாசுதேவ கண்வர் கொன்று, கண்வர் வம்ச ஆட்சியை நிறுவினார். வாளெடுத்தவன் வாளால் மடிவான் என்னும் சிறந்த நீதிக் கருத்தை உணர்த்துவதாக சுங்கர் வரலாறு அமைந்தது.

சாதவாகனர், பல்லாரி மாவட்டத்தைச் சேர்ந்த ஒரு ஆந்திர குலத்தவர் என்பது பொதுவான கருத்தாகும். இவர்கள் ஆந்திர நாட்டை வென்றமையால் ‘ஆந்திர சாதவாகனர் அல்லது சதகர்ணி’ என்னும் பெயர் பெற்றிருக்கக் கூடும்; மௌரியப் பேரரசு சிதறியதால் சாதவாகனர் வளர்ச்சி அடைதல் எளிதாயிற்று; திருமண உறவுகள் மூலம் மகாராஷ்டிரத்திலும் கால் பதிக்க முடிந்தது; கி.மு. 60 வாக்கில் மத்திய இந்தியாவையும் வென்றார்கள். கௌதமிபுத்ர சதகர்ணி என்னும் சாதவாகன மன்னர் தனது ஆட்சிக் காலத்தில் சாகர்களையும், யவனர்களையும், பல்லவர்களையும் வென்றவர் என்று நாஸிக் கல்வெட்டு கூறுகின்றது. சாதவாகன வம்ச ஆட்சிக் காலம் கி.மு. 200 முதல் கி.பி. 150 வரை என்று நம்பப்படுகின்றது.

ஸ்தூபியின் அமைப்பு

ஸ்தூபி புத்தரது பரிநிர்வாணத்தைக் குறிக்கும் புனிதச் சின்னமாகும். எனவே அது வழிபடு பொருளாயிற்று. மேலும் ஸ்தூபிக் கட்டுமானங்களுக்குப் பொருளுதவி செய்வது புண்ணிய கைங்கரியம் என்றாயிற்று. பொதுவாக, ஸ்தூபி என்பதின் முக்கிய பகுதி திண்மையான அரைப்பந்து வடிவமாகும் (அண்டம்); இது வட்ட அல்லது சதுர வடிவ மேடை (மேதி) மீது அமைக்கப்படும்; திண்மையான அரைக்கோள வடிவத்தின் மேற்பகுதி தட்டையாயும், அதன் மீது 2 சதுர வடிவ மேடையும் (ஹர்மிகம்) இருக்கும்; மேடையின் நடுவே குடை (சத்ராவளி) நடப்பட்டிருக்கும்.

ஸ்தூபி அமைந்த மேடையை (மேதியை) ஒரு திருச்சுற்றாகக் கொண்டு, இதனைச் சுற்றி வேலி (வேதிகா) இடப்படும்; ஸ்தூபி

மேடைக்கு (மேதி) ஏறிச் செல்லத் தரையிலிருந்து படிக்கட்டு (சோபானம்) கட்டப்படும்; மேலே சொன்ன அனைத்து அமைப்பையும் சுற்றிப் பிறிதொரு திருச்சுற்றும், அதனையடுத்து மற்றொரு வேலியும் உருவாக்கப்படும். கல்வேலிகளின் நான்கு திசைகளிலும் வாயில்கள் (தோரணம்) உண்டு.

ஸ்தூபியின் அரைக் கோள வடிவ திண்மக் கட்டுமானத்தைச் சுண்ணச் சாந்தினால் பூசி, மேற்பரப்பில் அழகிய வண்ணச் சித்திரங்களை வரைவர். அரைக்கோள வடிவ திண்மப் பகுதியில் குறிப்பிட்ட உயரத்தின் மேல் வரிசையாக முளை அடிப்பதுண்டு. இதிலிருந்து, விழாக் காலங்களில் அழகிய மலர்ச்சரங்களையும், கொடிகளையும், தோரணங்களையும் தொங்கவிட்டு அழகுபடுத்துவது வழக்கம்.

சுங்கர், சாதவாகனர்களின் ஸ்தூபிக் கட்டுமானங்கள்

அசோகரின் சாஞ்சி பெரும் ஸ்தூபிக்கு (1) கல்வேய்ந்தது; இதன் சதுரவடிவ மேடை, அதன் நடுவேயுள்ள குடை ஆகியவற்றை விரிவுபடுத்திச் சுற்றிக் கல்வேலியிட்டது; மேலும் சாஞ்சியிலுள்ள ஸ்தூபி (2) ஸ்தூபி (3), புத்தகயாவிலுள்ள அசோகா ஸ்தூபி ஆகியவற்றைச் சுற்றி கல்வேலியிட்டது; பார்ஹூத்திலுள்ள அசோகரின் மூல ஸ்தூபிக்குக் கல்வேலி தோரண வாயிலமைத்தது ஆகியவை சுங்க வம்சத்தினரால் மேற்கொள்ளப்பட்டவைகளாகும். மேலும் சாஞ்சியிலுள்ள கோயிலின் (40) அடித்தளமும் (அதிஷ்டானம்) சுங்கர்களால் அமைக்கப் பட்டதேயாகும். சாஞ்சியிலுள்ள பெரும் ஸ்தூபி (1)க்கு நான்கு தோரண

6.2 பார்ஹூத் ஸ்தூபி கல்வேலி - கல்கத்தா தேசிய அருங்காட்சியகம்

வாயில்கள் அமைத்ததும், சாஞ்சி ஸ்தூபி (3)க்கு தோரணவாயில் அமைத்ததும் சாதவாகன வம்ச சாதனைகளாகும்.

இந்தியாவில் பல தொல்பொருள் ஆராய்ச்சிக் கண்டுபிடிப்புகளுக்குக் காரணகர்த்தா ஜெனரல் அலெக்ஸாண்டர் கன்னிங்ஹாம் ஆவார். இவர்தான் கி.பி. 1873இல் பார்ஹூத் ஸ்தூபியின் சிதிலங்களையும் கண்டறிந்தவர். புத்த ஸ்தூபியைச் சுற்றி இருந்த கல்வேலியும், புடைப்புச் சிற்பப் பலகைகளைக் கொண்ட தோரண வாயில்களும் ஸ்தூபி இருந்த இடத்தில் சிதலமடைந்து இறைந்து கிடந்தன. ஸ்தூபியிலிருந்த பெரும்பான்மையான கட்டுமானப் பொருட்களை அங்கிருந்த கிராமவாசிகள் எடுத்துச் சென்றுவிட்டனர். எனவே எஞ்சியிருக்கும் சிற்பக் களஞ்சியங்களையாவது காக்கும் எண்ணத்தில் கல்கத்தா அருங்காட்சியகத்தில் வைக்க எண்ணினார். லண்டனிலுள்ள ஆங்கிலேய அருங்காட்சியகத்தில் வைக்க வேண்டும் என்ற அதிகாரத் திணிப்பையும் மீறித் தனது எண்ணத்திற்குச் செயல்வடிவம் கொடுத்தார். இதற்காகவும், மற்றும் புத்தமதப் பழமையான கலைச் சின்னங்களை, புத்தரின் வாழ்க்கை வரலாற்றோடு தொடர்புடையதை அறிந்துகொள்வதற்காகவும் ஒருமுறை கல்கத்தா அருங்காட்சியகம் சென்று வருவோமே!

வெகுஜனக் கலை

இன்றைய மத்தியப் பிரதேச மாநிலத்தின் கிழக்குப் பகுதியிலுள்ள பார்ஹூத் என்ற ஊரில் சுங்கவம்ச அரசர்கள் காலத்தில் (ஏறத்தாழ கி.மு.100) மிகப் பெரிய ஸ்தூபியும், கல்வேலிகளும், தோரண வாயில்களும் நிர்மாணிக்கப்பட்டன. இந்தக் கல்வேலிகளும், தோரண வாயில் ஒன்று மட்டுமே எஞ்சியுள்ளன; இவை கல்கத்தா அருங்காட்சியகத்தில் பார்ஹூத் அறையில் இடம் பெற்றுக் காண்போரைப் பரவசத்தில் ஆழ்த்துகின்றன. சுங்க வம்ச அரசர்கள் வைதீகக் கடவுள்களை வணங்கியவர்கள். இருப்பினும் பௌத்த சமயத்தினரையும் அரவணைத்துச் சென்றனர். கல்வேலியிலுள்ள கல்வெட்டுக்களிலிருந்து 'புடைப்புச் சிற்பங்கள் போன்ற பலவும் சாதாரண மக்களாலும், புத்த மத பிக்கு, பிக்குணிகளாலும் நன்கொடையாகக் கொடுக்கப்பட்டன' என்பது தெரிய வருகின்றது. மௌரியர் காலத்தில் அரசகலை என்றிருந்த நிலைமாறி பார்ஹூத்தில் வெகுஜனக் கலை என்பது சிறந்த முன்னேற்றமல்லவா!

ஸ்தூபிக் கல்வேலி (வேதிகா)

ஸ்தூபிக் கட்டுமானங்களில் மிகவும் குறிப்பிட்டுச் சொல்லப்பட வேண்டிய சிறப்பம்சம் ஸ்தூபிக் கல்வேலிகளும், தோரண

வாயில்களும்தான். வேதகாலத்தில் பாதுகாப்புக் கருதி அமைக்கப்பட்ட வேலியின் அமைப்பு காலங்காலமாகவே முக்கியமான கட்டுமானக் கருத்துருவாகத் தொடர்ந்துள்ளதை பார்ஹூத், புத்தகயா, சாஞ்சி ஸ்தூபி கல்வேலிகளில் காண்கின்றோம். இதே போன்ற வடிவமைப்பில்தான் போதி மரத்தைச் சுற்றிலும் வேலி அமைந்துள்ளது. புத்த புனிதச் சின்னங்களைக் காக்கும் பெட்டியின் வடிவமைப்பும் வேதகால வேலியமைப்பின் சிறிய அளவாகும்.

பார்ஹூத் கல்வேலிகள் குறிப்பிட்ட இடைவெளியில் அமைந்த செங்குத்துக் கற்களாலும் (தாபா, ஸ்தம்ப), இவற்றை இணைக்கும் மூன்றடுக்குக் குறுக்குச் சட்டக் கற்களாலும் (ஸூசி) கட்டப்பட்டுள்ளது. இக்கல்வேலிக் கட்டுமானத்தின் மேல்பகுதியில் நீண்ட தலைப்பாகைக் கற்களால் (உஷ்ணீசம்) உத்திரம் அமைக்கப்பட்டுள்ளது. காலங்காலமாக மரவேலை பார்த்த பரம்பரையில் வந்தவர்களின் கைகள் இக்கல்வேலைகளில் ஈடுபட்டிருந்தாலும், மனதென்னவோ மரவேலையில் ஈடுபட்டிருப்பதாக எண்ணிக் கொண்டிருந்தது போலும்! செங்குத்துக் கற்களையும், குறுக்குச் சட்டக் கற்களையும் இணைக்கும் நுட்பம் மரத்திற்குப் பொருத்தமானதே தவிர, கல்லிற்கு அவ்வளவு பொருத்தமானதில்லை. பார்ஹூத் கல்வேலிகள் மிகச் சிறந்த புடைப்புச் சிற்பங்களைக் கொண்டுள்ளன. சிற்பங்களுக்கான கருத்துரு புத்தரின் வாழ்க்கையோடு சம்பந்தப்பட்ட காட்சிகளும், புத்தரின் முற்பிறவி வாழ்க்கை புகட்டும் நீதிகளை எடுத்துரைக்கும் ஜாதகக் கதைகளும் ஆகும். மேலும் ஸ்தூபி கட்டுமான காலத்தில் மக்களின் சமூக வாழ்க்கை பற்றிய காட்சிகளையும் கொண்டுள்ளது.

அசோக தோகடா சந்திரா

காலங்காலமாகவே யக்ஷர்களும், யக்ஷிகளும் இந்திய கலாச்சாரத்திற்கு அறிமுகமானவர்களாகவே உள்ளனர். இயற்கைத் தத்துவத்திற்கு உருவகமாக யக்ஷனும், யக்ஷியும் திகழ்கின்றனர்; மேலும் தெய்வீகத் தன்மை அனைத்து உயிரினுள்ளும் நீக்கமற நிறைந்திருப்பதை நினைவுறுத்தும் சேவையைச் செய்கின்றனர்; இயற்கையின் காவலர்களாகவும் வம்ச (இன) விருத்தி அருள்பவர்களாகவும், அதன் மூலம் அனைத்து இன வாழ்க்கைத் தொடர்ச்சிக்கு உத்தரவாதம் அளிப்பவர்களாயும் உள்ளனர்.

யக்ஷன் குபேரன் செல்வத்திற்கு அதிபதி. பர்ஹூத் கல்வேலியின் வடக்குத் தோரணவாயிலுக்கு இடதுபுறத்தில் உள்ள தூணில் குபேரனின் புடைப்புச் சிற்பம் உள்ளது. அதே தூணிலேயே யக்ஷி சந்திராவையும்

காணலாம்; தலைக்கு மேலுள்ள அசோக மரக் கிளையொன்றை யக்ஷி சந்திரா பற்றியிருப்பது போல் சிற்பம் அமைந்துள்ளது. மரத்தைச் சுற்றிப் படரும் கொடியைப் போல் யக்ஷியும் அசோக மரத்துடன் பின்னிப் பிணைந்துள்ளாள். இதனாலேயே யக்ஷி சந்திரா 'அசோக தோகடா' என்றழைக்கப்படுகின்றாள். 'இரண்டு இதயமுள்ள ஓர் உடல்' என்பதே 'தோகடா' என்பதன் பொருளாகும். குழந்தையை வயிற்றில் சுமக்கும் காலத்தில் பெண்ணினுள் அபிலாஷைகளால் நிரப்பப்பட்ட இரு இதயங்கள் இருப்பது கண்கூடு. அழகிய பெண்ணின் கரம் பட்டவுடன் மரமானது பூத்துக் குலுங்கும் என்று நம்பப்படுகின்றது.

6.3 யக்ஷி சந்திரா, பார்ஹீத் ஸ்தூபி

கஜலெட்சுமி, நாகராஜா

செல்வச் செழிப்போடு கூடிய நல்வாழ்வையருளும் பெண் தெய்வம் கஜலெட்சுமியை கல்வேலியில் காண முடிகின்றது. இச்சிற்பம்தான் நமக்குக் கிடைத்துள்ள தொன்மையான கஜலெட்சுமி சிற்பமாகும். நாகங்களுக்கு அரசனான நாக ராஜாவின் புடைப்புச் சிற்பம் கல்வேலியின் மற்றொரு பகுதியில் மனித உடலுடனும், நாகத் தலையுடனும் இடம் பெற்றுள்ளது. இயற்கையின் அளவில்லாச் சக்தியை அழியாமல் காக்கும் தன்மையையும், விருத்தியடையும் தன்மையையும் நாகவடிவிலான தெய்வங்கள் அருள்கின்றன என்று காலங்காலமாகவே நம்பப்படுகின்றது. 'தஞ்சாவூர்த் தட்டு' போல் தாமரைப் பூ

6.4 மகாகபி ஜாதகக் கதை, பார்ஹீத் ஸ்தூபி

செதுக்கப்பட்ட வட்ட சிற்பப் பலகைகள் பலவற்றைக் கல்வேலியில் காண முடிகின்றது. இந்தியச் சிந்தனைகளில் தாமரை என்பது மாசுமறுவற்ற மனதிற்கோர் குறியீடு ஆகும்; மேலும் நிரந்தரமற்ற சராசரி வாழ்க்கையைக் கடந்த உயர்நிலையைக் குறிக்கும் குறியீடும் ஆகும்.

ஜாதகக் கதைகள்

கல்வேலிகளில் உள்ள சில வட்டவடிவச் சிற்பப் பலகைகளில் ஜாதகக் கதைகள் செதுக்கப் பட்டுள்ளன. ஒன்று புத்தர் முற்பிறவிகளொன்றில் வானரத் தலைவனாக அவதரித்த மகா கபி ஜாதகக் கதை ஆகும்; இரண்டு தங்க மானாக அவதரித்த ஜாதகக் கதை ஆகும். தனது வானரக் குடிகளைக் காக்க ஓடையின் இரு கரைகளிலுள்ள மரக் கிளைகளுக்கிடையே வானரப் பாலமாக செயல் பட்டு இறுதியில் தனது உயிரைத் தியாகம் செய்வதாய் மகாகபி ஜாதகக் கதை அமைந்துள்ளது; வேடன் வலையில் சிக்கிக் கொண்ட தங்க ஆண்மானை அதன் இணைப் பெண்மான் வேடனிடம் வேண்டி விடுவிப்பதாக தங்கமான் ஜாதகக் கதை அமைந்துள்ளது. இதுபோன்ற ஜாதகக் கதைகள் மூலம்தான் பாமரர்களுக்குப் புத்தமதக் கொள்கைகளும், நன்னெறிகளும் புகட்டப்படுகின்றன.

6.5 தங்கமான் ஜாதகக் கதை -பார்ஹுத் ஸ்தூபி

ஒவ்வொரு ஜாதகக் கதையும் ஒரு வட்டச் சிற்பப் பலகையில் நான்கைந்து சிற்பக் காட்சிகளுக்குள் முழுக்கதையும் தொடர்ச்சியாகக் கூறப்படும். மகாகபி, தங்கமான் போன்ற புத்தரின் முற்பிறப்பு உருவம் மட்டும் மாற்றமேதுமில்லாமல் செதுக்கப்பட்டுள்ளது. கால ஓட்டத்தைக் குறிக்கும் முயற்சியேதும் எடுக்கப்படவில்லை. ஏனெனில் இப்பாணி கலைப் பார்வையில் கால, தேச, வர்த்தமானங்களுக்கு இடமில்லை. எல்லாக் கால கட்டங்களும் மற்றும் அந்தந்தக் கால கட்டத்தில் குறிப்பிடப்பட்டுள்ள சம்பவங்களும் நிலையானவை என்பதே இப்பாணியின் நோக்கமாகும். காலமும், வெளியும் நிலையில்லா இவ்வுலக விஷயங்களேயாகும்; ஜாதகக் கதை கூறும் நல்லொழுக்க நெறிமுறைகள்தாம் நிலையானவை.

சிற்பங்கள் உலகந் தழுவியவை; நவரச உணர்வை வெளிப்படுத்துபவை.

யானையை மடக்கும் குரங்குக் குழுவின் சிற்பப் பலகையொன்று உள்ளது. உயரமும், பருமனும், முரட்டுத்தனமும் ஒருங்கே வாய்க்கப் பெற்ற ஒரு மனிதனின் பல்லை (சொத்தையோ?) பிடுங்கும் முயற்சியில் குரங்குக் குழுவொன்று ஈடுபட்டிருப்பது போன்ற சிற்பப் பலகையும் உள்ளது. ஒரு கயிற்றின் மூலம் தொந்தரவு கொடுக்கும் பல்லானது யானையுடன் பிணைக்கப்பட்டுள்ளது; யானையின் வால் அருகில் தயார் நிலையில் ஒரு குரங்கு அமர்ந்துள்ளது; இக்குரங்கு யானையின் வாலை யானைக்கு வலியேற்படுமாறு கடிக்க, வலியில் யானை ஓட முயற்சிக்க, பல் பிடுங்கப்பட்டுவிடுமாம்! இசைக் கருவிகளைத் தாங்கியிருப்பது போல், கண்ணாடியில் தங்களின் முக அழகைக் காண்பதுபோல் பல்வேறு நிலைகளில் பெண்களின் சிற்பங்கள் கல்வேலியில் அமைந்துள்ளன; குறைந்த இடையாடையுடன் உள்ளனர்; தலையில், கழுத்தில், கைகளில், இடுப்பில் மிக அழகாக வடிவமைக்கப்பட்ட நகைகளை அதிக அளவில் அணிந்துள்ளனர்.

சிற்பங்கள் செதுக்கப்பட்ட காலத்தில் கலையும், வாழ்வும் உலகந்தழுவியதாகவே இருந்தன என்பதைப் பார்வையாளர்களுக்குப் புரிய வைக்கும் முயற்சியெடுத்துள்ளதை உணர முடிகின்றது. கல்வேலியிலுள்ள ஒரு தூணில் கிரேக்க வீரனின் புடைப்புச் சிற்பம் உள்ளது. போர்வீரன் அணியும் காலணி, முழங்கால் அளவு வரும் இடுப்பாடையான டூனிக் (tunic), குறைவான அளவுடையதாய் வெட்டப்பட்ட தலைமுடி மற்றும் தலைப்பட்டை அணிந்திருக்குமாறு சிற்பம் அமைந்துள்ளது.

புத்தரின் உருவகங்கள்

பார்ஹூத் கட்டுமானக் காலம் அதாவது சுங்கவம்ச ஆட்சிக் காலமானது புத்தர் இறைநிலைக்கு உயர்த்தப்படாத ஹீனயான புத்த சமயக் காலமாகும். எனவே பார்ஹூத் சிற்பங்களில் புத்தர் மானுட வடிவில் வடிக்கப்படவேயில்லை; மாறாக குறியீடுகள் மூலம்தான் புத்தர் உணர்த்தப்படுகின்றார். போதி மரம் தான், அதிக அளவில் புத்தரைக் குறிக்கப் பயன்படுத்தப்பட்டுள்ளது. வேலியால் சூழப்பட்ட, சற்று உயர்வான மேடை மீது அமைந்துள்ள போதிமரமானது மலர்களும், மாலைகளும் சமர்ப்பித்து தொழப்படுவது போல் சிற்பங்கள் அமைந்துள்ளன. தாமரை மலரும் புத்தரைக் குறிக்கும் மற்றொரு குறியீடு ஆகும். வட்டவடிவச் சிற்பப் பலகைகளில் பல்வேறு மலரும் நிலைகளில் வெவ்வேறு புடைப்புகளில் செதுக்கப்பட்டுள்ள தாமரை மலர்கள் வெளியின் மாயத் தோற்றத்தைப் பூடகமாக எடுத்துரைக்கும் பணியைச் செவ்வனே செய்கின்றன.

கவிபாடும் கற்சிற்பங்கள்

புடைப்பளவு குறைவாக இருப்பது போல்தான் (தாழ்நிலை புடைப்புச் சிற்பம்) சிற்பங்கள் செதுக்கப்பட்டுள்ளன. செதுக்கப்படும் உருவங்களுக்குக் கொடுக்கப்படும் முக்கியத்துவத்தின் விகிதாச்சாரம் என்னவோ அதுதான் சிற்ப உருவ அளவு விகிதாச்சாரம் ஆகும். கண்கள் காணும் இவ்வுலக உண்மை வடிவங்களை அப்படியே பிரதியெடுக்கும் முயற்சியில் பார்ஹூத் சிற்பிகள் இறங்கவில்லை; மாறாக அவ்வுண்மை உருவிற்கு உயிர் கொடுக்கும் உள்ளார்ந்த, மாறா நியதிகளை வெளிக்கொணர்வதையே நோக்கமாகக் கொண்டிருந்தனர்.

தன்னிகரில்லா மெய்ப்பொருளின் பல கூறுகளே மனிதனும், அவனைச் சுற்றியுள்ள இயற்கையும், உயிரினங்களும் ஆகும்; இவற்றுக்கிடையே எவ்வித உயர்வு தாழ்வுகளுக்கும் இடமேதுமில்லை; ஒருங்கிணைந்து, முழுமையான ஒன்றையொன்று சார்ந்த, ஒருங்கியைந்த வாழ்வு நிலை அடைய வேண்டும் என்பதே சுங்கர் பாணி கலையின் நோக்கமாகும். இந்நோக்கத்தினைச் சிற்பிகள் திறம்பட வெளிப்படுத்தியுள்ளனர். பல்வேறு உயிரினங்களும் இடம் பெறும் எந்த ஒரு சிற்பத்திலும், இவை ஒரு ஒட்டு மொத்தக் குழுவாக தோற்றமளிப்பதேயில்லை; மாறாக ஒவ்வொரு உயிரினமும் அதற்கென ஒதுக்கப்பட்ட இடத்தில் முழு மன அமைதியுடன், மன நிறைவுடன் அமைந்து தெரிவிக்கவேண்டிய செய்திகளைச் சிறப்பாகத் தெரிவிக்கின்றன.

மனித வாழ்வின் முழுமையையும், உயிர்ப்புத் தன்மையினையும், நகைச் சுவையுணர்வினையும் பார்ஹூத் கலைப்படைப்புகள் கொண்டுள்ளன. மனிதச் சிற்பங்களில் கூட ஐம்புலன்களால் வெளிப்படுத்த முடியாத குணநலன்களை ஜாதகக் கதை விலங்குகளிடம் கூட வெளிப்படுமாறு பார்ஹூத் சிற்பிகள் திறம்பட செதுக்கியுள்ளனர். தத்துவார்த்த இறைச் சிந்தனைகளையும், நற்கருத்துக்களையும் பக்தர்களுக்கு எடுத்துரைக்கும் நோக்கங்களைச் சிற்பங்கள் கொண்டுள்ளன. வருங்கால இந்தியக் கலைகளில் பின்பற்றப்பட வேண்டிய அடிப்படை விஷயங்களுக்கான அஸ்திவாரம் பார்ஹூத் ஸ்தூபி கலை வேலைப்பாடுகளில் போடப்பட்டுவிட்டது.

சாஞ்சி மஹாஸ்தூபியின் கல்வேலி

அசோகர், சுங்கர், சாதவாகனர் ஆகியோர் ஆட்சிக் காலங்களில் தொடர்ச்சியாக ஒரு இயக்கம் போன்றே சாஞ்சியில் வேலைப்பாடுகள் மேற்கொள்ளப்பட்டன. அசோகரின் ஸ்தூபியை அப்படியே மூடி, புதிய

ஸ்தூபி கட்டப்பட்டதால், 120 அடிவிட்டமும், 54 அடி உயரமுடைய 'மஹா ஸ்தூபி' ஆயிற்று சாஞ்சி ஸ்தூபி. இதனால் அசோகரின் மரத்தாலான ஸ்தூபி வேலி அப்புறப்படுத்தப் பட்டுவிட்டது. மஹாஸ்தூபியைச் சுற்றி 11 அடி உயர முள்ள கல்வேலிகள் அமைக்கப்பட்டன. 34 அடி உயரமுள்ள கல் தோரண வாயில்கள் கட்டப்பட்டன.

6.6 சாஞ்சி மஹா ஸ்தூபி

பார்ஹூத் கல்வேலி போன்றே பொதுவான ஸ்தூபி கல்வேலி வடிவமைப்பில்தான் சாஞ்சி ஸ்தூபியின் பிரம்மாண்டமான கல்வேலியும் அமைந்துள்ளது. கல்வேலியின் செங்குத்துக் கற்கள் எண்கோண வடிவமைப்புடையதாகும். இடைவெளி இரண்டடிகள் மட்டுமே யாதலால், செங்குத்துக் கற்கள் நெருக்கமாய் அமைந்துள்ள தோற்றத்தைக் கொடுக்கின்றன.

6.7 திருச்சுற்றுப் பாதை. சாஞ்சி மஹாஸ்தூபி

மூன்றடுக்கு குறுக்குச் சட்டக் கற்களின் அகலம் இரண்டு அடிகளாகும். அடுக்குகளுக்கிடையே இரண்டேகால் அங்குல இடைவெளியேயுள்ளது. இக்கல்வேலி கட்டுமானத்தின் மேல்பகுதி வட்டவடிவில் அமைந்த நீண்ட தலைப்பாகைக் கற்களைக் கொண்டு உருவாக்கப்பட்ட உத்திரமாகும். கலை வேலைப்பாடுகள் எதுவுமில்லாத எளிமையான ஆனால் பிரம்மாண்டமான கல்வேலியாகும். இதை ஈடு செய்வது போல் தோரண வாயில் வேலைப்பாடுகள் அமைந்துள்ளன.

இந்தியக் கலை வரலாறு   45

6.8 வடக்குத் தோரண வாயில், சாஞ்சி ஸ்தூபி

மஹாஸ்தூபியின் தோரண வாயில்

கல்வேலியின் நான்கு திசைகளிலும் தோரணம் எனப்படும் வாயில்கள் உண்டு. நெடிதுயர்ந்து நிற்கும் இரண்டு தூண்களின் உச்சியில் மூன்று வளைந்த குறுக்கு விட்டங்கள் அமைந்துள்ளன. கிழக்கு மற்றும் வடக்கு தோரண வாயில் குறுக்குவிட்டங்களைத் திறம்படச் செதுக்கப்பட்ட யானைகள் தாங்குகின்றன. இந்த யானைகளின் பணியை மேற்குத் தோரண வாயிலில் குள்ள கணங்களும், தெற்குத் தோரண வாயிலில் சிங்கங்களும் செய்கின்றன.

குள்ள கணங்கள்

குள்ள பூத கணங்களின் பல மடிப்புகளையுடைய தொந்தி யானது இடுப்பில் கட்டியுள்ள வேட்டியையும் மீறி வழிகின்றன. சராசரி வாழ்வின் அன்றாட நடப்பைத் தெளிவாக வெளிக் கொணரும் ஊடகப் பொருள் களாக இக்கணங்கள் கலைகளில் பயன்படுத்தப்படுகின்றன. ஒவ்வொரு கணமும் ஒவ்வொரு

6.9 தோரண வாயில் பூதகணங்கள் சாஞ்சி மஹாஸ்தூபி

முகபாவத்துடன் இருப்பதைக் காணலாம். நகைச்சுவையுணர்வு மிக்க கணமும், மேதாவித்தனமாக உம்மணாம் மூஞ்சி கணமும் உடனுறைகின்றன. மெய்ப்பொருள் படைப்பில் நவரச குணநலன்களுக்கும் உரிய இடம் உண்டு என்பதை நினைவுறுத்துகின்றன இங்குள்ள கணங்கள் வெளிப்படுத்தும் பாவங்கள்; சுங்கர் காலம் தொடங்கி வருங்காலங்களில் குள்ள கணங்கள் முக்கிய கலைக்கருவாகத் திகழ இருக்கின்றனர்; அதுவும் சிவன் கோயிலில் இவை சிறப்பான இடத்தைப் பிடிக்க இருக்கின்றன.

சால பஞ்சிகா

பார்ஹூத் கலைகளில் கண்ட இயற்கைச் செல்வச் செழிப்பிற்குக் காவலர்களாகவும், வாழ்க்கைத் தொடர்ச்சிக்கு உத்தரவாதம் அளிக்கும் வம்ச விருத்தி அருள்பவர்களாகவும் கருதப் படும் யக்ஷர், யக்ஷி கலைப்படைப் புகள் சாஞ்சியிலும் தொடர்கின்றது. நுழைவாயில்களில் நற்சகுன அடையாள மாய் 24 பெண் சிற்பங்கள் உள்ளன. கிழக்குத் தோரண வாயிலில் தலைக்கு மேலுள்ள மாமரக் கிளையைப் பிடித்தவாறு அழகான யக்ஷி சால பஞ்சிகா பதுமையாக இடம் பெற்றுள்ளார். சாஞ்சி ஸ்தூபி சிற்ப வேலைகளில் தலைசிறந்தது இப்படைப்பேயாகும். பல கதாபாத் திரங்களில் ஒன்றான ஓர் இணைப்புச் சிற்பம்தான் இந்த சாலபஞ்சிகா பதுமை. இருப்பினும் இந்த யக்ஷியின் முன்புற, பின்புறத் தோற்றங்கள் இரண்டுமே முழுமையாக வெளிக்கொணரப்பட்ட, மிக நுணுக்கமான வேலைப்பாடுள்ள சிற்பமாகும் இது.

6.10 சாலபஞ்சிகா - சாஞ்சி மஹாஸ்தூபி

படைப்பனைத்திற்கும் இடையேயான ஒருங்கிசைவும், ஒன்றையொன்று சார்ந்த உறவுமே சுங்கர் காலக் கலைக் கருத்துருவாக விளங்கியது. இதனைத் தெளிவாக எடுத்துரைக்கின்றது தெற்குத் தோரண வாயிலில் இடம் பெறும் முடிவே இல்லாத கொடியின் சிற்பப் படைப்பு. இதில் எண்ணிலடங்கா இயற்கை உலக வடிவங்கள் இடம் பெற்றுள்ளன.

கல்வேலி , தோரணங்களின் பயன்பாடு

அன்றாட சராசரி உலக வாழ்க்கையையும், புனிதமான, எளிமையான ஸ்தூபியையும் பிரிப்பது வேதிகாவும், தோரண வாயில்களும் மட்டுமேயாகும். இவைகளில்தான் விலங்குகள், பறவைகள், நதிகள், மரங்கள் பற்றிய முழு விவரணங்களுடன் புடைப்புச் சிற்பங்கள் படைக்கப்பட்டுள்ளன. அரச குடும்பத்தினர், புராணங்களில் இடம் பெறும் தேவதைகள், அணிவகுப்புகள், வீதிக்காட்சிகள், வனக்காட்சிகள் போன்ற வாழ்க்கைக் காட்சிகள் அனைத்தையும் உற்சாகப் பெருக்கோடும், ஒருங்கியையவோடும், உயிரோட்டத்தோடும் படைக்கப்பட்டிருப்பதைக் கண்டு பரவசப்பட உதவுகின்றன. இவற்றோடு புத்தரின் வாழ்க்கையோடு சம்பந்தப்பட்ட காட்சிகளும், நன்னெறிகளைப் புகட்டும் ஜாதகக் கதைகளும் இடம் பெறுகின்றன. இப்படைப்புகள் அனைத்தும் கற்பனைக்கெட்டாத மெய்ப்பொருளின் பிரதிபிம்பங்கள்தான் என்ற உண்மையை பக்தர்களுக்கு உணர்த்தி அம்மெய்ப்பொருளை நோக்கி முன்னேறிட உதவுகின்றன. கல்வேலியையும், தோரண வாயில்களையும் கடந்தால் மெய்யாகவே மிக எளிய வடிவமான ஸ்தூபியுள்ளது. அநேகமாக புத்தரின் உடல் அங்கங்கள் இங்கு பேணிப் பாதுகாக்கப்பட்டிருக்க வேண்டும். இவ்வுலகத் தளைகளை அறுத்துக் கொண்டு, பக்தர்கள் அடைய முயல வேண்டியது எது என்ற உண்மையைக் குறிக்கும் எளிய வடிவம் ஸ்தூபி ஆகும்.

புத்தரைக் குறிக்கும் குறியீடுகள்

புத்தரை நினைவுறுத்தும் அடையாளங்கள்தான் சாஞ்சி ஸ்தூபி உருவான காலத்திலும் முக்கிய இடம் பிடித்துள்ளன. ஏனெனில் சாஞ்சி ஸ்தூபி கலைப் பொக்கிஷங்கள். உருவான காலத்தில் தனிநபருக்கு முக்கியத்துவம் கொடுக்கும் வழக்கமில்லை. ஸ்தூபிதான் புத்தரைக் குறிக்கின்றது. இவ்வுண்மையை வடக்குத் தோரண

6.11 ஏழு மனுஷி புத்தர்கள், சாஞ்சி மஹாஸ்தூபி தோரண வாயில்

வாயிலிலுள்ள 'ஸ்தூபி தரிசன' சிற்பப் பலகை உணர்த்துகின்றது. ஞானமுள்ள புத்தருக்கு போதிமரம் அடையாளமாகின்றது. மரங்கள் வடிவில் காட்டப்பட்ட கௌதம புத்தரையும் உள்ளடக்கிய ஏழு 'மனுஷி' புத்தர்களை பக்தர்கள் வணங்கும் காட்சி கிழக்குத் தோரண வாயிலில் அற்புதமான சிற்பப் பலகையாக அமைந்துள்ளது. ஞானம் கைவரப் பெற்ற புத்தருக்கு வானோர்கள் தங்கள் வந்தனங்களை செலுத்தும் காட்சி மேற்குத் தோரண வாயிலின் உட்புறத் தோற்றத்தில் இடம் பெற்றுள்ளது. மரமாக புத்தர் குறிக்கப்படும் இச்சிற்பப் பலகையில் இடம் பெறும் வானோர்களின் முகங்களில் தவழும் மென்மையும் அமைதியும் திறம்பட வெளிக்கொணரப் பட்டுள்ளன. சில சிற்பங்களில் ஞானம் பெற்ற புத்தரின் இருப்பிற்குக் குறியீடாக காலடித் தடங்களும், வெட்ட வெளியிலுள்ள குடையும் பயன்படுத்தப்பட்டுள்ளன.

ஜாதகக் கதைகள்

தோரண வாயிலிலுள்ள புடைப்புச் சிற்பங்கள் நன்னெறிகளை எடுத்துரைக்கும் புத்தரின் முற்பிறவி ஜாதகக் கதைகளைக் கூறுகின்றன. வடக்குத் தோரண வாயிலின் உட்புற முகப்பில் வேசந்தர இளவரசனின் ஜாதகக் கதை, கதை கூறும் பாணிக் காட்சி பலகையாக அமைந்துள்ளது. தன்னிடமிருக்கும் அனைத்தையும் தானம் செய்து வாழ்ந்த இளவரசனின் கதையாகும் இது. தானம் செய்தலின் அருமை பெருமைகளை எடுத்துரைக்கும் புத்தரின் முற்பிறவிக் கதையாகும்.

இக்கதைச் சூழலில், சாஞ்சி ஸ்தூபி உருவான காலத்தைச் சேர்ந்த நகர, கிராம வாழ்க்கை முறைகள் மிகச் சிறப்பாக இணைந்து செயல்படுகின்றன. அனைத்துப் படைப்புகளிலும் இடம் பெறும் சமூகச் சூழலுக்குக் கட்டுமான கால வாழ்க்கை முறை, கலாசாரம், கட்டுமானம், அணிகலன்கள் போன்றவைகளே பயன்படுத்தப்பட்டுள்ளன. எனவே கட்டுமான காலச் சமூக வாழ்க்கைப் பதிவுகள் இச்சிற்பப் படைப்புகள் என்றால் மிகையில்லை.

புத்தரின் வாழ்க்கைக் காட்சிகள்

கதை கூறும் பாணி சிற்பப் படைப்புக்கு மிகச் சிறந்த உதாரணம் புத்தரின் தாயான ராணிமாயாவின் சொப்பனத்தை (கனவை) படம் பிடித்துக் காட்டும் சிற்பப் பலகையாகும். இது கிழக்குத் தோரண வாயிலில் இடம் பெற்றுள்ளது. மாயாவின் கனவில் தோன்றும் யானை, அவள் வயிற்றில் புத்தராக கருவானது. வடக்குத் தோரண வாயில் தூணில் குரங்குகள் புத்தருக்குத் தேன் கொணர்வது போன்ற புடைப்புச் சிற்பம் உள்ளது. உணவமுதை அறவே ஒதுக்குவதன் மூலம் உடலும்,

ஆன்மாவும் பலவீனமே அடையும். இதனை, உண்ணா விரதத்துடன் கூடிய தீவிர தவத்தின் விளைவாய் பலவீனமடைந்தநிலையில் உணர்ந்தார் புத்தர். இப் பலவீனத்தைப் போக்க, புத்தருக்கு குரங்குகள் தேன் கொடுக்கும் சிற்பக் காட்சியாகும் இப்புடைப்புச் சித்திரம்.

6.12 குரங்குகள் புத்தருக்குத் தேன்கொணர்தல் - சாஞ்சி மஹாஸ்தூபி தோரணவாயில்

வடக்குத் தோரண வாயிலின் உள்முகத் தோற்றத்தில் 'மாரர்களின் படை' என்ற சிற்பப் பலகையுள்ளது. புத்தரின் தவத்தைக் கலைக்க, ஞானமடைதலைத் தடுக்க பெருமுயற்சி செய்து தோல்வியுற்றனர் தீயவனான மாரனின் படைகள். புத்தர் ஞானமடைந்தவுடன் மாறர்களின் படை சொல்லவொண்ணாக் குழப்பமடைந்தனர். பொதுவாக மனிதனுள் நிலவும் குழப்பங்கள், பேராசை, கோபம் போன்ற தவிர்க்கப்பட வேண்டிய குணங்களின் உருவகங்களே மாரர்கள். குழப்ப மனநிலையைத் தெளிவாக சிற்பத்தில் வடித்த அற்புதமான திறமைசாலிகள் சாஞ்சி கட்டுமானச் சிற்பிகள்.

6.13 மாரர்கள் படை, சாஞ்சி மஹாஸ்தூபி தோரணவாயில்

சிற்பத் தொழில்நுட்பம்

பார்ஹூத்தில் உருவங்கள் தனித்தனியாகப் படைக்கப்பட்டன. ஆனால் சாஞ்சியிலோ பல உருவங்கள் கொண்ட பெருங்குழுக்களாகவே படைக்கப்பட்டன. உணர்ச்சிப் பெருக்கெடுத்தோடும் உயிரோட்டமுள்ள வாழ்க்கைக் காட்சிகளே குழுக்காட்சிகளாகப் படைக்கப்பட்டுள்ளன. பல்வேறு நிலைகளில் (Postures), முக்கால்வாசி உடல் தோற்றம் புலப்படுமாறு குழுவில் இடம் பெறும் உருவங்கள் செதுக்கப்பட்டுள்ளன.

எந்தவொரு பொருளும் அல்லது உயிரினமும் அல்லது கருத்தும் பார்வையாளர்களால் எளிதில் அடையாளம் காணும் விதத்தில்தான் சிற்பத் தொழில்நுட்பம் அமைந்துள்ளது. உதாரணமாக, தூரதேசத்தவர் போன்ற அதிக அறிமுகமில்லாத உருவங்களுக்கான இடமும், நெடுநாட்களுக்கு முன் நடந்த நிகழ்ச்சிகளுக்கான இடமும் சிற்பப் பலகையின் மேல்தட்டில் ஒதுக்கப்பட்டன; பார்வையாளர்களுக்கு நன்கு அறிமுகமான உருவங்களுக்குச் சிற்பப் பலகையின் கீழ்த்தட்டில் இடம் ஒதுக்கப்பட்டது.

கீழ்த்தட்டில் காணப்படும் உருவங்கள் பெரியவையாகவும், மேலே செல்லச் செல்ல உருவ அளவு குறைந்துகொண்டே செல்வது போன்ற சிற்ப நுணுக்கங்கள் பின்பற்றப்படவில்லை. அனைத்து நிகழ்ச்சிகளும், உருவங்களும் சம முக்கியத்துவம் வாய்ந்ததாகவே கருதப்பட்டதால் பெரியதாகவும், தெளிவாகவும் படைக்கப்பட்டன.

செடிகள் அல்லது மரங்களின் இலைகள் 'இந்தச் செடி' அல்லது 'இந்த மரம்' என்று நாம் அடையாளம் கண்டுகொள்ளும் விதத்தில் 'பெரிதாகப் படைத்தல்' என்பது இந்தியக் கலையில் தொன்றுதொட்டு பின்பற்றப்படும் பழக்கமாக உள்ளது.

சாஞ்சி கட்டுமானங்கள் - நமக்குக் கிடைத்த வரலாறு

சாஞ்சியின் கலைச் செல்வங்கள் வெளியுலகப் பார்வைக்கு வந்தது ஒரு எதிர்பாராத செயல்தான். ஆங்கிலேயப் படையின் ஒரு பிரிவாகிய வங்காள குதிரைப்படையைச் சேர்ந்த ஜெனரல் டெய்லர் என்பவர் கி.பி.1818இல் எதிர்பாராவிதமாக சாஞ்சி கலைப் பொக்கிஷங்களை சந்திக்க நேர்ந்தது. அன்று தொடங்கிய சாஞ்சியின் தொல்பொருள் ஆராய்ச்சிகளை சர்.ஜான் மார்ஷல் விரிவாக "The Monuments of Sanchi" 'சாஞ்சியின் தொன்மங்கள்' என்ற நூலில் பதிவு செய்துள்ளார். தொல்பொருள் ஆராய்ச்சிக்கு ஓர் இடம் உட்படுத்தப் பட்டுவிட்டால், அதன் வரலாற்றுச் சான்றுகள் முற்றிலும் அழிந்துவிடுகின்றன. எனவேதான் தொல்பொருள் ஆராய்ச்சி நடக்கும்பொழுதே, கண்டுபிடிப்புகளை அப்போதைக்கு அப்போதே பதிவு செய்தல் மிகவும் அத்தியாவசியமான ஒன்றாகும். எனவே நமது முன்னோர்கள் படைத்து நமக்கு விட்டுச்சென்ற கலைப் பொக்கிஷங்களை நமக்கு மீட்டுக் கொடுத்த அரும்பணிக்காக ஜெனரல் டெய்லருக்கும், சர்.ஜான் மார்ஷலுக்கும் நாம் என்றென்றும் நன்றிக் கடன்பட்டிருக்கிறோம்.

சாஞ்சி ஸ்தூபியின் கட்டுமான காலகட்டத்தில் மிகவும் புகழ் பெற்றிருந்த புராதன நகரம் விதிசா ஆகும். சாஞ்சிக்கு அருகில்

அமைந்திருந்த இந்நகரத்தின் ஊடாக சுங்கர் காலத்தில் கங்கைச் சமவெளியையும், மேற்குக் கடற்கரையையும் இணைக்கும் வணிகப் பாதை அமைந்திருந்தது. எனவே மிகப் பெரிய வணிகமையமாக விதிசா விளங்கியதில் வியப்பொன்றுமில்லை.

விதிசா நகரில் வசித்த தந்தக் கடைசல் வேலை பார்ப்பவர்களால் சாஞ்சி ஸ்தூபி தோரண சிற்ப வேலைப்பாடுகள் படைக்கப்பட்டதாக சாஞ்சி ஸ்தூபியின் கிழக்கு வாயிலில் உள்ள ஒரு கல்வெட்டில் குறிப்பிடப்பட்டுள்ளது. தந்தக் கடைசல்களில் கவனமாக, நுட்பமாக செதுக்குவது போன்றே கல்லிலும் கைவண்ணம் காட்டப்பட்டுள்ளது நன்கு தெரிகின்றது. சாஞ்சி கட்டுமான வேலைப்பாடுகள் அனைத்தும் விதிசா நகர மக்களின் நன்கொடைகள் கொண்டே மேற்கொள்ளப்பட்டன என்பது தோரண வாயில்களிலுள்ள 631 கல்வெட்டுப் பொறிப்புகளிலிருந்து தெரிய வருகின்றது. தோட்டக்காரர்கள், வணிகர்கள், வங்கியாளர்கள், மீனவர்கள், இல்லத்தரசிகள், வீட்டுரிமையாளர்கள், பிக்குகள், பிக்குணிகள் என சமூகத்தின் அனைத்துத் தரப்பினரின் நன்கொடையில் வளர்ந்த சாமான்யர்களின் கலைப் படைப்புகளாகும் சாஞ்சி ஸ்தூபி படைப்புகள். நன்கொடை அளித்தவர்களில் பாதிக்கு மேற்பட்டவர்கள் பெண்கள் என்பது குறிப்பிடத்தக்கது. வைதிகக் கடவுளர்களை வணங்கிய சுங்க வம்ச அரசர்களும், சாதவாகன வம்ச அரசர்களும், நேரடியாக பங்கேற்காமல், இக்கட்டுமானங்களுக்கு ஆதரவளித்தனர். ‘சில கிராமங்களின் வருவாயைத் தானமாக ஒதுக்குவது’ போன்ற அடையாள ஆதரவாகும் இவை.

சாஞ்சியிலுள்ள பழமையான ஸ்தூபி (2)

எஞ்சியிருக்கும் புத்தமத ஸ்தூபிகளிலேயே பழமையான ஸ்தூபி சாஞ்சியில் மலைச்சரிவின் நடுவில் அமைந்துள்ளது. மௌரியர் காலத்தில் பிரசித்தமாயிருந்த புத்தமத ஆசான்களின் நினைவுப் பொருட்களை இந்த ஸ்தூபி கொண்டுள்ளது. ஸ்தூபியின் கல்வேலியில் புடைப்புச் சிற்பங்களைக் கொண்ட முழுவட்ட மற்றும் அரைவட்ட

6.14 சாஞ்சி ஸ்தூபி (2)

பதக்கப் பலகைகள் உள்ளன. செல்வத்திற்கு அதிபதியான லெட்சுமியை யானைகள் முழுக்காட்டித் தூய்மைப்படுத்தி வணங்குவது போன்ற புடைப்புச் சிற்பமுள்ளது. தாழ்நிலைப் புடைப்புச் சிற்பமான இது பார்ஹூத்தில் கண்ட கஜலட்சுமி சிலையைப் போன்றேயுள்ளது.

சாஞ்சியிலுள்ள சிறிய ஸ்தூபி (3)

சாஞ்சியிலுள்ள மற்றொரு சிறிய ஸ்தூபி புத்தரின் வைதீக பிரதம சீடர்களான சாரிபுத்திரர், மௌத்கல்யாயனர் ஆகியோரின் அடையாளச் சின்னங்களைக் கொண்டுள்ளது. மெய்ப் பொருளின் பல்வேறு படைப் புகளான மலர்கள், கனிகள், உயிரினங்கள், மனிதர்கள், இதிகாச புராண கதாபாத்தி ரங்கள் ஆகியவை தோரண வாயில்களில் நேர்த்தியாகச் செதுக்கப்பட்டுள்ளன.

6.15 கஜலட்சுமி, சாஞ்சி ஸ்தூபி (2)

புத்தகயா ஸ்தூபி

புத்தரின் வாழ்வோடு நெருக்கமாகத் தொடர்புண்ட இடம் புத்தகயா ஆகும். இங்கு கல்வேலி வட்டவடிவில் அமையாமல் 145அடி x 108 அடி அளவில் நாற்கர வடிவில் அமைந்துள்ளது. கல்வேலித் தூண்களிலுள்ள கல்வெட்டுக்களிலிருந்து இக்கல்வேலிக் கட்டுமானம் சுங்கர் காலத்தைச் சேர்ந்தது என்று முடிவுக்கு வர இயல்கின்றது. கல்வேலியோடு சேர்த்து புத்தர் ஞானமடைந்தபின் நடந்த தூண்களாலான பாதைக் கட்டுமானமும் உருவாக்கப்பட்டது. ஆனால் அஜாக்கிரதையான புனருத்தாரணங்களால் பல வரலாற்றுண்மைகள் (கட்டுமானங்கள்) வெளிச்சத்திற்கு வராமலேயே அழிந்துவிட்டன. பூஜாடி போன்ற அடிப்பகுதியையும், பாரந்தாங்குவது போன்ற உருவச் சிற்பங்களையும் கொண்டதாயுள்ளது நடைபாதை மண்டபத்தூண்.

கருடத்தூண்

சாஞ்சியில் கல்வேலி கட்டப்பட்டுக் கொண்டிருந்த காலத்தில் வைதிகர்களும் பெஸ்நாகர் என்னுமிடத்தில் வாசுதேவன் கோயில் ஒன்றைக் கட்டினர். இவ்வூர் சாஞ்சி, விதிசா நகரங்களுக்கு அருகில் இருப்பதுடன், சுங்கர் நாட்டின் மேற்குப் பகுதிக்குத் தலை நகரமாயிருந்தது. இன்று இக்கோயில் பெரிதும் இடிந்த நிலையிலுள்ளது.

அக்காலத்தில் பலர் இக்கோயிலைச் சுற்றிப் பல கற்றூண்களை நன்கொடையாக நட்டனர். வைதிக மத சம்பந்தமான மிகப் புராதனமான கற்சின்னங்கள் இவைகளேயாகும். இக்கல்தூண்களின் அலங்கார வேலைப்பாடுகள் கலையம்சம் மிகுந்தன. இக்கல்தூண்களில் "கருடத்தூண்" என்பது வரலாற்றுச் சிறப்புடையது. இதனை தட்ச சீலத்தைச் சேர்ந்த ஹிலியோடோரஸ் என்பவர் கடவுள் வாசுதேவனுக்காக நாட்டினார் என்று இங்குள்ள கல்வெட்டில் எழுதப் பட்டுள்ளது. இத்தூண் ஒரே கல்லாலானது; அளவில் சிறியது; ஆனால் வேலைப்பாடு மிக்கது. அகழ்வாராய்ச்சியின்போது வாசுதேவன் கோயிலின் அஸ்திவாரத் திற்கு சுண்ணாம்புச் சாந்து பயன்படுத்தி இணைக்கப்பட்ட செங்கல் கட்டுமானத்தைக் கொண்டிருப்பதை முதன் முறையாகக் காண்கின்றோம். ஆனால் இத்தகு கட்டுமான முறை நெடுங்காலம் பின்பற்றப்படாமல் 13ஆம் நூற்றாண்டில் மொகலாயர் காலத்தில் பின்பற்றத் தொடங்குவது பெரும் வியப்பை அளிக்கின்றது.

6.16 கருடத் தூண்

சுங்கர், சாதவாகனர் காலக்கலை - ஓர் மதிப்பீடு

கல்லில் செய்யும் கலைப் படைப்புகளில் குறுகிய காலத்தில் நல்ல முன்னேற்றம் அடைந்திருப்பதை பார்ஹூத்திலும், சாஞ்சியிலும் உள்ள கல்வேலிகளையும், தோரண வாயில்களையும் ஒப்பிட்டுப் பார்த்தாலே நன்கு புலப்படும். சக்கரம், மரம், திரிசூலம், தாமரை, யாழியும் அதன் மீதுள்ள வீரனும், குள்ள கணங்கள் போன்ற குறியீடுகளைப் பயன்படுத்துவதில் உள்ள வளர்ச்சியை பார்ஹூத் மற்றும் சாஞ்சியை ஒப்பிடுதல் மூலம் அறிந்திட இயலும். ஆனால் கற்கட்டடக் கட்டுமானக் கலையின் வளர்ச்சியில் புதிய அணுகு முறைகளைப் பின்பற்றுவதில் ஓர் தயக்கமிருப்பது போல் தோன்றுகிறது. ஆனால் குடைவரைக் கட்டுமானத்திலமைந்த பௌத்த சைத்தி யங்கள், விஹாரங்கள் மூலம் குடைவரைக் கட்டுமானத்தில் அக்காலத்தில் உலகிலேயே உயர் தொழில் நுட்பத்தை வெளிப்படுத்தி யுள்ளனர் என்றால் மிகையில்லை.

6.17 ஸ்தூபி வழிபாடு
சாஞ்சி மஹாஸ்தூபி

அத்தியாயம் - 7

குடைவரையில் இறையுணர்வு

சாஞ்சி, பார்ஹூத், புத்தகயா போன்ற இடங்களெல்லாம் அசோகரின் ஸ்தூபிக் கட்டுமானங்களால் புனிதத் தலங்களாக மாற்றப்பட்டன. சாதவாகனர் மற்றும் சத்ரபர் வம்ச ஆட்சிக்காலத்தின் போது, புத்த சமூகத்தினரால் இப்புனிதத்தலங்களில் கல்வேலிகள்,

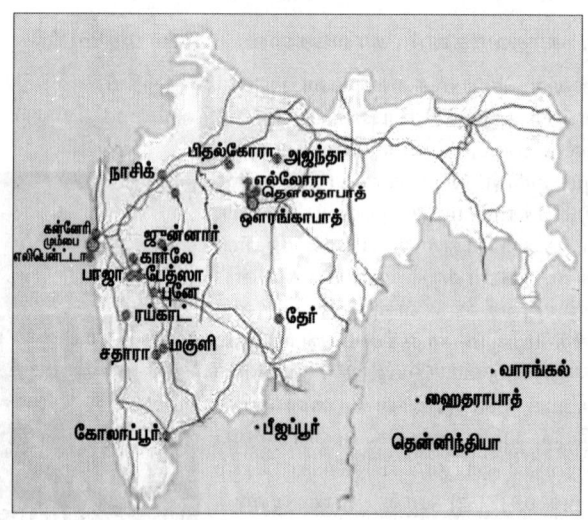

7.1 மஹாராஷ்டிரா குடைவரைகள் இருக்குமிடங்கள்

தோரண வாயில்கள் போன்ற விரிவாக்கக் கட்டுமானங்கள் மேற்கொள் ளப்பட்டன. இதே கால கட்டத்தில் இந்தியாவின் மேற்கு பகுதியில் முற்றிலும் மாறுபட்ட கட்டுமான வளர்ச்சிப் பணிகள் மேற்கொள்ளப் பட்டன. இக்கட்டுமானங்கள் வழக்கமான பாணியில் மரங்கள், கற்கள்

போன்ற தளவாடங்கள் கொண்டு உருவாக்கப்பட்டவைகளல்ல. அன்றாட சராசரி உலகத் துயர்களை மனத்தினின்றும் விலக்கி, இறைச்சிந்தனைகளை உள்வாங்க, மலைகளின் இதயப்பகுதியில் குடைவரைக் கட்டுமானங்களாக மலர்ந்தன. இதனை உருவாக்குவதற்கு ஏதுவாக அமைந்திருந்தது மேற்குத் தொடர்ச்சி மலைகளின் இயற்கையான பாறை அமைப்பு. இதில் மேற்கொள்ளப்பட்ட குடைவரைக் கட்டுமானங்களை வழிபாட்டுக் கூடங்கள் என்று பொருள்படும் சைத்தியங்கள், பிக்குகளின் தங்கும் மடங்கள் என்று பொருள்படும் விஹாரங்கள் என்ற இரு பிரிவினுக்குள் அடக்கலாம்.

உலகிலேயே தலைசிறந்த குடைவரைக் கட்டுமானம்

குடைவரைக் கட்டுமானத்தின் தொடக்கம் பீஹாரில் பராபர் மலைகளில் அஜிவகத் துறவிகளுக்காக அசோகராலும் அவரது பேரன் தசரதனாலும் மேற்கொள்ளப்பட்டது. அரை நூற்றாண்டுக் கால இடைவெளிக்குப் பின்னரே குடைவரைக் கட்டுமானங்கள் அளவிலும், அழகிலும் பிரமிப்பூட்டுவதாக மறுபிறப்பெடுத்தன. மேற்குத் தொடர்ச்சி மலைகளில் 1000 ஆண்டுகளில் 1200க்கும் மேற்பட்ட குடைவரைக் கட்டுமானங்கள் உருவாக்கப்பட்டன.

இதே கால கட்டங்களில் உலகின் பலபகுதிகளிலும் குடைவரைக் கட்டுமானங்களும், சிற்பங்களும் மேற்கொள்ளப்பட்டதொன்றுதான். குறிப்பிட்டுச் சொல்வதெனில் எகிப்திலும், அசிரியாவிலும், கிரேக்கர்களால் லிசியாவிலும், ரோமானியர்களால் பெட்ரோவிலும், முதலில் அக்கமினியர்களாலும் பின் சசானியர்களாலும் பாரசீகத்திலும் குடைவரைக் கட்டுமானங்கள் மேற்கொள்ளப்பட்டன. ஆனால் இவைகளெல்லாம் இந்தியக் கல் தச்சுக் கலைஞர்களின் கைத்திறனுக்கு முன், கற்பனைத் திறனுக்கு முன், பெரிய அளவில் கட்டுமானத்தை மேற்கொள்ளத் திட்டமிடும் துணிவுக்கு முன் எடுபடாமல் மங்கிப் போய்விட்டன என்பதில் இந்தியர்கள் பெருமிதம் கொள்ளலாம்.

இந்தியக் கட்டுமானக் கலைஞர்களின் இச்சிறப்புமிகு குணாதிசயங்களெல்லாம் புத்த சமய சைத்தியங்களில் பளிச்சிடுகின்றன; மெய்ப்பொருள் உறையும் இடந்தான் என்ற எண்ணத்தைத் தோற்றுவிக்கின்றன; தூண்களும், சிற்பங்களும், சுவர் ஓவியங்களும் இவ்வெண்ணத்திற்கு வலுவூட்டுகின்றன.

குகைகளல்ல; குடைவரைக் கட்டுமானக் கலை ஆகும்.

இந்தியாவின் படைப்பாற்றல் மிகு கலை வளர்ச்சியில் ஒரு உயர்வான இடத்தைக் குடைவரைக் கட்டுமானங்கள் பெற்றுள்ளன.

இவற்றைக் குகைகள் என்றுரைப்பது சிறிதும் பொருத்தமற்றதாகும். கட்டுக்கடங்காத மனிதர்களும், வனவிலங்குகளும் வசிக்கும் மலைச்சரிவு பொந்துகளைத்தான் குகைகள் என்றழைப்பது வழக்கம். மனிதனின் கைத்திறனுக்கு, கலைத்திறனுக்குச் சான்றாக மிளிரும் இப்பாணிக் கட்டுமானங்களைக் குடைவரைக் கட்டுமானக் கலை என்றழைப்பதே மிகப் பொருத்தமானதாகும்.

கட்டுமானக் கலை என்பதற்கு உண்மையான பொருளுரைக்கும் எவ்விதக் கட்டுமான நெறிமுறைகளும், குடைவரைக் கட்டுமானங்களில் பயன்படுத்தப்படவில்லை; சைத்தியத் தூண்களும், முகப்பு வளைவுகளும் எவ்விதப் பயன்பாட்டுத் தேவைகளையும் பூர்த்தி செய்வதில்லை; அதாவது தூண்களும், முகப்பு வளைவுகளும், கூரைச் சட்டங்களும் கட்டுமான எடையெதையும் தாங்கவில்லை; மேலும் எவ்வித அழுத்தங்களுக்கும் எதிர்வினையாற்றித் தடுக்கும் பணியையும் செய்யவில்லை. எனவே குடைவரைக் கட்டுமானம் என்ற பெயரை விட குடைவரைச் சிற்பம் என்னும் பெயரே சாலச் சிறந்ததாகும். பெரிய அளவில் மேற்கொள்ளப்பட்ட மகோன்னதமான சிற்பமே குடைவரைக் கட்டுமானமாகும்.

ஹீனயான, மஹாயான, குடைவரைக் கட்டுமானங்களும் பிறவும்

கி.மு. மூன்றாம் நூற்றாண்டு தொடங்கி ஏறத்தாழ 1300 ஆண்டுகள் குடைவரைக் கட்டுமானப் பணிகள் நடைபெற்றன. கி.மு. இரண்டாம் நூற்றாண்டுக்கும், கி.பி. இரண்டாம் நூற்றாண்டின் பிற்பகுதிக்கும் இடைப்பட்ட குடைவரைக் கட்டுமானங்கள் ஹீனயான புத்தசமயப் பிரிவைச் சேர்ந்தது என்பர். அதன்பின் ஏறத்தாழ மூன்று நூற்றாண்டு காலம் குடைவரைக் கட்டுமானப் பணிகள் ஏதும் நடைபெறவில்லை. ஆனால் கி.பி. 5ஆம் நூற்றாண்டுத் தொடங்கிப் பல நூற்றாண்டுகளுக்கு மிகுந்த உத்வேகத்துடன், குடைவரைக் கட்டுமானங்கள் மேற்கொள்ளப்பட்டன; இவை முழுமையான, பல்வேறு விதமான வடிவங்களில் வளர்ச்சியைக் கண்டன; மஹாயான புத்த சமயப் பிரிவினரால் மட்டுமின்றி, வைதீகர்களாலும், ஜைனர்களாலும் குடைவரைக் கட்டுமானக் கலை மேன்மையுற்றது.

ஹீனயான புத்த சமயத்தினர்

புத்தரின் பரிநிர்வாணத்தைக் குறிக்கும் புனிதச் சின்னம் ஸ்தூபி ஆகும். எனவே அது வழிபடுபொருளாயிற்று. ஈமச் சின்னங்களான எலும்பு, சாம்பல் முதலியன புதைக்கப்பட்ட ஸ்தூபி சாரீரக ஸ்தூபி

என்றும், உபயோகித்த பொருட்கள் புதைக்கப்பட்ட ஸ்தூபி பரிபோகிக ஸ்தூபி என்றும் அழைக்கப்பட்டன. மேலும் குடைவரைக் கட்டுமானங்களான சைத்தியங்களிலும் பாறையிலேயே ஸ்தூபி வடிவம் குடையப்பட்டது. இவ்வாறு புத்தரைத் தெய்வ நிலைக்கு உயர்த்தாமல், புத்தமத நெறிகளைக் கடைப்பிடிப்பவர்கள் ஹீனயான புத்த சமயத்தினர் என்று அழைக்கப்பட்டனர். ஹீனயானக் கலைகளில் புத்தர் இடம் பெற்றிருக்கின்றார் என்பதைக் குறிக்க வெற்று சிம்மாசனம், கால்களை வைத்துக் கொள்வதற்கான முக்காலி, அமரும் திண்டு, காலடிச் சுவடுகள் போன்ற குறியீடுகளைப் பயன்படுத்தினர்.

வெகுஜன நன்கொடையில் உருவான குடைவரைக் கலை

மத்திய இந்தியாவிலிருந்து மகாராஷ்டிரக் கடற்கரைக்குச் செல்லும் வணிக வழித் தடங்களுக்கருகிலேயே பெரும்பாலான குடைவரைக் கட்டுமானங்கள் அமைந்துள்ளன. இக்கட்டுமான காலத்தில் உள்நாட்டு வியாபாரமும், மத்தியதரைக் கடல் நாடுகளுடனான வியாபாரமும் வேகமாக விரிவடைந்துகொண்டிருந்தன. இதற்கான வரலாற்றுச் சான்றுகளில் சில: இந்தியாவில் உற்பத்தியான உயர்தர ஆடைகளை வாங்குவதில் பெருமளவில் ரோமானிய பொக்கிஷங்கள் செலவிடப்பட்டன என்று குறித்துள்ளார் ரோமானிய வரலாற்றாசிரியர் மூத்த பிளினி.

கி.பி.69 முதல் 79 வரை ஆட்சி புரிந்த ரோமானிய பேரரசர் வெஸ்பாஸியன் இந்தியாவிற்குத் தங்கம் ஏற்றுமதி செய்வதற்குத் தடைவிதித்து ரோமானியப் பேரரசில் நிதிப் பற்றாக்குறை உருவாவதைத் தடுத்திட முயற்சித்தார்.

இவ்வாறு சிறப்பாகப் பல்கிப் பெருகிய வணிகத்தின் காரணமாக குடைவரைச் சிற்பங்களும், தூண்களும் தனிப்பட்டவர்களின் நன்கொடைகள் கொண்டே உருவாக்கப்பட்டன. நன்கொடை வழங்கியவர்களில் வணிகர்கள், வங்கியாளர்கள், தோட்ட வேலை பார்ப்பவர்கள், விவசாயிகள், மீனவர்கள், இல்லத்தரசிகள், யவனர்கள், கிரேக்கர்கள் போன்ற வெளிநாட்டவரும் அடங்குவர்.

சைத்தியத்தின் அடிப்படைக் கட்டமைப்பு

ஓரளவு வளர்ச்சியுற்ற சைத்தியத்தை இரு பிரிவுகளாகப் பிரிக்கலாம். 1. நீள் சதுர (செவ்வக) முன்மண்டபம் 2. அரைவட்ட வடிவப் பிற்பகுதி. இரண்டும் இணைந்த ஒட்டு மொத்த வடிவமைப்பு கஜபிருஷ்ட வடிவமைப்பு (Apsidal) என்ற பிரசித்தி பெற்ற

வடிவமைப்பாகும். மண்டபத்தின் நீட்டுவசத்தில் இரண்டு வரிசைத் தூண்களுண்டு. இவை இம்மண்டபத்தை மூன்று பிரிவுகளாகப் பிரிக்கும். வழிபாடு நடத்தும் நடுப்பகுதி, திருச்சுற்றாக அமையும் இரண்டு பக்கவாட்டுப் பகுதிகள் என்பவையே அவை. அரை வட்டப் பிற்பகுதியின் நடுவே கல்லில் செதுக்கப்பட்ட ஸ்தூபி இருக்கும். இத்தகைய அமைப்பினால் பக்தர்களில் ஒரு சாரார் மண்டபத்தின் நடுப்பகுதியில் அமர்ந்து வழிபடுவர்; பிறர் ஒருபக்கவாட்டுப் பகுதியில் பயணித்து ஸ்தூபியைச் சுற்றி மற்றொரு பக்கவாட்டுப் பகுதி வழியாக வெளியேறி திருச்சுற்றை முடிக்க இயலும்.

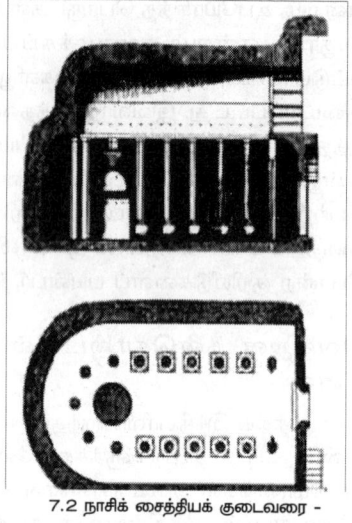

7.2 நாசிக் சைத்தியக் குடைவரை - குறுக்குவெட்டுத் தோற்றம் மற்றும் வரைபடம்

காலத்தால் முந்திய குடைவரைகள் மரவேலை முறைகளைச் சார்ந்தன. காலஞ் செல்லச் செல்ல மரவேலை முறைகள் குறையும். காலத்தால் முந்தைய குடைவரைத் தூண்களின் அடிபருத்து நுனி குறுகி மரத்தூண்களைப் போன்றே தோற்றமளிக்கும். பிற்காலத்து தூண்களின் அடியும், நுனியும் ஒரே அளவுள்ளனவாக இருக்கும். குடைவரைக் கட்டுமானங்களின் காலத்தைக் கணிப்பதில் தூண் அமைப்பு பெரும்பங்காற்றுகின்றது.

7.3 கார்லே சைத்திய மண்டபத்தின் மையப்பகுதி

துவக்க கால ஓலைக் கூரைகளின் அமைப்பை அடியொற்றி பிற்காலத்துக் குடைவரை சைத்தியக் கூரைகளும் வண்டிக்கூடு போன்று அமைக்கப்பட்டன. மரச்சட்ட அமைப்புகள் கூட குடைவரைச்

சைத்தியங்களில் செதுக்கப்பட்டன இக்கூரைச் சட்டங்களுக்கும், தூண்களுக்கும் எவ்விதப் பயன்பாட்டுத் தேவையும் இல்லை. இருப்பினும் இந்த வேலைப்பாடுகள் குடைவரைகளின் அழகைக் கூட்டியதுடன், பக்தர்களின் கவனத்தை ஸ்தூபியின்பால் ஈர்த்துச் செல்வது ஓர் இதமான அனுபவமாகும்.

சைத்தியங்களின் உட்புறத்தைப் போலவே இவற்றின் முகப்பும் கலையழகுமிக்கவை. மண்டபத்தின் மூன்று நீட்டுவசப் பகுதிகளுக்கும் தனித்தனியாக மூன்று நுழைவாயில்களும், இவற்றின் மேற்பகுதிகளில் அழகான வளைவுகளும் அமைக்கப்படும். இவ்வளைவுகளை சைத்தியச் சாளரம் என்பர். இதன் வழியேதான் குடைவரைக்கு வெளிச்சம் வருகிறது. முகப்பிலுள்ள சைத்திய வளைவுகள் துவக்க கால சைத்தியங்களில் எளிமையாகவும், நாளடைவில் மிகுந்த வேலைப்பாடுகளைக் கொண்டுமிருக்கின்றன.

ஹீனயானக் குடைவரைச் சைத்தியங்கள்

7.4 அஜந்தா சைத்தியக் குடைவரை எண்.9 சைத்தியச் சாளரங்கள்

நன்கு முதிர்ந்த பருத்த பாதாங் கொட்டையைக் குறுக்காக வெட்டினால் கிடைக்கும் ஒரு பகுதி போன்ற அமைப்பைக் கொண்டது மேற்குத் தொடர்ச்சி மலையாகும். செங்குத்தான மலைமுகப்பையும் கொண்டுள்ளதால் குடைவரைக் கட்டுமானத்திற்குப் பொருத்தமாக உள்ளது. எனவேதான் நாசிக் நகரிலிருந்து 200 கல் தொலைவு ஆரமுள்ள ஒரு வட்டத்துக்குள் அடங்கும் மேற்குத் தொடர்ச்சி மலைகளில் 8 குடைவரை சைத்தியக் குழுக்கள் அமைந்துள்ளன. கட்டுமான கால அடிப்படையில் அவை பாஜா, கொண்டானே, பிதல்கோரா, அஜந்தா (எண்.10), பேத்ஸா, அஜந்தா (எண். 9), நாஸிக், கார்லி என வகைப்படுத்தலாம். இவற்றுள் முதல் நான்கும் கி.மு. இரண்டாம் நூற்றாண்டையும், பிற கி.மு. முதல் நூற்றாண்டையும் சார்ந்தன. இந்த எட்டு சைத்தியக் குழுக்களல்லாமல் ஜூன்னார், கன்னேரி என்ற இரு சைத்தியக் குழுக்களும் உள்ளன. பம்பாய்க்கருகிலுள்ள சால்செட் தீவிலுள்ள கன்னேரி சைத்தியத்தின் காலம் கி.பி.180 ஆகும்.

விஹாரங்களின் அடிப்படை அமைப்பு

7.5 பேத்ஸா விஹாரக் குடைவரை எண்.11

புத்தபிக்குகள் தங்கும் மடங்களான விஹாரங்களில் பெரும்பான்மையானவை சைத்தியங்களின் அருகிலேயே கட்டப்பட்டன. ஒரு பெரிய சதுர வடிவ மண்டபமும், அதன் மூன்று பக்கச் சுவர்களிலும் பல சிறு குகைகள் வரிசையாய்க் குடையப்பட்டதாகவும் ஓரளவு வளர்ச்சியுற்ற விஹாரம் அமைந்திருக்கும். இக்குகைகளின் தரையில் ஒரு கல்படுக்கை செதுக்கப்பட்டிருக்கும். ஒட்டுமொத்த இத்தொகுப்பு சங்கத்து ஆராமம் (தோட்டம்) என்று பொருள்படும் சங்காராமம் என்றழைக்கப்பட்டது. ஹீனயான காலத்து விஹாரங்களின் நடுமண்டபத்தில் தூண்கள் கிடையாது. இதற்கு பாஜா, பேத்ஸா குடைவரை விஹாரங்கள் நல்ல எடுத்துக்காட்டுகளாகும். இந்த விஹாரங்களின் ஒவ்வொரு குகையும் புத்த சங்க சாதாரண பிக்கு ஒருவரின் தங்குமிடமாகும். புத்தசங்க உயர்நிலை பிக்குகளுக்கான விஹாரம் சில சமயங்களில் சாதாரண பிக்குகளுக்கான விஹாரத்திலிருந்து சற்றுத் தள்ளி அமைந்திருக்கும். கார்லியில் விஹாரம் எண்.4 இதற்குச் சிறந்த சான்றாகும். சில சமயங்களில் குன்றில் குடையப்பட்ட தனி அறையாகக் கூட விஹாரம் அமையும். புத்த பிக்குகளில் போதிசத்துவர் என்று கூறத் தகுந்தோர்க்கான இருப்பிடமாகும் இது. இத்தகு தனி அறை விஹாரங்களையும் கார்லியில் காணலாம்.

அஜந்தாவின் மொத்தம் ஐந்து ஹீனயானக் குடைவரைகளுள் எண். 8, 12, 13 ஆகியன விஹாரங்களாகும். கொண்டானே சைத்தியத்தினருகேயும், பிதல்கோராவிலும் இரண்டு அழகிய விஹாரங்கள் உள்ளன. நாசிக்கில் 3 அழகிய விஹாரங்கள் உள்ளன. இவற்றின் கல்வெட்டுக்களின்படி இவை கி.பி. முதல் நூற்றாண்டைச் சார்ந்தன என்றும், இவை கௌதமீபுத்தவிஹாரம் (எண்.3), நாஹபாண விஹாரம்(எண்.8), ஸ்ரீயக்ஞ விஹாரம்(எண்.15) என்றழைக்கப்படுகின்றன என்றும் அறிகிறோம். இவற்றுள் நாகபாண விஹாரம் காலத்தால் முந்தியது.

குடைவரைக் கட்டுமானங்கள் உருவாக்கப்பட்ட முறை

மலைகளின் இதயப் பகுதியில் சைத்தியங்கள், விஹாரங்கள் ஆகிய நிலைத்த குடைவரைக் கட்டுமானங்களை உருவாக்கிடும் எண்ணம் புத்தபிக்குகளின் மனதில் வடிவம் பெறத் தொடங்கியது. தங்கள் எண்ணவோட்டத்தை நிறைவேற்றிட அவர்கள் அணுகியது கல் தச்சர்களைத்தான். இவர்கள் மலைகளில் இருந்து பாறைகளை வெட்டியெடுத்து, அதனைத் தேவையான அளவில், வடிவில் கற்களைச் செதுக்கும் பணியை நீண்டகாலமாகச் செய்து வந்தவர்கள்.

இந்த பிக்குகள் - கல் தச்சர்கள் கூட்டணி தங்கள் குடைவரை எண்ணவோட்டத்திற்குத் தோதான மலைமுகப்பைத் தேர்ந்தெடுத்தது. தேர்வு செய்யப்பட்ட மலைமுகப்பு இயற்கையாகவே ஓரளவிற்குச் செங்குத்துச் சரிவாக இருக்கும். பிறகு இப்பகுதி நேர்த்தியான செங்குத்துச் சரிவாக இருக்குமாறு வேலைகள் மேற்கொள்ளப்பட்டு சுத்தம் செய்யப்பட்டது. இதனால் கல் தச்சர்கள் நின்று வேலை பார்ப்பதற்கான சமதள கால் ஊன்றும் பகுதி கிடைத்துவிடுகின்றது. அதன்பின் மலையின் செங்குத்துச் சரிவில் கட்டப்படும் மண்டப முகப்பு அடையாளமிடப்படுகின்றது.

இதற்கிடையில் வேலைகள் நடைபெறுவதை மேற்பார்வை யிடுவதற்காக இரண்டு மூன்று பிக்குகள் வேலை முடிவடையும் காலம் வரை இம்மலை முகட்டருகிலேயே இருப்பது வழக்கம். அவர்களின் அன்றாட வழிபாடுகள் தடைபடாமல் தொடரும் விதத்தில் தங்கும்வசதியுள்ள அறைகள் இணைக்கப்பட்ட சின்னஞ்சிறு குடைவரைகளை அருகிலேயே ஏற்படுத்திக் கொள்வது வழக்கம். இத்தகு மேற்பார்வையாளர்களின் சிறிய குடைவரைகளை பாஜா, நாஸிக் (எண்.14) ஆகிய இடங்களில் அமைக்கப்பட்டுள்ளதைக் காணலாம்.

மண்டப முகப்பின் வடிவமைப்பு முன்பே திட்டமிட்டு அடையாளமிடப்பட்டுவிட்டதால், சைத்தியச் சாளரத்தின் மையம் இதுதான் என்று குறிக்க முடிகின்றது. இதனைச் சுற்றி வட்டவடிவில் மலை முகப்பைக் குடையும் வேலை தொடங்கப்படுகின்றது. இப்பொழுது மலைமுகட்டில் உருவாகும் குடைவுத் துவாரம் மூலமாக உட்புறக் குடைவு வேலைகளில் குடைந்தெடுக்கப்பட்ட கற்களை சிரமமின்றி வெளியேற்ற முடிகின்றது. முழுமையான வேலை முடியும் வரை திறந்தே வைக்கப்பட்டிருக்கும் இத்துவாரம். வேலை முடிந்தபின், மரத்தாலான சட்டங்கள் கொண்டு மூடப்படுகின்றது. மலையின்

உட்பகுதியில் குடைந்து வெளியேற்றப்பட்ட கற்கள் முகப்பின் முன் உள்ள முற்றத்திற்குக் கட்டுமான ஊடகமாகப் பயன்படுத்தப்படுகின்றன.

கோணல்மாணலாக இல்லாமல் நேர்த்தியான மண்டபக் கட்டுமானத்திற்காக, கைவினைஞர்கள் சரியான திசையிலிருக்குமாறு உத்தேசமான தளபாதை அமைத்துக் கொள்வர். அப்பாதையில் இருமுனைக் கோடரி போன்ற கனமான ஆயுதத்தின் உதவியால் ஆழமான பள்ளங்களாக அடுத்தடுத்து ஏற்படுத்துவர். இடைப்பட்ட மேடான பகுதிகளை அகலம் அதிகமுள்ள உளிகொண்டு செதுக்கி நீக்கிப் பின் சமன் செய்வர். இவ்வாறு வெவ்வேறு அகல அளவுள்ள உளிகள், சுத்தியல் அல்லது சம்மட்டி, இருமுனைக் கோடரி போன்ற ஆதாரங்கள் கிடைத்துள்ளன. (பெஸ்நாகர் கருடத்தூண் அடிமான அகழ்வாராய்ச்சி) ஆனால் துளையிடும் கருவியையும், ஆப்பையும் பயன்படுத்தியதாகத் தெரியவில்லை.

குடைவரை மண்டபத்தின் உட்புறத்தை உருவாக்கிட மேலே விவரித்த திட்டத்தின்படி மலையின் மேல்பகுதியிலிருந்து கீழ்ப்பகுதி நோக்கிப் பாறையைச் செதுக்கும் பணியைச் செய்ய வேண்டும். இதனால் சாரங்கட்டும் வேலை இல்லை. எனவே மண்டபத்தில் முதலில் முடிவடையும் வேலை விதான வேலைப்பாடுதான். மண்டபத்தின் உட்புறத்திற்குப் பாறையைச் சுத்தமாகக் குடைந்தெடுக்க வேண்டும்; ஆனால் தூண்களுக்கான பாறைப் பகுதிகள் குடையாமல் விடப்படவேண்டும். இவ்வாறு திட்டமிட்டுப் பாறையைக் குடைந்தெடுத்தபின் நேர்த்தியாகத் தூண் அமைத்தல், சுவரைச் சமன் செய்தல், சிற்ப வேலைப்பாடுகளை மேற்கொள்ளுதல் போன்றவை கால் அங்குல அகலமுள்ள உளிகொண்டு நிறைவேற்றப்படும்.

தொடக்க காலக் குடைவரைகளில் உட்புறத்திலும், மண்டப முகப்பிற்கு வெளியே விதானத்துடன் கூடிய கட்டுமானத்திலும், மர வேலைப்பாடுகளும் இணைந்திருந்தன. பெரிய மரச்சட்டங்களை செருகுவதற்காக அமைக்கப்பட்ட துளைகள் அதிக எண்ணிக்கையில் மண்டப முகப்பில் காணப்படுகின்றன. இதே போன்று குடைவரை மண்டப விதானத்திலும், மர வேலைப்பாடுகளைக் கொண்டிருந்த தற்கான ஆதாரங்கள் தென்படுகின்றன. கால வெள்ளத்தில் இவை அழிந்து போயிருக்கலாம்; அல்லது குடைவரை பாணியோடு ஒத்துப் போகாததையுணர்ந்து நீக்கப்பட்டிருக்கலாம்; எது எப்படியோ காலஞ் செல்லச் செல்ல மரஊடக சிந்தனை வடிவமைப்புகளை மறைந்து குடைவரை ஊடகத்திற்கென்றேயுள்ள பிரத்யேகமான சிந்தனைகள் மேலோங்கத் தொடங்கின என்பதைக் குடைவரை வேலைப்பாடுகளின் முன்னேற்ற நிலைகளில் வெளிப்படுகின்றது.

“மலையின் இதயப் பகுதி தெய்வீகத் தன்மை வாய்ந்தது. கலைஞனது வேலை மலையின் இதயப் பகுதியை மறைக்கும் புறப்பகுதிகளைச் செதுக்கி நீக்குவதே” என்ற தத்துவக் கண்ணோட்டம் முற்றிலும் பொருந்துவது குடைவரைச் சைத்தியம், விஹாரக் கட்டுமானங்களில்தான்!

பாஜா குடைவரைக் குழுமம்

புனே மாவட்டத்தில் லோனாவாலா என்ற ஊரிலிருந்து 12 கி.மீ தொலைவில் இந்திராயானி நதிப் பள்ளத்தாக்கை நோக்கியுள்ளது போல் 22 குடைவரைகள் பாஜாவில் அமைந்துள்ளன. குகை முகப்பில் குதிரைலாட வடிவிலான அலங்கார வளைவு எடுப்பாகக் கண்ணில் படுகின்றது. இவை அஜிவக ஜைன துறவியர்க்காக பராபர் மலைக் குடைவரைகளில் செதுக்கப்பட்டிருந்த அலங்கார வளைவை நினைவுபடுத்துகின்றன. ஆனால் இத்தகு முகப்பு வளைவுகள் வருங்காலங்களில் அனைத்து மதத் தவருக்கும் பொதுவான சிற்பக் கருத்துருவாக மாற்றமடையவிருக்கின்றன.

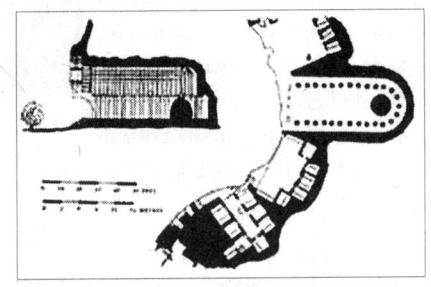

7.6 பாஜா குடைவரைக் குழும அமைப்புத் தோற்றமும், சைத்தியத்தின் குறுக்குவெட்டுத் தோற்றமும்

காலவோட்டத்தின் காரணமாகவும், தட்பவெப்ப நிலை காரணமாகவும் வெளியிலிருந்து பார்த்தாலே மண்டப உட்புறத்தின் பெரும்பகுதி கண்ணில் படும்படியான திறந்த நிலை அலங்கார வளைவு போல் மண்டப நுழை வாயிலும், முகப்பும் அமைந்துள்ளன. ஆனால் கட்டுமான காலத்தில் முகத்தின் முன்புறப் பகுதி தூண்கள் தாங்கி நிற்கும் கூரையுடைய (போர்டிகோ) மரவேலைப்பாடாய் இருந்திருக்கும். இதேபோல் மண்டபத்தின் விதானமும், குடையுடன் கூடிய ஸ்தூபியின் மேல்பகுதியும் மரவேலைப் பாடுகளைக் கொண்டிருந்திருக்கும். இதற்கான சுவடுகள்

7.7 சைத்திய முகப்பு, பாஜா.

இடம் பெற்றிருந்தாலும், தற்போது காணப்படும் ஸ்தூபி பாறையில் செதுக்கப்பட்டதாய் எளிய வடிவுடையதாயுள்ளது.

55 அடி x 26 அடி அளவுடையதாய் சைத்திய (12) மண்டபம் அமைந்துள்ளது. மண்டபத்தின் உயர்ந்தபட்ச உயரம் 29 அடி ஆகும். மூன்றரை அடி அகலமுடையதாய் திருச் சுற்று அமைந்துள்ளது. மரக்கட்டுமானத்தை அடியொற்றி 11 அடி உயரமுள்ள தூண்கள் செங்குத்து நிலையிலிருந்து 5 அங்குல அளவு உட்சாய்ந்தாற் போல் அமைக்கப்பட்டுள்ளன. இதனால் சற்றே பாதிப்படையும் மண்டபத்தின் பொலிவை விதானத்திலுள்ள அழகிய வரிவில் வளைவுகள் சமன் செய்து விடுகின்றன.

7.8 பாஜா விஹார வாயில்

18ஆம் எண் குடைவரை விஹாரமானது குறிப்பிடத்தக்க அழகுடையதாகும். விஹாரத்தின் முன் உள்ள தாழ்வாரத்தின் வலது பக்கச் சுவரில் அரச குடும்பத்தைச் சேர்ந்த ஆண் மகன் போன்ற உருவத்தைப் பெற்றிருக்கும் சூரியன் வானில் ரதத்தைச் செலுத்துவது போன்ற சிற்பம் அமைந்துள்ளது. குதிரைகளின் குளம்படியில் மிதி பட்டு உருக்குலைந்து கிடப்பது 'இருள்' அசுரனாய் இருக்க வேண்டும்! யானைமேல் சவாரி செய்யும் இந்திரனின் தாழ்நிலைப் புடைப்புச் சிற்பப் பலகையும் அமைந்துள்ளன. அகலம் குறைந்த, உயரம் அதிகமுள்ள சிற்பப் பலகையில் இடம் பெறும் இச்சிற்பம் சுங்கவம்ச காலச் சிற்பப் பாணியில், அச்சில் வார்த்த சுடுமண் சிற்பத்தைப் போன்றுள்ளது. ராஜமாதா மாயாவிற்கு சித்தார்த்தர் பிறந்தபோது, துணியால் சுற்றப்பட்ட குழந்தையை பிரம்மாவுடன் சேர்ந்து இந்திரனும் வாங்குவது போன்ற சிற்பமும் உள்ளது. சிற்பங்களின் மேல் சுண்ணாம்புக் கலவை பூசப்பட்டு வர்ணமும் பூசப்பட்டிருந்தது என்பதை மறந்திடலாகாது.

கொண்டானே குடைவரைகள்

பாஜா குடைவரை காலத்திற்குப் பின் குடையப்பட்ட கொண்டானே குடைவரைக் குழுமம் உலாஸ் (Ulhas) என்ற ஓடையை நோக்கியவாறு அமைந்துள்ளது. ராய்காட் (Raigad) மாவட்டத்தில் காபோலி (Khapoli) என்ற ஊரிலுள்ள இக்குடைவரைகளுக்குச் செல்வது சற்று கடின மாயிருக்கின்ற காரணத்தால், இவற்றின் முக்கியத்துவம் குறைத்து மதிப்பிடப்படுகின்றது.

இந்தியக் கலை வரலாறு

7.9 கொண்டானே குடைவரை

பாழடைந்த நிலையிலும், சைத்தியத்தின் உன்னதமான முகப்பு, பார்வையாளர்களைப் பரவசத்தில் ஆழ்த்துகின்றது. முகப்பு வளைவின் இருபுறத்திலுள்ள இரண்டு தூண்கள் பாஜா குடைவரையைப் போல் முழுக்க, முழுக்க மரத்தால் ஆனவையல்ல; மாறாக இவ்விரு தூண்களின் ஒருபகுதி பாறையில் செதுக்கப்பட்டிருப்பது, கட்டுமான வளர்ச்சியின் அடுத்தபடி எனலாம். அதே போன்று குடைவரை முகப்பின் அலங்கார வளைவிலும் பாஜா குடைவரையைக் காட்டிலும் திடமான வளைவரையாக முன்னேற்றமடைந்துள்ளது.

66 அடி x 26 1/2 அடி சைத்திய மண்டபத்தின் அதிகபட்ச உயரம் 28 அடிக்கும் மேலுள்ளது. சைத்தியத்தை அடுத்துள்ள

7.10 கொண்டானே சைத்திய முகப்பு

விஹாரம் விசாலமாகவும், வசீகரமாகவும் உள்ளது. விதானத்தில் குறுக்கும், நெடுக்குமாக கனகச்சிதமாக உத்திர வலைப்பின்னல் அமைந்துள்ளது.

முகப்புச் சிற்பங்களிலுள்ள ஆண்களும், பெண்களும் வெகு இயல்பாக, வெளிப்படையாக, உணர்வுகளை வெளிப்படுத்துகின்றனர். பிற்காலச் சிற்பங்களில் காணமுடியாத நட்புணர்வையும், அன்பையும் வெளிப்படுத்துகின்றனர். குடைவரை முகப்பின் கீழ்ப்பகுதியிலுள்ள சிற்ப உருவங்கள் பெரிதும் சிதிலமடைந்துள்ளன. எஞ்சியிருப்பது முகந்தெரியாத தலை மட்டுமேயுள்ள ஒரேயொரு சிற்பந்தான். முகப்பின் கீழ் உள்ள கல்வெட்டிலிருந்து கன்கா என்போரின் மாணவன் பாலகா அளித்த நன்கொடையால் உருவானது என்ற செய்தி தெரிய வருகின்றது.

பிதல்கோரா குடைவரைகள்

அவுரங்காபாத்தின் வடமேற்கே கிட்டத்தட்ட 50 கி.மீ. தொலைவில் மனித சஞ்சாரமில்லாமல் இயற்கையழகு கொஞ்சும் இடத்தில்

அமைந்துள்ளவை பிதல்கோரா குடைவரைகள் ஆகும். மலையமைப்பில் உள்ள ஏதோவொரு குறைபாடு காரணமாக: 1) எண்கள் 3, 4 உடைய இரு குடைவரைகள் தவிர மற்றவை அழிந்து போய் விட்டன; 2) இக்குடைவரை களிலும் அழிவின் காரணமாக சில தூண்கள் அரைகுறையாக நின்ற காரணத்தால், இவற்றைக் கட்டுமானத்தின் மூலமே முடிக்க வேண்டியதாயிற்று.

7.11 பிதல்கோரா - சைத்தியக் குடைவரை (4)

3) ஸ்தூபியும் இல்லை. நடைச்சுற்றின் விதான வளைவும் கல்லிலேயே செதுக்கி உருவாக்கியிருப்பது மரஊடகத்திலிருந்து கல்ஊடகத்திற்கு மாற முயற்சிக்கும் அடுத்த வளர்ச்சிப்படியாகும். சைத்தியக் குடைவரை எண் மூன்றில் கி.பி. ஆறாம் மற்றும் ஏழாம் நூற்றாண்டில் தீட்டப் பட்டுள்ள ஓவியங்களிலிருந்து இக்குடைவரைகள் ஏறத்தாழ 800 ஆண்டுகள் புழக்கத்தில் இருந்தது தெரிய வருகின்றது. குடைவரை நான்கின் முகப்பு பீடப்பகுதியில் இயல்பான உருவ அளவுள்ள யானைகள் தங்கள் முதுகுகளில் குடை வரையைத் தாங்கிக் கொண்டி ருப்பது போல் சிற்பங்கள் செதுக்கப்பட்டுள்ளன. இக்கருத்துரு கார்லே, எல்லோரா (எண்: 16) குடைவரைகளில் பின்பற்றப் பட்டுள்ளது. இடைக்காலத்தில் அனைத்து மதத்தவரும் பின்பற்றும் பொதுக் கருத்துருவாக பிரபல்யமடைந்துவிட்டது. யானைகள் தங்களின் துதிக்கையுதவியால் பெண்தெய்வம் லட்சுமிக்கு நீராபிஷேகம் செய்து துதிப்பது போன்ற கஜலட்சுமியின் சிற்பம் நுழைவாயிலில் உள்ளது. வாயிலின் இருபுறமும் காவல் காத்து நிற்கும் துவார பாலகர்கள் இளமைத் துடிப்புடன், விரிந்த கண்களுடன் ஆளுயரச் சிற்பங்களாக

7.12 பிதல்கோரா - சைத்தியத் தூண் ஓவியங்கள்

வடிக்கப்பட்டுள்ளனர். சாஞ்சியில் உள்ளது போன்றே புன்முறுவலுடன் கூடிய குள்ளகணம் ஒன்றின் சிற்பமும் உள்ளது. கன்ஹதாஸ் என்ற பொற்கொல்லனின் அன்பளிப்பு இந்தக் குள்ள கணம் என்பது இங்குள்ள கல்வெட்டிலிருந்து தெரிய வருகின்றது.

அவுரங்காபாத்திலிருந்து 100 கி.மீ தொலைவில் உள்ள அஜந்தா, கலை வரலாற்றில் சிறப்பான இடத்தைப் பிடித்துள்ள ஒன்றாகும். வாகோரா ஆற்று அரிமானத்தில் உருவான குதிரைக் குளம்பு

7.13 அஜந்தா - குடைவரை எண் 10 மற்றும் 9

வடிவிலமைந்த மலைச்சந்தினுள் அஜந்தாவின் 31 குடைவரைகள் அமைந் துள்ளன. இவைகள் இரண்டு காலகட்டங்களில் குடையப் பட்டவைகளாகும். இதில் முதல் காலகட்டக் குடைவுகளைச் சேர்ந்தவை 10, 9 என்று எண்களிடப்பட்ட குடைவரைகளாகும். இரண்டினுள் காலத்தால் மூத்தது குடைவரை எண் 10 ஆகும்.

7.14 அஜந்தா ஓவியம்

பெரிய அளவில் (100 அடி x 40 அடி x 33 அடி) குடையப் பட்ட குடைவரை எண் 10 மிகவும் சிதிலமடைந்த நிலையில் உள்ளது. பெரிய அளவிலான ஸ்தூபியின் மேதி எனப்படும் அடிமான மேடை இரண்டு அடுக்குகளாக

அமைந்துள்ளது ஒரு மாற்றமாகும்.இதற்குமுன் அரைக்கோள வடிவிலேயே உருவாக்கப்பட்ட ஸ்தூபியின் அண்டபகுதியானது இங்கு சற்று உயரம் கூடத் தொடங்கியிருப்பது மற்றொரு மாற்றமாகும்; மனதைக் கவரும் சுவரோவியங்களை (Murals) இங்குக் காணலாம். சாஞ்சியில் கண்ட புடைப்புச் சிற்ப உருவங்களின் உடை, தலைப்பாகை, உடையணியும் முறையைப் போன்றே இந்த ஓவியங்களிலும் காணப்படுவதால், இவற்றின் காலம் கி.மு. இரண்டாம் நூற்றாண்டெ ன ஊகிக்க முடிகின்றது. இந்த காலகட்ட ஓவியங்களில் நமக்குத் கிடைத்துள்ளவை இவை மட்டுமே. இக்குடைவரையிலேயே 800 ஆண்டுகளுக்குப் பின் வரையப்பட்ட சுவரோவியங்களையும் காணலாம்.

குடைவரை எண்.9

அஜந்தாவில் குடைவரை எண் 9இன் சைத்திய முகப்பானது முழுக்க முழுக்க பாறையிலேயே செதுக்கப்பட்டுள்ளது; எவ்வித மரவேலைப்பாடு இணைப்பும் கிடையாது; முகப்பின் வடிவமைப்பு மண்டப நுழைவாயில், திருச்சுற்றுப் பகுதியின் இரு சாளர வாயில்கள் ஆகியவற்றை மிகச் சமச்சீராய் கொண்ட அமைப்பிலுள்ளது. இவை மூன்றின் மேலும், இவற்றின் பாதுகாப்புக் குடை போன்ற, வெளியே நீட்டிக் கொண்டிருக்கும் தாழ்வாரம் (Lintel sunshade) போன்ற இணைப்பு மனதைக் கவருமாறு உள்ளது. இதற்கும் மேல் இசைவாணர்களின் காட்சிக் கூடம் போன்று தோற்றமளிக்கும் சைத்திய சாளர அடிமட்ட படிக்கட்டை (பலகைக்கல்) அகலமாய் அமைந்துள்ளது. இவையனைத்திற்கும் மேலாக அழகிய வளைவரை வடிவில் செதுக்கப்பட்டுள்ள சைத்திய வளைவின் கீழ் அடங்கினாற் போல் சைத்திய சாளரம் அமைந்துள்ளது. சைத்திய வளைவைச் சுற்றியுள்ள சமதள சுவர்ப்பகுதியெங்கும் சிறிய அளவில் குறுக்கு நெடுக்கான வடிவமைப்புள்ள தட்டியமைப்பு போன்ற சாளரங்கள் அலங்காரமாகச் செதுக்கப்பட்டுள்ளன.

ஒட்டுமொத்த சைத்தியத்தின் உட்புறம் கஜப்பிருஷ்ட அமைப்பில் இல்லாமல் செவ்வக வடிவிலேயே அமைந்துள்ளது. ஆனால் ஸ்தூபியும், தூண்களின் வரிசை இரண்டும் சேர்ந்து கஜப்பிருஷ்ட அமைப்பைக் கொடுக்கின்றன. திருச்சுற்றின் விதானமும் வளைவாக அமைக்கப்படாமல் சமதளமாகவே அமைந்துள்ளன. தூண்கள் அனைத்தும் செங்குத்தாகவே அமைந்துள்ளன. (பாஜா, கொண்டாளே குடைவரைத் தூண்கள் உட்புறம் லேசாக சாய்ந்திருந்தது). தூண்கள் வரிசைக்கு மேலுள்ள மரவேலைப்பாடுகளாலான உத்தர வலைப் பின்னலை அகற்றிவிட்டனர். இதனால் கிடைத்த விசாலமான சுவர்ப் பகுதியில், விதானத்தில் ஆறாம்

நூற்றாண்டில், புகழ் பெற்ற அஜந்தா ஓவியப் பாணியில், சுவரோவியங்கள் தீட்டுவதற்குப் பொருத்தமான இடமாகப் போய்விட்டது. குகை முகப்பில் காணப்படும் புத்தரின் உருவச் சிற்பங் களெல்லாம் பிற்காலச் சேர்க்கைகளே.

7.15 அஜந்தா - சைத்தியத்தின் உட்தோற்றம் (9)

நாசிக், ஜூன்னார் சைத்தியக் குடைவரைகள்

சிறிய அளவிலான சைத்தியக் குடைவரைகளுக்குள் நாசிக் நகரின் பாண்டுலேனா சைத்தியமும், ஜீன்னாரில் உள்ள முடிவுறாத மன்மத (Manmoda) சைத்தியமும் அடங்கும். முழுக்க, முழுக்க பாறைக்குடை வரைகள், மரவேலைப் பாடால் அமைந்த இடைப்பாதையோ, தூண்களாலான தாழ்வாரமோ குடைவரை முகப்பில் இல்லை என்பதே இவ்விரண்டு சைத்தியங்களுக்குமிடையேயுள்ள ஒற்றுமையாகும்.

7.16 நாசிக் - சைத்திய முகப்பு

அரைவட்ட வடிவில் செதுக்கப்பட்ட அடையாள அலங்கார வேலைப்பாடு முகப்பிலுள்ளது. இவ்வமைப்பு பாண்டுலேனாவில் நுழைவாயிலுக்கு மேலுள்ளது; ஜீன்னாரிலோ சைத்திய சாளர வளைவுக்கு மேலுள்ள பகுதியெங்கிலும் இடம் பெற்றுள்ளது. சைத்திய சாளர வளைவைச் சுற்றியுள்ள பகுதிகளில் அரைத்தூண்களால் தாங்கப்படுவது போன்று அழகிய வளைவுகள் செதுக்கப்பட்டுள்ளன. பாண்டுலேனாவில் காணப்படும் புதினமான அலங்கார வேலைப்பாடு கருத்துருவாகும்.

தூண்கள் வெறுமனே நிற்பதற்கும், எடையைத் தாங்குவதற்கும் மட்டுமல்ல; அலங்கார கருத்துருக்களும் ஏற்ற பகுதியே என்பதை உணர்ந்துள்ளனர் பாண்டுலேனா குடைவரை வடிவமைப்பாளர்கள். இதன் முதற்படியாக பலகையொன்றிருக்குமாறு செதுக்கியுள்ளனர்.

எளிமையான தூண் உச்சி அலங்கரிப்புக்குக் காரணம், ஒருவேளை, தூணின் அடிப்புறத்தில் அலங்கரிக்கக் கவனம் செலுத்தியதாயிருக்கலாம். ஏனெனில் முதன் முறையாக பூர்ண கும்பங்களிலிருந்து எழுவது போன்று தூண்கள் அமைந்துள்ளன. வேத காலத்தில் மரத்தூண்களின் அடிப்பாகம் ஈரம்பட்டோ அல்லது கறையான் அரித்தோ பாதிக்கப்படமாலிருக்கும் பொருட்டு பானை போன்ற அமைப்பின் மூலம் தூண்களின் அடிப்பாகங்களை மறைத்திருந்தனர். இக்கருத்துரு இங்கு தொடங்கி அலங்காரக் கருத்துருவாகத் தொடரவிருக்கின்றது. மேலும் இத்தூண்கள் உயரமானதாகவும், மெலிந்தும் காணப்படுவது முந்தைய காலக் குடைவரை சைத்தியங்களில் இருந்து மாறுபடும் வளர்ச்சி முன்னேற்றமாகும். தூண்களின் உயரத்தில் கருத்துருவானது சமகால கிரேக்க, ரோமானிய சிறந்த கட்டுமானங்களில் தூண்களமைப்பு விகிதாச்சாரத்தோடு ஒத்துப் போகின்றது.

இதற்கு முந்தைய காலகட்ட சைத்தியக் குடைவரைகளில் இசைவாணர்களின் பகுதியானது முகப்புக்கு வெளிப்புறம் நீட்டப்பட்டிருக்கும் பலகணி இணைப்புப் பகுதியாயிருக்கும். ஆனால் பாண்டுலேனாவில் நுழைவு வாயிலுக்கு மேலாக மண்டபத்தின் உட்புறம் இந்த இசைவாணர் இணைப்புப் பகுதி இருந்திருக்க வேண்டும். ஏனெனில் இத்தகு மரவேலைப்பாடுகளை இணைப்பதற்கு அத்தியாவசியமான மரம் பொருந்து குழிகள் போன்ற செதுக்கல் வேலைகளைக் காணமுடிகின்றது. ஸ்தூபியின் அரைக்கோள வடிவ அண்டப் பகுதியின் உயரத்தைக் கூட்டும் மனவோட்டத்தை இங்கும் காண்கின்றோம்.

பேத்ஸா குடைவரைகள்

முதல் கட்ட சைத்தியக் குடைவரைகளில் முழுவளர்ச்சியடைந்த சான்றுகள் பேத்ஸா, கார்லே சைத்தியக் குடைவரைகளாகும். இரண்டிலுமே முகப்பு வேலைப்பாடுகள் இதற்கு முந்தைய குடைவரைகளிலிருந்து பெரிதும் மாறுபடுகின்றன. மண்டபத்தின் முக்கிய நுழைவாயிலானது மிகப் பெரிய தூண்களுடன் கூடிய நினைவுச் சின்ன முன்வாயில்களால் மறைக்கப்படுகின்றது.

பாஜா சைத்தியக் குடைவரைகள் இருக்கும் மலைத் தொடரின் தெற்குப் பகுதியில் பேத்ஸா அமைந்துள்ளது. இங்குள்ள சைத்தியத்தின் பெரும்பகுதி வெளி உலகத்தார் கண்களில் படாதவாறு மலையின் பாறைப் பகுதிகளால் மறைக்கப்பட்டுள்ளது. இந்தியச் சிந்தனை மரபுகளில், எவையெல்லாம் அதிமுக்கியத்துவம் வாய்ந்தவைகளோ, அவைகளெல்லாம் சராசரி மனிதர்களின் பார்வைக்குப் புலப்படாதவாறு

வைக்கப்படும். சைத்தியத்தினுள் நிலவும் அமைதியினையும், இறையானந்தத்தையும் ஒருவர் பெற முயற்சி எடுத்தல் அவசியம்.

7.17 பேத்ஸா - சைத்திய முகப்பு

முகப்பில் அமைந்துள்ள தாழ்வாரத்தின் அரைத் தூண்கள், முன்நுழைவு வாயிலிலுள்ள இரண்டு பெரிய தூண்கள் ஆகியவற்றின் வடிவமைப்பும், இது நடைமுறைப்படுத்தப்பட்ட செயல் முறைகளும்தான் சைத்திய முகப்பைக் குறிப்பிடத்தக்க தாக்குகின்றன. ஏனெனில் இவ்வாறு விலாவாரியாகச் செதுக்கப்பட்டுள்ள மேல்கட்டுமானமானது சைத்தியக் கூரையின் முக்கிய உத்திரத்தைத் தாங்குகின்றது. ஆனால் முகப்புப் பகுதி முழுவதுமே மலைப்பாறையிலிருந்து குடைந்து உருவாக்கப் பட்ட ஒரே பகுதியென்பதையும் கவனத்தில் கொள்ள வேண்டும்.

7.18 பேத்ஸா சைத்தியக் குடைவரையின் தூண் உச்சியிணைப்புச் சிற்பங்கள்

அசோகரின் ஒரே கல்லாலான தனித்தூண்களின் அடிப்படைத் தன்மையைத் தாழ்வாரத் தூண்கள் பெற்றுள்ளன; 200 ஆண்டுக்கால குடைவரை அனுபவம் ஏற்படுத்தியுள்ள சிற்சில மாற்றங்களையும் கொண்டுள்ளன. தூண் உச்சி இணைப்புகளிலுள்ள தலைகீழாகக் கவிழ்க்கப்பட்ட தாமரை மலர் போன்ற புத்தக் குறியீடுகளில் மிகச்சிறிய மாற்றங்கள் மட்டுமே தென்படுகின்றன. ஆனால் தூண்களின் பூர்ணகும்ப அடிப்பகுதி, எட்டுப் பட்டையுள்ள எண் கோண வடிவத் தண்டுப் பகுதி, பல்வேறு தூண் உச்சியிணைப்புகள் ஆகிய புதினங்களில் இந்தியாவிற்கே பிரத்யேகமான ஆதிநாள் கலைக் கருத்துருக்கள் புத்துயிர் பெற்றிருப்பதையும் காணமுடிகின்றது.

தூண்களின் உச்சியில் இடம் பெற்றுள்ள விலங்குகளும், அவற்றின்மேல் சவாரி செய்வோரும் நம் கவனத்தை ஈர்க்கின்றனர்.

மண்டிபோட்டு அமர்ந்த நிலையில் ஒரு பக்கத்தில் குதிரையும், மறுபக்கத்தில் யானையும் உள்ளன. இவை ஒவ்வொன்றின் மீதும் ஓர் ஆண், பெண் அதிக ஆபரணங்களுடனும், மிகக் குறைவான ஆடையணிந்தும் அமர்ந்துள்ளனர். இவ்வமைப்பிலுள்ள சிற்பங்கள் சாஞ்சி கலைவேலைப்பாடுகளை நினைவு கூர்வது போலுள்ளது. ஆண்கள், பெண்கள், விலங்குகள் ஒன்றிசைந்து இவ்வுலக வாழ்வில் நிம்மதி பெற்றிருக்கும் நோக்கமுடையதாய் தன்னிறைவுடனும், தன்னம்பிக்கையுடனும் தோற்றமளிக்கின்றனர். இவையனைத்திற்கும் மேல் உத்திரங்களும், இவற்றை இணைக்கும் குறுக்குத்தள கட்டைகளும், தாழ்வார விதானத்தின் பிற மரவேலைப்பாடு கூறுகளும் தெள்ளத் தெளிவாகச் செதுக்கப்பட்டுள்ளன. தாழ்வார வேலைப்பாடுகள் அனைத்தையும் உள்ளடக்கினாற்போல் கல்வேலி வடிவமைப்புடைய தடுப்புச் சுவருடன் முகப்புக் குடைவுகள் முடிவடைகின்றன.

தாழ்வாரத்தினுள் அமைந்துள்ள முக்கிய உள்முகப்பானது வழக்கமான பாணியில் நுழைவாயில், சைத்தியச் சாளரம், சைத்திய வளைவுகள் ஆகியனவற்றைக் கொண்டுள்ளது. சைத்திய வளைவில் உயரம் கூடியிருப்பதால், ஒட்டுமொத்தக் குடைவு அதிக உயரமுடையதாய் தோற்றமளிக்கின்றது.

வெளிப்புற அதிகப்படியான வேலைப்பாடுகளுக்கு மாறாக மண்டபம் எளியதாய், சிறியதாய் (45 $^1/_2$ x 21 அடி) வேலைப்பாடற்ற எளிய தூண்களுடையதாய் உள்ளது. மண்டபத்தின் இறுதியில், மலையின் இதயப் பகுதியில் ஸ்தூபி உள்ளது. மாய வெளி உலகினிலிருந்து மெய்ப்பொருளை நாடி வரும் பக்தனுக்கு, மெய்ப்பொருள் தோற்றம் எளிமையாய்த்தானே இருக்க வேண்டும்.

கார்லே குடைவரைச் சைத்தியம்

ஹீனயான குடைவரைச் சைத்திய மண்டபங்களின் உச்சகட்ட வளர்ச்சியை கார்லே சைத்தியக் குடைவரையில் காணலாம். மலையைக் குடைந்து உருவாக்கப்பட்ட சைத்தியங்களில் அளவில் மிகப் பெரியதும், அழகில் மிகச் சிறந்ததும் கார்லே சைத்தியம்தான். "இந்தியாவிலேயே மிகச் சிறந்த பாறை மாளிகை இதுதான்" என்று இங்குள்ள கல்வெட்டொன்று உரைக்கின்றது. "நஹபானா என்ற அரசனின் மருமகன் உஷவதத்தா என்பவரின் அன்பளிப்பு இங்குள்ள விஹாரம்; இந்த விஹாரத்தில் தங்கியிருக்கும் புத்த பிக்குகளைப் பேண ஒரு கிராம நிதியை நன்கொடையாக அளித்துள்ளார்" என்ற செய்தியை மற்றொரு கல்வெட்டிலிருந்து அறிந்துகொள்கிறோம். பாஜா குடைவரைகள்

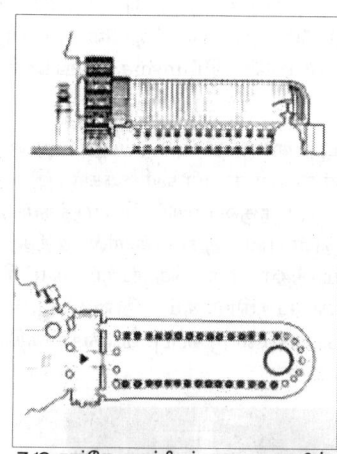

7.19 கார்லே சைத்தியக் குடைவரையின் குறுக்கு வெட்டுத் தோற்றம் மற்றும் வரைபடம்

இருக்கும் மலைத் தொடருக்கு எதிரேயுள்ள மலையில் அமைந் துள்ளன கார்லே குடைவரைகள்.

பேத்ஸாவில் உள்ளது போன்றே மண்டபத்தின் முக்கிய நுழைவாயிலானது பாறைகளைச் செதுக்கி உருவாக்கப்பட்ட தடுப்புகளின் மூலம் வெளி உலகத்தவர் கண்களில் படாதவாறு மறைக்கப் பட்டுள்ளது. சமீப காலத்தில் புதிதாகக் கட்டப்பட்ட கோயிலும் இச்சைத்தியத்தை மறைக் கின்றன. இருப்பினும் கார்லே சைத்திய மண்டபத்தைக் காண முயல்பவர்களுக்குக் கிடைக்கும் கலைவிருந்தும், மன அமைதியும், இறையானந்தமும் அலாதியானதுதான்.

7.20 கார்லே சைத்திய முகப்பு

குடைவரை உருவாக்கத்தின் போது குடைந்து வெளியேற்றப்பட்டுக் குடை வரைமுன் குவித்து வைக்கப்பட்டுள்ள கற்கூளங்கள் உயரமான மேடை போல் உள்ளன. இதன் மேல் நின்று கார்லே குடைவரையைப் பார்த்தால் கண்ணில்படுவது பிரம்மாண்டமான சிம்மஸ்தம்பம்தான். இதைப் பார்ப் போரின் ஆன்மாவானது பூஜனையாலும், பிரமிப்பாலும் நிரப்பப்படுகின்றது. பேத்ஸாவைப் போல் இந்தத் தூண்கள் மண்டப முக்கிய வாயிலுக்கு முன்புள்ள தாழ்வாரக் கட்டுமானத்தின் ஒரு பகுதியல்ல. மாறாக தாழ்வார நுழைவாயிலுக்கும் முன்பாகவே பக்கத்துக் கொன்றாக எவ்வித ஆதாரமுமின்றித் தனித்து நிற்கின்றன. அகலமான உருளை வடிவப் பாறை அடிமானம், 16 பட்டைகளுடன் கூடிய தூணின் தண்டுப்பகுதி, கவிழ்ந்த தாமரை மலர்ப்பகுதி, சிங்கங்களைத் தாங்குவதற்கான சதுர வடிவ பீடம் அடிமானம், சிங்கங்கள், சிங்கங்கள் தாங்கிக் கொண்டிருக்கும் உலோகத்தாலான

சக்கரம் என்றுள்ள சிம்மஸ்தம்பத்தின் தோற்றம் கீழிருந்து மேல்நோக்கி நகரும் கண்களுக்கு விருந்தாகின்றது. 50 அடி உயரத்துடன், சாரநாத் அசோகர் தூணைப் போன்ற கார்லே சிம்மஸ்தம்பங்களில் எஞ்சியிருப்பது ஒன்றுதான்.

தாழ்வார முன்புறச் சுவரமைப்புக் குடைவின் கீழ்ப்புறம் மூன்று நுழைவாயில்கள், மேற்புறம் தூண்களாலான சாளர வரிசைகள், இவை இரண்டிற்குமிடையே மரஉத்திரங்கள் செருகுவதற்குப் பொருத்தமான துவாரங்கள் போன்றவை அமைந்துள்ளன. துளைகளில் உத்தரங்களைச் செருகி உருவாக்கப்படும் மரத்தாலான தொங்கும் காட்சிக் கூடமானது இசைவாணர்களுக்கான பகுதியாகும். இவை இன்று இல்லாவிட்டாலும், குடையப்பட்ட காலத்தில் முகப்பு அலங்காரத்தின் ஓர் முக்கிய அங்கமாகும், இசை வாணர்கள் அமர்ந்து இன்னிசை நிகழ்த்த அமைந்த இந்த தொங்கும் காட்சிக் கூடப்பகுதிக்குச் செல்ல சிம்மஸ்தம்பத்திற்குப் பின்புறம் இடது பக்கத்தில் அமைந்திருந்த படிக்கட்டுகளைப் பயன்படுத்த வேண்டியிருந்திருக்கும். மூன்று நுழைவாயில்களில் ஒன்றைப் பயன்படுத்தி தாழ்வாரத்தினுள் நுழைந்தால் சைத்தியச் சாளரம், அலங்கார வளைவுகள், புடைப்புச் சிற்பங்கள் போன்ற தாழ்வாரத்தின் உட்பகுதி (மண்டப முகப்பின் வெளிப்பகுதி) வேலைப்பாடுகள் அனைத்துமே காட்சிக்குப் புலனாகின்றன.

7.21 யானைகள் தாங்கும் சைத்தியமுகப்புப் பக்கச் சுவர்

தாழ்வாரத்தின் உட்புறச் சுவரமைப்பு குடைவுகளின் பெரும் பகுதியை பிரம்மாண்டமான சைத்தியச் சாளரம் பிடித்துக் கொள்கின்றது. இந்த சைத்தியச் சாளரமானது குதிரைலாட வடிவமைப்புள்ள மிகப் பெரிய சைத்திய அலங்கார வளைவினுள் உள்ளடங்கினாற் போன்றுள்ளது. சைத்தியச் சாளர துவாரத்தினை அடைக்கும் மரவேலைப்பாடுகளின் ஒருபகுதியை இன்றும் காணலாம். இம்மரவேலைப்பாடுகளின் கீழ்ப் பகுதியானது அரைவட்ட வடிவில் செடி கொடிகள் பரவுவதற்கேற்ற பின்னல் தட்டி போன்ற அமைப்பில் உருவாக்கப்பட்டிருந்ததைக் காண நமக்குக் கொடுப்புவினை இல்லை.

சைத்தியத் சாளர வளைவின் இருபுறமும் மற்றும் தாழ்வாரப் பக்கச்சுவர் போன்ற குறுகிய சுவரமைப்பக் குடைவுகளி லெல்லாம் அலங்கார கல்வேலி களால் பிரிக்கப்பட்ட சிற்பப் பலகைகள் உள்ளன. ஆனால் அவற்றில் சில மஹாயான காலத் திணிப்புகளாதலால் ஒட்டு மொத்த முகப்பு அலங்காரத்துடன் ஒத்துப் போகவில்லை. மனித வடிவை விட பெரிய அளவில் செதுக்கப்பட்டுள்ளன இந்த ஆறு சிற்ப ஜோடிகள்; இவர்கள் கட்டுடலுடனும், உயிர்த் துடிப்புடனும் உள்ளனர். வாழ்க்கைத் தொடர்ச்சிக்கு உத்தரவாதமளிக்கும் இயற்கைக் கொழிப்பிற்கு அடையாளமான யக்ஷர், யக்ஷிகளே இவர்கள். பார்ஹூத்திலும், சாஞ்சியிலும் உள்ள ஸ்தூபியின் தோரண வாயில்களில் தனித்தனியே பிரிக்கப்பட்டு இருந்த இவர்கள், இங்கோ, ஆண், பெண் காதல் ஜோடிகளாக, மிதுனர்களாகப் படைக்கப்பட்டுள்ளனர். ஜோடிகளுக்கிடையே காணப்படும் அந்நியோன்யம் உலகியல் உற்சாகங்களை இயற்கையில் காணப் பெறும் ஒருங்கிசைவை வெளிக் கொணர்கின்றது. முழு வளர்ச்சி அடைந்த ஆரோக்கியமான, இளமையான, இறுக்கமான, சதை பிடிப்புடனுள்ள, கற்பனையில் உதிர்த்த உடல் அமைப்பே செதுக்கப்பட்டுள்ளது. இச் சிற்பங்கள் இந்தியக் கலையின் உள் மூச்சுக் காற்றைத் துல்லியமாக வெளிப்படுத்துகின்றன.

7.22 கார்லே தூண் உச்சியிணைப்புகளில் விலங்குகளின் மேலமர்ந்த ஜோடிகள்

பிதல்கோராவில் உள்ளது போன்றே தாழ்வாரப் பக்கச் சுவர்களின் கீழ்ப்பகுதியில் இயல்பான அளவில் பாதி அளவுள்ள யானைகள், உயர்நிலைப் புடைப்புச் சிற்பங்களாகச் செதுக்கப்பட்டுள்ளன. இந்த யானைகள் செதுக்கப்பட்ட காலத்தில் உண்மையான தந்தங்களைப் பெற்றிருந்தன. இவைகள் தங்களுக்கு மேலுள்ள குடைவரைப் பகுதியைச் சிரமமின்றித் தாங்குவது போன்று செதுக்கப் பட்டிருப்பதுதான் முகப்பலங்காரத்தின் மிகச் சிறப்பான கருத்துரு ஆகும். இத்தகு சிறப்பான வேலைப்பாடுகளின் மூலம் ஈர்க்கப்படும் பக்தனின் மனதானது ஸ்தூபியைச் சந்திக்க தயார்ப்படுத்தப்பட்டுள்ளது.

7.23 கார்லே உச்சியிணைப்பு ஜோடிகள்

சைத்திய மண்டபத்தினுள் நுழைய மூன்று நுழைவாயில்கள் உள்ளன. மத்தியில் உள்ள நுழைவாயில் சங்கத்தில் உயர்நிலை வகிப்போர்க்குரியது. சற்று மேடான நடைபாதையின் மூலம் இந்த மத்திய வாயிலை அடைய முடியும். இந்த நடைபாதையின் இருபுறமும் தரைத்தளமானது தாழ்வாக, உயரங்குறைந்த நீர்த் தொட்டி போன்றுள்ளது. இப்பகுதியில் நிரப்பப்பட்ட நீரைக் கடந்து தான் திருச்சுற்றின் நுழைவாயிலை அடைய முடியும். இயற்கையாகவே வெளியுலக மாசுகள் நுழையும் பக்தனின் கால்களிலிருந்து அகற்றப்பட்டுவிடுகின்றன. சைத்தியத் திருச்சுற்றின் பேரமைதி ஏற்படுத்தக் கூடிய எடுப்பான நிலைத்த தன்மையில் நிச்சயமாக நெக்குருகிப் போய் விடுவான். 124 அடி X 46 1/2 அடி X 45 அடி அளவுள்ள இம்மண்டபம் இக்குடைவரைக்காலம் வரையிலான குடைவு மண்டபங்களில் மிகப் பெரியதாகும். ஆயிரம் ஆண்டுகளுக்கு முன் இங்கு நிலவிய உன்னதமான சமயச்சூழலின் அதிர்வலைகள் இன்றும் தவழ்வதை உணர இயலும். அத்துவானப் பகுதியில் குடையப்பட்ட இம் மண்டபம் கலையழகு மிக்கது; கம்பீரத் தோற்றத்தின் மூலம் மனதை வசீகரிக்கக்கூடியது; இத்தகு புனித பகுதிகளை அத்துவான மலைப்பகுதியில் குடைவிப்பதற்கு அசாத்திய துணிச்சல் வேண்டும்; அதற்குக் காரணம் மாபெரும் ஆசானான புத்தபிரான் மேல் கொண்ட அளவற்ற பக்தியேயாகும். இப்பக்தியின் காரணமாக மிகவுயர்ந்த குடைவரைத் திட்டம் மூளையில் உதித்ததையும் அதற்குச் செயல் வடிவம் கொடுக்கப்பட்ட முறையையும் எவ்வளவு பாராட்டினாலும் தகும்.

இம் மண்டபத்தின் தூண்களமைப்பு, விதான அமைப்பு, சைத்தியசாளர அமைப்பு மற்றும் இம் மூன்றையும் தூக்கலாக எடுத்துக்காட்டும் ஒளியமைப்பு மேலாண்மை ஆகிய நான்குமே தனித் தன்மையோடும், அதே சமயம் ஒன்றிணைந்தும் சிறப்பாக நடைமுறைப்படுத்தப்பட்டுள்ளன.

பக்கச்சுவர்களுக்கு (திருச்சுற்றுச் சுவர்களுக்கு) இணையாகவும் ஸ்தூபியைச் சுற்றியும் மொத்தம் 37 தூண்கள் அமைந்துள்ளன. இரு தூண்களுக்கு இடைப்பட்ட தூரம் தூணின் விட்டத்தைவிடச் சற்றே

கூடுதலாகும். எனவே முந்தைய பிற குடைவரைச் சைத்தியங்களில் காண முடியாத அளவிற்குத் தூண்கள் நெருக்கமாக உள்ளன. ஸ்தூபியை சுற்றியுள்ள 7 தூண்கள் மட்டும் மரபுப்படி எண்கோண வடிவில் எளிமையாய் அமைந்துள்ளன. மற்ற 30 தூண்களும், வெளிப்புறம் உள்ள சிம்மஸ்தம்பங்களைப் போன்றே உயர்தர வேலைப்பாடுகளுடைய தாய் செதுக்கப்பட்டுள்ளன.

பூர்ணகும்ப அடிமானம், தூண் உச்சியில் செதுக்கப்பட்டுள்ள உருவச் சிற்பங்கள் ஆகிய கூறுகளில் மட்டுமே சிம்ம ஸ்தம்பங்களி லிருந்து மண்டபத் தூண்கள் மாறு பட்டுள்ளன. ஒவ்வொரு தூணின் உச்சியிணைப்பாக இரு யானைகள் மண்டியிட்டமர்ந்த நிலையில் நேர்த்தியாக செதுக்கப் பட்டுள்ளதை மைய மண்டபத்தி லிருந்து காண இயலும்.

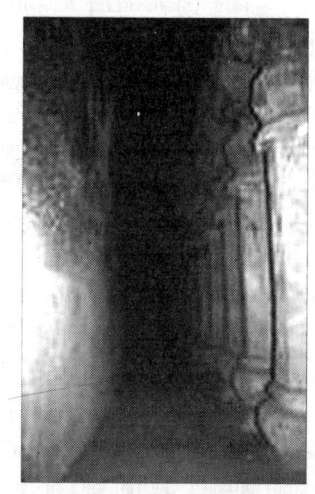

7.24 கார்லே சைத்தியம். திருச்சுற்றுப் பகுதி

ஒவ்வொரு யானையின் மேலும் ஆண், பெண் ஜோடி யோ அல்லது இரு பெண்களின் ஜோடியோ அன்புணர்வு ததும்ப நேயத் தழுவலில் அமர்ந்துள் ளனர். எவ்வித சங்கோஜமும் இல்லாமல் மகிழ்வுடன் வாழ்க் கையை அனுபவிக்கும் பாவனை யை வெளிப்படுத்துகின்றனர். இந்த உச்சி இணைப்புக்கு மறுபுறம், திருச்சுற்றிலிருந்து காணும் வகையில் அமைந் துள்ள உச்சியிணைப்பும் முழுக்க முழுக்க இது போன்றதேயாகும்; யானையின் இடத்தைக் குதிரை பிடித்துக் கொண்டுவிட்டது என்பதுதான் ஒரே வேற்றுமை.

7.25 கார்லே சைத்தியம் - ஸ்தூபியின் மேல்பகுதி மற்றும் குடைவரை விதானப் பகுதி

குடையப்பட்ட காலத்தில் குதிரைகள் உலோக வேலைப்பாடுகள் கொண்டு அலங்கரிக்கப்பட்டிருந்தன; சிற்ப யானையின் தந்தங்களுக்கு வெள்ளியோ அல்லது அசல் தங்கமோ பயன்படுத்தப்பட்டிருந்தது.

தூண் இணைப்பு உருவங்களுக்கு மேலாக உயரமான வளைந்த விதானம் அமைந்துள்ளது. நிழல் படர்ந்த விதானப்பகுதிகளில் சிறிதளவே துருத்திக் கொண்டிருக்கும் வளைவு வேலைப்பாடுகள் அரசல் புரசலாகத் தெரிகின்றன. இவ்வளைவுகள் கல்லில் செதுக்கப்படவில்லை, மாறாக தனித்தனி மரத்துண்டுகளில் இருந்து இழைக்கப்பட்டு விதானச் சுவருடன் இணைக்கப்பட்டுள்ளன. ஸ்தூபி இருக்கும் வளைந்த விதானப் பகுதியின் மையத்தில் குவியும் தோற்றத்தில் மர வளைவுகள் அமைந்துள்ளன. மரஇணைப்புகளில் காணப்படும் சாயப் பூச்சுகளிலிருந்து, மண்டபத்தின் பெரும் பகுதி வர்ணப்பூச்சிற்கு உட்படுத்தப்பட்டிருந்தது புலப்படுகின்றது.

ஸ்தூபி எளிமையாய், பக்தியுணர்வூட்டுவதாய் அமைந்துள்ளது. மாறுபட்ட அளவுள்ள உருளை வடிவ இரண்டடுக்கு அடிமானம், மேல் கீழ்த் திருச்சுற்றுக்களை நிர்ணயிக்கும் இரண்டு கல் வேலிகள் அமைப்பு: எளிய அரைக் கோள வடிவ அண்டப்பகுதி, குடையைத் தாங்கும் பெரிய ஹர்மிக அடிமானம், இதில் தாழ்நிலைப் புடைப்பில் செதுக்கப்பட்டுள்ள வேலிகள், இவையனைத்திற்கும் மேலாக தாமரை மலர் வடிவில் மரவேலைப்பாட்டில் அமைந்துள்ள விரித்த குடை என்றமைந்துள்ளது ஸ்தூபி.

கட்டுமானம், அழகுபடுத்துதல், குறியீடுகள் போன்ற அடிப்படைக் கூறுகளெல்லாம் திறம்பட ஒருங்கிணைக்கப்பட்டுள்ளன. இருந்தாலும் இவற்றை மேம்படுத்திக் காட்டுமாறு சைத்தியச் சாளரத்தின் வழியே கசிந்து வரும் ஒளியமைப்பு மேலாண்மையானது மிக முக்கிய கூறாகும். கண்களைக் கூச வைக்கும் சூரிய ஒளியைத் திசை திருப்பி மண்டபத்தினுள் அனைத்துப் பகுதிகளிலும் வெவ்வேறு அளவுகளில் வெளிச்சம் படுமாறு திறம்படச் செயல்படுத்தப்பட்டுள்ளது. தாழ்வார முகப்பின் மேல்புறச் சாளரங்களின் மூலம் முதலில் சூரிய வெளிச்சம் வடிகட்டப்படுகின்றது. இதனைக் கடந்து வரும் சூரிய ஒளிக்கதிர்கள் சைத்தியச் சாளர மரத்தட்டியடைப்புகளால் பல கூறுகளாகப் பிரிக்கப்பட்டு, பின் ஸ்தாபி மேல் சீராகப் படுகின்றது. இதன் காரணமாக ஸ்தூபி எதிரேயுள்ள தூண்களடங்கிய மண்டபப்பகுதி வெவ்வேறு அளவுகளில் வெளிச்சமுடையதாய் அமைந்துள்ளது. இருப்பதிலேயே மிகக் குறைந்த வெளிச்சமுடைய இருள் பகுதி நடைச் சுற்றுப் பகுதிதான். நிழலும் வெளிச்சமும் கலந்த ஒளி மேலாண்மையால் பக்தி உணர்வை அதிகரிக்கும் குடைவரைகளில் குறிப்பிட்டுச் சொல்லத் தக்கது கார்லே சைத்திய மண்டபமாகும்.

குடைவரையின் வெவ்வேறு பகுதிகளையும், தூண்களையும் செதுக்கிடப் பொருளுதவி செய்தவர்களில் கிரேக்கர்களும் அடக்கம். குறைந்தது 400 ஆண்டுகளுக்கு மேல் கார்லேயில் வழிபாடு நடைபெற்றது.

ஜுன்னார் குடைவரைகள்

கி.மு. இரண்டாம் நூற்றாண்டிலிருந்து கி.மு.முதலாம் நூற்றாண்டு வரை பல குடைவரைகள் குடையப் பட்டுள்ளன. இவைகளில் பெரும் பாலானவை சிறிய அளவிலமைந்தவைகளேயாகும். தெல்ஜாலேனா (Teljalena) என்ற குடைவரை குழுமத்திலுள்ள ஒரு சைத்திய மண்டபம் முற்றிலும் மாறுபட்ட வடிவமைப்புடைய ஆரம்ப கால குடை வரையாகும். 20 அடி விட்ட அளவுள்ள வட்ட வடிவ மண்டபத்தின் மத்தியில் 18 அடி உயரமுடைய ஸ்தூபி அமைந் துள்ளது. எளிய, எட்டுப் பட்டையுடைய, 12 தூண்கள் ஸ்தூபியைத் தாங்குகின்றன.

7.26 ஜின்னார் கணேஷ் லேனா சைத்தியம் (6) மைய மண்டபம்

கணேஷ்லேனா என்றழைக் கப்படும் மற்றொரு குடைவரைக் குழுமத்திலுள்ள 6ஆம் எண் சைத்திய மண்டபம் குறிப்பிடத் தக்கது. நாசிக் குடைவரை சைத்திய மண்டபத்தைப் போன்றேயுள்ளது. சுவர்ப்பகுதிகள் சந்திக்கும் இடங்களின் 19 வேலைப்பாடுகள் எல்லாம் மர ஊடகத்தில் அமையாமல், பாறையிலேயே செதுக்கப்பட்டுள்ளன. மண்டபத்தின் நீளம் 45 அடி தான். கார்லே குடைவரை தூண்களைப் போன்றே வேலைப்பாடுகளையுடைய 5 தூண்கள் நடைச்சுற்றுக்கு இணையாக அமைந்துள்ளன. தூண் உச்சியிணைப்புகளில் புலி, யானை, பெண் தலையும் சிங்க உடலும் கொண்ட விலங்கு போன்றவை ஜோடிகளாக தனித்து இடம் பெற்றுள்ளன. சிறிய அளவிலான சைத்திய மண்டபங்களுக்கு ஓர் சிறந்த சான்றாகும் இச்சைத்திய மண்டபம்.

புனே மாவட்டத்தில் உள்ள ஜுன்னாரின் அருகிலுள்ள நான்கு மலைகளிலேயே இக்குடைவரைகளெல்லாம் அமைந்துள்ளன. சைத்திய மண்டபங்களைக் காட்டிலும், விஹாரங்களே அதிகமாகக் குடையப்பட்டன. சுலைமான் மலையில் குடையப்பட்ட விஹாரமே

மிகப் பெரியதாகும். இதற்கு இடது புறத்திலுள்ள சைத்திய மண்டபம் கி.பி.இரண்டாம் நூற்றாண்டில் குடையப்பட்டதென்பதை கல்வெட்டிலிருந்து அறிந்து கொள்கின்றோம்.

கன்னேரிக் குடைவரைகள்

கி.பி.180இல் குடையப்பட்ட கன்னேரியிலுள்ள சைத்திய மண்டப எண் 3 ஆனது குறிப்பிடத்தக்கதொன்றாகும். சிறு சிறு ஓடைகள் சல சலவென்று ஓடிக் கொண்டிருக்கும் இயற்கையெழில் கொஞ்சும் ஏற்றப் பகுதியில் இந்த சைத்திய மண்டபம் அமைந்துள்ளது. முழுமை பெறாத இக்குடைவரை மண்டபமானது கார்லே சைத்திய மண்டப அளவில் மூன்றில் இரு பங்கு அளவுடையதாகும்; ஆனால் தரத்தில் சற்று நலிவடைந்ததாகவும் உள்ளது.

கி.பி. ஒன்றாம் நூற்றாண்டு தொடங்கி ஆயிரம் ஆண்டுக் கால புத்த மத கலை வளர்ச்சியை அறிந்துகொள்ள இச்சைத்திய மண்டபம் உதவியாய் உள்ளது; குடையப்பட்ட சிறிது காலம் மட்டுமே இம்மண்டபம் பயன்பாட்டில் இருந்தது; பின் ஹீனயான புத்தப் பிரிவு செல்வாக் கிழந்து விட்டதால், பல நூற்றாண்டுகள் பயன்பாட்டில் இல்லை; பின் கி.பி.5 ஆம் நூற்றாண்டில் மஹாயான பிரிவைச் சேர்ந்த புத்த பிக்குகளால், அவர்களின் சமயச் சடங்குகளுக்கு ஏற்ற வேலைப் பாடுகள் மேற்கொள்ளப்பட்டன. மஹாயான காலத்தில் மண்டப முகப்பில் செதுக்கப்பட்ட சிற்பங்களே காண்போரைக் கவர்கின்றன. மண்டப முகப்பு இடை பாதையின் இரு பக்க முனைகளிலும் 25 அடி உயர பிரம்மாண்டமான புத்தரின் சிற்பம் செதுக்கப்பட்டுள்ளது. சைத்திய மண்டபத்தினுள்ளே மஹாயான கால வேலைப்பாடுகள் எதுவும் மேற் கொள்ளப்படவில்லை.

7.27 கன்னேரி குடைவரை எண் 67
சுவர்ச் சிற்பங்கள்

படிகளின் மூலம் தான் சைத்திய மண்டபத்தின் வெளி முற்றத்தை அடைய முடியும். பாறைகளினாலேயே வேலியமைக்கப்பட்ட இம் முற்ற

வாயிலில் துவார பாலகர்கள் இரு புறமும் காவல் புரிகின்றனர். வெளி முற்றத்தின் முடிவில் மண்டப இடைப் பாதைக்கு (இடை நாழி) முன்பாக இரண்டு சிம்ம ஸ்தம்பங்கள் உள்ளன. இவை தனித்து நிற்கும் தூண்களல்ல; பாறையோடு இணைக்கப்பட்டவைகளே; எண் கோண வடிவத் தண்டுப் பகுதியின் மத்தியில் அழுத்தங்களைத் தாங்குமமைப்பு இடைச் செருகப்பட்டுள்ளது. தூண் உச்சியணைப்பு அடிமானத்திற்கு மேல் எடையைத் தாங்கும் உயரங்குறைந்த சிற்ப உருவங்கள் உச்சிணைப்புகளைத் தாங்குமாறு செதுக்கப்பட்டுள்ளன.

7.28 கன்னேரி பிரிஹத் புத்தர்

சிம்ம ஸ்தம்பங்களை தாண்டினால், இடைப்பாதை முகப்பு சுவரமைப்பானது மண்டபத்தை மறைக்கின்றது. இச்சுவரமைப்பின் கீழ்ப் பகுதியில் மூன்று சதுர வடிவ நுழைவாயில்களும், மேல்புறத்தில் 5 சாளரங்களும், உத்திரங்கள் பொருத்தமாக இணையுமாறு துவாரங்கள் பலவும் அமைந்துள்ளன. எனவே மர வேலைப் பாடாலான இசைவாணர் பகுதி அந்தரத்தில் தொங்கிக் கொண டிருக்குமாறு இம்முகப்புச் சுவருடன் இணைக்கப் பட்டிருக்க வேண்டும். சைத்திய மண்டபத்தின் ஒவ்வொரு பகுதியிலும் இணைப்புத் துவாரங்கள் காணப்படுவதால், ஆரம்பக் கால குடைவரைகளைப் போன்றே வளர்ச்சியடைந்த காலங்களிலும் சரி பாதி அலங்கார வேலைப்பாடுகள் மர ஊடகத்தில் மேற்கொள்ளப்பட்டிருந்தன என்பது தெளிவாகின்றது.

வெளி முகப்புச் சுவர், இடைப்பாதை, உள்முகப்பு சுவர் அதில் மூன்று நுழைவாயில்கள், மேலே சைத்தியச் சாளரம் என்று மரபு வழி பிறழாமல் உள்ளன. சைத்தியச் சாளரம் இதற்கு முந்தைய காலக் குடைவரைகளில் காணப்படுவது போன்று சிறப்பாக அமையவில்லை. கஜ பிருஷ்ட அமைப்பில் மரபுப்படி மண்டபம் அமைந்துள்ளது; அதாவது இரு புறங்களிலும் திருச்சுற்றுகள், இடையில் தூண்கள், மண்டப முடிவில் எளிய வடிவ ஸ்தூபி என்றமைப்பிலேயே எளிமையாய் உள்ளது.

குடைவரைத் தொழில் நுட்பம் தேய்வடைந்திருந்தாலும் சிற்ப வடிவமைப்பு மேன்மையுற்றுள்ளது. ஒட்டு மொத்தத்தில் ஹீனயான புத்த சமயப் பிரிவு செல்வாக்கிழந்துகொண்டிருந்த நிலை அப்பட்டமாக இக்குடைவரை வேலைப்பாட்டில் வெளிப்படுகின்றது.

பக்தி பரவசம்

இன்றைக்கு இக்குடைவரை சைத்தியங்களெல்லாம் வெறுமையாய்த் திகழ்கின்றன. 2000 ஆண்டுகளுக்கு முன்னர் இக்குடைவரைகளில் நடத்தப்பட்ட வழிபாட்டுச் சடங்குகள் இன்றும் திபெத் நாட்டு வழிபாட்டுக் கூடங்களில் பின்பற்றப்படுகின்றன. இதனை உற்று நோக்குவதன் மூலம், குடைவரைச் சைத்திய மண்டபங்களில் நடைபெற்ற வழிபாட்டுக் காட்சிகளை மனதினுள் படம் பிடிக்க இயலும். இச்சைத்தியங்களில் வழிபாட்டுணர்வு உச்சகட்டத்தில் இருந்த காலத்தில் முகப்பில் இணைக்கப்பட்டு அந்தரத்தில் நிற்கும் மரவேலைப்பாடாலான இசைவாணர் பகுதியிலிருந்து இசைவாணர் அதிகாலையில் எழுப்பும் இசை மலைகளில் எதிரொலிக்கும். இசை ஒலித்த சிறிது நேரத்திற்கெல்லாம் முன் முற்றப் பகுதியும், தாழ்வாரப் பகுதியும் காவியுடை அல்லது மஞ்சள் உடை உடுத்திய புத்த பிக்குகளால் நிரம்பி வழியும்; இவர்கள் மணங்கமழும் ஊதுபத்தி, சாம்பிராணிப் புகையினூடே திருச்சுற்றுப் பகுதியில் வலம் வருவர்; அதன்பின் மத்திய மண்டபத்தில் தூண்களடியில் விரிக்கப்பட்ட வண்ணப் பாய்களில் அமர்வர். ஸ்தூபிக்கு அருகில் வலது கை பக்கத்தில் உயரமான இடத்தில் விரிப்புகளும், மென்மையான திண்டும் கொண்டிருக்கும் மரத்தாலான அரியணை, மடத்தின் தலைவருக்காகப் போடப்பட்டிருக்கும்; அனைவரும் அமர்ந்து மண்டபத்தில் அமைதி நிலவியதும், வழிபாடு தொடங்கும். புனித புத்தகங்களிலிருந்து வாசிப்புகளும், உச்சாடனங்களும் நடைபெறும். இடையினிடேயே மண்டபத்தினுள் இடம் பெயர்ந்துள்ள இசைவாணர்களின் இன்னிசையும் ஒலிக்கும்; இவ்வாறு நடைபெறும் வழிபாடானது பக்தி சிரத்தையுடையதாய் கலாரசனையுடையதாய் அமைந்திருக்கும். புத்த பிக்குகளின் வண்ண ஆடைகளுக்கும், கலாரசனையுடன் பின்னப்பட்ட பாய் திண்டுகளுக்கும் இணையாக மேலே சுவர்களில் வரையப்பட்டுள்ள வண்ணச் சுவரோவியங்களும் மற்றும் மண்டபத்தின் நேர்த்தியான குடைவுக் கூறுகளும் ஒன்றிணைந்து இச்சைத்திய மண்டபத்தை இறையுணர்வு தவழும் பக்தி பரவசப் பகுதிகளாக மாற்றிவிடும்.

குடைவரைக் கலை இந்தியா தழுவியது

மேற்குத் தொடர்ச்சி மலைகளில் ஹீனயான குடைவரைகள் குடையப்பட்ட காலத்தில், இந்தியாவின் கிழக்குப் பகுதியில் ஒரிஸ்ஸா மாநிலத்தில் கட்டக் நகரருகில் சமண விஹாரங்கள் குடையப்பட்டன. கலைக் கருத்துருக்களும் பாணிகளும் இந்தியாவின் மேற்குப் பகுதி தொடங்கி கிழக்குப் பகுதி வரை பரிமாறிக் கொள்ளப்பட்டன என்பது சில கட்டுமான ஒற்றுமைகளிலிருந்து தெள்ளத் தெளிவாகின்றது. ஒரியக் குடைவரைக் குழுமமானது உயரங்குறைந்த கண்டகிரி, உதயகிரி ஆகிய குன்றுகளில் பெரிதும் சிறிதுமான சுமார் 35 சமண விஹாரங்களைக் கொண்டுள்ளன.

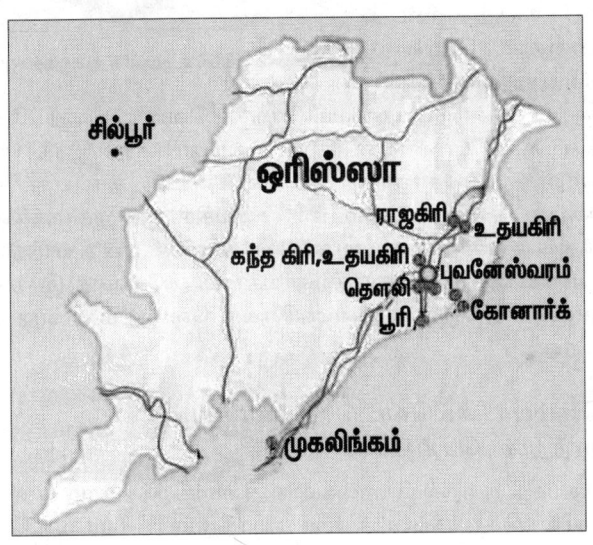

7.29 குடைவரைப் பகுதிகள் - ஒரிஸ்ஸா

குடைவரை விஹாரங்கள் அமைந்திருக்கும் கண்டகிரி, உதயகிரி குன்றுகளானவை, வைதிகக் கோயில் நகரமான புவனேஸ்வரத்திலிருந்து வெகு தொலைவில் இல்லை. எனவே இக் குன்றுகளைச் சுற்றியுள்ள பகுதிகனைத்தும் வரலாற்றோடு தொடர்புடைய புனிதப் பகுதிகள் என்பதில் எவ்வித சந்தேகமும் இல்லை. புத்தர் இறந்த பிறகு, அவரது ஈமச் சின்னங்களில் ஒன்றான இடது கோரைப் பல்லானது (left canine tooth) ஒரிஸ்ஸாவின் பங்காயிற்று. இந்தப் பல் பத்திரமாக பாதுகாக்கப்பட்ட தந்தபுரி நகரமானது கண்டகிரி, உதயகிரி குன்றுகளுக்கு

அருகிலுள்ள ஏதாவதொரு நகராய்த்தானிருக்க வேண்டும்; புவனேஸ்வரமாகவும் இருக்கலாம் அல்லது பூரிநகரமாகவும் இருக்கலாம்; எது அந்நகரம் என்பதற்கான தடயங்கள் முற்றிலுமாக அழிந்துவிட்டன.

7.30 கணேஷ் கும்பா, உதயகிரிக் குன்றுகள், ஓரிஸ்ஸா

ஆனால் இக்குடைவரைப் பகுதிகளுக்கு அருகிலுள்ள தௌளிக் குன்றில் அசோகரின் பாறைசாசனம் அமைந்திருப்பது இக்குடைவரைப் பகுதிகளின் புனிதத்தை, தொன்மையை உறுதிப்படுத்துகின்றது. தௌளிப்பாறையிலிருந்து வெளிவருவது போன்று செதுக்கப்பட்ட யானையின் சிற்பம் அழகுமிக்கது. இந்த யானைச் சிற்பமானது அசோகரின் கல்வெட்டைக் காப்பது போல் செதுக்கப்பட்டுள்ளது. கண்டகிரி, உதயகிரி குன்றுகளுக்கிடையே அமைந்துள்ள புனிதப் பாதையானது பக்தர்களின் புனித யாத்திரையின் நோக்கமாகிய ஸ்தூபி தரிசனத்திற்குரியதாகும். அநேகமாக, இந்த ஸ்தூபி புவனேஸ்வரத்தில்தான் அமைந்திருக்க வேண்டும் என்று நம்பப்படுகின்றது.

ஹாதிகும்பா கல்வெட்டு உணர்த்தும் வரலாற்றுச் செய்திகள்

உதயகிரி குன்றில் இயற்கையாக அமைந்திருந்த தாழ்வான குகைப் பாறையில் செதுக்கப்பட்டுள்ள ஹாதிகும்பா (யானைக் குகை) கல்வெட்டானது கி.மு. 160 காலத்தைச் சேர்ந்தது. இக்கல்வெட்டு பிராமி எழுத்தில் பிராகிருத மொழியில் பொறிக்கப்பட்டுள்ளது. இதிலிருந்து சுங்கர்கள் காலத்தில் கிழக்குத் தக்காணத்தில் ஆட்சிபுரிந்த முக்கியமான கலிங்கத்து மன்னர் காரவேலரது ஆட்சியைப்பற்றி அறிந்துகொள்ள முடிகின்றது.

காரவேலர் ஜைன மதத்தைச் சேர்ந்தவராவார்; ஓரியக் குடைவரை விஹாரங்களைத் தங்கள் தங்குமிடங்களாக ஏற்றுக்கொண்ட அஜிவகத் துறவிகள் சமூகத்திடம் காரவேலர் தனிப்பற்று வைத்திருக்க வேண்டும்; பராபர் மலைக் குடைவரைகளில் வசித்த அஜீவகர்கள் பேரரசர் அசோகரின் மரணத்திற்குப் பின் அரசவம்ச ஆதரவை இழந்தனர், இவர்கள் ஜைன மன்னரொருவரின் ஆதரவைப் பெற்றிருக்க வேண்டும்;

மேலும் ஏகாந்தமாய்க் குடைவரை வாழ்க்கை முறையைத் தொடர வேண்டும் என்ற காரணங்களுக்காக ஒரிஸ்ஸாவிற்கு இடம் பெயர்ந்திருக்கக் கூடும்.

ஒரிய 'கும்பா'

மேற்குத் தொடர்ச்சி மலைகளிலுள்ள பௌத்தக் குடைவரைகளுடன் ஒப்பிடும்பொழுது, ஒரியக் குடைவரைகள் கரடுமுரடாகவும், அழகிற் குறைந்தனவாயுமுள்ளன. கண்டகிரி, உதயகிரி குன்றுகளின் கரடுமுரடான மணற்கற்களே இதற்கு காரணமாகலாம். உள்ளூர் மக்கள் இக்குடைவரைகளைக் 'குகை' என்று பொருள்படும் 'கும்பா' என்றும், ஒவ்வொரு கும்பாவையும் ஒரு சிறப்பு அடைமொழியுடனும் அழைக்கின்றனர். உதாரணமாக வாயில்படிகளின் இருபுறமும், அழகான யானைகள் செதுக்கப்பட்டுள்ள குடைவரையை கணேச கும்பா என்றழைக்கின்றனர். இங்கு தொடரும் இந்த நடைமுறை (வாயில்படிகளில் யானைகளைச் செதுக்குவது) வைதீகக் குடைவரைகளில் குறிப்பாக எலிபெண்டா, எல்லோரா குடைவரைகளில் தொடர்வதைக் காணலாம்; யானையின் இடத்தை சிங்கம் பிடித்துக் கொண்டுள்ளது என்பது மட்டுமே மாற்றமாகும்.

பாக்கும்பா (புலிக் குகை)

7.31 பாக் கும்பா, உதயகிரி குன்றுகள், ஒரிஸ்ஸா.

உதயகிரி குன்றுகளில் அமைந்துள்ள விஹாரங்களில் குறிப்பிட்ட பதினாறும், கண்டகிரி குடைவரைக் குழுமத்திலிருந்து ஒன்றும் ஆக மொத்தம் 17 குடைவரைகளே சொல்லிக் கொள்ளும்படியாக அமைந்துள்ளவையாகும். இக்குழுமத்திலுள்ள இரண்டு குடைவரைகளில் ஒரேயொரு அறை மட்டுமே உள்ளது. பாக்கும்பா எனப்படும் புலிக்குகை ஒரேயொரு அறை உள்ள விஹாரமாகும். துருத்திக் கொண்டிருக்கும் மலைப்பாறையின் வெளித்தோற்றம் புலியின் முகம் போன்றும், குடையப்பட்ட விஹாரமானது புலியின் திறந்த வாய் போன்றும் தோற்றமளிப்பதால், இக்குடைவரை விஹாரமானது பாக்கும்பா என்றழைக்கப்படுகின்றது.

உட்புறம் சிறிதளவு சாய்ந்திருக்கும் விஹார நுழைவாயிலின் நிலையில் பறக்கும் படைப்பினங்களை உச்சியிணைப்பாகவும், யானைகளை அடிமானமாகவும் கொண்ட அரைத்தூண்கள் உள்ளன. உட்புறமுள்ள ஒரேயொரு அறைக்குடைவானது ஆறடி ஆழமும், எட்டடி அகலமும், மூன்றரை அடி உயரமும் கொண்டதாகும். நுழைவாயிலின் மேலே 'சபுதி' என்ற துறவியின் குடியிருப்பு ஒன்றுள்ளது. புலிக்குகையின் இரைப்பை போன்ற குறுகிய அறையில் சாய்ந்துபடுத்தவாறு சபுதி தனது இறுதி நாட்களைக் கழித்ததாகக் கூறப்படுகின்றது. சாவின் கோரப்பிடியில் தனது இறுதி நாட்களைக் கழித்தார் என்ற உவமை எவ்வளவு பொருத்தமாய் சபுதி விஷயத்தில் பொருந்துகின்றது.

ராணிக் கும்பா

ஒரியக் குடைவரைகளனைத்தும் விஹாரங்களே என்ற கூற்றிற்கு ஒரே விதிவிலக்காக ராணிக் கும்பா அமைந்துள்ளது. சைத்தியம் போன்று தோற்றமளிக்கும் ராணிக் கும்பா அளவில் பெரியதாகவும், அழகுமிக்கதாயும் உள்ளது. இவை இரண்டடுக்குக் குடைவரைகளாகும். குடைவரை அறைகள் வரிசையாக திறந்த வெளி முற்றத்தின் மூன்று பக்கங்களையும் நோக்கியவாறு அமைந்துள்ளன. முற்றத்தின் நான்காவது பக்கம் குடைவரை நுழைவுப் பாதைக்குரியதாகும்.

7.32 ராணிக் கும்பா, உதயகிரி, ஒரிஸ்ஸா.

மேல்தளத்திலிருந்து நீட்டப்பட்டதொரு பகுதி தரைத் தளத்திற்கு தாழ்வாரம் போன்றமைந்துள்ளது. இந்த நீட்டுப் பகுதியைத் தாங்குமாறு மரத்தாலோ அல்லது கல்லாலோ ஆன தூண்கள் அமைந்திருக்க வேண்டும். முதல்தள குடைவரைகளின் உத்திரங்களில் சில வீர காவிய நிகழ்ச்சிகள் புடைப்புச் சிற்பங்களாகச் செதுக்கப்பட்டுள்ளன. ஒருவேளை இக்காவிய நிகழ்ச்சிகளைத் திறந்த வெளி முற்றத்தில் முக்கிய விழாக்காலங்களில் நடித்துக் காட்டியிருக்கலாம்; அதனை மேல்மாடியிலிருந்து துறவிகள் கண்டு மகிழ்ந்திருக்கலாம். இன்றைக்கும், திபெத்திலுள்ள புத்த பிக்குத் தங்குமிடங்களின் திறந்த வெளிகளில் 'சாம்' எனப்படும் புனித முகமூடி நடனம் நடைபெறுகின்றது.

ஓரியக் குடைவரைகளின் பொதுவான கட்டுமான குணாதிசயங்களை ராணிக் கும்பா குடைவரை ஒன்றிலிருந்தே அறிந்து கொள்ளலாம். தாழ்வாரங்களைத் தாங்கும் தூண்களமைப்பும், நுழைவாயில் வளைவுகளைத் தாங்கும் அரைத்தூண்களமைப்பும் இருவித பாணிகளில் அமைந்துள்ளன. மரவேலைப்பாடுகளின் அடிப்படையில் எளிய உச்சியிணைப்புகளுடன் உள்ள தாழ்வாரத் தூண்களில் உள்ளூர் பாணியே தென்படுகின்றது. மாறாக சுவர் அரைத் தூண்களமைப்பின் விலங்கின உச்சியிணைப்புகளில் கிரேக்க பாணியும் (Persepolitan) கலந்துள்ளது. இருப்பினும் அலங்கார வளைவு களமைப்பில், வேதகால கூரையமைப்பின் இறுதியில் காணப்படும் வளைவின் முன்னேற்றமடைந்த வடிவமே பின்பற்றப்பட்டுள்ளது. அலங்கார வளைவின் ஒவ்வொரு பகுதியும் அதனதன் பணியைச் செவ்வனே செய்வது முதல்தரமான கட்டுமான வேலைப்பாட்டினை எடுத்துரைக்கின்றது.

புடைப்புச் சிற்பங்களில், பூவின் வடிவில் அமைந்தவைகளில் சில, வழக்கமான மரபில் அமையாமல் 'கோதிக்' (Gothic) பாணியில் அமைந்துள்ளன. ஆனால் பார்வையாளர்களின் ஆர்வத்தை ஈர்ப்பதென்னவோ நாடகப் பாணியில் அமைந்துள்ள தொடர் புடைப்புச் சிற்ப உருவங்கள்தான்! வேல்களைத் தாங்கிக் காவல் புரியும் மனித அளவுள்ள புடைப்புச் சிற்பங்கள் எடுப்பாக, கண்ணில் படுமாறுள்ள இடங்களில் செதுக்கப்பட்டுள்ளனர். பராக்கிரமசாலியான இருவர் தனித்தனி விலங்குகளின் மீதமர்ந்து இருப்பது போன்ற சிற்பங்களானது கவனத்தை ஈர்க்கின்றது. இவ்விருவரில் ஒருவர், எருதின் மீது அமர்ந்திருப்பவர், ஒட்டுமொத்தக் கருத்தாக்கத்திலும், வடிவமைப்பிலும், 'அசிரியன்' போன்றே தோற்றமளிக்கின்றார். மேலே அமைந்திருந்த நீர்த்தொட்டியிலிருந்து கால்வாயமைப்பு மூலமாக விஹாரத்தின் அனைத்துப் பகுதிகளும், அறைகளும் நீரிணைப்பைப் பெற்றிருந்தன என்பதை எடுத்துரைக்கும் எச்சங்கள் ராணிக் கும்பாவில் காணப்படுகின்றன.

பிற விஹாரங்கள்

கணேச, கும்பா, மஞ்சபுரிக் கும்பா, ஆனந்தக் கும்பா போன்றவை அழகிலும், அளவிலும் ராணிக் கும்பாவின் சிறிய வடிவமைப்பு களேயாகும். கணேச கும்பாவின் முகப்பானது ஐந்து தூண்களாலானது. தூணின் தண்டுப்பகுதியின் அடியும், நுனியும் சதுர வடிவிலும், நடுப்பகுதி எண்கோண வடிவிலும் அமைந்துள்ளன. தூண்களின் உச்சியிணைப்பானது மேலேயுள்ள குகைச் சுவரையோ அல்லது அழகிய

நீட்டல் வேலைப்பாடுகளான கபோதங்களையோ தாங்கிக் கொண்டுள்ளன. முகப்பின் இரு முனைகளிலும் நீண்ட வேலை ஆயுதமாகத் தரித்த துவாரபாலகர்கள் வடிவில் அரைத்தூண்கள்

7.33 கந்தகிரி, ஒரிஸ்ஸா

அமைந்துள்ளன. இதன் உச்சியிணைப்பாக திமிலுடன் கூடிய எருது மண்டியிட்ட நிலையில் அமைந்துள்ளது.

ஆனந்தக் கும்பா கண்டகிரி மலையிலமைந்துள்ளது. கருத்துருவிலும், கட்டுமானக் கூறுகளிலும் கணேசக் கும்பாவைப் போன்றே மஞ்சபுரிக் கும்பாவும், ஆனந்தக் கும்பாவும் அமைந்துள்ளன. யாளியில் சவாரி செய்யும் மனித வடிவ தூண்உச்சி பக்கஇணைப்பும்; சாஞ்சி ஸ்தூபியில் காணப்படும் சாலபாஞ்சிகாவை நினைவுறுத்தும் மற்றொரு தூண் உச்சிப் பக்க இணைப்பும் (bracket figures) சுமாரான வேலைப்பாடுடையதாகும். இத்தகு தூணின் பக்க இணைப்புகள் மஞ்சபுரிக் கும்பாவில் செதுக்கப்பட்டுள்ளன.

கத்யாவர் விஹாரங்கள்

கத்யவாரிலுள்ள ஜூனாகடில் சில விஹாரங்கள் உள்ளன. இவற்றுள் சில ஜைனர்களையும், சில பௌத்தர்களையும் சார்ந்தவையாகும். ஜூனாகட்டுக்கு கிழக்கே சுமார் ஒரு மைல் தொலைவிலுள்ள கிர்னார் என்னுமிடத்தில் அசோகரின் பாறைச் சாசனம் உள்ளது. இதனால் இப்பகுதிகளின் வரலாற்றுத் தொன்மையும், புனிதத்துவமும் புலப்படும். இங்குள்ள விஹாரங்களில் அதிக எண்ணிக்கையில் சங்கத் துறவியர் தங்கியிருந்தனர் என்பதும், பெரிய அளவுள்ள விஹாரங்களில் விழாக்கள் கொண்டாடப்பட்டன என்பதும், விஹார அமைப்பிலிருந்து புலனாகின்றது.

படிக்கட்டுகள் மூலம் இணைக்கப்பட்ட இரண்டு தளங்களையும், சைத்திய வளைவுகள் கொண்ட அழகிய முகப்பையுடைய தரைத்தளமும் கொண்டுள்ளன இந்த விஹாரங்கள். உணவுக் கூடமும், நீர்த் தொட்டி ஒன்றும் இவற்றைச் சுற்றி ஒரு நடை பாதையையும் கொண்டதாய் முதல் தளம் உள்ளது. ஆனால் மிகவும் குறிப்பிடத்தக்கவை, இம் முதல் தளத்தைத் தாங்குமாறு அமைந்துள்ள ஆறு தூண்களேயாகும். வடிவமைப்பிலும், தொழில்நுட்பத்திலும்,

7.34 கத்தியவார் ஜீனாகட்: உப்பர்கோட் விஹார உள்தோற்றம்

சிறந்ததாய், தூணின் அடிப்பாகம் முதல் உச்சி வரை மிகச் சிறப்பான செதுக்கல் வேலைப்பாடுகளையுடையதாய் இத்தூண்கள் அமைந்துள்ளன. கி.பி. 300ஐச்சேர்ந்த இவ்விஹாரங்களின் காலத்திற்கு முன்பும், பின்பும் இதுபோன்ற சிறந்த குடைவரை வேலைப்பாடுகள் உள்ள தடயங்கள் இப்பகுதிகளில் எதுவுமே கிடைக்கவில்லை என்பதே மிகவும் வியப்பூட்டுகின்றது.

அத்தியாயம் - 8

காந்தார மற்றும் மதுரா பாணிக் கலைகள் பண்பாடுகளின் சங்கமும், அதன் தாக்கமும்

இந்தியாவின் மத்தியப் பகுதிகளில் ஸ்தூபிகளும், மேற்குத் தொடர்ச்சி மலைகளில் ஹீனயானக் குடைவரைகளும், ஒரிஸ்ஸாவில் சமண விஹாரங்களும் உருவானபோது இந்தியாவின் வடமேற்கே பௌத்தம் ஒரு புதிய உருவம் பெற்றது. இதற்கு இப்பகுதியில் பல பண்பாடுகள் சங்கமமானதே முக்கிய காரணம். இங்கு கிரேக்கர், பார்த்தியர், ஸ்கைதியர், இந்தியர் ஆகிய நான்கு பண்பாட்டுப் பிரதிநிதிகள் சந்தித்தனர். ஆதிக்க வேட்கை மட்டுமல்லாமல் வணிக வேட்கையும் இச்சந்திப்பிற்குக் காரணமாயிற்று. ஏனெனில் சீனாவிலிருந்து மத்திய தரைக்கடல் நாடுகள் வரையிலான வணிகப் பாதையில் இப்பகுதியின் முக்கிய நகராகிய பெஷாவர் அமைந்திருந்தது. இங்ஙனம் ஐரோப்பிய, ஆசிய நாடுகளின் பண்பாடுகளின் சந்திப்பினால் காந்தாரக் கலை என்ற ஒரு புதிய கலை மலர்ந்தது. இது புத்தமத்திற்கு ஒரு புதிய வடிவம் கொடுத்ததுடன், ஆசிய நாடுகளின் கலைகளிலும் மாற்றங்களை உருவாக்கிய காரணியாகச் செயல்பட்டதால், அதிக முக்கியத்துவம் பெறுகின்றது.

மெய்ப்பொருள் வடிவம் எளிமையானது

உருவமற்ற நிலையான மெய்ப்பொருள் ஆனது படைப்புகள் அனைத்திலும் நீக்கமற நிறைந்துள்ளது. எனவேதான் தறிகெட்டலையும் நம் மனதை ஒருமுகப்படுத்தி எதன்மேல் நம் கவனத்தைச் செலுத்தினாலும், அது வழிபடு பொருளாகிவிடுகின்றது. பௌத்தத்தில்

ஸ்தூபியும், சைவத்தில் லிங்கமும் முடிவான ஆன்மிக தத்துவ உண்மைக்குக் கொடுக்கப்பட்ட மிக எளிய வடிவங்களாகும். வழிபாட்டுத் தலங்களின் இதயப் பகுதியில் இடம் பெறும் எளிய வடிவான ஸ்தூபியையோ, லிங்கத்தையோ தியானம் செய்தல் என்பது பக்தனுக்கு எளிது. இதயப் பகுதியை நெருங்கும் பக்தனுக்கு தியானத்திற்கேற்ற மனநிலை ஏற்பட பௌத்தத்தில் கல்வேலிகளிலும், தோரண வாயில்களிலும், வைதீகத்தில் பிரகாரப் பாதையிலும் மெய்ப்பொருளின் உலக வடிவங்கள் அனைத்தும் சிற்பங்களாக இடம் பெறுகின்றன. இவ்வுலக வடிவங்களுக்கு இதயப் பகுதியில் இடமில்லை. இத்தகு சிந்தனையோட்டமுடைய இந்தியாவில், காந்தாரக் கலையின் தாக்கமானது சிந்தனைகளிலும், கலைகளிலும் மாற்றத்தை ஏற்படுத்தியது.

பண்பாடுகளின் சங்கம வரலாறு

ஐரோப்பிய, ஆசிய பண்பாடுகளின் சங்கமத்திற்கு முதல் வித்திட்டது மாசிடோனிய மன்னரான மஹா அலெக்ஸாண்டராவார் (கி.மு.356-323). அவருக்குப் பின் அவரது படைத் தலைவர் செலியூகஸ் நிகேடார் தொடங்கி வைத்த செலியூசிடு பேரரசில் சிரியாவும், பாரசீகமும், வட மேற்கு இந்தியாவும் அடங்கின. இப்பேரரசின் வீழ்ச்சிக்குப் (கி.மு.மூன்றாம் நூற்றாண்டு) பின் இதன் ஒரே காலனியான பாக்ட்ரியப் பேரரசு தழைத்தோங்கியது. பௌத்த சமய நூலான 'மிலிந்த பன்னா' என்பது பாக்டிரியப் பேரரசின் படைத்தலைவரான மினான்டருக்கும், பௌத்தத்திற்கும் இருந்த தொடர்பைக் காட்டுகின்றது. பெஸ்நாகரின் கருடத்தூணை நாட்டியவர் ஆண்டியால்கிடஸ் என்ற இந்திய பாக்டிரிய மன்னரின் தூதுவரான ஹீலியோ டோரஸ் ஆவார். பாக்டிரியப் பேரரசின் வீழ்ச்சிக்குப் பின் வடமேற்கு இந்தியாவில் வந்து நிலைத்த ஆசியக் குடிகளுள் சாகர்கள் முக்கியமானவர்கள். இப்பிரதேசத்தில் நிறுவப்பட்ட இந்திய-பார்த்திய வரலாறு பெரும்பாலும் அக்கால நாணயங்களை ஆய்வதால் அறியப்படுகின்றது. சாகர்களில் ஒரு பிரிவினரான குஷானர்களின் ஆட்சி குஜூலா கட்பீஸஸ் என்பவரால் இந்துகுஷ் மலைத் தொடருக்குத்

8.1 கரோஷ்டி எழுத்துக்களுடன் குஜீலா நாணயம்

தென்கிழக்குப் பகுதியில் பரவிற்று. பௌத்தரான இவருக்குப் பின் ஆண்ட வீமா கட்பிஸஸ் என்பவர் சிந்து, யமுனை, கங்கைச் சமவெளி நாடுகளை வென்றார் என்பது அவரது நாணயங்கள் காசி வரையில் கண்டெடுக்கப்பட்டமையால் உணரப்படும். இந்த நாணயங்களில் கிரேக்க, இந்திய மொழிகள் இரண்டிலும் எழுத்துக்கள் பொறிக்கப்பட்டுள்ளன.

மிகப் புகழ் பெற்ற குஷான பேரரசரான கனிஷ்கரின் (கி.பி.78-120) பேரரசு மத்திய ஆசியாவிலிருந்து பாடலிபுத்திரம், மாளவம், புத்தகயை வரை பரவியிருந்தது. ஆட்சி, சமயம், நகரமைப்பு, விஹாரம், சிற்பம், நாணயம் முதலிய பல துறைகளிலும் கனிஷ்கரது ஆட்சி புகழ் பெற்றது. பெஷாவர் சாம்ராஜ்யத் தலைநகராகவும், மதுரா குளிர் காலத் தலைநகராகவும் விளங்கியது.

8.2 குஷானப் பேரரசு

பௌத்தரான கனிஷ்கர் வைதீக மதத்தையும் ஆதரித்திருக்க வேண்டும். ஏனெனில் குஷானர்களின் நாணயங்களில் புத்தருடைய உருவம் பொறிக்கப்பட்டுள்ளது போன்றே சூலாயுதம், நந்தியுடன் கூடிய சிவனது உருவமும் பொறிக்கப்பட்டுள்ளது. குஷானர்கள்தான், நாணயங்களில், அரசர்களின் உருவங்களைப் பொறிப்பதைத் தொடங்கி வைத்தனர். மேலும் தங்கள் உருவச் சிற்பங்கள் உள்ள அரச கோயில்களை பெஷாவரிலும், மதுராவிலும் கட்டினர். வசுமித்ரர், அசுவகோஷர், பார்கவர் போன்ற பௌத்த அறிஞர்கள் கலந்துகொண்ட நான்காவது புத்த மஹா சபையை, கனிஷ்கர், காஷ்மீரில் தான் நிறுவிய கனிஷ்கபுரம் என்ற நகரில் கூட்டினார். மஹாயான புத்தமத்திற்கு அரசு அங்கீகாரம் கிடைத்ததோடு, புத்தமதக் கோட்பாடுகளை சமஸ்கிருத மொழியில் எடுத்துரைக்கும் நடைமுறைக்கும் இம்மஹாசபையில் ஒப்புதல் கிடைத்தது. இவ்வாறு காந்தாரப் பகுதிகளிலும், மத்திய ஆசியாவிலும், சீனாவிலும் அசோகரின்

தூதுவர்களால் அறிமுகப்படுத்தப்பட்ட புத்தமதமானது கனிஷ்கர் காலத்திலெல்லாம் மஹாயான புத்த சமயமாகச் செழித்தோங்கியது.

காந்தாரக் கலை - உருவான விதம்

சுதந்திர நாடாகத் தன்னைப் பிரகடனப்படுத்திக் கொள்வதற்கு முன், பாக்ட்ரியாவிற்கு கிரேக்கத்துடன் நேரடித் தொடர்பிருந்தது. பாக்ட்ரியாவில் நகர நாகரிக வாழ்க்கை நிலவியது என்பதும், கிரேக்க பாணியிலான அரண்மனைகள் இந்நகரங்களில் கட்டப்பட்டிருந்தன என்பதும் சீனப் புனித யாத்ரிகர் யுவான்சுவாங் குறிப்புகளிலிருந்து தெரிகின்றது. பாக்ட்ரியாவின் ஆரம்ப கால ஆட்சியாளர்கள் வெளியிட்ட நாணயங்கள் கலைத் தரத்தில் சமகாலத்திய கிரேக்க நாணயங்களுக்கு ஒப்பானது. இவையெல்லாம் கிரேக்கத்தின் தலை சிறந்த கலை வல்லுநர்களின் சேவை பாக்ட்ரியாவுக்குக் கிடைத்துள்ளதைத் தெளிவுபடுத்துகின்றது.

சுதந்திர நாடாக பாக்ட்ரியா பிரகடனப்படுத்திக் கொண்டபின் கிரேக்கத்துடனான கலைத் தொடர்பும், கலாசாரத் தொடர்பும் எழுச்சி பெற்ற பார்த்தியர்களின் ஆசியாப் பகுதி வழியாக பாக்ட்ரியாவை வந்தடைந்தது. ஆனால் தனித்தன்மையான கிரேக்கக் கலையாக வந்தடையாமல், கிரேக்கபார்த்திய கலையாக வந்தடைந்தது. அதாவது கிரேக்கக் கலை அடிமானத்தின் மேல் பார்த்தியக் கலைக் கருத்துருக்களைக் கொண்டதாயிருந்தது.

இந்திய-ஸ்கைதிய சாம்ராஜ்யமான குஷான வம்ச ஆட்சி நிறுவப்பட்டபோதே கிரேக்க-பார்த்திய கலைப்பாணியும், கலாசாரமும் முடிவுக்கு வந்திருக்க வேண்டும்; மாறாக இக்கலைப் பாணியானது அதிகப்படியான வளர்ச்சியைக் கண்டது. இதற்கு காந்தாரப் பகுதிகளில் அசோகரின் தூதுவர்களால் அறிமுகப்படுத்தப்பட்ட புத்தமதமானது மஹாயான புத்தமத இயக்கமாக உத்வேகத்துடன் உருவெடுத்ததும், இதற்கு குஷானவம்ச அரசர்கள் உறுதுணையாயிருந்ததுமே காரணமாகும்.

காந்தாரக் கலை - பெயர்க் காரணம்

இக்கலைப் பாணிக்கு கிரேக்க-பாக்ட்ரிய கலை, கிரேக்க-புத்த கலை, கிரேக்க-இந்தியக் கலை என்ற பெயர்களை விட காந்தாரக் கலை என்னும் பெயரே நிலைத்தது. இதற்கு இக்கலைப் பாணி உருவெடுத்து, மலர்ச்சியடைந்த பிரதேசமானது காந்தாரம் என்றழைக்கப்பட்டதே காரணமாகும். இது இந்தியாவின் வடமேற்கே ஆப்கானிஸ்தானம், பலுசிஸ்தானம் போன்ற பகுதிகளை உள்ளடக்கியதாகும்.

காந்தாரக் கலை - கட்டுமான அமைப்பு குணாதிசயங்கள்

காந்தாரக் கலை சிற்ப, ஓவிய வேலைப்பாடுகளிலும், கட்டுமான அமைப்பிலும் இந்தியச் சிந்தனைகளை கிரேக்க-பார்த்திய பாணியில் வெளிப்படுத்தியுள்ளது. தூண்களின் உச்சியில் கோரிந்தியன் வேலைப் பாடுகள், கட்டட முகப்பில் உள்ள முக்கோண வடிவ முகடு (Pediments), தூண்களின் மேல் குறுக்குவசமாக அமரும் உத்திர அமைப்புகள் (entablatures), வட்டப் பதக்கங்கள் (medallions), வார்ப்பட இணைப்புகள் (mouldings) போன்ற கட்டுமான விஷயங்களில் கிரேக்க பாணியின் சாயலே நன்கு வெளிப்படுமாறு பின்பற்றப்பட்டுள்ளது. நெருப்பு வழிபாட்டு மேடை (Fire-altar), விலங்குகளின் கலப்பு உருவிலமைந்த உச்சியிணைப்புகள் (addorsed animal capital) போன்ற பார்த்தியர் கலை வேலைப்பாடுகளும் இடம் பெற்றுள்ளன.

காந்தாரக் கலை - கட்டுமான நினைவுச் சின்னங்கள்

மஹாயான புத்தமத உத்வேகமான இயக்கத்தின் மையமாக காந்தாரப் பகுதிகளே விளங்கின. பெஷாவர், ராவல்பிண்டி, ஸ்வாட் பள்ளத்தாக்கு ஆகிய இடங்களில் இன்றும் பௌத்த விஹாரங்களின் எச்சங்களைக் காணலாம். காபூல் பள்ளத்தாக்குப் பகுதிகளில் ஏறத்தாழ 50 மடங்களைக் காணலாம். மாபெரும் ஆசான் புத்தரைப் பின்பற்றுவோர்களாக மக்கள்தொகையின் பெரும்பகுதி விளங்கியது என்பதும் தங்கள் பக்தியை இம்மக்கள் குறிப்பிடத்தக்க கட்டுமானங்கள் மூலம் வெளிப்படுத்தினர் என்பதும் புலனாகின்றது.

காந்தாரக் கட்டடங்களுள் விஹாரங்களே முக்கிய இடம் பெறுகின்றன இவற்றின் தொகுப்பே சங்க ஆராமம் என்பர். விஹாரங்களுள் அளவில் பெரியன வருமாறு:

1. தட்சசீலத்திலுள்ள தர்மராஜிகா விஹாரம்.
2. பெஷாவருக்கு வடக்கேயுள்ள ஜமல்காரி விஹாரம்
3. பெஷாவர் பள்ளத்தாக்கில் சார்ஸதா என்னும் ஊரைச் சுற்றியுள்ள விஹாரக் குழுமங்கள்
4. ராவல்பிண்டிக்கருகேயுள்ள மணிக்யாலா நகர விஹாரம்.

இவை தவிர தக்திபஹாய் என்னுமிடத்திலுள்ள விஹாரம் அளவில் சிறியதாயும், இடிந்தும் இருப்பினும் குறிப்பிடத்தக்க கலையழகுடையது.

விஹாரக் கட்டமைப்பு

விஹாரத்தின் நடுவே ஒரு ஸ்தூபியும் இருக்கும். ஸ்தூபியின் அடிப்படை வடிவமைப்பு அசோகரின் வடிவமைப்புதான்; ஆனால் ஸ்தூபிக்கு உயரங்கொடுக்கும் முயற்சி மேற்கொள்ளப் பட்டதைக் காணலாம். உயரமான மேடை மேல், உயரம் அதிகம் கொண்ட அரைக் கோள வடிவ ஸ்தூபியும், அதன்மேல் பல அடுக்கு குடைகளும் உடையதாக ஸ்தூபி வடிவமைக்கப் பட்டுள்ளது.

8.3 தக்திபஹாய் விஹாரம்

ஸ்தூபியைச் சுற்றி புத்தர் மற்றும் போதிசத்துவர்களின் சிற்பங்கள் அதிகம் இடம் பெற்றிருப்பது வழி பாட்டு முறைகளில் ஏற்பட்டுள்ள மாற்றங்கள் நன்கு விளக்குகின்றன. ஆபரண அணிகலன்களுக்கு அப்பாற் பட்ட கௌதம புத்தரைப் போலல் லாமல், போதிசத்துவர்களின் சிற்பங்கள் அணிகலன்கள் அணிந்தவர்களாய் வடிக்கப் பட்டுள்ளனர்.

8.4 தக்திபஹாய் புத்தர் புடைப்புச் சிற்பம்

தொடக்க காலத்தில் ஸ்தூபிகள் உலக வடிவங்களுக்கு அப்பாற் பட்டவைகளாய், சிற்பங்களேது மில்லாமல் எளிமையாய் இருந்தன. காந்தாரப் பகுதிகளிலோ, ஸ்தூபிகளின் அடியில் புத்தரின் வாழ்வைக் கதையாகக் கூறும் சிற்பச் சட்டங்கள் இடம் பெற்றுள்ளன. தொடர்ச்சியாக, கதை கூறும் பாணியில், புத்தரின் வாழ்வில் நடந்த நான்கு முக்கிய சம்பவங்கள் இடம் பெற்றுள்ளன.

1) லும்பினியில் உள்ள வனப்புமிகு சோலையில் பிரம்மாண்டமான சால மரத்தின் கிளைகளைப்பற்றிய வண்ணம் ராஜமாதா மாயா சித்தார்த்தரை ஈன்றெடுத்தல். 2) அரச மரத்தடியில் ஞானமடையும்

தருணத்தில் சித்தார்த்தரை, மாரன் தனது குமாரத்திகளுடனும், படைக்கலன்கள் ஏந்திய படைகளுடனும் தாக்கும் காட்சி. 3) ஞானமடைந்த புத்தர் சாரநாத்தில் உள்ள மான் பூங்காவில் ஆற்றும் "தர்மசக்ர ப்ரவர்த்தனா ஸூத்ரம்" எனப்படும் ஞானவுரை 4) இவ்வுலக இன்ப துன்பங்களையும், தளைகளையும் பெற்ற மண்ணுலக உடம்பைத் துறக்கும் புத்தரின் "பரிநிர்வாணம்".

காந்தாரப் பாணி விஹாரங்கள் குஷானர்களால் போற்றப்பட்டன. குஷானர்களின் வீழ்ச்சிக்குப் பின்னும் இவ்விஹாரங்கள் நல்ல நிலையில் செயல்பட்டதை கி.பி.400இல் காந்தாரப் பகுதியில் பயணம் செய்த சீன யாத்திரீகரான பாஹியான் குறிப்பிடுகின்றார். ஆனால் சுமார் கி.பி.450இல் இந்தியா மீது படையெடுத்த ஹூணர் தலைவனான மிஹிரகுலன் கிட்டத்தட்ட 1600 ஸ்தூபிகளையும், விஹாரங்களையும் தகர்த்தெறிந்ததாக காஷ்மீரிய வரலாற்று இலக்கியம் ராஜதரங்கிணி தெரிவிக்கின்றது.

காந்தாரச் சிற்பங்கள்

குஷானர்கள் காலத்தில் காந்தாரப் பகுதிகளில் உருவாக்கப் பட்ட புத்தமத நினைவுச் சின்னங்கள் கிட்டத்தட்ட எதுவுமே நமக்குக் கிடைக்கவில்லை. ஆனால் குஷானர் காலத்துக் காந்தாரப் பகுதிச் சிற்பங்கள் ஏராளமாகக் கிடைத் துள்ளன.சிற்பங்கள் உருவாக்கப் பயன்படுத்தப்பட்ட கருஞ்சாம்பல் கனிமப் பாறைகள் (dark grey schist) காந்தாரப் பகுதியிலேயே கிடைத்த வொன்றாகும். கல்கத்தாவிலுள்ள இந்திய அருங்காட்சியகத்தில் மிகச் சிறந்த காந்தாரச் சிற்பங்களின் சேகரிப்பைக் காணலாம். இதற்கு ஈடாக பாகிஸ்தானின் லாகூர் அருங்காட்சியகத்தைத்தான் கூற வேண்டும். கல்கத்தா அருங் காட்சியகத்திலுள்ள பல சிற்பங்கள் ஜெனரல் கன்னிங்ஹாமின் கொடையாகும். டெல்லி தேசிய அருங்காட்சியகத்திலும் காந்தாரப் பாணிச் சிற்பங்களைக் காணலாம்.

8.5 புத்தர் - குஷானர், கி.பி. இரண்டாம் நூற்றாண்டு, பெஷாவர் சமவெளி.

ஹீனயான புத்தப் பிரிவை முந்தும் மஹாயான புத்தப் பிரிவு இயக்கத்தின் தொடக்கத்தை எடுத்துரைக்கும் சின்னங்களாக காந்தாரப் பாணிச் சிற்பங்கள் விளங்குகின்றன. மனிதனைக் கரையேற்றும் சக்தி படைத்த தெய்வ நிலைக்குப் புத்தரை உயர்த்தும் எண்ணவோட்டம் மஹாயான புத்தமதத்திலும், காந்தாரச் சிற்பங்களிலும் நிலவுகின்றது. காந்தாரப் பகுதிகளில் புத்தரும், போதிசத்துவர் போன்ற பிற புனிதர்களும் நடையுடை பாவனைகளில் கிரேக்க எண்ணவோட்டங்களைப் பிரதிபலிக்கும் சிற்பங்களாகவே வடிக்கப்பட்டுள்ளனர். மேலும் காந்தாரச் சிற்பங்களில் கிரேக்க தேவதைகளான ஹெர்குலஸ், பல்லாஸ் அதீனா, ஈராஸ், பாக்குஸ் ஆகியோரின் சாயல்களைக் காணலாம். இலைகட்கு (Leaves of conventional Greek acanthus) மத்தியில் அரியணையில் வீற்றிருக்கும் புத்தரின் சிறுவடிவமைப்பு கோரிந்தியன் தூண் உச்சியிணைப்புகளில் இடம் பெற்றுள்ளது ஒன்றே கிரேக்க, பாரசீக, இந்திய கலாச்சார சங்கமத்தை எடுத்துரைக்க வல்லதாகும்.

மேற்கத்திய உடையலங்காரத் தாக்கத்தை காந்தாரப் பகுதிச் சிற்பங்களில் காண்கின்றோம்; குழைவியல்புடைய (Plasticity), அதிகமான மடிப்புகளுடன் கூடிய உடையலங்காரமாய் உள்ளது. கிரேக்க, ரோமானிய பாணியைப் பின்பற்றி திடகாத்திர உடல்வாகுடை யவைகளாக சிற்பங்கள் வடிக்கப்பட்டுள்ளன. ஆன்மிக உணர்வுடன் கூடிய, வணங்குதற்குரிய சிற்பங்களைச் செதுக்குதல்தான் இந்தியாவில் காந்தாரக் கலை காலத்திற்கு முற்பட்ட கலைப் பாணியாகும். மாறாக காந்தாரப் பகுதிச் சிற்பங்கள் உலக மாந்தரின் தோற்றங்களையும், அவர்களின் அன்றாட உணர்வுகளையும் வெளிப்படுத்த முயற்சிக்கின்றன. சான்றாக, டெல்லி தேசிய அருங்காட்சியகத்தில் இடம் பெற்றுள்ள சிரிக்கும் குழந்தை, வயதான கிழவன் ஆகியோரின் உணர்வுகளை வெளிப்படுத்தும் முகங்கள் ‘உள்ளதை உள்ளவாறே எடுத்துரைக்கும்’ பிறநாட்டுப் பாணிகளின் தாக்கமாகும்.

தொடக்க நிலைக் கலைகளில் புத்தர் குறியீடுகள் மூலமே காட்டப்பட்டுள்ளார். பல பிறவிகள், படைப்புகளுக்கிடையேயான ஒற்றுமை போன்ற சிந்தனைகளை வெளிக்கொணரும் ஜாதகக் கதைகள் கலைகளில் இடம் பெற்றிருந்தன. குறியீடு ஊடகங்களையும், தத்துவக் கருத்துக்களையும் காந்தாரப் பகுதியில் சங்கமித்த பல நாட்டவர் புரிந்து கொள்ளவோ, புரிந்து கொண்டாலும் மனமிசைந்து ஏற்றுக் கொள்வதோ முடியாமலிருந்திருக்க வேண்டும்; மாறாக புத்தரின் எளிய வாழ்க்கை அவர்களைக் கவர்ந்திருக்க வேண்டும். எனவேதான் புத்தரும்,

போதிசத்துவர்களும் தெய்வ நிலைக்கு உயர்த்தப்பட்டு சிற்பங்களாக வடிக்கப்பட்டு, அவர்களின் அருளினைப் பெற பிரார்த்தனை மேற்கொள்ளப்பட்டது.

8.6 புத்தரின் பரிநிர்வாணம்.
கல்கத்தா தேசிய அருங்காட்சியகம்

புத்தரின் நின்ற நிலை சிற்பம், ராஜமாதா மாயாவின் கனவு (கருத்தரித்தல்), புத்தர் வாழ்வின் 4 முக்கிய நிகழ்ச்சிகள் ஆகிய சிற்பங்கள், சிற்பப் பலகைகள் கல்கத்தா அருங்காட்சியகத்தில் இடம் பெற்றுள்ளன. புத்தரின் பரிநிர்வாணம் குறிப்பிடத் தக்கதொன்றாகும். புத்தரின் இதர சீடர்கள் துயரக் கடலில் ஆழ்ந்திருக்கும்போது, பிட்சுணி சுபத்ரா மட்டும் சலனமற்றுள்ளார்; வாழ்வின் நிலையற்ற தன்மையை நன்குணர்ந்தவர் அவர்.

மதுரா அருங்காட்சியகத்திலும் காந்தாரப் பகுதிகளுக்கென்ற பிரிவு உண்டு. இப்பிரிவில் இடம் பெறும் புத்தரும், போதிசத்துவர்களும் காந்தாரப் பாணியில் சிற்பங்களாகக் காட்சியளிக்கின்றனர். ஆனால் இப்பிரிவினுள் காணப்படும் சிற்பங்களுள் புகழ் பெற்றது பக்கானாலியன் உருவங்கள் (Bucchanalian figures) என்றழைக்கப்படும் சிற்பமேயாகும். உயர்புடைப்பில் அமைந்துள்ளது இச்சிற்பப் பலகை. பானை வயிற்றினையுடைய மனிதன் ஒரு காலை மடித்து மெத்தையில் அமர்ந்துள்ளான்; ஒரு கையில் மதுக்கோப்பை உள்ளது; இறுக மூடிய மறுகை கால் மேல் உள்ளது; ஒருமுகப்பட்ட சிந்தனையையும், தீர்மானமான முடிவு எடுத்த பாவனையையும் முகம் காட்டுகின்றது; பணியாள் ஒருவன் அவனை நோக்கி விரைந்து வருகின்றான்-ஒரு வேளை மதுக்கோப்பையை நிரப்புவதற்காய் இருக்கலாம்; பிற மூன்று ஆட்களும் இக்காட்சியில் இடம் பெறுகின்றனர். அலெக்ஸாண்டரின் படைத் தளபதிகளில் சிலர் இந்தியாவின் வடமேற்குப் பகுதியில் வாழ்ந்ததை உறுதிப்படுத்துகின்றது இச்சிற்பம்.

மதுரா

"தனது இனிமையான புல்லாங்குழலிசை மூலம் உங்களைப் பெயர் சொல்லி கிருஷ்ணன் அழைக்கின்றான்; உங்களின் மெல்லிய உடல்களை தென்றல்காற்றின் மூலம் பரவும் மகரந்தங்கள் பட்டிருக்கும் என்பதால்

அம்மகரந்தங்களைக் கூட அவன் போற்றுகின்றான்; யமுனை நதிக்கரையில் காற்றினால் அசைந்தாடும் மலர்க் கொடிகள் நிறைந்த வனத்தில் கிருஷ்ணன் காத்திருக்கின்றான்" என்ற கீத கோவிந்தம் கவிதை வரிகளில் உணர்வுகளைக் கொட்டியுள்ளார் 12-ஆம் நூற்றாண்டைச் சேர்ந்த ஜெயதேவர் என்னும் கவிஞர். நூற்றுக்கணக்கான கவிஞர்களும் இதே உணர்வுகளையே பிரதிபலிக்கின்றனர். கிருஷ்ண பரமாத்மாவின் சாகஸங்களோடு சம்பந்தப்பட்ட இரு நகரங்களாகும் மதுராவும், பிருந்தாவனமும்.

வரலாற்றாசிரியர்களும், தொல்லியல் ஆய்வாளர்களும் அதிக முக்கியத்துவம் கொடுக்கும் சிறப்பிடங்களில் ஒன்று மதுரா. கங்கை நதிச் சமவெளியினுள் வடக்குப் பகுதியிலிருந்து நுழைய வேண்டுமெனில் மதுராவைக் கடந்துதானாக வேண்டும். மதுராவின் பழமையான வரலாற்றை, இங்குள்ள மேடு பள்ளங்களிலிருந்து தோண்டி எடுத்துள்ள நூற்றுக்கணக்கான நாணயங்களும், சிற்பங்களும் தெள்ளத் தெளிவாக்குகின்றன. இதிகாச காலங்களில் கிருஷ்ணன் விளையாடியிருக்கின்றார்; மௌரியர் காலத்தில் புத்தர் இங்கு விஜயம் செய்திருக்கின்றார்; பேரரசர் அசோகர் பல ஸ்தூபிகளைக் கட்டியுள்ளார்; வைதீக மன்னர்களாலான சுங்க வம்சம் மதுராவைப் போற்றிக் கொண்டாடியது; அதன்பின் கிரேக்க ஆட்சியாளர்களால் ஆளப்பட்டது; குஷான மன்னர் கனிஷ்கரின் குளிர்காலத் தலை நகராகும் இது; புத்த கலைச் சின்னங்களை உருவாக்கும் கலைப் பட்டறையாக மதுரா செயல்பட்டதாக வரலாற்றாசிரியர்கள் கருதுகின்றனர்; வெள்ளைப் புள்ளிகளோடு கூடிய சிவப்பு மணற்பாறை ஊடகத்தில் உருவாக்கப்பட்ட மதுரா பாணிச் சிற்பங்கள் எவ்வளவு தொலைத் தூரத்தில் இடம் பெற்றிருந்தாலும் எளிதில் இனங்கண்டுகொள்ள இயலும். குப்தர்களின் கலாசார நகராகும் இது; கஜினி முஹம்மதுவின் படையெடுப்பால் படுநாசத்திற்குட்பட்ட இந்நகரம், திரும்பவும் மொகலாயப் பேரரசர்களான அக்பர், ஷாஜகான் ஆகியோரின் ஆதரவோடு உயிர்த்தெழுந்தது; அதன்பின் அந்நகருக்குப் பின்னேற்றமேயில்லை. காந்தாரப் பாணி சிற்பங்களும், மதுராபாணி சிற்பங்களும் சேகரித்து வைக்கப்பட்டுள்ள மதுரா அருங்காட்சியகத்தை அலசுதல் என்பது அவசியமானதொன்றாகும்.

அரசர்களுடைய சிற்பங்கள்: சிற்ப வடிப்பில் வீமா கட்பிஸஸ்

மதுரா அருங்காட்சியகத்தில் இடம் பெறும் இரண்டு முக்கிய நினைவுச் சின்ன சிற்பங்கள், இந்த அருங்காட்சியத்தின் சிறப்பு மிக்க

8.7 வீமா கட்பிஸஸ் - மதுரா அருங்காட்சியகம்

சேகரிப்புகளாகும். ஒன்று சிங்க சிம்மாசனத்தில் வீற்றிருக்கும் நிலையில் உள்ள குஷான மன்னர் வீமா கட்பிஸஸ்; தலையில்லாத போதிலும், மனதைக் கவர்வதாயுள்ளது. பீடத்தில் கால்களுக்கிடையே யுள்ள இடைவெளிப் பகுதியில் இடம் பெறும் கல்வெட் டிலிருந்து இவ்வரசன் “அரசர் களுக்கு அரசன், கடவுளர்களின் புதல்வன்” எனத் தனக்கு அடை மொழி கொடுத்துக் கொண்டுள்ளது தெரிய வருகின்றது. அரியணையில் கம்பீரமாக அமர்ந்துள்ள தோரணையிலிருந்தே அரசன் தான் என்பது கல்வெட்டைப் படிக்க முடியாவிட்டாலும் உணர முடியும். காலில் அணிந்துள்ள கால் முழுவதையும் மறைக்கும் காலணிகள், இவ்வரசன் இந்திய வம்சாவளியல்ல; அந்நிய தேசத்தவன் என்பது புலப்படும். மிருதுவான, கம்பளியினாலான காலணிகளில் திராட்சைக் கொடிகளும், கொத்துக்களும் கொண்டு தையல் வேலைப்பாடுகளால் அழகூட்டப்பட்டிருப்பது அரச தோரணைச் சிற்பத்திற்குக் கொடுக்கப்பட்ட நுண்ணுர்வுச் சேர்ப்பாகும். அரியணையின் இருபுறமும் இரு அழகிய சிங்கங்கள் உள்ளன.

சிற்ப வடிப்பில் கனிஷ்கர்

வீமா கட்பிஸஸ் சிற்பத்திற்கு எதிரிலேயே பேரரசர் கனிஷ்கரின் நின்ற நிலைச் சிற்பமும் உள்ளது. கனிஷ்கரை நினைவுறுத்துவதற்கு அவர் வெளியிட்ட நாணயங்களும், இந்த சிற்பமும் மட்டுமே எஞ்சியுள்ளன. 1912இல் ராய்பஹதூர் பண்டிட் ராதா கிருஷ்ணா என்ற தொல்லியல் ஆராய்ச்சியாளாரால் கண்டுபிடிக்கப்பட்ட சிற்பமாகும் இது. மெல்லிய உள்ளாடை (Tunic) மேல் கனமான மேலாடையை (coat) அணிந்துள்ளார். ஸகைத்தியன் பாணி உடையாகும் இது. காலில் அணிந்துள்ள கனமான பெரிய காலணிகளின் அளவிலிருந்தே அவரது நெடிதுயர்ந்த ஆகிருதியை உணர முடிகின்றது. மேலாடையினுள் உள்ள உள்ளாடையையும் இறுகப் பிடிக்குமாறு உலோகத்தாலான இடுப்புப் பட்டை

அணிந்துள்ளதால் இடுப்பிற்குக் கீழ் உள்ள ஆடைப்பகுதியானது சுருக்கங்களுடனும் மடிப்புகளுடனும் காணப்படுகின்றது. 'பிராமி'யில் எழுதப்பட்டுள்ள கல்வெட்டில் 'மாபெரும் அரசன், அரசர்களுக்கு அரசர், கனிஷ்கர்' என்று பொறிக்கப் பட்டுள்ளது. அழகிய வேலைப் பாடுள்ள வாளின் நுனி தரையில் ஊன்றியிருக்குமாறு ஒரு கை வாளைப் பிடித்துள்ளது; மறுகையில் தண்டாயுதம் (mace) உள்ளது. சிற்பத்தின் தலை காணப்படாமலிருப்பது நமது துர திருஷ்டமே! இருந்திருந்தால் வலிமை வாய்ந்த தோள்களின் மேலுள்ள முகம் எத்தன்மையது என்றறிவது விரும்பத்தக்கதாயிருந்திருக்கும். குஷானர்கள் ஆட்சிக் காலத்தோடு அரசர்களை வழிபடும் வழக்கம் மறைந்துவிட்டது. ஆனால் தெய்வங்களுக்கும், அரசர்களுக்கும் உருவச் சிற்பம் வடிக்கும் கலை மரபு தோன்றிவிட்டது.

8.8 கனிஷ்கர்,மதுரா அருங்காட்சியகம்

உருவ வடிப்பு - காந்தாரக் கலைத் தாக்கமா?

சிறிது காலத்திற்கு முன்னர் கலை வரலாற்றறிஞர்களிடையே, கிரேக்க ரோமானிய தாக்கம்தான் புத்தருக்கு மனித வடிவம் முதன் முதலாகக் கொடுக்கக் காரணமா என்ற சர்ச்சை எழுந்தது. ஆனால் சமீபத்திய ஆராய்ச்சிகள் முடிவாக காந்தாரப் பகுதிகளில், காந்தாரப் பாணியில், புத்தரின் மானுட வடிவ சிற்பங்கள் வடிக்கப்பட்ட அதே காலகட்டத்தில் இந்தியாவின் பல பாகங்களிலும் உருவச் சிற்பம் வடித்தல் வழக்கிலிருந்தது நிரூபிக்கப்பட்டுள்ளது. தியானத்தில் இருக்கும் புத்தருடைய மனதின் நிர்ச்சலனத் தன்மையை, தூய்மையை பிரதிபலிக்கும் வடிவத்தைக் கொணரும் சோதனை முயற்சிகளில் சிற்பிகள் ஈடுபட்டிருப்பதை ஆரம்பகாலச் சிற்பங்களிலிருந்து அறிந்து கொள்ள முடிகின்றது. முகபாவனைகள், ஆடைகள், நிற்கும் நிலை, நிர்ச்சலனமான முகத்தில் எதிர்பாராதவிதமாகத் தோன்றியது போன்ற, புன்னகை போன்ற பலவகைகளிலும் சோதனைகள் மேற்கொள்ளப் பட்டன.

பாலாவின் கொடைச் சிற்பம்

கி.பி. 100 வாக்கில் சிராவஸ்தியில் உயரம் எட்டடிக்கும் மேற்பட்ட போதிசத்துவரின் சிற்பம் நிறுவப்பட்டது. பாலா என்ற புத்த பிட்சுவின் கொடைச் சிற்பமாகும் இது. இதற்கு முற்காலத்தில் வடிக்கப்பட்ட யக்ஷர்

சிற்பங்கள் போன்றே முன்புறத் தோற்றத்துடன் நிற்கும் நிலையில் போதிசத்துவரின் சிற்பம் வடிக்கப்பட்டுள்ளது; விளையாட்டு வீரர்களைப் போல் திடகாத்திரமாய், இறுகிய தசையுடையோர்களாக வடிக்கப்படவில்லை. மாறாக மிருதுவான, குழைவான தசையமைப்பைப் பெற்றோர்களாகக் காணப்படுகின்றனர். இடது தோளின் குறுக்கே செல்லும் ஆடையானது அழகான சுருக்கங்களுடன் முழங்கைக்குக் கீழ் தொங்கிக் கொண்டுள்ளது.

8.9 போதிசத்துவர் - பாலாவின் கொடைச்சிற்பம்

அமோகா - அசியின் கொடைச் சிற்பம்

அமர்ந்த நிலை புத்தர் மற்றும் போதி சத்துவர்களுடைய பல சிற்பங்கள் கண்டெடுக்கப் பட்டுள்ளன. கத்ரா குன்றில் கிடைத்த சிற்பமொன்று அமேஹா-அசி என்ற பெண் துறவியரால் 'புலனறி வுடைய உயிர்கள் அனைத்தின் நலத்தினையும், மகிழ்ச்சியையும் வேண்டி' கொடையாகக் கொடுக்கப்பட்டதாகும்.

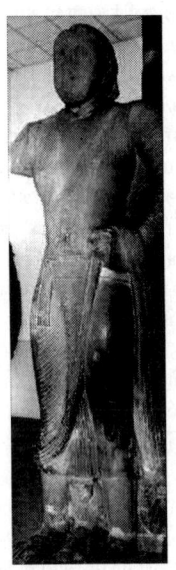

மதுரா அருங்காட்சியகத்தில் குறுக்குவசத்தில் சிறியதாகவும் நீளவசத்தில் அதிகமாகவும் இருக்குமாறுள்ள சிற்பப் பலகையொன்றில் புத்தமத ஸ்தூபி புடைப்புச் சித்திரமாக இடம் பெற்றுள்ளது. கணிகை லாவண சோபிகாவின் மகளும் அரசவை நர்த்தகியுமான வாசு என்பவரின் கொடை இது எனச் சிற்பப் பலகையில் இடம் பெற்றுள்ள கல்வெட்டில் பொறிக்கப்பட்டுள்ளது.

அரைக்கோள வடிவ ஸ்தூபியைச் சுற்றியுள்ள கல்வேலிகள் சிற்பங்களால் அலங்கரிக்கப்பட்டுள்ளன.

அருங்காட்சியகத்தின் இப்பகுதி முழுவதுமே கல்வேலித் தூண்கள், குறுக்குச் சட்டங்கள் என ஸ்தூபிகளின் எஞ்சிய பகுதிகளைக் கொண்டுள்ளது. இந்த எச்சங்கள் கண்டெடுக்கப்பட்ட இடமோ, பூமிக்கடியில் எவ்வளவு ஆழத்தில் கிடைத்தது என்பதோ சரியாகப் பதியப்படவில்லை. போதிமரம் போன்ற குறியீடுகள் இருந்ததெனில் ஹீனாயான காலம் என்றும், புத்தரின் மானுட வடிவம் இடம் பெற்றிருந்ததால் மஹாயான காலம் என்றும் நாம்தான் வகைப்படுத்திக் கொள்ள வேண்டும்.

ஜைனக் கலை

8.10 அமர்ந்த நிலை புத்தர் - அமோக அசியின் கொடைச் சிற்பம்

மதுராவின் அருகில் கன்ஹாளி திலாவில் கி.மு. 2ஆம் நூற்றாண்டைச் சேர்ந்த 2 ஜைனமத ஸ்தூபிகளும் உள்ளன. இந்த ஸ்தூபி கல்வேலியில் விருக்ஷா தேவியின் சிற்பம் இடம் பெற்றுள்ளது. மேலும் ஜைன மத ஸ்தூபி, கல்வேலி, தோரண வாயில் என அனைத்தும் ஏறத்தாழ புத்தமத ஸ்தூபி, கல்வேலி, தோரண வாயிலோடு ஒத்துப் போவதைக் காணலாம்.

வைதிகக் கலை

சிவலிங்க வழிபாடு இருந்ததை மதுராவில் உள்ள குறைபாடுகளுடன் கூடிய கட்டடக் கலையிலிருந்து அறியப்படுகின்றது. முகலிங்கம், விஷ்ணு, லெட்சுமி போன்ற வைதீகத் தெய்வங்களின் சிற்பங்கள் கண்டெடுக்கப்பட்டு மதுரா, லக்னோ நகர அருங்காட்சியகங்களில் வைக்கப்பட்டுள்ளன. மதுரா அருங்காட்சி யகத்தில் ரதத்தில் பயணிக்கும் சூரியனின் சிற்பமும் உள்ளது. காலணி, மேலாடை, மீசை போன்றவற்றைக் கூர்ந்து நோக்கும்பொழுது சிற்பக் கலையில் ஈரானியத் (பாரசீகத்) தாக்கம் இருப்பதைக் காண்கின்றோம். நாகக் கடவுளுக்கென்றே உருவாக்கப்பட்ட கோயில்கள் மதுராப் பகுதியில் மிகவும் செல்வாக்குடையதாய் இருந்தன.

8.11 நாகதேவதைகள், மதுரா பாணி

மதுரா பாணியில் நாக வழிபாடும், உலகியல் காட்சியும்

மதுரா கலை கலாசாலையைச் சேர்ந்த 'நாகராணி'யின் சிற்பம் அனைவரையும் ஈர்க்கக் கூடியது. கி.பி. இரண்டாம் நூற்றாண்டைச் சேர்ந்தது இச்சிற்பம். மத்தியத் தூணிலிருந்து ஐந்து பெண்களின் தலைகள் படமெடுத்ததாடும் ஐந்து தலை நாகங்களின் தலைபோல் வடிக்கப்பட்டுள்ளன. நாகங்களை வணங்குவது என்பது புத்தமதப் பிரிவுகளிலும் இடம் பெறுகின்ற இந்தியா முழுவதும் காணப்படும் மரபாகும். இச்சிற்பத்தின் பின்புறமும் வெறுமனே விடப்படாமல் ஒரு மரத்தினைப் புடைப்புச் சித்திரமாக வடித்துள்ளனர்; நுனிகுறுகிய இளந்தளிர் இலைகள் தென்றல் காற்றில் அசைந்தாடுகின்றன; மரத்தின் கிளைகளில் ரோமங்கள் நிறைந்த வாலை செங்குத்தாக உயர்த்திக் கொண்டு, குறுகுறுப் பார்வையுடன் ஒரு அணில் ஓடியாடிக் கொண்டுள்ளது. இது போன்ற சில நுணுக்கங்கள் மூலம்தான் - சில சமயங்களில் நகைச்சுவையுணர்வும், சில சமயங்களில் அரசத் தோரணையும், வலிமையுணர்வையும் கொண்டிருப்பது - மதுரா பாணி சிற்பக்கலையை உணரவும், புரிந்துகொள்ளவும் முடியும்.

மதுரா பாணியில் ஸ்தூபி யக்ஷிகள்

டெல்லி அருங்காட்சியகத்திலும் கல்வேலிகளும், தோரணவாயில்களும் இடம் பெற்றுள்ளன. தொல்லியல் ஆய்வில் கிடைத்த எச்சங்கள் தான் இவை. வேலித்தூண்கள் மூன்றடி உயரமுடையவை; பெண் பக்தைகளின் வடிவங்களை, சால பஞ்சிகை (இணைப்புப் பதுமைகள்) களை புடைப்புச் சிற்பங்களாகக் கொண்டவை. அசோக மரக் கிளையை உயரத் தூக்கிய கைகளால் பற்றியவாறுள்ள மங்கையின் சிற்பப் பலகை உள்ளது. அருவியில் நீராடும் ஸ்நான சுந்தரி, தாயும் குழந்தையும் விளையாடும் காட்சி, கண்ணாடியில் அழகு பார்க்கும் பெண் ஆகிய சிற்பப் பலகைகளும் உள்ளன. வசந்த சேனை எனப்படும் மயங்கி விழும் சிற்பப் பலகை புகழ் வாய்ந்ததாகும்; கோப்பையைக் கையில் வைத்துள்ள சிறு ஆண் வடிவம் மயங்கி விழும் பெண்ணைத்

8.12 அசோக மரக்கிளையைப் பற்றியுள்ள பெண் - மதுராபாணி - டெல்லி தேசிய அருங்காட்சியகம்

8.13 பெண்ணின் சிருங்காரம், மதுராபாணி

தாங்க, மற்றொருவர் கைகளைப் பிடித்துத் தூக்க முயற்சிக்கின்றார். பெண்களின் மார்பு மறைக்கப் படவில்லை; இடுப்புக்குக் கீழ் இடம் பெறும் ஆடை நழுவிவிடாம லிருக்குமாறு இடுப்பணி இறுகப் பிடித்துள்ளது. வடிவமைப்பிலும், வேலைப்பாட்டிலும் எண்ணற்ற வித்தியாசங்களைக் கொண்டுள்ள நகைகளைப் பெண்கள் அணிந் துள்ளனர். கனத்த, தொங்கும் அமைப்புள்ள காதணிகள், கழுத்து அட்டிகைகள், இடுப்பணிகள், வளையல்கள் போன்ற கையணிகள், கொலுசு போன்ற கணுக்காலணிகள் ஆகியவை சில நகையணிகளாகும். முழுக் கையையும் மறைக்குமாறு எண்ணற்ற வளையல்களுடன் பெண்களின் சிற்பங்கள் உள்ளன.

முக்கியமாக, கலை மையமாக மதுரா தொடர்ந்தது. மதுராவில் உருவாக்கப்பட்ட சிற்பங்கள் தொலைதூரப் பகுதிகளிலிருந்து கண்டெடுக்கப்பட்டுள்ளன. மதுராவில் கலை பயின்ற கலைஞர்கள்தாம் இத்தொலை தூரங்களுக்கெல்லாம் சென்றிருக்க வேண்டும்.

தனித்துவமான உருவச் சிற்ப வடிவிற்கு வித்திட்ட காந்தார, மதுரா பாணி

8.14 ஸ்தூபி வழிபாடு, மதுராபாணி

இந்தியக் கலைகளில் தெய்வங்களுக்கு மனித வடிவில் சிற்பங்களைச் செதுக்குதல் என்பது பெருவாரியாக காந்தாரக் கலைப் பாணியிலும், மதுரா கலைப் பாணியிலும் தொடங்கப்பட்டுவிட்டது.

புத்தருக்கும் மானுட வடிவம் கொடுக்கும் மஹாயான புத்த சமயப் பிரிவும் நிலைபெறத் தொடங்கி, ஹீனயானப் பிரிவை முந்தவும் தொடங்கி விட்டது. இத்தொடக்கங்களெல்லாம் தெற்குச் சீனாவைச் சேர்ந்த குஷானர்கள் காலத்தில் நடைபெற்றது மிகுந்த வியப்பளிக்கின்றது. மானுட வடிவெடுத்த சிற்பங்களுக்கு இக்கால கட்டத்தில் பூஜைகளும், தெய்வீக ஆராதனைகளும் நடத்துதல் என்பது இந்தியாவில் மட்டுமல்லாமல், வெளிநாடுகளிலும் ஆரம்பிக்கப்பட்டுவிட்டது. ஏறத்தாழ இரண்டாமாயிரம் ஆண்டுகள் தொடக்கமாக தீவிரத் தன்மையுள்ள பல்வேறு இஸ்லாமியப் பிரிவுகளைச் சேர்ந்த மக்கள் வசிக்கும் ஆப்கானிஸ்தான் பகுதிதான் முதலாம் ஆயிரம் ஆண்டுகளின் தொடக்கங்களில் புத்தமதம் அதிக வலுப்பெற்றிருந்த பகுதி என்று நம்புவது கடினமாயுள்ளது. இருப்பினும் இதுதான் அப்பட்டமான உண்மை. அக்காலங்களில் புதுமையை உருவாக்கும் காரணியாக, செயல் மையமாக செயல்பட்ட பகுதி இன்று துப்பாக்கிக் கலாசாரத்திற்கும், உலகிற்கே போதைப் பொருட்களின் உற்பத்தியிடமாகவும் செயல்படுவது சோக மயமானதேயாகும்.

அத்தியாயம் - 9

ஸ்தூபிகளின் பள்ளத்தாக்கு - ஆந்திரம்

புத்தமதமும், புத்த கலைகளும் இந்தியாவின் பிறபகுதிகளில் வளர்ச்சியடைந்தது போன்றே தென்னிந்தியாவிலும் வளர்ச்சி கண்டது. ஆனால் கட்டுமான, கலைப் பாணியில் சூழலுக்கு ஏற்றாற்போல் சில மாறுதல்களையும் கொண்டுள்ளது. அசோகரின் அளவற்ற சொந்த முயற்சிகளின் காரணமாகவே தென்னிந்திய மக்களுக்கும் புத்தமதம் அறிமுகப்படுத்தப்பட்டது. இருப்பினும் புத்தமதத்தின் செல்வாக்கு என்பது ஆந்திராவின் குறிப்பிட்ட சிறிய நிலப்பகுதிகளோடு நின்றுவிட்டது. கோதாவரி, கிருஷ்ணா டெல்டாக்களுக்கிடையே 9 இடங்களில் (கிட்டதட்ட 11) அனைத்து பௌத்த ஸ்தூபிகளின் இடிபாடுகளும் காணப்படுகின்றன. குடைவரைகளும் கிருஷ்ணா, விசாகப்பட்டின மாவட்டத்திற்குள் அடங்கிவிடுகின்றன. இருப்பினும் 'வெங்கி கலைப்பாணி' என்று அழைக்கப்படுமளவிற்கு இப்பகுதி புத்தமதக் கலைகள் புகழ் பெற்றனவையாகும். தென்கிழக்கு ஆசிய நாடுகளில் காணும் புத்தரின் சிற்ப வடிவங்களுக்கு முன்மாதிரிகளாக இப்பகுதிச் சிற்பங்கள் திகழ்ந்தன.

சாதவாகனர், இட்சுவாகு வம்சம்

மௌரியப் பேரரசு வீழ்ச்சிக்குப்பின், சாதவாகனர்களின் எழுச்சியோடு கி.மு. 200இல் தொடங்கி ஆந்திரப்பகுதி புத்தகலைகளின் வளர்ச்சியும் ஆரம்பமாகின்றது. ஆரம்பத்தில் சாதவாகனர்களின் தலைநகராக ஸ்ரீகாகுளம் இருந்தது; பின்னாளில் தரணிக்கோட்டை (அல்லது அமராவதி) தலைநகராயிற்று. மஹாஸ்தூபி எனப்படும் அமராவதி நகர் புத்த ஸ்தூபி புத்தமத புனித நூல்களில் பெரிதும் போற்றப்பட்ட ஒன்றாகும். இங்கு மிக மேன்மையான கவித்துவம்

வாய்ந்த கலைப் படைப்புக் காலம் என்பது சாதவாகனர் ஆட்சிக் காலம்தான். கி.பி. மூன்றாம் நூற்றாண்டில் சாதவாகன வம்சத்தின் ஆதிக்கம் மங்கத் தொடங்கியது. இதன் விளைவாக சுதந்திரமெய்திய சிற்றரசர்களில் இட்சுவாகுகளும் ஒருவர். நாகார்ஜூனகொண்டா கல்வெட்டில் அக்குலத்தைச் சேர்ந்த மூன்று மன்னர்களைப் பற்றிய குறிப்பு வருகிறது. இவ்வம்சத்தைச் சேர்ந்த மன்னர்கள் பௌத்தத்தைப் போற்றி பௌத்தக் கலைகளை ஆதரித்தனர். நாகார்ஜூனகொண்டா என்னுமிடத்திலுள்ள பௌத்த சிற்பங்கள் பௌத்தக் கலையின் சிகரமாக அமைந்துள்ளன. இட்சுவாகு வம்சத்தின் தலைநகரமான விஜயபுரி, நாகார்ஜூனகொண்டா பள்ளத்தாக்குப் பகுதியிலேயேயுள்ளது. கி.பி. நான்காம் நூற்றாண்டின் தொடக்கத்தில் இட்சுவாகு வம்சம் முறிந்தது; வடபகுதியில் பிரகத்பாலாயனர்களின் ஆட்சியும், தென்பகுதியில் பல்லவர் ஆட்சியும் ஓங்கலாயிற்று.

வெகுஜனக் கலை

புத்தகலைகள் காணப்படும் கிருஷ்ணா, கோதாவரி டெல்டாக்களுக்கு இடைப்பட்ட பகுதிகள் நீர்ப்பாசன வசதிகள் நிறைந்த, நன்கு விளைச்சல் தரக்கூடிய நிலப்பகுதியாகும். எனவே கிழக்குத் தக்காணத்தின் நாகரிகத் தொட்டிலாகவே செழிப்பான கிருஷ்ணா நதிப் பள்ளத்தாக்குப் பகுதி விளங்கியது. பழங்காலத்திலிருந்தே இப்பகுதி பருத்தியாடைகளின் நேர்த்தி ரோமானியர் போன்ற வெளிநாட்டவரை ஈர்த்தது. சிறப்பான வணிகத்தின் காரணமாக செல்வச் செழிப்பான வளர்ச்சி காணப்பட்டது. இந்தியாவின் மூலை முடுக்கிலிருந்தும், வெளிநாடுகளிலிருந்தும் வணிகத்தின் பொருட்டு இணைந்தவர் களிடையே பரஸ்பரம் புரிந்துகொள்ளுதலும், பாராட்டிக் கொள்ளுதலும் மிகுந்திருந்தது. இத்தகு நட்புணர்வும், கொடையும்தான் கிருஷ்ணா பள்ளத்தாக்குக் கல்வெட்டுகளிலும் காணப்படுகின்றன. ‘உலகின் புலனறிவுடைய உயிர்கள் அனைத்தின் நலனுக்காக’ உருவாக்கப்பட்ட கொடைச் சிற்பங்கள் என்றுதான் கல்வெட்டுகளிலெல்லாம் செதுக்கப்பட்டுள்ளன. வைதிகத் தெய்வங்களை வணங்கும் சாதவாகன அரசர்களின் அரவணைப்போடு வெகுஜனக் கொடையினால் வளர்ந்தவையே வெங்கிக் கலைப் பாணியாகும். கலை வளர்ச்சியில் பௌத்தத் துறவியரின் கொடையுமடங்கும். நன்கொடையாளர்களின் கல்வெட்டுப் பட்டியலில் பௌத்தமத ஆண் துறவியரைவிட பெண்துறவியரின் எண்ணிக்கையே அதிகமுள்ளது. இத்தகு பெண் துறவியர், சங்கத்தில் உயர் பட்டங்களை உடையவர்களாயிருந்தனர்.

பௌத்தக் குடைவரைகள்

குடைவரைக் கட்டுமானங்கள் ஆந்திரத்தில் இரண்டு இடங்களில் உள்ளன. ஒன்று கிருஷ்ணா மாவட்டத்திலுள்ள குண்டபள்ளியாகும். இங்குதான் ஸ்தூபியை உள்ளடக்கிய சைத்திய குடைவரையின் வட்டவடிவ அறையமைப்பானது மிகப் பழங்காலத்தில் அமைந்த குடிசை அமைப்பிலுள்ளது; 18 அடி விட்டமும், 14 அடி 9 அங்குல உயரமும் உடையது; கோளவடிவக் கூரையானது வட்டவடிவச் சட்டங்களின் குறுக்காக நீளவடிவ சட்டங்களைச் செருகிய கட்டமைப்பிலுள்ளது. வட்டவடிவ அறையின் கதவமைப்பானது பராபர் லோமாஸ் ரிஷி குடைவரைகளை நினைவூட்டுவதால், இக்குடைவரைகளின் காலம் கி.மு. 200 ஆக இருக்கலாம். இந்த சங்காரமத்தில் ஒரு பெரிய மற்றும் ஒரு சிறிய வழிபாட்டு மண்டபங்களைக் கொண்ட விஹாரங்கள் தனிக் குழுக்களாக அமைந்துள்ளன. செங்கல் கொண்டு கட்டப்பட்ட ஸ்தூபிகள் இடிபாடுகளுடன் காணப்படுகின்றன. குடைவரை நுட்பத்திலும், கட்டுமானத்திலும் பல்வேறு அளவுகளில் அமைந்த ஸ்தூபிகளும் உள்ளன.

9.1 குண்டபள்ளி குடைவரை (1)

மரபுப்படியான ஹீனயான பாணி விஹார அமைப்புடனும், நேர்த்தியற்ற, நெருக்கடி உணர்வைத் தோற்றுவிக்கக் கூடிய அலங்கார அமைப்புகளுடனும் காணப்படுகின்றன.

சங்கரம் (Sankaram) மலைக் குடைவரைகளுக்கும் மேற்கூறிய குணாதிசயங்கள் பொருந்தும். இவை விசாகப்பட்டினம் மாவட்டத்திலமைந்துள்ளன. குண்டபள்ளி குடைவரைகளினின்றும் காலத்தால்

9.2 சங்கரம் குடைவரை

பிந்தியன; இவற்றின் சிலபகுதிகள் குப்தர் காலத்திலும் (ஏறத்தாழ கி.பி.350) குடையப்பட்டுள்ளன. ஒரே கல்லில் உருவாக்கப்பட்ட ஸ்தூபிகளையும், தொடர்ச்சியான அறைகளைக் கொண்ட குடைவரை விஹாரங்களையும், பெரியஅளவில் அமைந்த கட்டுமான விஹாரங்களின் எச்சமான அடித்தளத்தை மட்டுமே கொண்டுள்ளன. பல்வேறு அளவுகளில் ஸ்தூபிகள் ஆங்காங்கே பாறைகளில் செதுக்கப்பட்டுள்ளன. மேற்குத் தொடர்ச்சி மலைகளில் உள்ள சைத்திய ஸ்தூபிகளின் அளவு விகிதாச்சாரத்தோடு இங்கு காணப்படும் ஸ்தூபிகளும் ஒத்துப் போவதைக் கொண்டு, இவையும் கிறித்துவ சகாப்தத்திற்கு முந்தைய நூற்றாண்டுகளைச் சேர்ந்த ஹீனயான ஸ்தூபிகளாயிருக்க வேண்டும். சங்கரம் மலையில் கிழக்கிலுள்ள குன்றின் மேல் உருவாக்கப்பட்டுள்ள முக்கிய கட்டுமானங்களில் ஸ்தூபியும், விஹாரமும் அடங்கும். சதுர அடிமானத்தைக் கொண்ட குடைவரையாக ஸ்தூபி உள்ளது. இதற்கு இணையாக 150 அடி x 70 அடி அளவுள்ள அமைப்பின் விளிம்புகளில் பெரிய அளவில் அறைகளைக் கொண்ட செவ்வகக் குடைவரைக் குழுமத்தின் இடிபாடுகள் காணப்படுகின்றன. இவற்றினூடே கஜப்பிருஷ்ட வடிவில் மூன்று சைத்திய வழிபாட்டிடங்கள் சமச்சீராக அமைந்துள்ளன. இக்குழுமத்திலுள்ள ஒற்றைக் கற்றளி ஸ்தூபிகளில் சில அளவில் பெரியவைகளாகும். சைத்திய விஹாரத்திற்கு முன்பாக உள்ள மிகப் பெரிய ஸ்தூபியின் வட்ட அடிமானத்தின் விட்டம் 65 அடியுடன் ஸ்தூபியின் மேற்பகுதி இல்லாமல் காணப்படுகின்றது.

இவ்விடத்திலுள்ள பல கட்டுமானங்கள் ஹீனயான காலத்தை (கி.மு.150 - கி.பி.200)ச் சார்ந்தவையாயினும், மஹாயான காலத்தில்தான் (கி.பி.450) இப்பகுதி உன்னத நிலையிலிருந்திருக்க வேண்டும் என்பதை இங்கு காணப்படும் சிற்பங்களிலிருந்து ஊகிக்க முடிகின்றது. குண்டபள்ளி, சங்கரம் குடைவரைகள் இரண்டுமே அவற்றின் தொன்மைக் காரணம் பற்றியே நம் கவனத்திற்குரியனவேயன்றி, இவைகளில் கலையம்சம் அதிகம் இல்லை.

அமராவதிப் பாணி ஸ்தூபிகள்

குடைவரைக் கலை நுணுக்கங்களிலும், தொழில் நுட்பத்திலும் நலிந்தவர்களாய்க் காணப்படும் ஆந்திரக் கைவினைஞர்கள் கட்டுமான நினைவகங்களை உருவாக்குவதில் தன்னிகரற்று விளங்குகின்றார்கள். எல்லூரு என்னுமிடத்தை மையமாகக் கொண்டு கிருஷ்ணா கோதாவரி நதிகளின் டெல்டாப் பகுதிகளில் 9 இடங்களில் கிட்டத்தட்ட 11 பௌத்த ஸ்தூபிகளின் இடிபாடுகள் காணப்படுகின்றன. இவையாவும்

9.3 அமராவதி ஸ்தூபி அமைப்பில் நேர்த்திக்கடன் சிற்பப் பலகை

அழகுமிக்கன. ஒரே கலைப் பாணியைச் சார்ந்தன. இவற்றை அமராவதிப் பாணி ஸ்தூபிகள் என்பர்.

ஜக்கய்ய பேட்டை, பட்டிப்ரோலு, அமராவதி நகர், நாகார்ஜூன கொண்டா ஆகிய இடங்களில் உருவாக்கப்பட்டுள்ள ஸ்தூபிகள் தென்னிந்திய புத்த கட்டுமானப் பாணி உருவான காலத்தில் தன்னிகரற்று விளங்கிப் புகழ் சேர்த்தன என்றால் மிகையில்லை. இவற்றின் மேற்பரப்பு வெண்மையான சலவைக் கற்களால் பரப்பப்பட்டு கம்பீரமான தோற்றமுள்ளவையாய் தனிச்சிறப்பாகத் திகழ்ந்தன. மேலும் இச்சலவைக்கற்கள் மீது செதுக்கப்பட்ட புடைப்புச் சிற்பங்கள் இந்தியக் கலை வரலாற்றிற்கு பெருமை சேர்த்தன. ஆனால் இவை காலத்தாலும், கலையுணர்வற்றோராலும் பெரிதும் பாழ்படுத்தப்பட்டன.

ஸ்தூபிகளின் அதிக அளவினாலான திண்மைக்கும், மேற்பரப்பில் ஒட்டப்பட்டுள்ள சலவைக் கற்கள் மற்றும் பிற மேற்பரப்பு பூச்சிற்குமான ஆதாரத்திற்கும், ஸ்தூபிகளின் அடிமானமும், உள்கட்டுமானமும் திடமாய் இருத்தல் அவசியமாகின்றன. எனவேதான் ஸ்தூபிகளின் அடிமானமும், உள்கட்டுமானமும் பட்டிப்ரோலு, குடிவாடா போன்ற இடங்களில் கல்கட்டுமானமாகவும், பிற இடங்களில் செங்கற்கட்டுமானமாகவும் அமைந்துள்ளது. கட்டுமானப் பொருட்களின் சிக்கனத்திற்கு வெவ்வேறு நடைமுறைகள் பின்பற்றப்பட்டுள்ளன. உதாரணமாக ஜக்கய்யபேட்டையில் உள்கட்டுமானங்கள் வெவ்வேறு உயர்நிலைகளைக் கொண்டுள்ளன. கண்டசாலாவில் நடுவில் வட்டவடிவிலும், அவற்றிலிருந்து வெளிவட்டச் சுற்றளவை நோக்கி சக்கரத்தின் ஆரைக்கால்கள் போன்றும் குறுக்குச் சுவர்கள் அறிவியல் முறைப்படி அமைந்துள்ளன. 24‘ x 18‘ x 4‘ அளவுள்ள பெரிய செங்கற்கள் பயன்படுத்தப்பட்டுள்ளன. இவற்றில் சில சுட்ட செங்கற்களாகக் காணப்படுகின்றன. இத்தகு செங்கற்கள்கட்டுமானத்திலிருந்தும்,

எஞ்சியுள்ள கட்டுமானப் புறப்பரப்பிலிருந்தும் ஸ்தூபிகளின் அளவைக் கணக்கிட முடிகின்றது. வெவ்வேறு அளவுள்ளவைகளாக இருப்பினும், ஏதேனும் ஒரு ஸ்தூபியைப் பற்றித் தெரிந்துகொண்டாலே, அனைத்து ஆந்திர ஸ்தூபிகளைப் பற்றியும் தெரிந்துகொண்டதாகும்; ஏனெனில் அவையனைத்தும் ஒரே மாதிரி அமைப்புள்ளவைகளேயாகும்.

அமராவதி ஸ்தூபி மீட்டெடுத்த வரலாறு

அமராவதி ஸ்தூபி பற்றியும், அதன் சிற்பப் பலகைகளும் நமது பார்வைக்கு மீட்டெடுக்கப்பட்ட வரலாறு சுவைமிக்கதாகும். கி.பி.1797இல் கர்னல் காலின் மெக்கென்சி என்பவர் அமராவதியில் இடிபாடுகளுடன் கூடிய புத்த ஸ்தூபி ஒன்றைக் கண்டார். கி.பி.1816இல் இரண்டாம் முறை அங்கு சென்றபொழுது, ஸ்தூபியானது ஏறத்தாழ முற்றிலும் அழிக்கப்பட்ட நிலையிலிருந்தது. இந்நிலைக்குக் காரணம் ஸ்தூபிக் கட்டுமானப் பொருட்களை வேறு சொந்தக் கட்டுமானங்களுக்குப் பயன்படுத்திக் கொண்டிருந்ததும் சுண்ணாம்புக் கற்களினாலான சிற்பப் பலகைகளையெல்லாம் வேகவைத்துச் சுண்ணாம்பாக மாற்றியதும்தான் ஆகும். இதனையடுத்து விரைந்து செயல்பட்ட மெக்கன்சி எஞ்சியிருந்தவைகளையெல்லாம் சேகரித்துப் பெரும்பாலானவற்றை சென்னை அருங்காட்சியகத்திற்கும், மற்றவற்றை லண்டனிலுள்ள பிரிட்டிஷ் அருங்காட்சியகம், டெல்லி, கல்கத்தா அருங்காட்சியகத்திற்கும் அனுப்பி வைத்தார். இன்றைக்கு அமராவதியில் ஸ்தூபியின் அடித்தளம் மட்டுமே எஞ்சியுள்ளது. இதனருகிலேயே உள்ள சிறிய தொல்பொருள் அருங்காட்சியகம் இவ்விடத்தில் மெக்கன்சி காலத்திற்குப் பின் புதைபொருள் ஆராய்ச்சியில் கிடைத்த சிற்பங்களையும், நகை, கடிதம் போன்ற நினைவுச் சின்னங்களை வைக்கும் படிகத்தால் (பளிங்கினால்) ஆன பெட்டிகள் சிலவற்றையும் கொண்டுள்ளது. சென்னை அருங்காட்சியகத்தின் அமராவதித் தொகுப்புப் பிரிவுதான் அமராவதி ஸ்தூபி பற்றி முழு விவரங்களையும் கொடுக்கும் அருங்காட்சியகமாக உள்ளதெனில், அதற்கு முழுநன்றியையும் நாம் தெரிவிக்க வேண்டியது கர்னல் காலின் மெக்கன்சிக்குத்தான்

காணிக்கைப் பலகைகள் அல்லது நேர்த்திக் கடன் சிற்பப் பலகைகள்

அதிர்ஷ்டவசமாக, ஸ்தூபி எவ்வாறு இருந்தது என்பதைப் பெரும்பாலும் பக்தர்களின் நேர்த்திக் கடன் சிற்பப் பலகைகளில் இருந்து அறிந்துகொள்ள முடிகின்றது. மொத்த நினைவுச் சின்ன வடிவமைப்பையும் சிற்பப் பலகையாக வடித்து ஸ்தூபியின் புறப்பகுதி

அலங்கார வேலைக்குப் பயன்படுத்திக் கொள்ளும் வழக்கம் இங்கு தொடங்கி இந்தியக் கலைப்பயணம் நெடுகிலும் தொடர்ந்தது. இது பக்தர்களின் நேர்த்திக் கடன் பங்களிப்பாக நடைபெற்றது என்பது மிகவும் சிறப்பிற்குரிய செய்தியாகும். சென்னை அருங்காட்சியகத்திலும், இத்தகு நேர்த்திக்கடன் சிற்பப் பலகையொன்று அருங்காட்சியச் சுவரில் பொருத்தப்பட்டுள்ளது. இதிலிருந்து ஸ்தூபி எவ்வாறிருந்திருக்கும் என முழுமையாக அறிந்துகொள்ள முடிகின்றது. சிறிய அளவில் ஸ்தூபி, தூண்களாலும், குறுக்குச் சட்டங்களாலும், தலைப்பாகைக் கற்களாலும் ஆன கல்வேலி, வாயில்கள் ஆகியவற்றைப் பற்றியும், இதில் இடம் பெற்ற சிற்பங்களையும் உள்ளடக்கிய கொடை சிற்பப் பலகையாக அமைந்துள்ளது.

மஹா ஸ்தூபி

அமராவதி ஸ்தூபியின் வரலாற்றுக் காலம் என்பது குறைந்தபட்சம் பேரரசர் அசோகரின் ஆட்சிக்காலமான கி.மு. மூன்றாம் நூற்றாண்டுத் தொடங்கி 1400 ஆண்டுகள் கொண்டதாகும். தொடக்க காலத்தில் ஸ்தூபியின் கல்வேலித் தூண்களானது கிரானைட் கல்லில் அசோகரால் நிறுவப்பட்டதாகும். கி.மு. முதலாம் நூற்றாண்டிற்குள் இந்த ஸ்தூபி விரிவுபடுத்தப்பட்டது. மேலும் சுண்ணாம்புப் பாறை வகையைச் சேர்ந்த சிற்பப் பலகைகள் கொண்டு அலங்கரிக்கப்பட்டன. தொடர்ச்சியாக கதை கூறும் பாணியில் சிற்பங்கள் இச்சிற்பப் பலகைகளில் இடம் பெற்றுள்ளன. போதி மரத்தடியில் புத்தர் ஞானமடைந்ததை எடுத்துரைக்கும் சிற்பப் பலகையொன்றும் உள்ளது. காலடிச் சுவடுகளும், கைக்குடையும் (Parsols) புத்தர் இடம் பெற்றிருப்பதைக் குறிக்கின்றன. தாழ்நிலை புடைப்புச் சிற்பம், அகன்ற முகங்கள், தலைப்பாகையமைப்பு, கனமான காதணிகள் ஆகிய அனைத்தும் சுங்கர் கால கலைப்பாணியை நினைவுபடுத்துகின்றன.

கி.பி. இரண்டாம் நூற்றாண்டிலெல்லாம் கிழக்குத் தக்காணம் வரை சாதவாகன அரசர்கள் செல்வாக்குப் பெற்றிருந்தனர். இக்காலத்தில் ஸ்தூபியின் புனருத்தாரண வேலைகள் உச்சகட்டத்தை அடைந்தன. மிக நேர்த்தியான வேலைப்பாடுகளுடைய மினுமினுப்பான சுண்ணாம்புக் கல் பலகைகளால் முழு ஸ்தூபியும் மூடப்பட்டு அழகுபடுத்தப்பட்டது. அலங்கார வேலைப்பாடுகளுடன் கூடிய கல்வேலிகளும் புதிதாகக் கட்டப்பட்டது. மிகப் பிரம்மாண்டமாகவும், மிக நேர்த்தியாகவும் உருவெடுத்த அமராவதி ஸ்தூபியானது புத்தமத புனித நூல்களில் 'மஹாஸ்தூபி' என்றழைக்கப்பட்டது. உலகில் புத்தமதம் பரவியிருந்த பகுதிகள் அனைத்திலும் அமராவதி மஹாஸ்தூபியின் புகழ் பெரிதாகப் போற்றப்பட்ட ஒன்றாகும்.

இந்த மஹா ஸ்தூபியின் விட்டமானது (குறுக்களவு) 162 அடியாகும். ஸ்தூபியிலிருந்து 15 அடி வெளிப்பிரகாரப் பாதை விடப்பட்டு கல்வேலி அமைக்கப்பட்டிருந்தது. எனவே ஒட்டுமொத்தமாக வட்டவடிவ மஹாஸ்தூபியின் விட்டம் 192 அடியுடையதாகும். ஸ்தூபியின் உயரம் 90 முதல் 100 அடிகள் உடையதாயிருந்திருக்கும். ஸ்தூபியைச் சுற்றி கல்வேலியுடன் கூடிய உள்பிரகாரப் பாதையானது தரையிலிருந்து 20 அடி உயரத்தில் அமைந்திருந்தது. உள்பிரகாரப் பாதையானது நான்கு திசைகளையும் நோக்கியவாறு சிறிய நீட்டல் பகுதிகளைக் கொண்டுள்ளன. இந்நீட்டல் பகுதியில்தான் தியான புத்தர்களை நினைவுறுத்தும் 5 ஆர்யகத் தூண்கள் அமைந்துள்ளன. இந்த உள்பிரகாரப் பாதையைச் சுற்றிலும் பாதை உயர அளவிற்கு குட்டிஸ்தம்பங்கள் அமைந்திருந்தன. "இந்தக் குட்டிஸ்தம்பங்கள் குறுக்குச் சட்டங்களால் இணைக்கப்படாமல் செவ்வக வடிவச் சிற்பப் பலகைகளால் இணைக்கப்பட்டிருக்க வேண்டும். இச்சிற்பப் பலகைகளின் உட்புறங்களில்தான் அமராவதி ஸ்தூபி இடம் பெற்றுள்ள நேர்த்திக் கடன் சிற்பப் பலகைகளும் இருந்திருக்கும்" என்று கலை வரலாற்றறிஞர் பெர்சி ப்ரெளன் கணிக்கின்றார். தரைமட்ட அளவிலுள்ள வெளிப்பிரகார கல்வேலியானது 10 அடி உயரமுள்ளதாகும். மரபுப்படியே கல்வேலியானது தூண்களும், இவற்றையிணைக்கும் குறுக்குச் சட்டங்களும், கல்வேலியின் மேல்பகுதியில் நீண்ட தலைப்பாகைக் கற்களாலான உத்திரத்தையும் கொண்டதாயுள்ளது. ஆனால் ஒட்டுமொத்த கல்வேலிக் கட்டமைப்பே தெரியாதபடி அலங்கார வேலைப்பாடுகள் மறைத்துவிடுகின்றன.

15 அடி அகலமுள்ள பிரகாரப் பாதையானது தனித்து நிற்கும் தூண்களைக் குறிப்பிட்ட இடைவெளியில் கொண்டுள்ளன. தூண்களின் உச்சியில் சிறிய ஸ்தூபியோ அல்லது அது போன்ற புனிதச் சின்னங்களையோ கொண்டுள்ளன. பிரகாரப் பாதையினுள் நுழைய வழி செய்யும் தோரண வாயிலானது நான்கு திசைகளிலும் அமைந்துள்ளது. மரபுப்படி அமையாமல், கல்வேலியானது நுழைவு வாயில் பகுதியில் சற்று நீட்டப்பட்டுத் திறந்த நிலையில் மேற்கூரையில்லாத முகப்புப் பகுதியினையும் அதன்முன் இரு தூண்களையும் அதன் உச்சியிணைப்பாக சிங்கத்தினையும் கொண்டுள்ளன. மற்ற புனிதப் பகுதிகளைப் போன்றே அமராவதி ஸ்தூபியும் தனித்திருக்கவில்லை. ஸ்தூபியைச் சுற்றி அமைந்துள்ள வெளிமுற்றப் பகுதியானது வெவ்வேறு அளவுள்ள நேர்த்திக் கடன் ஸ்தூபிகளால் நிறைக்கப்பட்டிருந்திருக்கும். இந்த வெளிமுற்றப் பகுதியின் மேற்குப்புறத்தில் ஏதோவொரு கட்டுமானத்தின் அடித்தளம் காணப்படுகின்றது;வழிபாட்டிடமாகவோ

அல்லது தங்குமிடமாகவோ இருக்கலாம். ஸ்தூபியின் மற்ற கட்டுமானங்களைப் போன்றே இதுவும் முழுமையாக அடையாளம் காண்பது இயலாமலுள்ளது.

கல்வேலியின் தூண்கள் கிட்டதட்ட 10 அடி உயரமுள்ளவை. தூணின் நடுவில் முழுமையாக மலர்ந்த தாமரைகளும், தூணின் மேல், கீழ்ப் பகுதிகளில் பாதியளவு மலர்ந்த தாமரைகளும் செதுக்கப் பட்டுள்ளன. கலங்கிய நீரின் மேல்மட்டத்தில் தன் முழு அழகு காட்டும் தாமரை மலரானது தூய்மைக்கும், தத்துவம் கடந்த நிலைக்கும் உருவகமாகும்.

புத்தரின் வாழ்வை விளக்கும் சிற்பங்கள் கல்வேலித் தூண்களின் உட்பக்கப் புறப்பரப்பில் செதுக்கப்பட்டுள்ளன. இக்கதைக் காட்சிகள் சாஞ்சியில் கூறப்பட்டதை விடவும் விரிவாக முழு விவரங்களுடன் கூறப்பட்டுள்ளன. சித்தார்த்தர் துறவறத்தை முடித்துக் கொண்டவுடன் பெற்றுக் கொண்ட முதல் உணவான அரிசி உணவானது (pudding) கல்வேலித் தூணொன்றில் சித்திரிக்கப்பட்டுள்ளது. இக்காட்சியை அடுத்து தூணின் கீழ்ப் பகுதியில் போதி மரத்தினடியில் புத்தர் ஞானமடைதல் காட்சி இடம் பெற்றுள்ளது. ஆனால் இத்தொடர்களில் எல்லாம் காலடிச் சுவடுகள் மூலமாகத்தான் புத்தர் உணர்த்தப் படுகின்றார்.

9.4 சித்தார்த்தரின் மாபெரும் வெளியேற்றம்

இளவரசர் சித்தார்த்தர் இல்லற வாழ்க்கையைத் துறப்பதற்காக அரண்மனையிலிருந்து குதிரையில் சவாரி செய்து வெளியேறுவது மற்றொரு தூணில் காட்டப் பட்டுள்ளது. இத்தூணின் கீழ்ப் பகுதியில் சாரநாத்தில் புத்தர் ஆற்றிய முதல் போதனையான "தர்மச்சக்கர ப்ரவர்த்தனா ஸூத்ரம்" என்னும் காட்சி இடம் பெற்றுள்ளது. ஞானம் பெற்றபின் புத்தரை மனித வடிவில் காட்டுவதைக் காட்டிலும் 'சக்கர' உருவகம் மூலம் உணர்த்துவதையே சிற்பக் கலைஞர் விரும்பியது வெளிப்படுகின்றது. புத்தரின் தாயார் மாயாவின் கனவு என்ற சிற்பம் மிக பிரசித்தி பெற்றதாகும். மாயா சாதாரண மரப்படுக்கையில் படுத்துறங்குகின்றார்; சுற்றிலும் சேடிப் பெண்கள் உள்ளனர்; மாயாவின் கனவில் வரும் குட்டியானை படுக்கையறை உத்திரத்திலுள்ளது.

கல்வேலியின் மேல்பகுதியானது நீண்ட தலைப்பாகைக் கற்களால் ஆனதாகும். மேல்பகுதியானது இன்றைய மாடிக் கைப்பிடிச் சுவர்களில் கைவைப்பதற்குத் தோதாக வளைவாக அமைந்திருப்பது போன்ற அமைப்பைக் கொண்டிருக்கும். அதன் கீழ் என்றென்றும் நிலைத்திருக்கும் கருத்துகளை எடுத்துரைக்கும் புடைப்புச் சிற்பங்களால் அழகுபடுத்தப்பட்டுள்ளது. அழகு வேலைப்பாடுகளில் அடிக்கடி இடம் பெறுவது முடிவில்லாத தோற்றத்தையளிக்கும், ஆடம்பரமான, கனமான பூமாலைக் கொடிக்கருக்கு வேலைப்பாடுதான். இது, பார்ஹூத்திலும், பின்பு சாஞ்சியிலும் இடம் பெற்ற முழுமையான இயற்கைக் கொழிப்பிற்கு உருவகமான கொடிகளின் வேலைப்பாடுகளை நினைவுறுத்துகின்றது. செல்வம் கொழிக்கும் கிருஷ்ணா பள்ளத்தாக்கின் நாகரிக நகரவாசிகளான தலைப்பாகையணிந்த இளைஞர்களால் இக்கனமான மாலை சுமக்கப்படுவதுபோல் செதுக்கப்பட்டுள்ளது.

ஸ்தூபியைச் சுற்றி வலம் வரும்போது, பக்தன் இருபுறமும் மிக நேர்த்தியாகச் செதுக்கப்பட்ட சிற்பப் பலகைகளைக் காண்கின்றான். ஸ்தூபி அமைந்துள்ள உருளை வடிவ மேடையின் சுவர்ப் பகுதிகளும், அரைக்கோளவடிவ ஸ்தூபியின் கீழ்ப்பகுதியைச் சுற்றிலும் சிற்பப் பலகைகளால் மூடப்பட்டுள்ளது. இதில் அதிக எண்ணிக்கையில் புத்தமதக் கருத்துச் சிற்பங்கள் உருவாக்கப்பட்டுள்ளன. ஸ்தூபியை வலம் வரும் பக்தன் இக்கருத்துச் சிற்பங்களைக் கண்டு கொண்டே செல்வது போலிருக்கும். புத்தரின் பிறப்பு போன்ற அழகாக, நளினமாக செதுக்கப்பட்ட சிற்பக் காட்சிகள் பக்தன், தனது அன்றாடக் கவலைகளை, கடமைகளை மறந்து தனது மனதை மெய்ப்பொருள் சிந்தனைகளுக்கு மாற்ற உதவுகின்றன. இச்சிற்பங்களைச் செதுக்கிய கலைஞர்கள், தங்களுள் ஊற்றெடுத்தெழுந்த பக்தியை தாங்கள் உருவாக்கிய மனித வடிவங்களின் முகபாவங்களில் வெளிப்படுமாறு செதுக்கியுள்ளனர். பக்தனுள் உறையும் உச்சகட்ட நல்லனவற்றைத் தட்டியெழுப்புவது, இச்சிற்பங்களில் ஆட்சிபுரியும் (குடியிருக்கும் அல்லது வெளிப்படும்) கருணையும், மென்மையும், அழகுமேயாகும். உயிர்கள் அனைத்தின் ஒருங்கியைந்த வாழ்வுக்கான சரணடையும் பண்பைச் சிற்ப உருவங்கள் வெளிச்சம் போட்டுக் காட்டின. இந்த உருவங்கள் வாழ்வுநிலை மாற்றத்தை எதிர்த்துப் போராடும் தனிக் கதாநாயகர்கள் கிடையா; மாறாக ஒன்றிணைந்த முழுமையான வாழ்வின் ஒரு கூறுதான் தாங்கள் என்பதையும், ஒட்டு மொத்த அமைப்பில் தங்களுடைய இடம் என்ன என்பதையும் நன்கு புரிந்துகொண்டவர்கள். இந்த வாழ்வுத் தத்துவத்தை நன்குணர்ந்துகொண்ட காரணத்தால் எளிமையையும், உற்சாகத் தன்மையையும் இந்த உருவங்களில் நன்கு

வெளிப்படுகின்றன. உயிருள்ள, உயிரற்ற பொருட்கள் அனைத்திலும் பரவிக் கிடக்கும் தெய்வீகத் தன்மையைக் கொண்டாடும் உயர்தர கலாரசனையுடன் சிற்பங்கள் செதுக்கப்பட்டுள்ளன.

அமராவதி ஸ்தூபியில் ஒட்டப்பட்டிருக்கும் சிற்பப் பலகைகள் பால் போன்ற வெண்மை நிறமுடைய சுண்ணாம்புப் பாறையில் செதுக்கப்பட்டுள்ளன. சுண்ணாம்புப் பாறையானது மிகமிக நுண்ணிய உளி வேலைப்பாடுகளுக்கு ஈடுகொடுக்கக் கூடிய மெழுகு போன்ற மென்மைத் தன்மையையும், நெகிழ்வுத் தன்மையும் உடையதாகும். இந்திய-இந்தோனேஷிய கலை வரலாறு (A History of Indian and Indonesian Art) என்ற புத்தகத்தில் இதன் ஆசிரியர் ஆனந்தா குமாரசாமி 'அமராவதிப் புடைப்புச் சிற்பங்கள், புலன்களுக்கு விருந்தாகின்ற இந்திய சிற்பக் கலையின் மிக நுண்ணிய மலர்கள்' என்று பாராட்டப்படுமளவிற்கு சிற்பப் படைப்புகளை உருவாக்க முடிந்ததற்கு சுண்ணாம்புப் பாறை ஊடகமும் முக்கிய காரணமாகும்.

9.5 புத்தரின் காலடியில் வழிபடும் பெண்கள், அமராவதி நகர், சென்னை தேசிய அருங்காட்சியகம்

இதற்கு 'புத்தரின் காலடியில் வழிபடும் பெண்கள்' என்ற சென்னை அல்லது அமராவதி அகழ்வாராய்ச்சி அருங்காட்சியத்தில் இடம் பெற்றுள்ள சிற்பப் பலகையொன்றே மிகச் சிறந்த சான்றாகும். புத்தரின் உருவகமாக இடம் பெற்றிருக்கும் பீடத்தின் மேலுள்ள காலடிச் சுவடுகளை வளைந்தும், முழந்தாளிட்டும் பெண்கள் வணங்கும் காட்சியாகும் இது. இந்தியச் சிற்பக் கலையில் இடம் பெற்றிருக்கும் பெண் உருவங்களில் மிகச் சிறந்த சிலவற்றை இங்கே காண முடிகின்றது. பல்வேறு முடியலங்காரங்களுடன், நகையாபரணங்கள் அணிந்த குறைவான ஆடையுடுத்திய பெண்கள் இடம் பெற்றுள்ளனர். வழிபாடு

என்பது மகிழ்ச்சியும், உற்சாகமும் பொங்கி வழிவதாய் இருக்க வேண்டும் என்பதற்கு உதாரணங்களாய் உள்ளனர் இப்பெண்கள். சிற்பம் செதுக்கப்பட்ட காலத்தில் உடையலங்காரங்கள், நகை வடிவமைப்புகள், பலகனிகளுடன் கூடிய மரவீடுகள், குதிரைகளால் இழுக்கப்படும் ரதங்கள், இன்னிசைக் கருவிகள் போன்ற பல வரலாற்றுச் செய்திகளையும் அறிய உதவிடுகின்றன இச்சிற்பங்கள். புத்தரின் முற்பிறவி நற்செய்திகளைக் கூறும் ஜாதகக் கதைகளில் பல சிற்பங்களாக இடம் பெற்றுள்ளன.

9.6 நளகிரி யானையை அடக்குதல் - அமராவதி - சென்னை தேசிய அருங்காட்சியகம்

சென்னை அருங்காட்சியகத்திலுள்ள அமராவதி சிற்பங்களில் மிகச் சிறந்த ஒன்று 'நளகிரியானையை அடக்குதல்' என்ற வட்ட வடிவச் சிற்பப் பலகையாகும். புத்தரைக் கொல்ல ஏவப்பட்ட மதம் பிடித்த நளகிரி என்ற யானை புத்தரின் முன் அடங்கிய கதையைத் தொடர்ச்சியாகக் காட்சிகளின் மூலம் சிறப்பாக எடுத்துரைக்கும் சிற்பப் பலகை இது. நகரவாயில் வழியாக மதம் பிடித்த யானை தறிகெட்டு ஓடி வருகின்றது; பலகணியில் பத்திரமாயுள்ள பெண்கள் யானையின் வெறியாட்டத்தை மருட்சியோடு பார்க்கின்றனர்; தன்னைக் கடந்தோடும் யானையைப் பார்த்த பீதியில் ஒரு பெண் தன்னுடைய நட்பின் கைகளில் மயங்கி விழுகின்றாள்; பயமின்றி, கம்பீரமாக ஆடைகள் புரள நிற்கும் புத்தரின் முன், ஆவேசந்தணிந்த யானை மண்டியிட்டு வணங்கும் காட்சியுடன் கதை முடிவுக்கு வருகின்றது. மிகச் சிறந்த கதை கூறும் பாணி; விறுவிறுப்பும், செயல்களும் நிறைந்த காட்சிகள்; மாறுபட்ட உணர்வுகளை, (அச்சமும் - சாந்தமும்; கோபமும் - அமைதியும்) வெளிப்படுத்தப்படும் பாங்கு எனச் சிறப்பான வேலைப்பாடுகள் உள்ள சிற்பப் பலகையாகும் இது.

ஹீனயானம், மஹாயானம் ஆகிய இருகால கட்டச் சிற்பங்களையும் அமராவதி தொகுப்புச் சிற்பங்களில் காண முடிகின்றது. ஏனெனில் மஹாயான காலத்தில் மனிதவடிவில் புத்தருடைய உருவச் சிற்பங்கள்

செதுக்கப்பட்ட புடைப்புச் சிற்பங்கள் உயர்நிலைப் புடைப்புச் சிற்பங்களாகும். உயர்நிலை செதுக்கத்தின் காரணமாக ஒவ்வொரு மனித உருவமும் தனித்தன்மையான உயிரோட்டத்தைப் பெற்றுள்ளது; நிற்கும் நிலையில் மட்டும் எண்ணற்ற வித்தியாசமான நிலைகளில் சிற்பங்களைக் காண முடிகின்றது. குழுவில் நெருக்கமாக இடம் பெறும் இச்சிற்ப உருவங்களுக்கிடையே ஒருங்கிசைவும், உயிரோட்டமும் வெளிப்படுகின்றது.

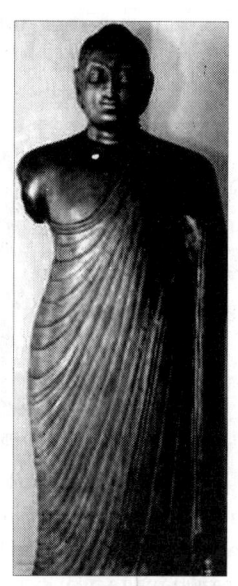

9.7 நின்ற நிலை புத்தர், அமராவதி வெங்கி பாணி

அபய முத்திரை காட்டும் நின்ற நிலை புத்தர் சிலைகள் பல கிடைத்துள்ளன. மண்ணுலகப் பிறவியெடுத்த புத்தரின் உடலில் தவழும் ஆடையானது நெருக்கமான மடிப்புகளுடன் தாராளமாய்ப் புரள்கிறது; முனிவரான படியால் வெறுங்காலுடன் தரிசனம் தருகின்றார்; சிந்தனைகளைக் கட்டியாள்பவராய், தியானத்திலிருப்பவராய், அமைதியைத் தவிர பிற பாவங்களைக் கொண்டிராதவராய்த் தோற்றமளிக்கும் முகவடிவைக் கொணரப் பாடுபட்ட சிற்பிகளின் பகீரதப் பிரயத்தனம் வீண்போகவில்லை. தென்கிழக்கு ஆசிய நாடுகளில் புத்தர் சிலைகளுக்கு முன்மாதிரிகள் இவைகளேயாகும். அமராவதி கலைகள் உருவான கடைசிக் காலகட்டங்களில், உருவங்கள் இறுகிய உடலோடும் நெருக்கமான குழுவாகவும் படைக்கப்பட்டன. கை, கால் போன்ற உடல்வாகு சற்று நீண்டதாய்ப் படைக்கப்பட்டது. நாகார்ஜூன கொண்டாவில் படைக்கவிருக்கின்ற புடைப்புச் சிற்பங்களின் பாணிக்கு முன்னோடியாய் இவை திகழ்கின்றன.

நாகார்ஜூனகொண்டா

அமராவதியைப் போலல்லாமல், நாகார்ஜூனகொண்டாவில் திட்டமிட்டு அகழ்வாராய்ச்சிகள் நடத்தப்பட்டன. கிடைத்த கல்வெட்டுப் பொறிப்புகளிலிருந்து கி.பி. மூன்றாம் மற்றும் நான்காம் நூற்றாண்டைச் சேர்ந்தவை எனக் காலம் உறுதி செய்யப்படுகின்றது. சமீப காலங்களில் கட்டப்பட்ட அணையொன்றின் காரணமாக அகழ்வாராய்ச்சி நடைபெற்ற இடம் நீரில் மூழ்கிவிட்டது. இருப்பினும் இவ்வகழ்வாராய்ச்சிக் கட்டமைவு மிகக் கவனமாக மீட்கப்பட்டு, எதிர்கால சந்ததியருக்காக பாதுகாக்கப்பட்டுள்ளது.

9.8 அருளுரையாற்றும் புத்தர் - நாகார்ஜுனகொண்டா

'நாகார்ஜூனாவின் மாலை' என்பதே நாகார்ஜுனகொண்டா என்பதன் பொருளாகும். நாகார்ஜூனா மிகப் பெரிய புத்தமத ஆசான்; மஹாயான புத்தப் பிரிவுக் கொள்கைகளைப் பிரபல்யப்படுத்திய பல முக்கியஸ்தர்களில் ஒருவர்; நாகார்ஜுனகொண்டாவில் வாழ்ந்தவர் என்று கூறப்படுகின்றது. ஹீனயானம், மஹாயானம், வஜ்ராயனம் போன்ற புத்தமதத்தின் பல பிரிவுகளுக்கும் மண்டபங்கள் - தங்குவதற்கும், கற்பதற்கும், வழிபாட்டிற்குமென - உருவாக்கப்பட்டன. பலர் முன்னிலையில், வெவ்வேறு சமய, மதப் பிரிவுகளைச் சேர்ந்த ஆசான்களிடையே நடை பெற்ற அறிவு பூர்வமான கருத்துப் பரிமாறல்கள் பற்றிய வர்ணனை தொடக்க நிலை இலக்கியங்கள் பலவற்றில் இடம் பெற்றுள்ளன. ஸ்தூபிகளுடன் கூடிய சைத்தியங்களுக்கருகிலேயே தெய்வநிலைக்கு உயர்த்தப்பட்ட புத்தரின்

9.9 நாகார்ஜுன கொண்டா: ஸ்தூபி சிற்பப் பலகை

உருவச் சிற்பம் கொண்ட சைத்தியங்களும் அமைந்துள்ளன. இவ்விருபிரிவு பக்தர்களும் விஹாரம் ஒன்றிலேயே உடனுறைந்ததையும் ஊகிக்க முடிகின்றது. இத்தகு ஆரோக்கியமான சமயச் சூழல் நிலவியதை நாகார்ஜுனகொண்டா எச்சங்களிலிருந்து தெரியவருகின்றது.

அமராவதியைப் போன்றே நாகார்ஜுனகொண்டாவிலும், ஸ்தூபியிலேயே பதிக்கப்பட்ட சிற்பப் பலகையொன்று கிடைத்துள்ளது. இதில், மிக நேர்த்தியான அலங்காரங்களுடன் கூடிய ஸ்தூபியின் வடிவம் இடம் பெற்றுள்ளது. அமர்ந்த நிலை புத்தர் வடிவிலிருந்தே மஹாயான புத்தமதக் காலத்தைச் சேர்ந்ததென்பது உறுதியாகின்றது. ஸ்தூபிக்குக் காணிக்கைகளைக் கொணரும் கந்தர்வர் ஸ்தூபிப் பலகையின் மேல் பகுதிகளில் இடம் பெற்றுள்ளனர். கி.மு.இரண்டாம் நூற்றாண்டு தொடங்கியே இந்தியக் கலைகளில் யக்ஷர்கள், யக்ஷிகள், மிதுனர்கள், கந்தவர்கள் நிலையான கலைக் கருத்துருவாக்கிவிட்டனர். நாகார்ஜுன கொண்டாவின் நேர்த்தியான சிற்பப் படைப்புகளில் சிலவற்றைக் குறிப்பிட்டேயாக வேண்டும்.

1. அரசமாதா மாயா, சால மரக்கிளையொன்றைத் தலைக்கு மேல் தூக்கிய கைகளால் பற்றியவாறு புத்தரை ஈன்றெடுக்கும் காட்சி.

9.10 இயல்பு பாங்கில் பெண்கள்: நாகார்ஜுனகொண்டா

இயற்கையின் கொழிப்பிற்கு உருவகமான சாலபஞ்சிகை போன்றே அரசமாதா மாயா படைக்கப்பட்டுள்ளார்.

2. உண்மையை அறிய அரண்மனையிலிருந்து மனைவி, மகனைத் துறந்து புறப்படும் புத்தரின் 'மாபெரும் வெளியேற்றம்' (Great Departure) என்னும் காட்சிப் பலகை. அரண்மனையிலிருந்து சத்தமில்லாமல் வெளியேற உதவுவதற்காக, வானுலகோர் குதிரை கந்தகனின் (Kanthaka) குளம்புகளைப் பற்றியிருப்பது போன்று படைத்திருப்பது உணர்ச்சியூட்டுவதாய் அமைந்துள்ளது.

3. இயற்கையின் படைப்பாற்றலுக்கு உருவகமான யக்ஷிகள் வெகு இயல்பாக, சுதந்திரமாகப் படைக்கப்பட்டுள்ளனர். கார்லேயிலும், கொண்டானேயிலும் உள்ள குடைவரைச் சிற்பங்கள் வெளிப்படுத்தும் சுதந்திர உணர்வை, வாழ்வியல் உற்சாகங்களை, தோழமையை இச்சிற்பங்களும் பிரதிபலிக்கின்றன.

ஆந்திரத்து ஸ்தூபிகளின் முடிவு

வலுவான அடித்தளத்தில் உறுதியான கட்டமைப்புடன் ஆந்திரத்து ஸ்தூபிகள் அமைந்திருந்தாலும், இவற்றின் வாழ்நாள் நீண்டதாக அமைந்திருக்கவில்லை. இந்த ஸ்தூபிகளை அழகுபடுத்திய சிற்பப் பலகைகள் போன்ற கலைப் பொருட்கள் உருவாக்கப்பட்டிருந்த ஊடகமானது வலுவற்றதாயிருந்ததும், அதேசமயம் விலை அதிகம் பெற்றுத்தரக் கூடியதாயுமிருந்தது. எனவே இவை காலத்தாலும், கலையுணர்வற்ற சந்தர்ப்பவாதிகளாலும் அழிக்கப்பட்டன அல்லது அகற்றப்பட்டன. மேலும் கி.பி. நான்காம் நூற்றாண்டிற்குப் பின் இப்பகுதிகளில் புத்தமதம் செல்வாக்கிழக்கத் தொடங்கிவிட்டது. எனவே இவை வெகு விரைவிலேயே இடிபாடுகளுடையவையாய்விட்டன. இதனை இப்பகுதியின் வழியாக கி.பி. 636-இல் பயணித்த சீனப்புனித யாத்திரிகரான யுவான்சுவாங்கின் குறிப்புகளிலிருந்து அறிந்து கொள்ளலாம்: "வழிபாட்டிடங்களின் எண்ணிக்கை எண்ணற்றன. ஆனால் இவற்றில் பெரும்பான்மையானவை போற்றுவாரின்றி இடிபாடுகளுக்குள்ளாகிவிட்டன".

அத்தியாயம் - 10
செங்கற் கட்டுமானக் காவியங்கள்

கிறிஸ்துவ சகாப்தத்தின் ஆரம்ப நூற்றாண்டுகளிலெல்லாம் நாம் காணும் கட்டுமானங்கள் அனைத்துமே புத்த சமயத்திற்குரியதாகவே உள்ளது. மேற்குத் தொடர்ச்சி மலைகளில் ஹீனயானக் குடைவரைகளாயுள்ளன. ஆந்திரத்தில் குடைவரைகள், ஸ்தூபிகள் அனைத்துமே ஹீனயானக் கட்டுமானங்களாக ஆரம்பித்து மஹாயான சிந்தனைகளையும் அரவணைத்துக் கொண்டதால் சற்று நீடித்த காலம் தாக்குப்பிடித்தன. ஆனால் இவ்விரு பகுதிகளிலுமே கி.பி. நான்காம் நூற்றாண்டிலெல்லாம் புத்தமதமும், கட்டுமானங்களும் ஆதரவிழந்து விட்டன. இதே காலகட்டத்தில் மஹாயானக் கொள்கைகளை ஏற்றுக் கொண்டதன் காரணமாக வடஇந்தியாவில் புத்த சமயத்தையும், செங்கற் கட்டுமான வளர்ச்சியையும் தக்க வைத்துக் கொள்ள முடிந்தது.

மதுராவிலிருந்து கங்கைச் சமவெளியெங்கும்

பல நூற்றாண்டுகளுக்கு மஹாயான புத்த சமயச் செல்வாக்குமிக்க பகுதியாக மதுரா விளங்கியது. பர்ஹீத்திலும், சாஞ்சியிலும் வளர்ந்த இந்திய மண்ணுக்கேயுரிய கலைப் பாணியும், காந்தாரக் கலைப் பாணியும் பொருத்தமாக இணைந்த எண்ணற்ற நினைவுச் சின்னங்களை மதுராப் பகுதி கொண்டிருந்தது. இதற்குச் சான்று கஜினி மஹம்மதுவின் சொந்த வர்ணனைகளே: "ஆயிரத்திற்கும் மேற்பட்ட கட்டுமானங்கள்; பெரும்பாலும் சலவைக் கல்லால் கட்டப்பட்டவை".

மதுராவிலிருந்து கங்கைச் சமவெளியெங்கும் மற்றும் புத்தமத புனிதப் பகுதிகளிலும் கட்டப்பட்ட வழிபாட்டு மடங்களும், பல்கலைக்கழகங்களும், விஹாரங்களும் எண்ணற்றவையாகும். இவற்றில் பெரும்பான்மையானவை இடிபாடடைந்த மேடுகளாகத்தான்

காணப்படுகின்றன. இக்கட்டுமானங்களெல்லாம் முழுக்க முழுக்க செங்கற் கட்டுமானங்களாலானது. நெடுங்கால செங்கற் கட்டுமான அனுபவம் நிலை கொண்டிருந்ததை இந்நினைவகங்களின் கட்டுமான நேர்த்தியிலிருந்து கணிக்க இயல்கின்றது.

செங்கல், மரம் அல்லது செங்கல், கருங்கல் கலந்த கட்டுமானமாக வளர்ச்சியடைதல்

செங்கற்கட்டுமானக் கலை வளர்ச்சியடைந்ததற்கான காரணங்களில் ஒன்று வற்றாத ஜீவநதிகள் பாய்வதால் அபரிமிதமாகக் கிடைக்கும் வண்டல் மண்ணாக இருந்திருக்கலாம். மூலப்பொருள் கிடைத்தால் மட்டும் போதுமா, மனிதனும், அதைப் பயன்படுத்த மனம் வைக்க வேண்டுமே! இடைக்காலத்தின் ஆரம்பத்தில் அருகிலேயே ரூப்பாஸ் (Rupbas), சுனார் (Chunar) ஆகிய இடங்கள் மணற்கற்களின் குவாரிப் பகுதிகளாக இருந்தும் கூட மதுராவிலும், வாரணாசியிலும் பெரிய கட்டுமானங்களெல்லாம் முழுக்க முழுக்க செங்கற்கள் கொண்டே கட்டப்பட்டன. சிறப்பாகத் தயாரிக்கப்பட்ட செங்கற்களாலான கட்டுமானங்களின் ஆயுள் நீடித்திருப்பதும், செங்கற்கள் கட்டுமானப் பயன்பாட்டிற்கு எளிதாகக் கையாளக் கூடியதாய் இருப்பதும் சிறப்பம்சங்கள்; ஆனால் கூரைகள், கதவுகள், சாளரங்கள் போன்றவற்றின் இணைப்புப் பகுதி வேலைகள் என்று வரும்போது, செங்கற் கட்டுமானம் இடைஞ்சலாகிவிடுகின்றது. இதனைச் சமாளிக்கத்தான் ஆரம்பகாலக் கட்டுமானங்களில் பெரிய அளவிலான செங்கற்களைப் பயன்படுத்தினர். காலஞ் செல்லச் செல்ல கதவு, சாளரப் பகுதிகளில் பெரிய அளவு செங்கற்களாலான இணைப்பை விட மரத்தாலான நிலைகள் மற்றும் மேற்சட்ட (Lintel) இணைப்புகள் பொருத்தமாகவும், கட்டுமானத்திற்கு எளிதாகவுமிருப்பதை அனுபவத்தில் கண்டறிந்தனர். வெகுவிரைவிலேயே இணைப்புச் சாதனங்களாகவும், பாரந்தாங்கிகளாகவும் செயல்பட்ட மரத்தின் இடத்தை, சீர்பக்கங்களைக் கொண்ட கருங்கற்கள் (Dressed stones) பிடித்துக் கொண்டன. செங்கற்களின் அளவும் சிறிதாகிக் கொண்டே வந்தது. எனவேதான் நினைவுச் சின்னங்களின் காலத்தைக் கணிக்க உதவும் முக்கிய காரணிகளில் ஒன்றாக செங்கற்களின் அளவும் பயன்படுகின்றது; பெரிய அளவெனில் காலத்தாற் முற்பட்டது என்பது தெளிவு. இவ்வாறு கட்டுமானங்கள் செங்கற்களும், மரமும் அல்லது செங்கற்களும், செம்மை செய்யப்பட்ட கருங்கற்களும் கலந்த கட்டுமானங்களாகவே வளர்ந்தன.

செங்கற் கட்டுமானங்களை நான்கு வகைகளாகப் பிரிக்கலாம். 1) பௌத்த சைத்தியங்கள் 2) வைதீகக் கோயில்கள் 3) பௌத்த விஹாரங்கள் 4) சிந்து மாகாணத்தில் உள்ள ஸ்தூபிகள்

1. பௌத்த சைத்தியங்கள்

செங்கற் கட்டுமானங்களினாலான பௌத்த சைத்தியங்கள் இரண்டு மட்டுமேயுள்ளன என்பதாலேயே இவை முக்கியத்துவம் வாய்ந்தவைகளாகும். ஒன்று ஷோலாப்பூருக்கு அருகிலுள்ள தேர் (Ter) என்னும் கிராமத்திலுள்ள 'விக்ரமன் கோயில்' என்றழைக்கப்படுவதாகும். மற்றது ஆந்திரப் பிரதேசத்தில் கிருஷ்ணா மாவட்டத்தில் சீசர்லா (Chezarla) என்னும் கிராமத்திலுள்ளது.

10.1 திருவிக்கிரமன் கோயில், தேர்(Ter)

10.2 திருவிக்கிரமன் கோயில்,
பக்கத்தோற்றமும், முகப்புத் தோற்றமும்.

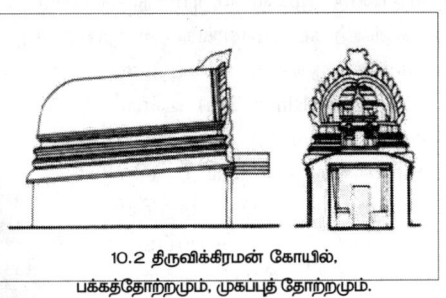

இரண்டுமே ஏறத்தாழ கி.பி. 5-ஆம் நூற்றாண்டில் கட்டப்பட்டிருக்கலாம்; பின்னாளில் செவ்வக வடிவ மண்டபம் சேர்த்துக் கட்டப்பட்டு வைதிகச் சடங்குகளுக்குப் பயன்படுத்தப்பட்டதால் இக்கட்டுமானங்கள் இடிபாட்டிற்குட்படாமல் தப்பிப் பிழைத்துள்ளன. மண்டபத்தைத் தவிர்த்துப் பார்த்தால் இவ்விரு கட்டுமானங் களுமே ஒரே மாதிரி அமைப்பைப் பெற்றிருப்பது புலப்படும். கஜப்பிருஷ்ட (Apsidal) அமைப்பைக் கொண்டுள்ளன; தோணியின் அடிப்பாகத்தைப் போன்ற கூரையைப் பெற்றுள்ளன; முகப்பு, சைத்திய சாளர அமைப்பைப் (குதிரைலாட வடிவமைப்பு) பெற்றுள்ளது; சுவரும், கூரையும் சந்திக்குமிடமெங்கும் அகலமான கனமான நீட்டப்பட்ட இணைப்பு வேலைப்பாடுகளைப் (Cornice) பெற்றுள்ளன; சைத்தியக் குடைவரைகளில் மட்டுமே இத்தகு இணைப்பு வேலைப்பாடுகள் காணப்படும்.

சீசர்லாவில் கூரை வளைவைக் காண இயலாதவாறு தரையிலிருந்து 7 $\frac{1}{2}$ அடி உயரத்தில் எழுப்பப்பட்டுள்ள சமதள விதானம் மறைக்கின்றது. இம்மாதிரி மறைப்பேதும் தேரி-இல் (Ter) இல்லை. சுவரிலிருந்து துருத்திக் கொண்டிருக்குமாறு அடுக்கப்பட்ட செங்கல் வரிசைகள் மூலம் வளைந்த கூரையானது உருவாக்கப்பட்டுள்ளது நன்கு புலப்படுகின்றது. கூரையின் உட்புறமானது முழுமையாகப் பூச்சினைப் பெற்றுள்ளது. 17"x 9"x 3" என்ற பெரிய அளவில் அமைந்துள்ள செங்கல் அளவிலிருந்து மௌரியர் காலத்திற்கும், குப்தர் காலத்திற்கும் இடைப்பட்ட காலத்தைச் சேர்ந்தது என ஊகிக்க இயலும். தேர்-ல் வெளிப்புற அழகு வேலைப்பாடெனில் அவை சுவருக்கு அரணாக சுவரிலிருந்து நீட்டினாற் போன்றுள்ள சதுர வடிவத் தூண்களேயாகும்.

சீசர்லாவில் தரைத் தளத்தின் வெளிப்புறம் வேலைப்பாடின்றி சாதாரணமாயிருக்க முதல் தளத்தில் அடுத்தடுத்து அமைந்துள்ள 4 சாளரங்கள் சைத்திய வளைவு அமைப்பின் கீழ் அழகாகக் காட்சியளிக்கின்றன.

2. வைதீகக் கோயில்கள்

வைதீகக் குழும செங்கற் கட்டுமானங்கள் உத்தரப் பிரதேசம், மத்தியப் பிரதேசம், மஹாராஷ்டிரம் என வெவ்வேறு மாநிலங்களில் பரந்து கிடக்கின்றன; கட்டுமான காலமும் இதே போன்று 5-ஆம் நூற்றாண்டு முதல் 10ஆம் நூற்றாண்டு வரை கூடச் செல்கின்றன. இச்செங்கற் கட்டுமானங்களை மூன்று சிறு குழுக்களாகப் பிரிக்கலாம். 1) கான்பூருக்கருகேயுள்ள பிடர்காமில் (Bhitargaon) உள்ள கோயில் மற்றும் இதன் அருகில் பிற்காலத்தில் கட்டப்பட்ட பிற கோயில்கள். 2) மத்திய பிரதேசத்தில் சாய்ப்பூர் மாவட்டத்தில் ஸிர்பூர், கரோட் ஆகிய ஊர்களில் கட்டப்பட்ட கோயில்கள் 3) ஷோலாப்பூர் அருகே தேர்-இல் உள்ள இரண்டு சிறிய அழகிய கோயில்கள்.

வைதீகச் செங்கற் கட்டுமானங்களிலேயே காலத்தால் முந்தியதும், குறிப்பிடத்தக்கதுமான கோயில்

10.3 பிடர்காம் கோயில் உத்தரப் பிரதேசம்

பிடர்காமில் உள்ள கி.பி. ஐந்தாம் நூற்றாண்டைச் சேர்ந்த கோயிலாகும். இது புத்தகயாவில் உள்ள பௌத்தக் கோயிலைப் போன்ற தோற்றமுள்ளது; உயரமான அடித்தளத்தின் மேல் 70 அடி உயரமுடையது; உயரே செல்லச் செல்ல பல நிலைகளில் கட்டுமான விஸ்தீரணம் குறைந்து கொண்டே செல்லும் கோபுரம் போன்ற கட்டமைப்பாகும். 15 அடி பக்கமுள்ள சதுர வடிவில் கருவறை அமைந்துள்ளது. அலங்கார வேலைப் பாடின்றிக் காட்சியளிக்கும் கோயிலின் அதிகபட்ச உள்கூடு நீளம் 36 அடிகளேயாகும். படிகளின் மூலம், கிழக்குத் திசை நோக்கிய, துருத்திக் கொண்டு இருப்பது போல் தோற்றமளிக்கும் முகமண்டபத்தை அடைய முடியும். முக மண்டபத்திற்கும், கருவறைக்குமிடையே இணைப்புப் பாதையுண்டு. இதன் கூரையானது கூடுவண்டி போன்ற அமைப்பிலுள்ளது. மாறாக முகமண்டபம் மற்றும் கருவறை மேலுள்ள கூரையமைப்பு கோள வடிவுள்ளதாயுள்ளது.

10.4 பிடர்காம் கோயில்: சுடுமண் சிற்பங்கள்

கோயிலின் வெளிச்சுவர்களெல்லாம் அதிக அளவில் சிதிலமடைந்துள்ளது. கருவறை விமானத்தின் மேல் பாகமானது தோணியின் அடிப்பாகம் போன்ற அமைப்பைப் பெற்றுள்ளது. இவ்வமைப்பு குவாலியரின் தெளிகாமந்திர் (Telika Mandir) கோயிலையும், புவனேஸ்வரத்தின் விட்டல் தியூல் கோயிலையும் நினைவுறுத்துகின்றது. செங்கல் ஊடகத்தின் கட்டுமானக் குறைபாடுகளைப் புறச்சுவர் கட்டுமான நுட்பங்களின் மூலம் ஈடுசெய்துள்ளனர். கருவறை விமானமானது பொருத்தமான இடைவெளிவிட்டு அமைந்த பல இணைப்பு அடுக்குகளாயுள்ளன. கருவறைச் சுவர் அடுக்குப் பகுதியானது, சிற்பப் பலகைகளைப் பதிப்பதற்குத் தோதாக உள்ளடங்கிய தளப்பகுதிகளைக் கொண்டுள்ளது. சைத்திய வளைவு போன்ற அமைப்பிலுள்ள மாடப்பிறைகள் சுடுமண் தெய்வச் சிற்பங்களை வைப்பதற் கேற்றாற்போல் அமைந்துள்ளன. இதே போன்ற கட்டுமானங்களை அமைக்கும் வழக்கம் இப்பகுதிகளில் நெடுநாள் தொடர்ந்தது. 17 $^1/_2$"x 10" x 3" அளவுள்ள செங்கற்கள் பயன்படுத்தப்பட்டுள்ளன.

ஸிர்பூர் மற்றும் கரோட்ல் உள்ள சிறிய, செங்கற் கட்டுமானக் கோயில்கள் ஏறத்தாழ பத்தாம் நூற்றாண்டைச் சேர்ந்ததாகும். இருப்பினும் பிடர்காமின் கோயிலைப் போன்றேயுள்ளது. உயர்ந்த அடிமானம், நீட்டப்பட்ட முகமண்டபத்துடன் இணைக்கப்பட்ட ஒற்றைக் கருவறை, உயரவாக்கில் விஸ்தீரணம் குறைந்துகொண்டே செல்லும் கருவறை விமான அமைப்பு என்ற அமைப்புடையது. பக்க அளவு 22 அடி; உயரம் 60 அடி; முழுமையான செங்கற் கட்டுமானமான இக்கோயிலின் 9 x 9 அடி அளவுள்ள கருவறை நுழை வாயில் மட்டும் கல்வேலைப் பாடாலானது.

10.5 விமானம் ஸிர்பூர் லட்சுமணா கோயில்

கட்டுமானக் கலைஞர்களின் கைதேர்ந்த அனுபவம் கோயிலின் கீழ்க்கண்ட சிறப்பியல்புகளில் வெளிப்படுகின்றது. 1) கோயிலின் பல பகுதிகளும் வெகு இயல்பாய்ப் பொருந்தும் விதம் 2) அலங்காரக் கூறுகளின் அமைப்பும், பல்வேறு இடங்களில் பகிர்ந்தாளப்பட்ட விதம் 3) கட்டுமானத்தின் பொதுவான குணாதிசயங்கள் 4) கோயிலின் சுவர்களானது நீட்டப் பட்டும், உள்ளடங்கியும் இருக்குமாறு தள அமைப்பினைக் கொண்டுள்ளன. இதனால் வெளிச்சம் விழும்பகுதி, நிழல்பகுதி என்றமைவது மனதைக் கவரும் விதத்திலுள்ளது 5) கோயிலின் சுவர்ப்பகுதி கனமான செங்கல் இணைப்புக் கட்டுமான அடுக்குகளால் (deep string courses) பல பகுதிகளாகப் பிரிக்கப் படுகின்றது. 6) புடைப்புச் சிற்ப வேலைப்பாடுகள் மரபுப்படியும், மிகுந்த கலாரசனையுடனும், முழுக் கட்டுமானத்துடன் பொருத்தமாக ஒத்துப்போகும் விதத்திலும் அமைந்துள்ளன 7) பக்கச்

10.6 செங்கற் சுவர் சிற்ப நுணுக்கங்கள், ஸிர்பூர் லட்சுமணா கோயில்

சுவர்களின் மையத்தில் உள்ளடங்கினாற்போல் அமைந்துள்ள சாளரம் போன்ற தோற்ற வேலைப்பாடு மிகச் சிறப்பாயுள்ளது; சாளரமானது பல சட்டப் பலகைகளைக் கொண்டுள்ளது போல் நெட்டுவசத்திலும், குறுக்குவசத்திலும் செங்கற் கட்டுமானத்தால் பிரிக்கப்பட்டுள்ளது; பிரிக்கப்பட்ட ஒவ்வொரு பகுதியிலும் மரப்பலகைளில் மேற்கொள்வது போன்றே செதுக்கல் வேலைப்பாடுகளைக் கொண்டுள்ளது. சுவர்கள் கட்டி முடிக்கப்பட்ட பின் செங்கற் கட்டுமானத்தின் மேல் இத்தகு மரக்கடைசல் போன்ற வேலைப்பாடுகள் செதுக்கப்பட்டுள்ளன என்பதே மிகச் சிறப்பான அம்சமாகும். 17" x 9" x 3" அளவிலமைந்துள்ள செங்கல்லானது நன்கு தேய்க்கப்பட்டு வழுவழுப்புத் தன்மை ஏற்றப்பட்டுள்ளது.

தேர் (ஷோலாப்பூர் அருகே) என்னுமூரில் அமைந்துள்ள உத்தரேஸ்வரர் கோயில், காலேஸ்வரர் கோயில் ஆகியன அளவில் சிறியவையாகும். இக்கோயில்களிலுள்ள மரவிட்டங்களும், நிலைகளும் அழகான வேலைப்பாடுகளைக் கொண்டுள்ளன; செங்கற்களும், மரமும் கலந்த கட்டுமான வளர்ச்சிப் பாதையை எடுத்துரைக்கும் மிகச் சிறந்த சான்றுகளாகும். 16"x 9"x21/4" அளவுள்ள செங்கற் கட்டுமானமாயிருப்பதால் அநேகமாக கி.பி. ஆறாம் அல்லது ஏழாம் நூற்றாண்டைச் சேர்ந்ததாயிருக்க வேண்டும்.

2. பௌத்த விஹாரங்கள்

இதுவரையில் செங்கற் கட்டுமான வளர்ச்சி நிலைகளை அறியவே பௌத்த சைத்திய செங்கற்கட்டுமானங்களையும், வைதீக செங்கற் கட்டுமானங்களையும் பற்றி விவரிக்கப்பட்டன. இவை கட்டுமான, கலை நேர்த்திகளில் மிகவும் சிறப்புடையதாயிருந்தாலும் கூட அளவில் மிகச் சிறியன. இந்தியக் கட்டுமானக் கலைஞர்கள் பெரிய அளவில் தங்கள் முழுத்திறமையையும் வெளிப்படுத்தியது புத்த விஹாரக் கட்டுமானங்களில்தான். பீஹாரிலும், அதைச் சுற்றியும் புத்தரது வாழ்வுடன் தொடர்பு கொண்ட பல இடங்கள் புனித யாத்ரிகத் தளங்களாகவே கருதப்பட்டன. அவை யாவன: கபிலவஸ்து (புத்தர் பிறந்தது; துறவு பூண்டது); புத்தகயா (ஞானம் பெற்றது); சாரநாத் (முதன் முதலாக தர்மம் உரைத்தது); குஸிநகரம் (பரிநிர்வாணமடைந்தது).

10.7 குஷி நகரம் ஸ்தூபி

இங்கெல்லாம் உருவாக்கப்பட்ட விஹாரங்களின் பட்டியலோடு நாளந்தா பல்கலைக்கழகக் கட்டுமானங்களையும், ஸ்ராவஸ்தியிலுள்ள ஜேதவன விஹாரங்களையும் சேர்த்துக்கொள்ள வேண்டும். இங்கெல்லாம் காலப் போக்கில் ஸ்தூபிகள், சைத்யங்கள், விஹாரங்கள், கல்லூரிகள் என எண்ணற்ற பெரிய பெரிய செங்கற் கட்டுமானங்களின் குழுமமானது சுற்றுச் சுவருக்குள்ளிருக்குமாறு உருவாக்கப்பட்டன. இங்கெல்லாம் ஆயிரக் கணக்கான துறவியர் தங்கிக் கல்வி, கலைப்பணிகள் புரிந்தனர். கி.பி. 5-ஆம் நூற்றாண்டு முதல் கி.பி.12-ஆம் நூற்றாண்டு வரை இக்கட்டுமானங்கள் அமைவதும், புகழின் உச்சியை எட்டுவதும் பின் புகழிழந்து கவனிப்பாரற்றுச் சிதலமடைவதும், திரும்பவும் தலையெடுப்பதும் என்ற சுழற்சி திரும்பத் திரும்ப நடைபெற்றுக் கொண்டே தானிருந்தது. இவ்விஹாரங்களின் பரப்பிற்கு இவ்விடங்களிலுள்ள இடிபாடுகளும், இவற்றின் உயரத்திற்கு பாஹியான், யுவான்சுவாங் ஆகியோரின் குறிப்புகளுமே சான்றாகும். ஏனெனில் புத்தகயாவிலுள்ள மஹாபோதிக் கோயிலைத் தவிர பிற கட்டுமானங்கள் யாவும் இடிந்து போயின.

10.8 நாளந்தா பல்கலைக்கழக வளாகம்

சுற்றுச் சுவருக்குள் அமைந்திருந்த இந்தப் பெரிய குழுமக் கட்டுமானங்களிலெல்லாம் ஸ்தூபி அல்லது ஸ்தூபிகள், சைத்தியம், விஹாரம் ஆகியவை உறுதியாக இருக்கும். மேலும் ஒவ்வொரு குழுமக் கட்டுமானத்தினையும் புனித யாத்திரையில் ஓர் முக்கிய தலமாக ஏற்றுக் கொள்ளும்படியாக சிறப்பான தெய்வாம்சம் ஏதேனும் ஒன்று அவசியம் இடம் பெற்றிருக்கும். உதாரணமாக காசியா (Kasia)வில் புத்தரின் பரிநிர்வாணச் சிற்பம் பிரம்மாண்டமாக அமைந்திருந்தது. இத்தகு சிறப்பம்சமும், ஸ்தூபியும், பிற மதக் கட்டுமானங்களும், மதிற்சுவரின் ஏதேனும் ஒரு பகுதியில் குழுமமாய் ஒதுங்கி அமைந்திருக்கும். புனிதமான இக்குழுமத்திலிருந்து சுவரின் மூலம் விஹாரம் பிரிக்கப்பட்டிருக்கும். தொல்பொருள் ஆராய்ச்சியில் (காசியா, நாளந்தா, சாரநாத்) இக்குழுமக் கட்டுமானங்களின் எச்சமான அடித்தளங்களை ஆய்வு செய்ய முடிந்தது. மிகவும் பரந்த, மிகவும் திடமான இந்த அடித்தளங்களின் மேல்

தென்னிந்தியக் கோயில் கோபுரங்களுடன் ஒப்பிடக் கூடிய அளவிற்கு மிக உயரமான மேல்கட்டுமானம் பல தளங்களுடையதாய் அமைந்திருக்குமென ஊகிக்க முடிகின்றது.

இத்தகு கட்டுமானங்களைப்பற்றி நாம் அறிவதற்காகத் தப்பிப் பிழைத்தது போன்றுள்ளது புத்த கயாவிலுள்ள நன்கு பேணப்பட்ட மகாபோதிக் கோயில். புத்தர் ஞானமடைந்த நிகழ்ச்சியை எடுத்துரைக்கும் சான்றாக, இக்கோயில் திகழ்கின்றது. கி.பி. மூன்றாம் நூற்றாண்டிலேயே பேரரசர் அசோகரால் கட்டப்பட்டது. இருந்த போதிலும் முதன் முதலாக பெரிய அளவிலான கட்டுமானம் நடைபெற்ற தென்னவோ குஷாண அரச வம்சத்தினர் காலத்தில்தான். இன்று நாம் காணும் மகாபோதிக் கோயிலின் கட்டுமானம் ஏழாம் அல்லது எட்டாம் நூற்றாண்டைச் சேர்ந்தது. 12ஆம் நூற்றாண்டில் பர்மா தேசத்தவரால் முழுமையான புனருத்தாரண வேலைகள் மேற்கொள்ளப்பட்டன. 19ஆம் நூற்றாண்டில் முழுமையான புனருத்தாரண வேலைகள் திரும்பவும் மேற்கொள்ளப்பட்டன. ஆனால் இக்கோயிலின் பழமையை அல்லது தொன்மையைப் போற்றிக் காப்பாற்றும் வகையில் புனருத்தாரண வேலைகள் மேற்கொள்ளப்படாததுதான் மிகக் கொடுமையான விஷய மாகும். எனவே முதன் முதலாக செங்கற்கட்டு மானமாக உருவாக்கப்பட்ட கட்டுமான குணாதிசயங்களை இன்று நாம் காணும் மகாபோதிக் கோயிலிலிருந்து அறிந்து கொள்வது இயலாத தாகும். இருப்பினும் நமக்குக் கிடைத்துள்ள பழைய ஆவணங்களிலிருந்து அதன் தொன்மையான செங்கற்கட்டுமான அமைப்பை ஓரளவிற்கு வடிவம் கொடுக்க முடிகின்றது.

10.9 மஹாபோதிக் கோயில், புத்தகயா

10.10 அதிட்டான மேடை புத்தர் சிற்பங்கள், புத்தகயா

இன்றைய மஹாபோதிக் கோயிலுக்கும், கட்டுமான காலக் கோயிலுக்கும் உயரம், பரப்பு போன்ற அளவுகளில் அதிகப்படியான மாற்றமேதுமில்லை; ஆனால் கட்டுமானக் கூறுகளில் குறிப்பிடத்தக்க வித்தியாசங்கள் உள்ளன. உதாரணமாக இன்றைக்கு மஹாபோதிக் கோயிலின் நான்கு மூலைகளிலும் நாம் காணும் பர்மியரால் கட்டப்பட்ட சிறிய கோபுரங்கள் (turret) அன்றைக்குக் கிடையாது. புத்தர் போதி மரத்தடியில் உதயசூரியனை நோக்கியவாறு அமர்ந்தார் என்றுதான் காலங்காலமாகவே நம்பப்படுகின்றது. இதன் காரணமாகவோ என்னவோ, கிழக்குத் திசை நோக்கிய கட்டுமானத்தின் முன்புறத்தில் அமர்ந்த நிலையில் உபதேசிக்கும் பாவனையில் புத்தரின் பிரம்மாண்டமான உருவச் சிற்பமானது உள்ளடங்கிய அலங்கார வளைவின் கீழ் அமைந்திருந்தது. அலங்கார வளைவானது மூவிலைச் செடி வகையைப் (trefoil) போல் அமைந்திருந்தது. இந்தப் புத்தரின் அருகில் செல்லப் படியேறிச் செல்லவேண்டியிருந்தது. இக்கட்டுமானங்கள் அனைத்தும் கிழக்கில் தோரண வாயிலைக் கொண்ட கல்வேலியினுள் அடங்கியிருந்தது. புத்தரைத் தரிசிக்கப் படியேறும் இருபுறங்களிலும் (இன்றைக்கு கல்கத்தா அருங்காட்சியகத்தில் இடம் பெறும், பாட்னாவில் கிடைத்த) அசோகரின் யக்ஷிகள் இடம் பெற்றிருந்தன. திறந்த, பரந்த வெளிமுற்றத்தில் அசோகரின் சிங்கத்தை உச்சியிணைப்பாகக் கொண்ட ஒரு உயர்ந்த தனித்து நிற்கும் தூண் இருந்தது. கல்வேலிக்கு அப்பால் வடபுறத்தில் விஹாரமிருந்தது. தென்புறப் பகுதியில் மரங்களாலான சோலையும், மற்றொரு தோரணவாயிலும் அடையாளங் கண்டு கொள்ள முடியாத இன்ன பிற விவரங்களும் இடம் பெற்றிருந்தன.

பல்வேறு கோபுர உருவாக்க இணைப்பு அமைப்புகளிலும், அவற்றின் வேலைப்பாடுகளிலும் இன்றைக்கு நாம் காணும் கோபுரமானது கட்டுமான காலத்திலிருந்ததை ஓரளவிற்கு ஒத்துள்ளது; இருப்பினும் வேலைப்பாடுகளின் தரத்தில் சற்றுக் குறைவாகத்தானுள்ளது. நெடுக்குவசத்தில் 5 உள்ளடங்கிய தளங்களையுடையதாயும், குறுக்கு வசத்தில் ஏழு பகுதிகளாகப் பிரிக்கப்பட்டுள்ளதாகவும்; இதன் ஒவ்வொரு பகுதியும் 5 மாடப் பிறைகளையுடைதாயும் உள்ளது என்ற அளவிற்கு ஒற்றுமையுள்ளது. இன்றைக்கு இம்மாடப்பிறைகளெல்லாம் வெறுமையாய் உள்ளன; கட்டுமான காலத்தில் இவை புத்தரின் சிலைகளைக் கொண்டிருந்தன; மேலும் சைத்திய வளைவுக் கருத்துரு வேலைப்பாட்டினடிப்படையில் பிடர்காமில் கண்டது போன்ற கட்டுமான நேர்த்தியைப் பெற்றிருந்தன. மகாபோதிக் கோயிலின் கோபுர உச்சியானது கட்டுமான காலத்தில் நான்கு மூலைகளிலும் சிறு கோபுரங்களையும் (turrets) நடுவில் குடையுடன் கூடிய முழுமையான

ஸ்தூபி அமைப்பையும் பெற்றிருந்தன. இன்றைக்கு நாம் காணும் மகாபோதிக் கோயிலின் கோபுர உச்சி இணைப்பு மாறியிருக்கின்ற போதிலும், கங்கைச் சமவெளிப் பகுதிகளில் செல்வாக்கு பெற்றிருந்த கட்டுமான அமைப்பு பற்றியும், இக்கட்டுமான காலகட்ட சிறப்பியல்பான கோபுர அமைப்பினையும் பற்றிய வரலாற்றுக் காட்சி சான்றாகக் காட்சியளிக்கின்றது என்றால் மிகையில்லை.

இன்றைக்குப் பக்க அளவு 50 அடியும் உயரம் 20 அடியும் உள்ள சதுரவடிவ அடித்தளத்தின் மேல் மஹாபோதிக்கோயில் அமைந்துள்ளது. இக்கோயிலின் பிரமிட் வடிவ கோபுரம் 180 அடி உயரமுள்ளதாகும். அந்நாளில் மகதம் என்றழைக்கப்பட்டது இன்றைக்கு பீகார் என்றழைக்கப்படக் காரணமே மகாபோதிக் கோயில் போன்ற உயரமான விஹாரக் கட்டமைப்புகள் அதிக அளவில் இப்பகுதியில் நிலை பெற்றிருந்ததேயாகும். விஹார்-பீகார். இக்கட்டுமானங்கள் மிக நேர்த்தியான கட்டுமான வளர்ச்சியையும், நுட்பத்தையும் பெற்றிருந்தன; சமச்சீராயிருத்தல் (symmetry), திட்டமிட்டபடி உருவாக்குதல், வேலைப்பாடுகள் சமமாக அனைத்துப் பகுதிகளிலும் பங்கிடப்பட்டிருத்தல் போன்ற கட்டமைப்புக் கூறுகளிலிருந்து அவ்வப்போது விதிவிலக்குப் பெற்ற உல்லாச சுதந்திர பாங்குடையவையாய் இக்கட்டுமானங்கள் திகழ்ந்தன. இத்தகு கட்டுமானங்கள் எல்லாம் முழுமையாய் அழிந்ததற்குக் காரணமாக கட்டுமான முறைகள் மற்றும் பயன்படுத்தப்பட்ட மூலப் பொருட்கள் நீண்ட வாழ்நாள் உடையவையாய் இல்லாமலிருந்ததுதான் என்றாலும் கூட புத்தமதம் இந்திய மண்ணில் செல்வாக்கிழந்ததைத்தான் முக்கிய காரணமாகக் கூற வேண்டும்.

பழைய கட்டுமானத்தில் அமைந்திருந்த மஹாபோதிக் கோயிலின் கட்டடக்கலையும், சிற்பங்களும் பல ஆசிய நாடுகளின் புத்தமதக் கலைகளுக்கு முன்னோடித் தூண்டுகோலாய் மாதிரிகளாய்த் திகழ்ந்தன. புத்தரின் காலடிபட்ட இடங்களான ராஜகிரி, புத்தகயா, நாளந்தா, சாரநாத், குஷிநகரம், லும்பினி, ஸ்ராவஸ்தி, வைஷாலி போன்றவை பௌத்த தலயாத்திரை வட்டப்பாதையில் அமைந்துள்ளன. இதில் யாத்திரை மேற்கொள்ள தூரதேசங்களிலிருந்தும் கூட சாதாரண பக்தர்கள் முதல் மாட்சிமை பொருந்திய மன்னர்களின் தூதுவர்கள் வரை பலதரப்பினரும் வந்தனர். இவர்கள் பழைய நினைவுச் சின்னங்களைப் புதுப்பித்தல், புத்தமத புனித கட்டுமானங்களை மேற்கொள்ளுதல் போன்றவற்றிற் கெல்லாம் பொருளுதவி செய்யத் தயங்கவில்லை. 21-ஆம் நூற்றாண்டான இன்றைக்கு, பௌத்த தலயாத்திரை வட்டப்பாதையில் அமைந்துள்ள

எல்லாப் புண்ணியத்தலங்களும் தங்களின் அனைத்துச் செலவுகளுக்கும் வெளிநாட்டு பௌத்த பக்தர்களையே சார்ந்துள்ளன என்றால் மிகையில்லை.

ராஜகிரி, புத்தகயா, சாரநாத் போன்ற இடங்களில் ஸ்தூபிகளும், கோயில்களும், புத்த பிக்குகள் தங்குமிடங்களும், ஜப்பான், சீனா, கொரியா, தாய்லாந்து, திபெத், இலங்கை போன்ற நாடுகளின் பௌத்த பக்தர்களாலேயே மேற்கொள்ளப்பட்டன. புத்தகயாவிற்கு சர்வதேச விமானங்கள் வந்து செல்கின்றன. ஆனால் உள்நாட்டு விமானப் போக்குவரத்து இல்லை என்பதுதான் விசித்திரமாயுள்ளது. இந்தப் புத்த புண்ணியத் தலங்களெல்லாம் மிதமிஞ்சிய ஆரஞ்சு வண்ணத்தைக் கொண்டுள்ளன; அதாவது ஆரஞ்சு வண்ண உடையணிந்த வெளிநாட்டு பக்தர்கள் மிகுந்த பக்தியுடனும், மனத் தூய்மையுடனும் வருகின்றனர். மகாபோதிக் கோயிலானது மின் விளக்கொளியில் ஜொலிக்கின்றது; ஏனெனில் கர்மாபா (புத்தர்) இந்நகரில் உள்ளார் என்பதனால்! கருவறையில் உள்ள கருப்பு புத்தர் உடலெல்லாம் தங்க முலாம் பூசப்பட்டும், மூன்றாம் கண்ணைக் குறிக்கும் வகையில் வைரக்கல் ஒட்டப்பட்டும் ஜொலிக்கின்றார்; பிட்சாப்பாத்திரம் முழுவதும் வைரக்கற்கள் ஒட்டப்பட்டு மிக அழகிய நகைப் பெட்டி போன்றே மின்னுகின்றது.

புத்தர் ஞானமடைந்தபோது வீற்றிருந்த போதிமரம் முதலாவது போதி மரம் என்ற கணக்கில் இன்று மகாபோதிக் கோயிலின் வெளிமுற்றத்தில் உள்ள போதிமரம் ஐந்தாவது போதிமரமாகும். இப்போதி மரத்தின் கீழ் பத்மாசனத்தில் தியானத்தில்

10.11 பூமிஸ்பர்ஷ முத்திரையில் ஜொலிக்கும் புத்தர், புத்தகயா

10.12 போதிமரம், புத்தகயா

ஆழ்ந்த நிலை புத்தர் சிற்பமுள்ளது. ஞானமடைந்த புத்தர் போதி மரத்திலிருந்து நடந்த பாதை இன்றும் உள்ளது; எத்தகு தோற்றத்திலென்றால் அவர் வைத்த ஒவ்வொரு காலடித் தடமும் ஒரு தாமரை மலர் போன்ற சிற்ப அமைப்பால் காட்டப்பட்டுள்ளது.

4. சிந்து மாகாணத்து ஸ்தூபிகள்

சிந்து மாகாணத்து ஸ்தூபிக் கட்டுமானங்கள் கிரேக்க புத்த கல்கட்டுமான பாணியினாலான செங்கற் கட்டுமானமாகும். கங்கைச் சமவெளிக் கட்டுமான பாணியிலிருந்து வேறுபட்டிருப்பற்குக் காரணம் மலைப் பிரதேசமான இப்பகுதியில் கிடைக்கும் கட்டுமானப் பொருட்கள் கங்கைச் சமவெளி வண்டல்மண் கட்டுமானப் பொருட்கள் போலில்லாததுதான். இருப்பினும் தொழில்நுட்ப, அலங்கார விஷயங்களில் கங்கைச் சமவெளி வேலைப்பாடுகளின் தன்மைதான் வெளிப்படுகின்றது. கிட்டத்தட்ட அனைத்து ஸ்தூபிகளும் சிதல மடைந்துவிட்டன. துல்மிர்ருகான் (Thul Mir Rukan) என்ற இடத்திலுள்ள ஸ்தூபிதான் அதிகமாக சிதிலமடையாமல் கிடைத்துள்ள ஸ்தூபியாகும். மிர்பூர்காஸ் (Mirpur Khas) என்ற இடத்தில் நடத்தப்பட்ட அகழ்வாராய்ச்சியில் கிடைத்த ஸ்தூபியினாது மற்றொன்றாகும். இவ்விரண்டிலிருந்து ஸ்தூபி செங்கற் கட்டுமான அமைப்பை யூகிக்க முடிகின்றது.

தரையிலிருந்து ஓரளவிற்கு உயரமான சதுர மேடை அமைக்கப்பட்டுள்ளது. உதாரணமாக மிர்பூர்காஸில் 18அடி உயரமும், 50 அடி பக்க அளவுமுள்ளது இச்சதுர மேடையாகும். இம்மேடைமேல்

10.13 மிர்பூர்காஸ்: அகழ்வாராய்ச்சி நடைபெற்ற இடம்

போதுமான அளவு பிரகாரப் பாதை விடப்பட்டு ஸ்தூபியின் வட்டவடிவ அடித்தளம் அமைந்துள்ளது. ஸ்தூபியின் கோள வடிவ அண்டப்பகுதியானது ஒன்றன் மேல் ஒன்று கவிழ்க்கப்பட்ட பலநிலை(தளங்)களை உடையதாயுள்ளது. இச்சுவர்களெல்லாம் கோரிந்தியன் அரைத்தூண்களாலான அலங்கார வளைவுகளைக் கொண்டு அலங்கரிக்கப்பட்டுள்ளன. சதுர வடிவ மேடையின் மூன்று பக்கங்களும் அரைத்தூண்கள் மூலம் உருவாக்கப்பட்ட, உள்கூடு அளவு அதிகமில்லாத, மாடப்பிறைகளைக் கொண்டிருந்தது. மேற்குப் பக்க மேடையின் நடுப்பகுதி மட்டும் சற்று நீட்டப்பட்டு படிக்கட்டுகள் மூலம் சதுர மேடையின் மேல் பகுதியை அணுக முடிவது போன்று அமைந்துள்ளது. இவ்வமைப்பின் தொடர்ச்சியாக ஸ்தூபியின் செங்கல் அடிமானக் கட்டமைப்பில் சதுர வடிவில் சிறிய கோவிலமைப்பொன்று குடையப்பட்டுள்ளது. இதன் ஒரு பக்கம் இடைபாதையாகவும், இதன் மூலம் மற்ற மூன்று பக்கங்களிலும் அமைந்துள்ள சிறு கருவறைகளைச் சென்றடைவது போன்றும் கோவிலமைப்பு உள்ளது. இச்சிறு கருவறைகளில் அநேகமாக புத்தரின் சிலையொன்று இருந்திருக்கும். இவ்வாறு கீழே கோயிலும், மேலே ஸ்தூபியும் கொண்ட இக்கட்டமைப்பு புதுமையானதுதான். எளிமையான உட்புறமும், அரையிருட்டான கருவறைகளும் கொண்ட இடைக்கால (Medieval) புத்த கட்டுமானங்களுக்கும், வைதீகக் கட்டுமானங்களுக்கும் தொடக்கம் இதுவாகத்தானிருக்க வேண்டும்.

செங்கற் கட்டுமானங்களில் காணப்படும் அலங்கார வேலைப்பாடுகள்

வறண்ட சிந்துநதிப் பிரதேசங்களிலிருந்து ஈரக்கசிவான காற்று தவழும் கங்கைச் சமவெளிப் பகுதிவரை உருவாக்கப்பட்ட செங்கற் கட்டுமானங்களின் அலங்கார வேலைப்பாடுகளின் பொதுவான குணாதிசயங்கள் கட்டுமான மூலப் பொருட்களின் தன்மையைச் சார்ந்தேயுள்ளன. இருப்பினும் செங்கற் கட்டுமானக் கலைஞர்கள் தங்கள் மரபுப்படியே கட்டுமான நுணுக்கங்களை நிறைவேற்று பவர்களாக உள்ளனர். இதனை, கட்டுமான இணைப்பு மாதிரிகள் (type of moulding) வெளியே நீட்டியவாறோ அல்லது உள் அடங்கியவாறோ சுவர்ப் பகுதிகளை அமைக்கும் முறை போன்ற கட்டுமானக் கூறுகளிலிருந்து அறிந்து கொள்ளலாம். புடைப்பு வேலைப்பாடுகளை உருவாக்க பல்வேறு முறைகள் கையாளப்பட்டுள்ளன. சில சந்தர்ப்பங்களில் செங்கல் இணைப்பு அமைப்பிலேயே சாத்தியமாகின்றது. சில சந்தர்ப்பங்களில் பொருத்தமான செங்கற்

கட்டுமானம் முடிந்தவுடன், செதுக்கி உருவாக்கப்படுகின்றது. சில சந்தர்ப்பங்களில் வேக வைப்பதற்கு முன் ஈரப்பதமாக இருக்கும்பொழுதே உருவாக்கப்படுகின்றது. ஆனால் இம்முறைகளெல்லாம் 'கொடிக்கருக்கு' போன்ற திரும்பத் திரும்பப் பயன்படுத்தப்படும் ஒரே மாதிரியமைப்பு வேலைப்பாடுகளுக்குப் பயன்படுத்தப்படுபவையாகும். உருவ வேலைப்பாடுகளெல்லாம் உயர்புடைப்புச் சிற்ப வேலைப்பாடுகளாக சுடுமண்ணாலோ அல்லது சுதையாலோ உருவாக்கப்பட்டவையாகும். பிடர்காமிலும், மாஹித் (Mahet)ல் அமைந்துள்ள கச்சிகுடி (Kachchi Kuti)யிலும் காணப்படும் சுடுமண் சிற்பப் பலகைகள் 5ஆம், ஆறாம் நூற்றாண்டுகளைச் சேர்ந்த மிகச் சிறந்த சான்றுகளாகும். மத்தியப் பிரதேசத்தில் அஹிச்சத்ரா (Ahichhatra) ஊரில் உள்ள சிவன் கோயிலில் மனித அளவிலான விநாயகர் சிற்பமொன்றுள்ளது. இது சுடுமண்ணலான சிறந்த சிற்பங்களுக்கோர் உதாரணமாகும். பானைவினைஞனின் கைரேகைகள் பதிந்த இச்சிற்பப் பலகைகள் மூலம் கட்டுமான காலக் கலைஞர்களோடு நாம் நெருக்கமாயிருக்கின்றோம்; வேறெந்தக் கட்டுமான முறைகளிலும் இம்மாதிரி நெருக்கம் சாத்தியமில்லை.

தரமான களிமண்ணில் பொருத்தமான அளவு நீர் சேர்த்துக் குழைத்து தயாரிக்கப்பட்ட செங்கற்களின் புறப்பரப்புகளெல்லாம், மேடு பள்ளங்கள் இல்லாமல் சமப்பரப்பாயிருக்குமாறு தயாரிக்கப்பட்டன. நீளம் குறைந்த முகப்பகுதியும், நீளம் அதிகமுள்ள முகப்பகுதியும், அடுத்தடுத்து அடுக்கும் முறை (Headers and stretchers) பின்பற்றப்பட்டது. கீழ்வரிசை செங்கல் அடுக்கின் செங்கற்கள் இணையும் முனைமேல் மேல்வரிசைச் செங்கற்கள் இணையும் முனைப் பகுதி வராதவாறு கவனமாகக் கட்டப்பட்டது. செங்கல் இணைப்புப் பகுதியில் மிகமிகக் குறைந்த அளவு களிமண்களை இணைப்புச் சாந்து கலவையாக செலுத்தப்பட்டுள்ளது. சுண்ணாம்புச் சாந்தின் பயன்பாடு அறிந்தவர்களாயிருந்தபோதும் அவற்றைப் பயன்படுத்திய சான்றுகள் இரண்டுதான் உள்ளன. ஒன்று கி.மு. இரண்டாம் நூற்றாண்டில் மத்தியப் பிரதேசத்திலுள்ள பெஸ்நாகர் கட்டுமான அடித்தளத்தில் பயன்படுத்தப்பட்டுள்ளது. இது போனீசியன், கிரேக்க கட்டுமானங்களின் சுண்ணாம்புச் சாந்திணைப்பைக் காட்டிலும் உயர்தரமானதாகவும், ரோமானியக் கட்டுமான சுண்ணாம்புச் சாந்து இணைப்பிற்கு இணையாகவும் உள்ளது; ஆனால் காலத்தால் முந்தியது என்பதுதான் அதிசயத்தை அளிக்கின்றது. புத்தகயாவில் மிகக் குறைந்த அளவில் சுண்ணாம்புச் சாந்து பயன்படுத்தப்பட்டுள்ளது இரண்டாவது சான்றாகும்.

கதவு, பால்கனி போன்ற வெற்றிடங்களை விட்டு செங்கற் கட்டுமானங்களை அமைப்பதில் உள்ள சிரமத்தை மரத்தாலோ அல்லது கல்லாலோ ஆன மேற்கட்டையை (Lintel) அமைத்து வெற்றி கண்டனர் என்பது முன்பே நாம் அறிந்ததுதான். வெற்றிடங்களின் மேல் முழுக்க முழுக்க செங்கற் கட்டுமானமாகவே வளைவுகளை (arches) அமைத்திருப்பதற்கான ஒன்றிரண்டு சான்றுகள் பிடர்காமின் கோயிலிலும், மீர்பூர்காஸ் (Mirpur Khas)ன் ஸ்தூபியிலும், புத்தகயா சந்நிதியிலும் காணப்படுகின்றன.

பெனாரஸ் அருகிலுள்ள சாரநாத்தில் உள்ள தமக் ஸ்தூபி (Dhamek Stupa) செங்கற் கட்டுமானத்தின் மேல், கல்கட்டுமானம் புறப்பரப்பாக அமைந்துள்ளது. மேல்பரப்பிலுள்ள கல்கட்டுமானம் முற்றிலும் முடிவடையாத பிற்காலச் சேர்க்கைதான். ஸ்தூபியின் கீழ்நிலைகளில் மேற்கொள்ளப்பட்ட கல் அலங்கார வேலைப்பாடுகள் மட்டுமே நமக்குக் கிடைத்துள்ளது. கல்வேலைப்பாட்டமைப்பிலிருந்து குப்தவம்ச ஆட்சியின் ஆரம்பப் பகுதியான கி.பி.350 ஆக இருக்கலாம் என ஊகிக்க முடிகின்றது. இந்த கீழ்நிலை வட்டப் பரப்பானது எட்டு நீட்டல் இணைப்புகள் (projections) மூலம் பல பகுதிகளாகப் பிரிக்கப்பட்டுள்ளது. வைதீகக் கோயில்களின் சிகர அமைப்பைப் போன்றே இந்த நீட்டல் அமைப்பு அமைந்துள்ளது. ஒவ்வொரு பகுதியின் நடுவிலும் உள்ளடங்கிய மாடப்பிறையினுள் தாழ்வான சிங்காதனத்தின் மேல் அமர்ந்த நிலையில் புத்தரின் சிற்பம் அமைந்துள்ளது.

10.14 புறப்பரப்பு வேலைப்பாடுகள், தமக்ஸ்தூபி, சாரநாத்.

மாடப்பிறையைச் சுற்றியுள்ள சுவர்ப் பகுதிகளில் காணப்படும் வேலைப்பாடுகள் சிறந்த கற்பனைத் திறமுடையதாகும். ஆனால் தமக் ஸ்தூபியின் தாழ்நிலை வட்டப் பரப்பில் காணப்படும் மலர் வடிவமைப்பும் வடிவக் கணித வடிவமைப்பும் கொண்ட விளிம்பு வேலைப்பாடுகள் (border) கருத்தைக் கவரும் சொந்தமான (original) புதுமை வடிவமைப்பாகும். வட்டச்

சுருளைக் (spiral) கருத்துருவாகக் கொண்டது மலர் வடிவமைப்பாகும். குறிப்பிட்ட இடைவெளிகளில் அமைந்த பல இதழ்களையுடைய சூரிய காந்தி மலர், வட்டத் தகடுகளைத் தாங்கும் மலர் தண்டுகளை (காம்புகளைப்) போன்ற வளைவரைகளை இம்மலர் வடிவமைப்பு பிரதிபலிக்கின்றது. பல நூற்றாண்டுகள் கழித்து இதையே முக்கிய முன்மாதிரியாகக் கொண்டு டெல்லியிலுள்ள குதுப் மசூதி (Qutub Mosque) முகப்புப் பகுதியின் திரைமறைப்பு வளைவுகளாக வடிவமெடுத்துள்ளன. நேர்க்கோடுகளாலான வடிவக் கணித அமைப்பு போன்ற அலங்கார வேலைப்பாடுகள் இந்திய அலங்காரக் கலைகளில் அபூர்வமாகக் காணப்படுவதாகும். மாடப்பிறைகளுக்கு இடைப்பட்ட பகுதிகளில் இம்மாதிரி வேலைப்பாடுகள் உள்ளன. எட்டுப் பகுதிகளிலும் எட்டு வித்தியாசமான நேர்க்கோடு வடிவ கணித வேலைப்பாடமைப்பாக அமைந்துள்ளன. ஒவ்வொரு பகுதியும் வெவ்வேறு சேர்க்கைகளில் (Combinations) நேர்க்கோடுகளும், உருவங்களும், இடைப்பட்ட கோணங்களும் கொண்ட கருத்துருக்களாகும். ஸ்வஸ்திகா (swastika), சாவி (Key) வடிவமைப்பு என்று விளக்கம் கொடுக்கப்பட்ட வடிவமைப்பு அடையாளங் காணத்தக்கதாய் உள்ளது.

அத்தியாயம் - 11
மனதை வெல்லும் வடிவங்கள்

இனி எக்காலத்தும் இந்தியாவில் வைதீக மதம் அழியாமல் நிற்பதற்கான வலுவான அடிப்படையிட்ட பெருமை குப்த வம்சத்தையே சாரும். சாஞ்சிக்கு அருகேயுள்ள பெஸ்நாகரில் சுங்கவம்ச ஆட்சியில் கட்டப்பட்ட, இன்று இடிபாடுகளுடன் காட்சியளிக்கின்ற, வாசுதேவன் கோயில்தான் எஞ்சியவற்றில் புராதனமான வைதீகக் கோயிலாகும். ஹிலியோடோரஸின் கருடத்தூண் அருகிலுள்ள செங்கற் கட்டுமானமாகும் இக்கோயில். அதன்பின் வைதீக மதமும், வைதீகக் கோயில் கட்டுமானக் கலையும், வைதீகச் சிற்பக் கலையும் எழுச்சி பெற்றது குப்தர் காலத்தில்தான். இவர்கள் "செதுக்கிய கற்களைக் கொண்டு கட்டும் முறையை" (dressed stone masonry)த் துவக்கினர். பிற்கால வைதீக கட்டுமானங்களுக்கும், சிற்பங்களுக்கும் முன்மாதிரிகளாக சாஞ்சி, திகாவா, ஏரான், நாச்னா, பூமரா, தியோகர் ஆகிய இடங்களிலுள்ள குப்தர் காலக் கோயில்களும், உதயகிரியிலுள்ள குடைவரைகளும் திகழ்ந்தன. இருப்பினும் பௌத்தம் உட்பட்ட பிற சமயங்கள் மீது குப்த அரசர்கள் விரோதம் பாராட்டவில்லை. பக்தனுள் உள்ள தெய்வீக உணர்வைத் தட்டியெழுப்ப ஏதுவாக இருக்கின்ற சிற்ப வடிவினைத் தெய்வத்திற்குக் கொடுக்கும் முயற்சியில் வெற்றியடையத் தொடங்கியுள்ளதை குப்தர்காலச் சிற்பங்கள் எடுத்துரைக்கின்றன.

குப்தர் வம்சம்

அலகாபாத் தூண் கல்வெட்டிலிருந்து சந்திரகுப்தர் I குப்த வம்சத்தின் முதல் பேரரசர் என்பது தெரியவருகின்றது. அலகாபாத் தூண் கல்வெட்டு அசோகர் தூண் ஒன்றின் மீது உயரிய வடமொழி எழுத்தான நாகரி எழுத்தின் ஒரு திரிபு எழுத்தில் எழுதப்பட்டதாகும். கி.பி.330 வரை

ஆண்ட சந்திரகுப்தர் II அடுத்து பட்டமெய்திய சமுத்ரகுப்தரின் வரலாற்றையும் அலகாபாத் கல்வெட்டு கூறுகின்றது. இவர் தென்னாட்டில் காஞ்சி வரை திக்விஜயம் செய்து வென்றவர்; அசுவ மேதயாகமும் செய்தார். கல்வியிலும், இசை போன்ற நுண்கலைகளிலும் வல்லவராயிருந்திருக்கலாம் என்பதை இவரது நாணயங்களிலிருந்து ஊகிக்க இடமளிக்கின்றது.

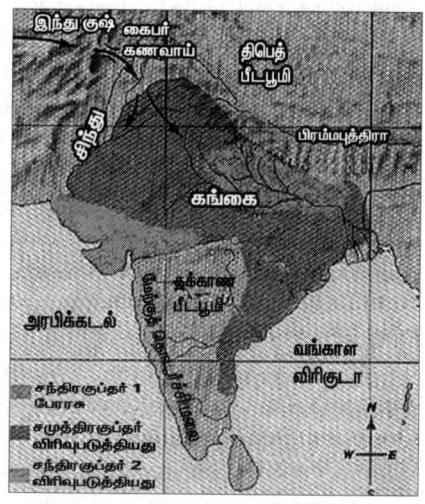

11.1 குப்தப் பேரரசு

சந்திரகுப்தர் II (கி.பி. 380 முதல் 412 வரை) என்பாரின் குப்தப் பேரரசு கீழைக்கடலிலிருந்து மேலைக் கடல் வரை பரவியிருந்தது. இவர் "விக்ரமாதித்யர்" என்னும் பட்டம் சூட்டிக் கொண்டதை அவரது நாணயங்களிலிருந்து அறிகின்றோம். இவரது ஆட்சியில் பாடலிபுத்ரம் அரசியல் தலைநகராகவும், உஜ்ஜயினி கலாசாரத் தலைநகராகவும் விளங்கலாயிற்று.

11.2 ஸ்கந்த குப்தரின் எளிய உலோக நாணயம்

குமாரகுப்தர் I (கி.பி.415-455) என்பாரின் காலத்தில்தான் நாளந்தா கல்விக்கழகம் நிறுவப் பெற்றது. வடமேற்கு ஹூணர்களின் படையெடுப்பைச் சமாளிப்பதிலேயே பேரரசின் பொருளாதாரம் வீழ்ச்சியுற்றதற்கு, ஸ்கந்த குப்தர் ஆட்சியில் வெளியிடப்பட்ட எளிய உலோக நாணயங்கள் சாட்சிகளாகின்றன.

குப்தர் காலம் – பொற்காலம்

குப்தர் ஆட்சிமுறையின் அமைதியான தன்மை முன் சென்ற மௌரியர் ஆட்சியின் கடுமையான சட்டங்களோடும், பின்வந்த ஹர்ஷர் ஆட்சிமுறையோடும் அடிப்படையாக மாறுபடுகின்றன. 'ஆட்சித் திறமையோடு குறைவான வரிவிதிப்போடு நடைபெற்றமையால் மக்கள் சுபிட்சமாகவும், மனநிறைவோடும், மகிழ்ச்சியோடும் வாழ்ந்தனர்' என்று சந்திரகுப்தர் II-இன் ஆட்சியின்போது குப்தப் பேரரசில் ஆறாண்டுகள்

தங்கியிருந்த சீனயாத்ரிகர் பாஹியான் கூறுகின்றார். சமஸ்கிருத மொழி குப்தர் காலத்தில் மிகவும் வளர்ச்சியுற்றது. சமஸ்கிருத மொழியில் தலைசிறந்த கவிஞரும், நாடக ஆசிரியருமான காளிதாசர் வாழ்ந்த காலம் குப்த வம்ச ஆட்சிக் காலமாகும். சாகுந்தலம், மாளவிகாக்கினிமித்ரம், விக்ர ஊர்வசியம் முதலியவை அவரது நாடகங்கள். ரகுவம்சம், குமார சம்பவம் அவரது காப்பியங்கள். மேகதூதம் தூது இலக்கியங்களில் சிறந்தது. முத்ரா ராட்சசம் என்னும் அரசியல் நாடகத்தை இயற்றிய விசாகதத்தரும், தசகுமார சரித்திரம் என்னும் உரைநடை இலக்கியத்தை இயற்றிய தண்டி என்பாரும் குப்தர் காலத்தைச் சேர்ந்த இலக்கிய ஆசிரியர்களில் தலைசிறந்தவர்களாவர். அதிக மொழிகளில் மொழி பெயர்க்கப்பட்டுள்ள பஞ்சதந்திரம் என்னும் அறிவுரைக் கதைநூல் குப்தர் காலத்திலேயே இயற்றப் பெற்றதாகக் கூறுவர். வைதீக சமய புராணங்களில் பெரும்பாலானவை குப்தர் ஆட்சிக் காலத்தில்தான் இறுதியாக இயற்றி முடிக்கப் பெற்றன. அவற்றில் வாயு, மத்ஸய, விஷ்ணு, பாகவத புராணங்கள் தலையாயவை. வைதீக சமய இலக்கியங்களை இயற்றிய ஈசுவரகிருஷ்ணர், வாத்ஸ்யாயனர் ஆகியோரும், பௌத்த சமய இலக்கியங்களை இயற்றிய புத்தகோஷர், ஆரியகங்கர், திங்நகர், வசுபந்து ஆகியோரும் குப்தர் காலத்தவரேயாவர்.

வைதீகர்கள் உருவாக்கிய விஞ்ஞான இலக்கியத்தில் மிகப் பெரும் பகுதி குப்தர் காலத்தைச் சேர்ந்ததாகும். சரகர், சுச்ருதர் முதலியோர் மருத்துவத் துறையில் செய்த ஆராய்ச்சிகளின் அடிப்படையில் வாக்பட்டர் என்பவர் அஷ்டாங்க சங்கிரகம் என்னும் மருத்துவக் கலை நூலை இயற்றினார். ஆர்யபட்டரும், வராகமிஹிரரும் தலைசிறந்த கணித, வானநூல் அறிஞர்கள். ஆர்யபட்டரது நூலான ஆர்யபட்டீயம் கி.பி.499இல் இயற்றப் பெற்றது. இது சூரிய முறையைப் பின்பற்றுவதாகும். வராகமிஹிரர் கி.பி.505இல் இயற்றிய "பஞ்ச சித்தாந்திகை" என்னும் நூலில் சூரிய, பிதாமக, வசிஷ்ட, பாலிஸ, ரோமக முறைகள் என்னும் ஐந்துவித வானசாத்திரக் கொள்கைகள் கூறப்படுகின்றன. இவ்வாறு மக்களின் வாழ்க்கை நிலை, கலாச்சாரம், இலக்கியம், விஞ்ஞானம் என அனைத்திலும் சாதனைகளின் உச்சியைத் தொட்ட காலமாதலால், இந்தியாவின் பொற்காலம் என குப்தர்களின் ஆட்சிக்காலம் அழைக்கப்படுகின்றது.

வைதீக சமயத்தின் எழுச்சி

கி.மு. ஆறாம் நூற்றாண்டைய வைதீக சமயம் மிகக் கடினமான தத்துவ ஆராய்ச்சியளவிலும், பலராலும் புரிந்துகொள்ள முடியாத சடங்குகள் அளவிலும் நின்றது. பெரும்பாலான யாகங்களும், வழிபாடுகளும் திறந்த வெளிகளிலோ அல்லது அப்போதைக்கப்போது

உருவாக்கப்பட்ட தற்காலிக மேற்கூரைகளுடனோதான் நடத்தப் பெற்றன. மெய்ப்பொருளின் பிரதிபலிப்பாகவே இயற்கையின் அனைத்து அங்கங்களையும் நோக்கும் எண்ணவோட்டத்தால் என்றென்றும் நிலை நிற்குமாறு கோயில்களை உருவாக்குதல் அவசியமாகப் படவில்லை. மேலும் பௌத்த, ஜைன மதங்களைப் போல் வலிமை பெற்ற பேரரசர்களாலும் போற்றப்படவில்லை. எனவேதான் குப்தர் காலத்திற்கு முற்பட்ட வைதீகக் கோயில்கள் எளிதில் அழிந்துபடக்கூடிய பொருட்களை அடிப்படையாகக் கொண்டு ஆக்கப்பட்டிருக்க வேண்டும். சதபதப்பிராம்மணத்தில் புற்கூரையுடைய மரக் கோயில்களைப் பற்றிய குறிப்புள்ளது. பெஸ்நாகர் செங்கற் கோயிலே நமக்குக் கிடைக்கும் மிகத் தொன்மையான வைதீகக் கோயில். வைதீக மதத்தின் பழம் பெருமையை நிலைநிறுத்தும் முயற்சிகள் அவ்வப்போது நடைபெற்றபோதும், குப்த வம்ச காலத்தில்தான் வைதீக சமயம் பக்தி இயக்கம், உருவ வழிபாடு, கோயிற் பூஜைகள், திருவிழாக்கள், அடியார்களது பக்தி பரவசத் தன்மையை முற்றிலும் பயன்படுத்திக் கொள்ளுதல், உள்ளத்தை நெகிழ்விக்கும் முறையில் இயற்றப் பெற்ற பக்திப் பாடல்கள் முதலிய பல துறைகளிலும் தன்னை நிலை நிறுத்திக் கொண்டது. எனவே இம்மறுமலர்ச்சிக் காலம் செதுக்கிய கற்களாலான கட்டுமானக் கோயில்களுக்கு வித்திட்டதில் வியப்பொன்றுமில்லை. கற்கட்டுமானங்களுக்கு முன்பாகக் குடைவரை கட்டுமானக் கலையிலும் வைதீக சமயம் முத்திரையைப் பதித்தற்குச் சான்றாக குப்தர் காலக் கோயில்களில் மிகத் தொன்மையான உதயகிரி குடைவரைகள் திகழ்கின்றன. கற்கட்டுமான சோதனை முயற்சிகளை குடைவரைகளின் முகப்பில் தூண் மண்டபங்களை அமைப்பதில் நடத்தினர் போலும்!

தெய்வ வடிவங்கள்

உருவமில்லா மெய்ப்பொருளைப் புரிந்துகொள்ள முடியாத மனதுள்ளோருக்குப் பாதை காட்டவே வடிவம் கொடுக்கப்பட்ட தெய்வங்கள் படைக்கப்பட்டன. வைதீக தெய்வங்களின் பல வடிவங்களனைத்தும் உருவமில்லா ஒரே மெய்ப்பொருளின் பல்வேறு அம்சங்களேயாகும். தெய்வ வடிவங்களின் வளர்ச்சிப் பாதையில் குப்தர் காலக் கலைஞனின் சிந்தனையோட்டம், உயர்நோக்கம் இவ்வாறிருந்தது: "பக்தனை உயர்நிலைக்கு இட்டுச் செல்லும்படியான வடிவினை மெய்ப்பொருளுக்கு அளிக்கவேண்டும்; இவ்வடிவம் பொருள் முதல் உலக வாழ்வில் சிக்குண்ட மனித வடிவமாயிருத்தல் கூடாது; மனக் குழப்பங்களினாலும், பற்றுகளினாலும் சஞ்சலப்படாததாய் இருக்க

வேண்டும்; ஒவ்வொருவரினுள்ளும் எப்போதாவது அடையப் பெறும் அமைதி, ஆனந்தம், நிர்ச்சலனம் போன்ற சிறந்த குணாதிசயங்களின் பிரதிபலிப்பாக இருக்க வேண்டும்; ஒவ்வொருவரும் பெறவிழையும் உடல்வாகாகவும் இருக்க வேண்டும்; ஆடை அணிகலன்களின் உடல் வடிவமைப்பு முழுதாய் வெளிப் படுமாறு அமைய வேண்டுமேயன்றி மறைத்தலாகாது; உடலமைப்பின் வழுவழுப்பான தளங்கள் பொறுத்த மாக ஒன்றுடன் ஒன்று ஒத்துப் போக வேண்டும்; மொத்தத்தில் வெகுஜன மாந்தருக்குள்ள குற்றங்குறைகளேதும் இல்லாத உத்தமமான வடிவமைப்பாய் இருக்கவேண்டும்; எத்தகையதொரு வடிவை தியானிப்பதன் மூலம் பக்தனுள் உள்ள உயர் உன்னதங்களை, தெய்வீக உணர்வைத் தட்டியெழுப்ப இயலுமோ அத்தகு வடிவாயிருக்க வேண்டும்; பக்தன் எளிதில் தொடர்புப்படுத்திக் கொள்ளக் கூடிய வடிவமாயும் இருக்க வேண்டும்". இவ்வாறு அறிவியல் பூர்வமாக வடிவம் கொடுக்க மேற்கொண்ட முயற்சிகளின் பலன்தான் குப்தர் கால அழகிய தெய்வ வடிவங்கள் என்று கல்வெட்டுப் பொறிப்புகள் கூறுகின்றன. பழம்பெரும் கலைப் பொக்கிஷமான 'சித்திரச் சூத்திரம்' குப்தர் காலத்தை ஒட்டித்தான் எழுத்தில் வெளிக் கொண்டு வரப்பட்டது. இத்தகு தெய்வ வடிவங்களின் சிறப்பம்சமே கீழ் நோக்கிய கண் இமைகளின் பின்புலத்தில் உள்ள பார்வையானது அகம் நோக்கியதாக அமைந்திருப்பதேயாகும். இவ்வடிவமைப்பின் உள்நோக்கம் "மனதை வெல்வது தான் உத்தமம்; உலகை வெல்வதல்ல" என்பதேயாகும்.

11.3 அகம் நோக்கிய கண் இமைகளுடன் புத்தர்

குப்தர் காலத்திய கற்கட்டுமான வைதீகக் கோயிலின் அடிப்படை அமைப்பு

முற்பகுதியில் கொடுக்கப்பட்ட குணாதிசயங்களைக் கொண்ட தெய்வச் சிற்பமானது குப்த கற்கட்டுமானக் கோயிலின் ஒருபகுதியான தட்டையான கூரையுடைய, அளவில் சிறிய, அறையில் இடம் பெற்றது.

11.4 திகாவா கோயில்

இருள் படர்ந்த இவ்வறை கர்ப்பக்கிருஹம் என்றும் கருவறை என்றும் அழைக்கப்பட்டது. சதுர வடிவக் கருவறையின் உட்புறச் சுவர்கள் வெறுமையாய் அலங்கார, சிற்ப வேலைப்பாடுகள் எதுவு மின்றிக் கட்டப்பட்டன. ஒரேயொரு வாயிலைக் கொண்டது கருவறை. வாயிலின் வெளிப்புறமானது மிகச் சிறந்த செதுக்கல் வேலைப் பாடுகளைக் கொண்டதாயுள்ளது. தூண்களாலான முன்மண்டபம் ஒன்று மட்டுமே கருவறையுடன் இணைக்கப்பட்டுள்ளது.

11.5 தூண் அமைப்பு - திகாவா

குப்தர் காலக் கோயில்களை இனங் கண்டு கொள்ள உதவும் சிறப்பம்சங்களாவன: 1) கருவறை, முன்மண்டபம் மட்டுமேயுள்ள எளிய அமைப்பு 2) தூண்களின் உச்சி யிணைப்பு வடிவமைப்பு 3) தூண்களுக் கிடையேயான இடைவெளி அமைப்பு 4) தூண்கள், வாயில் இவற்றுக்கு மேலுள்ள மேற்கட்டுமானது மொத்த கட்டுமானத்தைச் சுற்றியும் நீட்டல்களும், உள்அடங்கல்களும் கொண்ட கல் அடுக்கல் அமைப்பைப் பெற்றிருத்தல் 5) கருவறை நுழைவாயில் வடிவமைப்பு இச்சிறப்பம்சங்கள் குப்தர் காலக் கட்டுமான கோயில்களின் பல்வேறு காலக் கட்டங்களின் வளர்ச்சியினைத் தெளிவாக்குகின்றன.

திகாவா விஷ்ணுகோயில்- சாஞ்சி பௌத்த கோயில் - ஓர் ஒப்பீடு

11.6 சுவர் வேலைப்பாடுகள் திகாவா

ஜபல்பூர் மாவட்டத்திலுள்ள திகாவாவில் அமைந்துள்ள விஷ்ணு கோயில் அளவில் மிகச் சிறியதுதான். 12 $^1/_2$ அடி பக்க அளவுள்ள சதுரக் கருவறையின் உள்கூடு விட்டம் எட்டடியேயாகும். இக்கருவறை முன் 71 அடி நீளமுள்ளதாய் முன்மண்டபம் அமைந் துள்ளது. தூண்களுக்கிடையேயான இடை

வெளி மத்தியில் சற்று அதிகமாகவும், இருபக்கங்களிலும் குறைவாயுமுள்ளது. தூணின் அடிப்பாகம் சதுரமாயும், நடுப்பக்கம் பலபட்டைகள் உடையதாயும், மொத்தத்தில் தூணின் தண்டுப்பகுதி உயரங் குறைந்ததாயுள்ளது. தூணின் உச்சியில் பருமனான பீடத்தின் மேலுள்ள உச்சியிணைப்பு, பூர்ணகலசம் மற்றும் சிங்கங்கள் கருத்துருவைக் கொண்டதாயுள்ளது. பூர்ணகலசம் கருத்துரு அட்சய பாத்திரத்தை அடிப்படையாகக் கொண்டது. இப்பூர்ண கலச கருத்துருவிலிருந்துதான் இந்தியக் கட்டுமான கருத்துருக்களிலேயே சிகரம் வைத்தாற்போலிருக்கும். "ஜாடியில் இடம் பெறும் மலர்" கருத்துரு (vase and flower motif) கருத்தரித்தது. இத்தூண்கள், அவற்றுக்கு 450 ஆண்டுகட்கு முன் பெஸ்நகரில் நிறுவப்பட்ட கருடத்தூணை ஒத்திருப்பது கவனத்திற்குரியது.

கருவறை நுழைவாயில் வேலைப்பாடு மற்றொரு குறிப்பிடத்தக்க அம்சமாகும். வாயில் நிலையின் மேல் அமைந்துள்ள மரஉத்திரங்கள் இருபுறமும் நன்கு நீட்டப்பட்டிருப்பது கட்டுமானத்தின் உறுதித்தன்மையை அதிகரிக்கின்றது. வாயில் வழியின் மேல்பகுதியில் இடம் பெற்றிருக்கும் வேலைப்பாடுகளின் வடிவமைப்பும், கருத்தும் தான் நம் கவனத்தைக் கவர்கின்றன. பௌத்த தோரண வாயில்களில் அசோக மரக் கிளையை வளைத்துத் தழுவியிருக்கும் யக்ஷி கருத்துருதான் இங்கும் இடம் பெற்றுள்ளது; ஆனால் வைதீக சமயத்திற்கேற்ற சிறு மாற்றத்துடன். ஆமையின் முதுகின் மேலும், முதலையின் (மகரத்தின்) முதுகின் மேலும் யக்ஷிகள் நிற்கும் வடிவமைப்பு இருபுறங்களிலும் மேல்பகுதியில் இடம் பெற்றுள்ளது. இவர்கள் முறையே யமுனை நதிக்கும், கங்கை நதிக்கும் உருவகங்களாகும். இனிவருங்காலங்களில் வாயில் நிலையின் கீழ்ப்பகுதியில் இடம் பெற உள்ளனர் இவர்கள்.

திகாவாவின் விஷ்ணு கோயிலின் கட்டுமான காலத்தைச் சேர்ந்ததுதான் சாஞ்சியிலுள்ள பௌத்த கோயிலும் (எண்.17). இவ்விரு கோயில்களுக்குமிடையே 150மைல் இடை வெளியிருப்பினும், இவை அமைப்பிலும், அளவிலும் வியத்தகு வகையில் ஒரே மாதிரியானவை. தூணின் உச்சியிணைப்பு "மணி (கவிழ்க்கப்பட்ட தாமரை) மற்றும் சிங்கக் கருத்துருவை, பௌத்த மரபு வழியில் தொடர்வதைக் கொண்டுள்ளது. ஆனால் திகாவா விஷ்ணு கோயிலுக்கும், சாஞ்சி பௌத்த கோயிலுக்கும் உள்ள மிக முக்கியமான வேற்றுமை இளமையான

11.7 சாஞ்சி பௌத்தக் கோயில் எண் 17.

புத்துணர்வின் தொடக்கத்திற்கும், முதுமையின் இறுதி முயற்சிக்கும் உள்ள வேற்றுமையையொத்ததேயாகும்.

உதயகிரி குடைவரைகள்

கால வரிசைப்படிதான் குப்தர் கட்டுமானங்களைக் காண வேண்டுமெனில் முதலில் பார்க்க வேண்டியதென்னவோ உதயகிரிக் குடைவரைகளைத்தான். சந்திர குப்தர் IIன் காலத்தில் இக்குடைவரைகள் குடையப்பட்டன என குடைவரைப் பொறிப்புகளொன்றிலுள்ளதால், இக்குடைவரைகளின் காலம் நான்காம் நூற்றாண்டின் இறுதிப் பகுதியைச் சேர்ந்ததாயிருக்க வேண்டும். பெஸ்நாகரிலிருந்து இரண்டு மைல் தொலைவிலும், சாஞ்சியிலிருந்து 5 மைல் தொலைவிலும், 9 குடைவரைகள் குடையப்பட்ட மணற்பாறைக் கற்களாலான மலை அமைந்துள்ளது. எனவேதான் உதயகிரிக் குடைவரைகள் வரலாற்றுச் சிறப்புமிக்க கலைமையமாக மிளிர்கின்றன. மாயக் குடைவரை (false cave no.1), பினா குடைவரை (Bina cave no.3), அம்ரிதா குடைவரை (Amrita cave no.9) போன்ற குடைவரை எண்களிடப்பட்ட முறையிலிருந்து கட்டுமான காலவரிசைப்படியே குடைவரை எண்களும் இடப்பட்டுள்ளன என்பது தெரியவருகின்றது.

11.8 உதயகிரி வைதிகக் குடைவரைகள்

குடைவரை உள்தோற்ற அமைப்பில் எவ்விதக் குடைவரைப் புதுமையும் இல்லை; சாதாரணமான செவ்வக வடிவ அறைகள்தான். கட்டுமான நோக்கில் சொல்லத்தக்கதெனில் குடைவரை முகப்பமைப்பும் மற்றும் கல்கட்டுமானமாகக் குடைவரை முன் உள்ள தூண்களாலான முன்மண்டபமும்தான். இரண்டுமே குப்தர் கட்டுமான அடிப்படை அமைப்பை அப்படியே பெற்றுள்ளன. தட்டைக் கூரை, மையத் தூண்களுக்கிடையேயான அதிக இடைவெளி, பூர்ணகலசம் அல்லது ஜாடி மற்றும் இலைக் கருத்துரு கொண்ட தூண் உச்சியிணைப்புகள் நுழைவாயில் வேலைப்பாடுகள் போன்ற குப்தர்களின் கட்டுமானக் கூறுகளை முழுவதும் பெற்றுள்ளன. சிற்ப வேலைப்பாடுகளில் கைதேர்ந்திருப்பதையும், கட்டுமான வேலைகளில் முதலடியில் அதே சமயம் திருத்தமான முன்னேற்றக் கூறுகளுக்கான அடையாளங்களுடனிருப்பதையும் தெளிவாக வெளிப்படுத்துகின்றன. குகை எண். 1

ஆனது மலைப்பாறைப் பிதுக்கத்தில் குடையப்பட்டுள்ளதாலேயே பொய்க் குடைவரை அல்லது மாயக் குடைவரை என்று அழைக்கப்படுகின்றது. குடைவரையின் முன்பகுதி முற்றிலும் முழுமையாக இடிபாடுகளுக்குட்படாமல் நமக்குக் கிடைத்துள்ளது குடைவரை எண்1-இல்தான். குடைவரை எண்களின் வரிசைப்படியே, குடைவரைகளின் அளவும், அழகு வேலைப்பாடுகளும் அதிகரித்துக் கொண்டே செல்கின்றன. பினா குடைவரையில் (எண். 3) முன் மண்டபத்தின் முன்னாலுள்ள நான்கு தூண்களுடன், பக்கத்திற்கு ஒன்றாக இருக்கும் தூண்கள் அமைந்துள்ளன.

22 அடி x 19 அடி 4 அங்குலம் அளவுள்ள அறையின் மையத்தில் 8 அடி உயரமுள்ள 4 பிரம்மாண்டமான தூண்களிருக்குமாறு அம்ரிதா குடைவரை பாறையிலேயே குடையப்பட்டுள்ளது. இதன் நுழைவுவாயிலும் பாறையிலேயே சிறப்பான வேலைப்பாடு களுடையதாய் அமைந்துள்ளது. குடைவரையோடு இணைந்த கல்கட்டுமான முன்மண்டபம் விசாலமானதாய் மூன்று வாயில்களுடன் அமைந்துள்ளது. பின்னாளில் ஒவ்வொரு வாயிலும் ஒரு தூண் மண்டபத்தைப் பெற்றிருக்குமாறு இணைப்புக் கட்டுமானங்களைப் பெற்றது. மொத்தத்தில் 27 அடி அளவுள்ள சதுரக் கட்டமைப்பாகும் முன்மண்டபம். கோபுரமணி அமைப்புள்ள உச்சியிணைப்புகளில் அழகாகச் செதுக்கப்பட்டுள்ள மான்குட்டி போன்ற சிறு விலங்கினங்கள் கி.மு. ஒன்றாம் நூற்றாண்டைச் சேர்ந்த நாசிக் குடைவரைகளிலுள்ள கௌதமிபுத்ர தூண் வரிசையமைப்பை நினைவுறுத்துகின்றன. நுழைவாயில் வேலைப்பாடுகளில் சாஞ்சி தோரண வாயில் வேலைப்பாடுகளின் பிரதிபலிப்பைக் காண்கின்றோம். முன்மண்டபத் தூண்களில் குப்த கட்டமைப்புக் கூறான பூர்ணகலச உச்சியிணைப்பைக் காண முடிகின்றது. பெஸ்நாகர் கட்டுமானங்கள் முடிந்து நானூறு ஆண்டுகளுக்கு மேலாகிவிட்டபோதும், கட்டுமான, கலை வித்தகர்களின் திறமை கைமாறி கைமாறிக் காப்பாற்றி வளர்க்கப்பட்டதற்கு உதாரணமாக அம்ரிதா குடைவரை திகழ்கின்றது.

தரிசனம் என்பதன் பொருள்

மெய்ப்பொருளுக்குரிய வீடாகக் கோயில் கருதப்பட்டது. அன்றாட சராசரி வாழ்க்கையை மறந்து அமைதியும், இருளும் குடிகொண்டிருக்கும் கருவறையில் உள்ள தெய்வ தரிசனத்திற்காக பக்தன் வருகின்றான். என்றும் மாறாக் கருத்துக்களை எடுத்தியம்பும் தெய்வீகச் சிற்பங்களைத் தரிசனம் பண்ணும்பொழுது, அவனுள் உள்ள நல்லனவெல்லாம் துயிலெழுப்பப்படுகின்றன. தெய்வத்தை நெக்குருகிக் காணும் செயல்

மூலம் தெய்வ அனுக்கிரகம் கிடைக்கப் பெறுவதையே தெய்வ தரிசனம் என்கின்றோம். இக்கருத்து இந்தியச் சிந்தனைகளின் மையக் கருத்தாக இன்றளவும் தொடரும் ஒன்றாகும். உதயகிரி குடைவரைகளில் உள்ள தெய்வ வடிவங்களே நமக்குக் கிடைத்துள்ளவைகளில் தொன்மை யானவை ஆகும். ஆனால் இவ்வடிவங்களே, தெய்வங்களுக்குக் கொடுக்கும் வடிவங்களுக்கும், கலை நுட்பக் கருத்துக்களுக்குமான வரையறைகள் குப்தர் காலத்திற்கும் முன்பே உருவாகி நிலைபெறத் தொடங்கியுள்ளமையைப் பறைசாற்றுகின்றன.

நர-வராக அவதாரம்

உதயகிரியிலுள்ள சிற்பங்களிலேயே மிகப் பிரமாதமாயிருப்பது பிரமிக்க வைப்பது நர-வராக அவதாரமாகும். மனித உடலும், வராகத்தின் தலையும் கொண்டவராக விஷ்ணு படைக்கப்பட்டுள்ளார்.

11.9 நர - வராக அவதாரம் - உதயகிரி குடைவரை

பூமாதேவியைக் காக்க வராக அவதாரம் எடுத்துள்ளார். இந்துமத புராணங்களில் தெய்வங்களின் லீலைகள் பல்வேறு உட்கருத்துக்கள் பொதிந்தவைகளாகும். நீரில் மூழ்குவதிலிருந்து பூதேவியைக் காக்கும் நோக்கம் நேரடிக் கதையாகும். அறியாமையாகிய சமுத்திரத்திலிருந்து மனித குலத்தைக் காப்பதற்காக எடுக்கப்பட்ட அவதாரம் என்று மறைமுகமான, பூடகமாக எடுத்துரைப்பதாகவும் கொள்ளலாம்.

அரை அகழ்வுள்ள புடைப்புச் சிற்பமான நர-வராக அவதாரம் 22 அடி x 12 அடி என்ற அளவில் செதுக்கப்பட்டுள்ளது. வருங்காலங்களில் தமிழ்நாட்டில் மாமல்லபுரத்தில் "கங்கை பூமிக்கு இறங்குதல்" என்ற உலக பிரசித்தி பெற்ற பல்லவர்களின் பாறைச் சிற்பப் பலகைக்கு அடுத்து பெரிய அளவிலமைந்துள்ள புடைப்புச் சிற்பம் நர-வராக அவதாரமேயாகும். குப்தர் காலந்தொட்டு வராக அவதாரமானது சிற்பக் கலையில் ஒரு பிரபலமான கருத்துருவாகவே உள்ளது. உதயகிரியில் குகை எண் 6க்கு இடதுபுறத்தில் அமைந்துள்ள இப்புடைப்புச் சிற்பம், வராக அவதாரக் கலையின் அனைத்து நுணுக்கங்களும் அடங்கியிருக்கும் தனித்துவம் வாய்ந்த வடிவமைப்பாகும். வளைந்து வளைந்து செல்லும் பலவரிசைக் கோடுகளாலும், இவற்றினூடே காணப்படும் தாமரை மலர்களாலும், சமுத்திர நீரானது உருவகமாகக் காட்டப்பட்டுள்ளது. சிற்பத்தின் பக்கச் சுவர்களில் உள்ள யக்ஷிகள் கங்கை, யமுனை நதிகளைக் குறிப்பிடும் ஊடகங்களாகும்.

குடைவரை எண் 6-இன் நுழைவாயில்

நர-வராக அவதாரப் புடைப்புச் சித்திரத்திற்கு வலதுபுறத்தில் உள்ளது குடைவரை எண். 6 ஆகும். இங்கு மிக விலாவாரியாக செதுக்கப்பட்டுள்ள நுழைவாயில் வேலைப்பாடுகள் தக்காணத்தில் உருவாக்கப்பட இருக்கின்ற பல குடைவரைகளிலும், சம காலத்தில் எழுப்பப் பெற்ற பல கோயில்களிலும் இடம் பெற உள்ளன. கங்கையும், யமுனையும் யக்ஷி உருவகங்களில் நுழைவாயிலின் மேல்பகுதியில் இடம் பெற்றுள்ளனர். நுழைவாயிலின் இருபுறமும் வாயில் காப்போர்களாகிய துவாரபாலகர்கள் உள்ளனர். திடகாத்திரமான உடலும், ஒளி ஊடுருவக் கூடிய ஆடைகளும் தொடக்க நிலை குப்தர் காலப் பாணியை சேர்ந்ததென்பதை நிரூபிக்கின்றன. அணிந்துள்ள ஆடைகளின் முடிவில் (உதாரணம் சேலை முந்தி) காணப்படும் ரிப்பன் முடிச்சு போன்ற ஒப்பனைகளையெல்லாம் கூடச் சிற்பத்தில் மிகத் திறம்பட செதுக்கியுள்ளனர். வாயிலை நெருங்கும் பார்வையாளர் கண்களுக்குத் தப்பிவிடாதவாறு யானைமுக கணபதி இடம் பெற்றுள்ளார். இவ்வாறு மூலஸ்தானத்திற்கு (கருவறைக்கு) முன்பாக கணபதியை பிரதிஷ்டை பண்ணுதல் என்பது வருங்காலங்களில் கட்டப்படும் கோயில் களிலெல்லாம் பின்பற்றப்படவுள்ளது.

முகப்பில் இரண்டுவிதமாகச் செதுக்கப்பட்ட விஷ்ணுவைக் காணலாம். வலதுபக்கத்திலுள்ள சிற்பம் விஷ்ணுவின் குணாதி சயங்களுக்குக் கொடுக்கப்பட்ட வடிவாய் அமைந்துள்ளது. அறிவின் அளப்பரிய சக்திக்கு 'கதாயுதம்' குறியீடாகின்றது. எல்லாவற்றையும்

உள்ளடக்கிய உன்னதமாக மனதிற்கு 'பாஞ்ச சன்யம்' என்னும் சங்கு குறியீடாகின்றது. மிக உன்னதமான கிரீடத்தையும், வனமாலையையும் விஷ்ணு அணிந்துள்ளார். துறவற வாழ்வு நெறிக்கு அடையாளம் வனமாலையாகும். கி.பி. முதலாம் அல்லது இரண்டாம் நூற்றாண்டிலெல்லாம் மகிஷாசுரமர்த்தினிக்கு முழுமையான வடிவம் கொடுக்கப்பட்டுவிட்டது. எருமை வடிவிலிருக்கும் அசுரனை வதம் செய்யும் துர்க்கைதான் மகிஷாசுரமர்த்தினி. தெய்வசக்தி பெற்றுள்ளதைக் குறிக்க 12 கைகளுடன் படைக்கப்பட்டுள்ளாள். மகிஷன் தோற்கடிக்கப்படுவது இறப்பின் அதாவது பிறவிப்பிணியின் தோல்வியாகும். மனிதனுள் புதைந்துள்ள 'சோம்பல்' போன்ற பொருத்தமற்ற குணாதிசயங்களுக்கு உருவகம்தான் மகிஷன் என்றும் பொருள்படும்.

குடைவரை எண்: 4

குடைவரை எண். 4-இல் ஒருமுகலிங்கம் இடம் பெற்றுள்ளது. எளிமையான முக வடிவமும், ஜடாமுடியும் கொண்டதாய்ச் செதுக்கப்பட்டுள்ளது இச்சிற்பம். அறிவோடு இணைந்த உலகப் படைப்பு சக்திகளின் வடிவமாக இச்சிற்ப வடிவம் காட்டப்பட்டுள்ளது.

ஜைனமதக் குடைவரையொன்று உதயகிரி மலைப்பாதையில் பாதி வழியில் அமைந்துள்ளது. ஆதாரமின்றி நிற்கும் பால்கனி ஒன்றையும், குப்தர் காலத்திய சிறிய கோவிலொன்றையும் கொண்டுள்ளது இக்குடைவரை.

11.10 திக்பாலர்கள் - பூமரா சிவன்கோயில்

11.11 பூமரா சிவன் கோயில்

11.12 புடைப்புச் சிற்பங்கள் நாச்னா

11.13 நாச்னா பார்வதி கோயில்

இவ்விரு கோயில்களுமே கி.பி.500க்கு முன்பே உருவாக்கப்பட்ட கல் கட்டுமானங்களாகும். குப்தர் பாணி கட்டுமானங்களின் அடிப்படையிலேயே அமைந்தவைகளாகும். நாச்னா கோயிலில் முதல்தளமும் உள்ளது. நாச்னா பார்வதி கோயிலானது 35 அடி பக்க அளவுள்ள சதுர அடித்தளத்தின் மேல், 15 அடி பக்க அளவுள்ள சதுரவடிவக் கருவறையின் உள்விட்டம் 8 $^{1}/_{2}$ அடி ஆகும். இருகோயில்களும் அமைந்திருக்கும் அடித்தள மேடையானது முன்புறம் 12 அடி நீட்டப்பட்டு படிக்கட்டுகள் மூலம் அணுகுமாறு அமைக்கப்பட்டுள்ளது. கருவறையை வலம் வர இரு கோயில்களிலுமே பிரகார பாதையுண்டு; நாச்னா பார்வதி கோயில் விதானமுள்ள பிரகாரப்பாதையாகவும், பூமரா சிவன் கோயிலில் திறந்த நிலை பிரகாரப்பாதையாகவும் உள்ளது. வழக்கமான நுழைவாயில் வேலைப்பாடுகளை இருகோயில்களுமே கொண்டுள்ளன. இருப்பினும் பார்வதி கோயில் கருவறையின் பக்கச் சுவர்களில் இடம் பெற்றுள்ள சிற்பப் பலகைகளின் மிகப் பிரமாதமான சிற்ப வேலைப்பாடுகளை அஜந்தா சுவரோவியங்களுடன் மட்டுமே ஒப்பிடக் கூடிய அளவிற்குச் சிறப்பாக உள்ளது.

தியோகர் தசாவதாரக் கோயில்

11.14 தியோகர் தசாவதாரக் கோயில்

குப்தர் காலப் பாணியின் உச்சநிலையை தியோகர் தசாவதாரக் கோயிலில் காணலாம். உத்தரப் பிரதேச மாநிலத்தில் ஜான்ஸி நகருக்கு அருகிலுள்ளது இக்கோயில். மேற்குத் திசை நோக்கிக் கட்டப்பட்ட விஷ்ணு

கோயிலாகும் இது. குப்தர் பாணி கட்டுமான அடிப்படைகளுடன் அடுத்த பெரிய அடி எடுத்து வைக்கும் முயற்சி காணப்படுவது இத்தசாவதாரக் கோயிலில்தான்.

11.15 ஆதிசேஷ வாகன விஷ்ணு - தியோகர்

இக்கோயிலில் தான் கருவறைக்கு மேல் முதன் முதலாக விமானம் கட்டப் பட்டது. ஒட்டுமொத்த கோயில் உயரமும் 40 அடிக்குக் குறை யாமலிருக்கும். பிரமிட் வடிவிலமைந்த விமானத்தின் மேல் பகுதி சிதலமடைந்து காணப்படுகின்றது. கருவறை நுழைவாயில் பகுதியில் மட்டுமல்லாமல் கருவறையின் நான்கு பக்கங்களிலும் நான்கு தூண்களுடைய வழக்கமான பாணியிலமைந்த நான்கு முன் மண்டபங்கள் கட்டப்பட்டன என்பது அடுத்த முன்னேற்றப்படியாகும். ஆனால் இம்முன்மண்டபங்கள் யாவும் இன்று வீழ்ந்துவிட்டன. ஒட்டுமொத்த இவ்வமைப்பு அனைத்தும், நான்கு பக்கங்களிலும் படிக்கட்டு களைக் கொண்ட 5 அடி உயர மேடையின் மையத்தில் அமைந்துள்ளதால் எடுப்பான தோற்றத்தை யளிக்கின்றது.

11.16 நுழைவாயில் தியோகர் தசாவதாரக் கோயில்

உதயகிரி குடைவரையின் கருவறை நுழைவாயிலுடன் ஒப்பிட முடியாத அளவிற்கு தசாவதாரக் கோயில் நுழை வாயில் விரிவான, வேலைப்பாடுகளையுடைதாய் உள்ளது. மானுடக் காதலர், நுணுக்கமான மிதுனச் சிற்பங்கள், துவார பாலகர்கள்,

பறக்கும் வித்தியாதரத் தம்பதிகள் போன்ற அழகிய சிற்பங்கள் நுணுக்கமாக, விலா வாரியாகச் செதுக்கப்பட்டுள்ளன. மேலே இடதுபுறம் கங்கையும், வலதுபுறம் யமுனையும் ஆகிய நதிகள் யக்ஷி வடிவில் செதுக்கப்பட்டுள்ளன. சுருண்டு இருக்கும் ஆதிசேஷன் உடலை ஆசனமாகக் கொண்டு அமர்ந்த நிலையில் விஷ்ணு நடுவில் உள்ளார். கருவறையின் பக்கச் சுவர்கள் மூன்றிலும் மாடப்பிறைகள் உள்ளன. இவற்றில் விஷ்ணுவின் வெவ்வேறு அவதாரங்கள் புடைப்புச் சிற்பங்களாக உள்ளன. தெற்குச் சுவர் மாடப்பிறையில் அனந்தசயன நிலையில் விஷ்ணுவின் புடைப்புச் சிற்பம் உள்ளது.

11.17 ஆதிசேஷன் மேல் படைப்பு யோகநிஷ்டையில் விஷ்ணு

ஆதிசேஷன் மேல் ஒருக்களித்து சயனித்துள்ளார். 'சேஷ' என்றால் 'எச்சம்' என்று பொருள். ஆதிசேஷனை, முடி வில்லாதது என்று பொருள் படும்படியான வார்த்தையான 'அனந்த' என்றும் அழைப்பர். விஷ்ணுவின் இல்லாள் லட்சுமி தேவி, பக்தி பாவத்திற்கு உருவகம் போல், விஷ்ணுவின் காலை மடியிலிட்டு வருடிக் கொடுத்தவாறுள்ளார். தெய்வத்தின் மேல் கொண்ட பிரேமையின் காரணமாய்த் தன்னையே அர்ப்பணிப்பது தான் பக்தி ஆகும். விஷ்ணுவின் நாபிக்கமலத்திலிருந்து பிறந்த பிரம்மா இச்சிற்பப் பலகையின் மேல்பகுதியில் உள்ளார். கீழ்ப் பகுதியில் மது, கைதபன் என்ற அசுரர்களும், இவர்களைத் தடுக்கும் முகமாக உருவவடிவிலுள்ள விஷ்ணுவின் ஆயுதங்களும் உள்ளன.

11.18 கஜேந்திர மோட்சம், தியோகர் தசாவதாரக் கோயில்

கருவறையின் கிழக்குச் சுவர் மாடப்பிறையில் நரனும், நாராயணனும் உள்ளனர். இவர்கள், தெய்வீகக் காதலையும், பக்தியையும் வெளிக்கொணர

எடுக்கப்பட்ட விஷ்ணுவின் அவதாரங்களாகும். தர்மம், அஹிம்சையின் புதல்வர்கள் இவர்கள்; இங்குத் துறவிகளாகக் காட்டப்பட்டுள்ளனர்.

யானையாகிய கஜேந்திரன் ஒரு முதலையால் கவ்வப்பட்டது. இரண்டிற்குமிடையே போராட்டம் முடிவில்லாமல் நடைபெற்ற வண்ணம் இருந்தது. இறுதியில் கஜேந்திரன் விஷ்ணுவிடம் வேண்டிக் கொள்ள, விஷ்ணு கஜேந்திரனைக் காப்பாற்றினார். மாயவலையில் சிக்கித் தடுமாறும் புத்தியை இறுதியில் மெய்யறிவு காக்கும் என்னும் கருத்துக்கு உருவகம்தான் கஜேந்திர மோட்சம் புடைப்புச் சிற்பமாகும்.

சாய்மானமின்றித் தனித்து நிற்கும் தூண்கள்

சாஞ்சிக்கு வடகிழக்கே 80 கி.மீ. தொலைவில் அமைந்துள்ள இடம் ஏரான் ஆகும். இங்கு ஒரே கல்லாலான பல பட்டைகளுடைய தண்டுப் பகுதியைக் கொண்ட தூண் ஒன்று உள்ளது. தூணின் எடையே தூணைச் சாய்த்துவிடாமல் காக்கின்றது. தண்டுப் பகுதியின் மேல் சிங்க பீடமுள்ளது. இத்தூணின் கவர்ச்சியான தோற்றத்தை, உச்சியிணைப்பிற்காக இடப்பட்ட பொருத்தமில்லா ஓட்டையும் மற்றும் வலுவிழக்கச் செய்யும் விகிதாச்சாரத்தில் அமைந்த கோபுரமணி போன்ற உச்சியிணைப்பும் குறைத்து விடுகின்றன.

11.19 ஏரான் வராகச் சிற்பத்தில் இடம்பெறும் முனிவர்கள்

11.20 சாய்மானமின்றித் தனித்து நிற்கும் தூண், ஏரான்

தலைக்குப்பின் ஒளிவட்டம் சுடர்விடுகின்ற விஷ்ணுவின் சிறிய அளவிலான சிலையை உச்சியில் பெற்றிருப்பதற்காகத்தான் இத்தூண் உருவாக்கப்பட்டுள்ளது. 43 அடி உயரமுடையதால் அசோகர் தூண்களைப் போலுள்ளது என்றாலும் அசோகர் தூண்களைப் போன்று மிக ஒசத்தியானது என்று கூற இயலாது. இங்குள்ள கல்வெட்டொன்றில் இப்பகுதிச் சிற்றரசனாலும், அவனது தம்பியாலும் இத்தூண் கி.பி. 485-இல் அர்ப்பணிக்கப்பட்டதாகப் பொறிக்கப்பட்டுள்ளது.

இதிலிருந்து மாளவமும், கத்தியவாரும் சுதந்திரமடைந்து பிரிந்ததால் பேரரசென்ற அந்தஸ்தை இழந்த குப்த மன்னன் புதகுப்தனின் ஆட்சிக் காலத்தைச் சேர்ந்தது என்று ஊகிக்க முடிகின்றது.

வராக அவதாரத்தை எடுத்தியம்புமாறு ஒரு பிரம்மாண்டமான வராக புடைப்புச் சிற்பம் முழு வடிவமுடன் படைக்கப்பட்டுள்ளது. இம்மாதிரி வடிவமைப்புள்ள வராகச் சிற்பங்களிலேயே மிகப் பெரியதும், தொன்மையானதுமான வராகச் சிற்பம் இதுதான் ஆகும். இவ்வராகச் சிற்பத்தின் உடலில் வரிசைக்கிரமமாக சிறிய அளவிலான மனித உருவங்கள் உள்ளன. சிலிர்த்ததால் விரைத்திருக்கும் வராகத்தின் மயிர்க்கால்களூடே தஞ்சமடைந்த முனிவர்களை ஒருவேளை இவ்வுருவங்கள் குறிப்பதாயிருக்கலாம். கி.பி. 500-இல் பொறிக்கப்பட்ட கல்வெட்டொன்று ஹுனர் தலைவரான தோரமானா தான் இப்பகுதிகளின் அரசன் எனக் கூறுகின்றது.

இரும்புத்தூண்

ஏறத்தாழ கி.பி. 415-இல் குப்த அரசன் குமார குப்தன் உத்தரவின் பேரில் இரும்புத் தூண் உருவாக்கப்பட்டு மதுரா அருகில் நிறுத்தப் பட்டது. இடைக்காலத்தில் இங்கிருந்து அகற்றி டில்லியில் குதுப்மினார் அருகில் திறந்த வெளியில் இத்தூண் நிறுத்தப் பட்டுள்ளது. உச்சியிணைப்பு களுடன் சேர்த்து தூணின் மொத்த உயரம் 28 அடி 8 அங்குலம். எந்தவிதமான இணைப்புகளுமில்லாமல் ஒரே வார்ப்புருவாக துருவேறாத தூய இரும்பினால் செய்யப்பட்ட இந்தத் தூணின் எடை ஆறு டன்களுக்கு மேலிருக்கும். உருவாக்கப்பட்ட காலத்தில், தூணின் உச்சியில் கருடனின் வடிவம் இருந்ததாகக் கூறுவர்; ஆனால் கருட வடிவம் இன்றில்லை. இரும்புத் தூணின் உச்சிப் பகுதியை மூன்று பிரிவுகளாகப் பார்க்கலாம். மேல்பகுதி சதுரவடிவ பீடத்தைக் கொண்டுள்ளது. உயரந்தஸ்துடைய பீடமோ அல்லது அலங்காரமான அரியணையோ பொருத்த வேண்டுமெனில் இத்தகு சதுர பீடத்தை பொருத்துவது குப்தர்களது பாணியாகும். சதுர பீடத்தின் கீழ் முலாம்பழ வடிவமுள்ள அமைப்புள்ளது. உச்சி எடையைப் பாதிப்பில்லாமல் பகிர்ந்து தாங்கும் செயலுக்காக உருவாகிக் கொண்டிருக்கும் வடிவமைப்பு

11.21 ஹர்வான் இரும்புத் தூண்

இது எனலாம். இதன் முன்னேற்றமடைந்த வடிவமைப்பு பிற்காலங்களில் அதிக அளவில் பயன்படுத்தப்பட உள்ளது. இதற்கும் கீழேயுள்ள துணை உச்சியிணைப்பமைப்பு கிரேக்கத் தாக்கங்களைக் கொண்ட வடிவமைப்பாகும். இவ்வாறு இந்திய உலோகவியல் தொழில் நுட்பத்திற்குச் சான்றாகவும், இந்தியக் கலை தவழும் நிலையைக் கடந்து இடைக்கால சகாப்தத்தின் ஆரம்ப எல்லையில் நிற்கும் ஒரு மைல்கல்லாகவும் டெல்லி இரும்புத்தூண் விளங்குகின்றது.

குப்தர் காலத்தைச் சேர்ந்த பௌத்தக் கலைகள்

கங்கை நதிக் கரையிலிருக்கும் சாரநாத்துடன் மதுராவிற்கு நீண்டகாலத் தொடர்பிருந்தது. குப்தர்கள் காலத்தில் சாரநாத்தில்தான் மதுரா கலைப்பாணி முழுமையாகப் பின்பற்றப்பட்டது. பாமரரும் எளிதாகத் தொடர்புப்படுத்திக்கொள்ள ஏதுவான ஞானமடைந்த புத்தரின் ஆன்மிக வடிவினைப் படைக்க மதுரா கலைப் பாணியை பௌத்தர்கள் பயன்படுத்தினர். நின்ற நிலை புத்தர் சிற்பங்கள் மூன்று சாரநாத் கலைச் சாதனைகளுக்கு மிகச் சிறந்த சான்றுகளாகும். இவற்றில் ஒன்று கி.பி. 474ஐயும் மற்ற இரண்டும் கி.பி. 477ஐயும் சேர்ந்ததாகும். மனதைத் தன்வயப்படுத்தும் அகம் நோக்கிய தாழ்ந்த பார்வை இச்சிற்பங்களின் சிறப்பியல்பாகும்.

சாரநாத் மான் பூங்காவில் முதல் ஞான உரை ஆற்றிய நிலையில் அமர்ந்த நிலை புத்தரின் சிற்பம் குப்தர் காலத்தில் மதுரா பாணியில் செதுக்கப்பட்டுள்ளது. அவர் அமர்ந்துள்ள நிலை தியானம் பண்ண அமரும் யோக முத்திரை நிலையாகும்; அவரது கைகள் தர்ம சக்கர பரிபாலனத்திற்கு ஏவிவிட்டிருப்பதைப் போன்ற முத்திரையில் செதுக்கப்பட்டுள்ளன; மான்களுடன், சக்கரமும் கீழே செதுக்கப் பட்டுள்ளது; புத்தரின் இருபக்கங்களிலும், கர்ஜித்த நிலையில் யாழிகள் செதுக்கப்பட்டுள்ளன; இவை புத்தரின் செய்தியின் மேன்மைத் தன்மையை எடுத்துரைக்கின்றன. இக்காலந்தொட்டுப் புத்த கலைகளில் இத்தகு அம்சங்கள் தொடர்ந்து பின்பற்றப்படும் விஷயங்களாயின.

ஐந்தாம் நூற்றாண்டின் மத்தியில் சாஞ்சி மஹாஸ்தூபியின் நுழைவு வாயில்களில் நான்கு புத்தரின் சிற்பங்கள் வடிக்கப்பட்டன. ஞானமடைந்த புத்தரைக் குறிக்கும் இச்சிற்பங்கள் உள்மன அமைதிக்கு உருவகமாய்த் திகழ்கின்றன. இந்த உள்மன அமைதியைப் பொருள் முதல் உலகக் குழப்பங்களும், கூச்சல்களும் குலைக்க இயலாது; ஏனெனில் மாரனுடைய படைகளே இம்மன அமைதியைக் குலைக்க முயற்சித்து தோல்வியடைந்து விட்டனவே!

இதர குப்தர் காலக் கலைச் செல்வங்கள்

உதயகிரி குடைவரைச் சிற்பப் பாணியை நினைவுறுத்தும் வராகச் சிற்பமானது ஏரான் என்ற ஊரில் கிடைத்துள்ளது. 5-ஆம் நூற்றாண்டின் ஆரம்ப காலத்தைச் சேர்ந்ததாகும் இச்சிற்பம். விஷ்ணுவின் நரசிம்ம அவதாரச் சிற்பம் ஒன்றும் ஏரானில் கிடைத்துள்ளது. ஒரே உடலில் வலது பக்கம் சிவனும், இடது பக்கம் விஷ்ணுவும் உறையும் வடிவத்தினை ஹரிஹரன் என்பர். மெய்ப்பொருள் ஒன்றே என்ற சிந்தனையை எடுத்துரைப்பது ஹரிஹரன் சிற்பமாகும். 5-ஆம் நூற்றாண்டின் ஆரம்ப காலத்தைச் சேர்ந்த மனித அளவு ஹரிஹரன் சிற்பமொன்று கிடைத்துள்ளது. இதே காலத்தைச் சேர்ந்ததுதான் கோவர்த்தன மலையைத் தாங்கியிருக்கும் கிருஷ்ணன் சிற்பம்; ஆறரை அடி உயரமுள்ள அளவில் பெரிய சிற்பமாகும் இது. குஜராத்தில் உள்ள சாமலாஜி என்ற ஊரில் குப்தர் பாணியில் சிறிய மாற்றங்களுடன் அமைந்த சிற்பங்கள் கிடைத்துள்ளன. நான்கு கரமுடைய சிவன், ஒரு கையில் சேவலுடன் கந்தன், துண்டிக்கப்பட்ட தலையைக் கையில் பிடித்திருக்கும் சாமுண்டிகை போன்றவை அந்தச் சில சிற்பங்களாகும்.

கோயிற்கலையின் செய்முறை ஆய்வுக்காலம்

நிற்சலனமான மனதாலும், பக்தியாலுமே இந்தியக் கலையின் உன்னதமான உள்ளொளி பரப்பும் தெய்வ வடிவங்கள் படைக்கப் பட்டுள்ளன. கலையின் மிக உயரிய படைப்பை உருவாக்க வேண்டும் என்ற பிரயாசையைக் கூட 'லீலை' என்றே கூறலாம். இத்தகு பிரயாசையால் உருவான தெய்வ வடிவங்கள் கூட மெய்ப்பொருள் நோக்கிச் செல்லப் பயன்படும் ஒரு பாதைதான். உண்மையில் மெய்ப்பொருள் என்பது வடிவங்களுக்கெல்லாம் அப்பாற்பட்டு அனைத்திலும் நீக்கமற நிறைந்திருப்பதேயாகும். இத்தகு மெய்ப்பொருளுக்கான இல்லமான கோயில் எளிய கட்டுமானமாக இருப்பதில் இந்தியக் கலைஞன் திருப்தியடையவில்லை. கோயிலின் தரை அமைப்பு, முகப்பு, விமானம், பூதகணங்கள், கீர்த்தி முகம், பறக்கும் வித்தியாதரத் தம்பதிகள், மிதுனர்கள், துவாரபாலர், கருக்கு வேலைப்பாடுகளுக்கு அடிகோலியது குப்த கட்டுமான அடிப்படை. இதனை மேலும் விரிவுபடுத்தும் கோயிற் கலையின் செய்முறை ஆய்வுக்காலம் இங்கிருந்து தொடங்குகின்றது; இந்த செய்முறை ஆய்வுகள் மாபெரும் வெற்றியடைந்துள்ளதை இனி வருங்காலங்களில் காண இருக்கின்றோம்.

அத்தியாயம் - 12

நிறைவின் தொடக்கம்

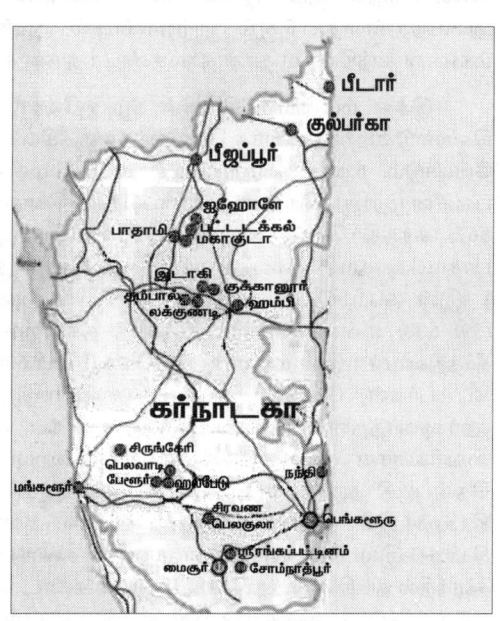

12.1 கலை நகரங்கள் - கர்நாடகா

சென்ற அத்தியாயங்களில் மத்திய இந்தியாவிலும், வட இந்தியாவிலும் குப்தர்களின் கற்கட்டுமான கோயில்களின் உருவாக்கத்தைக் கண்டோம். இதே கால கட்டத்தில் தக்காணத்தின் ஒரு சிறு பகுதியில் இதே போன்றதொரு கோயில் கட்டுமான இயக்கமும் தனித்துவத்தோடு செயல்பட்டது. இக்கட்டுமான இயக்கத்திற்குப் பின்புலமாக ஊக்கமும், ஆக்கமும் தந்துதவியவர்கள் ஆரம்பநிலை மேலைச்சாளுக்கியர்களாவர். இவர்களது கட்டுமான முதல் முயற்சிகளைத் தான் ஐஹோளேயில் கற்கட்டுமான கோயில்களின் குழுமத்திலும், பாதாமியின் (வாதாபியின்) குடைவரைத்தூண் மண்டபங்களிலும் காண்கின்றோம். இவைகளில் பெரும்பாலானவை வைதிக சமயத்திற்குரியதாகவும், சில ஜைன

சமயத்திற்குரியதாகவும் உள்ளன. தென்னிந்தியாவில் கற்கட்டுமானக் கோயில்களின் தொடக்கம் அநாதரவான இப்பகுதியில்தான் ஆரம்பித்தது என்பதையும், வைதிகக் கோயில்களின் அடிப்படை அமைப்பு இங்குதான் முதன் முதலாக உருவெடுக்கத் தொடங்கியுள்ளது என்பதும் வியக்கவைக்கும் உண்மைகளாகும்.

கடம்பர்கள், மேலைச் சாளுக்கியர்கள்

தக்காணத்தில் சாதவாகனர் ஆட்சி மறைந்தமையால் கடம்பர் போன்ற சிறுகுலங்கள் சுதந்திர அரசுகளாக விளங்க வாய்ப்பேற்பட்டது. கடம்பர்களது வம்சத்தை நிறுவியர் மயூரவ(ச)ர்மர்; இவர் சமுத்ர குப்தருக்குச் சமகாலத்தவர் என்பது தாலகுண்டா தூண் கல்வெட்டிலிருந்து தெரியவருகின்றது. கடம்பர் வனவாசியைத் தலைநகராகக் கொண்டனர். இந்நகரம் மைசூரிலுள்ள ஷிமோகா மாவட்டத்தில் துங்கபத்திரையின் கிளையான வரதா நதிக்கரையில் அமைந்துள்ளது. 5ஆம் நூற்றாண்டில் ஆண்ட காகுஸ்தவர்மரின் மகனான சாந்திவர்மா தான் தாலகுண்டா தூண் கல்வெட்டை நிறுவியவர்.

இக்கடம்ப வம்சத்தினரின் கீழ் ஐஹோளேயைத் தலைநகராகக் கொண்டு சிற்றரசர்களாக மேலைச் சாளுக்கிய மன்னர்கள் இருந்திருக்க வேண்டும். 6ஆம் நூற்றாண்டில் கடம்ப மன்னர் ஹரிவர்மர் ஆட்சி பலவீனமுற்றது. இதனைப் பயன்படுத்திக் கொண்டு புலிகேசி I (கி.பி547-567) சுதந்திரமெய்தி மேலைச் சாளுக்கிய ஆட்சியை நிறுவினார். பாதாமி(வாதாபி) தலைநகராயிற்று. புலிகேசி I-இன் மகன் கீர்த்திவர்மன் I -இன் (கி.பி.567-598) என்பாருக்குப் பின் அவரது தம்பி மங்களேசர் (598-608) மன்னரானார். குடும்பத் தகராறுகளைக் களைந்துவிட்டு கீர்த்திவர்மர் I-இன் மகனான புலிகேசி-II கி.பி.608இல் பட்டமெய்தினார். கடம்பர்கள், மேலைக் கங்கர், கொங்கணத்து அரசர்கள், பேரரசர் ஹர்ஷவர்த்தனர், மாளவ, கூர்ஜர, கலிங்க மன்னர்கள், பரம்பரை வைரிகளான பல்லவர்கள், காவிரியாற்றையும் கடந்து தமிழகத்தின் தென்பகுதி அரசர்கள் ஆகியோரையெல்லாம் போரில் வென்றார் என கி.பி.634-இல் நிறுவப்பெற்ற ஐஹோளே கல்வெட்டுக் கூறுகின்றது. கி.பி.641-இல் சீன யாத்திரிகர் யுவான் சுவாங் புலிகேசியின் அவைக் களத்தில் தங்கினார். புலிகேசி II இடம் கண்ட தோல்விக்குப் பழிவாங்க பல்லவர்கள் சாளுக்கியர்களை வென்று வாதாபி நகரை எரியூட்டினர்; அந்நகரில் வெற்றித்தூண் ஒன்றும் நாட்டப்பட்டது. பல்லவர் படைக்குத் தலைமை தாங்கிச் சென்ற பரஞ்சோதியார் பின்னாளில் சிவனடியாரான வரலாற்றைத் திருத்தொண்டர் புராணம் எடுத்துரைக்கின்றது. போரிலும், கலைக்கட்டுமானங்களிலும், சாளுக்கியர்களும், பல்லவர்களும் ஒருவரையொருவர் விஞ்ச முயன்றதைத் தொடர்ந்து பார்க்க இருக்கின்றோம்.

12.2 ஐஹோளே - லாட்கான் கோயில்

கர்நாடகா மாநிலத்தின் தார்வார் பகுதியில் உள்ள ஒரு குக்கிராமமாகும் ஐஹோளே. இங்குள்ள பல கோயில்கள் சமீப காலம் வரை வீடுகளாகவும், கால்நடைக் கொட்டில்களாகவும் பயன் படுத்தப்பட்டு வந்தன. இத்தகு உரிமையாளர்களின் பெயராலேயே இக்கோயில்களும் அழைக்கப்படுகின்ற நிலை பரிதாபகரமான தாயுள்ளது. ஆனால் மேலைச் சாளுக்கியர் வம்ச ஆட்சியின் போது கோயில்நகரம் என்றுதான் ஐஹோளே அழைக்கப்பட்டிருக்க வேண்டும். ஏனெனில் அதிக எண்ணிக்கையினாலான இக்கோயில் குழுமத்தில் பெரும்பாலானவை நகர் மதிற்சுவரின் முகப்பு நீட்டல் பகுதியிலேயே அமைந்திருந்தன; மற்றவையும் வெளியே மதிற்சுவருக்கு அருகிலேயே நெருக்கமாக அமைந்திருந்தன. குறைந்தது 200 ஆண்டுக்காலமாவது கோயிற்கட்டுமானம் இங்கு முழுவீச்சுடன் விறுவிறுப்பாக மேற்கொள்ளப்பட்டிருக்க வேண்டும். அதன்பின் பட்டடக்கல்லில் கோயிற் கட்டுமானம் தொடர்ந்து நடைபெற்றது. மேலைச் சாளுக்கியரின் புதிய தலைநகராகச் செயல்பட்ட பட்டடக்கல் ஆனது ஐஹோளேயிலிருந்து 15 கி.மீ. தொலைவிலுள்ளது.

குப்தர், மேலை சாளுக்கியர் கற்கட்டுமானம் - ஓர் ஒப்பீடு

ஐஹோளே கற்கட்டுமானக் கோயில்களும் குப்தர்களின் துவக்க காலக் கோயில்களை ஒத்துள்ளது; தட்டையான அல்லது சிறிதளவு சரிவான கூரையமைப்பைப் பெற்றுள்ளது; கருவரைச் சிகரங்களெல்லாம் பிற்சேர்க்கையாகத் தானிருக்க வேண்டும்; கோயிற் கற்கட்டுமான

ஆரம்பம் முதலே தூண்களாலான மண்டபத்தைப் பெற்றுள்ளது. இந்த ஒரு அம்சத்தில்தான் ஆரம்ப சாளூக்கியர் கட்டுமானம் ஆரம்ப குப்தர் கட்டுமானங்களிலிருந்து மாறுபடுகின்றது. இது முன்னேற்றத்தின் அடுத்தபடிதான். இருப்பினும் கோயிலமைப்பு நிலைபெற்றதாயில்லை (standardised) என்பது பல்வேறு வகையான கோயில் கட்டுமான முயற்சிகளிலிருந்து தெரியவருகின்றது.

லாட்கான் கோயில்

ஐஹோளே கோயில் குழுமத்தில் அளவில் பெரியதும், குறிப்பிடத்தக்கதும், மிகத் தொன்மையானதும் லாட்கான் கோயிலாகும். பிற கட்டுமானங்களால் மறைக்கப்படுவதாலும், கோயிலில் காணப்படும் பிற்சேர்க்கை இணைப்புகளாலும் முதல்

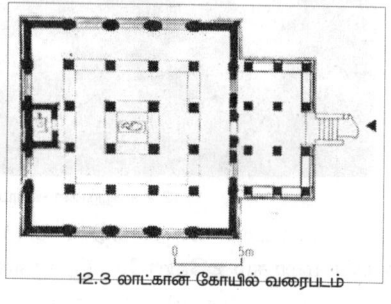

12.3 லாட்கான் கோயில் வரைபடம்

பார்வைக்கு நம்மைக் கவருவதாயில்லை. இக்கோயில் தாழ்வான, தட்டையான கூரையைக் கொண்டுள்ளது. 50 அடி பக்கமுள்ள சதுர வடிவிலுள்ளது. தரைத் தளத்திற்கு மேலுள்ள முதல்தளம் போன்ற கட்டுமானம் பிற்சேர்க்கை யாகும். இதில் சிவன், விஷ்ணு சிற்பங்களுள்ளன.

கிழக்கு நோக்கிய இக்கட்டுமானத்தின் மூன்று பக்கங்களும் முழுக்க முழுக்க கற்கட்டுமானச் சுவர்களைக் கொண்டுள்ளது. பக்கச்சுவர்கள் (வடக்கு, தெற்கு) கற்சாளரங்களைப் பெற்றுள்ளன. தூண்களுடைய பக்கச் சுவர்களில்லாத திறந்தவெளி முன் மண்டபத்தினுள் படிக்கட்டுகள் மூலம்தான் நுழைய இயலும். இதனை அடுத்துள்ள உள்கட்டுமான மண்டபமானது ஒன்றினுள் ஒன்று அமைந்தது போன்ற இரு சதுரங்களைத் தோற்றுவிக்கும்

12.4 லாட்கான் கோயில் நந்தியுடன் மண்டப அமைப்பு

12.5 லாட்கான் கோயில் முகப்பு

அமைப்பில் தூண்களைப் பெற்றுள்ளது. தூண்களால் தோற்றுவிக்கப்படும் உட்சதுர அமைப்புப் பகுதியின் மையப் பகுதியைக் கல்லாலான பெரிய நந்தியொன்று ஆக்கிரமிக்கின்றது. வழக்கத்திற்கு மாறாக இம்மண்டபத்திலேயே மேற்குப் பகுதி சுவரருகே கருவறையொன்று அமைந்துள்ளது. பொதுவாக இதுபோன்ற மையமண்டபத்தை (அர்த்த மண்டபத்தை) அடுத்து இடைபாதையும் (அந்தராளம், இடைநாழி) அதையடுத்துதான் கருவறையும், அமைவது வழக்கம். கோயில் அர்ப்பணிப்பு கல்வெட்டு இக்கோயிலை, 'விஷ்ணு' கோயில் என்றுரைக்கும்பொழுது, நந்தியைப் பெற்றிருப்பதால் சிவன் கோயிலாகின்றது; மேலும் வைதிகச் சடங்குகளை நடத்துவதற்கேற்ற எவ்விதக் கட்டமைப்பினையும் இக்கட்டுமானம் பெற்றிருக்கவில்லை. எனவேதான் "கருவறை பிற்சேர்க்கையாயிருக்க வேண்டும்; கம்பீரமான இக்கட்டுமானம் கிராம ஆலோசனை சபை அல்லது நிர்வாக சபை மண்டபமாயிருக்கக்கூடும்" என்று கலை வரலாற்றறிஞர் பெர்ஸி ப்ரௌன் கருதுகின்றார்.

லாட்கான் கோயிலின் ஒவ்வொர் அங்கமும் மிகத் தெளிவாக முன்பே திட்டமிட்டுக் கட்டப்படவில்லை. இருப்பினும் இக்கோயில் பல குறிப்பிட்டத்தக்க சிறப்பம்சங்களைப் பெற்றுள்ளது. முதல் சிறப்பம்சம் தூண்களமைப்பாகும். சதுர வடிவத் தண்டுப் பகுதியும், உச்சியிணைப்பும் இப்பாணித் தூண்களின் சிறப்புக் குணாதிசயங்களாயிருந்த போதிலும்,

நுழைவு மண்டபத்தின் வெளிவிளிம்புக் குட்டி ஸ்தம்பங்கள் குறிப்பிடத் தக்கதாகும். இதன் சதுர வடிவத் தண்டுப் பகுதியின் மேல் நுனிப் பகுதியானது சிறிதளவு உள்நோக்கிச் சரிவாகச் செதுக்கப் பட்டுள்ளது. இதன் மேல் உச்சியிணைப்பு எடையைத் தாங்கிக் கொள்ளும் எடை

12.6 காதல் தம்பதியர், லாட்கான் கோயில்

தாங்கி உச்சி இணைப்புகள் (Cushion capital) உள்ளன. இதன் மேல் அனைத்துப் பக்கங்களிலும் நன்கு நீட்டப்பட்ட விரிவான பீடப்பகுதியானது மலர்ந்த பூ போன்ற வடிவமைப்பில் அமைந்துள்ளது. இப்பீடமானது உச்சியிணைப்புகள் எதுவும் கீழே விழுந்துவிடாமல் தாங்கும் பணியைச் செய்கின்றது. நிலைபெற்ற திராவிட பாணித் தூண் வடிவமைப்பின் துவக்கத்தை இங்குதான் முதன்முதலாகக் காண்கின்றோம். மண்டபத்தூண்களில் நுட்பமாகச் செதுக்கப்பட்ட தெய்வீகத் தம்பதிகள் போன்ற சிற்ப உருவங்கள் அமைந்துள்ளன.

லாட்கான் கோயிலின் இரண்டாவது சிறப்பம்சம் நுழைவு மண்டபத்தின் விளிம்புப் பகுதிகளில் வெளிப்புறம் நோக்கிய சிறிய அளவிலான சரிவுடன் கூடிய உயரங்குறைந்த சுவர் அமைப்பாகும். இச்சுவரின் உட்பக்கத்தில் முதுகைச் சாய்த்து பக்தர்கள் அமர்வதற்காக இத்தகு அமைப்பிலுள்ளது. இச்சுவரின் வெளிப்பக்கமானது சிற்பப் பலகைகளாகவே கருதப்பட்டு அலங்கார வேலைப்பாடுகள் மேற்கொள்ளப்பட்டுள்ளன. இத்தகு சுவரமைப்பு ஓர் அலங்கார வேலைப்பாட்டுக் கூறாகவே இடைக்காலத்தில் (Medieval ages) கோயிலின் நுழைவு மண்டபங்களில் மலரவிருக்கின்றது.

லாட்கான் கோயிலின் மூன்றாவது சிறப்பம்சம் விதானக் கூரையமைப்பாகும். 13ஆம் நூற்றாண்டைச் சேர்ந்த மைசூர்ப் பகுதி சாளுக்கிய - ஹொய்சால கோயில்களில் கூடப் பின்பற்றப்பட்ட நீண்டகாலக் கூரையமைப்பின் முதல் தோற்றம் லாட்கான் கோயிலில்தான் காணப்படுகின்றது. கூரையானது பெரிய பெரிய கற்பாளங்களால் ஆனது. கற்பாளங்களின் இணைப்புப் பகுதிகளில் குறைவான குறுக்களவுள்ள நீளமான பள்ளங்களைக் கொண்டுள்ளது. இப்பள்ளங்களில் பொருந்துமாறு அமைந்துள்ள (குறுக்களவு குறைந்த, நீளமான) கற்களானது சாதாரண ஓடு வேய்வது போன்ற முறைப்படி

இப்பள்ளங்களில் செருகப்படுகின்றன. இதற்கு ஏதுவான முறையில் கற்பாளங்களின் விளிம்புகள் செதுக்கப்பட்டுள்ளன. இத்தகு கூரையிணைப்பு நீட்டல்களில் தொன்மைக்கால மர வேலைப்பாடுகளின் சாயலும், மேற்கூரையில் இருக்கும் கனமான கீழ்ப்பகுதியின் நீட்டல்களில் (இறவாரம்) பழங்கால ஓலைக் குடிசைகளின் கூரைகளின் கீழ்ப்பகுதிகளில் நீட்டிக் கொண்டிருக்கும் கனமான மூங்கில் போன்ற நீட்டல் வேலைப்பாடுகளின் சாயலும் தென்படுகின்றன.

சுவர்களெல்லாம் தேவையான விகிதாச்சாரத்திற்கு அதிகப்படியான உறுதியுடன் அதேசமயம் பொருத்தமாயில்லை என்று கூற இயலாதபடி அமைந்துள்ளன. இதனால் கட்டுமான மூலப்பொருட்கள் தேவைக்கு அதிகமாகப் பயன்படுத்தப்பட்டுள்ளன. இத்தகு பொருள் விரயம் என்பது கட்டுமானத்துறையில் அனுபவக் குறைச்சலை எடுத்துரைக்கின்றது.

நுழைவு மண்டபம் (Porch or Portico) தொடக்க நிலைச் சாளுக்கிய பாணியின் சிறப்புக் குணாதிசயங்களைப் பெற்றுள்ளது; இயற்கையளவிற்கு மீறிய (பிரம்மாண்டமான) தண்டுப்பகுதியும், மிகமிகப் பளுவான உச்சியிணைப்புகளும் கொண்ட தூண்களும் குட்டிஸ்தம்பங்களும், தாழ்வாக நன்கு நீட்டிக் கொண்டுள்ள கூரையின் விளிம்பும் (cornice) தேவைக்கு அதிகமான உறுதிப்பாட்டினைப் படம் போட்டுக் காட்டுகின்றன. குட்டிஸ்தம்பங்கள், தூண்கள், சுவர்கள் ஆகியவற்றின் வெளிப்புற அலங்கார, சிற்ப வேலைப்பாடுகளில் முரட்டுத்தனம் கலந்த அழகுணர்வு வெளிப்படுகின்றது. ஒட்டுமொத்தத்தில் கட்டுமானமும், வேலைப்பாடுகளும் வீறார்ந்த, எழுச்சியுற்ற, உற்சாகமான மக்களின் அளப்பரிய, ஆனால், முற்றிலும் மலர்ந்திராத திறமையினை வெளிப்படுத்துகின்றது.

ஐஹோளேயின் துர்க்கைக் கோயில்

லாட்கான் கோயிலின் கட்டுமான அமைப்பிற்கு முற்றிலும் மாறுபட்ட, அதே சமயம் கோயில் கட்டுமான சோதனை நிலையைச் சேர்ந்த மற்றொரு கோயில் ஐஹோளேயின் துர்க்கைக் கோயிலாகும். புத்தசமய சைத்திய மண்டபத்தை வைதீக சமய மரபுகளுக்கேற்ப மாற்றங்கள் செய்யும் முயற்சியைப் பிரதிபலிக்கும் கோயில் என்றும் துர்க்கைக் கோயிலைக் கூறலாம். கஜபிருஷ்ட கட்டுமான வடிவில் (Apsidal) துர்க்கைக் கோயில் அமைந்துள்ளது. செவ்வக வடிவின் ஒரு அகலப் பக்கத்தில் அரைவட்ட வடிவைக் கொண்டிருக்கும் அமைப்பை கஜபிருஷ்டம் (Apsidal) என்பர். பார்ப்பதற்கு யானையின் பின்புறத் தோற்றத்தை ஒத்திருப்பதால் கஜபிருஷ்டம் எனப் பெயரிடப்பட்டுள்ளது.

12.7 ஐஹோளே துர்க்கைக் கோயில் கஜபிருஷ்ட வடிவமைப்பு

ஒட்டு மொத்த கோயிலின் வெளியளவு 84 அடி x 36 அடி ஆகும். நுழைவு மண்டபத்தின் வெளிநீளம் மட்டும் 24 அடி. நன்கு உயர்த்தப்பட்ட மிக உறுதியான மேடையமைப்பு மீது கோயில் அமைந்துள்ளது. கோயிலின் நுழைவு மண்டபத்தினுள் நுழைய இதன் இருபக்க முனைப் பகுதிகளில் அமைந்துள்ள படிக்கட்டுகளைத்தான் பயன்படுத்த வேண்டும். நுழைவு மண்டபத்தையும், தூண்களாலான இடைப்பாதையையும் (Vestibule) கடந்தால் 44 அடி நீளமுள்ள மண்டபத்தினுள் நுழைகின்றோம். வரிசைக்கு 4 தூண்கள் வீதம் இரு தூண்கள் வரிசையானது மண்டபத்தை நடுப்பகுதி, இருபக்கப் பகுதி என மூன்று பிரிவுகளாகப் பிரிக்கின்றது. நடுப்பகுதியின் முடிவில் அரைவட்ட வடிவில் (கஜபிருஷ்டப்பகுதி, Apse) கருவறை அமைந்துள்ளது. மைய மண்டபத்தின் பக்கப் பகுதிகளானது கருவறையையும் சேர்த்து வலம் வரும் வசதியுள்ள உள் திருச்சுற்றாக அமைந் துள்ளது. இத்திருச்சுற்றிற்கும், மண்டபத் திற்கும் தேவையான வெளிச்சமானது சுவர்களில் பொருத்தப்பட்டுள்ள கற்சாளர இடைவெளிகள் மூலம் கிடைக்கின்றது. மைய

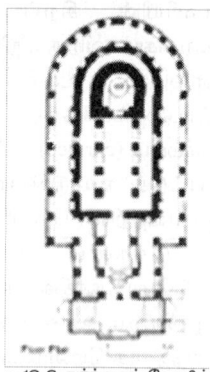

12.8 துர்க்கைக் கோயில் வரைபடம்

12.9 துர்க்கைக் கோயில் திருச்சுற்றுப் பாதை

மண்டபத்தின் பக்கச் சுவர்களில் சதுர வடிவிலும், கீருவறையை அடுத்துள்ள அரை வட்ட வடிவப் பின் சுவர்ப் பகுதியில் வட்ட வடிவிலும் இக்கற்சாளரங்கள் வடிவமைக்கப்பட்டுள்ளன. சாளர இடைவெளிகள் அழகாகச் செதுக்கப்பட்டுள்ளன.

கஜபிருஷ்ட அமைப்புள்ள உள்திருச் சுற்றிற்கு இணையாக ஒரு திறந்த நிலை வெளித் திருச்சுற்றும் அமையுமாறு நடைபாதைத் தரையமைப்பும், அதன் வெளி விளிம்புகளில் குறிப்பிட்ட இடைவெளியில் தூண்களும் மட்டுமே அமைந்துள்ளன. தூண்களுக்கிடையே சுவர் எழுப்பப் படவில்லை. கருவறைக்கு மேல் அரைவட்ட வடிவ விதானப்பகுதியில் உயரங் குறைந்த பிரமிட் வடிவ வட இந்திய சிகர அமைப்பினை ஒத்த சிகரமொன்று அமைந்துள்ளது. மைய மண்டபத்தின் நடுப் பகுதியின் விதானமானது பக்கப் பகுதிகளின் விதானத்தைவிடச் சற்று உயர்வாக அமைக்கப் பட்டுள்ளது.

12.10 துர்க்கைக் கோயில் தூண்

பிரகாரச் சுவரில் மாடப்பிறைகள் அமைந்துள்ளன. தூண்களிலும், மாடப்பிறைகளிலும் சாளுக்கிய கலைப் பாணியினாலான மிகச் சிறந்த சிற்பங்கள் செதுக்கப் பட்டுள்ளன. குறைந்த எண்ணிக்கையில், குழுக்களாக இல்லாமல், தனித்தனியாகவே மாடப் பிறைகளில் அமைந்துள்ள சிற்ப வடிவங்களைச் செதுக்குவதற்குத்தான் அதிக முக்கியத்துவம் கொடுத்திருப்பது நன்கு வெளிப்படுகின்றது. சிற்ப வடிவங்களின் ஒவ்வொரு கரமும், அக்கரம் அமைந்துள்ள உடலுக்கேற்றாற்போலவும், ஈடுபட்டுள்ள பணிக்கேற்றாற் போலவும் உண்மைக் கரம் இருக்கும் அமைப்பினைப் பெற்றிருக்குமாறு தத்ரூபமாக செதுக்கப்பட்டுள்ளது. சிவன், துர்க்கை ஆகியோரின் சிற்ப வடிவம் மிகவும் அழகாக அமைந்துள்ளது.

12.11 துர்க்கை - துர்க்கைக் கோயில்

ஹீச்சி மல்லிகுடிகோயில்

துர்க்கைக் கோயிலைப் போன்ற, ஆனால் எளிய வடிவில் சிறிய அளவிலான கோயில் ஹூச்சி மல்லிக்குடி கோயிலாகும்; கஜபிருஷ்ட வடிவில்லாமல் செவ்வக வடிவிலேயே கோயில் அமைந்துள்ளது. கருவறையும் செவ்வக வடிவம்தான். செவ்வக வடிவ மைய மண்டபத்தில் வரிசைக்கு மூன்று தூண்கள் வீதம், இருவரிசைத் தூண்கள் உள்ளன. இவை மைய மண்டபத்தை நடுப்பகுதி, இரு பக்கப் பகுதி என மூன்று பகுதிகளாகப் பிரிக்கின்றன. பக்கப் பகுதிகளும், கருவறைக்குப் பின்புறப் பகுதியும் சேர்ந்து திருச்சுற்றாகின்றன. துர்க்கைக் கோயில் போல் தூண் எல்லைகளைக் கொண்ட வெளித் திருச்சுற்று கிடையாது. வெளிப்புற சிற்ப வேலைப்பாடும் எளிமையானது தான்.பக்தர்கள் முதுகைச் சாய்த்து அமரும் வசதியுள்ள உயரங் குறைந்த நுழைவு மண்டபச் சுவர்ப் பகுதியின் வெளிப் புறத்தில் மலர்த் தொட்டி கருத்துருவைக் கொண்ட சிற்பப் பலகையமைப்பு மட்டும் திரும்பத் திரும்ப இடம் பெற்றுள்ளது.

12.12 ஹீச்சி மல்லிகுடி கோயில்

நிலை பெற்ற கோயிலமைப்பின் ஓர் அங்கமான, கருவறையையும், மைய மண்டபத்தையும் இணைக்கும் இடைப்பாதைப் பகுதி (அந்தராளம் அல்லது

12.13 ரிஷபாடனர் - ஹூச்சி மல்லிகுடி

இடைநாழி) முதன் முதலாக இக்கோயிலில்தான் இடம் பெற்றுள்ளதைக் காண்கின்றோம். நிலைபெற்ற இடைப்பாதைப் பகுதி போலில்லாமல் மண்டபத்தின் நடுப்பகுதியின் முடிவில் கருவறைக்கு முன்பாக உள்ள இரு தூண்களுக்கு இடையே நுழைவுவாயிலைக் கொண்ட கட்டுமான திரைமறைவு போன்ற அமைப்பாயுள்ளது. இக்கோயிலும் வட இந்திய சிகர பாணிக்கு முன்மாதிரியான ஒரு சிகரத்தைப் பெற்றுள்ளது.

மேகுடி (Meguti) *சமண சமயக் கோயில்*

இக்கோயில் கட்டுமானம் கி.பி.634 என்று கல்வெட்டொன்று உரைக்கின்றது. எனவே ஐஹோளேயின் கட்டுமானங்களில் காலத்தால் பிற்பட்டது இக்கோயில் என்பது புலப்படுகின்றது. கட்டுமானத்தில் பெரிய கற்களுக்குப் பதிலாக அளவு சிறிதாயுள்ள கற்கள் பயன்படுத்தப்பட்டுள்ளன. மேலும் தொழில் நுணுக்கத் திறனிலும் நல்ல முன்னேற்றம் காணப்படுகின்றது. அலங்கார வேலைப்பாடுகளில் அதிக கவனம் செலுத்தியிருப்பதை நுழைவு மண்டப வெளிவிளிம்பிலுள்ள குட்டிஸ்தம்பங்கள் பறை சாற்றுகின்றன. இக்குட்டிஸ்தம்பங்களின் உச்சியிணைப்புகளில் புறவளைவுப் பகுதிகள் திருத்தமாய் அமைந்திருக்கின்றன. இதற்கு முந்தைய கட்டுமானங்களில் இவை இந்த அளவிற்குத் திருத்தமாயிரா. கட்டுமானத்தின் சில பகுதிகளில் வேலைகள் முற்றுப் பெறாமல் விடப்பட்டுள்ளன. சிற்ப வேலைப்பாடுகள் சிலவும் அரைகுறையாய் நிற்கின்றன. இதிலிருந்து கோயிலின் கற்கட்டுமானம் முடிந்தபின் தான் சிற்ப, மற்றும் பிற அலங்கார வேலைப்பாடுகள் கட்டுமானத்தில் மேற்கொள்ளப்பட்டன என்பது தெரியவருகின்றது. சிற்ப, அலங்கார வேலைப் பாடுகளை முடித்துப் பின் கோயிற் கட்டுமானத்தில் பொருத்தமாய்ப் பயன்படுத்தும் வழக்கம் இல்லாமலிருப்பதற்குக் காரணம் குடைவரைக் கட்டுமான முறைகளைப் பின்பற்றியிருப்பார்கள் என்று முடிவெடுக்கத் தோன்றுகின்றது. இதனை உறுதிப்படுத்துவது போல் இக்கோயிலுக் கருகில் காலத்தாற் முற்பட்ட இரண்டு குடைவரைக் கோயில்களும் காணப்படுகின்றன. ஒன்று வைதிகக் குடைவரையாகவும், மற்றது சமணக் குடைவரையாகவுமுள்ளது.

12.14 மேகுட்டி ஜைனக் கோயில்

வாதாபிக் குடைவரைகள்

12.15 வாதாபிக் குடைவரைகள் அமைவிடம்

ஆறாம் நூற்றாண்டின் தொடக்கத்தில் மேலைச் சாளுக்கிய அரசை நிறுவிய வர்களின் வலுவான பகுதியாக பாதாமி (**Badami** - வாதாபி) திகழ்ந்தது. செங்குத்தான சிவப்பு மணற்பாறைக் குன்றுகளின் அடிவாரத்தில், ஒரு சிறிய அழகிய ஏரி கரையில் அமைந்துள்ள வனப்பு மிகு நகரம் வாதாபி ஆகும். இங்கு ஆரம்ப காலத்தைச் சேர்ந்த பல கட்டுமானங்கள் அமைந்துள்ளன. இருப்பினும் நகரின் தென்கிழக்குத் திசையை நோக்கியவாறு அமைந்துள்ள சிவப்பு மணற்பாறை மலையின் பிதுக்கத்தில் குடையப்பட்டுள்ள 4 குடைவரைத் தூண் மண்டபங்கள் நமது கவனத்தை ஈர்க்கின்றன. இவற்றில் மூன்று வைதீக தெய்வங்களுக்காகவும், ஒன்று ஜைன மதத்திற்காகவும் அர்ப்பணிக்கப் பட்டவைகள் ஆகும்.

12.16 வாதாபிக் குடைவரை(3) முகப்பு

விஷ்ணுவிற்கு அர்ப்பணிக்கப்பட்ட குடைவரை எண்.3 தான் பார்வையாளர்களை மிகவும் கவர்ந்திழுப்பதாகும். இக்குடைவரையின் வராஹ சிற்பத்திற்கருகில் கல்வெட்டொன்று உள்ளது. “புலிகேசி I என்ற சாளுக்கிய மன்னரின் மகனும், சாளுக்கிய மன்னர் கீர்த்திவர்மனின் சகோதரருமான மங்களேசன் என்பவரால் கி.பி. 578-இல் இக்குடைவரை அர்ப்பணிக்கப்பட்டது” என்பது கல்வெட்டுரைக்கும் செய்தியாகும். தெளிவான இக்காலக் குறிப்பிலிருந்து வாதாபிக் குடைவரைகள் வைதீகக் குடைவரைக் கட்டுமானங்களின் ஆரம்பக் கட்டத்தைச் சேர்ந்தவை என்பதை உணர்த்துகின்றன. ஏனெனில் நாமறிந்த இதற்கு முந்தைய காலகட்ட வைதிகக் குடைவரைகள் உதயகிரியிலுள்ள குப்தர்களின் குடைவரையும், ஐஹோளேயிலுள்ள இரண்டு

குடைவரைகள் மட்டுமேயாகும். மிகக் குறுகிய கால கட்டத்திலேயே குடைவரைக் கட்டுமானத்தில் சிறந்த முன்னேற்றம் காணப்படுவதை வாதாபிக் குழுமக் குடைவரைகள் நிரூபிக்கின்றன. மலை முகத்தில் அமைக்கப்பட்டுள்ள நடைபாதை மூலம்தான் இந்நான்கு குடைவரைகளையும் சென்றடைய முடியும்.

குடைவரைகளின் அடிப்படை அம்சங்கள்

12.17 சிவகணங்கள் - வாதாபிக் குடைவரை

குடைவரைகள் முன்மண்டபம், நடுமண்டபம், கருவறை என்ற அமைப்பிலுள்ளன. முகப்புகள் அதிக வேலைப்பாடின்றி எளிமையாய் உள்ளன. பலவகைத் தூண்களுடைய முன்மண்டப அதிஷ்டானத்தில் (திண்ணைச் சுவர்) இடம் பெறும் குறும்புத்தனம் செய்யும் பூதகணங்கள் வரிசை ரசிக்கத்தக்கதாகும். எளிமையான முன்மண்டபத்திற்கு நேர்மாறாக நடுமண்டப வேலைப்பாடுகளில் சிற்பிகளும், கட்டுமானத் தொழிலாளர்களும் தங்களது முழு கவனத்தையும், திறமையையும் செலுத்தியுள்ளனர் என்பது கண்கூடு. இதனால் பிரகாசமான சூரிய வெளிச்சப் பகுதியிலிருந்து நிழல் படர்ந்த வெளிச்சங் குறைந்த நடுமண்டபத்தில் நுழைந்தவுடன், நம்மைச் சுற்றி இடம் பெற்றுள்ள குறியீட்டுக் கலைச் செல்வங்களினாலும், புராண இதிகாச சிற்ப வடிவங்களாலும் வாயடைத்துப் போய் விடுகின்றோம். நடுமண்டபத்தின் உட்புறம் செல்லச் செல்ல வெளிச்சம் குறைந்து கொண்டே வருவதால், இத்தகு வேலைப்பாடுகள் முடிவில்லாமல் தொடர்வது (மேற்கொள்ளப்பட்டுள்ளது) போன்ற தோற்றம் நம் மூளையில் உதிக்கின்றது.

12.18 நடராஜர் - குடைவரை(1) வாதாபி

கட்டுமானத்துடன் ஒப்பிடும்பொழுது சிற்பக் கலையும்

பிற அழகுபடுத்தும் கூறுகளும் சிறந்த வளர்ச்சியைக் கண்டுள்ளது தெளிவாகின்றது. இவ்வளர்ச்சியானது கட்டுமானங்களில் உள்ள குறைபாடுகளைக் கூட மறைத்துவிடுகின்றது என்றால் மிகையில்லை. கோயில் அமைப்பில் நிலைபெற்ற கருத்தோட்டம் இன்னும் இறுதி வடிவம் பெறப்படவில்லை. இதனால் கட்டுமான அமைப்பில் ஒரு தடுமாற்ற நிலை தென்படுகின்றது. தூண்மண்டபங்களின் பொருத்த மில்லா விகிதாச்சார அளவுகள், நடுமண்டபத்தின் கட்டுமானம் குடைவரையின் உட்புறத்தில் திடீரென்று முடிந்து விடுதல், தூண்வரிசைகளுக்கிடையேயான இடைவெளித் தூரம் சமச்சீராய் இல்லாதிருத்தல், இதற்குக் காரணம் தூண்களுக்கான கட்டுமான இடத்தைத் தேர்ந்தெடுப்பதில் தயக்கமிருப்பது போல் தோன்றும் காரணிகளையே தடுமாற்றமான கட்டுமானக் கூறுகள் என்கின்றனர். ஆனால் இந்த உள்மண்டபப் பொருத்தமில்லா விகிதாச்சார அமைப்பை குடைவரைக் கட்டுமானத்திற்காக உரிமையோடு எடுத்துக்கொண்ட சலுகைகள் எனலாம். எவ்வாறெனில் அகலமான முகப்பின் மூலம் எந்த நீள அளவு வைத்தால் மண்டபத்திற்கு ஓரளவாவது வெளிச்சம் கிடைக்குமோ அந்த அளவோடு மண்டபக் கட்டுமானத்தை நிறுத்திக் கொள்ளலாம் என்று முடிவெடுத்திருப்பார்கள் என்பது கூடச் சரியான காரணமாயிருக்கலாம்.

12.19 கோமதீஸ்வரர் - வாதாபி ஜைனக் குடைவரை

மண்டபத் தூண்கள்

குடைவரைக் கோயில்களில் தூண்கள்தான் கட்டுமானத்தின் மிக முக்கிய கூறுகளாகும். இத்தூண்களின் வடிவமைப்பு நேர்த்திதான் கட்டுமானத்தின் மேன்மையை நிர்ணயிக்கின்றது. தூண்களின் உச்சியிணைப்புகளில் இரண்டு வகை வடிவமைப்புக்களைத் தான் பெரும்பான்மையான தூண்கள் பெற்றுள்ளன. அலங்கார நீட்டல்கள் அல்லது ஆதாரங்கள் (Brackets) மற்றும் எடைதாங்கி வடிவமைப்புகள் (cushion shaped) போன்றவையே இந்த இருவகை உச்சியிணைப்புகளாகும். இந்த இருவகை உச்சியிணைப்புகளையும் கொண்ட தூண்களும் உள்ளன. தூண்களின் தண்டுப்பகுதியைப் பொறுத்தவரை சதுர வடிவமைப்புத்தான் பெரும்பாலும் காணப்படுகின்றது. குடைவரை எண் 3-இல் மட்டும் நடுமண்டபத்தில் உள்வரிசைத் தூண்களானவை பல பக்கங்களைக் கொண்டனவாக உள்ளன. தூண் உச்சியிணைப்புகளின் மேல் நீளவாக்கில் உத்திரம் போன்ற தலைப்பாகை அமர்வுகள் (entablatures) அமைந்துள்ளன. சிங்கத்தின் உடல், கழுகின் தலை மற்றும் இறக்கை கொண்ட கலப்பு விலங்கு (Gryphons) போன்ற கற்பனை வடிவங்கள் தாங்குவது போல் அமைந்துள்ள குறுக்கு விட்டங்களால் மண்டபத்தின் விதானமானது கஜானா பெட்டிகள் போல் தோன்றுமாறு பல சிறு பாகங்களாகப் பிரிக்கப்பட்டுள்ளது. உள்ளடங்கினாற் போன்றுள்ள இந்த விதானப் பலகைகளில் குறியீட்டு வடிவங்கள் நிறைந்த வேலைப்பாடுகள் நேர்த்தியாகச் செதுக்கப்பட்டுள்ளன.

குடைவரை எண். 3

மற்ற குடைவரைகளுடன் ஒப்பிடும்பொழுது வாதாபிக் குடைவரைகள் அளவில் பெரியவை என்று கூறுதற்கில்லை. இருப்பினும் முதலில் குடையப் பெற்றதும், அழகுமிக்கதுமான 3-ஆம் எண் குடைவரையின் அளவு கணிசமானதாகும். வெளிப்புற முகப்பின் அகலம் 70 அடி. 6 தூண்களும், இரு முனை களிலும் சுவரோடு இணைந்த குட்டி ஸ்தம்பங்களும் கொண்ட குறுக்குவச தூண்வரிசையை முகப்பு கொண்டுள்ளது. கருவறையையும் சேர்த்துக் குடைவரையின் நீளம் ஏறத்தாழ 65 அடியாகும். இதில் பாதியள வைத்தான் 14 தூண்களைக்

12.20 ஆதிசேஷ வாகன விஷ்ணு குடைவரை (3) வாதாபி

கொண்ட மைய மண்டபம் பெற்றுள்ளது. மண்டப நீளத்தைப் போல் அகலம் இருமடங்கிற்கும் மேலாய் இருப்பதால்தான் கட்டுமான விகிதாச்சார அளவு பொருத்தமாய் இல்லை என்று முன்பே கூறப்பட்டது. ஒட்டுமொத்த குடைவரையின் சராசரி உயரம் 15 அடியாகும்.

12.21 பாதாமி குடைவரைச் சுவரோவியங்கள்

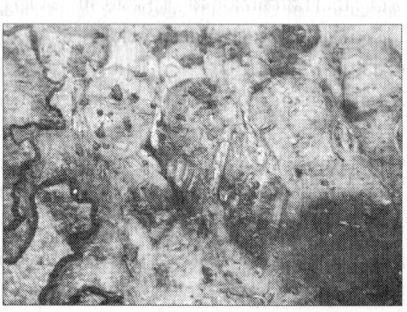

விஷ்ணுவிற்குரிய குடைவரையான இதில் வெவ்வேறு வகையான வடிவங்களில் அமைந்த பெரிய சிற்பப் பலகைகள் சுவர்களை அலங்கரிக்கின்றன. ஆதிசேஷனின் மேல் அரச தோரணையில் கம்பீரமாக அமர்ந்துள்ள விஷ்ணுவின் சிற்பமானது மிகச் சிறந்த படைப்பாகும். நரசிம்ம அவதாரத்தில் அமைந்த விஷ்ணுவின் சிற்பமும் உள்ளது. மனித உடலும், சிங்கத் தலையும் ஒருருவமாக அமைந்த வடிவமே நரசிம்ம அவதாரமாகும். நம்முள் இருக்கும் அதீத தைரியத்திற்குக் கொடுக்கப்பட்ட வடிவமும், மெய்யான அறிவு அளிக்கும் அளப்பரிய சக்தியின் உருவகமுமே வராக அவதாரம் ஆகும். வராக அவதாரம்தான் சாளுக்கிய வம்சத்தினருக்கு மிகவும் பிடித்தமான வடிவமைப்பாகும். பூமி மாதா கடலினுள் மூழ்காதவாறு காப்பதற்காக விஷ்ணு வராக அவதாரமெடுத்தார். நம்முள் இருக்கும் போற்றுதலுக்குரிய நற்குணங்களை எடுத்துரைப்பது போன்று சாளுக்கியர் காலக் கலைகளில் தெய்வத்திற்கு வடிவங்கள் கொடுக்கப்பட்டன. உயர்நிலைப் புடைப்புச் சிற்பங்களாக கிட்டத்தட்ட முழுச்சுற்று வடிவமும் (முப்பரிமாணமும்) வெளிப்படுமாறு வெகுநுட்பமாகச் செதுக்கப்பட்டுள்ளன. அலங்கார வடிவ வேலைப்பாடுகள் பதித்தது போன்றே தோற்றமளிக்கின்றன. எப்பகுதியும் விடுபட்டுப் போய்விட முடியாதபடி நேர்த்தியான வேலைப்பாடுகளால் நிரப்பப்பட்டுள்ளன

மண்டபத்திலுள்ள தூண்களிலெல்லாம் கீர்த்தி முகங்களும், மற்ற கருத்துருக்களும் மிக விரிவாகச் செதுக்கப்பட்டுள்ளன. மிதுனர்களும் (காதல் ஜோடிகளும்) இடம் பெற்றுள்ளனர். இக்குடைவரையில் காணப்படும் ஓவியங்கள் அழிந்தவைபோக எஞ்சியிருப்பவைதான்; குடைவரை உருவாக்கக் காலகட்டக் கலைப்பதிவுகளான இவை மதிப்பிட முடியாத பயன்பாடு உடையவைகளாகும்.

தூண்களின் உச்சியிணைப்பு அலங்கார நீட்டல்களில் (bracket capitals) உருவச் சிற்பங்கள் அற்புதமாகச் செதுக்கப்பட்டுள்ளன. வெளிப்புறத்தில் சுவரையும் தாண்டி நீட்டிக் கொண்டிருக்கும் கூரையின் கீழ்ப்பகுதி போன்ற எந்தவொரு நீட்டல் (projection) பகுதியையும் தாங்கிக் கொண்டிருப்பது போன்று கல்நீட்டல் பகுதிகள் (Strut) அமைக்கப்பட்டு அதில் யாளி போன்ற விநோத வடிவங்கள் செதுக்கப்பட்டுள்ளன. இது ஒரிஸ்ஸாவில் உதயகிரி குடைவரைகளில் ஒன்றான மஞ்சபுரிகும்பா வேலைப்பாடுகளை நினைவுறுத்துகின்றது.

வாதாபிக் குடைவரை 1 மற்றும் 2

3-ஆம் எண் குடைவரை அளவில் பாதியளவே உள்ள குடைவரை எண். 2 திருமாலுக்குரியதாகும். 2 மற்றும் 3 எண்கள் குடைவரைகளின் அளவில் இடைப்பட்ட அளவுடைய குடைவரை எண்-1 சிவனுக்குரியதாகும். 1 மற்றும் 2 எண்களுள்ள குடைவரைகளின் தூண்கள் அமைக்கப்பட்ட முறையிலும் குடைவரை எண் 3லிருந்து மாறுபடுகின்றது. இரு குடைவரை மையமண்டபத்திலும் எட்டுத் தூண்கள்தான் உள்ளன. தூண் வரிசைகளுக்கு இடைப்பட்ட மைய இடைவெளி சமச்சீராக இல்லை. மற்றபடி ஒரே வரிசையில் உள்ள தூண்களுக்கிடைப்பட்ட தூரம் சமமாகவே உள்ளது. நுழைவு மண்டப முகப்பில் நான்கு தூண்கள் கிடைமட்டத்தில் (குறுக்குவசத்தில்) வரிசையாய் அமைந்துள்ளன. மைய மண்டபத்திற்குள் நுழையும் வாசலின் இருபுறமும் ஒவ்வொரு தூண் உள்ளது. நுழைவு மண்டபப் படிக்கட்டிலிருந்து கருவறைச் சுவர் வரையிலான குடைவரை எண். 1-இன் வெளிப்புற அளவு 42 அடி (முகப்பு) x 50 அடி. குடைவரை எண் 2-இன் முகப்பகலம் 33 அடியாகும். இவ்விரு குடைவரைகளுமே குடைவரை எண் 3 ஐ விட மலையமைப்பின் நீளவாக்கில் அதிகமாக குடையப்பட்டுள்ளன. குடைவரை எண் ஒன்றினுள் நுழைந்தவுடன் வலதுபுறத்தில் உள்ள நடராஜரின் சிற்ப வடிவம் நம்மை பிரமிப்புள்ளாக்குகின்றது. சிவனின் ஆனந்தத் தாண்டவ வடிவம் தான் நடராஜர். அனைத்து வகை உலகப் படைப்புகளையும், அவைகளின் வாழ்க்கைக்குத் தேவையான அனைத்து வகை அசைவுகளையும் உள்ளடக்கிய தத்துவமே நடராஜர் வடிவமாகும். இதனை வெகு சிறப்பாக உள்ளடக்கியிருக்குமாறு நுணுக்கமாக ஒருங்கிசைவுடன் மேலே குறிப்பிட்ட சாளுக்கிய சிற்பத்தில் வெளிப்படுகின்றது. குப்தர் காலத்தில் நிலை கொண்ட கலைப் பாணியின் தொடர்ச்சியை இத்தகு சிற்பங்களின் அழகிய வடிவமைப்பில் காண்கின்றோம்.

ஜைனக் குடைவரை, வாதாபி

எண் 3, 1, 2 உள்ள வைதீகக் குடைவரைகளின் குடைவுக் காலத்திற்கு நூறாண்டுகள் பிந்தியது இங்குள்ள ஜைனக் குடைவரையாகும். வைதிகக் குடைவரையமைப்பு ஜைன சமயத்திற்கேற்றாற்போல் சற்றே திருத்தி அமைக்கப்பட்டு உள்ளது. அளவில் சிறியது. நுழைவு மண்டப முகப்பளவு 13 அடி. மலையினுள் 16 அடி குடையப்பட்டுள்ளது. முகப்பில் குறுக்குவசத்தில் 4 தூண்களையும் உச்சியிணைப்பாக அலங்கார நீட்டல்களைப் (bracket capitals) பெற்றுள்ளன. மைய மண்டபத்தின் இறுதியில் கருவறை போன்ற அமைப்பில் உள்ள கோமதீஸ்வரரின் சிற்ப வடிவம் மனதைக் கவர்கின்றது. கோமதீஸ்வரர் நீண்டகாலம் நின்ற நிலையிலேயே தியானம் செய்ததன் விளைவாக அவரது கால்களைச் சுற்றிக் கொடிகள் படர்ந்துள்ளன. நாகங்களும், பிற ஜீவராசிகளும் அவரைச் சுற்றிக் கூடியுள்ளன. குடைவரையினுள் கசிந்து வரும் வெளிச்சம் புனிதமிகு உட்புற மண்டபத்தின் தெய்வீகத் தன்மையைக் கூட்டுகின்றது.

இந்த ஜைனக் குடைவரையானது குடைவரைக் கலையை தற்காலிகமாக உயிர்ப்பித்தது போல் தோன்றினாலும், இப்பகுதிகளில் குடைவரை வேலைப்பாடுகள் மேற்கொண்டு மேற்கொள்ளப் படவில்லை என்பதே உண்மை நிலையாகும்.

அத்தியாயம் - 13
மஹாயான குடைவரைக் காவியங்கள்

வாகாடகர்கள், குப்தர்கள், மேலைச் சாளுக்கியர்கள் காலத்தில் அவர்களது ஆட்சிப் பகுதிகளில் நிலவிய மதசகிப்புத் தன்மை காரணமாக மஹாயான குடைவரைக் கட்டுமானமும், கலைகளும் வளர்ச்சி கண்டன. அவற்றுள் அஜந்தா, எல்லோரா, அவுரங்காபாத் குடைவரைகள் குறிப்பிடத்தக்கன. அஜந்தாவில், ஹீனயான பௌத்த குடைவரைகள் உருவாக்கப்பட்ட காலத்திற்குப்பின், 400 ஆண்டுகள் கழித்து, மஹாயான பௌத்தக் குடைவரைக் கட்டுமானம் புத்துயிர் பெற்றது. அதே காலத்தில்தான் எல்லோராவில் பௌத்தக் குடைவரைக் கட்டுமானமும் தொடங்கியது. இவைகளின் தொடர்ச்சியாக 6, 7ஆம் நூற்றாண்டுகளில் அவுரங்காபாத்தில் மேற்கொள்ளப்பட்ட மஹாயான பௌத்தக் குடைவரைகளோடு பௌத்தர்களின் குடைவரைக் கட்டுமானம் முடிவுக்கு வந்தது. ஹீனயானக் குடைவரைகளுக்கும், மஹாயான குடைவரைகளுக்கும் இடையே கட்டமைப்பில் பெரிய மாற்றம் ஒன்றுமில்லை. மஹாயான குடைவரைக் கட்டுமானங்களிலும் மரபுப்படியான சைத்தியங்களையும், விஹாரங்களையுமே குடைந்தனர். மாறாக இக்கட்டுமானங்களில் மேற்கொள்ளப்பட்ட சிற்ப மற்றும் அலங்கார வேலைப்பாடுகளில்தான் பெரும் மாறுதல் தென்படுகின்றது. இவைகள்தான் ஹீனயானத்திலிருந்து மஹாயானம் சமயக் கொள்கைகளில் அடைந்துள்ள மாறுதல்களைப் படம் பிடித்துக் காட்டுகின்றது.

வாகாடக வம்சம்

மகதத்திற்கும், கன்னோசிக்கும் தெற்கே பேராரில் நான்காம், ஐந்தாம் நூற்றாண்டுகளில் வாகாடகர் வம்சம் ஆட்சி செலுத்தியது. வாகாடக வம்சத்தை நிறுவியவர் விந்தியா சக்தி என்பவர். அவரது மகன் பிரவரசேனர் I என்பவரின் ஆட்சியின் போது வாகாடகர்கள் ஆதிக்கம் உச்சிநிலையை எய்திற்று. இவரது

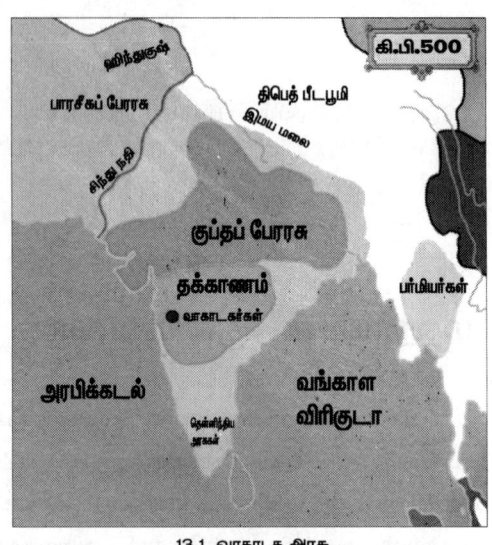

13.1 வாகாடக அரசு

பேரன் ருத்ரசேனர் I (கி.பி.330-340) ஆட்சிக் காலத்தில் வாகாடகர் புகழ் மங்கிற்று. அவருக்குப் பின் மன்னரான பிருத்விசேனர் I என்பவர் மேலைத் தக்காணத்தையும், வடமைசூரையும் வென்று வாகாடகர் ஆட்சியை நிலைநிறுத்தினார். அடுத்து மன்னரான ருத்ரசேனர் II என்பவர் குப்தப் பேரரசரான சந்திரகுப்தர் II என்பாரின் மகளான பிரபாவதியை மணந்தார். இதனால் குப்தர்களின் செல்வாக்கு வாகாடகர் ஆட்சியில், கலையில் நிலவியதில் ஆச்சரியமேதுமில்லை. வாகாடக வம்ச மன்னர் ஹரிசேனர் (465-500) என்பவர் குந்தலம், மாளவம், கலிங்கம், ஆந்திரம், வடகொங்கணம், தென்கூர்ஜ்ஜரம், தென்கோசலம் முதலிய பகுதிகளை வென்றார். ஹூனர் படையெடுப்பு போன்ற பிற தொல்லைகளால் மற்ற அரசுகள் வருந்திக் கொண்டிருந்தமையால், இவ்வெற்றிகளை ஹரிசேனரால் சாதிக்க முடிந்தது. கி.பி. 5ஆம் நூற்றாண்டிற்குப் பிறகு வாகாடர்களது ஆதிக்கம், வளர்ந்துகொண்டிருந்த மேலைச் சாளுக்கியரது ஆதிக்கத்தால் மறைப்புண்டு மங்கத் தொடங்கிற்று. அஜந்தா குடைவரைப் பகுதிகள் வாகாடக ஆட்சியின் எல்லைக்குட்பட்ட பகுதியாகும். வைதீக மன்னர்களான வாகாடக மன்னர்கள் ஆட்சியின்போது அஜந்தா குடைவரைக் கட்டுமானத்தின் இரண்டாம் பகுதி தொடங்கி விறுவிறுப்படைந்தது என்றால் மிகையில்லை.

அஜந்தா குடைவரைகள்

வாகோரா நதி (Waghora River) அரிமானத்தில் உருவான குதிரைலாட வடிவிலுள்ள மலைச்சந்தினுள் உள்ள மிக அரிய கலைப் பொக்கிஷம் அஜந்தாவாகும். 8, 9, 10, 12, 13 என்ற இலக்கமுள்ள ஹீனயான குடைவரைகளைப்பற்றிக் கடந்த அத்தியாயங்களில் விவரிக்கப் பட்டுள்ளன. புத்துயிர் பெற்ற மஹாயானக் குடைவரைக் கட்டுமானம் ஏறத்தாழ இருநூறு ஆண்டுக்காலம் (கி.பி. 450-642) நடைபெற்றது. 19 மற்றும் 26 என்ற இலக்கமுள்ள குடைவரைகள் மட்டுமே சைத்தியங்களாகும். மற்ற 21 குடைவரைகளும், தங்கும் பௌத்த பிக்குகளின் எண்ணிக்கை கூடியதற்கேற்ப, வெவ்வேறு கால கட்டங்களில் குடையப்பட்ட விஹாரங்களாகும். எனவே தொடக்கம் முதல் இறுதி வரையிலான பௌத்த குடைவரைக் கலையின் வளர்ச்சியை ஒரேயிடத்தில் காணும் பேற்றினைப் பெற்றிட அஜந்தாவை விடச் சிறந்த இடம் வேறொன்றில்லை.

13.2 சுவரோவியங்கள் - அஜந்தா - குடைவரை(1)

அஜந்தாவின் மஹாயான விஹாரங்கள்

புத்தபிக்குகள் தங்கும் மடங்களே விஹாரங்கள் ஆகும். அஜந்தாவின் வாகாடகர், குப்தர் மற்றும் மேலைச் சாளுக்கியர் ஆட்சிக் காலத்தில்தான் மிகச் சிறந்த பல மஹாயான விஹாரங்கள் குடைவரையாகக் குடையப்பட்டன. ஹீனயான விஹாரங்களைக் காட்டிலும் மஹாயான விஹாரங்கள் அளவில் பெரியதாகவும்,

சிறப்பான முறையில் வர்ணம் பூசப்பட்டவைகளாகவும் அமைந்துள்ளன. உண்மையிலேயே, சுவரிலும் மேல்விதானத்திலும் ஒரு இண்டு இடுக்குக் கூட விடாமல் சிறந்த ஓவியங்கள் தீட்டப்பட்டிருந்தன. சுவரோவியங்கள் நிறைந்த இத்தகு விஹார அறைகளைப் பழங்கால இலக்கியங்கள் புகழ்ந்துரைக்கின்றன. இந்தியாவிற்குப் பெரும்புகழையும், மதிப்பார்ந்த பண்பாட்டுக் கண்ணோட்டத்தையும் பெற்றுத் தருபவைகளில் தலையாயதுதான் கால வெள்ளத்தில் அழிந்தது போக எஞ்சியிருக்கும் இந்த அஜந்தா ஓவியங்களாகும்.

13.3 முகப்புத் தூண்கள் - குடைவரை (7) அஜந்தா

முதல் தொகுப்பு சோதனை முயற்சிகள்

ஹீனயான கால குடைவரைகளுக்குப் பின் நீண்டகாலம் கழித்து மஹாயான புத்த சமயம் புத்துயிர் பெற்றபொழுது, அஜந்தாவில் துறவியர் தங்கும் மடங்கள் போதாமலிருந்திருக்க வேண்டும். எனவே 11, 7, 6 என்று இலக்கமிடப்பட்டுள்ள முதல் தொகுப்பு விஹாரக் குடைவரைகள் ஹீனயான பாணியிலே சிற்சில சோதனை முயற்சிகளுடன் குடையப்பட்டன. கிட்டத் தட்ட சதுர வடிவிலான முற்றத்தின் மூன்று பக்கங்களிலும், சங்கத்துக் குடைவரை அறைகள் கொண்டதாக, சங்கத்து ஆராமத் (தோட்டம்) தொகுப்பாகத் தான் இவை குடையப்பட்டன. மஹாயான விஹார முற்றத்தில் தூண்களின் வரிசை அமைப்பதில் நடந்த சோதனை முயற்சிகளில் மர ஊடகச் சிந்தனைகளில் இருந்து கல் ஊடகச்

13.4 இசைவாணர்களும், நடனக் கலைஞர்களும் - குடைவரை(7) அஜந்தா

சிந்தனைகளுக்கு மாற முயற்சிப்பது நன்கு வெளிப்படுகின்றது.முதன் முதலாகக் குடையப்பட்டது 11ஆம் இலக்கமுள்ள விஹாரமாகும். இதன் முற்றவெளி மையத்தில் சதுர வடிவக் கூரையமைப்பிற்குத் தோதாக நான்கு தூண்கள் அடித்தள ஆதாரமேதுமின்றித் தரையில் நிறுத்தப்பட்டன. விஹாரம் 7-இன் முற்றத்தில் அடுத்தடுத்தாற்போல் நான்கு தூண்கள் கொண்டதான சதுர வடிவ இரு கூரையமைப்பிற்குப் பொருத்தமானதாக எட்டுத் தூண்கள் அமைந்துள்ளன. விஹாரம் எண் 6 ஆனது கீழ், மேல் என இரு தளங்கள் உடையதாகும்; கீழ்த்தள முற்றவெளி மையத்தில் சதுர வடிவமைப்பின் நான்கு மூலைகளில் தூண்கள் உள்ளன. மற்றும் முற்றவெளி விளிம்பில் நான்கு பக்கமும் அமைக்கப்பட்ட தூண்கள் வரிசையால் திருச்சுற்றுப்பாகம், மையப்பாகம் என முற்றவெளி பிரிக்கப்படுகின்றது. இவ்வாறு இதுவரை நடைபெற்ற சோதனை முயற்சிகளின் பயனால் நிலைபெற்ற தூண்கள் வரிசை வடிவமைப்பின் தொடக்கத்தை மேல்தளத்தில் காண்கின்றோம். முற்றத்தின் நான்கு பக்கங்களிலும் சமச்சீரான இடைவெளியில் தூண்கள் வரிசை அமைக்கப்பட்டுள்ளது. கீழ்த்தளம் போல் மையத்தில் சதுர வடிவில் அமைந்த நான்கு தூண்கள் மேல்தளத்தில் இடம் பெறவில்லை. நான்கு பக்கங்களிலும் அமைந்த மொத்தம் 12 தூண்களின் மூலமே திருச்சுற்றுப் பாதை உருவாக்கப்பட்டது. இதன்பின் இம்முறை தான் முற்றத்தூண்கள் வரிசை அமைப்பில் பின்பற்றப்பட்டது. விஹார அளவுக்கேற்ப, தூண்களின் மொத்த எண்ணிக்கை மாறுபடலாம்.

6 என்ற இலக்கமுள்ள விஹாரக் குடைவரையின் கீழ்த்தளத்தில் மேலும் சில குடைவரை நுணுக்க முயற்சிகள் மேற்கொள்ளப் பட்டுள்ளன. இதன் வெளிப்புறத்தில் தாழ்வாரம் (Verandah) அமைக்கப்பட்டிருந்தது. இன்று அது இடிந்து போய்விட்டது. ஆனால் தாழ்வார முகப்பின் நுழைவு வாயிலும், இதன் இருபக்கங்களிலும் உள்ள செவ்வக வடிவச் சாளரமும் இடிபடாமல் உள்ளன. குப்தர்களின் தொடக்க காலப் பாணியில் நுழைவாயிலின் மேல்கட்டையமைப்பு (Lintel) தொங்கிக் கொண்டிருக்கும் பாணியிலுள்ளது. இதன் இருமுனைப் பகுதிகளும், யக்ஷி வடிவிலமைந்த கங்கை, யமுனை நதி கடவுள்கள் இடம் பெறுவதற்குத் தோதாக உள்ளடங்கினாற்போன்ற அறையமைப்பைப் பெற்றுள்ளன. இவைகளின் கீழ், நுழைவாயிலின் இருபக்கங்களிலும், நிலைத் தூண்கள் உள்ளன.அடிமானம், பூஜாடி போன்ற உச்சியிணைப்பு, மானுடப் பெண் மற்றும் யானையின் வடிவைக் கொண்ட அடிமேடை (Pedestal) போன்றவற்றைப் பெற்றுள்ளன இந்த நிலைத்தூண் (nookshaft)கள். மேலும் முற்றத்தில் அமைந்துள்ள 16 தூண்களும் காலத்தாற் பிந்தைய பிற அஜந்தா

குடைவரைத் தூண்கள் போலல்லாமல் எளிய வடிவமைப்புடையவை. உச்சியிணைப்பானது தண்டுப் பகுதியுடன் எளிமையான இணைப்பைக் கொண்டதாயுள்ளது. தூண்கள் அடிமானமேதுமின்றித் தனித்து நிற்கின்றன.

13.5 அஜந்தா குடைவரை (16)

இலக்கம் 6 உள்ள விஹாரக் குடைவரை முடிவடையும் பொழுதே, 'விஹாரம்' என்பதன் நிலை பெற்ற அமைப்பு முழுவடிவம் பெற்றுவிட்டது. இதன்பின் குடையப்பட்ட விஹாரங்களின் அடிப்படைத் தரையமைப்பு ஒன்று போலவே காணப்படும். அளவிலும், நுணுக்கமான நேர்த்தியான வேலைப்பாடுகளிலும்தான் சிற்சிறு மாறுதல்களைக் கொண்டுள்ளன. இதற்குப் பின் குடையப்பட்ட குடைவரை விஹாரங்களில் மிக நேர்த்தியானவை 1, 4, 16, 17, 21, 23 என்று இலக்கமிடப்பட்ட விஹாரங்கள் ஆகும். அனைத்து நுணுக்கங்களிலும் உயர்நிலையை எட்டிய இலக்கம் 16 உள்ள விஹாரம் ஆகும். இதன்பின் 100 ஆண்டுகள் கழித்துக் குடையப்பட்ட இலக்கம் 1 விஹாரத்தில் சிற்ப வேலைப்பாடுகளும், வர்ண வேலைப்பாடுகளும் மட்டுமே அதிகப்படியான மலர்ச்சியை வெளிப்படுத்துகின்றன. இரண்டின் வெளித்தாழ்வாரம் (exterior verandah) 65 அடி நீளமுள்ளது. முக்கிய மண்டபம் (முற்றம்) 645 அடி பக்க அளவுள்ள சதுர வடிவமைப்புடையதாகும். மண்டபமானது மையப்பகுதி, திருச்சுற்றுப் பகுதி என இரண்டு பகுதிகளாக நான்கு பக்கங்களிலும் விளிம்புகளுக்கருகில் அமைந்துள்ள மொத்தம் 20 தூண்களால் பிரிக்கப்படுகின்றது.

13.6 விஹார பொது அமைப்பு

விஹார வழிபாட்டுக் கூடங்கள், சிற்ப வடிவங்கள்

மஹாயான விஹாரங்களிலேயே பிரார்த்தனைக் கூடங்களும் குடையப் பட்டிருந்தன. இதனால் இவ்விஹாரங் களில் தங்கியிருந்த புத்தபிக்குகள்

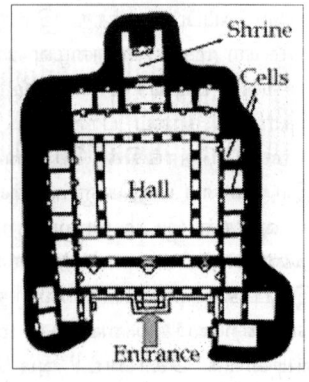

தங்கியிருந்த இடத்திலேயே புத்தரை வணங்கவும், புத்தர் வடிவ சிற்பத்தில் மனம் லயித்து தியானிக்கவும் முடிந்தது. பிரார்த்தனைக் கூடத்திற்குச் செல்லும் இடைவழியறையில் இடம் பெற்றிருந்த வேலைப்பாடுகள் தியானத்திற்கேற்ற மனநிலையுடன் பிரார்த்தனைக் கூடத்தினுள் நுழைய உதவின.

இக்கால கட்டத்தில் உருவ வழிபாடு மென்மேலும் அதிகரிப்பதற் கோர் சான்றாக அஜந்தா குடை வரைகள் திகழ்கின்றன. புத்தரும், போதிசத்துவர்களும் மட்டுமே இடம் பெற்றிருக்க வில்லை. குடைவரை எண் 6-இன் மேல்தளத்தில் ஆறு 'மனுஷி புத்தர்' சிற்பங்களும் இடம் பெற்றுள்ளன. கௌதம புத்தரின் முற்பிறவிப் பிறப்புருவங்களையே மனுஷி புத்தர் என்பர். இச்சிற்பங்கள் அனைத்தும் குப்தர் பாணியின் நளினத்தையும், வடக்கு எல்லையையும் தாண்டிய கலைக் குணாதிசயங்களையும் நினைவுறுத்துகின்றன.ஆரோக்கியமான முழுஉடலமைப்பையும் பெற்றுள்ள வடிவங்களாக இச்சிற்பங்கள் செதுக்கப்பட்டுள்ளன.

13.7 முற்றவெளித் தூண் உச்சியிணைப்பு - குடைவரை(1)

13.8 பத்மபாணி ஓவியங்கள், விஹாரம் (1) அஜந்தா

அஜந்தாவின் மஹாயானச் சைத்தியங்கள்

அஜந்தாவின் மஹாயானச் சைத்தியக் குடைவரைகள் வடிவமைப்பிலும், அதனைச் செயல்படுத்தியுள்ள விதத்திலும் மஹாயான விஹாரக் குடைவரைகளை மிஞ்சுகின்றன. இரண்டே இரண்டு மஹாயான சைத்தியக் குடை வரைகளுள் இலக்கம் 19 உள்ள சைத்தியக் குடைவரைதான் காலத்தால் முந்தியதும், அதே சமயம் அழகியதும் ஆகும்.

ஹீனயான சைத்தியக் குடைவரை இலக்கம் 10ஐப் போன்றே அளவுடையது குடைவரைச் சைத்தியம் 19 ஆகும். வழக்கமான மரபுப்படி நடுப்பகுதி மண்டபத்திற்கும், இருபக்கப் பகுதிகளுக்கும் தனித்தனியான நுழைவு வாயில்களைக் கொண்டிராமல், 19-ஆம் இலக்கச் சைத்தியக் குடைவரை முகப்பில் ஒரேயொரு நுழைவுவாயிலை மட்டுமே கொண்டுள்ளது. ஆனால் இந்த நுழைவாயிலுக்கு முன் அழகான வடிவமைப்புடைய தூண்களாலான தாழ்வாரம் (Portico) ஒன்று நீட்டப்பட்டுள்ள அமைப்பானது இக்குடைவரைக்குப் பிரத்யேகமான கவர்ச்சியைக் கொடுக்கின்றது.

13.9 சைத்திய (19) முகப்பு, அஜந்தா

தாழ்வாரக் கூரையானது மிகப்பெரிய தூண்களின்மேல் குறுக்குவச தலைப் பமைவு போல் (Entablature) சிறப்பாக அமைந்துள்ளது. தாழ்வாரக் கூரை யமைப்பின் மேலமர்ந்து இசைவாணர்கள் இசைத்திருப்பர். இதற்குப் பின்னால் சைத்தியச் சாளரமானது உயர்ந்தோங்கி அமைந்துள்ளது. இத்தகு முகப்பின் அகலம் 32 அடியாகவும், ஒட்டு மொத்த உயரம் 38 அடியாகவுமுள்ளது.

13.10 சைத்திய மண்டபம் (19)

நுழைவாயிலின் இருபுறமுள்ள இரு தூண்களல்லாமல் மொத்தத்தில் 15 தூண் களாலான இரு தூண்கள் வரிசையானது சைத்தியத்தின் உட்புறப் பகுதிகளை ஒரு மையப் பகுதி இருபக்கப் பகுதிகளாகப் பிரிக்கின்றது. ஒவ்வொரு தூணும் அற்புதமாக வடிவமைக்கப்பட்ட தண்டுப் பகுதியையும், அதன்மேல் எடை பகிர்ந்தளிக்கும் உச்சியிணைப்புகளையும் (cushion capitals) சற்று

பிரம்மாண்டமான வளைவு நீட்டல் உச்சியிணைப்புக் களையும் (Bracket capitals) கொண்டுள்ளன. ஐந்தடி அகலமும், மத்தியில் சிற்பப் பலகையும், இதன் மேலும் கீழும் விளிம்பு வேலைப்பாடுகளும் கொண்ட அமைப்பானது தூண் உச்சியிணைப்புகளால் தாங்கப்படுகின்றது. தொடரும் இச்சிற்பப் பலகையில் இடம் பெறும் நுணுக்கமான விலாவாரியான வேலைப்பாடுகள் மையப் பகுதியில் இருக்கும் பார்வையாளர்களின் கவனத்தை நிச்சயம் கவரும். பெரும்பாலும் புத்தரின் வடிவமே மாடப்பிறையினுள்ளும், விதானத்திற்குக் கீழும், சிற்பப் பலகைகளிலும் இடம்

13.11 அஜந்தா சைத்திய முகப்பு (19) - 'ராகுலனுக்கு உரிமையானதை புத்தர் வழங்குதல்'

பெற்றுள்ளன. நிலைபெற்ற (standardised) புத்தரின் வடிவச் சிற்பங்களுக்கு முரண்பாட்டழகு கொடுப்பதுபோல் பறக்கும் வித்தியாதரர்களும், விலங்குகளின் மேலோ அல்லது பறவைகளின் மேலோ சவாரி செய்வது போன்ற இயக்க அசைவுடைய சிற்ப வடிவங்களின் குழுமங்களும் இடம் பெற்றுள்ளன.

மிகவும் அற்புதமான உயிரோட்டமுள்ள சிற்பக் கருத்தோவியங்களெல்லாம் மைய மண்டப இறுதியில் இடம்

13.12 மஹா பரிநிர்வாணம் - அஜந்தா சைத்தியம் (26)

பெற்றுள்ளன. இவைகளெல்லாம், ஸ்தூபியை தரிசிக்க வரும் பக்தனின் மனதைத் தயார்ப்படுத்தும் ஒரு பின்புல அமைப்புத்தான். கஜபிருஷ்ட (அரைவட்ட வடிவ) சைத்தியத் தரையமைப்புப் பகுதியின் மையத்தில் சற்று உயர்த்தப்பட்ட மேடை மீது ஸ்தூபி அமைந்துள்ளது. ஒரே கல்லாலான ஸ்தூபியின் ஒட்டு மொத்த உயரம் ஏறத்தாழ 22 அடியாக உள்ளதால் ஸ்தூபியின் உச்சியானது கஜபிருஷ்ட வடிவ விதான வளைவுகளைத் தொடுவது போன்றமைந்துள்ளது. வட்ட வடிவ மேடைமேல் அரைக்கோள வடிவுடைய ஹீனயான ஸ்தூபிக்கும், இங்குள்ள மஹாயான ஸ்தூபிக்கும் ஒற்றுமையம்சங்கள் மிகக் குறைவானதே! மைய மண்டபத்தில் நின்றால் கண்பார்வைக்குப் புலப்படும் ஸ்தூபிப் பகுதி இதுதான்: உயர்நிலைப் புடைப்புச் சிற்பமாக மிகப் பெரிய புத்தரின் வடிவினைக் கொண்ட மாடப்பிறை; மாடப்பிறையின் இருபக்கங்களிலும் தூண்களமைப்புகள்; விரிவான வேலைப்பாடுகளைக் கொண்டது மாடப்பிறை விதானம். ஸ்தூபியை வலம் வரும் போதுதான் அரைக்கோள வடிவ அண்டப்பகுதி அதன் மேலுள்ள சதுர மேடை (ஹர்மிகம்), இதன் நடுவே குறைந்துகொண்டே செல்லும் அளவுகளுள்ள மூன்று குடைகள், அதன் மேலுள்ள கலச அமைப்பு (vase) ஆகியவற்றின் ஒட்டு மொத்தத் தோற்றத்தினால் ஸ்தூபியின் உயரம் சுற்றளவுடன் ஒப்பிடும்போது கூடிக் கொண்டு செல்வது தெரிய வருகின்றது. கூரையின் இருள் படர்ந்த பகுதியில் கலசம் அமைந்துள்ளதால் கண்களுக்குப் புலப்படுவதில்லை. இலக்கம் 26 உடைய சைத்தியக் குடைவரையானது இலக்கம் 19 உடைய சைத்தியக் குடைவரையைக் காட்டிலும் 50 வருடங்களுக்குப் பின் குடையப்பட்டது; அளவில் பெரியது; அதிக வேலைப்பாடுகளைக் கொண்டுள்ளது; முகப்பில் ஒன்றுக்குப் பதிலாக மூன்று நுழைவாயில்களைக் கொண்டுள்ளது; ஆனால் கண்களுக்கு விருந்தளிப்பதில் சற்றே பின் தங்கியுள்ளது. மற்றபடி வடிவமைப்பில் மாற்றமேதுமில்லை.

19, 26 இலக்கமுள்ள சைத்தியக் குடைவரைகளில் உள்ள சிற்ப வேலைப்பாடுகள்

19ஆம் இலக்கமுள்ள சைத்தியக் குடைவரையில், சந்திர சாளரத்தைப் போன்றுள்ள சைத்தியச் சாளரத்தின் இருபுறங்களிலும் பரிவார உருவங்கள் செதுக்கப்பட்டுள்ளன. இவை நளினமாக நிற்கும் நிலையில் செதுக்கப்பட்ட வடிவங்களாகும். குடைவரை நுழைவாயிலின் இருபுறங்களிலும் புத்தரின் சிற்பம் உள்ளது. நுழைவாயிலின் வலதுபக்கத்தில் புத்தர் மகன் இராகுலனுக்கு உரிமையானதை வழங்கும் காட்சிச் சிற்பம் உள்ளது. 'உரிமையானது' என்பது வீடுபேற்றிற்கான

உத்தரவாதமாகவும் இருக்கலாம் அல்லது புத்த பிக்குவாகி ஞானமடையும் நிலை எய்தும் வாக்குறுதியாகவும் கூட இருக்கலாம். நுழைவு வாயிலின் இடது புறத்திலும் ஞானமடைவதற்கான வாக்குறுதி அளித்தல் போன்றதொரு வடிவத்திலேயே புத்தர் படைக்கப்பட்டுள்ளார்.

சிற்ப வடிவங்களெல்லாம் மனித இயல்புக்குரிய மென்னுணர்ச்சியுடன் படைக்கப்பட்டிருப்பதால்தான், அஜந்தா, இந்தியக் கலையில் சிறப்பிடம் பெற்றுள்ளது. இக்குடைவரைக் கால சிற்பக் கலையின் தனிச்சிறப்பே, படைக்கப்பட்ட உருவங்களின் நளினமும், தியானத்தைக் குறிப்பது போன்ற உள்நோக்கு (அகம் நோக்கிய) பார்வையும்தான்; ஆடைகள் எல்லாம் மெலிதாக, ஒளி ஊடுருவக் கூடிய ஒயிலுடன் உள்ளன.

பரிவார உருவம் ஒன்றுடன் கூடிய நாகராஜாவும் நாகினியும் அஜந்தாவின் தலை சிறந்த சிற்பப் படைப்புகளில் ஒன்றாகும். மனித வடிவில் படைக்கப்பட்ட நாகங்கள் இவை. இந்தியக் கலைகளில் ஆரம்பக் காலந்தொட்டே அனைத்துச் சம்பவங்களிலும் இடம் பெறும் சிற்ப வடிவங்களாகும். ஹீனயான சைத்தியக் குடைவரைகளின் உட்புறம் எளிமையாகவும், அலங்கார வேலைப்பாடுகள் இல்லாமலும் படைக்கப்பட்டன; வடிவத்திற்கு அப்பாற்பட்ட மெய்ப்பொருள் நோக்கங் கொண்டதாயிருந்தது. மஹாயான சைத்தியக் குடைவரைகளில் படைப்பின் அடிப்படை குணாதிசயமான அளவில்லாத கருணையை வெளிப்படுத்தும் வடிவங்களின் அழகைச் செதுக்கிக் காட்டும் நோக்கங் கொண்டதாயிற்று. குடைவரையில் நிலவும் அமைதியும், ஒருங்கியைவும்

13.13 மாரனின் புதல்விகள் - அஜந்தா சைத்தியம் (26)

பக்தனுள் மன அமைதியைத் தோற்றுவிக்கின்றன. இவ்வாறு மெய்ப்பொருள் சிந்தனைகளுக்கு, தியானத்திற்குத் தயார்ப்படுத்தப்பட்ட பக்தனை ஆசீர்வதிக்கும் தோரணையில், ஸ்தூபிக்கு முன்னால், நின்ற நிலையில் புத்தர் சிற்பம் செதுக்கப்பட்டுள்ளது.

26-ஆம் இலக்க சைத்தியக் குடைவரையில், தொங்க விட்ட கால்களுடன் அரியணையில் அமர்ந்தவாறுள்ள புத்தர் வடிவம் ஸ்தூபியினுள் செதுக்கப்பட்டுள்ளது. மைத்ரேய புத்தரைத்தான் இம்மாதிரி பாணியில் படைப்பர். இவ்வுலகில் தோன்றவுள்ள புத்தரையே மைத்ரேய புத்தர் என்பர். வலம் வரும் பிரகாரப் பாதையானது விஸ்தீரமான வேலைப்பாடுகளுடன் செதுக்கப் பட்டுள்ளது.

மனதின் போராட்டங்களுக்கும், குழப்பங்களுக்கும் உருவகமான மாரனுடைய படைகளைப் புத்தர் வெற்றி கொள்ளும் மிக அழகிய சிற்பமானது குடைவரையின் இடதுபுறச் சுவரில் செதுக்கப்பட்டுள்ளது. பொருள் முதல் உலகில் சுமையாகிப் போன வாழ்விற்குக் காரணமான ஆசைகளைத்தான் மாரனுடைய புதல்விகளாக உருவகப் படுத்துகின்றனர். ஞானமடையும் நிலையில் புத்தர், இத்தகு ஆசை களையெல்லாம் கடந்த மனசஞ்சல மற்ற புனிதராகக் காட்சியளிக்கின்றார்.

புத்தரின் மகாபரிநிர்வாண (மண்ணுலக நீத்தல்) சிற்பக் காட்சியானது புத்தகலைகளிலேயே மிக பிரம்மாண்டமானதாகவும், மனதை உருக்கக் கூடிய அளவிற்கு உணர்ச்சிகரமானதாகவும் செதுக்கப்பட்ட சிற்பக் காட்சிகளில் ஒன்றாகும். புத்தர் ஒருக்களித்துப் படுத்த நிலையில் செதுக்கப்பட்ட இச்சிற்பம் கிட்டத்தட்ட 22 அடி நீளமுள்ளதாகும். தரிசனத்திற்குரிய பொருத்தமான இடமான காலடியில் நின்றால்தான், முழுசிற்பத்தையும் நன்கு பார்க்க இயலும். புத்தரின் காலடியில், அவரது சீடர் ஆனந்தர் அதிக துயரினால் தன்வயமிழந்தவராக மறக்கவொண்ணா மனித உணர்ச்சி களை வெளிப்படுத்துகின்றார்.

13.14 சோக வெள்ளத்தில் ஆனந்தர் அஜந்தா சைத்தியம் (26)

ஒருக்களித்துப் படுத்துள்ள புத்தர் சிற்பத்திற்குக் கீழே அமர்ந்த நிலையில் செதுக்கப்பட்ட புத்த பிக்குகள் அனைவரும் ஆனந்தர் போன்றே மனித உணர்ச்சிக் கலவைகளை வெளிப்படுத்துகின்றனர். மாயையான மண்ணுலகிலிருந்து புத்தர் விடுபட்ட மகத்தான நேரத்தை விண்ணுலகோர் இசையுடன் கொண்டாடுவது புத்தர் சிற்பத்திற்கு மேலே இடம் பெற்றுள்ளது.

கன்னேரியிலுள்ள மஹாயானக் குடைவரைகள்

வகோரா நதி உருவாக்கிய மலைச் சந்தினுள் மஹாயான குடைவரைகளைக் குடையும் பணியில் சுத்தியும், உளியும் இசை பாடிக் கொண்டிருந்த பொழுது, திரும்பவும் கன்னேரியில் (Kanheri) - இன்றைய மும்பை - குடைவரைக் கலை வேலைகள் தொடங்கப்பட்டன. கி.பி. ஐந்தாம் நூற்றாண்டின் பிற்பகுதியிலும், ஆறாம் நூற்றாண்டிலும் ஹீனயானக் குடைவரைகளை மாற்றியமைக்கும் பணிகளுடன், புதிதாகக் குடைவரை குடையும் பணிகளும் மேற்கொள்ளப்பட்டன. இந்தியாவிலேயே அதிக எண்ணிக்கையில் குடைவரைகள் குடையப்பட்ட இடம் கன்னேரிதான்; குடைவரை எண்ணிக்கை நூற்றைத் தாண்டும்.

குடைவரை எண் 3-இன் முகப்பு தாழ்வாரப் பகுதியின் இருபுறமும் 22 அடி உயரத்திற்கும் மேற்பட்ட மிக பிரம்மாண்டமான புத்தர் சிற்பம் செதுக்கப்பட்டுள்ளது. பிரம்மாண்டமாக புத்தர் உருவைச் செதுக்கும் பாணியை பிரிஹத் (Brihad) பாணி என்பர். இந்த பிரிஹத் புத்தர்கள் அருள்பாலிக்கும் முத்திரையுடன் காட்சியளிக்கின்றனர். பறக்கும் சக்தி பெற்ற வித்தியாதரர்கள் புத்தருக்கு அணிவிக்க மாலை கொணர்கின்றனர். இங்குத் தொடங்கிய பிரிஹத் பாணி சிற்ப வடிப்பு அருகிலும் தொலைத் தூரங்களிலும், திபெத் பீடபூமியிலும், மத்திய ஆசியாவிலும் பரவியது.

13.15 கன்னேரி குடைவரை (90)

ஒழுக்கம் மற்றும் தியானம் மூலமாகப் படிப்படியாக முன்னேற்றமடையும் பாதையே யோக முறைகளாகும். இத்தகு சிந்தனைகள் நான்காம் நூற்றாண்டிலேயே இந்தியாவில் வேரூன்றி விட்டன. புத்த சமயத்திலும் இம்முறையில் நம்பிக்கை கொண்டுள்ளதை ஆறாம் நூற்றாண்டின் தொடக்கத்தில் குடையப்பட்ட குடைவரை எண் 90-இல் காண்கின்றோம். மையத்தில் இருக்கும் புத்தர் இறுதி நிலையான மெய்ப் பொருளைக் குறிக்கின்றார். சுற்றியுள்ள பிற புனிதர்கள் உயர்நிலையடையும் படிப்படியான பாதைக்கும், கருணைக்கும் உருவகங்களாகின்றனர்.

ஐந்தாம் நூற்றாண்டின் இறுதி அல்லது ஆறாம் நூற்றாண்டின் தொடக்கத்தைச் சேர்ந்தது குடைவரை எண் 41 ஆகும். 'அவலோகி தீசுவரர்' என்ற போதிசத்துவர் பதினோரு தலைகளுடன் செதுக்கப்படும் முறையை முதன் முதலாக இங்கு தான் பின்பற்றப்பட்டிருக்க வேண்டும். பத்து போதிசத்துவர்களின் தலைகளும் இறுதியாக, புத்தருடைய தலையை நோக்கி அழைத்துச் செல்வதானது படிப்படியாக ஞானமடையும் பாதையைக் குறிக்கின்றது.

13.16 11 தலைகளுடன் போதி சத்துவர் கன்னேரிக் குடைவரை

எல்லோராவின் மஹாயானக் குடைவரைகள்

இந்தியாவில் 1000 ஆண்டுகளுக்கும் மேலாகத் தொடர்ந்து குடைவரைக் கலையின் உச்சகட்ட வளர்ச்சியை எல்லோராவின் பௌத்த, வைதீக, சமணக் குடைவரைகளில் காணலாம். இன்றைய மராட்டிய மாநிலத்தில் உள்ள அவுரங்காபாத் நகருக்கு வடகிழக்கே 15 மைல் தொலைவில்தான் எல்லோரா உள்ளது. குடைவரைகள் குடையப்பட்ட காலத்தில் எல்லோராவுக்கு அருகிலுள்ள பைதான் (Paithan) என்னுமிடத்திலிருந்து மத்திய இந்தியாவின் உஜ்ஜயினிக்குச் செல்லும் வணிகப் பாதை இருந்ததால், எல்லோராவில் குடைவரைக் கலை வளர்ச்சி காண முடிந்தது. தெற்கு வடக்காக அமைந்துள்ள ஸஹ்யாத்ரி (Sahyatri) மலையின் மேற்கு முகத்தின் தெற்கோரத்தில் தொடர்ச்சியாக அமைந்துள்ள இலக்கம் 1 முதல் 12 வரையிலான

குடைவரைகளும் மஹாயான புத்தப் பிரிவைச் சேர்ந்தவையாகும். ஐந்தாம் நூற்றாண்டின் மத்தியில்தான் பௌத்தர்கள் இங்குக் குடைவரை வேலைகளைத் தொடங்கியதால், ஹீனயானக் குடைவரைகள் இங்கில்லை. அறுபது மைல் தூர இடைவெளியே இருப்பினும், அஜந்தா எல்லோரா மஹாயானக் குடைவரைகள் குணாதிசயங்களில் சிறிதளவு வேறுபடுகின்றன. இதற்குக் காரணம் இவ்விரு இடங்களிலும் பின்பற்றப்பட்ட மஹாயான பௌத்த சமயம் வெவ்வேறு பிரிவுகளாக இருக்கலாம். மேலும் செங்குத்தான அஜந்தா மலையமைப்பும், உயரங் குறைந்த சரிவான எல்லோரா ஸஹ்யாத்ரி மலையமைப்பும் காரணமாயிருக்கலாம்.

இலக்கம் 1 முதல் 5 வரையிலான மஹாயானக் குடைவரைகளை 'தீத்வதா' பிரிவு என்பர். இலக்கம் 6 முதல் 12 வரையிலான குடைவரைகள் மற்றொரு பிரிவாகும். இரு பிரிவுக் குடைவரைகளுக்கும் தனித்தனியே ஒரு சைத்தியமும், அதனோடு இணைந்த விஹாரங்களும் உள்ளன. முதல் பிரிவில் 'மஹன்வதா' என்றழைக்கப்படும் இலக்கம் 5 உள்ள குடைவரையும், இரண்டாவது பிரிவில் இலக்கம் 10 உள்ள குடைவரையும் சைத்தியங்களாகும். முதல் பிரிவு குடைவரை விஹாரங்கள் அனைத்துமே ஒரு தளத்துடன் அஜந்தா விஹாரக் குடைவரைகளை ஒத்துள்ளன.

இலக்கம் 2 உள்ள மஹாயான விஹாரம்

தீத்வதா பிரிவு விஹாரங்களில் குறிப்பிடத்தக்கது இலக்கம் 2 உள்ள விஹாரமாகும். 48 அடி பக்க அளவுள்ளதாக முற்றவெளி உள்ளது. இதன் பக்கங்களில் சுற்றுப் பாதை ஏற்படுத்தும் அமைப்பில் பக்க ஓரங்களில் 12 மாபெரும் தூண்களைக் கொண்ட தூண் வரிசை அமைந்துள்ளது. வழக்கமாக இந்தப் பக்கப் பகுதிகளில் புத்த பிக்குகளின் அறைகள் பெட்டி பெட்டியாகக் குடையப்பட்டிருக்கும். இக்குடைவரையின் தனித்துவம் என்னவெனில் முற்றவெளியின் இருபக்கங்களிலும் தனியாக 4 தூண்கள் கொண்ட தூண்வரிசையால் ஒரு காட்சிக் கூடத்தோற்றம் உருவாக்கப்பட்டுள்ளது. இதன் பின்புறச் சுவரானது பல பிரிவுகளாகப் பிரிக்கப்பட்டுள்ளன. ஒவ்வொரு பிரிவினுள்ளும் உயர்புடைப்புச் சிற்பங்கள் குழுமமாகச் செதுக்கப்பட்டுள்ளன. பிக்குகளின் அறைகளானது இந்தச் சிற்பத் திரைச்சீலையமைப்பு மூலம் மறைக்கப்பட்ட தோற்றத்தைக் கொடுக்கின்றது. விஹாரத்திற்குள்ளேயே வழிபாடும் நடத்தப்பட்டதை இத்தகு கட்டுமான மாற்றங்கள் குறிக்கின்றன.

பாறைக் குடைவரைக்கே பிரத்யேகமான தூணமைப்புகள்

பாறைக் குடைவரைக்கே பிரத்யேகமான கட்டுமானக் கூறுகளை இக்குடைவரைகளில் காண முடிகின்றது. தூணும், அதன் உச்சியிணைப்பும்தான் இந்தச் சிறப்புக் கூறாகும். தூணின் கீழ்ப்பகுதி (தண்டுப் பகுதி)யின் குறுக்கு வெட்டுத் தோற்றம் சதுரவ வடிவில் உள்ளது. இதுவே மேல்பகுதியில் வட்ட வடிவில் உள்ளது. தூண்களின் தோற்றம் பிரம்மாண்டமான விகிதாச்சாரத்தில் அமைந்துள்ளது. அதிக அழுத்தம் கொடுக்கப்பட்டது போன்ற தோற்ற அமைப்புள்ள எடை பகிர்ந்தளிக்கும் உச்சியிணைப்பு (Cushion capital) கொண்டதாகத் தூண்கள் அமைந்துள்ளன. இவை "ஜாடியும், இலைகளும்" (Vase & foliage) மாதிரி உச்சியிணைப்புடைய தூண்களிலிருந்து வேறுபடுகின்றன. இரண்டுமே சமகாலத்திய, முற்றிலும் மாறுபட்ட ஆனால் இணையாகவே முழுவளர்ச்சியைக் கண்ட தூண்களமைப்பு மாதிரிகளாகும். இவ்விருவகை தூண் உச்சியிணைப்புகள்தான் வருங்காலக் குடைவரைக் கலைகளில் பெருமளவு இடம் பெற இருக்கின்றன.

எல்லோராவின் மஹாயான குடைவரைச் சைத்தியம் எண். 5

13.17 எல்லோரா சைத்தியம் (5)

மஹன்வதா என்றழைக்கப்படும் இச்சைத்தியம் இக்குழுமத்திலேயே மிகப் பெரியதும், குறிப்பிடத் தக்கதும் வித்தியாசமான தரையமைப்புத் திட்டமும் கொண்டதாகும். 117 அடி நீளத்திற்கு மலையினுள் குடையப்பட்டுள்ளது. 58 1/2 அடி அகலமுள்ளதாகும் மண்டபம். எடை பகிர்ந்தளிக்கும் வகை உச்சியிணைப்புக் கொண்ட 24 தூண்கள் கொண்ட இரு தூண்கள் வரிசையால் ஒட்டு மொத்த மண்டபமும், ஒரு மையப் பகுதி, இருபக்கப் பகுதிகளுள்ளதாகப் பிரிக்கப்படுகின்றது. இதுவல்லாமல் இரு பக்கப் பகுதிகளில், உள்ளடங்கியதாக, ஓரளவிற்கு விசாலமான, 23 அறைகள் குடையப்பட்டுள்ளன. மைய மண்டபத்தின் இறுதியில் குறுக்குவசத்தில் இடைப்பாதை (இடைநாழி) ஒன்றுள்ளது. அதையடுத்துள்ள சதுர வடிவக் கருவறையில் பரிவாரங்கள் சூழ அமர்ந்த நிலையில் புத்தர் சிற்பம் அமைந்துள்ளது.

மையமண்டபத்தின் மையப்பகுதியில் தூண்கள் வரிசைக்கு இணையாக உயரங் குறைந்த, குறுகலான, இணையான இரு நடைமேடையமைப்புகள் காணப்படுகின்றன. இத்தகு நடை மேடையமைப்பானது கன்னேரியில் மஹாராஜா அல்லது தர்பார் மண்டபத்தில் மட்டுமே காணப்படுகின்றது. சிக்கிமிலும், திபெத்திலும் இன்றும் நடைமுறை வழக்கிலிருக்கும் லாமாக்களின் வழிபாட்டுச் சடங்குகளிலிருந்து இத்தகு நடைமேடையமைப்பிற்கான காரணத்தை ஊகிக்க முடிகின்றது. வழிபாடு நடைபெற்ற காலகட்டத்தில், புத்த பிக்குகள் இவ்விரு நடைமேடையமைப்பிலும் வரிசையாக அமருவர். ஒருவரிசையிலிருப்பவர் எதிர்வரிசையிலிருப்பவர் முகத்தைப் பார்ப்பதுபோல் அமர்வர். தலைமைப் பிக்கு நடைமேடையின் உள்ளார்ந்த குடைவரைப் பகுதி முனையில் வலப்பக்கம் சற்றே தள்ளிப் போடப்பட்டுள்ள உயரங்கூடிய ஆசனத்தில் அமர்வார். இவருக்குப் பின்புலத்தில் இருக்கும் கருவறையினுள் உள்ள புத்தரை நடைமேடையில் அமர்ந்திருப்போர் அனைவரும் காண இயலும். அனைவரும் அமர்ந்தபின் மரபுப் படியான வழிபாட்டுச் சடங்குகள் தொடங்கும்.

எல்லோராவின் இரண்டாம் பிரிவு பௌத்தக் குடைவரைகள்

இந்தியாவிலுள்ள பௌத்தக் குடைவரைகளில் அளவில் பெரியவை 6 முதல் 12 வரை இலக்கமுள்ள இரண்டாம் பிரிவுக் குடைவரைகளேயாகும். உருவ வழிபாடு வடிவங்களில் ஏற்பட்டுள்ள மாற்றங்கள் இக்குடைவரைகளில் தெளிவாக வெளிப்படுகின்றன. ஞானம் பெறுவதற்கான அத்தியாவசியமான குணாதிசயங்கள் தீர்க்கமாக ஆராயப்பட்டு, அவை எண்ணற்ற தெய்வ வடிவங்களில் உருவகப்படுத்தப் பட்டுள்ளன. புத்தரின் ஞானம், கருணை போன்ற நற்குணாதிசயங்களை உள்ளடக்கிய உருவக தெய்வங்களின் வாயிலாகச் சத்தியத்தை அறியும் படிப்படியான பாதை உருவாக்கப்பட்டது. இத்தெய்வங்களைத் தியானிப்பதன் மூலமும், உருவகப்படுத்தப்பட்ட குணாதிசயத்தைப் பக்தன் கிரகித்துக் கொள்கின்றான். இதன் உச்சகட்டமாகப் பக்தன் அத்தெய்வமாகவே

13.18 எல்லோராவின் மஹாயான விஹாரம்

ஆகிவிடுகின்றான். அதன்பின் மையத்திலிருக்கும் நிர்ச்சலமான அமைதியை நோக்கிச் செல்லும் ஞான (ஒளியூட்டப்பட்ட)ப் பாதையில் தொடர்ந்து நடைபோட பக்தனால் இயல்கின்றது.

புத்த விஹாரங்களின் பரந்த உட்புறங்களிலேயே (சைத்தியத்தில் மட்டுமே என்ற நிலை மாறி) தியானமும், வழிபாடும் நடத்தப்பட்டன. 'மனுஷி' புத்தர், 'தியானி' புத்தர், போதிசத்துவர்கள் ஆகியோர் பல்வேறு சிற்ப வடிவமைப்புகளில் இக்குடைவரைகளில் இடம் பெற்றுள்ளனர். ஞானமடையும் நிலையின் விளிம்பில் உள்ளவர்கள் போதிசத்துவர்கள். இவர்கள் மற்றவர்களுக்கு ஞானமடையும் பாதையைக் காட்டி உதவுவதற்காகத் தங்களின் வீடுபேற்றினைத் தற்காலிகமான ஒத்திப் போட்டிருப்பவர்கள்.

எல்லோராவின் மஹாயானக் குடைவரை விஹாரம் எண். 12

இரண்டாம் பிரிவு மஹாயான குடைவரை விஹாரங்களிலேயே விசாலமானதும், கருத்தைக் கவருவதும் இலக்கம் 12 உள்ள விஹாரக் குடைவரைதான். குறைந்த பட்சம் 40 பிக்குகள் தங்குவதற்கான அறைகள் இங்குள்ளன. இதன் வழிபாட்டுக் கூடத்தில் தங்குபவர் எண்ணிக்கையைப் போல பலமடங்கு பிக்குகள் ஒன்றுகூடி வழிபட இயலும். பாறையில் குடையப்பட்ட நுழை வாயில் வழியே விஹாரத்தினுள் நுழைய முடியும். நுழைவாயிலிலிருந்து 60 அடி x 108 அடி அளவுள்ள நாற்கர அமைப்பின் இறுதியில் சம அளவுள்ள தளங்கள் மூன்றின் முகப்புகளும் உயர்ந்து நிற்கின்றன. மூன்று தளங்கள் என்பதை எடுத்துக்காட்டுவதற்காக

13.19 மஹாயான விஹார (12) முகப்பு. எல்லோரா

ஒவ்வொரு தளத்திலும் எட்டு சதுர வடிவப் பாரந்தாங்கித் தூண்கள் தாங்கும் தாழ்வார அமைப்பைப் பெற்றுள்ளன. இக்குடைவரைகளின் வெளிப்புறத் (முகப்புத்) தோற்றமானது வேலைப்பாடு ஏதுமின்றிப் பயன்பாட்டுக் கருத்தையே கொண்டுள்ளதாகத் தோன்றுகிறது. ஆனால் உட்புறம் நுழைந்தவுடனேயே இக்கருத்தை மாற்றிக் கொள்ளத்தான் வேண்டும். ஏனெனில் குடைவரை நுட்பக் கூறுகளும், அழகுபடுத்தும்

இந்தியக் கலை வரலாறு 195

கூறுகளிலும் ஒருதளத்திலிருந்து மற்றொரு தளம் மாறுபட்டு மிகச் சிறப்பாகக் குடையப்பட்டுள்ளது.

தரைத்தளத்தினுள் நுழைய தூண்களாலான தாழ்வாரத்தைக் கடக்க வேண்டும். இது மலையினுள் 43 அடி ஆழக் குடைவையும் 112 அடி அகலத்தையும் உடைய அமைப்பாகும். வரிசைக்கு 8 தூண்கள் வீதம் குறுக்குவசத்தில் மூன்று வரிசைகளில் மொத்தம் 24 தூண்கள் அமைக்கப்பட்டுள்ளன. இத்தாழ்வாரத்திற்குச் செங்குத்தாக மலையினுள் 44 அடி ஆழக்குடைவும் 35 அடி அகலமும் உள்ள தூண்களாலான மண்டபம் உள்ளது. வரிசைக்கு மூன்று தூண்கள் வீதம் 3 வரிசைத் தூண்கள் உள்ளன. இடைப்பாதை மண்டபம் போன்ற இதன் முடிவில் 15 அடி ஆழக்குடைவும் 23 அடி அகலமும் உடைய கருவறை உள்ளது. இதன் சுவர்களில் அமர்ந்த நிலை புத்தரும், பிற தெய்வங்களும் உயர்புடைப்புச் சிற்பங்களாகச் செதுக்கப்பட்டுள்ளனர். இந்த மண்டபங்களின் பக்கச் சுவர்களில் அமைந்துள்ள நுழைவு வாயில்கள் வழியாக 12 சிறிய சதுர வடிவப் பிக்குகள் தங்குமறைகளுக்குச் செல்ல இயலும். வலதுபக்கச் சுவரின் முகப்பை நோக்கியவாறு அமைந்துள்ள ஒரு அறையிலிருந்து முதல் தளத்திற்குச் செல்வதற்கான மாடிப்படி அமைந்துள்ளது.

13.20 விதான ஓவியங்கள் - விஹாரம் (12) எல்லோரா

முதல் தளமானது 112 அடி அகலமும், 72 அடி மலையினுள் குடையப்பட்ட ஆழமும், 11 $^1/_2$ அடி உயரமும் கொண்டதாகும். 5 வரிசைகளில் வரிசைக்கு 8 தூண்கள் வீதம் மொத்தம் 40 தூண்கள் அமைந்துள்ளன. இம்மண்டப இறுதியில் உள்ள 38அடி அகலமும், 17அடி ஆழக்குடைவும் உள்ள இடைப்பாதைக்கு முன்னால் இரு தூண்கள் உள்ளன. இடைப்பாதையையடுத்து அமர்ந்த நிலை புத்தரைச் சிற்ப வடிவில் கொண்ட கருவறையானது 20 அடி பக்க அளவுள்ள சதுர அமைப்பாகும். மண்டபம் மற்றும் இடைப்பாதையின் சுவர்களெல்லாம் உயர்நிலைப் புடைப்புச் சிற்பங்களை அமைப்பதற்குத் தோதாக சற்றே உள்வாங்கிய தோற்றமுடையதாய்ச் செதுக்கப்பட்டுள்ளன. இத்தளத்தின் பெரிய மண்டபத்தின் இரு பக்கங்களிலும் அமைந்துள்ள மாடிப்படிகள் மூலம்

வேறுவகையான உட்புறத் தோற்றமுடைய இரண்டாவது தளத்திற்குச் செல்லலாம்.

இரண்டாவது தளத்தில் 8 தூண்களைக் கொண்ட முகப்புத் தாழ்வாரத்திற்குப் பின்னால் உள்ள மண்டபத்தின் தரை வடிவமைப்பானது சிலுவையமைப்பில் (+) உள்ளது. சிலுவை அமைப்பின் நீள்வச நீண்ட நேர்க்கோடு போல் மையமண்டபம் மலையினுள் குடையப்பட்டுள்ளது. சிலுவையின் குறுக்குவச சிறிய நேர்க்கோட்டின் மேலமைந்தது போன்று பிற குடைவுகள் அமைந்துள்ளன. மைய மண்டபம் 78 அடி ஆழமும், 36 அடி அகலமும் கொண்டதாகும். இதன் நீளவசத்தில் இருவரிசைகளில் வரிசைக்கு 5 வீதம் மொத்தம் 10 தூண்கள் அமைந்துள்ளன. மைய மண்டபத்தின் இறுதியில் 20 அடி பக்க அளவுள்ள சதுரவடிவக் கருவறை அமைந்துள்ளது. இதில் வழக்கம்போல் அமர்ந்த நிலை புத்தரும், சுவர்களில் எல்லாம் நின்ற நிலையில் பிற பரிவார வடிவங்களும் உயர்நிலைப் புடைப்புச் சிற்பங்களாகச் செதுக்கப்பட்டுள்ளன. மண்டபத்தின் இரு பக்கங்களிலுமுள்ள குடைவுக் கட்டுமானங்களில் குறுக்குவசத்தில் வரிசைக்கு மூன்று தூண்கள் வீதம் இரு தூண்கள் வரிசை அமைந்துள்ளது. இத்தளத்தில் புத்தபிக்குகள் தங்குமறைகள் மொத்தம் 18 அமைந்துள்ளன.

பிற இரண்டாம் பிரிவு விஹாரக் குடைவரைகள்

இலக்கம் 11 உள்ள விஹாரக் குடைவரையானது விஹாரம் 12ஐப் போன்ற அமைப்பில் மூன்று தளங்களைக் கொண்டுள்ளது. இந்த அளவோடு ஒப்புமை முடிந்து விடுகின்றது. ஏனெனில் விஹாரம் 12ஐப் போல் உட்புறத் தோற்றங்களெல்லாம் விசாலமான உணர்வைத் தருமாறுள்ள கட்டுமானக் கூறுகளைப் பெற்றிருக்கவில்லை. மண்டபங்களெல்லாம் உயரங் குறைந்தனவாகவுள்ளன. சில மண்டபங்களைத் தாழ்வாரங்கள் என்று கூடக் கூறலாம்! சிலவற்றில் பிக்குகள் தங்குமறைகள் இல்லை. விஹாரக் குடைவரை எண் 6 ஆனது விஹாரக் குடைவரை எண் 12ன் இரண்டாம் தளத்தைப் போன்றே சிலுவை வடிவத் தரையமைப்பைப் பெற்றுள்ளது. ஆனால் தூண்களமைப்பைப் பெற்றிராததுதான் வித்தியாசமாகும்.

விஸ்வகர்மா சைத்தியம் (குடைவரை எண். 10)

எல்லோராவிலுள்ள பௌத்தக் குடைவரைகளிலேயே மிகவும் குறிப்பிடத்தக்கது இலக்கம் 10 உள்ள விஸ்வகர்மா சைத்தியக் குடைவரையாகும். கலைகளுக்குத் தெய்வம் விஸ்வகர்மா என்பது

13.21 விஸ்வகர்மா சைத்திய முகப்பு

தொன்று தொட்டு இந்தியாவில் நிலவும் நம்பிக்கை. இதற்கு நிரூபணம் போல் மரத்தச்சர்கள், கட்டுமான மற்றும் சிற்பக் கலைஞர்கள் இக்குடைவரைக்கு யாத்திரை மேற்கொள்ளும் வழக்கம் நிலவியதாக நம்பப்படுகின்றது.

அஜந்தாவிலுள்ள மஹாயானச் சைத்தியங்களை ஒத்திருந்தாலும், அவற்றையெல்லாம் விட அளவில் பெரியது. 85 அடி x 44 அடி x 34 அடி என்ற அளவுகளுள்ளது. அஜந்தா சைத்தியங்களைப் போல் அதிகப்படியான நுணுக்க மான வேலைப்பாடுகளைப் பெற்றிருக்கவில்லை. இருவரிசையில் அமைந்த மொத்தம் 28, ஜாடியும், இலைகளும் (Vase and Foliage) மாதிரி தூண்களால் சைத்திய மண்டபமானது மையப்பகுதி, இரு பக்கப் பகுதிகளாகப் பிரிக்கப்பட்டுள்ளது. வழக்கமான வடிவில்தான் ஸ்தூபி உள்ளது. இருப்பினும் அமர்ந்த நிலை புத்தர் இடம் பெறும் பெரிய அளவு மாடப்பிறையைத் தாங்குவதற்கான அடிமானம் போல் ஸ்தூபி அமைந்து கிட்டத்தட்ட மறைக்கப்பட்டேவிட்டது.

13.22 விஸ்வகர்மா சைத்திய மண்டபம்

மண்டபத்தின் உட்புறத் தோற்ற மாற்றங்கள் குறைச்சல் தான் என்று முகப்பு மாற்றங்களைக் காணும் போது தோன்றுகின்றது. காலங் காலமாகவே சைத்திய முகப்பு வேலைப்பாடுகளில் பிரதான இடத்தைப் பெறுவது சூரியச் சாளரமும், நுழைவாயிலுக்கு மேல் இடம் பெறும் குதிரை லாட வடிவு வளைவு வேலைப்பாடுமாகும்.

13.23 விஸ்வகர்மா சைத்தியச் சாளரம்

இங்கும் இக்கூறுகள் இடம் பெற்றிருந்தாலும் முக்கியத்துவத்தை இழந்திருக்கின்றன என்பதில் எள்ளளவும் ஐயமில்லை. அஜந்தாவின் 26-ஆம் எண் சைத்தியத்தைப் போன்றே முகப்பு நுழைவாயிலுக்கு முன்பு தாழ்வாரமும், தூண்களும் அதன்மேல் குறுக்குவசத் தலைப்பமைவு (entablatares) போன்ற கூரையமைப்பும் உள்ளது.

13.24 விஸ்வஹர்மா சைத்தியச் சாளர வேலைப்பாடுகள்

மரபுப்படி பிரம்மாண்டமான சைத்திய வளைவின் கீழ் அமைந்திருக்கும் பெரிய அளவு சாளரமானது இங்குச் சிறிய அளவு வட்டவடிவத் திறப்பாக அமைந்துள்ளது. சாளரத்தையும், கொடிக்கருக்குப் போன்ற பிற வேலைப்பாடுகளையும் தாங்குமாறுள்ள குறுக்குச் சட்ட அமைப்பானது இரு தூண்களால் தாங்கப்படுகின்றது. ஒட்டுமொத்த இவ்வமைப்பின் இரு முனைகளிலும் உள்ள மாடப்பிறைகளின் கூரையமைப்பும் (Canopy) இக்குடைவரைக் கலைஞர்களின் புதுமையான சொந்தக் கற்பனை முயற்சியாகும். இந்த மாடப்பிறை கூரையமைப்பு வலது பக்கம் வடஇந்திய பாணிக் கோயில் சிகரம் போன்றும், இடது பக்கம் திராவிடப் பாணிக் கோயில் சிகரம் போன்றும் செதுக்கப்பட்டுள்ளது.

பாறைக் குடைவுக் கலையின் உச்சகட்ட வளர்ச்சி

இந்த இரண்டாம் பிரிவு மஹாயானக் குடைவரைகளில் எல்லாம் உச்சகட்ட வளர்ச்சி புலப்படுகின்றன. எவ்வாறெனில், கோடுகள் நேராய், நேர்த்தியாய் இருக்கின்றன. கோணங்கள் பிசிறில்லாமல் துல்லியமாய் உள்ளன. சுவர்ப்பகுதிகள் எல்லாம் இவற்றுக்கு முந்தைய குடைவரை களைக் காட்டிலும், மேடுபள்ளமின்றிச் சமப்பரப்பாயுள்ளன. பாறைக் குடைவுக் கலையின் சிறப்புக் கூறுகள் இவைகள் தானே!

அவுரங்காபாத் பௌத்தக் குடைவரைகள்

அவுரங்காபாத் நகரின் வடக்கே ஒரு மைல் தொலைவில் மலையின் பிதுக்கத்தில் குடையப்பட்டுள்ள பௌத்தக் குடைவரைகள் மூன்று குழுமங்களாகப் பிரிக்கலாம். முதல் குழுமத்தில் ஒரு சைத்தியம், நான்கு விஹாரங்களும், இரண்டாவது குழுமத்தில் நான்கு விஹாரங்களும் உள்ளன. மூன்றாவது குழுமத்தில் மூன்று குடைவரைகள் உள்ளன என்பதற்கு மேல் குறிப்பிட்டுச் சொல்வதற்கு ஒன்றுமில்லை.

முதல் குடைவரைக் குழும சைத்தியமானது குடைவரை இலக்கம் 4 ஆகும். இது அஜந்தாவின் ஹீனயானக் குடைவரைக் காலகட்டத்தைச் சேர்ந்த தாயிருக்க வேண்டும். 40 அடி x 32 அடி அளவுள்ள இச்சைத்தியம் சிதை வடைந்த நிலையிலுள்ளது.

13.25 அவுரங்காபாத் குடைவரைகள்

அவுரங்காபாத்தின் குடைவரை விஹாரங்களில் இலக்கம் 3ம், 7ம் உடையவை மிகவும் சிறப்பானவை; நன்கு பேணப்பட்டவை; இருவேறு திட்ட அமைப்பில் அமைந்தவை ஆகும். விஹாரம் எண் மூன்றின் தூண்களெல்லாம் நுட்பமாகச் செதுக்கப்பட்ட வேலைப்பாடுகளைக் கொண்டுள்ளன. தூண்களாலான இம்மண்டபத்திலிருந்து சென்றடையுமாறு பிக்குகள் தங்கும் அறைகள் பாறையினுள் குடையப்பட்டுள்ளன. மாறாக விஹாரம் எண் ஏழில் பிக்குகளுக்கான அறைக் குடைவுகள் மண்டபத்தின் முக்கிய பகுதியின் மையத்தில் வலம் வரும் பாதையுடன் அமைந்துள்ளன. வைதீகக் குடைவரைகளில் சில, குறிப்பாக, இராமேஸ்வர குடைவரையின் திட்ட அமைப்பு இது போன்றே பின்பற்றப்பட்டுள்ளது.

அவுரங்காபாத் குடைவரைகளில் குறிப்பிடும்படியான மற்றொரு கூறு அதன் சிற்ப மற்றும் அழகுபடுத்தும் வேலைப்பாடுகளாகும். சிற்ப வேலைப்பாடுகளையும் இரண்டு வகைகளாகப் பிரிக்கலாம்.

13.26 அவுரங்காபாத் குடைவரை மண்டபத் தூண் வேலைப்பாடுகள்.

ஒன்று மத்திய நிலைப் புடைப்புச் சிற்பங்களாக அமைந்துள்ளன. இப்பிரிவுச் சிற்பங்கள் தூண்களிலும், அதன் மேல்கட்டுமானங்களிலும் காணப்படுகின்றன. தூண்களின் உச்சியிணைப்புகள் "ஜாடியும், இலைகளும்" மாதிரியில் அமைந்தவைகளாகும். ஒன்றாம் இலக்க விஹாரத்தில் தூண்களோடு அதிகப்படியான இணைப்புச் சட்டங்கள் (struts) இணைக்கப்பட்டு அதில் அழகிய உருவ சிற்ப வடிவங்கள் (figure sculptures) செதுக்கப்பட்டுள்ளன. இவ்வேலைப்பாடுகள் பாதமியின் (Badami) கோயில் எண் மூன்றினை நினைவுறுத்துகின்றன. தூண் உச்சியிணைப்புகளின் நேர்த்தியோடு, தூணின் தண்டுப் பகுதியிலும் இலை, கொடிக்கருக்கு, உருவச் சிற்ப வேலைப்பாடுகளும் விலாவாரியாக நுணுக்கமாக மேற்கொள்ளப்பட்டுள்ளன.

ஆனால் இரண்டாம் பிரிவுச் சிற்பங்களான பெரிய அளவு உருவச் சிற்பங்களில் (bold figure sculpture) தான் அவுரங்காபாத் விஹாரங்களின் பெருமை பேசப்படுகின்றது. முழுமையான வடிவமைப்பு (முப்பரிமாணம்) வெளிப்படும் உயர்நிலைப் புடைப்புச் சிற்பங்களான இவை குடைவரை வடிவமைப்புடனும், தொழில்நுட்பத்துடனும் ஒருங்கியைந்து அமைந்துள்ளது.

13.27 முகப்புத் தூண்களும், பக்கச் சுவர் வேலைப்பாடுகளும் - அவுரங்காபாத் குடைவரைகள்

பொதுவாக வலம் வரும் பாதைக்கான நுழைவுப் பாதைகளில் அவலோகிதீசுவரர் சிற்பப் பலகைகளும், பிற போதிசத்துவர்களின் சிற்பப் பலகைகளும் இடம் பெற்றுள்ளன. இவற்றைக் கடந்தால், நுழைவாயிலின் இடப்புறம் 'தாரா' தனது பணியாளர்களுடன் இருப்பது போன்ற சிற்பப் பலகை உள்ளது. இவ்வாறாகத் தெய்வ வடிவங்களாக உருவகப்படுத்தப்பட்ட புத்தரின் பல்வேறு நற்குணாதிசயங்களையும் பக்தன் தியானிக்கின்றான். பின்னாளில் வளர்ச்சியுற்ற யோக முறையுடன் கூடிய மஹாயான புத்தப் பிரிவில் செதுக்கப்பட்ட எண்ணற்ற தெய்வ வடிவங்களுக்கு முன்னோடி வடிவங்கள் இச்சிற்பப் பலகைகளேயாகும். குடைவரை எண் 7-இன் இருண்ட உட்பிரகார இடதுபுறச் சுவரில் ஒரு நங்கை நடன முத்திரையில் ஆறு பக்கவாத்திய மங்கைகளுடன் இருக்கும் சிற்பப் பலகை உள்ளது. இதே காலகட்டக் குடைவரைகளில் காணப்படும் சிறந்த சிற்பப் பலகைகளில் இதுவும் ஒன்றாகும்.

விஹாரம் எண் 3-இன் கருவறையில் மனதைக் கொள்ளை கொள்ளும் பெரிய அளவு உருவச் சிற்பங்கள் இடம் பெற்றுள்ளன. இங்கு அரியணையில் அமர்ந்திருப்பது போல் புத்தரின் மாபெரும் சிற்ப வடிவம் உள்ளது. அவர் காலடியில் இரண்டு குழும பக்தர்கள், பக்தி சிரத்தையுடன் மண்டியிட்டவாறு காணப்படுகின்றனர். மனித அளவுள்ளதாக இச்சிற்பங்கள் செதுக்கப்பட்டுள்ளன. இரண்டு குழும பக்தர்களில் ஆண்களும் உள்ளனர்; பெண்களும் உள்ளனர்; சிலர் சமர்ப்பிக்கக் கொணர்ந்த மாலைகளுடனுள்ளனர்; சிலர் கைகுவித்து தொழுத வண்ணம் உள்ளனர். அனைவரின் முகபாவங்களும், உடற்கூறு வெளிப்படுத்தும் மொழிகளும் (Body language) வெளிச்சம் போட்டுக் காட்டும் மனப்பூர்வமான பக்தி உணர்வானது நமது மனதை நெகிழ்விக்கின்றது. அவர்களது உடையலங்காரமும், தலைப்பாகைகளும், பிற அணிகலன்களும் மற்றும் உடல்தோற்றமும் ஏழாம் நூற்றாண்டு மக்களை நம் கண்முன்னே கொண்டு வந்து நிறுத்துகின்றது.

அனைத்திற்கும் மேலாக இச்சிற்பங்கள் எடுத்துரைக்கும் மாபெரும் உண்மை குறிப்பிடத்தக்கதாகும். மரபுப்படியான அழகிய தெய்வ வடிவங்களையே திரும்பத் திரும்ப செதுக்கும் சிற்ப வேலைகள்தான் பெரும்பான்மையாகும். எப்பொழுதுதாவதுதான் சராசரி மனித வடிவையும் உயிரோட்டத்துடன் தத்ரூபமாக இயல்பான உணர்வுகளுடன் இயல்பான நிலைகளில் உருவாக்கும் வாய்ப்பு கிடைக்கும். அம்மாதிரியொரு சந்தர்ப்பதம்தான் மேலே குறிப்பிட்ட பக்தி பாவனையை வெளிப்படுத்தும் மனித வடிவங்களாகும். இம்மாதிரி எதிர்பாராமல் வாய்ப்புக் கிடைக்கும் போதெல்லாம் இந்தியச் சிற்பியர் தங்களது பன்முகக் கலைத்திறனை முழுமையாக வெளிப்படுத்தியுள்ளனர்.

அத்தியாயம் - 14

சாளுக்கியக் காவியங்கள்

முற்காலச் சாளுக்கியரின் தலைநகராக விளங்கியது ஐஹோளே. மேலும் இது இந்தியக் கோயில் கட்டுமானக் கலையின் தொட்டில் களாகத் திகழ்ந்த பகுதிகளில் ஒன்றாகும். இங்குள்ள கோயில்களெல்லாம் கி.பி. 5, 6ஆம் நூற்றாண்டைச் சேர்ந்த தொடக்கநிலைக் கட்டுமானங் களாகும். இக்கோயில்கள் ஒன்றுக்கொன்று வித்தியாசமாகவுள்ள கட்டுமானங்களாகும். குப்தர் பாணிக் கோயில்களைப்போல் தட்டையான கூரையைப் பெற்றுள்ளன. கட்டுமானக் கோயில்களின் வளர்ச்சி நிலைகளின் பிற பரிமாணங்களையும் ஐஹோளேக் கோயில்களில் காண முடிகின்றது.

கோயிலின் வெளியே இருந்து பார்த்தால் கோயிலின் எப்பகுதியில் கருவறை அமைந்துள்ளது என்பதை உணர்த்தும் அடையாளச் சின்னம் ஏதும் ஆரம்பத்தில் இல்லாமலிருந்தது. பின்னானில்தான் கருவறைமேல் சிகரம் அமைக்கப்பட்டது. இதன் மூலம் பிற கட்டுமானங்களில் இருந்து கோயிலைப் பிரித்துக் காட்டுதல் எளிதாயிற்று. மேலும் கோயிலினுள் உள்ள கருவறைக்கென்று ஒரு தனி கௌரவமும் கிடைக்கலாயிற்று. அதற்கும் பின்னாளில் கோயிலின் மேற்குமுனையில் நீட்டல்பகுதி இணைப்புக் கட்டுமானமாக விமானத்துடன் கூடிய கருவறை இடம் பெறலாயிற்று. மேலும் 'விமானம்' என்றாலே கருவறையும் அதன் மேல் கட்டுமானமும் சேர்த்தே அழைக்கப்படுவது என்ற வழக்கம் ஏற்பட்டது. ஐஹோளேயில் உள்ள பல கோயில்களில் இதுபோன்ற பல்வேறு வளர்ச்சி நிலைகள் உற்று நோக்கினால் புலப்படும். 'சிகரம்' என்று குறிப்பிடத்தக்க கட்டுமான அமைப்பின் தொடக்கத்தினை ஐஹோளேயில் காண இயலும். இங்குள்ள மிகச் சிறிய தொடக்க நிலைக் கோயில் கட்டுமானங்களில்

சிகரமானது தொடர்ச்சியான, ஒன்றன்மேல் ஒன்றான பல கட்டுமான இணைப்புகளாகத்தான் அமைக்கப்பட்டது. இதன் தொடர்ச்சிநிலையில் படிப்படியாக உயரங் குறைந்துகொண்டே செல்லும் பல நிலை கட்டுமான இணைப்புகள் கொண்ட பிரமிட் வடிவமாக உருவெடுத்தது. ஆனால் பிரமிட் அமைப்பின் குறுகிய உச்சிப் பகுதி இடம் பெறவில்லை. மாறாக இவ்வமைப்பு சிகர உச்சிப் பகுதியில் விளிம்பு வரிகளுடன் கூடிய தட்டையான கல்லைக் கொண்டிருந்தது. முலாம் பழ (Melon) வடிவிலிருக்கும் இக்கல்லை நெல்லிக்கனி கல் (Amla Sila) என்பர். வடஇந்திய நகரா பாணி சிகர அமைப்பாகும் இது. இத்தகு பாணியின் அடிப்படையான அமைப்பினைக் கொண்ட சிகரத்தை முதன் முதலாக ஐஹோளேயிலுள்ள துர்க்கைக் கோயில் பெற்றுள்ளது. பின்னாளைய நிலை பெற்ற சிகரத்தின் பக்கங்களெல்லாம் தொடர்ச்சியாக உள்நோக்கிய வளைவினைக் கொண்டிருக்கும். மாறாக இந்த துர்க்கைக் கோயிலில் சிகரத்தின் பக்கங்கள் நேர்க்கோடு போல் அமைந்துள்ளன. நெல்லிக்கனி கல்லைத் தாங்கும் பொருட்டு உச்சிப் பகுதி மட்டும் உள்வாங்கிய வளைவினைக் கொண்டதாயுள்ளது. சிகரத்திலிருந்து சிதலமடைந்து விழுந்த நெல்லிக்கனி கல்லானது கோயிலருகிலேயே தரையில் கிடக்கின்றது. சைத்திய மண்டப வடிவான கஜபிருஷ்ட அமைப்பின் மேல் வித்தியாசமான வைதீகக் கோயில் சிகரமைப்பை துர்க்கைக் கோயில் கொண்டிருப்பது தனித்துவமாகும்.

ஹீச்சிமல்லிக்குடி என்ற ஐஹோளே கோயிலும் சதுர அமைப்பின் மேல் சிகரத்தைக் கொண்டுள்ளது. சிகரத்தின் கிழக்கு முகத்தின் ஒரு பகுதி நீட்டப்பட்டு, சைத்திய வளைவு அமைப்பைப் பெற்றுள்ளது. இவ்வமைப்பின் மையத்தில் சிற்பப் பலகை வட்டவடிவில் செதுக்கப்பட்டுள்ளது. தாண்டவமாடும் சிவனின் புடைப்புச் சிற்பம் இச்சிற்பப் பலகையில் இடம் பெற்றுள்ளது. பின்னாட்களில், இது போன்ற நீட்டல் பகுதிகள் மென்மேலும் அதிகரிக்கப்பட்டன; இவை கூரையமைப்பின் முகப்பு (Sable) போன்ற அமைப்பைப் பெற்றன; மேலும் கருவறைமுன் உள்ள இடைப்பாதையின் (அந்தராளம், இடைநாழி) கூரையாகவும் விரிவடைந்தன.

ஐஹோளேயில் இடம் பெறும் சிகரங்களில் பெரும்பான்மை யானவை வட இந்திய நகரா பாணியிலானவை; உள்ளூர்க் கலைஞர்களின் மனதிற்குகந்த மாறுதல்களையும் உள்ளடக்கியவை. இருப்பினும் சிகரம் என்பதன் அடிப்படை எளிய அமைப்பைக் கொண்டுள்ளவையாகும். திராவிடப் பாணி சிகர அமைப்புடைய கோயில்களும் ஐஹோளேயில் உள்ளன. 53ஆம் இலக்கமுள்ள கோயிலும், மெகுட்டி (காலம் கி.பி. 634 என்பர்) கோயிலும், இலக்கம் 39 உடைய ஜைனக் கோயிலும் திராவிடப்

பாணி சிகர அமைப்புடைய கோயில்களுக்குச் சான்றாகும். மிகவும் சிதிலமடைந்த நிலையில் இக்கோயில்கள் உள்ளதால், தனித்துவமான திராவிடப் பாணி சிகரந்தான் என இனங்கண்டு கொள்ள இயலாததாயுள்ளது.

14.1 பாதாமி அருகிலுள்ள மஹாகடேஸ்வரர் கோயிலின் திராவிட பாணி சிகரம்

இக்குறையை நிவர்த்தி செய்ய ஐஹோளேயிலிருந்து 15மைல் தொலைவிலுள்ள சாளுக்கியர்களின் இடம் பெயர்ந்த புதிய தலைநகரான பாதாமிக்குச் செல்ல வேண்டியுள்ளது. இந்நகரின் மேற்குப்புறமாக மூன்று மைல் தொலைவில் உள்ளது ஒரு கோயில் குழுமம். இதில் அடங்கியுள்ள மஹாகடேஸ்வரர் (Mahakatesvara) கோயிலானது கி.பி.600 வாக்கில் கட்டப்பட்டிருக்கலாம். அதிக முக்கியத்துவம் இல்லாத சிறிய கோயில்தான். இருப்பினும் முழுமையான சிகரத்தைப் பெற்றிருப்பதால் நமது தேடுதலுக்கு உகந்ததாகின்றது; திராவிடச் சிகர வளர்ச்சியின் தொடக்கநிலை மாதிரிக்கு ஓர் கம்பீரமான எடுத்துக்காட்டாகும் இக்கோயில்; எண்கோண அமைப்பின் மேல் கோளவடிவ உச்சிப் பகுதிகளைக் கொண்டதாகவும், இவ்வமைப்பைச் சுற்றிலும் பல அடுக்குகளில் கோயிலின் சிறிய வடிவ அல்லது பொம்மை வடிவ அமைப்பைக் கொண்டதாகவும் இத்திராவிட பாணி சிகரம் அமைந்துள்ளது.

சற்றே பெரிய அளவிலான அதே சமயம் வளர்ச்சிப் படியில் அடியெடுத்து வைத்துள்ள திராவிடச் சிகரத்தைக் கொண்டதாக மேளகிட்டி (Malagitti Sivalaya) சிவாலயம் அமைந்துள்ளது.. இக்கோயிலானது பாதாமி நகரை நோக்கியவாறுள்ள மலைகளின்

ஊடாக அமைந்துள்ளது. இக்கோயில் சிகரமும் மஹாகடேஸ்வரர் கோயில் சிகரம் போன்றே யிருப்பினும், எடுப்பான தோற்றமும் அதிகப்படியான கற்பிக்கும் செய்திகளை உள்ளடக்கியதாயும் உள்ளது. இக்கோயில் 56 அடி நீளமே யுடையது. கருவறை, மண்டபம், முகப்புத் தாழ்வாரம் என மூன்று கட்டுகளைக் கொண்ட உறுதியான கட்டுமானமாகும்.

14.2 மேளகிட்டி சிவாலயம்

கருவறையும், மண்டபமும் சதுரத் தரைத்தளத்தின் மேல் குடைவரை மரபுப்படி உருவாக்கப்பட்டதோ என எண்ணத் தோன்றுகிறது. கனமான மற்றும் பருமனான ஒற்றைக் கற்றளித் தூண்கள், பெரிய அளவிலான வளைவு உச்சியிணைப்புகள், அகலமான கல் அடுக்கு வேலைகள் (broad string coarses), தொங்கிக் கொண்டிருக்கும் உருட்டு வடிவ நீட்டல்கள் (overhanging roll cornices) போன்றவை குடைவரை பாணி வேலைப்பாடுகளையே நினைவூட்டுகின்றன. இத்தகைய கட்டுமானக் கூறுகளுடன், சிற்ப வேலைப்பாடுகள், பலகைகளிலும், விளிம்புகளிலும், (Border works) மாடப்பிறைகளினுள்ளும் மேற்கொள்ளப்பட்டுள்ளன. நன்கு கைதேர்ந்த சிற்ப வேலைப்பாடுகளாக இல்லாவிட்டாலும், இளமைத் துடிப்பும் இயக்க அசைவுகளும் கலந்த உணர்வுகளை நன்கு வெளிப்படுத்துகின்றன. கட்டுமானத்திற்குப் பயன்படுத்தப்பட்ட கல்லைப் போன்ற நிலைத்த தன்மையையும், கட்டுப்படுத்தப்பட்ட சக்தியை உள்ளடக்கிய உணர்வையும் இக்கோயில் கட்டுமானம் கொண்டுள்ளது.

14.3 மேளகிட்டி சிவாலய (சுவர்) சிற்பவேலைப்பாடுகள்

இக்கோயிலிலிருந்து சிறிது தொலைவிலேயே பெயரிடப்படாத, வழிபாடுகள் மேற்கொள்ளப்படாத, மற்றொரு கோயில் உள்ளது. கட்டுமான அமைப்பிலிருந்து காலத்தால் முந்தியது என ஊகிக்க

14.4 குதிரைலாட வடிவ வளைவினுள் சிற்ப வேலைப்பாடுகள் - மேளகிட்டி சிவாலயம்

முடிகின்றது. எண்கோண அமைப்பின் மேல் அமையாமல் சதுர அமைப்பின் மேல் சிகரம் அமைந்துள்ளது என்பதாலேயே காண்போர் கவனத்தை ஈர்க்கின்றது. கோயில் சிகர அமைப்பு உருவாக்க நிலைகளில் குறிப்பிடத்தக்க ஒன்றல்லவா இச்சதுர வடிவமைப்பு. சிகரம் அதிகப் படியாக சிதிலமாயிருந்தாலும், அதன் முழுத் தோற்றத்தை ஊகிக்க முடிகின்றது. பிரகாரப் பாதையினுள் கருவறை அடங்கியுள்ளது. கருவறைமுன் உள்ள துண்களாலான மண்டபம் சாய்வான கூரையுடையதாயுள்ளது. அவசியமற்ற பருமனுடன் அதிகப்படியான கட்டுமானப் பொருட்கள் விரயம் செய்யப்பட்ட எளிய கட்டுமானம்தான். எனவேதான் பெருங்கற்கால (Megalithic) நினைவுச் சின்னம் போன்ற மனவோட்டத்தைக் கொடுக்கின்றது.

ஆறாம் நூற்றாண்டின் பிற்பகுதியைச் சேர்ந்த இவ்விரு கோயில்களும் பாதாமி நகரை நோக்கியவாறு மட்டும் அமைந்திருக்கவில்லை; பாதாமியிலுள்ள குடைவரை மண்டபங்களையும் நோக்கியவாறு அமைந்துள்ளன. ஒரு நூற்றாண்டு கால இடைவெளியுள்ள கோயில்களின் கட்டுமானங்களையும், குடைவரை மண்டபங்களையும் ஒப்பிடும்போது நமக்கு மிஞ்சுவது புரியாத புதிரேயாகும். காலஞ் செல்லச்செல்ல கட்டுமான, வடிவமைப்பு நேர்த்தியடைந்திடத்தானே செய்யும்! இங்கோ நிலமை மாறாகவுள்ளதே!!

கோயில்களின் தாழ்வாரத் தூண்கள் ஒப்பனையற்ற தண்டுப் பகுதியின் மேல் மிகவும் கனமான உச்சியிணைப்புகளைக் கொண்டுள்ளன. இவை ஆரம்ப நிலை வடிவமைப்புகளோ என்ற எண்ணத்தைக் குடைவரை மண்டபங்களில் காணப்படும் மிக நேர்த்தியான உருளைவடிவ (fluted) தூண்களின் தண்டுப்பகுதியும், அதன் மேலுள்ள விரிவான இணைப்பு வேலைப்பாடுகளுடன் கூடிய நீட்டல்களும் (struts) தோற்றுவிக்கின்றன. காலத்தால் முற்பட்ட குடைவரை வேலைப்பாடுகளின் நேர்த்தியும், காலத்தாற் பிற்பட்ட கல்கட்டுமான கோயில் வேலைப்பாடுகளின் குழந்தைத்தனமும் புதிர்போடும் விஷயந்தான். கட்டுமான அமைப்பு பற்றிய எண்ணவோட்டங்களிலும், கட்டுமானத் தொழில்நுட்பத்திலும் பின்னடைவு ஏற்பட்டுவிட்டதோ என்ற எண்ணத்திற்குக் கூட

வழிவகுக்கும். ஆனால் புதிருக்கான விடையும், பின்னடைவு ஏற்படவில்லை என்பதற்கும் சாட்சிகள் இக்கோயில்களும் எதிரேயுள்ள குடைவரை மண்டபங்களுமேயாகும். எதிரும் புதிருமாக விளங்கும் வேறுபட்ட கட்டுமான முறைகளில் மாபெரும் மாற்றங்கள் நிகழ்ந்து கொண்டிருந்தன என்பதே புதிருக்கான விடையுமாகும்.

குடைவரைப் பாணியிலேயே அனுபவம் அதிகம் இருந்ததால், இம்முறைப்படியே பிற கட்டுமான முறைகளும் ஆரம்பத்தில் தொடர்ந்தன. குடைவரைக் கட்டுமானங்களில் 'இடிந்து விடும்' என்ற பயத்திற்கு இடமில்லாத உறுதிப்பாடு இதன் உள்ளார்ந்த குணாதிசய மாகும். குடைவரைக் கட்டுமானத்தைக் கல் கட்டுமானம் முந்த முயற் சிக்கும் காலகட்டத்தின் தொடக்கத்தை பாதாமியில் பார்க்கின்றோம். இக்கட்டுமான மாற்றம் திடீரென்று ஒரே நாளில் ஏற்பட்டுவிடாது; படிப்படியாகத்தான் நிகழ வேண்டும்; ஏனெனில் குடைவரைக் கட்டுமானம் இன்னும் சில நூற்றாண்டுகளுக்கு உச்சகட்ட வளர்ச்சியை நோக்கிச் செல்லவிருக்கின்றது. பாதாமியின் குடைவரைக் கட்டுமானக் காலத்திலேயே ஓரளவிற்கு உயர்நிலை வளர்ச்சியைப் பெற்றுவிட்டது.

பாளம்பாளமாக கற்களை ஒன்றன்மேல் ஒன்றாக அடுக்கிக் கட்டும் கல்கட்டுமானமோ, பாதாமிக் கோயில்கள் கட்டுமான காலத்தில், தவழும் பருவத்திலேயே இருந்தது; பாதாமி குடைவரை மண்டபங்களை உருவாக்கிய கலைஞர்கள் இக்கோயில்களின் கல்கட்டுமான முறையை வியப்புடனே பார்த்திருப்பார்கள்; தங்களது எப்பொழுதும் நிலைத்திருக்கும் குடைவரை பாணியுடன் ஒப்பிடும்போது புதினமான இக்கல்கட்டுமான முயற்சி தற்காலிகமான முயற்சி; நீண்டநாள் தொடர வாய்ப்பில்லை என்றே நினைத்திருப்பார்கள்.

இன்றைக்கு வேண்டுமானால் கல்கட்டுமானது சர்வசாதாரணமாக பின்பற்றப்படும் முறையாயிருக்கலாம்; ஆனால் ஒரு கல்லை மற்றோர் கல்மேல் அடுக்கிக் கட்டுமானங்களை உருவாக்கும் முதல் முயற்சி தொடங்கப்பட்டபோது சரிந்துவிடாத உறுதிப்பாடு பற்றிய சந்தேகங்கள் இக்கல்கட்டுமானக் கலைஞர்களை மிகவும் மலைக்க வைத்திருக்கும். ஆனால் இம்முறையின் குறைபாடுகளைக் களைந்து தொழில்நுட்பம் முழுமையடையும்பொழுது, அக்கட்டுமானங்களின் குணாதிசயங்களே அலாதியானவை. இக்கல் கட்டுமான முறை மனித எண்ணவோட்டத்திற்கு ஏற்றாற்போல் வளைந்து கொடுக்கும் தன்மையுடையது; கட்டப்பட்ட வெவ்வேறு பகுதிகளை இணைப்பதென்பது எளிதானது. சில சமயங்களில் சில அம்சங்களில் நொறுங்கும் வாய்ப்புள்ள மலைப்

பாறைகளைவிட இக்கல் கட்டுமானங்கள் நிலை பெற்ற உறுதித் தன்மையைப் பெற்றவைகளாயுள்ளன.

இது போன்ற தொழில்நுட்ப குணாதிசயங்களல்லாமல், கல்கட்டுமான முறையில் கோயில் அமைப்பில் புதிய கட்டுமானக் கூறுகளைப் புகுத்த முடிந்தது. உதாரணமாகக் கோயிலின் வெளிப்புற அழகை, தோற்றத்தைப் பற்றிய எண்ணவோட்டத்திற்கு இடமளிக்கும் வாய்ப்பைக் கொடுக்கின்றது. குடைவரை முறையில் உள்தோற்றத்திற்குத் தான் கவனம் செலுத்த இயன்றதேயொழிய வெளித்தோற்ற வேலைப்பாடு என்ற பேச்சிற்கே இடமில்லை. (முகப்பு வேலைப்பாடுகளைத் தவிர)

கல்கட்டுமானம் என்பது கற்களை ஒன்றன்மேல் ஒன்றாக அடுக்குவதன் மூலம் கட்டிக் கொண்டே செல்வது; குடைவரை முறையென்பது கற்களை வெட்டி வெளியேற்றுவது. எனவே இவை இரண்டுமே முற்றிலும் முரண்பட்ட கோட்பாடுகளாகும். எனவே இரண்டு முறைகளுக்குமான கலைஞர்கள் வெவ்வேறானவர்களே; ஒருவரையொருவர் சார்ந்திராமல் அவரவர் தொழிலை அவரவர் கோட்பாட்டின்படி, முறைகளின்படி பின்பற்றியிருப்பர். ஆனால் நிச்சயமாக ஒருவரிடமிருந்து மற்றவர் கற்க மறுப்பதற்கிடமில்லை; இருப்பினும் இவ்விரு பிரிவினரும் இணைந்து பணிபுரியாமல் அவரவர் பாதையில் இணைப்பாக நடைபோட்டிருப்பர்.

14.5 பட்டடக்கல் திராவிடபாணி விமானத்துடன் மல்லிகார்ஜுனர், நகராபாணி விமானத்துடன் காசிவிஸ்வநாதர் கோயில்கள்

நரசிம்மவர்ம பல்லவனும், அவரது சேனாதிபதி சிறுத்தொண்டர் என்று பின்னாளில் சிவனடியாராக அறியப்பட்ட பரஞ்சோதியும் வாதாபியைத் தாக்கித் தீக்கிரையாக்கினர். அப்போரில் இரண்டாம் புலிகேசி இறந்திருக்கக் கூடும். இப்போர் நடைபெற்ற கி.பி. 642-இல் சாளுக்கியரின் தலைநகர் வாதாபியிலிருந்து பட்டடக்கல்லுக்கு மாற்றப்பட்டிருக்க வேண்டும். சாளுக்கியரின் ஆதிக்கம் விக்கிரமாதித்யர் II (733-746) காலத்தில் உச்சநிலையை எட்டிற்று. விக்கிரமாதித்யர் II 740-இல் காஞ்சியைக் கைப்பற்றினார்; காஞ்சி கைலாசநாதர் ஆலய அழகில் மயங்கி மெய்மறந்து நின்றார் என்பர். காஞ்சியை எவ்விதத்திலும் சேதப்படுத்தாமல், பல்லவர்கள் வாதாபிப் போரின் முடிவில் கவர்ந்து சென்ற விலை மதிப்பற்ற பொருட்களையும், பல்லவக் கட்டுமானக் கலைஞர்கள் சிலரையும் பட்டடக்கல்லுக்கு அழைத்துச் சென்றார் என்பர். விக்கிரமாதித்யா II சமணத்தைப் போற்றினார்; அவரது ராணிகளோ சைவத்தைப் போற்றினர்.

பட்டடக்கல் தலைநகராகிய பின் தான் கற்கட்டுமான கோயில்கள் கட்டப்பட்டிருக்க வேண்டும்; எனவே இங்குக் காணப்படும் தொடக்க காலக் கோயில்கள் கூட ஏழாம் நூற்றாண்டின் பிற்பகுதியைச் சேர்ந்ததாயிருக்க வேண்டும்; கட்டுமானக் கலை உயர்நிலை எய்தியது எட்டாம் நூற்றாண்டின் முற்பகுதியாயிருக்க வேண்டும். இங்கு வடஇந்திய பாணியிலும், திராவிடப் பாணியிலும் ஆன வளர்ச்சியுற்ற கற்கட்டுமான கோயில்கள் மாலப்பிரபா நதிக்கரையில் அடுத்தடுத்து அமைந்துள்ளன.

இருப்பினும் ஒரு பாணியின் கட்டுமானக் கூறுகள், நுணுக்கங்கள் அடுத்த பாணியின் கட்டுமானங்களிலும் கலந்துள்ளன. இதிலிருந்து அந்தந்த பாணிகளுக்கான குணாதிசயங்கள் நிலை பெற்றிராமல் வளர்ச்சிப் போக்கில்தான் உள்ளன என்பது தெளிவாகின்றது.

பட்டடக்கல்லில் பாபநாதர் (சுமார் 680), ஜம்புலிங்கேஸ்வரர் (சுமார் 690), கரசித்தேஸ்வரர் (சுமார் 700), காசிநாதர் (சுமார் 725), ஆகிய கோயில்களெல்லாம் வடஇந்திய 'நகரா' பாணிக் கோயில்களாகும். சங்கமேஸ்வரர் (சுமார் 725), விருபாஷர் (சுமார் 740), மல்லிகார்ஜுனர் (சுமார் 740), காலகநாதர் (சுமார் 740), சன்மேஸ்வரர் மற்றும் ஜைனக் கோயில் ஒன்று ஆகியவைகளெல்லாம் திராவிட பாணியிலான கோயில்களாகும். பாபநாதர் ஆலயமும், விருபாஷர் ஆலயமும் முறையே வடஇந்திய, திராவிடப் பாணியிலமைந்த பெரியதும், முக்கியமானதுமான கோயில்களாகும். காலத்தால் முந்தியது பாபநாதர் கோயில். பட்டடக்கல் தலைநகரானபின் கட்டப்பட்ட அரச குடும்பத்துக் கோயிலாயிருக்க

14.6 பட்டடக்கல் பாப நாதர் கோயிலின் முகப்புத் தோற்றம்

வேண்டும். இக்கோயில் கட்டுமான காலத்தில் விஷ்ணுவிற்கும், சூரியனுக்கும் அர்ப்பணிக்கப்பட்டது. பின்னாளில் சிவன் கோயிலாக மாற்றப்பட்டது. சிவனுக்கு அர்ப்பணிக்கப்பட்ட விருபாஷர் கோயில் விக்ரமாதித்யர் II -இன் காலத்தில் கட்டப்பட்டதென்று இக்கோயில் கல்வெட்டொன்று கூறுகின்றது. இவ்வரசனின் தேவியான லோகமஹா தேவியால் கட்டப்பட்டது. பல்லவர்களையும், அவர்கள் தலைநகர் காஞ்சியையும் வெற்றிகொண்டதைக் கொண்டாடக் கட்டப்பட்ட கோயிலென்றும் கூறுவர். எனவேதான் விருபாஷர் கோயில் கிட்டத்தட்ட காஞ்சி கைலாசநாதர் கோயில் போன்றேயுள்ளது என்பர். பின்னாளில்

14.7 பட்டடக்கல் விருபாஷர் கோயில் அமைப்பு

ஆட்சி செலுத்திய ராஷ்டிரகூடர்களின் உலகப் பிரசித்தி பெற்ற எல்லோரா கைலாசநாதர் குடைவரைக் கோயிலின் முன்வடிவமைப்பு மாதிரியாக விருபாஷர் கோயில் இருந்திருக்க வேண்டும். அருகிலேயே கிடைத்த சிவப்பு மணற்கற்கள்கொண்டு விருபாஷர் கோயில் கட்டப்பட்டது.

கோயிற்கட்டுமானம் என்பதன் இலக்கணத்தை நிர்ணயிக்கும் வளர்ச்சிப் பாதையில் பங்கு பெற்ற ஆலயங்களில் பாபநாதர் ஆலயமும் ஒன்று. இதனை இக்கோயிலின் தரைத்தளத் திட்டத்திலிருந்தும், ஒட்டுமொத்த தோற்றத்திலிருந்துமே அறிந்துகொள்ளலாம். 90 அடி நீளமுள்ள தாழ்வான நீண்ட கட்டுமானமாகும் பாபநாதர் கோயில். கோயிலின் கிழக்கு முனையில் சிறிய அளவிலான கோயில் சிகரம் அமைந்துள்ளது. இது கோயிலின் பிறபகுதி அளவுகளோடு ஒத்துப்போகாத விகிதாச்சாரத்தில் அமைந்துள்ளது. இதிலிருந்து கோயிலின் முக்கிய அங்கங்கள் ஒன்றுக்கொன்று பொருத்தமாக எங்கெங்கு என்ன விகிதாச்சார அளவுகளில் அமைய வேண்டும் என்பது நிர்ணயமாகாத நிலை இக்கோயில் கட்டுமான காலத்தில் நிலவியது தெளிவாகின்றது. இவ்வெண்ணம் முரண்பாடுடைய, ஒவ்வாத தன்மையுடைய கோயிலின் வெளித்தோற்ற வடிவமைப்பைப் பார்த்ததும் உறுதிப்படுகின்றது.

இதற்குச் சான்றாக கருவறை முன் உள்ள இடைப்பாதை (அந்தராளம் அல்லது இடைநாழி)யை ஆய்வு செய்தாலே புலப்படும். அதிக இடைவெளியுள்ள நான்கு தூண்களாலான பெரிய சதுர மண்டபமாக உள்ளது. இதன் காரணமாக இவ்வமைப்பு ஓர் இணை

14.8 பாப நாதர் கோயில் பக்கவாட்டுத் தோற்றம் - அடித்தளம் முதல் விமானம் வரை

சபாமண்டபம் போன்றுள்ளதேயொழிய இடைப்பாதை போன்ற எண்ணத்தைக் கொடுப்பதில்லை. இதன் விளைவாகக் கோயிலின் மற்ற பகுதிகளும், குறிப்பாக முன்தோற்ற அமைப்பும் பொருத்தமற்ற விகிதாச்சார அளவுள்ள அமைப்புகளாகின்றன.

கோயிலின் உட்புறத்திலும் சந்தேகத்திற்கிடமில்லாத உறுதிப்பாட்டினை அடிப்படையாகக் கொண்டு சுவர்களும், தூண்களும் அதிக திண்மம் உள்ளவைகளாகக் கட்டப்பட்டுள்ளன. இக்குணாதிசயங்கள் கல்கட்டுமான தொழில் நுட்பம் முழுமையான வளர்ச்சியடையாததையும், குடைவரைக் கட்டுமான ஊடக எண்ணவோட்டம் கல்கட்டுமானத்திற்கு மாறாததையுமே எடுத்துரைக்கின்றன. இத்தன்மையைப் பாதி இருளில் மறைந்து கிடக்கும் தூண்களின் உச்சியிணைப்புகளிலும், பக்க இணைப்புகளிலும் இடம் பெறும் விலாவாரியான நுணுக்கங்களில் காண முடியும். இவ்விணைப்பு களில் இடம் பெறும் இயற்கை வடிவிற்கப்பாற்பட்ட விலங்குகள் எல்லாம் மனிதக் கற்பனையிலுதித்தவைகளாகும். இத்தகு மேன்மையான

14.9 மண்டப உட்புறம் - பாபநாதர் கோயில்

அலங்கார வேலைப்பாடுகளைக் கொண்டதாகக் கோயிலின் உட்புற வடிவமைப்பு அமையும் மரபு தமிழகக் கோயில்களில் இடம் பெற இன்னும் சிறிது காலம் பிடிக்கும். அலங்கார வேலைப்பாடுகளில் குறிப்பிடத்தக்கது விதானச் சிற்பப் பலகை வேலைப்பாடுகளாகும். சிவபெருமானின் அழகிய சிற்ப வடிவமானது விதானச் சிற்பப் பலகைகளில் இடம் பெற்றுள்ளது. இது போன்ற விதான சிற்பப் பலகை வேலைப்பாடுகள் நீண்டகாலம் கழித்து ஒரிஸ்ஸா, ராஜஸ்தான் கோயில் கட்டுமானங்களில் பெருவாரியாக மேற்கொள்ளப்பட்டன என்பது குறிப்பிடத்தக்கதாகும்.

கோயிலின் அடித்தளமானது (அதிஷ்டானம்) ஒட்டுமொத்த கட்டுமானத்தைச் சுற்றிலும் பல அடுக்கு கல்கட்டுமான இணைப்புகளாக அமைந்து மொத்த கட்டுமானத்தையும் தாங்குகின்றது. இதற்கும் மேல் உள்ள அகலமான வெளிப்புறச் சுவர்ப் பகுதிகளில்தான் மிகவும் நுணுக்கமான கலை நுட்பத்தைக் கற்பிக்கக் கூடிய சிற்பக் கட்டுமானக் கலை பயன்படுத்தப்பட்டுள்ளது. முப்பரிமாணத்தில் அமைந்த ஏதோவொரு குறிப்பிடத்தக்க கோயிலின் சிறிய வடிவமானது தாழ்நிலை புடைப்புச் சிற்பப் படைப்புகளாக மாடப் பிறைகளாக இச்சுவர்ப் பகுதிகளில் திரும்பத் திரும்ப இடம் பெற்றுள்ளன. ஒவ்வொரு மாடப்பிறையும் இரு தூண்கள், கூரை நீட்டல், முக்கோண வடிவ விதானக்கூரை ஆகியவற்றை உள் அடக்கிய வடஇந்திய நகரா பாணிக் கோயிலமைப்பாயுள்ளது. தனிப்பட்ட முறையில் சுவரில் இடம் பெறும் இச்சிறிய அளவு கோயில் அமைப்பு நம் கவனத்தை ஈர்க்கின்றது. இவ்வமைப்பே சுற்றுச் சுவர் முழுதும் முப்பதிற்கும் மேற்பட்டு இடம் பெற்றுள்ளது. பாபநாதர் கோயிலின் வெளிப்புறச் சுவர் மேல் அதிக கனமுள்ள கூரை நீட்டல் வேலைப்பாடுகள் (Cornice) உள்ளன. இதற்கும் மேல் உள்ள கைப்பிடிச் சுவர்களில் இடம் பெறும் சிறிய அழகிய கோயில் கருத்தமைந்த வேலைப்பாடுகள் காண்போரது கருத்தைக் கவர்கின்றன.

பாபநாதர் கோயிலுக்கும், விருபாக்ஷர் கோயிலுக்கும் கட்டுமான காலத்தைப் பொறுத்த அளவில் கால இடைவெளி வெறும் 50 ஆண்டுகளேயாகும். இக்குறுகிய காலத்தில் கட்டுமான அமைப்பில் அடைந்துள்ள வளர்ச்சியானது வெகுவாக சிலாகிக்கக் கூடியதாகும். வளர்ச்சிக்கான காரணம் கலைஞர்கள் செய்முறை களப்பயிற்சிகளில் நன்கு தேர்ச்சியடைந்ததும், அதனைத் திறம்படக் காரண காரியங்களுக்குட்பட்டுச் செயல்படுத்தியதுமேயாகும். விருபாக்ஷர் கோயிலின் கட்டுமான தரையமைப்பில் கோயிலின் ஒவ்வோர் அங்கமும்

14.10 விருபாக்ஷர் கோயில் - பட்டடக்கல்

சரியான விகிதாச்சாரத்தில் பொருத்தமான இடத்தில் இடம் பெறுவதால் கோயிலின் வெளித்தோற்றம் மிக அழகாக உள்ளது. இதனால் முழுமையான நிலைபெற்ற கோயிலமைப்பிற்கான இலக்கணம் வரையறுக்கப்பட்டுவிட்டது என்று கூறுவதற்கில்லை. பாபநாதர் கோயிலின் பெரிய அளவு இடைப்பாதை (அந்தாராளம்) போலல்லாமல் விருபாக்ஷர் கோயிலில் இப்பகுதி பொருத்தமான விகிதாச்சர ரீதியான அளவுடையதாய் அமைந்துள்ளதே குறிப்பிடத்தக்க முன்னேற்றமாகும். சாளுக்கியக் கோயில்களின் முழுவளர்ச்சியுற்ற நிலைபெற்ற இலக்கணப்படியான கட்டுமானங்களுக்கு 12, 13ஆம் நூற்றாண்டைச் சேர்ந்த குக்கானூர், லக்குண்டி (Kukkanur & Lakkundi) கோயில்களே சான்றாகும்.

ஒட்டுமொத்த விருபாக்ஷர் கோயிலும் அழகியது. எனினும் வெளிப்புறக் கோயில் வேலைப்பாடுகளைக் காண்போர் சிலாகித்துக் கூறுவர்; மத்திய அளவுள்ள கோயில் கட்டுமானமாகும்; சுற்றுப்புற மதிற்சுவரும், பொருத்தமான மதிற்சுவர் நுழைவாயிலும், கோயிலுக்கு முன்பாகத் தனியான விதானமுடைய மண்டபத்தினுள் நந்தியும் கொண்ட கட்டுமானமாகும். அருகிலேயே கிடைக்கும் சிவப்பு மணற்கற்கள் கொண்டு விருபாக்ஷர் கோயில் கட்டப்பட்டுள்ளது. முகப்புத் தாழ்வாரத்திலிருந்து (Porch) கடைசியாக அமைந்துள்ள கருவறை வரை 120 அடி நீளமுடைய சிறப்பான பகிர்வுகளையுடைய கோயிலாகும். இதற்கு முந்தைய சாளுக்கியக் கோயில்களைப் போன்ற உறுதிப்பாட்டிற்காக அதிக திண்மமுடைய (solid) கோயிலாக

இருந்தாலும், அது கண்களை உறுத்தாத வண்ணம் எண்ணிக்கையிலும், தரத்திலும் அதிக அளவிலான சிற்ப வேலைப்பாடுகள் திரையிட்டு விடுகின்றன.

இந்தச் சிற்ப அலங்கார வேலைப்பாடுகள் பல்வேறுதரப்பட்ட கலைஞர்களால் மேற்கொள்ளப்பட்டிருப்பது தெளிவாகின்றது. இணைப்புகள் (mouldings), குட்டிஸ்தம்பங்கள் (pilasters), கூரை நீட்டல்கள் (cornices), தூண் உச்சியிணைப்பு வளைவுகள் (brackets), போன்ற முற்றிலும் கட்டுமான நுணுக்க அம்சங்களே கொண்ட வேலைப்பாடுகளைக் கல்தச்சுக் கலைஞர்கள்தான் (artificers) மேற்கொண்டிருக்க வேண்டும். மலர், கொடிக் கருக்கு வேலைப்பாடுகளுடன் அழகாக வடிவமைக்கப்பட்ட துளை களுள்ள சாளரங்களையும், அலங்கார செதுக்கல் வேலைகளில் சிறப்புப் பயிற்சி பெற்ற ஆட்கள் உருவாக்கியிருப்பர்; பெரிய வடிவமைப்புக் கட்டுமான அம்சங்களில் அனுபவம் பெற்றோர்தான் பெரிய விலங்குருவ பாரந்தாங்கிகளை செதுக்கியிருக்க வேண்டும்; புராண இதிகாச கதைகளில் தேர்ச்சி பெற்ற சிற்பிகளே சுவர், கூரை இணையும் இடத்திலுள்ள புடைப்புச் சிற்பங்களைச் செதுக்கியிருக்க வேண்டும். இறுதியாகப் பெரிய அளவு சிற்பங்களையுடைய சிற்பப் பலகைகளையும், மாடப்பிறைகளையும் வடிவமைத்துச் செதுக்கி இணைக்கும் வேலையை அக்கால தலைமைச் சிற்பிகளே மேற்கொண்டிருக்க வேண்டும். அலங்கார குணாதிசயங்களும், அதை வடிவில் சிறப்பாகக் கொணரப்பட்டுள்ள விதமும் கலைஞர்களின் மேதைமையைப் புலப்படுத்துகின்றது. அதிக அளவில் வெகு நுணுக்கமாக எல்லா நுணுக்கங்களையும் உள்ளடக்கிய சிற்ப வேலைப்பாடுகள் பிற கட்டுமான அம்சங்களுடன் திறம்பட ஒத்துப்போகுமாறு அமைக்கப்பட்டுள்ளது. இதனால் கட்டுமானத்தின் எப்பகுதியிலும் கட்டுமானம் எங்கு முடிகின்றது; சிற்ப அலங்கார வேலைப்பாடுகள் எங்குத் தொடங்குகின்றன; எனப் பிரித்துப் பார்த்தல் என்பது இயலாததாகின்றது. இவ்வாறு சிற்ப அலங்கார வேலைப் பாடுகளையே கட்டுமான நுணுக்கங்களோடு ஒன்றறக் கலக்குமாறு அமைக்கப்பட்டுள்ள விதமானது உருவாக்கிய கலைஞர்களின்

14.11 சைவக் கருத்துரு சிற்பங்களுடன் உள்மண்டபத் தூண்கள் -விருபாக்ஷர் கோயில்

14.12 சுவர் சிற்பங்கள் - விருபாக்ஷர் கோயில்

உள்ளார்ந்த ஆழ்நுண் உணர்வுகளெல்லாம் கட்டுமானத்துடன் இரண்டறக் கலந்துள்ளன என்பதைத் தெளிவாக்குகின்றது. ஒட்டுமொத்த கட்டுமானத்தில் மட்டுமில்லாமல், ஒவ்வொரு சிற்சிறு விஷயங்களிலும் செலுத்தப்பட்டுள்ள கவனம்தான் காண்போரை மெய்சிலிர்க்க வைப்பதாகும். எனவேதான் கட்டப்பட்டு நூற்றாண்டுகள் பல கடந்திருந்தபோதிலும், இன்றும் ஒவ்வொரு கல்லும் கோயில் கட்டுமானக் கலைஞர்களின் வாழ்வையும், உணர்வு களையும் பறைசாற்றிக் கொண்டுள்ளது. கோயில் கட்டுமான வளர்ச்சியைப் படம் பிடித்துக் காட்டுவது கோயில் அடிப்படைக் கட்டுமானத்தின் மேல் கட்டுமான நுணுக்கங்களுடன் ஒத்துப்போகின்ற அலங்கார வேலைப்பாடுகளைச் செயல்படுத்தியிருக்கும் விதமேயாகும். குறிப்பாக நமது கவனத்தை ஈர்ப்பது வெளிப்புறச் சுவர் வேலைப்பாடு களேயாகும். பாபநாதர் ஆலயத்தில் அதிஷ்டானத்திற்கும், கூரை நீட்டல் களுக்கும் இடைப்பட்ட சுவர் நிரம்பும் அலங்கார வேலைப்பாடுகளைப் போன்றது தான் விருபாக்ஷர் கோயிலிலும் உள்ளது. இச்சுவர்ப் பகுதியானது, தனியாகவோ அல்லது ஜோடியாகவோ அமைந்துள்ள

14.13 சாமரம் வீசும் பெண் - நந்தி மண்டபம் - விருபாக்ஷர் கோயில்

14.14 சுவர் வேலைப்பாடுகள்
விருபாஷர் கோயில்

குட்டிஸ் தம்பங்கள் அல்லது அரைத் தூண்களால் சரியான விகிதாச்சார அமைப்புள்ள சுவர்ப் பகுதி பலகைகளாகப் பிரிக்கப் பட்டுள்ளன. இவைகளில் நேர்த்தியான வேலைப்பாடு களைக் கொண்ட மாடப் பிறைகளும், துளைகளுடன் கூடிய சாளரங்களும் அடுத் தடுத்து அமைந்துள்ளன. இந்த சுவர் நிரப்பும் வேலைப்பாடு விஷயத்தை மட்டும் பாபநாதர் கோயிலோடு விரூபாகஷர் கோயிலை ஒப்பிட்டாலே கட்டுமானத்தோடு ஒன்றியைந்து துலங்கும் அலங்காரச் சிற்ப வேலைப்பாடுகளில் கண்டுள்ள வளர்ச்சி தெள்ளெனத் தெரியும். பாபநாதர் ஆலயத்தில் சுவர் நிரப்பும் மாடப் பிறைகளெல்லாம் வட இந்திய நகரபாணியில் அமைந்துள்ளன. விருபாக்ஷர் கோவிலிலோ திராவிடப் பாணியில் அமைந்துள்ளன. எனவே ஒவ்வொரு வகை கோயிலின் பாணியும், சிகர அமைப்பு, கட்டுமானத்தின் பொதுவான வடிவமைப்பு ஆகிய அம்சங்களோடு மாடப்பிறையமைப்புகளின் மூலமும் எடுத்துரைக்கப் படுகின்றது. அழகிய சிறிய சைத்திய வளைவுகள் பல குழுமமாக அமைந்து முக்கோண அமைப்புடைய விதானக் கூரையாகப் பாபநாதர் ஆலயச் சுவர் நிரப்பும் மாடப்பிறைகள் கொண்டுள்ளன. மாறாக விரூபாஷகர் கோயிலில் திராவிட பாணியிலான மாடப்பிறைகளில் உள்ளடங்கியுள்ள வடிவமைப்புக் கோட்பாடானது ஒரேயொரு சைத்திய வளைவுடைய அமைப்பைக் கொண்டிருப்பதாகும்.

14.15 மண்டப உட்தோற்றம் - விருபாஷர் கோயில்

தனிப்பட்ட முறையில் முக்கியத்துவம் இல்லாத ஒன்றெனினும் கோயில் வளர்ச்சிக் கட்டங்களை எடுத்துரைக்கும் கண்ணோட்டத்தில் ஒரு மைல்கல்லான விஷயங் களும் விருபாக்ஷர் கோயிலில் இடம்பெற்றுள்ளன. வெளிச் சுவர்களில் சற்றே மறைந் திருக்கும் குட்டிஸ்தம்பங் களை உற்று நோக்கும்போது,

இதன் தண்டுப் பகுதியும், உச்சிணைப்புப் பகுதியும் இணையும் பகுதியிலுள்ள தண்டுப்பகுதியின் உச்சியானது உள்வளைந்த குறுகலான அமைப்பாக உள்ளது. தூண் இணைப்பு கழுத்துப் பகுதியின் கீழ் உள்ள தோளமைப்பு போன்றது தண்டுப் பகுதியின் உள்நோக்கி வளைந்த குறுகலமைப்பு ஆகும். கார்லேயில், குடைவரை விஹார எண் 2 -இல் வெளித்தாழ்வாரத் தூண்களில் இது போன்ற 'கழுத்தும், தோளும்' அமைப்பு முதன் முதலாக அமைக்கப்பட்டிருந்தது. இம்மாதிரி வடிவமைப்பானது அசோகரின் கோயில்மணி (Ashokar's bell capital) உச்சியணைப்பில் இடம் பெறும் கோயில்மணி இணைப்பு வளைவுகளிலிருந்து உருவெடுத்ததாகும். இனி வருங்காலங்களில் தென்னிந்தியத் திராவிடப் பாணித்தூண்களில் இத்தகு 'கழுத்தும் தோளும்' போன்றமைப்பு தெளிவாகப் புலப்படுவது போல் அமையவுள்ளது; 'திராவிடப் பாணித்தூண்' என அடையாளங் காட்டும் குணாதிசயமாகவே அமைய உள்ளது. பாபநாதர் ஆலயச் சுவர் நிரப்பும் பகுதிகளில் அமைந்துள்ள குட்டிஸ் தம்பங் களும் 'கழுத்தும் தோளும்' போன்ற அமைப்பைப் பெற் றுள்ளன. வடஇந்தியப் பாணி வேலைப்பாடுகளில் இதுபோன்ற திராவிடக் கூறுகள் இணைந் திருப்பது வடஇந்திய, திராவிடப்பாணி மரபு முறைகள் முழுமையாக உருவெடுக்காத நிலையிலேயே பட்டடக்கல் கோயில் கட்டுமான காலமிருந்ததைக் காட்டுகின்றது.

14.16 விமான அமைப்பு, விருபாஷர் கோயில்

'கோபுரம்' என்பது கட்டுமானக் கூறுகளில் முக்கியமான வொன்றாகும். இச்சிறப்புக் கூறிற்கான வித்து விரூபாகஷர் கோயிலில் விதைக்கப்பட்டுவிட்டது. கோயில் தாழ்வாரக் கட்டுமானத்தை அடுத்துள்ள கைப்பிடிச் சுவர் மேல் காணப்படும் கட்டுமானம் பின்னாளையை கோபுரக் கட்டுமானத்தின் கருவெனக் கொள்ளலாம். விஜயநகர், நாயக்கர் பாணிக் கோயில் கட்டுமானங்களில் எல்லாம் கோபுரக் கட்டமைப்பு விஸ்வரூபமெடுக்க உள்ளது. கோபுரக் கட்டுமானத்தின் உச்சிப்பகுதி மட்டுமே விரூபாக்ஷர் கோயிலில் இடம் பெற்றுள்ளது. பின்னாளில் இவ்வமைப்பே கலச கொம்பு கருத்துருவுடன் (horn scroll motive) விண்ணைத் தொடுமாறு வானளாவ அமைந்த கோபுர உச்சிப் பகுதியாக மலரவுள்ளது.

மண்டபத்தினுள் நான்கு வரிசைகளில் தூண்கள் அமைந்துள்ளன. காவியக் காட்சிகள் தூண்களில் செதுக்கப்பட்டுள்ளன. சிற்பங்கள் இயக்க நிலை பாணியையே கொண்டுள்ளன. சிறியவைகளாக இருந்தபோதிலும், சின்னஞ்சிறு விஷயங்கள் கூட விடுபட்டுப் போகாமல் முழுமையாகச் செதுக்கப்பட்டுள்ளன. சாளரத் துளைகளின் மூலமும், நுழைவாயில் மூலமும் கசிந்து வரும் மெல்லிய குறைந்த வெளிச்சத்தில் இச்சிற்பங்களின் அழகு மேம்படுத்திக் காட்டப்படுகின்றது.

கோயில் சுவர்களில் செதுக்கப்பட்டுள்ள தெய்வங்கள் முழுவடிவுள்ளவைகளாக உள்ளன. அளவிலும், இயக்க அசைவுகளிலும் மனிதர்களையே ஒத்துள்ளன; ஆனால் தெய்வீக அழகும், கருணை அல்லது தயைத் தன்மையையும் சிறப்பாக வெளிப்படுத்துவதால் காண்போரினுள் இருக்கும் இறைத்தன்மையை நினைவுறுத்த முடிகின்றது. பொருத்தமான இடங்களில் இடம் பெறும் மிதுனர்கள் இயற்கையின் பயன்பாட்டையும், ஒருங்கிசைவையும் நினைவுபடுத்து பவர்களாக உள்ளனர்.

கருப்புக் கல்லினால் அமைந்த சிவலிங்கத்தை கருவறையினுள் தரிசிக்க இயலும். எருமை வடிவ மகிஷனை வதைப்பது போன்று மகிஷாசுரமர்த்தினி கருவறையை அடுத்துக் கோயில் கொண்டுள்ளாள். எருமை வடிவிற்கு அடையாளமாக கொம்புகள் மட்டுமே மகிஷன் சிற்பத்தில் அமைந்துள்ளன. விரைவாக இயக்கமுடன் மகிஷனைக் குத்துவதுபோல் துர்க்கைச் சிற்பம் மிகவும் இயற்கையாயுள்ளது. வதைக்கும் செயல் ஊடேயும், மகிஷனைக் காணாமல் வேறெங்கோ காண்பதுபோல் அமைந்துள்ளது துர்க்கை வடிவம். இது பற்றற்ற மனநிலையில் துர்க்கை செயல்புரிவதைத் தெளிவாக வெளிக் கொணர்கின்றது. மண்டியிட்ட நிலையில் மகிஷன் படைக்கப்பட்டுள்ள நிலையானது மகிஷனின் தோல்வியை எந்த அளவிற்கு வெளிக்கொணர்கின்றதோ அந்த அளவிற்கு அவனது பக்தியையும், போற்றுதலையும் வெளிக் கொணர்கின்றது.

எட்டாம் நூற்றாண்டில் தமிழ்நாடு, ராஜஸ்தான், ஒரிஸ்ஸா உட்பட இந்தியக் கோயில் கலைகளில், பட்டடக்கல்லில் காண்பது போன்றே, உயிரோட்டமும், இயக்கவசைவும் கொண்டிருப்பது போல் சிற்பங்கள் அமைந்திருப்பது பொதுவான குணாதிசயமாகும். செயல்களில் ஈடுபடும் இயக்க நிலையிலும், உள்ளார்ந்த அமைதி கொலுவிருப்பது போன்ற உணர்வூட்டும் சிற்பங்கள் இந்தியக் கலையின் அதிசயங்களில் குறிப்பிடத்தக்க ஒன்றாகும். இதற்குக் காரணம் சிற்பங்களின் முகவடிவமைப்புத் தான்; அதிலும் குறிப்பிடத்தக்கது நாசிநுனி நோக்கிய

14.17 சங்கமேஸ்வரர் கோயில், பட்டடக்கல்

கண் இமைகளமைப்பு வெளிக்கொணரும் அகம் நோக்கிய உள்ளார்ந்த பார்வையாகும். பட்டடக் கல்லில் உள்ள துவாரபாலகர்களுக்கும், 150 ஆண்டுகளுக்குப் பிந்தைய, முற்கால சோழர் காலக் கோயில்களில் உள்ள துவாரபாலர்களுக்கும் நிறைய ஒற்றுமைகள் உள்ளன.

காலத்தால் விருபாஷகர் கோயிலுக்கு முற்பட்ட சங்கமேஸ்வரர் கோயிலை சாளுக்கிய மன்னன் விஜயாதித்யன் கட்டினான். பெரும்பாலான கூறுகளில் பல்லவர்களின் கோயில்களை ஒத்துள்ளது. கோயிலின் விமானம் மூன்று தளங்களுடையது. மண்டபத்தின் புறச்சுவர்களை நிரப்பும் அலங்கார வேலைப்பாடுகளான மாடப்பிறைகளில் இடம் பெறும் சிற்பங்கள் அழகுடையன. கருவறைக்கு இருமருங்கிலும் கணபதிக்கும், துர்க்கைக்குமான இரு சன்னதிகள் கட்டப்பட்டுள்ளன. இது கோயிற்கட்டமான அமைப்பில் ஒரு புதுமை எனலாம். விருபாக்ஷர் கோயிலை உருவாக்கிய லோகமஹா தேவியின் சகோதரியும், ராணியுமான திரிலோகமஹாதேவியினால் கட்டப்பட்டது மல்லிகார்ஜுனர் கோயிலாகும். இது திராவிடப் பாணியிலானது; விருபாக்ஷர் கோயிலைப் போன்றேயுள்ளது; அளவில் சிறியது; நன்கு பராமரிக்கப்பட்டுள்ளது; உட்கூரைச் சிற்பப் பலகையில் இடம் பெறும் நடராஜர் சிறப்பாகக் கூறப்படும் சிற்பமாகும்.

ஐஹோளே, பாதாமி, பட்டடக்கல் என்ற மூன்று தலைநகரங்களும் முக்கோண வடிவின் முனைப்புள்ளிகள் போல் தார்வார் மாவட்டத்திலமைந்த நகரங்களாகும். இதே காலகட்டத்தில், இதே போன்றதொரு, ஆனால் சிறிய அளவிலான கட்டுமான இயக்கம் துங்கபத்ரா நதியின் மேற்குக் கரையிலமைந்த ஆலம்பூரில் செயல்பட்டது.

இவ்வூரில் கோட்டைச் சுவருக்குள் அடங்கியிருக்குமாறு ஒன்பது கோயில்கள் கட்டப்பட்டன. இவை நவப்பிரம்மா கோயில்கள் என 16ஆம் நூற்றாண்டைச் சேர்ந்த கல்வெட்டொன்றில் பொறிக்கப் பட்டுள்ளது. ஏழாம் நூற்றாண்டின் பிற்பகுதியில் இக்கோயில்கள் கட்டப்பட்டிருக்க வேண்டும். இவற்றில் எட்டுக்கோயில்கள் வடஇந்திய நகரபாணியில் உருவாக் கப்பட்டுள்ளன.

14.18 ஸ்வர்க்க பிரம்மா கோயிலின் உட்தோற்றம்

சுவர்ப்பகுதிகளும், கருவறை விமானமும் முழுமையுற்று அமைந் துள்ள கட்டுமானங்களாகும்

14.19 அர்த்த நாரீஸ்வரர் - சுவர் வேலைப்பாடுகள், ஆலம்பூர் கோயில்கள்

ஆலம்பூர் குழுமக் கோயில்கள். இக்கோயில்களின் உட்பகுதி எல்லோராக் குடைவரைகளிலொன்றான ராவணா-கா-கை குடைவரையின் உட்பகுதியை ஒத்துள்ளது; அதாவது செவ்வக வடிவ மண்டபம்; இதன் முடிவில் கருவறை; மண்டபத்தில் இருவரிசைத் தூண்கள் அமைந்து மண்டபத்தை நடுப்பகுதி, இருபக்கப் பகுதிகளாகப் பிரித்தல்; பக்கப் பகுதிகள் பிரகாரப் பாதை போல் கருவறையையும் சுற்றிவருமாறு அமைத்தல் என்ற அமைப்புடையதாகும். குடைவரை பாணி தூண் களமைப்பு போல் அல்லாமல் ஆலம்பூர் கோயில்களில் தூண் களமைப்பு அழகாய், மெலிந்ததாயுள்ளது கருத்தைக் கவர்வதாயுள்ளது.

ஆலம்பூர் கோயில்களில் மிகவும் அழகியது ஸ்வர்க்க பிரம்மா (Svarga Brahma) கோயிலாகும். ராணியான தனது அன்னையைக் கௌரவப்படுத்தும் விதத்தில், மகனால் கட்டப்பட்டதாகும். கோயிலின் வெளிப்புறச் சுவரில் அமைந்துள்ள பின்னல் வலைச்சட்ட சாளரம் (Latticed Windows) மூலம் ஒளி கசிந்து வருகின்றது. சுவர் மாடப் பிறைகளில் இடம் பெற்றுள்ள தெய்வங்கள் எத்திசையை நோக்கியவாறு அமைக்கப்பட வேண்டுமோ அவ்வாறே அமைக்கப்பட்டுள்ளன. இச்சிற்பங்களின் இருபுறமும் நுணுக்கமாகச் செதுக்கப்பட்ட மிதுனர்கள் இடம் பெற்றுள்ளனர். குப்தர்கள் காலத்திலும், அதற்குப் பிந்தைய காலங்களிலும் தொடர்ந்த அழகிய சிற்ப வடிவமைப்பை எடுத்துக்காட்டும் மாதிரிகளாய் இவை அமைந்துள்ளன. சாளுக்கிய முக்கோண முனைத் தலை நகர்களில் மேற்கொள்ளப்பட்ட கட்டுமான இயக்கத்தின் சிறிய அளவிலான பிரதிபலிப்புப் போன்று ஆலம்பூர் கட்டுமான இயக்கம் செயல்பட்டது. இவ்விரு இயக்க மையங்களுக்கான தூர இடைவெளி ஏறக்குறைய நூறு மைல்களாகும். ஆனால் இவ்விரு இயக்கங்களுக்கு மிடையே தொடர்பிருந்த தற்கான ஆதாரங்கள் எதுவு மில்லை என்பது முக்கிய மாகக் குறிப்பிடத் தக்க தாகும். தொடர்பேயில்லாமல் ஒவ்வொரு கால கட்டத்திலும் கட்டுமான, கலை வெளிப்பாடு களில் ஒற்றுமைத் தன்மை வெளிப்படுவதென்பது இந்தியக் கலை வரலாற்றில் புதுமையான விஷயமில்லை!.

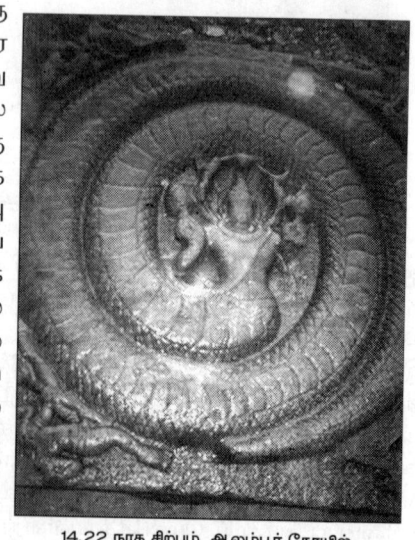

14.20 ஸ்வர்க்க பிரம்மா கோயில், ஆலம்பூர்

14.21 சாளர அமைப்பு, ஆலம்பூர் கோயில்

14.22 நாக சிற்பம், ஆலம்பூர் கோயில்

அத்தியாயம் - 15

குடைவரைக் கலையின் உச்சகட்டம்

கி.பி. ஏழாம் நூற்றாண்டுகளிலெல்லாம் இந்தியாவின் சில பகுதிகளில் கல்கட்டுமானக் கலை குறிப்பிடத்தக்க தேர்ச்சி பெற்றிருந்தது. இருப்பினும் இக்கல்கட்டுமான முறைக்கு இணையாக, காலங்காலமாகப் பின்பற்றப்பட்டு வந்த குடைவரைக் கட்டுமானமும் இந்திய வரலாற்றின் 'இடைக்காலம்' வரை இணையாக நடைபோடத்தான் செய்தது. ஏழாம் நூற்றாண்டுத் தொடங்கிப் பத்தாம் நூற்றாண்டிற்குள்ளாக விண்ணை முட்டுமளவிற்குக் குடைவரைக் கலை வியத்தகு உயர் வளர்ச்சியடைந் திருந்ததை எடுத்துரைக்கும் இணையற்ற சில குடைவரைக் கட்டுமானங்களைக் காணக் கண்கோடி போதாது! பாதாமி, எல்லோரா, எலிபெண்டா மற்றும் சால்செட் தீவுகள், தமிழ்நாட்டில் பரவலாக இக்குடைவரைக் கலை சான்றுகள் காணப்படுகின்றன. புத்தபிக்குகள் தொடங்கி வைத்ததை வைதீக, சமண சமயத்தினர் உயர்நிலைக்கு எடுத்துச் சென்றுள்ளதற்கான சான்றுகளாகும் இந்த குடைவரைக் கட்டுமானங்கள்.

எல்லோரா

மஹாயான குடைவரைகளைக் குடைவது எல்லோராவில் இறுதிநிலை எய்தியபோது, வைதீகக் குடைவரைகள் குடைவது தொடங்கப்பட்டது. இவை வைதீக மதத்திற்கேற்ற சில மாற்றங்களைக் கொண்ட மஹாயான குடைவரைகள் போன்ற அமைப்புடை யவைகளேயாகும். 13 முதல் 29 வரை இலக்கமுடைய 16 எல்லோராக் குடைவரைகள் வைதீக சமயத்திற்குரியவைகளாகும். இவற்றுள் ராவணா-கா-கை (குடைவரை இலக்கம் 14) தசாவதாரக் கோயில் (15), கைலாசநாதர் ஆலயம் (16), இராமேஸ்வர குடைவரை (21), தூமர்லேனா அல்லது சீதா-கீ-நானீ (29) ஆகியவை மிகவும் புகழ் பெற்றவைகளாகும்.

இந்த 16 வைதீகக் குடைவரைகளையும் நான்கு பிரிவினுக்குள் அடக்கலாம். தூண்களாலான தாழ்வாரத்தையடுத்து கருவறை அமைந்திருப்பது முதல் பிரிவாகும். தசாவதாரக் கோயில் இப்பிரிவைச் சேர்ந்தது. தூண்களாலான தாழ்வாரத்தையடுத்து பிரகாரச் சுற்றுப் பாதையுடன் தனி கருவறையமைப்புடையது இரண்டாவது பிரிவாகும். ராவணா-கா-கை மற்றும் ராமேஸ்வராக் குடைவரைகள் இப்பிரிவினுக்குள் அடங்கும். சிலுவை போன்ற தரையமைப்புடைய மண்டபம், இதன் குறுக்கும், நெடுக்கும் சந்திக்கும் மையத்தில் தனிக்கருவறை; ஒன்றுக்கும் மேற்பட்ட நுழைவாயில்கள் என்ற அமைப்பை மூன்றாம் பிரிவாகக் கொள்ளலாம். இதற்குச் சான்று எல்லோராவில் தூமர்லேனா குடைவரையாகும். மேலும் எலிபெண்டாவின் வைதீகக் குடைவரையும், சால்செட் தீவின் ஜோகேஸ்வரர் குடைவரையும் இத்தகு அமைப்புடையவைகளேயாகும். கட்டுமானக் கோயிலைப் போன்றே முழுக்க முழுக்க வடிவமைப்புடைய ஒற்றைக் கற்றளிக் குடைவரைச் சிற்பங்கள் நான்காவது பிரிவாகும். எல்லோராவின் கைலாசநாதர் ஆலயமும், தென்கோடித் தமிழகத்திலுள்ள கழுகுமலை வெட்டுவான் கோயிலும் இந்த நான்காம் பிரிவிற்கு எடுத்துக்காட்டுகளாகும்.

தசாவதாரக் கோயில் குடைவரை(15)

இக்குடைவரைக் கோயில் இரண்டு தளமுடைய ஒரே வைதீகக் குடைவரை என்பதால் அதி முக்கியத்துவம் உடையதாகின்றது. குடைவரை முறையிலான நுழைவாயிலைக் கடந்தால் ஒழுங்கற்ற தரை வடிவமைப்புடைய (irregular shaped) பெரிய தாழ்வாரப் பகுதியை அடைகின்றோம். இதன் மையத்தில் தனித்த கோயில் அமைந்துள்ளது. இத்தாழ்வாரப் பகுதியின் இடதுபுறத்திலுள்ள நுழைவாயிலானது அறைகள் சூழ்ந்த ஒரு சதுர கட்டுமானத்திற்கு இட்டுச் செல்கின்றது. பூஜை புனஸ்காரங்களுக்குரிய பொருட்களை வைக்கும் உக்கிரான அறைகளாகவும், இவற்றை நிர்வகிக்கும் பொறுப்பாளர் அறையாகவும் இந்தச் சுற்றியுள்ள அறைகள் செயல்பட்டன. வெளிப்புறத் தோற்றமைப் பில் முக்கிய அங்கமாயிருப்பது பெரிய அளவிலமைந்துள்ள தனித்த கோயிலேயாகும். இது அநேகமாக நந்தி இடம் பெறுவதற்குரியதாகும் முன்புறமும், பின்புறமும் படியேறிச் செல்லுமாறு திருச்சுற்றுடன் கூடிய சதுரவடிவ நான்கு தூண்களாலான திறந்த நிலை மண்டப அமைப்புடையதாகும். இதையும் தாண்டினால் இரண்டு தளக் கோயிலின் முகப்பு இது என்றுரைப்பது போல் ஒன்றன் மேல் ஒன்று என்ற அமைப்புடைய சதுரவடிவத் தூண்கள் வரிசை இரண்டினைக்

காணலாம். சில படிகளே றினால் 97 அடி அகலமும், 30 அடி மலைக்குள் ஊடுருவிச் செல்லுமாறு அமைந்த தரைத் தளத்தை அடையலாம். இத்தளம் 14 சதுர வடிவத் தூண்களைப் பெற்றுள்ளது. இடப்புறத்திலுள்ள மாடிப்படிகள் வழியே முதல் தளத்தை அடையலாம். 105 அடி

15.1 நந்தி மண்டபம் - தசாவதாரக் குடைவரை

15.2 முகப்பு - தசாவதாரக் குடைவரை

x 95 அடி அளவில் 44 தூண்களால் தாங்கப் பெறும் தட்டையான கூரையுடையதாகும் முதல் தளம். இத்தூண்கள் வரிசைக்கு 9 வீதம் ஆறுவரிசைகளாக அமைந்துள்ளன. மையப்பகுதியின் இறுதியில் உள்ள இரு தூண்கள் தாழ்வான இடை நாழியை ஏற்படுத்துகின்றன.

இதனையடுத்து லிங்கம் உள்ள சதுரவடிவ கருவறை அமைந் துள்ளது.

ஒட்டுமொத்த அமைப்பும் எளிமைக்கோர் எடுத்துக்காட்டு போல் உள்ளது. தூண்களனைத் தும் சதுர வடிவுடையதாயும், உச்சியிணைப்பாக எளிய சதுர அல்லது செவ்வக வடிவ

15.3 தூண்களுடன் உட்புற அமைப்பு - தசாவதாரக் குடைவரை

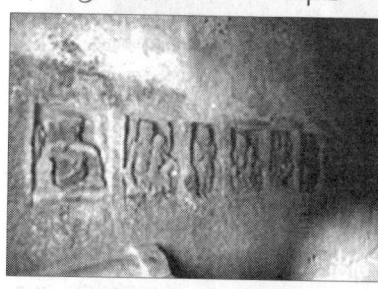

15.4 பக்கச் சுவர் சிற்பப் பலகைகள் - தசாவதாரக் குடைவரை

பலகையமைப்பைப் பெற்ற தாயும் உள்ளது. இடைநாழித் தூண்கள் இரண்டு மட்டுமே விரிவான வேலைப்பாடுகளைக் கொண்டுள்ளன. எளிமையான இக்கட்டுமான அமைப்பு சிற்பி களின் முழுக் கைத்திறனையும் வெளிக்கொணர்வதற்கான ஒரு பின்புலமேயாகும். இதனைச், சுவர்களில் குறிப்பிட்ட

இடைவெளியில் சுவரின் அரைத்தூண்களுக்கிடையே அமைந்துள்ள பெரிய அளவு சிற்பப் பலகைகள் எடுத்துரைக்கின்றன. உயர்புடைப்பிலமைந்த இச்சிற்பங்கள் வைதீகப் புராணக் காட்சிகளை எடுத்துரைக்கின்றன. ஒருபக்கச் சுவர் முழுவதும் பெரும்பாலும் வைணவச் சிற்பப் பலகைகளாகவும், எதிர்ப்பக்கச் சுவர் முழுவதும் சைவச் சிற்பப் பலகைகளாகவும், அமைந்துள்ளது குறிப்பிடத்தக்கது.

உணர்ச்சிபாவம் கொப்பளிக்கும் மிகச் சிறந்த சிற்ப வேலைப் பாடுகளாகும் இச்சிற்பப் பலகைகள். அந்தகாசுரனை வதைக்கும் சிவனைச் சித்திரிக்கும் சிற்பப் பலகை குறிப்பிடத்தக்கதாகும். ஆனந்த தாண்டவமிடும் நடராஜரின் சிற்பப் பலகையில், இடை இயக்கத்திருப்பமும் (twist) கைகளின் சுழற்சி வீச்சும் (swing) உலக உயிர் வடிவங் களுக்கெல்லாம் அப்பாற்பட்ட தெய்வீகத் தன்மையின் இயக்க சக்தியையும், வீறார்ந்த தன்மை யையும் திறம்பட வெளிப்படுத்து கின்றன. நரசிம்ம அவதாரத்தில் ஹிரண்ய கசிபுவை வதைக்கும் விஷ்ணுவின் சிற்பப் பலகையைக்கண்டு ரசிக்க தவறக்கூடாது. தூண் களால் வெளிச்சம் மறைக்கப் படுவதால், வெளிச்சம் குறைந்த உட்பகுதியில் அமைந்துள்ள இந்தப் பெரிய அளவிலான உயர் புடைப்புச் சிற்பங்கள் மேலும் உயிரோட்டம் பெறுகின்றன.

15.5 அந்தகா சுரனை வதைக்கும் சிவன் தசாவதாரக் குடைவரை

15.6 மூன்றடியில் உலகளந்த திரிவிக்ரமன் தசாவதாரக் குடைவரை

ராவணா-கா-கை (குடைவரை எண்.14)

ராவணனின் இருப்பிடம் எனப்படும் இக்குடைவரையின் கருவறையைச் சுற்றிப் பிரகாரப் பாதை அமைந்துள்ளது. 52 அடி மலைமுகப்பு அகலமும், மலையினுள் செல்லும் 87 அடி நீளமும் கொண்ட செவ்வக வடிவ எளிய வடிவமைப்பாகும். மூன்றில் இரண்டு பங்கு பகுதியைத் தூண்களாலான மண்டபமும், ஒருபங்கு பகுதியைக்

கருவறையும் ஆக்கிரமித்துள்ளன. தூண்களாலான மண்டபத்தின் விளிம்புகளில் சுற்றிலும் வரிசையாகத் தூண்களும், முன்பகுதியில் இருவரிசைகளாகத் தூண்களும் அமைந்து தாழ்வாரப் பகுதி போன்ற தோற்றத்தை ஏற்படுத்துகின்றன. இத்தூண்களின் உச்சியிணைப்புகளெல்லாம் (vase and foliage) "குவளையும் கொடிக்கருக்கும்" வகையைச் சேர்ந்ததாகும். கருவறையின் பிரகாரப் பாதையை மண்டபத்தின் பக்கப் பகுதிகள் சென்றடைகின்றன. மண்டபத்தின் முடிவில் அமைந்துள்ள மலைப் பாறைப் பகுதியினுள் கனசதுர வடிவத் தோற்றமைப்பில் குடைவுகள் மேற்கொள்ளப்பட்டு கருவறை உருவாக்கப்பட்டுள்ளது. குடையப்படாத பகுதி செவ்வக வடிவத் தரையமைப்பில் கருவறைச் சுவர் அமைக்கப்பட்ட தோற்றத்தை அளிக்கின்றது. கருவறை வாயிலின் இருபுறங்களிலும் இரு துவார பாலகர்கள் உட்படப் பல்வேறு சிற்ப உருவங்கள் இடம் பெற்றுள்ளன. கருவறையினுள் பவானி அல்லது துர்க்கை இடம் பெற்றுள்ளார். தூண்களாலான மண்டப சுவர்களில் அரைத் தூண்களுக்கிடையே உள்அடங்கி இருக்குமாறு உயர்புடைப்புச் சிற்பங்கள் படைக்கப்பட்டுள்ளன. தென்பகுதிச் சுவரானது சைவத்திற்கும், வடபகுதிச் சுவரானது வைணவத்திற்கும் ஒதுக்கப்பட்டது போன்று சிற்பப் படைப்புகள் செதுக்கப்பட்டுள்ளன. இச்சிற்பச் சட்டங்களில் மிகச் சிறப்பாக அமைந்துள்ள சிவன், துர்க்கை, விஷ்ணு, லெட்சுமி வடிவங்களை உற்று நோக்கும்போது வைதீகத்

15.7 திருச்சுற்றுப் பாதையுடன் கூடிய கருவறை - ராவணா - கா - கை

15.8 சப்தமாதர்கள் - ராவணா - கா - கை

15.9 முகப்புத் தூண்கள் - ராவணா - கா - கை

தெய்வங்களின் வடிவமைப்பில் மாற்றங்கள் புகுத்தப் பட்டுள்ளதை உணர முடிகின்றது.

ராமேஸ்வரக் குடைவரை (எண். 21)

ஆறாம் நூற்றாண்டின் இரண்டாம் பிற்பகுதியில்

15.10 மையமண்டபம் - ராவணா - கா - கை

குடையப்பட்டது இக்குடைவரை. எனவே எல்லோராவின் வைதீகக் குடைவரைகளில் காலத்தால் தொன்மையானது இக்குடை வரையேயாகும். குடைவரையின் முன்பாக அமைந்துள்ள வெளிமுற்றப் பகுதியின் மையத்தில் விரிவான வேலைப்பாடுகளுடன் கூடிய உயர்ந்த பீடத்தில்

15.11 திறந்த நிலை நந்திபீடமும், குடைவரை முகப்பும் - ராமேஸ்வரா குடைவரை

சிவலிங்கத்தின் மீது லயித்த பார்வையுடையவராய் நந்தி அமர்ந்திருக்கின்றார். இதனைத் தாண்டியமைந்துள்ள குடை வரையின் முகப்பானது அழகு வேலைப்பாடுகளையுடைய உயரங் குறைந்த சுவரினையும், சுவரை விட உயரமான மிகப் பருமனான ஒரே வரிசையிலமைந்த நான்கு தூண்

15.12 முகப்புச் சுவரும், முகப்புத் தூண்களின் உச்சியிணைப்பும் - ராமேஸ்வரா குடைவரை

களையும் கொண்டுள்ளது. இரு மையத் தூண்களுக்கிடையே வாயில் இருப்பது போன்ற சுவரமைப்பைக் கொண்டுள்ளது. வாயிலைத் தாண்டினால் உயரங் குறைந்த 25 அடி மலையுட் பகுதியினுள் செல்லுமாறும் அகலம் 69 அடியுமுள்ள முன் மண்டபத்தினை அடையலாம். இம்மண்டபத்திலுள்ள தூண்களெல்லாம் 'எடைதாங்கி' (cushion type) வகையைச் சேர்ந்த

15.13 மைய மண்டபம் - ராமேஸ்வரா குடைவரை

தூண்களாகும். உட்புறத்தூண்கள் இரண்டின் மூலமாகவும், மண்டபமானது நடுப்பகுதி, இருபக்கப் பகுதிகளாகப் பிரிக்கப்படுகின்றது. நடுப்பகுதியின் முடிவில் உள்ள கருவறை ராவணா- கா-கை குடைவரை போன்றமைப் புடையதாகும். மண்டபத்தின் பக்கப் பகுதிகள் கருவறையைச் சுற்றியமைந்துள்ள பிரகாரப் பாதையைச் சென்றடைகின்றன. கருவறையினுள் லிங்கம் அமைந்துள்ளது. இந்த நுழைவு மண்டபமும், இம்மண்டபத்தினுள் உள்ள உயரவாக்கில் பட்டைகளைக் கொண்ட பெரிய பெரிய தூண்களும், மண்டபச் சுவர்களில் இடம் பெற்றுள்ள விலாவாரியான வேலைப்பாடுகளுடன் கூடிய உயர்புடைப்புச் சிற்பப் பலகைகளும், குறைவான வெளிச்சமுடைய கருவறையின் முன் காவல் காக்கும் விஸ்வரூப, திடகாத்திரமான துவார பாலகர்களும் ஒன்றிணைந்து தெய்வீக ஒளியூட்டுகின்றனர். ஆனால் காண்போரைக் கவர்வ தென்னவோ இத்தகு உட்புறத் தோற்றங்களல்ல! குடைவரை முகப்பில் வெளிப்படுத்தப் பட்டுள்ள கட்டுமானக் கூறுகள் தான் காண்போரைக் கவர்கின்றன. இதிலும் குறிப்பிடத்தக்கது ஒரே வரிசை யிலமைந்த நான்கு தூண்களும், இவ்வரிசை முடிவில் சுவருடன் அமைந்த இரு அரைத் தூண்களும் தான். இத்தூண்களின் உயரங்குறைச் சலாயுள்ள தண்டுப் பகுதியானது இவைகளின் முன் அமைந்துள்ள குட்டையான சுவர்களால் முழுவதும்

15.14 சிவன் - பார்வதியின் பகடையாட்டம் - ராமேஸ்வரா குடைவரை

15.1 5 சிவகணங்களின் குறும்புத் தனம் - ராமேஸ்வரா குடைவரை

15.16 கங்கையும், விருக்ஷா தேவியும் - ராமேஸ்வரா குடைவரை

மறைக்கப்பட்டுவிடுகின்றது. எனவே இத்தூண்களின் உச்சியிணைப்புகள் தான் நம் கண்களில் படும். இந்த உச்சியிணைப்புகள் "குவளையும், கொடிக்கருக்கும் (vase and foliage) வகையைச் சேர்ந்ததாகும். ஆனால் இந்த வகை உச்சியிணைப்புகளுடன் ஒட்டிக் கொண்டிருப்பது போன்ற அமைப்பில் சாலபஞ்சிகை பதுமச் சிற்பங்கள் போன்ற கருத்துச் சிற்பங்களும் ஒன்றிணைக்கப்பட்டிருப்பது வார்த்தை வர்ணனைகளுக்கு அப்பாற்பட்ட கட்டுமானச் கூறுகளாகும்.

வடஇந்தியாவின் வண்டல் மண் வளத்திற்கும், நீராதாரத்திற்கும், அதனாலேயே வாழ்வாதாரத்திற்கும் முக்கிய காரணி கங்கை நதியாகும். இயற்கையின் வளம் கொழித்தலுக்கும், வம்ச விருத்திக்கும் குறியீடு விருக்ஷாதேவி ஆவார். குடைவரையினுள் நுழையும் முன்வாயிலில் நற்சகுன உருவங்களான கங்கையும், விருக்ஷா தேவியும் சிற்பங்களாக இடம் பெற்றுள்ளனர். இவர்களின் ஆசீர்வாதப் பார்வையினைப் பெற்ற பின்புதான் குடைவரையினுள் நுழைய இயலும்.

மண்டபச் சுவர்களின் சிற்பச் சட்டங்களில் வாழ்வியல் அளவை விடப் பெரிதான அளவில் சிவன் இடம் பெற்றுள்ளார். சிவனும், பார்வதியும் பகடை ஆடுவது போன்ற சிற்பப் பலகை மிக நுட்பமான வேலைப்பாடுகளைக் கொண்டுள்ளது. மனித உணர்வுகளும், இல்லற வாழ்வும், தெய்வங்களுக்கும் உருவகப்படுத்தப்பட்டுள்ளதால், இத்தெய்வங்களுடன் உணர்வுபூர்வமாகத் தொடர்பேற்படுத்திக் கொள்ளுதல் என்பது நடைமுறைச் சாத்தியமே! ஏனெனில் ஒவ்வொருவரினுள்ளும் இருக்கும் நற்கருத்துக்களின், நற்குணங்களின், நற்சிந்தனைகளின் உருவகங்கள்தானே இத்தெய்வ வடிவங்கள்.

சிவனின் காலடியில் உணர்வுகள் தெளிவாக வெளிப்படுமாறு விளையாடிக் கொண்டிருக்கும் சிவகணங்கள் இடம் பெற்றுள்ளனர். நந்தியின் வாலை ஓர் சிவகணம் கடித்துக் கொண்டிருப்பது போன்ற காட்சியமைப்பின் மூலம் குறும்புத்தனம் மிக்கோர்களாகக் காட்டப் பட்டுள்ளனர். சிவதரிசனத்தில் இருக்கும்போதும் வாழ்வின் அங்கங்களான இத்தகு பல்வேறு உயிர்களையும் மறந்துவிடலாகாது.

சிவனின் தெய்வீக நடனத்தைச் சித்திரிக்கும் நடராஜரின் மிக மேன்மையான சிற்பப் பலகையொன்று குடைவரைச் சுவரில் இடம் பெற்றுள்ளது. இரு கணுக்கால்களும் வளைந்த நிலையில் இயக்க அசைவோடு வடிவமைக்கப்பட்டுள்ளது. இது அடுத்த நடன அசைவுக்கு மாறும் தருணம் போன்றதொரு எண்ணவோட்டத்தைக் காண்போரது சிந்தனையில் ஏற்படுத்துமாறு அழகாகச் செதுக்கப்பட்டுள்ளது.

அதிவேகமான நடன இயக்கத்தினிடையேயும் முகம் மட்டும் நிலையான, உள்ளார்ந்த அமைதியைக் கொண்டுள்ளது. குடைவரை வாயிலிலிருந்து கிடைக்கும் மங்கிய ஒளியையும் நிழலையும் சிற்பக்கூறுகளாகவே ஒன்றிணைத்திருக்கும் சிற்பியரின் திறம் வர்ணனைகளுக்கு அப்பாற்பட்டதாகும்.

15.17 நடராஜர் - ராமேஸ்வரா குடைவரை

தூமர் லேனா அல்லது சீதா-கீ-நானீ (எண். 29)

ஒன்றுக்கும் மேற்பட்ட நுழைவாயில்கள் கொண்ட மண்டபத்தின் மையத்தில் கருவறை என்ற அமைப்புக் கொண்ட மூன்றாவது வகை குடைவரைக்கு எல்லோராவில் காணக் கிடைக்கும் சான்று தூமர்லேனா அல்லது சீதா-கீ-நானீ என்றழைக்கப்படும் குடைவரை எண் 29 ஆகும். குடைவரையின் அளவு நம்மை பிரமிக்க வைக்கின்றது. முன்புறம் ஒன்றும், இரு பக்கப் பகுதிகளில் ஒன்றும் என்று மொத்தம் மூன்று நுழைவாயில்களைக் கொண்டதாயுள்ளது இக்குடைவரை. ஒன்றுக்கு மேற் பட்ட நுழைவாயில்கள் என்ற விதத்தில் குடைவரை மரபு வழியிலிருந்து சற்று மாறுபடுகின்றது. பல வாயில்களுள்ள விசாலமான மண்டபமும், மண்டப

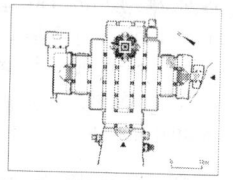

15.18 எல்லோரா தூமர்லேனா குடைவரை (29) தரையமைப்பு வரைபடம்

மையத்தில் கருவறையும் என்ற அமைப்பில் குடைவரை காணப்படுவதற்குக் குடைவரை அமைந்துள்ள மலையின் தோற்ற அமைப்பும் ஒரு முக்கிய காரண மாகும். முக்கிய முன்புற நுழை வாயிலில் உள்ள இரண்டு தூண்களையும் சேர்த்து, பக்கத்துக்கு 5 தூண்கள் என்ற கணக்கில் அமைந்துள்ள இரண்டு தூண்கள் வரிசை மூலம் 150 அடி x 50 அடி அளவுள்ள மைய மண்டபமானது மையப் பகுதி, இரண்டு திருச்சுற்றுப் பக்கப் பகுதிகளாகப் பிரிக்கப்படுகின்றது. இத்தகு அமைப்பு மைய மண்டப மானது, மத்தியிலுள்ள கருவறையை நோக்கிச் செல்லும் பகுதியையும், கருவறையை ஓரளவிற்குச் சுற்றி வளைத்தாற் போன்ற பகுதியையும் கொண்டது போன்ற தோற்றத்தைக் கொடுக்கின்றது. இருபக்கங்களிலும் உள்ள நுழைவாயில்களிலிருந்து மையமண்டபத்தோடு இணையும் குறுக்குவசக் குடைவரைப் பகுதிகளாலானது பக்கத்திற்கு 4 தூண்கள் என இரு தூண்கள் வரிசையினைக் கொண்ட பகுதியாகும். இருபக்க நுழை வாயில்களுக்கு இடைப்பட்ட குறுக்குவச தூரம் 150 அடி; இதே அளவுதான் முக்கிய முன்புற நுழைவாயிலிலிருந்து மலையினுள்ளும் குடையப் பட்டுள்ளது.

15.19 மண்டபம் - தூமர்லேனா குடைவரை

15.20 சிங்கங்களுடன் முகப்பும், மண்டப உட்தோற்றமும் - தூமர்லேனா குடைவரை

15.21 கருவறைச் சுற்றுச் சுவர் வேலைப்பாடுகள் - தூமர்லேனா

தூண்களுக்கிடையே அமைந்துள்ள அகலமான, அலங் கரிக்கப்படாத நுழை வாயிலை அடைய சில படிக்கட்டுக்களைக் கடக்க வேண்டும். இப்படிக் கட்டுக்களுக்குப் பக்கத்தில் இருபுறமும் உயர்ந்த பீடத்தின் மீது ஒரு பாதத்தை மட்டும் சற்று தூக்கியவாறு படிக்கட்டுகளை நோக்கி திருப்பிய தலையுடன் அமர்ந்த நிலையில் சிங்கத்தின் சிற்பம்

வடிக்கப்பட்டுள்ளது. இதன் பின்புலத்தில் மண்டபத்தின் உள்நோக்கிய பார்வைவீச்சில், வெளிச்சம் குறைந்துகொண்டே செல்லுமாறுள்ள சூழலில், தூண்கள் வரிசையைத் தொடங்கி வைக்கும் எளிய வாயில் அமைப்பின் கண்ணியமானது இந்திய கட்டுமான வரலாற்றில் ஈடு இணையற்ற ஒன்றாகும். இக்குடைவரையிலுள்ள தூண்களெல்லாம்

15.22 கைலாய மலையை உலுக்கும் இராவணன் - தூமர்லேனா குடைவரை

"பாரந்தாங்கி" (cushion order) வகையைச் சேர்ந்தவையாகும். 15 அடி உயரமும், அடித்தளத்தில் 5 அடி அகலமும் உடைய பிரம்மாண்டமான தூண்களாகும். சில தூண்களில் 15 அடி உயர சிற்ப வடிவங்களையும் பெற்றுள்ளது. கைலாய மலையை உலுக்கும் இராவணனின் சிற்பப் பலகையும், சீற்றம் கொண்ட வடிவிலுள்ள சிவன் சிற்பமும் குறிப்பிடத்தக்கவைகளாகும். சிவனின் மாபெரும் சிற்பப்

15.23 சீற்றங்கொண்ட சிவன் - தூமர்லேனா குடைவரை

படைப்புக்கெதிரே மனிதனின் உருவம் மிகச் சிறியதாக எண்ண வைக்கின்றது. இவ்வாறு குடைவரையின் ஒட்டுமொத்த தோற்றம் காண்போரைப் பிரமிப்பில் ஆழ்த்தும். மூன்று வாயில்களிலிருந்தும் கசிந்து வரும் மங்கலான ஒளியும், தூண்கள் தடுப்பதால் ஏற்படும் நிழலும் ஏற்படுத்தும் குடைவரைச் சூழலானது காண்போரின் பிரமிப்பை அதிகப்படுத்துகின்றது.

எலிபெண்டா குடைவரைகள்

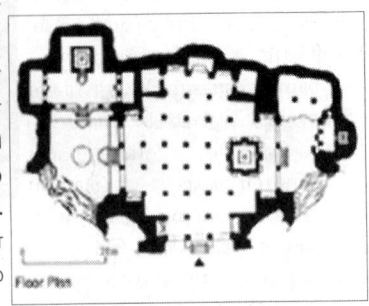

எல்லோராவின் தூமர்லேனா (எண்.29) குடைவரை போன்ற குடைவரையைக் காண மும்பையின் "இந்தியாவின் நுழைவாயில்" துறைமுகத்திலிருந்து 6 மைல் தூரம் கடற் பயணம் செய்ய வேண்டியுள்ளது. பயணத்தின் இறுதியிலுள்ள Gharapani என்றழைக்கப்படும் தீவினை அடைகின்றோம். போர்த்துகீசிய படைத்தளமாக இருந்த காலத்தில் இத்தீவில் மிகப்பிரம்மாண்டமான யானை வடிவச் சிற்பம் இருந்தது. இதனாலேயே போர்த்துகீசியர்களால் எலிபெண்டா தீவு எனப் பெயரிடப்பட்டது. இத்தீவில் பல குடைவரைகள் இருந்தாலும், நம் கருத்தைக் கவர்வது தூமர்லேனா போன்று, ஆனால் அளவில் சிறிய, அதாவது 125 அடி x 125 அடி விஸ்தீரனமுள்ள, குடைவரைதான். சிவனுக்கு அர்ப்பணிக்கப் பட்டதாகும் இக்குடைவரை.

15.24 எலிபெண்டா குடைவரை தரையமைப்பு வரைபடம்

மலையின் அமைப்பு காரணமாகக் குடைவரை அமைப்பில் தூமர்லேனா குடைவரையிலிருந்து சிறிதளவு மாறுபடுகின்றது. மூன்று நுழைவாயிலை நோக்கி மண்டபத்தின் மையத்திலிருக்கும் கருவறை, இங்கோ, சற்றே விலகி மேற்குப் புறமாக அமைந்துள்ளது. சதுரவடிவ

15.25 துவாரபாலர் காக்கும் லிங்கக் கருவறை - எலிபெண்டா

கட்டுமானத்துடனும், நான்கு நுழைவாயில்களுடனும் உள்ள இக்கருவறையினுள் லிங்கம் இடம் பெற்றுள்ளது. வாயிலின் இருபுறங்களிலும் நளினமான, முழுமையான வடிவம் பெற்ற பெரிய அளவிலான துவாரபாலர்கள் காவல் புரிகின்றனர். தடித்த கீழ் உதடுகளும்,

15.26 மண்டப உட்தோற்றம் - எலிபெண்டா

உள்நோக்கிய தீவிர ஒருமுக சிந்தனையை வெளிப்படுத்தும் கண் அமைப்பும் எலிபெண்டா சிற்பங்களின் சிறப்புகளாகும். இக்கருவறை இருக்கும் மைய மண்டபத்தின் கிழக்கு மேற்கு விளிம்புகளுடன் இணைக்கப்பட்டுள்ள முற்றப் பகுதிகளைக் குடைவரையின் பக்கப் பகுதி நுழைவாயில்கள் மூலம் அடைய முடியும். இவ்விரு முற்றப் பகுதிகளும் சிறிய அளவிலான சிவலிங்கம் இடம் பெறும் கருவறைகளைப் பெற்றுள்ளன.

15.27 மஹேச மூர்த்தி - எலிபெண்டா

சிவபெருமானின் பண்புக் கூறுகளுக்குக் கொடுக்கப்பட்ட வடிவங்களைக் கொண்ட பிரம்மாண்டமான எட்டுச் சிற்பப் பலகைகள் இக்குடைவரையிலுள்ளன. முக்கிய முன் நுழைவாயிலான வடக்கு நுழைவாயிலுக்கு நேர் எதிரே மைய மண்டபத்தின் தெற்குச் சுவரில் அர்த்தநாரீஸ்வரர், மஹேசமூர்த்தி, கங்காதரர் இடம் பெறும் பிரம்மாண்டமான சிற்பப் பலகைகள் உள்ளன. மஹேசமூர்த்தி வடிவம் மூன்று முகங்களையுடையதாகும்; வலதுபக்க முகம் சீற்றங் கொண்ட சிவனின் முகமாகும்; ஜடாமுடியில் பாம்புகளும், மண்டையோடுகளும் இடம் பெற்றுள்ளன; புருவமும், முறுக்கிய மீசையும் சிவனின் சீற்றத்தை தெளிவாகப் படம் பிடிக்கின்றன; இடதுபக்க முகமோ, நேரெதிர் பாவமான, பேரானந்த அமைதி பாவத்தைக் கொண்டுள்ளது; பெண்மைத் தன்மையுடைய தோற்றத்தைக் கையிலுள்ள தாமரை மொக்கும், தலையில் அணிந்துள்ள முத்துக்களும், மலர்களும் அதிகப்படுத்திக் காண்பிப்பதால் பேரானந்த மென்னயத்தை வெளிப்படுத்த இயல்கின்றது; மையப்பகுதி முகமோ தீவிர தவத் தன்மையை வெளிப்படுத்துவதாயுள்ளது; படைப்பில் ஆண், பெண் இணைந்த தத்துவத்தை அர்த்தநாரீஸ்வரர் சிற்பப் பலகை வெளிப்படுத்துகின்றது. சொர்க்கத்திலிருந்து இறங்கும் கங்கை நதியை ஜடாமுடியில் பிடிக்கும் வண்ணம் கங்காதரர் சிற்பப் பலகை அமைந்துள்ளது. வடக்கு நுழைவாயில் முகப்புச் சுவரில் சிவ யோகீஸ்வரர், சிவநடராஜர் சிற்பப் பலகைகளுள்ளன. இதைத் தவிர ஆங்காங்கே பிற சிற்பப் பலகைகளுமுள்ளன. ஜே.சி. ஹார்லே என்ற வரலாற்றிஞரின் வார்த்தைகளில் கூறப்பட்டுள்ளதாவது:

“ எலிபெண்டா சிற்பங்கள் மனிதனும், தெய்வமும், ஒன்றே என்ற முக்கிய தத்துவத்தை வெளிப்படுத்துகின்றன. துதிக்கப்பட்டாலும், வணங்கப்பட்டாலும் கிரேக்க தெய்வ வடிவங்கள் ஆணோ அல்லது பெண்ணோ ஆன அழகிய மானுட வடிவங்கள்தாம்; எலிபெண்டா தெய்வ வடிவங்களோ மனிதத்தைக் கடந்த, எதனுடனும் ஒப்பிட்டுக் கூற இயலாத வடிவ அமைப்பின் உயர் சாதனையாகும்”. சுருங்கச் சொன்னால், சிற்பியர் தங்களது அதீத பிரேமையின் காரணமாகச் செதுக்கும் கற்களின் பாறைத்தன்மையை உருக்கிப் போக்கித் தங்களது ஆன்மாவையே உள்செலுத்தியுள்ளனர்.

தூண்களெல்லாம் ‘பாரந்தாங்கி’ வகையைச் சேர்ந்த பிரம்மாண்டமான அமைப்புகளாகும். போர்த்துகீசியர்கள் பீரங்கிப் பயிற்சிக்குக் குடைவரை மண்டபத்தைப் பயன்படுத்தியதன் காரணமாகத் தூண்களும், சிற்பப் பலகைகளும் அதிக அளவில் சேதப்பட்டுவிட்டன.

15.28 அர்த்த நாரீஸ்வரர் - எலிபெண்டா

15.29 லகுலம் ஏந்திய சிவன் - எலிபெண்டா

எல்லோரா கைலாசநாதர் கோயில்

பாறையினின்றும் வெட்டியெடுக்கப்படும் கட்டுமானங்களின் உச்சகட்ட சாதனையைக் குடைவரை எண் 16-இல் காண்கின்றோம். இதனை ஒரு குடைவரை என்பதைவிட பிரம்மாண்டமான குடைவரைச் சிற்பம் என்பதே பொருத்தமானதாகும். "இந்திய கலை வரலாற்றில் ஈடு இணையற்ற பொக்கிஷமான" இக்கோயில், கட்டுமானக் கோயில்

போன்றே செதுக்கப்பட்ட அழகிய ஒற்றைக் கற்றளி குடைவரைச் சிற்பமாகும். இவ்வகை குடைவரைகளில் மிகப் பெரியதான இது, ஏதென்ஸின் புகழ்மிக்க பார்த்தீனன் கட்டுமானத்தின் பரப்பையும், அதனைவிட ஒன்றரை மடங்கு உயரத்தையும் உடையதாகும்.

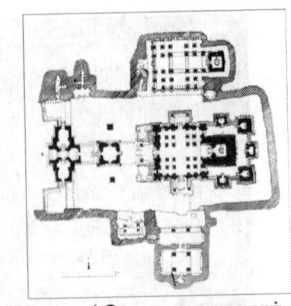

15.30 எல்லோரா கைலாசநாதர் கோயில் தரையமைப்பு வரைபடம்

தென்னிந்திய பாணியில் குடையப் பட்ட கைலாசநாதர் கோயில் பட்டடக் கல்லில் உள்ள காலத்தாற் முற்பட்ட

15.31 எல்லோரா கைலாசநாதர் கோயிலின் முழுத்தோற்றம்

விரூபாக்ஷர் கோயிலுடன் பல விதங்களில் ஒத்திருக்கின்றது. இராஷ்டிரகூட வம்ச மன்னர்களில் புகழ் பெற்றவரான முதலாம் கிருஷ்ணா (கி.பி. 757 முதல் கி.பி.793 வரை) என்பவரால் உருவாக்கபட்டதென்பர். பைதானைத் தலைநகராகக் கொண்ட இராஷ்டிரகூடர் வம்ச ஆட்சியைத் தொடங்கி வைத்தவர் தண்டி துர்க்கனாவார்.

“நீண்டு கிடக்கும் மலையினூடே சுமாராக 300 அடி x 175 அடி அளவில் ஒரு நீள் சதுர மலைப்பகுதி ஒரு தனிப் பாறையைப் போல் பிரிக்கப்பட்டிக்க வேண்டும்; பிரிக்கப்பட்ட இம் மலைப் பாறையில், உச்சியில் கோயிலுக்கான திட்டமும், அளவுகளும் மிகவும் விலாவாரியாகத் தவறின்றிக் குறிக்கப்பட்டிருக்கவேண்டும்; பின் வெட்டியெடுக்கப்பட வேண்டிய பகுதிகளானது சிறுசிறு சதுரங்களாகப் பிரிக்கப்பட்டிருக்கும்; இச்சிறு சதுரப் பகுதியானது 6 அடி x 6 அடிக்கு மேல் இருந்திருக்க சாத்தியமில்லை; ஏனெனில் சாரமேதுமில்லாமல் குடைசல் வேலைகளைப் பார்க்க வேண்டுமல்லவா! மேலிருந்து கீழ் நோக்கிய குடைசல், செதுக்கல் வேலையின் விளைவாய் விழும் கற்கள் அப்புறப்படுத்த வேண்டியிருக்கும்; அதற்குக் கற்பாலங்களையே நிச்சயமாக சாரப்படிக்கட்டுகள் போல் பயன்படுத்தியிருப்பார்கள்.

மனதிலும், வரைபடத்திலும் முழுமையாகத் திட்டமிடப்பட்ட இக் கோயிலைப் பின்புறமிருந்து முன்புறம் நோக்கியும், மேலிருந்து கீழ் நோக்கியும் செதுக்கியிருக்க வேண்டும்" என்று அறிவியல் அறிஞரும், கலை வரலாற்றறிஞருமான சாரதா சீனிவாசன் எழுதுகின்றார்.

கோயிலின் வெளிமுற்றமானது 276 அடி நீளமுள்ளதாய் மலையின் இதயப் பகுதிக்குள் செல்கிறது; அகலம் 154 அடியுள்ளதாயுள்ளது; கோயிலின் பின் புறத்தில் உள்ள மலை உச்சியின் உயரம் 120 அடியாகும்; இக்கட்டுமானச் சிற்பத்தினைக் குடைந்தெடுக்கும் பணியில் உத்தேசமாக மூன்று மில்லியன் கன அடி கற்கள் செதுக்கி வெளியேற்றப்பட்டிருக்க வேண்டும் என்ற பயணியர் வழிகாட்டிப் புத்தகத்தின் கூற்று நிச்சயமாக மிகையில்லை.

15.32 முகப்பு எல்லோரா கைலாசநாதர் கோயில்

ஏனெனில், வழக்கமான கல் கட்டுமானத்தில், எதைச் சேர்ப்பது? எப்படிச் சேர்ப்பது? என்ற திட்டமிடுதல் தேவை; ஆனால் இங்கோ எதைச் செதுக்கி வெளியேற்றுவது என்ற திட்ட மிடுதல் அல்லவா தேவைப் படுகின்றது! மரபுப் படியான கல் கட்டுமானக் கோயில் போன்ற கைலாச நாதர் கோயிலானது நான்கு அடிப்படைப் பகுதிகளைக் கொண்டதாகும். கோபுரத்துடன் கூடிய நுழைவாயில், நந்திமண்டபம், பெரிய அளவிலான தூண்களுள்ள முக மண்டபம், விமானத்துடன் கூடிய கருவறை என்பவைகளே அவை.

15.33 நந்தி மண்டபம், முகமண்டபம், கருவறை - எல்லோரா கைலாசநாதர் கோயில்

வெளியுலகத்தோர் பார்வையில் படாமல் கோயிலின் புனிதமான உட் பகுதிகளை மறைக்க நுழைவாயில் கோபுரமானது உயரமாக அமைக்கப்பட்டுள்ளது. கருவறையில் இருக்கும் சிவலிங்கத்தின் மீது ஒரு முகப்பட்ட சிந்தனையைச் செலுத்தும் பாவத்துடன் நந்தியின் சிற்பம் மரபுப்படி அமைந்துள்ளது. நந்தியின் இருபுறமும் ஒரே கற்றளியாக 60 அடி உயரக் கற்றூண்கள் அமைந்துள்ளன. கோவில் நிர்மாணிக்கப்பட்ட புதிதில், அத்தூண்கள் சிவனின் சூலாயுதச் சின்னத்தைத் தாங்கி யிருந்தன. அருகிலேயே இரு புறமும் உயிருள்ள யானைகள் அளவில்

15.34 நந்தி மண்டபம் - எல்லோரா கைலாசநாதர் கோயில்

உயிரோட்டமுள்ள யானைச் சிற்பங்கள் இடம் பெற்றுள்ளன. கோயிலினுள் நுழைகையில் யானைகளால் துதிக்கப்படும் பெண் தெய்வம் லட்சுமியின் வடிவத்தைக் காணலாம்.

15.35 60 அடி உயரக் கற்றூண் - எல்லோரா கைலாசநாதர் கோயில்

நந்தி மண்டபம், முக மண்டபம், கருவறை என்ற மூன்று பகுதிகளும் முற்றவெளி தரையை விட உயரத்தில் அமைந்துள்ளன. இப்பகுதிகளுக்குச் செல்ல கருவறை முக மண்டபத்தின் இரு பக்கங்களிலும் உள்ள படிக்கட்டுக்களைப் பயன்படுத்த வேண்டும். நந்தி மண்டபத்தைத் தாண்டினால், உயிருள்ள பாறையானது கட்டடக் கலை, சிற்பக் கலை நுட்பங்களால் மிளிரும் முக மண்டபம், கருவறைப் பகுதிகளாக மேல் நோக்கிப் பரந்து விரிகின்றது. கருவறை விமானமானது முற்ற வெளித் தரையிலிருந்து 96 அடி உயரமுடையதாயுள்ளது; மேலும் வாழ்வியல் அளவுள்ள யானைச் சிற்பங்கள் தங்கள் முதுகுகளில் தாங்குவது போல் வடிவமைக்கப்பட்டுள்ளது.

இந்தியக் கலை வரலாறு 241

15.36 கற்றூண் மற்றும் நந்திமண்டபம் - கைலாசநாதர் கோயில்

15.37 கருவறை விமானத்தைத் தாங்கும் யானைகள் - கைலாசநாதர் கோயில்

கோயிலின் மத்தியப் பகுதிகளான நந்தி மண்டபம், முக மண்டபம் கருவறை ஆகியவற்றைக் கண்ணுற்ற பிரமிப்பிலிருந்து மீள முடியாததால் முற்றத்தின் பக்கச் சுவர்களில் இடம் பெறும் எண்ணற்ற சிறு சந்நிதிகளும், புடைப்புச் சிற்பப் பலகைகளும் காண்போரின் கவனத்திலிருந்து தப்பி விட வாய்ப்புள்ளது, இவ்வேலைப் பாடுகள் ஒவ்வொன்றும் வேறெந்த

கட்டுமானத்தில் இடம் பெற்றிருந் தாலும் அதிகப் போற்றுதலுக்கு உட் பட்டிருக்கும். எனவே இவ் வேலைப்பாடுகளைக் காண் பதிலிருந்து தப்பி விட முடியாதபடி கவனமாயிருத்தல் முக்கியமானது. இதை விளக்க 'கைலாய மலையை உலுக்கும் இராவணன்' என்ற தலை சிறந்த சிற்பப் பலகை ஒன்றே போதுமானது.

15.38 சிற்பப் பலகைகளின் அணிவகுப்பு - கைலாசநாதர் கோயில்

கைலாய மலையில் சிவனும், பார்வதியும் சிம்மாசனத்தில் அமர்ந்துள்ளனர்; இராவணன், மிகுந்த வன்மையுடன், தன்னுடைய பல கைகளை இயக்க விசையுடன் பயன்படுத்தி கைலாய மலையைக் கீழிருந்து தூக்க முயல்கின்றான். இதன் விளைவால் ஏற்படும் மலை அதிர்வுகளால் சிவனைத் தவிர மற்றவர்கள் அச்சப்படுகின்றனர்; சிவனின் கரத்தை பார்வதி பயத்துடன் இறுகப் பற்றிக் கொள்கின்றார். பார்வதியின் சேடிப்பெண் பின்புறத்தில் தப்பியோட முயல்கின்றாள்; இத்தகு வடிவமைப்பு, சேடிப் பெண்ணின் பின்புறத்தில், உண்மையில் பாறைப் பகுதியாய் இருந்தபோதும், ஓடுமளவிற்கு விரிவான இடமுள்ளது போன்ற உணர்வையளிக்கின்றது; சிவனைத் தவிர அனைவரின் அச்சவுணர்வுகளும் பல பாவங்களில் திறம்பட வெளிப்படுத்தப் பட்டுள்ளன; 'அனைத்தும் தன் கட்டுப்பாட்டிற்குள் தான் உள்ளது' என்று தைரியமளிக்கும் பாங்கில் சிவனின் தோற்றம் வடிவமைக்கப்பட்டுள்ளது; ஏனெனில் சிவபெருமான் மிக மிக அமைதியாக தன் கால் கட்டை விரலை மட்டுமே சிறிதளவு அழுத்தி, மலையின் கீழ் இராவணனைச் சிறைப்படுத்துகின்றார். இக் காட்சி உண்மை அறிவின் அளப்பறிய சக்தியை எடுத்துரைக்கின்றது. உயர் நிலைப் புடைப்புச் சிற்பமாதலால் உருவங்களின் முப்பரிமாண வடிவமைப்பும் கிட்டத்தட்ட முழுமையாக வெளிப்படுகின்றது. வெளிச்சம் குறைவாய் இருக்குமாறு/ சிற்பப் பலகையுடன் ஒன்றிணைக்கப்பட்ட ஒளி மேலாண்மையால்/ இந் நாடகப் பாணி வடிவமைப்பு மிகச் சிறப்பாய்க் காண்போரைக் கவர்கின்றது.

'எல்லோரா கைலாசநாதர் கோயிலைக் காட்டிலும் பேரழகு எப்பொழுதாவது, எங்காவது கண்டதுண்டா? எனவே சுயம்பு சிவன் இருக்கும் இடம் இது தான்' என்று வானவர்கள் வான் வெளியில் தங்கள் ரதங்களில் இக் கோயிலைக் கடக்கும் போது வியந்து உரைக்கின்றார்கள்; இவ்வாறான தகவல் கர்கா சுவர்ண வர்ஷ னின் பரோடா பட்டயத்தில் உள்ளதாம். இச் சிற்பக் கட்டுமானம் முடிவுற்றவுடன் இதற்குக் காரண

இந்தியக் கலை வரலாறு   243

15.39 கைலாச மலையை உலுக்கும் இராவணன் - கைலாசநாதர் கோயில்

கர்த்தாவாயிருந்த சிற்பியும் வியந்து கூறியதாவது: "என்னால் எப்படி இக் கோயிலை உருவாக்க முடிந்தது?! மிக அதிகப் படியான விடாமுயற்சி இருந்தால் கூட, இது போன்றதொரு சிற்பக் கட்டுமானத்தை என்னால் செய்து முடிக்க நிச்சயமாக இயலாது". இக்கூற்றை எவ்விதத்திலும் எவரும் சந்தேகங்கொள்ளத் தேவையில்லை.

கழுகுமலை வெட்டுவான் கோயில்

எல்லோராவின் தூமர் லேனா குடைவரையைக் கண்ட பின் அதே போன்றதொரு அமைப்புடைய எலிபெண்டா குடைவரையைக் காண எல்லோராவிலிருந்து மும்பை வரை பயணம் செய்தோம். அதே போல் மிகப் பிரபல்யமான எல்லோரா கைலாசநாதர் கோயிலைக் கண்டவுடன், அதே போன்ற, ஆனால் காலத்தாற் முற்பட்ட, கழுகுமலை வெட்டுவான்

15.40 இராமாயண சிற்பப் பலகை - கைலாசநாதர் கோயில்

கோயிலைக் காணா விட்டால் தமிழ் மண்ணின் பெருமையைப் பேச மறந்த குற்றத்திற்கு ஆளாகிவிடுவோம்! மதுரையைத் தலைநகராகக் கொண்டு தமிழ் நாட்டின் தென் பகுதியில் ஆட்சி செலுத்தியவர்கள் பாண்டிய வம்சத்தினர் ஆவர்.

கழுகு மலை ஊரானது கோவில்பட்டிக்கும் சங்கரன் கோவிலுக்கும் இடையில் இருக்கின்ற ஒரு பிரசித்தமான இடமாகும். இவ்வூரில் வரலாற்றுச் சிறப்பு வாய்ந்த மூன்று சின்னங்கள் உள்ளன. முருகன் கோயில், சமணர் பள்ளி, வெட்டுவான் கோயில். வெட்டுவான் கோயிலும், சமணர் பள்ளியும் தமிழ்நாடு அரசு தொல்பொருள் ஆய்வுத் துறையின் பாதுகாப்பில் உள்ளன.

தமிழகத்தில் இருக்கின்ற பழமையான முருகன் கோயில்களில் கழுகு மலையும் ஒன்றாகும். வழக்கத்திற்கு மாறாக இடப் பக்கம் திரும்பியிருக்கும் மயில் மீது அமர்ந்த நிலையில் முருகக் கடவுள் இருக்கும் சிற்பமானது குடைவரைச் சுவரில் செதுக்கப்பட்டுள்ளது. எனவே கழுகாசல மூர்த்தி கோயில் குடைவரைக் கோயிலாகும்.

ஊருக்குள் கழுகாசல மூர்த்தி கோயில் இருக்க, ஊரைச் சுற்றியுள்ள மலைகளொன்றில் தான் சமணர் பள்ளியும் வெட்டுவான் கோயிலும் உள்ளன.

இம் மலையில் பாதியளவு உயரம் ஏறினாலே, இவ்விரண்டு வரலாற்றுச் சின்னங்களையும் காணலாம். இங்கு கி.பி 8-9ஆம்

15.41 கழுகுமலை வெட்டுவான் கோயில் முழுத்தோற்றம்

15.42 கழுகுமலை ஜைனபுடைப்புச் சிற்பங்கள்

நூற்றாண்டு காலத்திய ஜைனச் சிற்பங்கள் பாறை முகத்தில் மூன்று வரிசைகளாகச் செதுக்கப்பட்டுள்ளன. இப்பகுதியைச் சேர்ந்த சாதாரண மக்களும், உயர் பதவி வகித்த அதிகாரிகளும் செய்த பொருளுதவி கொண்டு சிற்ப வேலைகள் மேற் கொள்ளப்பட்டதாக இங்குள்ள கல்வெட்டுக்கள் கூறுகின்றன.

15.43 தாவும் நிலை யாளிகள் - ஜைன புடைப்புச் சிற்பம் - கழுகு மலை

இச் சிற்பங்கள் செதுக்கப்பட்ட காலம் எட்டாம் நூற்றாண்டின் இறுதியாயிருக்குமென்பர். யக்ஷர்கள், யக்ஷிகள், பரிவாரங்களுடன் தீர்த்தங் காரர்கள் என நேர்த்தியாகச் செதுக்கப்பட்ட அழகிய சிற்பங்களாகும் இவை. இக் காலச் சிற்பக் கலையின் முத்தெனக் கருதப்படுவது இங்குள்ள பார்சுவ நாதரின் சிற்பமென்பது, கலை வரலாற்றறிஞர் சிவராமமூர்த்தியின் கருத்தாகும். கலைக்கான கருக்கள், இந்தியா முழுமையும் எல்லா மதங்களிலும் பரவிய தன்மையுடையன என்பதை இங்குள்ள ஜைன புடைப்புச் சிற்பங்கள் எடுத்துரைக் கின்றன. உதாரணமாக, இங்கு அமர்ந்த நிலையில் உள்ள ஜைனர் உருவை அனைத்தாற்போல் இருபுறமும் பின்னிரு கால்களை மட்டுமே தரையில் பதித்து நிமிர்ந்து நிற்கும் நிலையில் யாளிகள் செதுக்கப்பட்டுள்ளன தென்கோடியில் காணக் கிடைக்கும் நிற்கும் நிலை யாளிகள் கருத்துரு, வடக்கே இமயமலைக்கப்பால், காலத்தால் பிந்திய, புத்த மடாலயங்களில் காணப்படுகின்றது.

எல்லோரா கைலாசநாதர் கோயிலுக்கு முன்னோடி கழுகு மலை வெட்டுவான் கோயில் எனலாம்; ஏனெனில் இக்கோயில் எட்டாம் நூற்றாண்டைச் சேர்ந்ததாகும். கருங்கல் மலையில் நான்கு பக்கங்களிலும் ஒரு பாறை தனித்து நிற்கும் அளவிற்கு கேக் போல் வெட்டி எடுத்தது; தனித்து நிற்கும் அப்பாறையில் மேலிருந்து கீழாக செதுக்கி கல் கட்டுமானக் கோயிலை உருவாக்கியது; இதற்கான மாபெரும் திட்டமிடுதலும், செயல் படுத்துதலும், துணிவும் எல்லோரா கைலாச நாதர் கோயில் உருவாக்கத்திற்கு முன்பே நடைபெற்றிருப்பது எல்லாம் நம்மை மலைக்க வைக்கின்றது. இக் கோயில் மட்டும் முழுதும் முடிக்கப் பெற்றிருந்தால் அதற்கு ஈடு துணை தமிழகத்தில் எதுவுமிருந்திருக்காது.

கிழக்கு நோக்கியுள்ள இக் கோயில் விமானத்தின் கிழக்கில் உமாசகித சிவபெருமானும், தெற்கில் மிருதங்க தட்சிணாமூர்த்தியும் வைக்கப்பட்டிருப்பதிலிருந்து இது சிவபெருமானுக்கு அர்ப்பணிக்கப் பட்டதெனக் கூறலாம். வீணாதர தட்சிணாமூர்த்தியைப் பல கோயில்களில் காணலாம். மிருதங்கத்தின் கயிறு பட்டையாகத் தோளில் தொங்க, மிகுந்த ரசனையோடு மிருதங்கம் வாசிக்கும் தட்சிணாமூர்த்தியை

இங்கு மட்டுமே காண இயலும். விமானத்தின் மேற்கில் சுகாசனத்தில் நரசிம்மரும் வடக்கில் சதுர்முக பிரம்மாவும் உள்ளனர். நரசிம்மரின் கீழ் வலக்கையானது தீயோரை எச்சரிக்கும் தர்ஜனி முத்திரையைக் காட்டுகின்றது. துணியிலான பூணூல் அணிந்துள்ள பிரம்மாவின் புன்னகை காண்போரையெல்லாம் மயக்க வல்லது. கீழுள்ள தளத்தில் தெற்கு நோக்கித் தட்சிணாமூர்த்தியும் மேற்கு நோக்கி விஷ்ணுவும், வடக்கு நோக்கி விஷபாகரண மூர்த்தியும் இடம் பெற்றுள்ளனர். மேலும் இத்தளத்திலேயே பல சதுர வடிவ விமானங்களும், கூடுவண்டி போன்றமைப்புள்ள விமானங்களும் சிறிய வடிவில் அழகுக் கூறுகளாக இடம் பெற்றுள்ளன.

விமானப் பகுதிகள் அனைத்திலும் எண்ணற்ற அழகிய சிற்பங்கள் செதுக்கப்பட்டுள்ளன. இவை உயிருள்ள மாந்தர் கருவறை விமானத்தில் வாழ்வது போன்ற தோற்றத்தையே அளிக்கின்றன. அந்த அளவிற்கு வேலைப்பாடுகள் உயிரோட்டம் பெற்றுள்ளன. ரசித்திடும் குறும்புகளைச் செய்யும் முக உடல் பாவங்களுடன் உள்ள சிவ கணங்கள் நம்மைக் கவர்கின்றன. கட்டுமானத்தில் உயர் பகுதியிலிருந்து எட்டிப் பார்ப்பது போன்ற உணர்வளிக்கும் பாணியில் பெரும்பாலான சிற்ப உருவங்கள், இடுப்புப் பகுதிக்கு மேல்தான் செதுக்கி காட்டப்பட்டுள்ளன. அனைத்துப் படைப்புகளிலும் காணப்படும் வாழ்வியல் ஆனந்தங்களை வெளிப்படுத்துமாறு, தெய்வங்கள் மற்றும் அவர்களது பரிவாரங்களின் சிற்பங்களைச் செதுக்கியிருப்பதில்தான் சிற்பியரின் மேலான திறமை வெளிப்படுகின்றது. கழுகு மலைச் சிற்பங்களில் உருவ அமைதிகள், அவற்றில் உள்ள ஆடைகள், ஆபரணங்கள் ஆகியவை பாண்டியரின் தனித்தன்மையுடன், ஆங்காங்கே பல்லவர், இராஷ்டிரகூடர், சாளுக்கியர் போன்றோரின் கலைகளின் தாக்கத்தினையும் வெளிப்படுத்துகின்றன. கருவறையும் முக மண்டபமும் கொண்ட இக்கோயிலில் முக மண்டபத்தின் மேல் பகுதியும், கருவறை விமானத்தின் கீழ்த் தளமும் முடிக்கப்படவில்லை. காசி, இராமேஸ்வரம் என்ற இணை போல் எல்லோராக் கைலாசநாதர், கழுகு மலை வெட்டுவான் கோயில் இணையை இந்தியர் அனைவரும்

15.44 உமா மகேசுவரர் - கழுகுமலை வெட்டுவான் கோயில்

போற்றிக் கொண்டாடினால் பக்தி ஒருமைப்பாட்டுடன், கலை ஒருமைப்பாடும் இந்தியாவில் கை கூடிட வழியுண்டு.

ஜைனக் குடைவரைகள்

15.45 எல்லோரா ஜைனக் குடைவரை 32 -இன் முகப்பு

எல்லோராவில் குடைவரைகள் குடையும் முயற்சியில் கடைசியாக ஈடுபட்டவர்கள் ஜைனர்களாவர். 30,31,32,33,34 என்று இலக்கம் இடப்பட்ட குடைவரைகள் ஜைனர்களுக் குரியதாகும். இக்குடைவரைகள் குடையப்பட்ட காலம் ஒன்பதாம் நூற்றாண்டு முதல் 11 அல்லது 12ம் நூற்றாண்டுக்குள் என்று கூறுவர். இந்த ஐந்து குடைவரைகளில் 32 மற்றும் 33 இலக்கமிடப்பட்ட குடைவரைகள் முக்கியமானவை. இவைகள் முறையே இந்திர சபா, ஜகந்நாத சபா என்றழைக்கப்படுகின்றன. கைலாச நாதர் கோயில் எண் 16-ஐப் போன்று, ஆனால் அளவில் சிறிய, முற்றுப் பெறாத குடைவரை எண் 30 ஆனது சோட்டா கைலாஸ் என்றழைக்கப் படுகின்றது. குடைவரை தொழில் நுட்பம் பற்றியும் அதைப் பயன் படுத்திக் குடைவரைகள் குடையப்பட்ட விதம் பற்றியும் அறிந்துகொள்ள முற்றுப் பெறாத சோட்டா கைலாஸ் குடைவரை பயன்படுகின்றது.

15.46 எல்லோரா இந்திர சபையின் தாழ்வாரப் பகுதி

இந்திர சபை (எண் 32)

15.47 எல்லோரா இந்திரசபை நுழைவாயிலின் பின் அமைந்துள்ள ஸ்தம்பமும், கருவறையும்

மஹாவீரருக்கும் பிற ஜைன தீர்த்தங்கரர்களுக்கும் அர்ப்பணிக்கப்பட்ட தொடர் சந்நிதிகளை இரண்டு தளங்களில் கொண்ட குடைவரை இந்திர சபையாகும். இக்குடைவரையின் தலைவாயிலானது தெற்குப் பகுதியில் திராவிடக் கோபுர நுழைவாயிலமைப்பில் அமைந்துள்ளது. அதன் வழியே ஒரு மண்டபத்தினுள் நுழைகின்றோம். அம் மண்டபத்தின் மையத்தில் ஒற்றைக் கற்றளி சந்நிதி உயர்ந்த பீடத்தின் மீது அமைந்துள்ளது. மனஸ்தம்பம் என்றழைக்கப்படும் பெரிய ஒற்றைக் கற்றளித் தூணானது சந்நிதியின் வலப்பக்கத்திலும், மாபெரும் ஒற்றைக் கற்றளி யானையானது இடப் பக்கத்திலும் இடம் பெற்றுள்ளது. 28 அடி உயரமுள்ள மனஸ்தம்பத்தின் உச்சியானது நான்கு திசைகளையும் நோக்கியவாறு அமர்ந்துள்ள நான்கு உருவங்களைக் கொண்டு உள்ளது. கைலாச நாதர் ஆலய (எண் 16) ஒற்றைக் கற்றளி யானையைப் போன்றிருந்தாலும், இங்குள்ளது வடிவமைப்பில் மேலும் அழகுடையதாகவும் நன்கு பேணப்பட்டதாகவும் சிறப்புற அமைந்துள்ளது.

மண்டப மையத்திலுள்ள ஒற்றைக் கற்றளி சந்நிதியின் வாயில்களைத் தெற்கு அல்லது வடக்கிலமைந்துள்ள படிக்கட்டுகளில் ஏறி அடைய வேண்டும். ஆனால் இம் மாதிரி படிக்கட்டுகளில்லாமல் சந்நிதியின் கிழக்கு மேற்குப் பகுதிகளில் நுழைவாயில் மட்டும் அமைந்துள்ளது. ஒன்றாவது, 22வது 23வது 24வது தீர்த்தங்கரர்களான ஆதிநாதர் அல்லது ரிஷபானந்தர், பார்ஸ்வநாதர், நேமிநாதர், மகாவீரர் ஆகிய நான்கு முக்கிய தீர்த்தங்கரர்களை வழிபடும் ஜைன கருத்துருவமான சர்வதோபத்ரா (Sarvatobhadra) வானது சந்நிதியின் மையத்தில் இடம் பெற்றுள்ளது. இந்நான்கு தீர்த்தங்கரர்களின் வடிவங்களும் நான்கு திசைகளை நோக்கியவாறு வடிக்கப்பட்டுள்ளனர். இச் சந்நிதியின் மேல் கட்டுமானமானது சிற்சிறு பிராந்திய மாற்றங்களுடன் கூடிய திராவிடக் கட்டுமானமாகும்.

மைய மண்டபத்திலிருந்து மேற்குப்புறம் அமைந்துள்ள இரு சந்நிதிகளுக்கும் கிழக்கு மற்றும் வடக்குப் பக்கம் அமைந்துள்ள சந்நிதிக்கும் செல்ல இயலும். இந்நான்கு சந்நிதிகளுமே மகாவீரருக்கே

15.48 பார்ஸ்வநாதர் - எல்லோரா இந்திரசபை

அர்ப்பணிக்கபட்டவைகளாகும். யானை மேலுள்ள இந்திரனும், சிங்கத்தின் மீதுள்ள அம்பிகையும், மகாவீரரின் இருபக்கங்களிலும் உள்ளனர். ரிஷபானந்தரின் மகனும், தீவிர தவத்தில் ஈடுபட்டிருப் பவருமான கோமதீஸ்வரரும், தலைக்கும் கழுத்துக்கும் ஆன (hood) மறைப்பாக நாகத்தைக் கொண்ட பார்ஸ்வநாதரும் பிற பரிவார தெய்வங்களும் இந்நான்கு சந்நிதிகளின் பக்கச் சுவர்களை அலங்கரிக்கின்றனர்.

மண்டபத்தின் வடக்குப் பகுதியிலுள்ள பெரிய சந்நிதியிலமைந்துள்ள படிக்கட்டுகள் வாயிலாக முதல் தளத்தை அடையலாம். படிக்கட்டுகளில் நேராகப் பயணித்தால் முதல்

தளத்திலுள்ள பெரிய சந்நிதியையும், கிழக்கு மேற்குப் பக்க நுழைவாயில்களைப் பயன்படுத்தினால் சிறிய சந்நிதிகளையும் அடையலாம். இம் மூன்று சந்நிதிகளும் கூட மகாவீரருக்கு அர்ப்பணிக்கப்பட்டவைகளேயாகும். இத் தளத்தில் மஹாவீரரின் மாபெரும் சந்நிதி அமைந்துள்ளது. தூண்களும் சுவர்ப்பகுதிகளும் மிக நுணுக்கமாக சிற்ப வேலைப்பாடுகளால் அலங்கரிக்கப் பட்டுள்ளன. விலாவாரியாக செதுக்கப்பட்ட பூர்ண கும்பத்திலிருந்து எழுவது போன்ற தூண்கள் எல்லோரா வேலைப்பாடுகளிலே தலை சிறந்தவைகளாகும். சந்நிதிகளின் நுழைவாயில்களும் பல அடுக்குகளாகப் பிரித்து மிகச் சிறந்த சிற்ப வேலைப்பாடுகளால் நிரப்பப்பட்டுள்ளது.

15.49 சிங்கத்தின் மீதமர்ந்த அம்பிகை - எல்லோரா இந்திரசபை

ஜகந்நாத சபை (எண் 33)

15.50 எல்லோரா ஜைனக்குடைவரை மண்டப உட்தோற்றம்

15.51 எல்லோரா ஜகந்நாத சபை - ஜைனத் துறவியை அணுகும் ஊர்வல அணிவகுப்பு

இக் குடைவரையானது இந்திர சபை குடைவரையைப் போன்றேயுள்ளது; ஆனால் இந்திர சபை போல் ஓர் ஒழுங்குக்குட்பட்ட கட்டமைப்புடையதாயில்லை. மிகச் சிறப்பான வேலைப்பாடுகளுள்ள எடை தாங்கி வகைத் தூண்களாலும் மிக நுணுக்கமான சிற்ப வேலைப்பாடுகளாலும் இக்குடைவரையானது அழகு பெறுகின்றது.

எல்லோரா ஓவியங்கள்

எல்லோராவில் ஓவியங்கள் மண்டபங்களின் விதானங்களையும் சுவர்களையும் நிறைக்கின்றன. சிற்ப பாவ உருவங்கள் மட்டுமின்றி அழகிய பூ வேலைப்பாடுகள், விலங்குகள், பறவைகள் ஆகியவைகளும் சித்திரிக்கப்பட்டுள்ளன. தாமரைக் குளத்தின் நடுவே உள்ள அழகிய யானை, கருடன் மீதமர்ந்துள்ள லட்சுமி நாராயணன் ஆகிய ஓவியங்கள் உயிர்த் துடிப்புடையவைகளாய் உள்ளன. படர்கின்ற மேகங்களின் பின்புலத்தில் துணைவியருடன் பறக்கும் வித்யாதரர்கள், கின்னரர்கள் போன்ற காட்சி ஓவியங்களிலும் நடராஜர் வடிவத்திலும் சாளுக்கியர் மரபு (பாணி) பின்பற்றப்பட்டுள்ளதைக் காணலாம். கரிய நிறத்துக்குப் பக்கத்தில் ஒளிர் நிறத்தை அமைப்பது, பெண்களின் அலங்கரிக்கப்பட்ட ஜடை, பறக்கும் நிலை ஆகிய அனைத்தும் மிகச் சிறப்புடையதாயுள்ளன. சமணக் குடைவரைகளின் விதானச்சுவர் முழுவதும் சின்னஞ்சிறு விவரங்கள் நிரம்பிய ஓவியங்களால் நிரப்பப்பட்டுள்ளன. இவற்றுள் சமண நூல்களை விளக்கும் காட்சிகளும், மலர், விலங்கு, பறவைகளுடன் கூடிய அலங்காரக் கோலங்களும் அடங்கும்.

குடைவரை பாணி கட்டுமானத்தின் முடிவு

இந்தியாவில் குடைவரைப் பாணி கட்டுமானங்கள் எல்லோராக் குடைவரைக் கட்டுமானங்களுடன் முடிவடைந்து விட்டன. குடைவரைப் பாணியின் உச்ச கட்ட சாதனையான கைலாசநாதர் ஆலயம் (எண் 16) முற்றுப்பெற்ற போதே, குடைவரைப் பாணி கட்டுமானங்களின் முடிவின்

15.52 சுவரோவியம் - ஜைனக் குடைவரை - எல்லோரா

தொடக்கத்திற்கான பிள்ளையார் சுழி போடப்பட்டுவிட்டது. மலையின் இதயப் பகுதியைக் குடைந்து தூண்களுள்ள மண்டபங்களை அமைப்பது போன்ற நினைவுச் சின்னங்கள் கல் கட்டு மானங்களாகவே அமைக்கப்பட்டன. இக்கல் கட்டுமான மண்டபங்கள் குடைவரை மண்டபங்களைக் காட்டிலும் பன்மடங்கு நேர்த்தியாயிருந்தாலும் இவற்றால் ஆன்மிக இறையனுபவத்தைப் பக்தனுள் ஊட்டும் பாங்கில் சற்றுக் குறைவுபட்டுதான் உள்ளன. இருப்பினும் கல் கட்டுமான பாணித் தொழில் நுட்பமானது முழுமை பெற்றதும் குடைவரைப் பாணி போல் சிறிய வரன்முறை எல்லைக்குள் வளைய வர வேண்டிய அவசியமில்லாது போனதும் தான் கல்கட்டுமான பாணியின் கை ஓங்கிடக் காரணமாகும். கட்டுமானப் பண்புகள் அடிப்படையில், குடைவரைப் பாணிக் குடைவுகள் சற்றே பின்தங்கி யிருந்தாலும், ஆயிரம் ஆண்டுகளுக்கும் மேலாக மேற்கொள்ளப்பட்ட இக்குடை வரைகள் மதிப்பிடமுடியாத கலைப் பொக்கிஷங்களேயாகும். ஏனெனில்,

15.53 குபேரன் - ஜகந் நாத சபை - எல்லோரா

எவ்விதத்திலும் ஒத்துழைக்க மறுக்கும் மலைப் பாறை முகத்தில் மாபெரும் குடைவரைகளை அமைக்க முடியும் என்ற தீர்க்க தரிசனமும்,

அவற்றை அமைப்பதற்கான முறைகளைக் காணும் அறிவுத் திறனும், இம் முறைகளைச் செயல் வடிவம் கொடுக்கும் திறனைப் பெற்றதும், பெரிய அளவில் இவற்றைச் செயல்படுத்திய துணிவும் என மக்களின் பன்முகத் திறன்களைப் படம் பிடித்துக் காட்டும் நினைவுச் சின்னங்கள் அல்லவா இவை !

15.54 கழுகுமலை ஜைனத் தீர்த்தங்கரர்கள்

அத்தியாயம் - 16
தமிழகக் கலைகளின் வித்து

16.1 தமிழகக் கோயிற்கலை, ஓவியக்கலை நகரங்கள்

பல்லவர் காலத்திற்கு முன் - தமிழகக் கலை வரலாறு

தமிழகத்திற்குக் கலை வரலாற்றுக் காலம் என்பது காஞ்சியைத் தலைநகராகக் கொண்டு ஆண்ட பல்லவ வம்சத்திலிருந்துதான் தொடங்குகின்றது. அவ்வாறெனில் சங்ககாலந் தொட்டு கலை வேலைப்பாடுகளே இடம் பெற்றிருக்கவில்லையா என்ற கேள்வி எழக்கூடும். சங்க காலம் என்பது கி.மு.மூன்றாம் நூற்றாண்டிற்கும் கி.பி மூன்றாம் நூற்றாண்டிற்கும் இடைப்பட்ட காலமாகும் சங்க இலக்கியங்கள் அக்காலத்து ஓவியங்களைப்பற்றித் தெளிவாகக் கூறுகின்றன. கட்டடக் கலைச் சொற்களான கோட்டம், நகரம், மன்றம், கோயில் போன்ற சொற்கள் சங்க இலக்கியங்களிலும், சங்கம் மருவிய கால இலக்கியங்களிலும் காணக் கிடைக்கின்றன. சிற்பங்களும், பாவைகளும், கல், மண், மரம் ஆகியவற்றால் செய்யப்பட்டதைச் சங்க இலக்கியங்களிலிருந்து அறிகின்றோம்; அகழ்வாராய்ச்சியிலும் சிற்பங்கள் கிடைத்துள்ளன. இக்கலைகள்பற்றிய போதிய ஆதாரங்கள் கிடைக்காமல் போனதற்கு ஒன்று அவை அழிந்துபடக் கூடிய பொருட்களால் ஆக்கப்பட்டிருக்க வேண்டும் அல்லது ஆராய்ச்சிகள் போதிய அளவு மேற்கொள்ளப்படாததாயிருக்க வேண்டும்.

பல்லவ வம்சம்

கி.பி. நான்காம் நூற்றாண்டின் இடைப்பகுதியில் தமிழகத்தின் சங்ககால வரலாறு ஒருவாறு முற்றுப் பெற்றது. களப்பிரர் என்னும் ஓர் இனம் காண முடியாத குடியினர் தமிழகத்தில் ஆட்சி செலுத்தத் தொடங்கினர். இத்தகு குழப்ப காலத்தில் பல்லவர்கள் சாதவாகனர்களுக்கு அடங்கிய சிற்றரசர்களாக ஆந்திர நாட்டின் தென்கிழக்குக்கோடியில் ஆண்டு வந்தனர். சாதவாகனர்களின் வீழ்ச்சிக்குப் பிறகு பல்லவர்கள் தமிழகத்தை நோக்கி நகரத் தொடங்கினர். பல்லவ மன்னன் சிம்ம விஷ்ணு (கி.பி.575 முதல் கி.பி. 600 வரை) களப்பிரர் ஆட்சிக்கு முற்றுப்புள்ளி வைத்துப் பல்லவப் பேரரசிற்கு அடித்தளமமைத்தார். அவரது மகன் மகேந்திரவர்மர் I (600 முதல் 630 வரை) என்பவர்தான் வாதாபியின் சாளுக்கிய மன்னரான புலிகேசி II என்பவரின் படையெடுப்பின் போது பல்லவத் தலைநகர் காஞ்சியைக் காப்பாற்றியவர்; தொடக்கத்தில் ஜைனராக இருந்தவர்; சைவக்குரவர் நால்வரில் ஒருவரான திருநாவுக்கரசரால் சைவ சமயத்திற்கு மாற்றப் பெற்றார்; சித்திரம், இசை, நாடகம், கட்டுமானம் போன்ற கலாச்சாரத் துறைகளில் தன்னகரின்றி விளங்கினார். அவரது நாடகங்களில் அக்காலத்திய வாழ்க்கை முறையை நகைச்சுவையோடு விமர்சித்திருக்கின்றார். உதாரணம் மத்தவிலாசப் பிரகடனம்.

இந்தியக் கலை வரலாறு

மகேந்திர வர்மன் I-இன் மகன் நரசிம்மவர்மர் I (630-655), சாளுக்கியர் தலைநகரான வாதாபியை அழித்து வெற்றித்தூண் ஒன்றையும் நிறுவினார். சிங்கள மன்னரான மானவர்மரை இலங்கை அரியணை ஏற உதவினார். யுவான் சுவாங் என்னும் சீன பௌத்த யாத்ரிகர் காஞ்சிக்கு வந்ததும் இவரது ஆட்சியின் போதுதான். காஞ்சிபுரம் கைலாசநாதர் கோயிலும், மாமல்லை கடற்கரைக் கோயிலும் ராஜசிம்மர் என்னும் புகழ்ப் பெயர் உடைய நரசிம்மவர்மர் II (680-700) என்பவரால் உருவாக்கப்பட்டதாகும்.

பல்லவர் கலை வேலைப்பாடுகள்

பல்லவர் கலைவேலைப்பாடுகளைக் குடைவரை வேலைப்பாடுகள், கட்டுமான வேலைப்பாடுகள் என இரண்டு நிலைகளாகப் பார்க்கலாம். குடைவரை வேலைப்பாடுகளை மகேந்திரன் குழுமம் (610-640), மாமல்லர் குழுமம் (640-690) என இரண்டு பிரிவுகளாகவும், கட்டுமான வேலைப்பாடுகளை ராஜசிம்மன் குழுமம் (690-800), நந்திவர்மன் குழுமம் (800-900) என இரண்டு பிரிவுகளாகவும் பார்த்தல் தெளிவு தருவதாகும். குடைவரை வேலைப்பாடுகளும் மண்டபங்கள், ரதங்கள் என இரண்டு வடிவமைப்புடையதாயுள்ளன. 'மண்டபம்' என்பது பாறையில் குடையப்பட்ட தூண்களுள்ள மண்டபமும் அதனுடன் இணைந்த ஒன்றிரண்டு கருவறைகளும் கொண்டிருக்கும். கட்டுமானக் கோயில்களையொத்த ஒற்றைக் கற்றளி கோயில்களை ரதங்கள் என்றழைப்பர்.

மகேந்திரவர்மன் குழுமக் குடைவரை மண்டபங்கள்

மகேந்திரன் குழுமக் குடைவரைகள் முழுக்க முழுக்க 'மண்டப' வகையைச் சேர்ந்தவைகளேயாகும். மிகக் கடுமையான கருங்கற்பாறைகளில் குடையப்பட்டவைகளாகும். தெற்கு அல்லது வடக்கு நோக்கி அமைந்துள்ள மண்டபங்களின் பக்கச் சுவரில் கிழக்கு அல்லது மேற்கு நோக்கிய கருவறை அல்லது கருவறைகள் அமைந்திருக்கும். கிழக்கு அல்லது மேற்கு நோக்கிய மண்டபங்களின் பின்புறச் சுவரில் கருவறை வெட்டப்பட்டிருக்கும். இக்குடைவரை மண்டபத் தூண்கள் தடித்த, குட்டையான அமைப்புடையவை. தூண்களின் உச்சியில் தூணுக்கும், உத்திரத்துக்கும் இடைப்பட்ட கனமான கல்பகுதியின் வெளித் தோற்றமானது கடலலை போன்று (தரங்கப் போதிகை) அமைக்கப்பட்டுள்ளன. தூணின் தண்டுப் பகுதியின் அடிப்பகுதியும், மேற்பகுதியும் சதுரமாயும், நடுப்பகுதி எண்பட்டை வடிவாயும் இருக்கின்றன.

16.2 மண்டகப்பட்டு குடைவரை - துவாரபாலகருடன்

தூணின் சதுரப் பகுதிகளில் தாமரை வடிவங்கள் உள்ளன. ஒரே கருவறையுள்ள குடைவரையின் முன்மண்டபத்தின் நடுவே இரண்டு தூண்களும், சுவரையொட்டி இரு அரைத்தூண்களும் அமைந்திருக்கும். தூண்களுக்கிடையேயுள்ள இடைவெளி சமமாயிருக்கும். மூன்று அல்லது ஐந்து அல்லது ஏழு கருவறைகளைக் கொண்ட குடைவரைகளில் ஓரத்து அரைத்தூண்கள் தவிர நடுவே 4 அல்லது 6 அல்லது 8 தூண்கள் அமைக்கப்பட்டிருக்கும். இயல்பாகவே இத்தகு குடைவரைகள் அகலம் மிகுந்தன; முகமண்டபம், அர்த்த மண்டபம் என இரு பிரிவுகளாகப் பிரித்துக் காட்டப்பட்டுள்ளன; இப்பிரிவினை உருவாக்கத்திற்கு இரண்டு உத்திகள் கையாளப்பட்டுள்ளன. முன்வரிசைத் தூண்களுக்குப் பின்னே மற்றுமொரு வரிசைத் தூண்களை அமைத்தல் ஒரு உத்தி; மற்றது மண்டபத்தின் உட்பகுதித் தளத்தைச் சிறிது மேடுபடுத்திக் காட்டுவதாகும். கருவறையின் இருபுறமும் இருகரங்கள் மட்டுமே கொண்ட துவாரபாலகர்கள் உள்ளனர்.

இத்தகைய குணாதிசயங்களைக் கொண்ட மகேந்திரவர்மனின் குடைவரை மண்டபங்களில் பெரும்பான்மையானவை (மண்டகப்பட்டு, பல்லாவரம், மாமண்டூர், குரங்கணில் முட்டம், வல்லம், மகேந்திரவாடி, சீயமங்கலம், தாளவனூர் போன்ற இடங்கள்) பல்லவத் தலைநகரான காஞ்சியையும், அவர்களது துறைமுக நகராகிய மாமல்லபுரத்தையும் சுற்றியே அமைந்துள்ளன. தமிழ்நாட்டில் விழுப்புரத்திற்கருகில் மண்டகப்பட்டு என்னுமிடத்தில் உள்ள குடைவரை மண்டபம்தான்

முதலாம் மகேந்திரவர்மன் காலத்திய எஞ்சிய நினைவுச் சின்னங்களில் பழமையானது ஆகும். செங்கல், மரம், உலோகம், சுண்ணாம்பு பயன்படுத்தாத இல்லமொன்றை பிரம்மா, விஷ்ணு, சிவன் ஆகிய கடவுளர்களுக்காக மகேந்திரவர்மன் உருவாக்கியிருப்பதாக இங்குள்ள கல்வெட்டொன்று பறை சாற்றுகின்றது. குடைவரை மண்டபக் கட்டுமானத்தின் தொடக்க விழாவிற்காகத் தேர்ந்தெடுக்கப்பட்ட மண்டகப்பட்டுக் குடைவரை மண்டபந்தான் பெரிய துவாரபாலகர்களைக் கொண்டுள்ளது. இங்கு தொடங்கிதான் துவாரபாலகர்கள் அமைக்கும் நடைமுறை தமிழகக் கோயில்களில் வழக்கமாகிவிட்டது.

16.3 கங்காதரர் -லலிதாங்குர பல்லவேஸ்வரம் - திருச்சி உச்சிப்பிள்ளையார் மலைக் குடைவரை

இதுவரை குறிப்பிடப்பட்டுள்ள குடைவரை மண்டபங்கள் அனைத்தும் குன்றின் அடிவாரத்திலேயே குடைந்தெடுக்கப் பட்டவைகளாகும். ஆனால் மகேந்திரவர்மனது திருச்சி லலிதாங்குர பல்லவேஸ்வர கிருஹம் எனப்படும் குடைவரை மண்டபமானது நகரின் மையத்தில் அமைந்துள்ள (உச்சிப் பிள்ளையார் கோயில் அமைந்துள்ள) மலையின் மேற்பகுதியில் குடையப்பட்டதாகும். இது மண்டகப்பட்டு குடைவரையை விட விரிவானதாகும். தெற்குநோக்கிய இக்குடை வரையின் கருவறை மேற்கு நோக்கியதாகும். மகேந்திரவர்மனின் பல விருதுப் பெயர்களையும், அம்மன்னன் சமண சமயத்திலிருந்து சைவ சமயத்திற்கு மாறிய செய்தியையும் கொண்ட கல்வெட்டுகள் அமைந்துள்ளன. வரவிருக்கும் பல்லவக் கலை நயத்திற்குத் தொடக்க வேலைப்பாடு போல் கருவறைக்கெதிரேயுள்ள சிற்பப் பலகை அமைந்துள்ளது. கங்காதரர் சிற்பத் தொகுப்பாகும் இது. கம்பீரமாக

நிற்கும் கங்காதரரின் ஒருகால் பூதகணத்தின் தலைமேலுள்ளது; வலதுகையானது சீறும் பாம்பைத் தாங்கிக் கொண்டுள்ளது; ஒற்றைச் சடையானது ஓடிவரும் கங்கையைத் தாங்கிக் கொண்டுள்ளது; அவருக்கு மேல் விண்ணுலகக் கந்தர்வர்கள் பறக்கின்றனர்; அவருக்குக் கீழே முனிவர்கள் நிலை தடுமாறி நிற்கின்றனர்; மேலும் இரு மன்னர்கள் (முதலாம் மகேந்திரவர்மனும், அவனது தந்தை சிம்மவிஷ்ணுவுமோ?!) மண்டியிட்டுத் தலைவணங்குகின்றனர். மேலும் மண்டபத்தூண்களில் தாமரைப் பதக்கங்களோடு, பல பறவை, மிருக உருவங்களும் பொறிக்கப்பட்டுள்ளன. புகழ் பெற்ற இக்குடைவரை மண்டபத்தை என்றுதான் தேடிச் சென்று கண்டு உய்த்து உரைப்பார்களோ?

மாமல்லன் குழுமக் குடைவரை மண்டபங்கள்

தமிழ்நாட்டில் சென்னைக்கருகே கடற்கரையோரமாக அமைந்துள்ள கோயில் நகரம் மாமல்லபுரம் அல்லது மகாபலிபுரம் ஆகும். குறைந்தபட்சம் கி.பி. முதலாம் நூற்றாண்டிலிருந்து ரோம் நகருடனும், பிற தென்கிழக்கு ஆசிய நாடுகளுடனும் வணிகத் தொடர்பிருந்தது என்பதை இங்குக் கிடைக்கப் பெற்ற நாணயங்கள் உறுதிப்படுத்துகின்றன. மேலும்

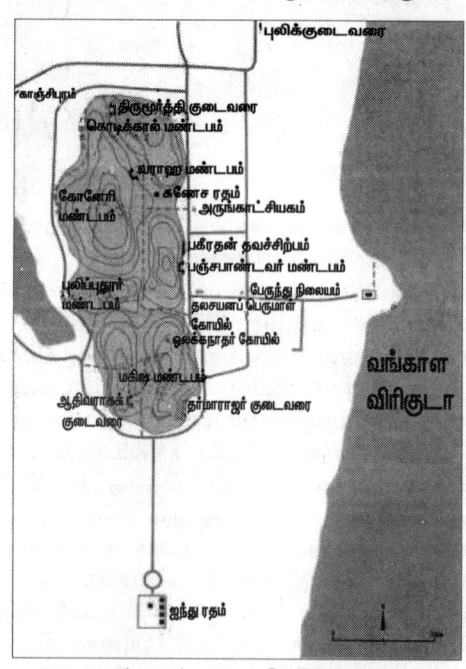

16.4 மாமல்லபுரம் - கலை இருப்பிட வரைபடம்

ரோமானியர்களின் குடியிருப்புப் பகுதிகள் இருந்ததும் தெரிய வந்துள்ளது. மகேந்திரவர்மனின் மகனான முதலாம் நரசிம்மவர்மன் 'மாமல்லன்' என்றழைக்கப்பட்டான். இந்நகருக்கு 'மாமல்லபுரம்' எனப் பெயர் மாற்றம் செய்ததும் இம்மன்னனாகத்தானிருக்க வேண்டும். இங்கிருந்து இலங்கைக்கும், தென்கிழக்கு ஆசிய நாடுகளுக்கும் கப்பல்கள் தொடர்ச்சியாகப் பயணப்பட்ட வண்ணமே இருந்தன. முதலில் வணிகத்திற்காகவும், பின் தாய்நாட்டில் கிடைக்கப் பெறாத வாழ்வை தென்கிழக்கு ஆசிய நாடுகளில் தேடிச் சென்ற மக்களுக்காகவும், இக்கப்பல்கள் பயணப்பட்டிருக்கவேண்டும். இதன் விளைவாய் தென்னிந்தியக் கட்டுமானக் கலைகள் தென்கிழக்கு ஆசிய நாடுகளில் சிறப்புறப் பரப்பப்பட்டுள்ளன. அங்கோர்தாம் (Angkhor Tham), அங்கோர்வாட் (Angkorvat), போரோபுதூர் போன்ற தென்கிழக்கு ஆசிய நாடுகளின் கலை மையங்களிலுள்ள சிற்ப வேலைப்பாடுகளில் அமராவதி பாணியின் சாயலையும், கட்டுமான அமைப்பில் பல்லவர்களின் சாயலையும், தெளிவாகக் காண முடிகின்றது. இத்துறைமுக நகரமானது குடைவரைக் கட்டுமானம், ஒற்றைக் கற்றளிச் சிற்பக் கட்டுமானங்கள் (இரதங்கள்), கட்டுமானக் கோயில், கட்டுமானமும், சிற்ப வேலைப்பாடுகளும் ஒன்றோடொன்று ஒத்துப் போகும் சிறப்பு போன்ற அனைத்துக் கட்டுமான, சிற்ப அம்சங்களையும் வெளிப்படுத்தும்

16.5 முகப்புத் தூண்கள் - மாமல்லை வராஹ மண்டபம்

இயற்கை அருங்காட்சியகமாகும். எனவேதான் யுனெஸ்கோவின் உலக கலாச்சார மைய (World Heritage site) இடமாகப் போற்றிப் பாதுகாக்கப்படுகின்றது.

தர்மராஜ மண்டபம், கொடிக்கால் மண்டபம், கோனேரி மண்டபம், வராஹமண்டபம், மஹிஷமர்த்தனி மண்டபம், திருமூர்த்தி குகை, ஆதிவராஹர் குகை, ராமானுஜ மண்டபம், யாழி மண்டபம், மஹிஷாசுரன் குகை போன்ற குடைவரை மண்டபங்கள் மாமல்லபுரத்தில் அமைந்துள்ளன. இம்மண்டபங்கள் எதுவும் அளவில் பெரிதல்ல; ஆனால் திறம்பட வடிவமைக்கப்பட்டு, அதனைச் செயல்படுத்தப் பட்டிருக்கும் சிறப்பான பாங்கினால்தான் போற்றப்படுகின்றன. கட்டுமான நுணுக்கங்களும், இப்பின்னணியோடு ஒத்துப்போகின்ற அழகிய சிற்ப வேலைப்பாடுகளும்தான் குறுகிய காலத்தில் கலை நுணுக்கங்களில் சிற்பிகள் தேர்ச்சியடைந்துள்ளதை எடுத்துரைக் கின்றன. மண்டபங்கள் தேர்ச்சியடைந்த அடித்தளத்தையும், கூரையையும் கொண்டுள்ளன. கூரைவேலைப்பாடுகளில் உத்திரத்துக்கு மேலே, வெளியே நீட்டிக் கொண்டிருக்குமாறு கூரையின் விளிம்பு அமைக்கப்பட்டுள்ளது. இதில் சைத்திய வளைவுகள் புடைப்பாகச் செதுக்கப்பட்டுள்ள அமைப்பு அழகூட்டுவதாயுள்ளது. கூரைக்கும் மேல் இணைப்பாகச் சிறுகோயில் அமைப்புக்கள் சேர்க்கப்பட்டுள்ளன. சிற்பியே கட்டுமானக் கலைஞனாகவும் செயல்பட்டது மண்டபச் சுவர்களில் வைதிக, புராண இதிகாசச் செய்திகளை அழகுற விளக்கும் புடைப்புச் சிற்பங்களால் வெளிப்படுத்தப்பட்டுள்ளது.

16.6 யோக நித்திரை விஷ்ணு - மாமல்லை மகிஷ மண்டபம்

குடைவரைகளில் முகப்புத் தூண்களும், மண்டபத்தினுள் தூண்களும் தான் முக்கிய அழகுக் கூறுகளாகும். மாமல்லபுரக் குடைவரை மண்டபத் தூண்களும் இதற்கு விதிவிலக்கல்ல. சில தூண்களில் தேர்ச்சியுறாத மஹேந்திரவர்ம பாணியே தென்பட்டாலும், சில தூண்கள் பெரிதும் முன்னேற்றமடைந்த அழகிய வடிவமைப்பைக் கொண்டுள்ளன. இத்தகு தூண்கள் சற்று மெலிதாயிருக்கும். தூண்களின் அடிப்பகுதி, கால்களை மடக்கி அமர்ந்திருக்கும் சிம்மத்தைக் கொண்டிருக்கும்; தண்டுப் பகுதியின் மேல்பகுதியில் பூச்சர அமைப்பு செதுக்கப்பட்டிருக்கும்; மேலும் பத்மபந்தம், கலசம், தாடி, குடம், பத்மம், பலகை போன்ற பாகங்களையும் கொண்டு அழகுப்படுத்தப்பட்டிருக்கும். இவையே பல்லவ பாணி என இனங்கண்டுகொள்ள உதவுவதுடன் திராவிடப் பாணி தூண்களமைப்பிற்கு நிலைகொண்ட முன்மாதிரி அமைப்புகளாகின்றன. வராஹ மண்டபத்தின் முகப்புத் தூண்களும், மஹிசாசுர மண்டபத்தின் இரு உட்புறத் தூண்களும் சிம்ம விஷ்ணு வம்சாவளியின் வேலைப்பாடுகள் எனச் சான்றுரைப்பது போல் நன்கு வளர்ச்சியுற்ற பாணியில் சிம்மத்தின் மேலமைந்த தூண்களைக் கொண்டுள்ளன. புடைப்புச் சிற்ப வேலைப்பாடுகளுக்கு எவ்விதத்திலும் குறைந்ததல்ல கட்டுமானக் கூறுகளுக்கான வேலைப்பாடுகள். உதாரணமாக வராஹ மண்டபத்தின் மிக நேர்த்தியான அடித்தள வேலைப்பாடுகளைக் கூறலாம். இங்கு தூண்கள் வரிசையைத் தாங்கும் அடித்தளமானது நீண்ட, குறுகிய நீர் தேங்கும் பகுதியைக் கொண்டதாய் அமைக்கப்பட்டுள்ளது. கோயிலினுள் நுழையுமுன் கால்களைத் தூய்மைப்படுத்திக் கொள்ளும் வசதியுட்பட

16.7 கோவர்த்தன கிரிநாதன் - மாமல்லை கிருஷ்ண (பசு) மண்டபம்

அனைத்துக் கட்டுமானக் கூறுகளையும் கட்டுமானக் கலைஞன் சிந்தனையில் கொண்டிருந்த நேர்த்தி நம்மை வியப்பிலாழ்த்துகிறது.

கோவர்த்தனகிரி மண்டபம்

கிராமப்புற வாழ்வைப் படம் பிடித்துக் காட்டும் தலைசிறந்த சிற்பப் பலகையைக் காணக் கோவர்த்தனகிரி மண்டபம் என்னும் கிருஷ்ண மண்டபத்தினுள் நுழைய வேண்டும். இச்சிற்பப்பலகையில் கிருஷ்ணன் கோவர்த்தன மலையைக் குடையாகக் பிடித்துள்ளான். புயலிலிருந்து தப்பி கோவர்த்தன மலையின் கீழ்த் தஞ்சமடைந்த மக்களிடையே புயல், மழை பற்றிய சிந்தனை மறந்து போய் அமைதி நிலவத் தொடங்குகின்றது.

16.8 பால்கறக்கும் ஆயன் - மாமல்லை கிருஷ்ண மண்டபம்

ஓர் ஆயன் புல்லாங்குழல் ஊத ஆரம்பிக்கின்றான்; மற்றொரு ஆயன் பசுமடியிலிருந்து பால் கறக்கின்றான்; அந்தப் பசுவோ தனது கன்றைப் பாசத்துடன் நக்கிக் கொடுக்கின்றது. இப்புடைப்புச் சிற்பம் உருவான பல்லவர் காலத்தில், இச்சிற்பப் பலகையினெதிரே மண்டபங்கள் ஏதுமில்லை. எனவே முழு கோவர்த்தன மலைக் காட்சியையும் மக்கள் கண்டு ரசித்திருக்க முடியும். பிற்காலத்தில் திட்டமிட்ட சம்பிரதாய நடைமுறைகள் வகுக்கப்பட்டவுடன், கடவுள் கிருஷ்ணனுக்கு உரிய தெய்வ அந்தஸ்தை அளிக்க வேண்டி, இச்சிற்பப் பலகைக்கு முன் மண்டபம் எழுப்பப்பட்டது. இதனால் இப்புடைப்புச் சிற்பப் பலகை எடுத்துரைக்கும் கருத்தை, காட்சியை முழுமையாக அனுபவிக்க முடியாமல் போய்விட்டது.

மனதைத் தொடும் காட்சியமைப்புகளும், மெலிந்த உறுதியான தேகங்களுமே பல்லவப் புடைப்புச் சிற்ப நடைமுறைகளாய் இருந்தன. சிற்பங்கள் இயற்கையான அளவிலேயே அமைந்துள்ளன. சிறிதளவு உட்புறமாகத் திரும்பிய நிலை அல்லது பின்பக்கத் தோற்ற நிலையில் புடைப்புச் சிற்பங்களை அமைத்ததன் மூலம் மூன்றாம் பரிமாணமும் கொடுக்க முடிந்தது. ஐந்தாம் நூற்றாண்டைச் சேர்ந்த அஜந்தா ஓவியங்களிலும், கிருஷ்ணா சமவெளிக் கலைகளிலும் இந்த உத்தியையே கொண்டிருப்பது வியப்பளிக்கின்றது.

வராஹ மண்டபம்

16.9 பூதேவியைக் காக்கும் வராஹ அவதாரம் - மாமல்லை வராஹ மண்டபம்

நன்கு வளர்ச்சியடைந்த பல்லவர் குடைவரை மண்டபப் பாணியும், சிற்ப வடிப்புப் பாணியும் நன்கு வெளிப்படும் சான்றாக வராஹ மண்டபம் திகழ்கின்றது. இதனுள் நான்கு, கலை நேர்த்தியான சிற்பப் பலகைகள் இடம் பெற்றுள்ளன. பூமிதேவியை சமுத்திரத்தில் மூழ்காமல் வராஹ அவதாரமெடுத்து விஷ்ணு காப்பாற்றுவதைக் களமாகக் கொண்டது ஒரு சிற்பப் பலகை. மனித இனத்தை அறியாமைக் கடலில் மூழ்குவதிலிருந்து விஷ்ணு காப்பாற்றுவாரென்ற கருத்து பொதிந்துள்ளதாகக் கொள்ளலாம். பின்சுவரில் கஜலெட்சுமி இடம் பெற்றுள்ளார். செல்வத்திற்குக் குறியீடான லெட்சுமி யானைகளால் துதிக்கப்படுபவராய் படைக்கப்பட்டுள்ளார். அறியாமையை வெற்றி கொள்பவராக உருவகப்படுத்தப்பட்டு துர்க்கையின் புடைப்புச் சிற்பமொன்றும் மண்டபப் பின்சுவரில் இடம் பெற்றுள்ளது.

16.10 கஜலெட்சுமி - மாமல்லை வராஹ மண்டபம்

மகிஷமர்த்தினி மண்டபம்

16.11 மேலே ஓலக்கணேஷ்வரர் கோயிலும் கீழே மகிஷமர்த்தினி குடைவரை மண்டபமும் - மாமல்லை

மகிஷமர்த்தினி குடைவரை மண்டபத்தில் இடம் பெறும் மஹிஷா சுரமர்த்தினி சிற்பப் பலகை தலைசிறந்ததாகும். அறியாமைக்கு உருவகமான மகிஷனை எதிர்த்து துர்க்கை போர் புரியும் காட்சி; இது போன்ற இதற்கு முந்தைய சிற்பக் காட்சியிலிருந்து பெரிதும் மாறுபடுகின்றது. இங்கு உயிரோட்டத்துடன் இயங்கும் தன்மையில் இயற்கையான மனித அளவிலேயே சிற்பப் பலகை அமைந்துள்ளது. மனித உடலுடனும், எருமைத் தலையுடனும் மகிஷன் காட்டப்பட்டுள்ளான்; துர்க்கையின் படை முன்னேறுகின்றது; மகிஷன் படை பின் வாங்குகின்றது; துர்க்கையின் படையில் இடம் பெற்றுள்ள கணங்களின் தோற்றத்தில் (body language) வெளிப்படும் தன்னம்பிக்கை காண்போரால் மறக்க இயலாதவொன்றாகும்;

16.12 யோக நித்திரையிலிருக்கும் மகாவிஷ்ணு - மாமல்லை மகிஷ மண்டபம்

நேர்மைக்கு, நியாயத்திற்காகத் துணை நிற்பதால் வெற்றி உறுதி என்பதை எடுத்தியம்பும் உடற்கூறுத் தோற்ற மொழியாகும்.

இதற்கு எதிர்ச்சுவரில் இயங்குநிலைக்கு மாறான யோக நித்திரையிலிருக்கும் மகாவிஷ்ணுவின் சிற்பப் பலகையுள்ளது. இச்சிற்பத் தொகுதியில் மது, கைடபரும், மார்க்கண்டேயரும், இலக்குமியும் இருப்பதைக் காணலாம். ஆதிவராகக் குடைவரை மண்டபத்தில் நரசிம்மவர்மனும், அவனது தேவியரும் இடம் பெறும் சிற்பம் மிகவும் குறிப்பிடத்தக்கதாகும். இதே போன்றே நரசிம்மவர்மனின் மகன் தனது தேவியருடன் இடம் பெறும் சிற்பமுள்ளது. குஷான அரசர்களுக்குப் பின், நமக்குக் கிடைத்துள்ள இந்திய அரசர்களுடைய சிற்பங்களில் பழமையானது இவைகளேயாகும்.

பாகீரதர் தபசு

திறந்தவெளிப் பாறையில் அமைக்கப்பட்ட சிற்பக் கலையின் அதிசயங்களில் தலைசிறந்தது மாமல்லை துறைமுகத்தை நோக்கியவாறு அமைந்துள்ளது. கிட்டத்தட்ட 100 அடி நீளமும், 50 அடி உயரமுமுடைய பரந்த கிரானைட் பாறைமுகமானது விலங்குகளும், தெய்வங்களும், மனிதர்களும் நெருங்கி உறையும் உலகாக உருமாற்றப்பட்டுள்ளது. மாபெரும் இப்புடைப்புச் சிற்பமானது ஏழாம் நூற்றாண்டின் ஆரம்ப அல்லது மத்திய காலத்தைச் சேர்ந்ததாய் இருக்கலாம் என்று நம்பப்படுகின்றது.

உலக உயிர்கள் அனைத்திற்கும் ஆசி வழங்கவும்; உயிர் வாழ்க்கைக்கும், வம்சத் தொடர்ச்சிக்கும் அத்தியாவசியமான பொக்கிஷங்களை வழங்கவும் வானிலிருந்து பூமிக்குக் கங்கை நதி இறங்கிவரும் புனித தருணத்தை இந்தக் கண்காட்சிச் சிற்பப் புடைப்பு படம் பிடித்துள்ளது. 'பாகீரதர் தபசு' என்றழைக்கப்படுகின்றது, இப்பாறைச் சிற்பத் தொகுப்பு. பாறையில் இயற்கையாகவே அமைந்துள்ள ஆழமான பிளவைக் கலை நயத்துடன் பயன்படுத்தி புனித கங்கை பூமிக்கு வருவதைக் குறிக்குமாறு செதுக்கியுள்ளனர். இக்கருத்திற்கான குறியீடுகளாக நீரில் வாழும் தெய்வீக நாகர்களும், நாககன்னிகைகளும் கீழிறங்கும் நதிஓட்டத்தை எதிர்த்து மேல்நோக்கி நீந்துமாறு படைக்கப்பட்டுள்ளனர். இச்சிற்பத் தொகுதிக்கு நேர் மேலே ஒரு நீர்த்தேக்கத் தொட்டி உருவாக்கப்பட்டுள்ளது. விழாக்காலங்களில் பாறைப் பிளவில் தண்ணீர் விரைந்தோடி வருமாறு நீர்த் தேக்கத் தொட்டியிலிருந்து தண்ணீர் திறந்து விடப்பட்டிருக்கலாம். இதனால்

16.13 "கங்கை பூமிக்கு இறங்குதல்" - மாமல்லை திறந்தநிலை சிற்பப்பலகை

இப்புனித காட்சிக்கு ஒரு தத்ரூபமான தோற்றத்தைக் கொடுத்திருக்க முடியும்.

ஆற்றின் இருகரைகளிலும் ஒரு வனஉலகமே படைக்கப் பட்டுள்ளது. விலங்குகள், மக்களுருவங்கள், தெய்வங்கள், தேவர்கள், கந்தர்வர்கள் அடங்கிய ஏறத்தாழ ஒரு நூறு உருவங்கள் கங்கை நதியைத் துதிப்பது போல் காட்சி அமைக்கப்பட்டுள்ளது. இயல்பாகவும், உணர்ச்சிப் பாங்காகவும், கிட்டத்தட்ட வாழ்வியல் அளவிலும் இவ்வடிவங்கள் செதுக்கப்பட்டுள்ளன. நதியிலும், நதிக்கரையிலும் அண்டிப் பிழைக்கும் அனைத்தும் உயிரோட்டத்துடன்

செதுக்கப்பட்டுள்ளன. இவ்வுயிர்கள் அனைத்திலும் உறையும் சுதந்திர உணர்வும், படைப்பின் சந்தோஷ உணர்வும் திறம்பட சிற்பியரால் வெளிக் கொணரப்பட்டுள்ளது.

16.14 நதியோட்டத்தை எதிர்த்து நீந்தும் நாக கன்னிகைகள்; நதியோர வாழ்க்கை - மாமல்லை

வானிலிருந்து கீழிறங்கும் கங்கை நதியின் முழுவேகத்தைத் தாங்கி பூமியைக் காத்தருளுமாறு சிவனிடம் வேண்டி பாகீரத முனிவர் தவமிருக்கும் காட்சி இடம் பெற்றுள்ளது. இக்காட்சிக்கு எதிரில் பாகீரத முனிவரையடுத்து கணங்கள் சூழ நிற்கும் சிவனின் உடல்பாவனைக் குறிப்புகளிலிருந்து, பாகீரத முனிவர் கேட்ட வரத்தைச் சிவன் அருளுவது தெரியவருகின்றது. சிவனுக்குக் கீழே விஷ்ணுவிற்கான ஆலயம் ஒன்றினையும், வயதான முனிவர் ஒருவரையும், அவரது சீடர்களையும் காணலாம். ஆற்றங்கரையில் மற்ற முனிவர்களும் பூஜை செய்து கொண்டும் தவம் செய்துகொண்டுமுள்ளனர்.

ஆற்றின் எதிர்க்கரையில் ஒரு பூனை தவம் செய்து கொண்டிருப்பது போன்ற ஒரு அழகிய வடிவமைப்பு உள்ளது. இப்பூனையானது “தான் ஒரு துறவி” எனச் சில எலிகளை நம்ப வைத்து ஏமாற்றுகின்றது. இது அநேகமாக மகாபாரதத்திலுள்ள ஒரு கதையைக் குறிப்பதாய் இருக்கலாம்; அல்லது அன்றாட வாழ்வில் சிலரின் பொய்மைத் தோற்றத்தை நகைச்சுவையுணர்வோடு உணர்த்தும் சிற்பமாகக் கூட இருக்கலாம். உயிருள்ள யானையை நேராகப் பார்ப்பது போன்று புடைப்புச் சிற்பம் அமைந்துள்ளது. குட்டி யானையை விலாவாரியாகச் செதுக்கியிருக்கும் நேர்த்தியிலிருந்து இச்சிற்பத் தொகுதியை உருவாக்கிய சிற்பியர் ஜீவராசிகள் மேல் கொண்டிருந்த அக்கறை தெளிவாக வெளிப்படுகின்றது. சிற்பியர் இயற்கை உலகை தீட்சண்யமாகப் பார்த்ததும், பரிவுடன் புரிந்து கொள்ள முயன்றதும்

நன்கு வெளிப்படுமாறு மூக்கைச் சொறிந்து கொண்டிருக்கும் மானின் புடைப்புச் சிற்பம் அமைந்துள்ளது. கடினமான கல்பாறைக் குடைவரை மண்டபங்கள் செதுக்கப்பட்ட காலத்தில் அனுபவமின்மையால் குறைந்த சிற்பங்கள் இடம் பெற்றுள்ளன. ஆனால் மிகக் குறுகிய காலத்தில், மாமல்லையில் காணப்படும் சிற்பங்களில் கலைஞர்கள் பெற்ற அனுபவம் நன்கு வெளிப்படுகின்றது.

இந்தியாவின் பல்வேறு மதத் தத்துவார்த்த நோக்கில், தெய்வீகத் தன்மைக்கும், மண்ணுலகத் தன்மைக்கும் இடையே குறிப்பிடத்தக்க வித்தியாசமொன்றும் கிடையாது; மேலும் இது உலகின் அனைத்து உயிர்களினுள்ளும் உட்பொதிந்துள்ள தொடர்ச்சித் தன்மையை நன்கு உணர்த்துகின்றது. இத்தத்துவார்த்த உண்மை தொடர்ச்சியான நூல் கொண்டு நெய்யப்பட்ட துணிபோன்றது; அல்லது ஒன்றுடன் ஒன்று தொடர்புடைய பொருட்களால் வரைந்து நிரப்பப்பட்ட திரைச்சீலையைப் போன்றது. ஒரு நூல் அறுந்தாலும் அல்லது ஒரு சிறுபகுதி நீக்கப்பட்டாலும் முழுமைத் தன்மையை அந்தத் துணியோ அல்லது திரைச்சீலையோ இழந்து விடுவதைப் போன்றதுதான். இத்தகு உலக அணுகுமுறைக் கருத்தை விலாவாரியாக கிரானைட் பாறையின் இறுகிய கல்தளத்தில் வெளிக் கொணரப்பட்டுள்ளது. இவ்வுண்மையை, சிற்பத் தொகுப்பைப் பார்த்து உணர்ந்த கணத்தின் வெளிப்பாடுதான் மெய்ப்பொருள் தரிசன கணமாகக் கருதப்படுகின்றது.

பஞ்சபாண்டவர் ரதங்கள்

மாமல்லன் என்றழைக்கப்பட்ட முதலாம் நரசிம்மவர்மனின் படைப்புகளில் தலைசிறந்தவை ஒற்றைக் கல்லிலேயே செதுக்கப்பட்ட இரதங்கள் அல்லது விமானங்களாகும். இவை எண்ணிக்கையில் எட்டு இருப்பதைக் காணலாம். இவற்றில் ஒன்றோடொன்று ஒத்துப் போகின்ற குழுவாக உள்ள ஐந்தைப் பஞ்ச பாண்டவர் இரதங்கள் என்றழைக்கலாயினர். திரௌபதிரதம், அர்ச்சுன ரதம், பீமரதம், தர்மராஜா ரதம், நகுலசகாதேவ ரதம் ஆகிய இவ்வைந்துமே அமைப்பில் வேறுபட்டவையாகும். இக்குழுமத்திற்கு வடக்கே கணேச ரதமும், வடமேற்கே வளையாங்குட்டை மற்றும் பிடாரி இரதங்களும் அமைந்துள்ளன. கட்டடக்கலை போன்றே சிற்ப அமைப்புக்களான இவற்றில் உள்ள அனைத்துக் கட்டடக் கூறுகளும் இணைந்ததுதான் பிற்காலக் கட்டுமானக் கோயில்களின் வளர்ச்சியடைந்த நிலையாகும். பல்லவர்களின் குடைவரை மண்டபங்களைப் போன்றே, ஒரே கல்லாலான இரதங்களும் அளவில் பெரியன அல்ல; அதிகபட்ச நீள, அகல உயரங்கள் முறையே 42 அடி, 35 அடி, 40 அடி அளவுடையவை தான்.

16.15 யானை மற்றும் சிங்கத்துடன் பஞ்சபாண்டவர் இரதங்கள் - மாமல்லை

16.16 மாமல்லை வளையாங்குட்டை பிடாரி இரதங்கள்

இக்குழுமத்திலேயே சிறியது திரௌபதி இரதம்தான். இக்கோயிலின் சரிவான மேற்கூரையமைப்பு அக்காலத்திய குடிசைகளுக்கு வேய்ந்திருந்த மேற்கூரையமைப்பைப் போன்றது என்று நம்பப்படுகின்றது. கோயில் அடிமானத்தைத் தாங்குவது போன்ற பாவங்களுடன் யானையும், சிங்கமும் அடுத்தடுத்துத் தொடர்ந்து அமைந்துள்ள பாங்கிலிருந்து கிராம மக்களுக்கான எளிதில் தூக்கிச் செல்லக் கூடிய கோயிலாக இருக்கலாம் என யூகிக்கின்றனர். துர்க்கையின் வாகனமான சிங்கமோ வெளியே செதுக்கப்பட்டுள்ளது. கருவறைக்குள் துர்க்கை உள்ளாள். இவளருகே

மண்டியிட்ட இருவீரருள் ஒருவன் தன் தலையைக் கொய்து "நவகண்டம்" செய்கின்றான். கோயில் சுவர் மாடப்பிறைகளில் உள்ள துவாரபாலகிகளும், துர்க்கைச் சிலைகளும் அழகானவை. மாடப்பிறைகள் மகர தோரணங்களுடன் உள்ளன. திரௌபதி ரதத்தைப் போன்றே சதுர அமைப்புடைய ஆனால் முற்றுப் பெறாத இரதம் வளையாங்குட்டை ரதமாகும். இது இரு தளங்களையும், எட்டுப்பட்டை சிகரத்தையும் கொண்டுள்ளது. திராவிட பாணியில் 'சிகரம்' என்பது விமானத்தின் உச்சிமட்ட அமைப்பை மட்டுமே குறிக்கும். உத்திரத்திற்கு மேலே வெளியே நீட்டிக் கொண்டிருக்கும் கூரைப் பகுதிகளில் புடைப்பாகச் செதுக்கப்பட்டுள்ள வளைவுகளையும், சிகரத்தின் நான்கு பக்கங்களிலும் கஜபிருஷ்ட வடிவத்தின் முகப்பினையும் கொண்டுள்ளது.

16.17 யானை மீதமர்ந்த இந்திரன் - கிழக்குச் சுவர் - அர்ஜுனன் ரதம், மாமல்லை.

அர்ஜுனன் இரதமானது திரௌபதி இரதத்திற்கு அடுத்து அமைந்துள்ளது. இது சதுர வடிவ இரு தளங்களைக் கொண்டுள்ளது. சிறு முகமண்டபத்தைக் கொண்டுள்ள பகுதி போக, அடித்தளத்திற்கு மேலுள்ள மூன்று சுவர்ப் பகுதிகளும் ஐந்தைந்து பிரிவுகளாகப் பிரிக்கப்பட்டு அவை ஒவ்வொன்றிலும் அழகான சிற்பங்கள் செதுக்கப்பட்டுள்ளன. இவற்றுள் தெற்கே தனது வாகனமான நந்தி மீது லேசாக சாய்ந்திருக்கும் சிவனும் (ரிஷபாந்திகர்), கிழக்கே யானை மீதமர்ந்த இந்திரனும், வடக்கே கருடவாகன விஷ்ணுவும், அரச தம்பதியரும் மிக அழகிய வேலைப்பாடுகளாகும் சிகரத்தின் மேல் 'ஸ்துதி' என்றழைக்கப்படும் அரைக்கோள வடிவ குவிமாட அமைப்பு

கவிழ்க்கப்பட்டது போன்றுள்ளது. முதல் தளம் மற்றும் இரண்டாம் தளத்தின் கூரை விளிம்புகளில் உள்ள புடைப்புச் சிற்பங்களில் மார்பு வரையிலான மனித உருவங்களே செதுக்கப்பட்டுள்ளன. கீழிருந்து பார்ப்பதால் மார்புக்குக் கீழேயுள்ள உருவம் புலப்படவில்லை என்ற உணர்வை ஏற்படுத்துமாறு அச்சிற்பங்கள் அமைந்துள்ளன.

16.18 தர்மராஜ இரதம் - மாமல்லை

அர்ஜுனன் இரதத்திற்கு அடுத்தாற்போலுள்ள தர்மராஜ ரதம்தான், இக்குழுவிலேயே அளவில் பெரியது; ஆனால் வேலைகள் முற்றுப் பெற்றிருக்கவில்லை. அர்ஜுனன் இரதத்தைப் போன்றே இக்கோயிலும் முழு வளர்ச்சியடைந்த திராவிடப் பாணி கோயில் அமைப்பைக் கொண்டுள்ளது; சதுர வடிவில் மூன்று தளங்களைக் கொண்டுள்ளது; விமானத்தின் கழுத்துப் பகுதியும், எட்டுப் பட்டைகளையுடைய சிகரமும் திராவிடப் பாணிக்கோர் உதாரணமாகும். கீழ்த்தளச் சுவர்களில்

சிவபெருமானின் சிற்பங்கள் மூன்றும், ஹரிஹரர், பிரம்மா, சுப்ரமணியர், முதலாம் நரசிம்மவர்மன், அர்த்த நாரீஸ்வரர் ஆகிய சிற்பங்கள் உள்ளன. ஆதிவராகக் குகையில் இடம் பெறும் பல்லவ மன்னர்களின் சிற்பங்களெல்லாம் ஓய்வு நிலையிலிருக்கும் மானுட வடிவமாகும். ஆனால் தர்மராஜ ரதத்தில் இடம் பெறும் முதலாம் நரசிம்மவர்மன் தெய்வ வடிவில் வடிக்கப்பட்டுள்ளார். ஏனெனில் முன்பக்கத் தோற்றம் மட்டுமே புலப்படுமாறு இச்சிற்பம் செதுக்கப்பட்டுள்ளது; தெய்வத் தோற்றம் தான்

16.19 சால விமானங்களும், கூட விமானங்களும் - முதல்தளம் - தர்மராஜ இரதம்

முன்பக்கத் தோற்றம் மட்டுமேயுடையதாய்க் காட்டப்படும். இதன் மூன்று தள விமானத்தின் நடுத்தளத்தில் உள்ள சிற்பங்கள் சிற்பக்கலைக்கு வித்தாகும். ஏனெனில் வடக்குச் சுவரில் இடம் பெறும் கங்காதரர், கருட வாகன விஷ்ணு, நடேசர், ரிஷபாந்திகர், வீணாதர தட்சிணாமூர்த்தி; மேற்குச் சுவரில் இடம் பெறும் கங்காள மூர்த்தி, தெற்குச் சுவரில் இடம் பெறும் நர்த்தன தட்சிணா மூர்த்தி, காளிய நர்த்தன கிருஷ்ணன் ஆகிய சிற்பங்கள் பிற்காலத்துச் சிற்பிகளால் பெரிதும் கையாளப்பட்ட சிற்ப உருவங்களின் முதல் நிலைகள் எனலாம். இக்கோயில் முடிவு பெறாத கட்டட அமைப்பாயிருப்பதால், கட்டப்பட்ட காலத்தில் எவ்விதத்தில் பாறையில் கோயில் குடையப்பட்டது என்பது தெரியவருகின்றது; பாறையானது மேலிருந்து கீழ்நோக்கித்தான் படிப்படியாகச் செதுக்கப்பட்டது; அப்பொழுதுதான், செதுக்கப்படாத கீழ்ப்பகுதி கல் ஆதாரத்தில் செதுக்கும் வேலைகளைத் திறம்படத் தொடருவது சாத்தியப்படும்.

16.20 பீம இரதம் - மாமல்லை

16.21 - 9 கலசங்களுடன் கணேச இரதம் - மாமல்லை

நீள்சதுர விமான அமைப்புடைய பீரமரதம் இருதளங்களைக் கொண்டதாகும். விஷ்ணுவின் சயனக் கோலத்திற்குப் பொருத்தமானது இவ்வமைப்பு என்றுரைக்கப்படுகின்றது. பீம, கணேச ரதங்களின் அடித்தளமும் நீள்சதுர வடிவமுடையதாகும். கணேச ரதத்தின் உச்சியில் ஒன்பது கலசங்கள் செதுக்கப்பட்டுள்ளன. இது பிற்காலக் கோபுர உச்சிக்கு ஒரு முன்னோடி எனலாம். திரௌபதி, அர்ஜுன, பீம, தர்மராஜ

ரதங்களனைத்தும் ஒரே வரிசையில் மேற்கு நோக்கியிருக்கும் போது, இரட்டையர்களான நகுல-சகாதேவ ரதம் மட்டும் சற்றுத் தள்ளி தெற்கு நோக்கி அமைந்துள்ளது. இது, ஐஹோளே துர்க்கைக் கோயிலைப் போன்று கஜபிருஷ்ட அமைப்பில் செதுக்கப்பட்டுள்ளது. இவ்வமைப்பினை எடுத்துக் காட்டுவதற்காகவே இதனருகிலேயே ஒரே கல்லாலான யானையின் பெரிய உருவம் ஒன்றையும் செதுக்கியுள்ளனர் சிற்பியர்.

ராஜசிம்மன் பாணி கட்டுமானக் கோயில்கள்

இந்த ஒற்றைக் கற்றளி ரதங்கள், கிட்டத்தட்ட அனைத்துமே, முடிவுறாத நிலையிலேயே உள்ளன. இக்குடைவரை வேலைப்பாடுகள் என்றென்றும் அழியாத் தன்மையுடையனவாம்; இருப்பினும் கருங்கல்லில் செதுக்குதல் என்பது வேலை தொடங்குவதற்கு முன்பே கிட்டத்தட்ட முழுமையாகத் திட்டமிடப்பட வேண்டிய அவசியத்தையுடையது; பொறுமையாக, கால விரயத்தைப் பொருட்படுத்தாமல் பாறையிருக்குமிடத்திலேயே கோயிலைக் குடையும் வசதிக் குறைவுகளையுடையதாகும். இக்கால கட்டத்திலேயே கட்டுமானக் கோயில்களை உருவாக்கும் முயற்சிகள் வெற்றி பெற்றிருக்க வேண்டும். விருப்பப்பட்ட இடத்தைத் தேர்ந்தெடுத்தல், விருப்பப்பட்ட வடிவமைப்பைத் தேர்ந்தெடுத்தல் போன்ற கட்டுமானக் கோயில்களின் சுதந்திரங்கள் ராஜசிம்மன் தொடங்கிப் பல்லவ மன்னர்களைக் கவர்ந்திருக்க வேண்டும். எனவே பெரும்பான்மையான கவனம் பல்லவக் கட்டுமானக் கலையின் இரண்டாம் நிலையான ராஜசிம்மன் பாணிக் கட்டுமானக் கோயில்களை உருவாக்குவதில் திருப்பிவிடப் பட்டிருக்கலாம். இப்பாணியிலமைந்த ஆறு கோயில்களாவன; கடற்கரைக் கோயில் என்றழைக்கப்படும் மாமல்லபுரத்து மூன்று கோயில்கள், விழுப்புரத்திற்கருகிலுள்ள பனைமலை தாலகிரீஸ்வரர் கோயில், காஞ்சியிலுள்ள கைலாச நாதர் கோயில் வைகுந்தப் பெருமாள் கோயில் ஆகியவைகளாகும்.

மாமல்லபுரத்தின் பெருமையை வானளாவ எடுத்துரைக்கும் கடற்கரைக் கோயிலானது கடல் அலைகள் தாலாட்டும் இடத்திற்கு அருகிலேயே அமைந்துள்ளது. மூன்று தனிக் கோயில்களின் தொகுப்பான கடற்கரைக் கோயில் எட்டாம் நூற்றாண்டின் தொடக்கத்தில் ராஜசிம்மனால் கட்டப்பட்டதாகும். இவர்தான் தமிழ்நாட்டில் திருக்கற்றளி கட்டுமானக் கோயில் பாணிக்கு வித்திட்டவர். மூன்று கோயில்களில், மேற்கு நோக்கிக் குட்டையான விமானத்தைக் கொண்ட கோயில் இராஜசிம்ம பல்லவேஸ்வரம்; கிழக்கே கடலை

இந்தியக் கலை வரலாறு

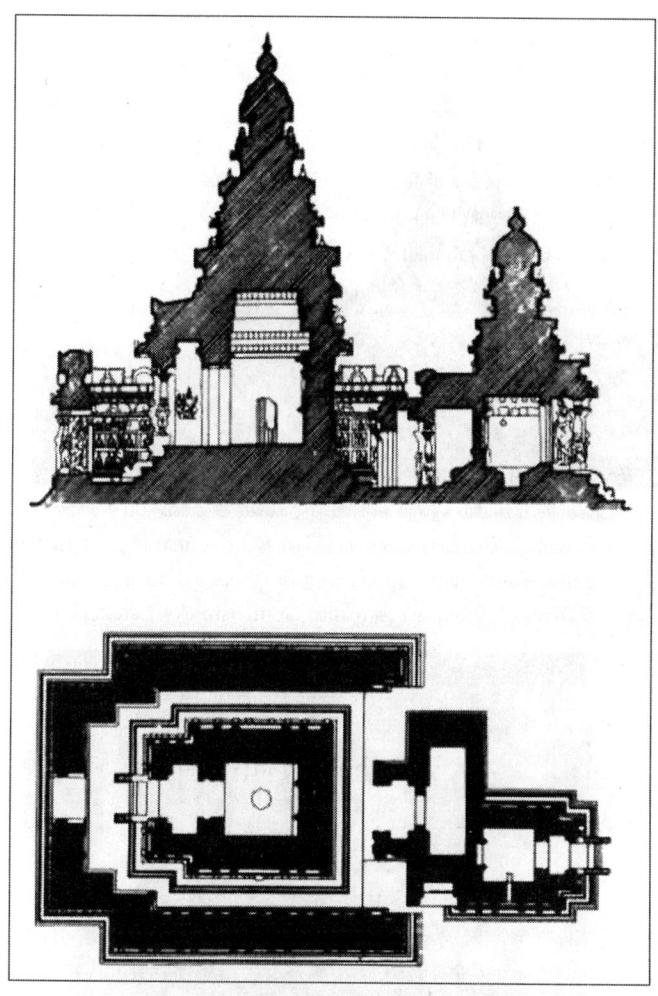

16.22 குறுக்குவெட்டுத் தோற்றம் மற்றும் தரையமைப்பு வரைபடம்

நோக்கி உயரமான விமானத்தைக் கொண்டது சத்திரிய சிம்ம பல்லவேஸ்வரம்; சிவனுக்குரிய இச்சிறு கோயில்களுக்கு இடையே அனந்த சயன விஷ்ணுவின் சிற்பமுள்ள நரபதி சிம்மபல்லவ விஷ்ணு கிருஹக் கோயில் அமைந்துள்ளது. இங்கிருந்த இயற்கையான பாறையைக் குடைந்தே விஷ்ணுவின் சிற்பமும் உருவாக்கப்பட்டுள்ளது. நுணுக்கமான வேலைப்பாடுகளைக் கொண்ட மெலிந்த விமானங்கள் இந்தியத் துணைக் கண்டத்தின் அழகிய கட்டுமான வேலைப்பாடுகளில்

16.23 கடற்கரைக் கோயில் சுற்றுச் சுவரில் நந்திகளின் அணிவகுப்பு - மாமல்லை

ஒன்றாகும். இவ்விரு விமானங்களுக்கும் நேர் கீழே உள்ள சிவாலயங்களின் பின்புறச் சுவரில் சிவன், உமாதேவி, கந்தன் இருக்கும் புடைப்புச் சிற்பச் சட்டங்கள் உள்ளன. இம்மூவர் குழுவை சோமாஸ்கந்தர் என்பர்; பல்லவ

16.24 சோமாஸ்கந்தர் - கடற்கரைக் கோயில்

மன்னர்களின் விருப்பமான சிலையமைப்பு சோமாஸ்கந்தர் ஆகும். இம்மன்னர்கள், பல்லவ ராஜ குடும்ப உருவகமாக சோமாஸ்கந்தரைக் கருதியது காரணமாயிருக்கலாம். கடற்கரை நோக்கியுள்ள சிவாலயத்தில் கருவறையின் நடுவில் சிவலிங்கமும் உள்ளது. தர்மராஜா ரதத்தைப் போன்றே தான் இவ்விரு சிவாலயங்களும் தரைத்தளம் சதுர வடிவாயும், மேலேயுள்ள விமானம் உயரங்குறைந்துகொண்டே செல்லும் பலதளங்களுடைய பிரமிட் வடிவிலும் அமைந்துள்ளன. இருப்பினும் குடைவரைப் பாணி சிந்தனையோட்டத்திலிருந்து விடுபட விழையும் கட்டுமானபாணிச் சிந்தனையோட்டம் நன்கு வெளிப்படுகின்றது. கட்டுமான அமைப்பிற்கு எங்கெல்லாம் உறுதிப்பாட்டிற்கான ஆதாரம் தேவைப்படுகின்றதோ, அந்த இடங்களிலெல்லாம் பாயும் சிங்கத்தை எடுப்பான புடைப்பாக உடைய குட்டி ஸ்தம்பங்களை அமைக்கும் கட்டுமானக் கூறு பின்பற்றப்பட்டுள்ளது. இந்த யுக்தி வருங்காலங்களில்

16.25 தோளில் குழந்தையைச் சுமக்கும் தாத்தா - மாமல்லை கிருஷ்ண மண்டபம்

பல்லவர்களின் பாணி எனவுரைக்கும் முக்கிய கூறாக மலர விருக்கின்றது. இம்மூன்று கோயில்களுக்கும் பொதுவான திருச்சுற்று அமைந்துள்ளது. வெளிச்சுவரில் இடம் பெற்றிருக்கும் நந்திகள், பார்வையாளர்களைப் புனித கோயிலினுள் தரிசனம் செய்ய அழைக்கின்றன. தேவையான சந்தர்ப்பங்களில் நீர்சூழ்ந்த கோயிலாக அமையுமாறு கோயிலைச் சுற்றிய தரையமைப்பு காணப்படுவதாக பெர்ஸி ப்ரௌன் கருதுகின்றார்.

ஆயிரத்து இருநூறு ஆண்டுகளுக்கும் மேலான உப்புக் கடற்காற்றின் தாக்கம் மாமல்லபுரக்கோயில்களில் தெளிவாக வெளிப்படுகின்றது. இங்கிருக்கும் எண்ணற்ற சிற்பங்கள் சொல்லிக்கொள்ளும்படியான பாதிப்புகளையடைந்துள்ளன. வணிக நகரமாய், துறைமுக நகரமாய்ச் சிறப்புற்றிருந்த காலத்தில் வணிக நாவாய்களுக்குக் கலங்கரை விளக்காய்த் திகழ்ந்த கடற்கரைக் கோயிலின் விமானங்கள் இன்றும் அழகுற நிமிர்ந்து நிற்கின்றன. இவ்வாறு இன்று நாம் காணும் கடற்கரைக் கோயிலின் எச்சமே மிக உயர்ந்த தொழில்நுட்ப, கலை சாதனைகளுக்குச் சான்றாகின்றது.

அத்தியாயம் - 17

அரச கோயில்கள்

பழங்கால இந்தியாவில், ஆட்சியாளர்களின் நோக்கு, நிர்வாகம் மற்றும் படைபலம் பெருக்குதலோடு மட்டும் நின்றுவிடவில்லை; கலை, கலாசார ஆர்வமும், மெய்ப்பொருள் யாதென்ற தேடலும் அரசர்கள் வாழ்வில் முக்கிய பங்கு வகித்தது. உற்றார், உறவினரைக் கொல்லமாட்டேன் என்று பயந்து நின்ற அர்ஜுனனுக்கு போர் செய்தேயாக வேண்டும் என்ற உபதேசத்தோடு நிறுத்திக் கொள்ளாமல் மெய்ஞ்ஞானக் கருத்துக்களையும் கிருஷ்ணர் இணைத்துச் சொன்னார். இதற்குக் காரணம் அர்ஜுனனுக்கு மெய்ஞ்ஞான நாட்டமும் இருந்ததேயாகும்.

குப்த சாம்ராஜ்ஜிய சரிவுக்குப் பின், கன்னோசியைத் தலைநகராகக் கொண்டு ஆறாம் நூற்றாண்டின் இறுதியில் ஆட்சி புரிந்த அரசர் ஹர்ஷராவார். மிகச் சிறந்த நிர்வாகி; சிறந்த கவிஞர்; நாடக ஆசிரியர்; புத்த நெறிமுறைகள் பற்றிய அவரது நாடகங்கள் இன்றளவும் ஜப்பானில் ஓபரா (Opera) நாடகமாக நடத்தப்படுகின்றது. ஹர்ஷர் புத்த நிறுவனங்களுக்கு ஆதரவளித்தார். அதிக அளவில் பொருளுதவியும் செய்தார். இதனாலேயே சீன புனித யாத்திரிகரான யுவான் சுவாங், ஹர்ஷர் புத்தமதத்தைச் சேர்ந்தவராகத்தான் இருப்பார் என்று முடிவு செய்துவிட்டார். ஆனால் ஹர்ஷரது கல்வெட்டுகள் அவரைச் சிறந்த சிவபக்தனாக அடையாளம் காட்டுகின்றன. 'அரசர்களுக்கு மதம் கிடையாது. அனைத்து மதங்களையும் சமமாகப் பாவிக்கும் பிரஜையே அரசானால் மிகவும் விரும்பப்படும் பிரஜை ஆவான்' என்றே ஹர்ஷர் உரைக்கின்றார். வடஇந்தியாவில் ஹர்ஷர், தக்காணத்தில் சாளுக்கிய மன்னர் இரண்டாம் புலிகேசி, தமிழகத்தில் பல்லவ மன்னர் மகேந்திரவர்மர் ஆகிய மூன்று தலைசிறந்த மன்னர்களும் சமகாலத்தவரேயாவர்.

17.1 பனைமலை தாளகிரீஸ்வரர் கோயில்

பல்லவ அரச வம்சத்தைச் சேர்ந்த இரண்டாம் நரசிம்மன் என்ற ராஜசிம்மனும் சிறந்த கலைப்பிரியர். 'கலாசமுத்திரம்' என்ற அடைமொழியுடன் அழைக்கப்பட்டார். இவரது ஆதரவில் உருவான பனைமலை தாளகிரீஸ்வரர் ஆலயம் கடினமான சிவப்புக் கருங்கல்லால் ஆனதாகும். கிழக்கு நோக்கிய இக்கோயிலில் வடக்கு, தெற்கு நோக்கிய இரு சந்நிதிகள் இணைக்கப்பட்டுள்ளன. கிழக்கு நோக்கியதன் கருவறை விமானம் நீள்சதுர அமைப்புடன் மூன்று தளமுடையதாயுள்ளது. மூன்றாம் தளம் செங்கற் கட்டுமானமாயுள்ளது. வடக்கு, தெற்கு நோக்கிய சந்நிதி விமானங்களோ இருதளமுடையன. அர்த்த மண்டபத்தில் பிரம்மா, விஷ்ணு சிற்பங்களும், அதற்கடுத்து துவாரபாலகர் சிற்பங்களும், கருவறையில் சிவலிங்கமும், கருவறை பின்சுவரில் சோமாஸ்கந்தர் புடைப்புச் சிற்பங்களும் மட்டுமேயுள்ளன. குறைவான சிற்பங்களுக்குக் கடினப் பாறையே காரணமாயிருக்கலாம். தமிழகத்தில் அடித்தளத்தில் (அதிட்டானத்தில்) சிற்பங்கள் செதுக்கும் முறையின் வித்து இக்கோயிலில்தான் தொடங்கி வருங்காலங்களில் பிரசித்தி பெற்ற நடைமுறையாகத் தொடரவிருக்கின்றது. இக்கோயிலில் தலையிலே கிரீடமும், தலைக்கு மேலே கவிகையும் கொண்ட வனப்புமிக்க பார்வதி தேவியின் ஓவியம் அழியாமல் கிடைத்திருப்பது நமது பாக்கியமாகும்.

கல்வியில் கரையிலாக் காஞ்சி

மனித வரலாறு முழுவதுமே கல்வி ஞானம் பெறுவதில் நாகரிகங்கள் ஒன்றையொன்று சார்ந்திருந்தன. உயர்கல்வியைப்

இந்தியக் கலை வரலாறு 283

பொறுத்தவரையில் வேறெந்த நாகரிகத்தையும் விட மிகப் பழமையான வரலாறு இந்தியா வினுடையதுதான். கி.மு. நான்காம் நூற்றாண்டில் தட்சசீல பல்கலைக் கழகம்; கி.பி. ஏழாம் நூற்றாண்டில் நாளந்தா பல்கலைக்கழகம் போன்றே தென்னிந்தியாவில் சிறந்த கல்விக் கூடமாகக் காஞ்சிபுரம் விளங்கியது. ஐந்தாம் நூற்றாண்டில் வாழ்ந்த புகழ் பெற்ற புத்தகோஷ் என்பவரின் சமகாலத்தவரான தர்மபாலர் என்ற (Commentator) விளக்கவுரையாளரின் சொந்த ஊர் காஞ்சிபுரமாகும். “நகரேசு காஞ்சி” என்று போற்றப்பட்ட காஞ்சி பல்லவர்களின் தலைநகராக ஒன்பதாம் நூற்றாண்டு வரை புகழ் பெற்றிருந்தது. ஏழாம் நூற்றாண்டில் காஞ்சிக்கு விஜயம் செய்த சீன புனித யாத்ரிகர் யுவான்சுவாங் இந்நகரைப் புகழ் பெற்ற நகரம் என்று வர்ணித்துள்ளார். வணிகத் துறைமுகமாக மாமல்லை விளங்கிற்று என்றால் வணிகச் சந்தை நகரமாக காஞ்சி விளங்கிற்று.

17.2 பார்வதி - சுவரோவியம் - பனைமலை தாளகிரீஸ்வரர் கோயில்

கைலாசநாதர் கோயில்

காஞ்சிபுரத்தில், அரச வழிபாட்டிற்காக, நேர்த்தியான வடிவமைப்பில் நுணுக்கமான வேலைப்பாடுகளுடைய அழகிய நகைப் பெட்டியைப் போன்றதொரு கலைக் களஞ்சியக் கோயிலைப் பல்லவ மன்னன் ராஜசிம்மன் கட்டினான். சிவனிடமிருந்து கந்தன் பிறந்ததுபோல் பல்லவ மன்னன் பரமேஸ்வரனின் வழித்தோன்றல் ராஜசிம்மன் என்று கல்வெட்டில் ஒப்பிடப்பட்டுள்ளது. எனவேதான் கோயிலும், கோயிலில் உள்ள தெய்வமும் ராஜசிம்மபல்லவேஸ்வரம் என்று பெயரிடப்பட்டுள்ளன. கங்கை நதியை தனது ஜடாமுடியில் தரித்திருக்கும் கயிலைமலையில் உறையும், கங்காதர சிவனின் சிரிப்பைப் பிரதிபலிப்பதற்காகக் கட்டப்பட்ட கோயிலிது. எனவேதான், ‘கைலாசநாதர்’ என்ற பெயரும் இக்கோயிலுக்குண்டு. வருங்காலத்தில் கட்டப்படவிருக்கின்ற தென்னிந்தியக் கோயில்கள் பின்பற்ற இருக்கும் நிலைபெற்ற பாணியும், இதர முக்கிய குணாதிசயங்களும் காஞ்சி கைலாசநாதர் கோயில் பெற்றிருப்பதாலேயே அதிமுக்கியத்துவம்

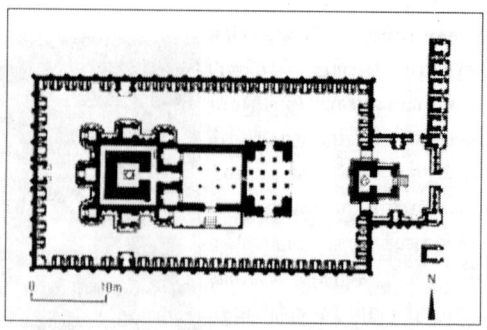

17.3 காஞ்சி கைலாசநாதர் கோயில் - தரையமைப்பு வரைபடம்

பெற்றதாகின்றது. சாளுக்கியத் தலைநகர் வாதாபியைத் தீக்கிரையாக்கியதற்குப் பழிவாங்கப் பல்லவர் தலைநகர் காஞ்சியை அழிக்க கங்கணம் பூண்டவன் சாளுக்கிய மன்னன் இரண்டாம் விக்ரமாதித்யன். அவனது கல்வெட்டுகளிலிருந்து "காஞ்சியைக் கைப்பற்றினான்; ஆனால் கைலாசநாதர் ஆலய அழகில் மயங்கினான்; எனவேதான் அதனை அழிக்காமல் விட்டுவிட்டான்" எனத் தெரிய வருகின்றது. பட்டடக்கல்லில் உள்ள விரூபாக்ஷர் கோயில் போன்ற பிந்நாளைய சாளுக்கியர் கட்டுமானப் பாணிக்கு எழுச்சியூட்டும் முன்மாதிரியாகக் கைலாசநாதர் ஆலயம் விளங்கிற்று என்றால் மிகையில்லை.

ராஜசிம்மனால் கோயிலின் பெரும்பகுதி கட்டுமானங்கள் மேற்கொள்ளப்பட்டாலும், கோயில் முழுமையடைந்தது இவனது மகன் மூன்றாம் மகேந்திரவர்மன் காலத்தில்தான். நந்தி மண்டபம் கோயில் சந்நிதியிலிருந்து சற்றுத் தள்ளி அமைந்துள்ளது. வருங்காலங்களில்

17.4 காஞ்சி கைலாசநாதர் கோயில் முகப்பு

கட்டப்படவிருக்கின்ற கோயில்களிலெல்லாம் சந்நதிக்கு அருகிலேயே நந்தி மண்டபம் அமைய இருக்கின்றது. கோயிலின் முன்பாக ஒரே வரிசையில் 8 சிறிய கற்கோயில்கள் அமைந்துள்ளன. பிற்சேர்க்கைகளான இவற்றில் குறைந்தபட்சம் இரண்டாவது அரசியர்களால் உருவாக்கப்பட்டதாகக் கல்வெட்டுகள் தெரிவிக்கின்றன. இவற்றுள் லிங்கங்கள் உள்ளன. பிரதான நுழைவாயிலுக்கு இடதுபுறம் இரண்டும், வலதுபுறம் ஆறுமாக இச்சிறு கோயில்கள் அமைந்துள்ளன. பிரதான நுழைவாயிலில் சிறிய இருதள கோபுரமுள்ளது.

17.5 கருவறைத் திருச்சுற்றுப் பாதை - காஞ்சி கைலாசநாதர் கோயில்

கோயிலின் உள்ளே ஆனால் கிழக்கு பிரதான நுழைவாயிலுக்கு அருகிலேயே மூன்றாம் மகேந்திரவர்மன் கட்டிய சிறிய கோயிலொன்று உள்ளது. ராஜசிம்ம பல்லவன் திட்டப்படி பிரதான நுழைவாயில் அமைய வேண்டிய இடத்தில் இந்த மகேந்திரவர்மேஸ்வரம் கோயில் அமைந்துள்ளது.

17.6 முகமண்டபமும், விமானத்துடன் கருவறையும் - காஞ்சி கைலாசநாதர் கோயில்

17.7 பார்வதி சாட்சியாக நடனமாடும் சிவன் - காஞ்சி கைலாசநாதர் கோயில்

கருவறை, அதன் முன் உள்ள இணைப்புத் தாழ்வாரம் (இடைநாழி) இதனை அடைய படியேறிச் செல்லும் அமைப்பு, கருவறைமேல் இருதளம் கொண்ட நீள் சதுர விமான அமைப்பு என்ற கட்டுமானக் கூறுகளைக் கொண்டுள்ளது. ஒட்டுமொத்த இவ்வமைப்பு தூரத்திலிருந்து பார்ப்பவர்களுக்குக் கோயில் கோபுரம் போன்ற காட்சியைத் தருகின்றது. எனவே இதற்குப் பின்னிருக்கும் முக்கிய கோயிலுக்குச் செல்ல, இச்சிறிய கோயிலின் முன் இடது அல்லது வலது பக்க முற்றவெளியைத் தான் பயன்படுத்த வேண்டியுள்ளது.

17.8 அடித்தள (அதிஷ்டான)சிவகணங்கள் - காஞ்சி கைலாசநாதர் கோயில்

இதுவரை கண்ட பிற்சேர்க்கைகளைத் தவிர்த்துப் பார்த்தால், கைலாசநாதர் கோயிலினை மூன்று தனிப்பகுதிகளாகப் பிரிக்கலாம். விமானத்துடன் கூடிய கருவறை, தூண்களாலான முகமண்டபம், கோயிலின் மொத்தப் பகுதியையும் சுற்றி அமைந்துள்ள பிரகாரச்சுவர் என்பவைகளே இம்மூன்று பகுதிகளாகும். தனித்தனிக் கட்டுமானங் களான கருவறையையும், தூண்களான மண்டபத்தையும் இணைக்கும் இடைநாழியானது ஒரு பிற்சேர்க்கையே. இது கருவறை மண்டபத்தின் கட்டுமானப் பொலிவைச் சற்று மட்டுப்படுத்திவிட்டது என்பதே உண்மை. கோயிலின் அடித்தளம் கருங்கற்கள் கொண்டும், அதற்கு மேலுள்ள பகுதி மணற்கற்கள் கொண்டும் கட்டப்பட்டுள்ளன. முன்னது ஒட்டுமொத்த எடையைத் தாங்கி உறுதிப்பாட்டினை அளித்திடும். பின்னது சிறந்த சிற்ப வேலைப்பாடுகளுக்குக் கைகூடிவரும். பல்லவக் கட்டுமானக் கலைஞர்கள் குறுகியகால அனுபவத்திலேயே பொருத்தமான கட்டுமானப் பொருட்களைத் தேர்ந்தெடுக்கக் கற்றுவிட்டது நன்கு புலப்படுகின்றது.

17.9 கருவறை விமானச் சுவர் வேலைப்பாடுகள் - குறிப்பாக சிவன் - காஞ்சி கைலாச நாதர் கோயில்

கிழக்கு நோக்கி அமைக்கப்பட்டுள்ள நான்கு தள கருவரை விமானம் 60 அடி உயரமுடையதாகும். அடிப்படை அமைப்பில் தர்மராஜ ரதத்தை ஒத்திருந்தாலும், இதன் தோற்றப் பொலிவிற்குக் காரணம் கட்டுமானத்தில் மேற்கொள்ளப்பட்ட சற்று விரிவான வேலைப்பாடு களேயாகும்; குறிப்பாகச் சொல்வதென்றால் விமானத்தின் கீழ்த்தளத்தின் சுவர்களில் அமைந்துள்ள ஏழுசிறு கோவில்களைக் கூறலாம். இவைகளின் விமானச் சிகரங்கள், மூலைகளில் உள்ளவை சதுரமாயும், மூன்று திசைகளில் உள்ளவை நீள்சதுரமாகவும் அமைந்துள்ளன. இச்சிறுகோயில்களினுள் சிவதாண்டவம்,

சோமாஸ்கந்தர், பிச்சாடண மூர்த்தி, கங்காதரர், திரிபுராந்தகர் (மூலைகளில்) முதலிய சிற்பங்களைக் காணலாம். இரண்டாவது தளத்தில் விமானச் சிகரங்கள் சதுரமாயும், இவற்றுக்கிடையே ஒவ்வொரு திசையிலும் கஜபிருஷ்டம், நீள்சதுரம், கஜபிருஷ்டம், என்ற வடிவிலும் அமைந்துள்ளன. மூன்றாவது தளத்தில் விமானச் சிகரங்கள் மூலைகளில் சதுரமாயும் இடையில் நீள் சதுரமாயும் அமைந்துள்ளன. நான்காவது தளத்தின் நான்கு மூலைகளிலும் ரிஷபங்கள் உள்ளன. எப்படிப் பார்த்தாலும் கட்டுமானக் கோயிலான இக்கோயிலின் விமானமே இதன் சிறப்பம்சமாகும். கருவறைச் சுவரில் சோமாஸ்கந்தர் புடைப்புச் சிற்பமும், 16 பட்டை சிவலிங்கமுமுள்ள அமைப்பே ராஜசிம்ம கட்டுமானத்தின் சிறப்பம்சமாகும்.

கருவறையின் வெளிப்புறச் சுவர்களில் சிவனின் வடிவம் பெரிய அளவில் அமைக்கப்பட்டுள்ளது. கருவறை நுழைவாயிலின் இருபுறமும் சிவபெருமானின் தாண்டவ வடிவச் சிற்பங்கள் இடம் பெற்றுள்ளன.

17.10 கருவறை விமானம் - காஞ்சி கைலாசநாதர் கோயில்

உடலைச் சுழற்றி இயங்கும் பாணியில் அமைந்துள்ள பலகைகளும், மேல் நோக்கிக் குதித்தாடுவதற்குரிய சக்தியைச் சீராகக் கொடுக்க ஏதுவாக அமைந்துள்ள வளைந்த முழங்கால்களும், தாண்டவத்தின் இயக்க அசைவைத் திறம்பட வெளிப்படுத்துகின்றன. இத்தகு இயக்க அசைவுகளுக்கிடையேயும் மையத்தில் குடி கொண்டிருக்கும் பேரமைதி திறம்பட வெளிக்கொணரப்பட்டுள்ளது. ஆனந்தத் தாண்டவத்திற்கு என்றென்றும் சாட்சியாய் பார்வதிதேவி. ஏனெனில் சக்தியின் சகாயமின்றிச் சிவத்தாண்டவம் இல்லையல்லவா! சிவபெருமான் சிற்பங்களுடன் கலைமகள், திருமகள், சிம்மவாஹினியான துர்க்கை ஆகியோரின் சிற்பங்களும் சிறப்பாக அமைந்துள்ளன. பல்லவர்களின் ராஜமுத்திரை சிங்கம் என்பதால் கோயில் முழுதும் அதிகம் ஆக்ரமித்திருக்கும் சிற்பக் கருத்துரு சிங்கம்தான். பாயும் சிங்கங்கள் தூண்களின் அடிப்பாகமாக அமைந்துள்ளன.

கருவறை அடித்தளப் பகுதியில் முப்பது அங்குல உயரமேயுடைய சிவகணங்களின் சிற்பப் பலகை அமைந்துள்ளது. கோயிலெங்கும் உள்ளது போல் இச்சிற்பங்களும் உயர்நிலை வேலைப்பாடு களுள்ளவைகளாகும். சிவகணங்கள் அனைவரும் சிவஸ்துதியில் ஊறித் திளைத்த பக்தர்களின் ஆன்மாக்களே! சிவனருகிலேயே இருக்கும் பாக்கியத்தை வரமாகப் பெற்றவர்கள். எக்கணமும் சிவபெருமான் பார்வைக் கடாட்சத்திலேயே இருப்பதால் ஆடிக் கொண்டும், பாடிக் கொண்டும், குறும்புத்தனங்கள் பண்ணிக் கொண்டும் சிவவழிபாட்டின் உற்சாக உணர்வை வெளிப்படுத்துபவர்களாக உள்ளனர்.

17.11 சிம்மவாஹினி துர்க்கை – காஞ்சி கைலாசநாதர் கோயில்

கோயில் பகுதிகள் அனைத்தையும் சுற்றிக் கட்டப்பட்ட உயரமான, பருமனான பிரகாரச் சுவரின் உட்பக்கத்தில் மொத்தம் 58 சிறுசிறு கோயில்கள் மணற்கற்களால் கட்டப்பட்டுள்ளன. இவை சிற்பங்கள், ஓவியங்கள் கொண்ட கலைக் களஞ்சியமாக மிளிர்கின்றன. சிவலீலைகள் இங்குச் சிற்பமாகச் செதுக்கப்பட்டுள்ளன. பல்வேறு நடனம், இசைக்கருவி, செய்கைகள்

கொண்டு சிவபெருமான் ஒப்பற்ற கலைஞராய் விளங்குவதை இம்மாடக் கோயில்கள் விளக்குகின்றன. கல்யாண சுந்தர மூர்த்தியாக, இராவணனுக்கு அநுக்கிரகம் செய்பவராக, பிரம்மன் செருக்கை அடக்கியவராக, அருச்சுனருக்குப் பாசுபத அஸ்திரம் அருள்பவராக, கங்காதரராக, தட்சணாமூர்த்தியாக, திரிபுராந்தகராக.... எனச் சிவபெருமானின் பல்வேறு வடிவங்கள் சிற்பங்களாகவும், ஓவியங்களாகவும் இடம் பெற்றுள்ளன.

17.12 கங்காள மூர்த்தி - காஞ்சி கைலாசநாதர் கோயில்

அதுபோன்றே பார்வதிதேவியின் பல்வேறு கோலங்களும், திருமாலின் பல்வேறு அவதாரக் காட்சிகளும் இடம் பெற்றுள்ளன. பல்லவர்கால ஓவியங்களில் பயன்படுத்தப்பட்ட வண்ணக் கலவைகள் மூலிகைகளால் குழைக்கப்பட்டவை. நிறம் மாறாத அமரத்துவம் கொண்டவை. சிற்பங்களில் கூட வண்ணக் கலவைகளை வழித்துவிட்டுள்ளனர்.

கோயில் கட்டும் அமைப்பு முறையில் காஞ்சி கைலாசநாதர் கோயில் பல அடையாளங்களையும் காட்டியது; அத்துடன் பூசலன்பர் என்ற நாயன்மாரையும் அடையாளம் காட்டியது. மன்னனைவிட, மனதில் இறைப்பற்றைத் தவிர வேறு பற்றில்லாத பக்தன் உயர்ந்தவன் என்பதையும் எடுத்துரைத்தது. ஏனெனில் மன்னன் குடும்பமே நேரடியாக நின்று கட்டிய கைலாசநாதர் கோயில் குடமுழுக்கைவிடத் திருநின்றஊர் பூசலன்பர் மனதில் கட்டிய கோயிலுக்கல்லவா இறைவன் முதலிடம் கொடுத்தான்! அதனால்தானோ என்னவோ கருவறையில் சுரங்கப்பாதை ஒன்றுள்ளது; குறுகிய வாயிலில்

17.13 வெளிப்பிரகாரச் சுவரோவியம் - பார்வதி - காஞ்சி கைலாசநாதர் கோயில்

17.14 வீரட்டானேஸ்வரர் கோயில் - திருத்தணி

புகுந்து சுற்றிக் குறுகிய வாயிலில் வெளிவரலாம். இது முக்தி வாசலாகும். பிறப்பு, வாழ்வு, இறப்பு என்ற வாழ்வியல் தத்துவத்தை விளக்குவதாகும் இச்சுற்றுப் பாதை. இவ்வாறு கட்டுமானக் கூறுகளோடு, வாழ்வியல் தத்துவங்களை எடுத்துரைப்பதிலும் முன்மாதிரியாகத் திகழ்வது காஞ்சி கைலாசநாதர் கோயிலாகும்.

நந்திவர்மன் குழுமக் கட்டுமானக் கோயில்கள்

நந்திவர்மன் குழுமக் கட்டுமானக் கோயில்கள் பல்லவக் கட்டுமானங்களின் இறுதிப் பயணத்தைச் சேர்ந்தவைகளாகும். 12 வயதில் அரியணை ஏறிய இரண்டாம் நந்திவர்மன் 65 ஆண்டுகள் ஆட்சி புரிந்தான். கூரம் கேசவப் பெருமாள், திருவதிகை வீரட்டானேஸ்வரர் கோயில், புதுக்கோட்டை குன்றாண்டார் கோயில், காஞ்சியில் முக்தேஸ்வரர், மதங்கேஸ்வரர், ஐராவதேஸ்வரர், வாலீஸ்வரர்,

இறவாதேஸ்வரர், பிறவாதேஸ்வரர் ஆகிய கோயில்களும் நந்திவர்மர் குழுமக் கட்டுமானங்களுள் அடங்கும். இவற்றுள் முதல் மூன்று கோயில்களைக் கட்டிய இரண்டாம் நந்திவர்மன்தான் காஞ்சியிலுள்ள வைகுந்தப் பெருமாள் கோயிலையும் நிர்மாணித்தான். இவற்றுள் காஞ்சி முக்தேஸ்வரர் மற்றும் மதங்கேஸ்வரர் கோயில்கள் இக்கட்டு மானங்களுக்கு முந்தைய காலகட்டங்களைச் சேர்ந்தவைகளைப் போன்ற ஆனால் அளவில் சிறிய படைப்புகளாகும். முகப்பாக அமைந்துள்ள இரு தூண்களாலான தாழ்வாரங்களின் வழியாகக் கோயிலினுள் நுழையுமாறு அமைந்திருக்கும் மாற்றம் ஒன்றினையே குறிப்பிட்டுக் கூறலாம். மாமல்லை சகாதேவ ரதத்தைப் போன்ற கஜபிருஷ்ட அமைப்பில் திருத்தணி வீரட்டானேஸ்வரர், குடிமல்லத்திலுள்ள பரசுராமேஸ்வரர் கோயில், செங்கல்பட்டு அருகில் ஒரகடத்திலுள்ள வடமாலீஸ்வரர் கோயில் ஆகியவை கட்டப்பட்டுள்ளன. சுடர் விட்டெறிந்த பல்லவக் கட்டுமானப் பணிகளை அணைந்துவிடாமல் சற்று மங்கலாகக் காப்பாற்றும் வேலையை இக்கடைசிக் குழும சிறிய கட்டுமானங்கள் நிறைவேற்றுகின்றன. இதன் விளைவாக வீறுகொண்ட சோழர்களின் கட்டுமானங்கள் பிரகாசிக்க உதவும் தொடர்ச்சிக்கு, தொழில்நுட்பத்திற்கு உத்தரவாதமளிக்கின்றன. இத்தொடர்ச்சியின் முழுமலர்ச்சியை அங்கோர்தாம், அங்கோர்வாட், போரோபுதூர் போன்ற கடல் கடந்த பகுதிகளின் கலைக் கட்டுமானங்கள் கொண்டுள்ளன என்றால் மிகையில்லை.

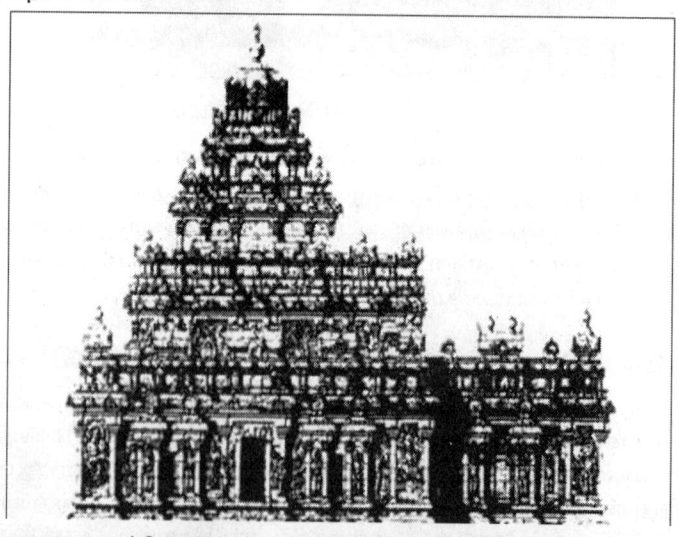

17.15 காஞ்சி வைகுந்தப் பெருமாள் கோயில் - உயர வாட்டத் தோற்றம்

வைகுந்தப் பெருமாள் கோயில்

கைலாசநாதர் கோயிலுக்குப் பின் பத்தாண்டு காலத்தில் கட்டப்பட்ட வைகுந்தப் பெருமாள் கோயிலில் பல்லவக் கட்டுமானப் பாணியின் அதிகபட்ச பக்குவமடைந்த நிலையைக் காணமுடிகின்றது. கைலாசநாதர் கோயிலை விட அளவில் பெரியது; விகிதாச்சார விசாலமும் அதிகரித்துள்ளதை உணர முடிகின்றது. கைலாசநாதர் கோயில் போல் கருவறை, மண்டபம், பிரகாரம் எனத் தனித்தனியான கட்டுமானங்களாக அல்லாமல் ஒருங்கிணைந்த கட்டுமானமாக இக்கோயில் அமைந்திருப்பது சிறப்பாகும். மேற்கு நோக்கிய சதுரவடிவ இக்கோயிலில்

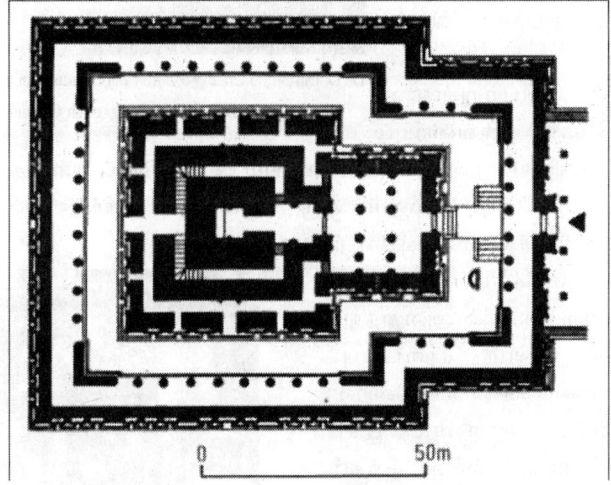

17.16 காஞ்சி வைகுந்தப் பெருமாள் கோயில் தரையமைப்பு வரைபடம்

முன் மண்டபமொன்றும் கட்டப்பட்டுள்ளது. ஒட்டுமொத்தக் கட்டுமானத்தையும் உள்ளடக்கிய உயரமான, பருமனான மதில் சுவரில் அமைந்துள்ள பாதி கட்டுமானமும், பாதி அழகுபடுத்தும் நோக்கமும் கொண்ட கட்டமைப்புகள் மிக உயரமான கருவறை விமானத்துடன் ஒத்தமைந்து ஒட்டுமொத்த அழகையும் அதிகரித்துக் காட்டுகின்றன. கருவறைக்கும், மதிற்சுவருக்கும் இடையில் கோயிலைச் சுற்றி வலம் வருமாறு மேலே கூரையும், பக்கங்களில் சிங்க அடிமானத் தூண்கள் வரிசையும் கொண்ட பிரகாரப் பாதை அமைந்துள்ளது.

மத்தியக் கட்டுமானமானது கருவறை, முன்மண்டபம் இவற்றை இணைக்கும் இடைப் பகுதி (இடைநாழி) என ஒருங்கிணைந்த கட்டமைப்பாகும். முன்மண்டபமானது எட்டுத்தூண்கள் மூலம்

பக்கப்பகுதிகளையும் கொண்டதாயுள்ளது. கருவறை ஒன்று அதன் மேலமைந்த விமானம் என்றமைப்பில்லாமல், கீழ்த்தளக் கருவறைக்கும், விமானத்தின் கழுத்துப் பகுதிக்கும் இடையே மேலும் இரண்டு கருவறை களைக் கொண்டுள்ளது. இம்மூன்று கருவறை களிலும் கீழிருந்து மேலாக முறையே விஷ்ணுவின் நின்ற, அமர்ந்த, கிடந்த நிலை உருவமைதிகள் இடம் பெற்றுள்ளன.

17.17 பிரகாரப் பாதைச் சுவர் சிற்பவேலைப்பாடுகள் - காஞ்சி வைகுந்தப் பெருமாள் கோயில்

ஒவ்வொரு கருவறையும் தனித்தனியே முன் மண்டபத்தையும் திருச்சுற்றுப் பாதையையும் கொண்டுள்ளது. மேலும் ஒரு கருவறையிலிருந்து மற்றொரு கருவறைக்குச் செல்ல படிக்கட்டு கள் அமைக்கப்பட்டுள்ளன. உள்சுற்றுச் சுவரில் அனைத்துப் பக்கங்களிலும் புடைப்புச் சிற்பங்கள் காணப்படுகின்றன; அவற்றில் வண்ணம் பூசப் பட்டுள்ளது; கல்வெட்டுக்கள் பொறிக்கப்பட்டுள்ளன; இவை பல்லவர் வரலாற்றையும், அருமை பெருமைகளையும் எடுத்துரைக்கின்றன. கைலாச நாதர் கோயில் போன்று புதினங்களை அறிமுகப்படுத்தப் படவில்லை என்றாலும் ஒன்றன் மேல் ஒன்றாய் மூன்று கருவறை கள் கொண்ட முதல் கட்டமைப் பாய், ஒருங்கிணைக்கப்பட்ட

17.18 நடராஜர் அபஸ்மரனை மிதிக்கப்போகும் கணத்திற்குரிய காட்சிச் சிற்ப மாடம் – காஞ்சி கைலாசநாதர் கோயில்

கட்டுமானக் கூறுகளைத் திறம்படப் பின்பற்றியிருக்கும் உயர்கட்டுமான நெறிகளையுடையதாய் இருப்பதாலேயே இதனை வருங்கால கட்டுமானங்களுக்கான வழிகாட்டியாகக் கொள்ளப்பட்டது.

17.19 கருவறை விமானம் -காஞ்சி வைகுந்தப் பெருமாள் கோயில்

பல்லவர்களோடு காஞ்சியிலும் அதன் சுற்றுப் பகுதிகளிலும் கல்வி மற்றும் கட்டுமான செல்வாக்கு முற்றுப் பெற்றுவிடவில்லை. ஆறாம் நூற்றாண்டு முதற்கொண்டு பல்லவர்கள் தொடங்கி வைத்துள்ளனர். விஜயநகர மற்றும் நாயக்க மன்னர்கள் காலம் வரை அதாவது கிட்டத்தட்ட 16-ஆம் நூற்றாண்டு வரை கல்வியிலும், கட்டுமான உருவாக்கங்களிலும் காஞ்சியின் கொடி பட்டொளி வீசிப் பறந்து

17.20 திருச்சுற்றுப் பாதை சுவர் சிற்பங்கள் - காஞ்சி வைகுந்தப்பெருமாள் கோயில்

கொண்டுதானிருந்தது. இந்த ஆயிரம் ஆண்டு திராவிடப் பாணி கட்டுமான வழித்தடங்களைக் காண காஞ்சியிலுள்ள ஏகாம்பர நாதர் கோயிலொன்றே போதுமானது. எனவேதான் கோயில் நகரமான காஞ்சி இந்துக்களின் ஏழுபுனித நகரங்களில் ஒன்றாய் மிளிர்கின்றது. கோயில் கட்ட இடமில்லை என்ற காரணத்தினால் தானோ என்னவோ, இரத்தத்தில் ஊறிய வேலைப்பாடுகளைக் காஞ்சிப்பட்டில் வெளிப்படுத்துகின்றனர் காஞ்சியிலுள்ள ஏறத்தாழ ஐயாயிரத்திற்கும் மேற்பட்ட குடும்பத்தினர்.

17.21 காஞ்சிப் பட்டு

அத்தியாயம் - 18
சோழர்களின் கலைப் பொக்கிஷங்கள்

கி.பி. முதலாம் ஆயிரமாண்டின் இறுதி நூற்றாண்டுகளில் பல்லவ, சோழ, பாண்டிய, சாளுக்கிய, ராஷ்டிரகூட அரச வம்சங்களுக்கிடையே நடைபெற்ற ஆதிக்கப் போராட்டத்தால் தமிழகமானது சிதைவுண்டுக் கிடந்தது. இதனால் கலைத்துறைகளில் எல்லாம் பெரிய அளவு முன்னேற்றம் ஏற்பட வாய்ப்பில்லாதிருந்தது. இந்த அரச வம்ச ஆதிக்கப் போராட்டத்தின் இறுதியில் சோழர்களின் கை மேலோங்கியது. உத்தேசமாக கி.பி. 850-இல் சோழ சிற்றரசனாய் இருந்த விஜயாலயச் சோழன் தஞ்சையைக் கைப்பற்றினான். அன்று தொடங்கி உத்தேசமாக நூற்றைம்பது ஆண்டுகளுக்குள்ளாகவே அளவிடமுடியாத செல்வ வளமும், மாண்பும் பெற்ற பேரரசாகச் சோழர் ஆதிக்கம் வளர்ச்சி கண்டது. தென்னிந்தியக் கோயில்களில் மிகவும் பிரம்மாண்டமான, அனைவரையும் வியப்புறச் செய்யும் கோயில்களெல்லாம் சோழர்களின் ஆட்சியின் கீழ்த்தான் கட்டப்பட்டன.

முற்காலச் சோழர் கோயில்கள் (866-985)

பேரரசை உருவாக்கும் போராட்டத்திலேயே விஜயாலயன் தொடங்கி ராஜராஜசோழனுக்கு முந்தைய அரசர்களெல்லாம் நாட்களைச் செலவிட வேண்டியதாயிற்று. எனவே, இந்தக்காலகட்டச் சோழ அரசர்களின் கட்டுமானங்கள் எண்ணிக்கையிலும் அதிகமில்லை; அளவிலும் பெரிதில்லை; இருப்பினும் இக்கோயில்கள் திராவிடப் பாணியின் ஆரம்ப நிலை வளர்ச்சியை எடுத்துரைக்கும் வல்லமையைப் பெற்றிருப்பதால் அதிக முக்கியத்துவம் பெறுகின்றன. திருக்கட்டளையில் சுந்தரேஸ்வரர் கோயில், நார்த்தா மலையில் விஜயாலய சோழீச்சுரம்,

18.1 நார்த்தாமலை விஜயாலய சோழீச்சுரம் - புதுக்கோட்டை

கொடும்பாளூர் மூவர் கோயில், கொளத்தூர் தாலுகாவில் முகுந்தேஸ்வரர் கோயில், நார்த்தா மலையில் கடம்பர் கோயில், கன்னனூரில் பாலசுப்ரமண்யர் கோயில் போன்ற கோயில்களெல்லாம் புதுக்கோட்டை மாவட்டத்தில் அமைந்துள்ளன. இது போன்ற கோயில் கட்டுமானங்ளைத் தென்ஆற்காடு மாவட்டத்தில் திருப்பூர், விசலூர், பனங்குடி, காளியாபட்டி போன்ற இடங்களிலும் காணலாம். பெரும்பாலான இக்கோயில்களெல்லாம் செம்மையாகச் செதுக்கிய கருங்கற் பாறைகளைக் கொண்டு கட்டப்பட்ட கோயில்களாகும். இக்கற் கட்டுமானங் களில் கருங்கற் பாறைகள் அடுக்கப் பட்டு, இணைக்கப்பட்டவிதம் மிகத் துல்லியமாய் அமைந்திருப்பது வளர்ச்சி யுற்ற கட்டுமான நேர்த்தியைக் காட்டுகின்றது.

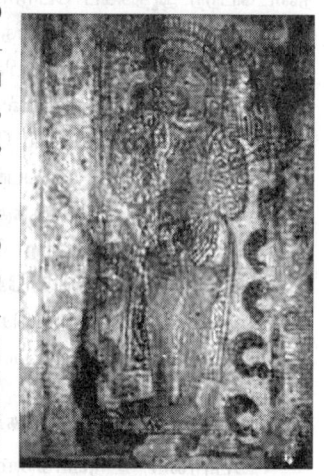

18.2 சுவரோவியம் - நார்த்தாமலை விஜயாலய சோழீச்சுரம்

சாளுக்கியப் பாணியின் தாக்கம்

ஒன்பதாம் மற்றும் பத்தாம் நூற்றாண்டைச் சேர்ந்த இக்கோயில் களில் முற்காலச் சோழர்களின் கோயில் கட்டுமானப் பாணி நன்கு வெளிப்படுகின்றது. அதே சமயத்தில் பல்லவர்களின் கட்டுமானப் பாணிக் கூறுகளும் கலந்துள்ளதை மறுப்பதற்கில்லை. குறிப்பாக மாமல்லையின் ஒற்றைக் கல் ரதங்களுடன் உள்ள தொடர்பைக் குறிப்பிடலாம்.

தென்னிந்தியக் கட்டுமானக் கலை வளர்ச்சியின் தொடர்ச்சியை ஆய்வு செய்யும் பணியில் இக்கோயில்கள் பேருதவி புரிகின்றன. இந்த சின்னஞ்சிறு கோயில் கட்டுமானங்களெல்லாம் முழுமையான கட்டமைப்பைப் பெற்று இளமைப் பொலிவுடன் உணர்வுகளுடன் உள்ளன. பல்லவர் பாணியின் கடைசிக் கட்டுமானங்கள் வெளிப்படுத்தும் உணர்வுகளிலிருந்து பெரிதும் மாறுபடுகின்றன. இம்மாறுபாடு எந்த அளவிற்கெனில் கட்டுமானப் பாணியில் ஓர் புதிய இயக்கத்தின் தொடக்கமாயிருக்க வேண்டும்; அல்லது மற்றொரு வீறார்ந்த உயிர்த்துடிப்புள்ள பாணியிலிருந்து பெற்ற உத்வேகத்தைக் குறிப்பதாயிருக்க வேண்டும். இந்த இரண்டாவது கண்ணோட்டம்தான் பொருத்தமாய்ப்படுகின்றது. ஏனெனில் முற்காலச் சோழர்களின் இக்குழுமக் கோயில்களெல்லாம் கட்டுமானப் பாணியில் சாளுக்கியக் கட்டுமானங்களுடன் நெருங்கிய தொடர்புடையனவாயுள்ளன. தொலைத்தூரத்திலுள்ள சாளுக்கியர்களின் தாக்கம் தென்படுவதற்குக் காரணம் இக்காலக் கட்டங்களிலெல்லாம் சாளுக்கியர்களின் அதிகார வரம்பு மேலோங்கத் தொடங்கிவிட்டது. இவ்வரசர்களின் ஆதரவினால் கட்டுமானக் கலை மேலும் வளர்ச்சி பெறத் தொடங்கிவிட்டது. முற்காலச் சாளுக்கியக் கட்டுமானங்களுடன், புதுக்கோட்டைப் பகுதியில் உள்ள ஒன்பது மற்றும் பத்தாம் நூற்றாண்டைச் சேர்ந்த சோழர் கோயில் கட்டுமானங்களை ஒப்பிட்டுப் பார்த்தாலே சோழ-சாளுக்கிய கலைத் தொடர்பு புலப்படும். குறிப்பாகக் கருவறைச் சிகர அமைப்பில் பாதாமி, பட்டடக்கல் கட்டுமானங்களுடன் ஒத்துப்போகின்றன. சிகரத்தின் கோள வடிவ உச்சிப் பகுதி வடிவமைப்பானது இரட்டை மடிப்பு வளைவரை போல் அமைந்துள்ள ஒற்றுமையைக் காண்கின்றோம்.

விஜயாலய சோழீச்சுரம், நார்த்தா மலை, புதுக்கோட்டை

நார்த்தா மலை புதுக்கோட்டைக்கு அருகிலுள்ளது. நார்த்தாமலையில் மிகவும் ரம்மியமான இயற்கையெழில் சூழ்ந்த மேலமலையில் ஒன்பதாம் நூற்றாண்டைச் சேர்ந்த கோயிலொன்று உள்ளது. இக்கோயிலை இங்குள்ள கல்வெட்டொன்று விஜயாலய சோழீச்சுரம் என்று அறிவிக்கின்றது. விஜயாலய சோழனாலோ அல்லது அவருக்கு முன் ஆட்சி செய்த முத்தரைய அரசர்களாலோ இக்கோயில் கட்டப்பட்டிருக்க வேண்டும். மேற்கு நோக்கிய சிவன் கற்கோயிலாகும் இது. மண்டப நுழைவாயிலில் துவாரபாலகர்களின் சிற்பங்கள் உள்ளன. பல்லவர் காலச் சிற்பப் பாணியில் பாதி திரும்பி நின்ற நிலையில் அமைந்துள்ளனர் துவாரபாலகர்கள். துவாரபாலகரின் ஒரு கை ஆச்சர்ய முத்திரையை அபிநயம் பிடிக்கின்றது.

18.3 தாமரை வடிவ அடித்தளத்தின் மேலமைந்த
புள்ளமங்கை பிரம்மபுரீஸ்வரர் கோயில்

இதே கால கட்டடத்தைச் சேர்ந்த கலை வேலைப்பாடுகளெல்லாம் வியப்பை வெளிப்படுத்துவது போன்றே அமைந்துள்ளது குறிப்பிடத்தக்கது. குறை காண முடியாத நகை வேலைப்பாடு போல் கோயில்களெல்லாம் திறம்பட உருவாக்கப்பட்டுள்ளன. இங்கு பிரதான கோயிலைச் சுற்றி எட்டுப் பரிவாராலயங்களும் தனித்தனியே அமைந்துள்ளன. வட்டவடிவமான பிரதான கருவறையைச் சுற்றிச் சதுர வடிவில் மூடப்பட்ட திருச்சுற்று அமைந்துள்ளது. கருவறையின் மேல் உள்ள மேல்தளம் சதுர வடிவமாக உள்ளது. அதற்கு மேலுள்ள மூன்றாவது தளமும், சிகரத்தின் கழுத்து, உச்சிப் பகுதிகளும் வட்ட வடிவிலும் அமைந்துள்ளன. விமானத்தின் மூலைகளில் சிம்மங்கள், ரிஷபங்கள் ஆகியன செதுக்கப்பட்டுள்ளன. மண்டபத்தின் மேல் அமைந்துள்ள ஹாரத்தில் நாட்டியச் சிற்பங்கள் உள்ளன.

இக்கோயிலிலிருந்த சிற்பங்களில் இரண்டு தற்போது அரசு அருங்காட்சியகத்தில் வைக்கப்பட்டுள்ளன. சப்தமாதர்களில் ஒன்றான வைஷ்ணவி தேவியும் வீணாதர தட்சிணாமூர்த்தியுமே அவ்விரு சிற்பங்களாகும். தேவியின் ஆடை மடிப்புகள் காட்டப்பட்டுள்ள விதம், தேவியின் கையணிகலன்கள், வீணையை இரு கரங்களில் தாங்கி அமர்ந்திருக்கும் தட்சிணாமூர்த்தியின் இடையில் கட்டப்பட்டுள்ள கடிசூத்திரம் மத்தியில் தொங்குகின்ற பாங்கு ஆகிய கூறுகளில் சோழர் சிற்ப பாணியின் பொதுநியதி வெளிப்படுகின்றது. இக்கோயிலருகிலேயே இராஜராஜன் காலத்தில் கட்டப்பட்ட கடம்பர் கோயிலும், பல்லவர் காலத்து இரண்டு குடைவரைக் கோயில்களும் உள்ளன.

பிரம்ம புரீஸ்வரர் கோயில், புள்ளமங்கை, தஞ்சை பசுபதிகோயில்

முற்காலச் சோழர்களின் நுட்பமான சிற்ப வேலைப்பாடுகளுக்குச் சான்றாகப் பசுபதி கோயில் அருகிலுள்ள புள்ளமங்கை பிரம்மபுரீஸ்வரர் கோயில் திகழ்கின்றது. சிறிய அளவில் அமைந்துள்ள இக்கோயில் காண்போரின் மனதினில் உறையும் மென்னயத்தினை உணரும் உலகினிற்குள் அழைத்துச் செல்கின்றது. கோயிலின் அஸ்திவாரமானது (அதிட்டனமானது) தாமரை மலர் மேல் அமைந்துள்ளது போல் விரிந்த தாமரை மலர் இதழ்களைக் கொண்டுள்ளது. தண்ணீரில் அல்லவா தாமரை காணப்படும். எனவே கோயிலைச் சுற்றிப் பள்ளமாக வெட்டப்பட்டு அதில் நீர் தேங்கியிருக்கும் அமைப்பு உருவாக்கப்பட்டுள்ளது காண்போரை நிச்சயம் வசியப்படுத்தும். அஸ்திவாரத்தில் இடம் பெறும் சிற்பங்களில் உயிரோட்டமும், கதைத் தொடர்புச் சிற்பங்களும் சிறப்பாக அமைந்துள்ளன. இவை அஜந்தா, எல்லோரா போன்ற இடங்களில் உள்ள பெரிய ஓவியத் தொகுதிகளையும் பாதாமி, பட்டடக்கல்லில் உள்ள பெரிய சிற்பத் தொகுதிகளையும் சுருக்கிய, சிறிய, ஆற்றல்மிகு படைப்புகள் போல் அமைந்துள்ளன.

18.4 தெற்குச் சுவரில் கணபதி, பரிவாரங்களுடன் - புள்ளமங்கை

சோழர் காலக் கலை வெளிப்பாட்டின் உன்னதங்களில் ஒன்று சிவ கணங்களாகும். இக்கோயிலின் தெற்குச் சுவரில் அமைக்கப்பட்டுள்ள கணபதியும், அவரது சக கணங்களும் தன்னிகரற்ற சிறப்புடையனவாகும். வாத்தியங்களை இசைத்துக் கொண்டு சில கணங்களும், உற்சாக நடனம் புரியும் சில கணங்களும் உள்ளன. வெகு எளிதாக

இக்கணங்களுடன் மனதளவில் தொடர்புப்படுத்திக் கொண்டு இவ்வுலக சஞ்சலங்களை மறக்க இயலும்.

சோழர் கோயில்களில் நடைமுறைப்படுத்தப்பட்ட ஒரு விஷயம் என்னவெனில் கோயில் சுவர் மாடங்களில் தெய்வங்களையும், அத்தெய்வங்களுக்குரிய பரிவாரத் தெய்வங்களை அருகிலேயே மாடங்களில் இடம் பெறுமாறு அமைக்கும் வழக்கமாகும். இந்நடைமுறை

18.5 மேற்குச் சுவரில் லிங்கோத்பவர் - புள்ளமங்கை

18.6 கருவறை விமானம் - புள்ளமங்கை

பிரம்ம புரீஸ்வரர் கோயிலிலும் பின்பற்றப்பட்டுள்ளது. தெய்வங்கள், பரிவாரங்கள் என்ற பாகுபாடு ஏதுமின்றி ஒவ்வொன்றும் மென்னுணர்வுகளை வெளிப்படுத்துவது போல் சமமான தரத்துடன், நுட்பமான வேலைப்பாடுகளுடன் கவனமாகச் செதுக்கப்பட்டுள்ளன. வடக்குச் சுவரில் பிரம்மன் அழகிய வடிவுடைய இளவரசராய் ஆனால் கைகளில் கமண்டலமுடையவராய்ப் படைக்கப்பட்டுள்ளார். மேற்குச் சுவரில் உள்ள லிங்கோத்பவர் சிற்பத் தொகுதியிலும் பிரம்மா இடம் பெற்றுள்ளார். கோயில் சுவர்களின் அனைத்துப் பகுதிகளும் சிற்ப வேலைப்பாடுகளால் மிளிர்கின்றன. பிரம்மாண்டமான சிற்பங்களுடன், சிறிய அளவிலான அனைத்து நுணுக்கங்களையும் உள்ளடக்கிய புடைப்புச் சிற்பங்களும் கோயிலை அலங்கரிக்கின்றன. இக்கோயிலிலும் இடம் பெறும் யாளியின் மேல் பயணம் உருவச் சிற்பம் என்பது வடக்கு, தெற்கு என்ற பாகுபாடில்லாமல் எல்லாப்பகுதி இந்தியக் கலைகளுக்கும், பொதுவான விருப்பமான கருத்தாகும். அரைத்தூண்களின் நடனச் சிற்பங்களும், வடக்குச் சுவரில் கொற்றவையாய் நின்றுள்ள துர்க்கையின் அழகும் நோக்கத்தக்கதாகும்.

மூவர்கோயில், கொடும்பாளூர், திருச்சி

திருச்சி மாவட்டம் கொடும்பாளூரில் பூதிவிக்கிரமகேசரி என்னும் சிறந்த இருக்குவேள் சிற்றரசரால் கட்டப்பட்டது மூவர் கோயிலாகும். இம்மூன்று சிவன் கோயில்களில் இரண்டு கோயில்கள் முழுவடிவமாக நல்ல நிலையில் உள்ளன.

வடக்கே கட்டப்பட்ட கோயிலின் அடித்தளம் மட்டுமே காணப்படுகின்றது. மேற்கு நோக்கிய இம்மூன்று கோயில்களுக்கும் பொதுவாக மகாமண்டபம் ஒன்று அமைக்கப்பட்டுள்ளது.

18.7 கொடும்பாளூர் மூவர் கோயில் - திருச்சி

18.8 நடராஜர் - கொடும்பாளூர் மூவர் கோயில்

அஸ்திவாரமானது (அடித்தளமானது) கவிழ்த்து வைக்கப்பட்ட விரிந்த தாமரை அமைப்பைக் கொண்டுள்ளன. அடித்தளத்திலிருந்து சிகரம் வரை சதுரமான அமைப்புடையன. இவை இரண்டு தளங்களைக் கொண்டுள்ளன. அடித்தளத்தின் கழுத்து (கண்ட)ப் பகுதியில் அழகான யாளிகள் பக்கவாட்டில் ஒன்றையொன்று திரும்பிப் பார்ப்பது போல் அமைக்கப்பட்டுள்ளன. இரண்டாவது (மேல்) தளத்தின் கூரைப் பலகையின் மீது நான்கு பக்கங்களிலும் நான்கு நந்திகள் வைக்கப்பட்டுள்ளன.

மூவர் கோயிலில் நடுவில் உள்ள கோயிலின் மேற்குப் புறச் சுவரின் கழுத்துப் பகுதி மாடப்பிறையில் உமா மகேஸ்வரரின் சிற்பம் மிக நேர்த்தியாக உள்ளது. சிவபெருமான் கம்பீரமாகவும், மனைவியை நேசிக்கின்ற பாங்குடனும் படைக்கப் பட்டுள்ளார். கணவனுடன் நெருக்கமாய்ப் படைக்கப்பட்டுள்ள உமாதேவி ஒரு குடும்பப் பெண்ணின் நாணத்துடன் காட்சியளிக்கின்றார். தெற்குப்புறத்திலுள்ள கோயிலில் கிழக்குப் பக்கத்தில் கங்காதரரும், அந்தகாசூரரும், காலசம்ஹாரரும்

18.9 அடித்தள யாளி அணிவகுப்பு - கொடும்பாளூர் மூவர் கோயில்

அமைக்கப்பட்டுள்ளனர். காலசம்ஹாரர் உக்கிரமூர்த்தியாயிருப்பினும், அவருடைய உடலமைப்பில் கருணையும், கோபமான முகத்தில் புன்னகையும் மிளிர்கின்றன.

18.10 குரங்கநாதர் கோயில், சீனிவாச நல்லூர், முசிறி (திருச்சி)

கி.பி. 907இல் ஆட்சிப் பொறுப்பேற்ற சோழ மன்னன் முதலாம் பராந்தகன் காலக் கட்டுமானக் கலைக்குச் சான்றாக அமைந்துள்ளது திருச்சி மாவட்டம் சீனிவாசநல்லூரில் உள்ள குரங்கநாதர் கோயில். அடி முதல் நுனிவரை சதுர அமைப்புடைய கோயிலாகும். இக்கோயிலின் விமானத்தின் உயரத் தோற்றத்தினை அதிகப்படுத்திக் காட்டும் நோக்கில் செங்குத்துவாக்கில் இரட்டிப்புச் சுவர் எழுப்பப்பட்டுள்ளது. தூண்களாலான மண்டபம், இடைப்பாதை (அந்தராளம்), கருவறை என்ற

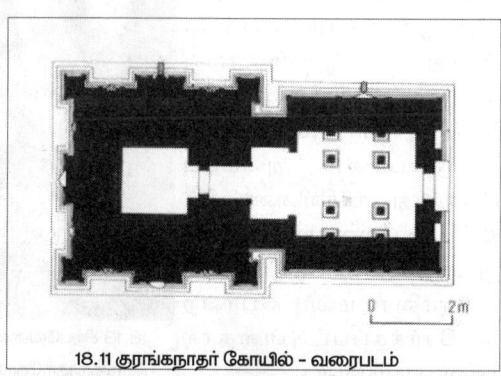

18.11 குரங்கநாதர் கோயில் - வரைபடம்

18.12 தட்சிணாமூர்த்தி - குரங்க நாதர் கோயில்

அமைப்புடையது. கோயிலின் ஒட்டுமொத்த நீளமும் 50 அடிகளேயாகும். இரண்டு தளங்களுடைய இக்கோயிலின் மேல்தளம் செங்கல்லாலானது. கருவறை விமானம் 50 அடி உயரமுடையதாகும். தரையிலிருந்து 12 அடி உயரத்தில் வெளியே நீட்டிக் கொண்டிருக்குமாறு மேற்கூரையின் விளிம்புப் பகுதி அமைந்துள்ளது. நான்கு தூண்களையுடைய மண்டபமாகும். திராவிடப் பாணி தூண் உச்சியிணைப்புகள் பற்றிய சோழர் காலக் கண்ணோட்டத்தை மண்டபத்தினுள் அமைந்துள்ள தூண்கள் எடுத்துரைக்கின்றன. பல்லவத் தூண் உச்சியிணைப்பு பாணியிலிருந்து இருவித வித்தியாசங்களை இத்தூண்களில் காண்கின்றோம். தூணின் தண்டுப் பகுதியோடு உச்சியிணைப்பு (Capital) சேருமிடத்தில் ஓர் கழுத்து இணைப்பு அமைப்பு சேர்க்கப்பட்டுள்ளது. இவ்விணைப்பு தண்டுப்பகுதியின் மேல்பகுதியின் ஓர் அங்கம் போன்றே அமைந்துள்ளது. இரண்டாவது வித்தியாசம் உச்சியிணைப்பின் கீழ்ப்பகுதியில் பூர்ண கலச கும்பம் போன்றதொரு பானை அமைப்பு சேர்க்கப்பட்டுள்ளது. உச்சியிணைப்பின் பீடப்பகுதி பலகையமைப்பின் அளவானது அதிகரிக்கப்பட்டு அதன் கீழ்ப்புறம் தாமரை மலர் போன்ற அமைப்பும் சேர்க்கப்பட்டுள்ளதால் மிகவும் அழகுடையதாயுள்ளது.

18.13 சிற்பவேலைப்பாடுகள் - குரங்கநாதர் கோயில்

வெளிப்புறக் கட்டுமானங்களமைப்பையே அறிய முடியாதவாறு பல்லவர் கட்டுமானங்கள் சிற்ப வேலைப்பாடுகளால் மிளிரும். அழகுபடுத்தும் வேலைப்பாடுகளில் பொருத்தமான வெற்றுச் சுவர்ப் பகுதிகளும் இடமுண்டு என்ற கட்டுமான நுட்பத்தை உணர்த்தியுள்ளனர் குரங்கநாதர் கோயில் கட்டுமானக் கலைஞர்கள். விமானச் சுவர்ப் பகுதிகளிலெல்லாம் அழகிய சிற்பங்கள் இடம் பெற்றுள்ளன. இவை வாழ்வியல் அளவில் பாதி அளவுடையவையாகவும், முழு உருவ உயர்நிலைப் புடைப்புச் சிற்பங்களாகவும், உள்ளடங்கிய பகுதிகளில் இடம் பெற்றுள்ளன. கோயிலின் தெற்குச் சுவர்ப் பகுதியில் அருளும், அமைதியும் தவழும் சிவனின் வடிவமாக தட்சிணாமூர்த்தி இடம் பெற்றுள்ளார். மறதி அசுரனின் மேல் திடமாக ஊன்றியுள்ள தட்சிணாமூர்த்தியின் பாத தரிசனம் காண்போரைப் பரவசப்படுத்தி ஆன்மிக உலகிற்கு இட்டுச் செல்லும். ஆலமரத்தின் அடியில் அமர்ந்திருக்கும் இத்திருவருளின் பை ஒன்று மரத்தில் தொங்குமாறு இயற்கையாய் அமைந்துள்ளது. குருவின் தத்துவ போதனையை மானுடம் மட்டுமல்லாது விலங்குகளும் செவிமடுக்கத் தலைப்பட்டது போல், தட்சிணாமூர்த்தியின் இருமருங்கிலும் சிறுசிறு சிற்பத் தொகுதிகளும் அமைந்துள்ளன. மனிதவடிவச் சிற்பங்களின் வளைவுகளும், அளவுகளும் அச்சிற்பங்கள் உயிருள்ள உருவங்கள் என்ற உணர்வையேயளிக்கின்றன; முகபாவங்கள் வெளிப்படுத்தும் உணர்ச்சிகள் வெகு இயற்கையாயமைந்துள்ளன. அமைதியாய் மண்டியிட்டு அமர்ந்திருக்கும் சிங்கங்களும், கர்ஜிக்கும் சிங்கங்களும் அபரிமிதமாக பல்லவ வேலைப்பாடுகளில் இடம் பெற்றிருக்கும். ஆனால் 9-ஆம், 10-ஆம் நூற்றாண்டு சோழர் வேலைப்பாடுகளில் சிங்கங்களோ, பிற விசித்திர விலங்குகளோ இடம் பெறவில்லை. மாறாக கோயிலைச் சுற்றிலும் அஸ்திவார (அதிஷ்டான) வேலைப்பாடுகளில் விலங்கு வரிசை இடம் பெற்றுள்ளது. இம்மாதிரி வேலைப்பாடு முன்னால் சாளுக்கியர் கோயில்களில் காணப்படுகின்றது. மேல்நிலைக் கட்டுமானங்களினடியில் தப்பிக்க இயலாதவாறு சிக்கிக் கொண்டு தவிப்பவர்கள் போல் ராட்சதர்கள் படைக்கப்பட்டுள்ளனர். அசைவிற்குக் கூட வழியில்லாததால் இவர்களால் கோயிலுக்குத் தீங்கு நேர வாய்ப்பில்லை. அதே சமயம் மேல்நிலைக் கட்டுமான எடையனைத்தினையும் தங்கள் உடலால் தாங்குவதால், கோயிலைக் காப்பவர்களுமாகின்றார்கள் இந்த இராட்சதர்கள். திராவிடப் பாணியின் உருமாறும் நிலையினை எடுத்தியம்பும் கட்டுமானமாகக் குரங்கநாதர் ஆலயம் அமைந்துள்ளது. பாரம்பரிய மரபினைப் போற்றுபவர்களாகவும், அதே சமயம் பாரம்பரிய கட்டுமான, அழகுபடுத்தும் கூறுகளில்

பொருத்தமானவற்றை மட்டும் ஏற்றுக் கொள்பவர்களாகவும் புதினமான கருத்தோவியங்களை வரவேற்பவர்களாகவும் முற்காலச் சோழர் கலைஞர்கள் திகழ்கின்றனர். பல்வேறு கட்டுமான மாற்ற உருவாக்கங்கள் முயலப்படும் காலகட்டமாகும் இது.

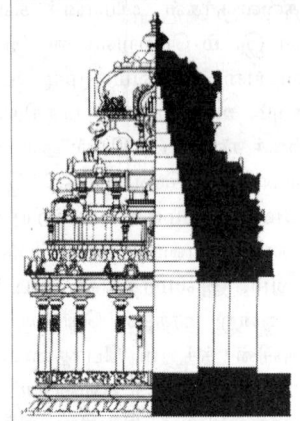

18.14 உயரவாட்டத் தோற்றமும், குறுக்கு வாட்டத் தோற்றமும் - குரங்கநாதர் கோயில்

18.15 சிற்பவேலைப்பாடு - குரங்கநாதர் கோயில்

செம்பியன் மாதேவி காலம்

பத்தாம் நூற்றாண்டின் இரண்டாம் பிற்பகுதியைச் சோழர் கலையின் செம்பியன் மாதேவி காலம் என்றழைப்பர். எட்டாண்டுகளே ஆட்சி செலுத்திய கண்டராதித்திய சோழ மன்னரின் பட்டமகிஷி செம்பியன் மாதேவியாவார். கலை வளர்ச்சிப் பணிகளுக்குப் பேராதரவு கொடுத்தவர். ராஜராஜ சோழ மன்னர் ஆட்சியின் தொடக்க காலங்கள் வரை செம்பியன் மாதேவியின் செல்வாக்கு கொடிகட்டிப் பறந்தது.

18.16 செப்புத் திருமேனி நடராஜர் - கோனேரி ராஜபுரம் உமாமகேஸ்வரர் கோயில்

செம்பியன் மாதேவியால் கட்டப்பட்ட பல கோயில்களில் குறிப்பிடத்தக்கது கோனேரிராஜபுரத்திலுள்ள உமா மகேஸ்வரர் கோயிலாகும். இக்கோயிலில் சிவலிங்கத்தின் முன் பக்தி பரவசத்தோடு செம்பியன் மாதேவி அமர்ந்த நிலைச் சிற்பமொன்று உள்ளது.

செம்பியன் மாதேவி காலத்தில் கூட சிறிய அளவிலான கோயில்களே

கட்டப்பட்டன. இறைவனின்பால் செலுத்தப்படும் தனிமனித பக்திக்கே அதிக முக்கியத்துவம் கொடுக்கப்பட்டது. இக்கோயில்களில் சிலவற்றின் கலை வேலைப்பாடுகள் பின்னாளில் மேற்கொள்ளப்பட்ட புனருத்தாரண வேலைகளால் சிறிது பாதிப்புக்குள்ளாகியுள்ளன. இருப்பினும் எஞ்சியவைகளின் அழகே மிகச் சிறப்பானதாக உள்ளது.

இந்தக் காலகட்டத்தில்தான் ஆனந்தத் தாண்டவம் புரியும் சிவனின் தத்துவார்த்த அங்க வடிவமைப்பு முழுமையடைந்தது. அண்ட சராசரங்களின் இயக்கத்திலும், அணுவிலும் தாண்டவம் புரிந்திடும் சிவனை மக்களின் புறக்கண்களுக்கும் புலப்படுமாறு சிற்பியர் செய்தமைத்த திருவடிவமே ஆடல்வல்லான் என்ற நடராசன் ஆகும். சைவக்குரவர் நால்வரில் ஒருவரான அப்பர் சிவனுடைய ஆடல்வல்லான் வடிவில் நெக்குருகிப் பல பாசுரங்களை இயற்றியுள்ளார்.

பிற்காலச் சோழர் கோயில்கள் (கி.பி.985-1270)
தஞ்சைப் பெரியகோயில்

கோயில் கட்டுமானங்களில் சாதாரண மக்களின் ஆதரவு, மாமன்னர்களின் மறைமுக ஆதரவு, மாமன்னர்களின் நேரடி ஆதரவு, மேலும் மன்னர்களின் சிலைகளே கோயில்களில் இடம் பெறுதல் என பல வளர்ச்சிக் கட்டங்களைக் கடந்து வந்துள்ளோம். பதினொன்றாம் நூற்றாண்டின் தொடக்கம் முதலே கட்டுமானக் கோயில்களின் அளவிலும், குறிக்கோளிலும் (எண்ணவோட்டங்களிலும்) தீவிர மாறுதல்கள் ஏற்படத் தொடங்கிவிட்டன. சமூகத்தின் ஆன்மிக மையமாக செயல்பட்டுக் கொண்டிருந்த கோயில்கள் கல்வி, கலை, கலாசார மையமாகவும் செயல்படத் தொடங்கின. இதற்கு முன்னணி உதாரணமாகத் திகழ்வது தஞ்சாவூரிலுள்ள பிரகதீஸ்வரர் கோயிலாகும். இக்கோயில் இந்தியாவிலுள்ள கற்கட்டுமானக் கோயில்களிலேயே மிக உயரமானதும், பெரியதுமாகும். சோழ நாட்டைப் பேரரசாக்கிய ராஜராஜ சோழனால் (கி.பி.985-1018) ஏறத்தாழ 1003-1004-இல் தொடங்கி ஆறாண்டு காலத்தில் கட்டி முடிக்கப்பட்ட சிவன் கோயிலாகும். பிரகதீஸ்வரர் கோயிலானது இதற்கு முந்தைய சோழர் காலக் கோயில்கள் போன்று ஐந்து மடங்கு அளவுள்ளதாகும். இக்கோயிலின் பல்வேறு கட்டுமானங்கள் கிழக்கு மேற்காக ஒரே நேர்க்கோட்டில் அமைந்தாற் போன்றுள்ளன. கிழக்கிலிருந்து மேற்கு நோக்கிச் சென்றால் நந்தி மண்டபம், தூண்களாலான தாழ்வாரம், தூண்களையுடைய மாபெரும் அர்த்த மண்டபம், இடைப்பாதை (அந்தராளம்), கருவறை என்றமைந்துள்ளன. ஒட்டுமொத்த கட்டுமானத்திலேயே காண்போரைப் பிரம்மிப்புக்குள்ளாக்குவது கோயில் விமானமேயாகும். தட்சிண மேரு

18.17 தஞ்சை பெரிய கோயிலின் முழுத்தோற்றம்

என்ற பெயருக்கேற்றாற்போல் 216 அடி உயரமுடையதாயுள்ளது. உண்மை உயரத்தையும் விடக் கூடுதலான உயரமுடையதாய்த் தோற்றமளிப்பதற்குக் காரணம் விமானத்தின் அற்புதமான வடிவமைப்பேயாகும். ஒட்டுமொத்த விமான அமைப்பை மூன்று பாகங்களாகப் பிரிக்கலாம். சதுர வடிவிலமைந்த செங்குத்துப் பகுதி, அதன் மேலமைந்துள்ள உயரம் அதிகமுள்ள சரிவுப் பகுதி, கண்ணுக்கினிய கோளவடிவ உச்சி (ஸ்தூபி)ப் பகுதி என்பதே அம்மூன்று பாகங்களாகும்.

82 அடி பக்க அளவுள்ள சதுரத்தில் தரைக்குச் செங்குத்தாக 50 அடி உயரங் கொண்டது விமானத்தின் முதல் பாகமான கல் கட்டுமானம். இப்பாகத்திற்கு மேல் உயரங் குறைந்துகொண்டே செல்வதால் பிரமிடு போல் தோற்றமளிக்கும் இரண்டாம் பாகமான சரிவுப் பகுதி அமைந்துள்ளது. இரண்டாம் பகுதியின், அடிப்பகுதி சதுரத்தின் பரப்பில், மூன்றில் ஒரு பங்கு பரப்புடையதாய் மேல் பகுதி அமைந்துள்ளது. இத்தகு விகிதாச்சார அமைப்பே கட்டுமானத்தின் நிலைத்த தன்மைக்கு அறிவியல் அடிப்படையில் உத்தரவாதமளிக்கிறது. இரண்டாம் பாகத்தின் மேல் உச்சிப்பகுதியின் உள்வளைந்தாற் போன்ற கழுத்துப்பகுதி கண்ணிற்கினியதாய் உள்ளது. மிக நேர்த்தியான நேர்க்கோடு போன்றமைந்த சாய்வுப் பகுதிக்கு மாறுதலாய்க் கழுத்துப் பகுதியின் உள்வளைவு அமைப்பு தோற்றமளிக்கின்றது. இக்கழுத்துப் பகுதியின் கீழுள்ள சதுர வடிவப் பலகையின் நான்கு மூலைகளிலும், மூலைக்கு இரண்டாக வைக்கப்பட்டுள்ள நந்திகள் மாமல்லபுரத்தினை நினைவூட்டுகின்றன. ஏனெனில் மாமல்லையில் கண்டது போன்றே நந்திகள் பக்க வாட்டில் அமர்ந்து தலையை மட்டும் முன்பக்கம்

திருப்பியுள்ளன. இம்மூன்றாம் பாகத்தின் உச்சியிலுள்ள பிரமந்திரக்கல் ஏறத்தாழ 80 டன் எடையுள்ளதாகும். இக்கல் பல கற்பலகைகளின் சேர்க்கையே தவிர ஒரே கல்லாலானதல்ல. சமீப கால ஆய்வுகளில் தெரிய வந்துள்ள இவ்வுண்மையால் பிரமந்திரக்கல்லின் மகிமை ஒன்றும் குறைந்து விடப் போவதில்லை. மொத்தம் 13 தளங்களையுடையதாகும் கருவறை விமானம்.

கோயிலைப் பராமரித்து நிர்வகிக்கும் பெரிய நிர்வாகக் குழுவிற்கு இராஜராஜ சோழன் தாராளமாக நிலங்களையும், நிதியையும் அளித்தான். கோயிலைச் சுற்றிக் கோயிலின் அடித்தளத்தில் இராஜராஜன் வெட்டுவித்த கல்வெட்டுகள் கட்டுமானக் காலத்திய அணிகலன்கள், அளவைகள், ஊதிய அமைப்பு முறை முதலிய பல விவரங்களை அறிய உதவுகின்றன. கோயிலினுள் நடனம் ஆடுவதற்காக 400 நடனக் கலைஞர்கள் சோழ சாம்ராஜ்யத்திலிருந்த 91 கோயில்களிலிருந்து அழைத்து வரப்பட்டனர் என்பதையும் அறிகின்றோம்.

18.18 தஞ்சை பெரிய கோயிலின் கருவறை விமானம்

18.19 தஞ்சை பெரிய கோயில் அடித்தள (அதிஷ்டான) கல்வெட்டுகளும், யாளிகளின் அணிவகுப்பும்

இக்கல்வெட்டுகளுக்கு மேல் யாளிகளின் வரிசை ஆழமாக, நுட்பமாகச் செதுக்கப்பட்டுள்ளன.

18.20 காலாந்தக மூர்த்தி, தெற்குச்சுவர், தஞ்சை பெரிய கோயில்

18.21 சந்தியா தாண்டவமூர்த்தி - தஞ்சை பெரிய கோயில்

விமானத்தின் முதல் பாகமான செங்குத்துப் பகுதியின் வெளிப்புறச் சுவர்ப் பகுதிகளில் ஒவ்வொன்றிலும் இரண்டு வரிசையாக (அடுக்குகளாக) குவிமாடங்கள் அமைக்கப்பட்டுள்ளன. கீழ் வரிசையில் அமைந்துள்ள குவிமாடச் சிற்பங்களில் பெரும்பாலும் சிவனுக்குக் கொடுக்கப்பட்ட பல்வேறு வடிவங்களும், மற்றும் நடன நிலைகளும் அடங்கும் தெற்குச் சுவரில் கணபதி, ஸ்ரீதேவி மற்றும் பூதேவியுடனான விஷ்ணு, மகாலெட்சுமி, இரு துவாரபாலகர்கள், விஷ்ணுவனுக்கிருஹமூர்த்தி, பிட்சாடணர், வீரபத்திரர், தட்சிணா மூர்த்தி, காலாந்தக மூர்த்தி, நடராஜர் ஆகியோர் இடம் பெற்றுள்ளனர். மேற்குச் சுவரில் ஹரிஹரர், அர்த்த

18.22 திரிபுராந்தகர் - சுவரோவியம் - தஞ்சை பெரிய கோயில்

நாரீஸ்வரர், இரண்டு துவார பாலகர்கள், சந்திரசேகரர் முதலியவர்கள் உள்ளனர். வடக்குச் சுவரில் அர்த்தநாரீஸ்வரர், கங்காதரர், துவாரபாலகர், வீரபத்திரர், ஆலிங்கன மூர்த்தி, சரஸ்வதி, மகிஷாசுரமர்த்தினி, பைரவர் ஆகியோருள்ளனர். ராஜராஜ சோழனுக்கு எதிரிகளை வீழ்த்திப் பேரரசு அமைக்கும் பணியில் உந்து சக்தியாக உத்வேகமளித்தவர் திரிபுரம் எரித்த சிவன் வடிவமான திரிபுராந்தகர் போலும்! அசுரர்களின் மூன்று கோட்டைகளையும் ஒரே அம்பின் மூலம் அழித்தவர் திரிபுராந்தகர். மூன்று பக்கச் சுவர்களிலும் மேல்வரிசை குவிமாடங்களில் திரிபுராந்தகரின் வெவ்வேறு அமைப்புள்ள உருவமைதிகள் இடம் பெற்றுள்ளன. வடிவழகிலும், உணர்வுகளை வெளிப்படுத்துவதிலும் இச்சிற்பங்கள் அனைத்திலும் இயல்புத் தன்மை சற்றுக் குறைந்தே காணப்படுகின்றது. அளவிலும், மகோன்னதத்தை வெளிப்படுத்தும் விதத்திலும் செலுத்தப்பட்ட கூடுதல் கவனத்தின் காரணமாக உள்ளுணர்வுகளை, தனித்தன்மையை வேலைப்பாட்டில் காட்டும் சிற்பிகளின் சுதந்திரம் சற்றே கட்டுப்படுத்தப்பட்டுவிட்டதாகத் தோன்றுகிறது.

18.23 ராஜராஜன் திருவாயில் - தஞ்சை பெரிய கோயில்

கோயிலின் கருவறை உட்சுவரையும், வெளிச்சுவரையும் கொண்டு பிரகாரம் அமைந்துள்ளது. இந்த இருண்ட, மேற்கு மற்றும் வடக்கு உட்பிரகாரச் சுவர்களில், சோழர் கால ஓவியங்கள் மேல் காலத்தால் பிந்தைய நாயக்கர் கால ஓவியங்கள் அமைந்த இரண்டு பூச்சுக்கள் உள்ளன. மேற்குச் சுவரில் கயிலைக் காட்சி மிகச் சிறப்பாகச் சித்திரிக்கப்பட்டுள்ளது. நன்னடனம் புரியும் அழகிய பெண்களுக்கெதிரே யோக தட்சிணாமூர்த்தி அமர்ந்திருக்கின்றார்; நடனத்துக்கேற்ற இசையானது பல்வேறு இசைக் கருவிகளைக் கொண்டு எழுப்பப் படுவதும் தீட்டப்பட்டுள்ளது. பைரவரும் தன் பரிவாரங்களுடன் உள்ளார். இவ்வோவியத்தின் கீழ்ப்புறம் வெண்குதிரை மேல் சேரமான்

18.24 தட்சிணாமூர்த்தி – சுவரோவியம் – தஞ்சை பெரிய கோயில்

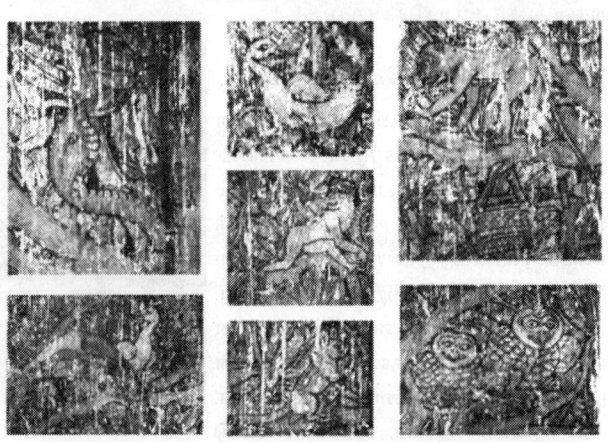

18.25 நாகம் மரமேறுவதும், அதனால் மனநிலை மாறுபடும் பறவைகளும், விலங்குகளும் – சுவரோவியம் – பெரிய கோயில்

பெருமாள் நாயனாரும், வெள்ளை யானை மேல் சுந்தர மூர்த்தி நாயனாரும் கயிலைக்கு விரையும் காட்சியும் உள்ளது. இதற்கும் கீழுள்ள காட்சி சுந்தரரின் வாழ்க்கை வரலாற்றைச் சித்திரிப்பதாக உள்ளது. இது போன்றே வடக்குச் சுவரின் முழுப் பகுதியும் சிவபிரான் திரிபுராந்தகராக முப்புரம் எரித்த கதை தீட்டப்பட்டுள்ளது. இந்த ஓவியத் தொகுதி முழுவதுமே ஓர் இயக்க நிலையைக் காட்டுவதாகவும் நவரசங்களில் சிலவற்றை வெளிப்படுத்தும் விதத்தில், பெரிய அளவில், கருத்தாழத் தோடு தீட்டப்பட்டுள்ளன. பல்லவர் பாணி ஓவியங்களுக்கும் விஜயநகர்–நாயக்கர் பாணி ஓவியங்களுக்கும் இடைப்பட்ட பாலமாய் சோழர்கால ஓவியங்கள் அமைந்து சோழர் கால வாழ்வியலைத் தெரிந்து கொள்ள உதவுகின்றன.

கருவறையினுள் மிகப் பெரிய லிங்கம் ஒரு பீடத்தின் மீது அமைந்துள்ளது. பிரதான கோயில் எழுப்பப்பட்ட காலத்திலேயே சண்டிகேஸ்வரருக்கும் தனிக்கோயில் கட்டப்பட்டுள்ளது. சுப்ரமணியர் கோயில், தேவி கோயில், கணேசர் சன்னதி, நடராஜர் சன்னதி ஆகிய கட்டுமானங்கள் அனைத்தும் பிற் சேர்க்கைகளேயாகும். நுழைவாயிலில் பெரியதும், சிறியதுமான இரண்டு நுழைவாயில் கோபுரங்கள் உள்ளன. இவை முறையே இராஜராஜன் திருவாயில், கேரளாந்தகன் வாயில் என்றழைக்கப்படுகின்றன. தமிழகக் கோயில்களின் தனிச்சிறப்பான நுழைவாயில் கோபுரமமைத்தலுக்கு வித்தூன்றப்பட்டுவிட்டது. முற்கால சோழ, பல்லவ சிற்பங்களில் காணப்படும் ஒருங்கிசைவுடன் கூடிய இயக்க உணர்வானது சற்று மங்கித்தான் ராஜராஜனின் துவாரபாலகர் சிற்பங்களில் காணப்படுகின்றது.

கங்கை கொண்ட சோழபுரம்

ராஜராஜ சோழனின் மகனான முதலாம் இராஜேந்திர சோழன் (கி.பி.1012-1044) சோழ சாம்ராஜ்யத்தை மேலும் விரிவுபடுத்தினான். கப்பற்படைத் திறனையும் பயன்படுத்தி சுமத்ரா போன்ற தூரதேசங்களையும் வெற்றி கொண்டான். கி.பி.1023-இல் வங்காள மன்னனான மஹிபாலனை வென்று தனது படையுடன் புனித கங்கைநதிக் கரையை அடைந்தான். கங்கை நதியின் புனித நீர் கொண்டு வரப்பட்டது. கும்பகோணத்தில் இருந்து

18.26 பிரகதீஸ்வரர் கோயிலின் முகப்புத் தோற்றம் - கங்கை கொண்ட சோழபுரம்

17மைல் தொலைவில் கங்கை கொண்ட சோழபுரம் என்ற புதிய தலைநகரமும் நிர்மாணிக்கப் பட்டது. அங்கு தஞ்சைப் பெரிய கோயிலையொத்த, ஆனால் அதைவிடச் சிறிய அளவிலான, கங்கைகொண்ட சோழீச்சுரம் என்னும் பிரகதீஸ்வரர் ஆலயத்தைக் கட்டினார். இக்கோயில், தொல்பொருள் ஆய்வுத் துறையினரால் பராமரிக்கப்படுகின்றது. இராஜேந்திரன் காலத்து அரண்மனை இருந்தது என்பது 'மாளிகைமேடு' என்றழைக்கப் படும் பகுதியால் உணர முடிகின்றது. கோயிலின் இடிபாடுற்ற வெளிச்சுவர் அருகிலிருக்கும் 'அணைக்கரை' என்றழைக்கப்படும் பாலம் கட்டப் பயன்படுத்தப்பட்டுவிட்டது!

18.27 பக்க நுழைவாயில் கொண்ட கருவறை - கங்கை கொண்ட சோழபுரம்

கிழக்கு மேற்கான நேர்க்கோட்டில் கிழக்கு நோக்கிய இக்கோயிலினுள் மேற்பகுதி கோபுரம் இல்லாத கோபுர நுழைவாயில் மூலம் செல்ல வேண்டும். தஞ்சைக் கோயிலைப் போன்றே உயர்வான பீடத்தின் மீதுதான் பிரதானகோயில் கட்டுமானங்கள் அமைந்துள்ளன. பெரிய மதிற்சுவர்கள் ஏற்படுத்தும் பகுதியின் மையத்தில் பிரதான கோயில் அமைந் துள்ளது. கிழக்குப் பக்கமுள்ள முக்கிய நுழைவாயில் வழியாக முகமண்டபத்தினுள் நுழையலாம். தாழ்வான கட்டுமானமாக இம்மண்டபத்தைச் சுற்றிவர தாழ்வான நிலையில் நடைபாதை அமைந்துள்ளது. நடைபாதையின் இருபுறங்களிலும் 4 அடி உயரத் திண்மையான மேடைப் பகுதியில் 150க்கும் மேற்பட்ட அதிக பருமனில்லாத மெலிந்த தூண்கள் சாதாரண வடிவமைப்பில் அமைந்துள்ளன. இத்தகு மண்டபங்கள் தான் பின்னாளைய ஆயிரங்கால் மண்டபக் கட்டுமானங்களுக்கு முன்மாதிரி வித்துகளாகும். வாயிலினுள் நுழைந்தவுடன் உள்ள வலதுபுற மேடை

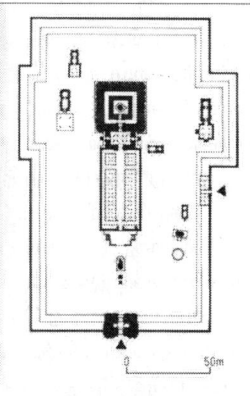

18.28 பிரகதீஸ்வரர் கோயில், கங்கை கொண்ட சோழபுரம் தரையமைப்பு வரைபடம்

மேலுள்ள நவக்கிருஹ சக்கரம் என்பதும் பின்னாளைய கோயில் கட்டுமானங்களுக்கு முன் மாதிரியாகும். ஒரே கல்லாலான நவக்கிருஹ சூரியனது தேர், அஷ்டதிக்பாலகர், நவக்கிரஹங்கள், நடுவே பத்ம பீடம் யாவும் அழகுற செதுக்கப்பட்டுள்ளன. மண்டபங்களுக்கும், கருவறைக்கும் இடையே உள்ள இடைப்பாதையின் இரு முனைகளிலும் படியேறிக் கோயிலுக்குள் நுழையுமாறு வடக்கு, தெற்கு வாயில்கள் அமைந்துள்ளன. இடைப்பாதையின் இருபக்கமும் மிகப் பருமனான சதுர வடிவ, மொத்த எண்ணிக்கை 8 கொண்ட, தூண்கள் வரிசை அமைந்துள்ளது. இடைப்பாதையைத் தாண்டினால் விமானத்தின் மணிவயிற்றுப் பகுதியில் கருவறையில் சிவலிங்கம் இருளினுள் அமைந்துள்ளது. கோயிலின் மூன்று நுழைவாயில்களிலும் இடம் பெறும் துவாரபாலகர்களும், தூண்களுக்கு மேலே செதுக்கப்பட்டுள்ள நாட்டியச் சிலைகளும், மூலவருக்கு எதிரேயுள்ள சுவரில் ஆறு வரிசைகளில் செதுக்கப்பட்ட புடைப்புச் சிற்பங்களும் மிக அழகானவை. இவை சண்டேசர் புராணம், கிராதார்ஜுனியம்,மார்க்கண்டேயர் கதை முதலியனவற்றைக் குறிக்கின்றன. எளிமையான கோயில் உட்புறங்களுக்கு மாறாக வெளிப்புறத்தில் கோயில் முன்பான கிழக்குப் பகுதியில் எடுப்பான முன்தோற்றத்திற்கான முயற்சி மேற்கொள்ளப் பட்டது. உயர்புடைப்புச் சிற்பமாக பெரிய அளவில் அமைந்த திக்பாலகர்கள், அடுத்து மிக உயர்ந்த கோபுரம், கோயிலினுள் நுழைய அகலமான நுழைவாயில் படிகள், பெரிய அளவிலமைந்த அஸ்திவார இணைப்புகள், முழு அணிகலன்களுடன் கூடிய மாபெரும் நந்தி ஆகியவை இம்முயற்சியின் பல கூறுகளேயாகும்.

கோயிலின் முன்புறத் தோற்றத்தாலும், எளிமையான உட்புறத் தோற்றத்தாலும் கவரப்படாதவர்கள் கூடக் கோயில் விமானம் மற்றும் விமானச் சுற்றுச் சுவர் மாடங்களில் அமைந்த உயர் புடைப்புச் சிற்பங்களால் மெய்சிலிர்த்து விடுவார்கள். கண்களை அகற்ற முடியாமல் பார்த்துப் பார்த்துக் கழுத்து வலி காண ஆரம்பித்துவிடும். தஞ்சைப் பெரிய கோயில் விமானம் போன்றதேதான்; ஆனால் அளவில் சிறியதாய் தரையிலிருந்து 150 அடி உயரமுடையதாய் உள்ளது. 100 அடி பக்க அளவுள்ள சதுரத்தின் மேல் அமைந்துள்ளது. செங்குத்துப் பகுதி, அதன் மேல் உயரங் குறைந்து கொண்டே செல்லும் சரிவுப் பகுதி, கோளவடிவ உச்சி (ஸ்தூபி)ப் பகுதி என்ற வடிவமைப்பிலேயே அமைந்துள்ளது. சரிவுப் பகுதி 8 தளங்களையுடையதாய் இருப்பதால் குறைந்த உயரமுடையதாய் உள்ளது. தஞ்சைக் கோயில் விமானம் போன்று இச் சரிவுப் பகுதி நேர்த்தியான நேர்க்கோடுகளால் மற்றும் தளங்களால் அமைந்ததில்லை. சரிவுப் பகுதியில் குவிந்தும், குழிந்தும் செல்லும்

வளைவரைத் தோற்றத்திலமைந்துள்ளன. இதற்குக் காரணம் சரிவுப் பகுதியின் ஒவ்வொரு தளமும் குவிந்த தோற்றமுடையதாகவும், இருதளங்களுக்கிடைப்பட்ட புறப்பரப்பு குழிந்த தோற்றமுடையதாகவும் வடிவமைக்கப்பட்டதேயாகும். இத்தகு வடிவமைப்பில் ஸ்திரத்தன்மை குறைவதாலேயே குறைந்த உயரமுடையதாய் விமானம் அமைந்துள்ளது. ஆனால் தோற்றப் பொலிவில் இளம்பிராய உச்சகட்டப் பெண்மையின் செழித்த வளைவுகளைக் கொண்டுள்ளது போல் மிளிர்கின்றது. தஞ்சைப் பெரிய கோயில் விமானமோ திடகாத்திரமான இளம்பிராய வாலிபனின் வலிமையை நினைவுறுத்துகின்றது. இரு விமானக்

18.29 தென்கிழக்குப் பகுதியிலிருந்து பிரகதீஸ்வரர் கோயில் - கங்கை கொண்ட சோழபுரம்

கட்டுமானங்களுமே அந்தந்த பாணியின் உச்சகட்ட வடிவமைப்புத்தான்; தஞ்சை விமானம் உணர்வுபூர்மான வலிமையான குறியீடுயெனில் கங்கை கொண்ட சோழபுர கோயில் விமானம் உள்ளுணர்வால் நுகரக் கூடிய கருணைக்கும், தயைக்கும், நளினத்திற்கும் உரிய குறியீடாகும். இரண்டுமே இறைவன் வீற்றிருக்கும் ஆன்மாவின் இரு அங்கங்களேயாகும்.

தஞ்சைக் கோயிலைப் போன்றே இக்கோயிலிலும் விமானக் கருவறைச் சுவரைச் சுற்றி மாடங்கள் அமைந்துள்ளன. சுவரின் நடுவில் உள்ள மாடம் பெரிதாகவும் சுவரிலிருந்து வெளியே பிதுங்கியும் அமைந்துள்ளது. இம்மாதிரி மாடங்களில் முறையே தெற்குச் சுவரில்

தட்சிணாமூர்த்தி, மேற்குச் சுவரில் ஸ்ரீதேவி பூதேவி சகித விஷ்ணு, வடக்குச் சுவரில் தேவியருடன் கூடிய விஷ்ணு ஆகியோர் இடம் பெறு கின்றனர். கருவறைச் சுவர் மாடங்களில் இடம் பெற்றுள்ள பிற இறையுருக் களில் குறிப்பிடத்தக்கவை பிட்சாடனர், கணபதி, அர்த்தநாரீஸ்வரர், ஹரிஹரர், இலட்சுமி, சரஸ்வதி, சிவபெருமானும், காளியும் நடனமாடுதல், விஷ்ணு மேளம் தட்டல், கங்காதரர், உமாசகிதர், விஷ்ணு தன் கண்மலரைச் சிவனுக்கு அர்ச்சித்தல், காளசம்ஹாரர் போன்ற வைகளாகும்.

சுற்றுமாடச் சிற்பங்களில் தலை சிறந்த தென்னவோ சண்டேசனுக்கிரஹமூர்த்தி சிற்பந்தான்! சிவனுக்குப் பால் வார்த்ததைத் தடுத்த தன் தந்தையைத் தாக்கிய சண்டேசருக்கு அருளாசி வழங்கும் சிவனின் சிற்பமாகும் இது. மிக உயரமான உருவமாக சிவபெருமான் சுகாசனத்தில் அமர்ந்துகொண்டு, தனது பாதத்தடியில் முழந்தாளிட்டு வணங்கி அமர்ந்திருக்கும் சண்டி கேசர் தலையில் மலர் சூடுகின்றார். சண்டேசரின் முகத்தில் மகிழ்ச்சியின் சாயல் வெளிப்படுகின்றது. சிவபெருமானின் அருளாசி பெற்றவன் முதலாம் இராஜேந்திரன் என்ற உள்ளார்த்தமும், பொதிந் துள்ளதாகக் கூறுவர். முதன் முதலாக அம்மனுக்கென்று தனிக்கோயில் அமைத்ததும் முன்னோடிச் செயலாகும்.

18.30 அர்த்த நாரீஸ்வரர் - கருவறைச் சுவர் - கங்கை கொண்ட சோழபுரம்

18.31 சண்டேசனுக்கிரஹ மூர்த்தி - கங்கை கொண்ட சோழபுரம் கோயில்

இந்தியக் கலை வரலாறு

18.32 ஐராவதேசுவரர் கோயில், தாராசுரம்

18.33 சக்கரங்கள் பொருத்தப்பட்ட கோயில் இரதத்தை யானை, குதிரை இழுத்தல் - ஐராவதேஸ்வரர் கோயில் தாராசுரம்

பிற்காலச் சோழர்களின் பெரிய அளவு கட்டுமானக் கோயில் நிர்ணயிக்கும் பணியின் தொடர்ச்சியைக் கும்பகோணத்திற்கருகே தாராசுரத்தில் கட்டப்பட்ட ஐராவதேசுவரர் கோயிலில் காண்கின்றோம். இரண்டாம் ராஜராஜன் (கி.பி.1147-73) இக்கோயிலைக் கட்டினார்.

18.34 சிற்பத் தொகுப்பைக் கொண்டுள்ள முன்மண்டபத் தூண்கள் - தாராசுரம் ஐராவதேசுவரர் கோயில்

கோயிலின் மகாமண்டபம் சக்கரங்களின் மீது நிற்கும் ரதம் போன்ற அமைப்புள்ளதாகும். மஹாமண்டபத்தின் முன்புள்ள முன்மண்டபத்திலும் பல தூண்களும், தெற்கு நோக்கிய தாழ்வாரமும் உள்ளன. இம்முன் மண்டபம் யானைகளால் இழுக்கப்படும் தேரின் வடிவில் அமைந்துள்ளது. இச்சிற்பக் கருத்தானது விரிவுபடுத்தப்பட்டு பிரம்மாண்டமான புகழ் பெற்ற சூரியனார் கோயிலாக ஒரிஸ்ஸா

மாநிலத்தில் கோனார்க் என்ற ஊரில் 13-ஆம் நூற்றாண்டில் மலரவிருக்கின்றது.

தஞ்சை, கங்கை கொண்ட சோழபுரம் கோயில் விமான அமைப்பைப் போன்றே இக்கோயிலின் விமானமும் உள்ளது. ஐந்து தளங்களைக் கொண்ட இக்கோயில் விமானத்தில் சிற்பங்கள் அதிகம் என்பது குறிப்பிடத்தக்கது. பெரிய புராணப் புடைப்புச் சிற்பங்களும், அவற்றை விளக்கும் கல்வெட்டுக்களும் கோயிலின் அஸ்திவாரத்தில் (அதிஷ்டானத்தில்) இடம் பெற்றுள்ளன. விமானத்தின் மேல் தளங்களின் மூலை விளிம்புகளில் அமைக்கப்படும் சிறிய வடிவக்கோயில் அமைப்புள்ள மாடங்கள் சதுரம், எண்கோணம் மற்றும் வட்ட வடிவங்களைக் கொண்டுள்ளன. இது போன்ற சிறிய வடிவ கோயிற் கட்டுமானங்கள் கருவறை விமானத்தில் மட்டுமே அமையாது பக்கத்திலுள்ள மண்டபங்களிலும் பரவியுள்ளது. சாளுக்கியக் கோயில்கள் அனைத்திலும் இடம் பெறும் இக்கட்டுமானக் கூறானது சோழர் கட்டுமானங்களில் முதன் முதலாக இங்கிருந்துதான் ஆரம்பமாகின்றது. தூண்களின் பலகைகளின் அடிப்பகுதி ஒரு கவிழ்ந்த தாமரை மலரின் வடிவிலுள்ளது. தூணுக்கும் உத்திரத்திற்கும் இடையேயான கல்லானது மலரின் அமைப்பைக் (புஷ்பப் போதிகை) கொண்டுள்ளது. கோயிலின் மகாமண்டபத்தின் வடக்கே தனியாக அம்மன் கோயில் நீரில் மிதக்கும் தெப்பம் போல் நிர்மாணிக்கப்பட்டுள்ளது. இதன் அரைத்தூண்களுக் கடியில் யானையும், யாழியும் உள்ளன. இம்மரபு பிற்காலத்தில் மிகவும் பிரபலமடைந்தது.

18.35 கருவறை விமானம் - ஐராவதேஸ்வரர் கோயில் - தாராசுரம்

பிரகாரத்திலிருந்த பிட்சாடனர் சிற்பத் தொகுதி இன்று தஞ்சை கலைக் கூடத்தில் வைக்கப்பட்டுள்ளது. பிரசித்தி பெற்ற இச்சிற்பங்கள் ஆளுயர அளவினதாகவும்,

தனித்தனியாகவும், இரண்டிரண்டு சேர்ந்தும் அமைக்கப்பட்டுள்ளன. பிட்சாடணர் நீண்ட குச்சியையும் (கங்காளம்) தோளில் போட்டிருப்பதால் கங்காளர் என்றும் கூறுவர். தாருகாவனத்து ரிஷிபத்தினிகளை மயக்கும் வகையைக் காட்டும் பொருட்டுச் சிவபெருமான் அழகே உருவானவராக நிர்வாண கோலத்தில் காட்டப்பட்டுள்ளார். ரிஷிபத்தினிகள், தங்களது ஆடை கழன்று விழுவதைக் கூட உணரமாட்டாதவராய் பிட்சாடணர் அழகில்

18.36 பெரியபுராணப் புடைப்புச் சிற்பங்கள் - அப்பர் பதிகம் பாட முதலை வாயிலிருந்து குழந்தை மீட்கப்படுதல் - தாராசுரம் ஐராவதேஸ்வரர் கோயில்

மெய்மறந்து உற்று நோக்கிய வண்ணம் உள்ளனர். சிலர் கைகளில் உள்ள கரண்டியானது, சமையல் வேலையை அவர்கள் அப்படியே போட்டுவிட்டு வந்ததைக் குறிக்கின்றது. முன்மண்டபத் தூண்கள் ஏராளமான சிறுசிறு சிற்பத் தொகுதிகளைக் கொண்டுள்ளன. சிற்பத் தொகுதிகளின் வேலைப்பாடுதான் காண்போரைக் கவர்கின்றது.

18.37 யானையா? காளையா? கம்பஹரேஸ்வரர் கோயில் சிற்பம் - திரிபுவனம்

18.38 கம்பஹரேஸ்வரர் கோயில் - திரிபுவனம்

கம்பஹரேஸ்வரர் கோயில், திரிபுவனம்

சோழ மன்னன் மூன்றாம் குலோத்துங்கனால் (1178-1218) கட்டப்பட்டது திரிபுவனம் கம்பஹரேஸ்வரர் கோயிலாகும். கல்வெட்டுகளில் திரிபுவன வீரேஸ்வரம் என்றழைக்கப்படுகின்றது. தாராசுரம் கோயிலைப் போன்றே தேரின் வடிவில் அமைந்துள்ளது. முன்மண்டபத்திற்கு மேற்கேயுள்ள சோமாஸ்கந்தர் ஆலயம் மூலக்கோயிலை விடக் காலத்தால் முந்தியது. சண்டேசர், அறம் வளர்த்த நாயகி அம்மன் கோயில்கள் மூலக் கோயிலுடன் கட்டப்பட்டன. சரபேசர் ஆலயம் 17ஆம் நூற்றாண்டில் விஜயநகர மன்னர்களால் கட்டப்பட்டது. இக்கோயிலை ஒரு அரிய சிற்பக்கூடம் எனலாம். தூண்களின் வேலைப்பாடுகளில் தாராசுரத்திலுள்ளதைவிடப் பலமடங்கு வளர்ச்சி காணப்படுகின்றது. சோழர் பாணியிலான கோபுரங்களை விட உயர்ந்த விமானத்தைக் கொண்ட கடைசிக் கோயில் இக்கோயிலே எனலாம். இக்கோயிலில் கொடிப் பெண்களின் உருவங்கள் நேர்த்தியாக அமைந்துள்ளன. இவர்கள் பின்னாளைய விஜயநகர நாயக்க சிற்பங்களின் ஆபரண அலங்காரங்களுக்கு முன்னோடிகளாகும்.

பிற கட்டுமானங்கள்

சிதம்பரம் நடராஜர் சன்னதியைச் சுற்றியுள்ள 'குலோத்துங்க சோழன் திருமாளிகை', 'விக்கிரம சோழன் திருமாளிகை' என்றழைக்கப்படும் இரு பிரகாரங்கள், சிவகாம சுந்தரி சன்னதி, அதன் மாளிகை, கோயிலின் கிழக்கு நோக்கிய கோபுரம், எழுநிலை கோபுரம், ஆயிரங்கால் மண்டபம், நிர்த்திய (நடன) சபை, ஆகிய பல கட்டுமானங்களும் பிற்கால சோழ மன்னர்கள் பலரின் காலத்தைச் சேர்ந்தவைகளாகும். இந்த நடன சபையிலுள்ள 16 அலங்காரத் தூண்கள் தாராசுரம் மண்டபத் தூண்களை நினைவூட்டுகின்றன. சோழப் பேரரசர்களான முதலாம் இராஜஇராஜன், முதலாம் ராஜேந்திரன் ஆகியோர் ஆட்சிக் காலத்தில் பாண்டிய நாட்டில் அவர்தம் பிரதிநிதிகளின் ஆட்சி நடைபெற்றது. இது சோழ - பாண்டியராட்சி எனப்பட்டது. இச்சமயம், திருநெல்வேலிப் பகுதியில் ஆத்தூர், கங்கைகொண்டான், சேரமாதேவி, பிரம்மதேசம், மன்னார்கோயில் ஆகிய இடங்களில் பிரம்மாண்டமான கோயில்கள் எழுப்பப்பட்டன. இவற்றில் பாண்டியர் பாணியும் பின்பற்றப்பட்டுள்ளது என்பதிலிருந்து கலை வேலைப்பாடுகளில் பகைமையைப் போக்கும் இணைப்புப் பாலக் கூறுகளும் உண்டு என்பது புலப்படும்.

பதின்மூன்றாம் நூற்றாண்டிலெல்லாம் சோழர்களின் வலிமை குன்றிவிட்டது. சோழர்களின் இந்த நானூறு ஆண்டுக்கால ஆட்சியில்

18.39 திரிபுவனம் கம்பஹரேஸ்வரர் கோயிலின் மண்டப உட்தோற்றம்

முன்னேற்றமடைந்த கலாசாரம் தமிழ்நாட்டில் செழித்தோங்கியிருந்தது; மிக உன்னதமான கோயில்கள் கட்டப்பட்டன. உள்ளார்ந்த மன அமைதியைப் பக்தனுள் ஏற்படுத்தும் வடிவுடைய சிறப்பான சிற்பங்கள் செதுக்கப்பட்டன; அரச சபையின் அமைதிச் சூழலைப் பிரதிபலிப்பது போல் கோயிற்கலையில் ஒரு நவீனத்துவம் ஏற்பட்டுள்ளது; கால ஓட்டத்தில் படாடோபமும், அளவில் பெரியதாகவும் இருக்குமாறு கலைப் படைப்புகள் உருவாகத் தொடங்கிவிட்டன. இதன் காரணமாகப் பக்தனின் நற்பண்பு அனுபவங்களைத் தட்டியெழுப்பும் கலையின் நோக்கம் சற்றுத் தேய்மானம் காணத் தொடங்கியுள்ளது. பிற்காலச் சோழர்களின் கோயில்கள் மாபெரும் கட்டுமானக் கோயில்களாக, அரசர்கள் மற்றும் தெய்வங்களின் அளப்பரிய சக்தியையும் மகோன்னதங்களையும் பறை சாற்றும் சின்னங்களாக உருவெடுத்தன.

அத்தியாயம் - 19
உலோகத் திருமேனிகளும், கலை நோக்குக் கூறுகளும்

இடைக்காலத்தில் (Medieval Period) வைதிக வழிபாட்டில் பக்தர்களுக்கும், தெய்வங்களுக்கும் இடையே ஆராதனையும், பிரேமையும் இணைந்த மகத்தான உறவே பெருக்கெடுத்தோடியது. தெய்வங்களின் கருணையையும், அழகினையும் ஆராதிப்பதன் மூலம் தங்களுள் உறையும் நற்பண்புகளைத் தட்டியெழுப்ப முடியுமென்று நம்பினர்.

19.1 மதுரை சித்திரைத் திருவிழாவின் போது கள்ளழகர் ஆற்றில் இறங்குதல்

மனித வடிவில் அமைந்த தெய்வங்களுடன் பக்தர்களால் வெகு எளிதாகத் தொடர்புபடுத்திக் கொள்ள இயன்றது. தெய்வங்களுக்கும் தெய்வீகக் குடும்பச் சூழல் கற்பிக்கப்பட்டது. இதன் மூலமாகத் தங்களுடைய தினப்படி வாழ்க்கையில் நிகழும் உணர்வுகளைத் தெய்வங்களின் குடும்பச் சூழலிலும் உணர்ந்து வழிபட ஏதுவாயிற்று. பொருள் முதல் உலக பிரச்சினைகளையும், குழப்பங்களையும் பின்னிறுத்தி, தெய்வ ஆராதனைப் பேரானந்தத்தில் மெய்மறந்து நிற்பதுவே அடிப்படை நோக்காயிற்று; மெய்மறந்து நிற்கும் கணம்தான் மெய்யறிவை உணரும் கணமாகும்.

மெய்ப்பொருளுக்குக் கருவறையில் கொடுக்கப்பட்ட வடிவம்தான் அனைத்திற்கும் அடிப்படையானது; ஆதாரமானது; அதீதமுமானது. இதுதான் மெய்யறிவின் உண்மை உருவகமாகும். ஆனால் கருவறையிலுள்ள இறைவடிவங்கள் இடம்பெயர்ந்திடக் கூடாத நிலைத்தன்மை பெற்றவை. இவ்வடிவங்களின் பிரதிநிதியாகவும், இடம்பெயர்ந்திடக் கூடிய இறைவடிவங்களாகவும், இடைக்காலத்தில், 'உற்சவ மூர்த்திகள்' என்ற சிறந்த வழிமுறைகள் வளர்ச்சியுற்றன. தெய்வமானது பல்வேறு மனித வடிவ, உருவக அமைப்புகளில் தெருக்களில் உலா வந்தது; சில சமயங்களில் புண்ணிய தலங்களுக்கு விஜயம் செய்தன; சில இடங்களில் வழிபடு நீராடுதலுக்காக எடுத்துச் செல்லப்படுகின்றன; சில சமயங்களில் கடற்கரை உலாவிற்காகக் கூட எடுத்துச் செல்லப்படலாம்.

19.2 மதுரை சித்திரைத் திருவிழா - மீனாட்சி - சுந்தரேஸ்வரர் திருக்கல்யாணம்

வழிபாட்டுச் சடங்குகள் பற்றிய புத்தகங்களில் இரண்டு வகையான உற்சவ மூர்த்திகள் விவரிக்கப்பட்டு உள்ளனர். அன்றாட வழிபாட்டு முறைகளில் பங்கு கொள்ளும் உற்சவ மூர்த்திகள் ஒருவகை. உதாரணமாக இத்தகு உற்சவ மூர்த்திகள் கோயில் பிரகாரங்களில் வலம் வருமாறு அமையலாம். வாரத்திற்கு ஒருமுறையோ, மாதத்திற்கு ஒரு முறையோ,

ஆண்டிற்கு ஒருமுறையோ சிறப்பு வழிபாட்டில் பங்கு கொள்ளும் உற்சவ மூர்த்திகள் இரண்டாவது வகையைச் சேர்ந்தவர். வருடத்திற்கு ஒருமுறை நடைபெறும் மஹா உற்சவங்கள் மிகவும் முக்கியமான பிரம்மோற்சவத் திருவிழாக்கள் ஆகும்.

இந்த உற்சவங்கள் அனைத்திலும் கருவறையை விட்டு வெளியே உலா வரும் உற்சவ மூர்த்தித் தெய்வங்களை பக்தர்கள் அனைவராலும் பாகுபாடின்றி எளிதாக அணுக இயலும். கிட்டத்தட்ட எட்டாம் நூற்றாண்டிலெல்லாம், செப்பினால் (Bronze)ஆன உற்சவ மூர்த்திகளையே வடித்தெடுக்கத் தொடங்கினர். தென்னிந்தியாவில் சிறப்பாகச் சோழப் பேரரசின் ஆட்சியின்போது செப்புத் திருமேனிகளை வடித்தெடுக்கும் கலை இமயத்தின் உச்சத்தை எட்டியது. இந்நடைமுறையின் காரணமாக இந்தியக் கலையில் நுணுக்கமான வேலைப்பாடுகளுடன் கூடிய செப்புத் திருமேனிகள் கிடைக்கப் பெற்றுள்ளன.

சைவ ஆகமங்களும், வைணவ சம்ஹிதைகளும் கோயில் வழிபாட்டு முறையைத் தெளிவாக எடுத்துரைக்கும் புனித நூல்களாகும். கோயில்களின் பெரிய உற்சவங்களின் போது பஞ்ச மூர்த்திகளை வீதியுலாவாக எடுத்துச் செல்லப் படும் வழக்கத்தை இந்நூல்கள் வலியுறுத்துகின்றன. மேலும் வீடுகளிலும் அவரவர் வசதிக் கேற்ப பூஜை அறையில் வழிபடும் பழக்கமும் இருந்தது. தமிழ்நாட்டில் நாற்பதினாயிரத் திற்கும் மேற்பட்ட கோயில்கள் இருப்பதைக் கணக்கில் கொள்ளும்போது செப்புத் திருமேனிகளை வடிக்கும் கலை இமயத்தின் சிகரத்தைத் தொட்டதில் ஆச்சர்ய மொன்றுமில்லை.

19.3 காளிய நர்த்தன கிருஷ்ணன்

வைணவக் கோயில்களில் விஷ்ணுவின் பல்வேறு அவதார வடிவங்களில் உற்சவ மூர்த்தி களைப் பெற்றிருக்கின்றன. சீதேவி, பூதேவி என்று இரு

பிராட்டியர்களுடன் விஷ்ணுவும் மற்றும் பரிணாம அடிப்படையிலான பத்து அவதார திருவுருவங்களும், உற்சவ மூர்த்திகளாக இடம் பெற்றிருக்கின்றனர். வீதியுலா வரும் உற்சவர்களாக சிவனின் எண்ணற்ற பல்வேறு திருவுருவங்களும் உள்ளன. அழகு மனைவி உமையோடும், குழந்தை கந்தனோடும் பொறுப்பான குடும்பத் தலைவனாக சோமாஸ்கந்தன்; வலப்பக்கம் சிவன் சிறப்புக் கூறுகளையும், இடப்பக்கம் உமையம்மையின் சிறப்புக் கூறுகளையும் கொண்டிருக்கும் அர்த்தநாரீசுவரர்; அடியவர்களுக்கு அருள்புரியும் நோக்கத்தில் தன் சக்தி உமாதேவியுடன் இடப வாகனத்தில் எழுந்தருளிக் காட்சியளிக்கும் இடப

19.4 சீதை, ராமர், லெட்சுமணன், அனுமன்

வாகன மூர்த்தி, திரிபுர அசுரர்களாகிய தாரகாட்சன், கமலாட்சன், வித்யுன்மாலி ஆகியோரின் இரும்பு, பொன், வெள்ளி ஆகிய மூன்று கோட்டைகளான முப்புரம் எனப்படுவதை அழிப்பவராக திரிபுராந்தக மூர்த்தி; சமணம், பௌத்தம் போன்றவை பல நிலையாமைத் தத்துவங்களை வலியுறுத்திய காலத்தே திருமணம் புரிந்து இல்லறத்தே, ‘மண்ணில் நல்ல வண்ணம் வாழலாம் வைகலும்’ என்ற பேருண்மையைப் புலப்படுத்த வேண்டி மணப்பெண் அம்பிகையுடன் கல்யாண திருக்கோலத்தில் காட்சி கொடுக்கும் கல்யாண சுந்தரனார்; தாருகவன ரிஷிகளின் ஆணவத்தையடக்க, ரிஷிபத்தினியர் காணும் வண்ணம் திகம்பரராக எழுந்தருளும் பிட்சாடனர்;

19.5 கல்யாண சுந்தரனார் மணப்பெண் அம்பிகையுடன்

சனகாதி முனிவர்களுக்குக் கல்லால மரத்தின் கீழமர்ந்து அறமுரைக்கும் தட்சிணா மூர்த்தி; மலரம்பினைத் தொடுத்து தனது தவக்கோலத்தைக் கலைக்க முற்பட்ட காமதேவனை நுதற்கண்ணால் எரித்தவராக காமாரி என்ற காமதகன மூர்த்தி; இசைச் சக்கரவர்த்தியாக வீணை மீட்டும் வீணாதரன் எனப் பல உற்சவச் செப்புத் திருமேனிகளில் சிவன் காணப் படுகின்றார். இதேபோல் சிவன் பத்தினியான பார்வதிக்கும், மகன்களான கணபதிக்கும், கார்த்திகேயனுக்கும் செப்புத் திருமேனிகள் உண்டு. பக்தர்களுக்காகத் திருவிழாக்கள் நடை பெறுவதைப் பக்தோற்சவம் (Bhaktotsavas) என்று புனித நூல்கள் கூறுகின்றன. சைவ நாயன்மார்கள் அறுபத்து மூவருக்கும், வைணவ ஆழ்வார்கள் பன்னிருவருக்கும் கோயில்களில் விழாக்கள் உண்டு.பிறந்த நட்சத்திரத்தன்று அக்குறிப்பிட்ட

19.6 திகம்பரரான பிட்சாடனர்

19.7 சைவ நாயன்மார் குரவர் நால்வரில் ஒருவரான அப்பர்

நாயன்மார் அல்லது ஆழ்வாரின் செப்புத்திருமேனி இறைவனுக்கு முன்பாக எடுத்துச் செல்லப்படும். அப்போது அவர் இயற்றிய பக்திரசம் சொட்டும் பாடல்கள் இசையுடன் பாடப்படும். இப்பக்திப் பாமாலைகள் ஒவ்வொரு பக்தனையும் இறைவனின் அருமை பெருமைகளை அறிந்து நெக்குருகும் மனமாற்றத்தை ஏற்படுத்தும் கடமையைச் செய்கின்றன.

செப்புத் திருமேனிகளில் தலையாயது ஆடல் வல்லானாகிய நடராசர் திருவுருவமாகும். நடராசப் பெருமானின் ஒவ்வொரு அங்க அமைப்பும் தத்துவப் புலப்பாடு உடையது. அண்டசராசரங்களின் இயக்கத்திலும், அணுவிலும் தாண்டவம் புரிந்திடும் சிவனை மக்களின் புறக்கண்களுக்கும் புலப்படுமாறு சிற்பியர் செய்தமைத்த திருவடிவமே ஆடல்வல்லான்.

19.8 ஆடல் வல்லான்

ஒரு வட்டத்தினுள் நடராசர் ஆடுகின்றார். இம்மாய உலகில் ஜனன மரண சுழற்சியை எடுத்துரைக்கின்ற 'சம்சாரம்' என்ற வட்டமாகும் இந்த வட்டம். டமருகம் அல்லது உடுக்கையை ஒரு கையில் சிவபெருமான் பிடித்துள்ளார். உடுக்கை உண்டு பண்ணும் நாதம் என்னும் விந்து (வித்து)விலிருந்து உலகம் அனைத்தும் உண்டாயிற்று. மற்றொரு கரத்தில் கனலை ஏந்தியிருக்கின்றார். அது ஞானத்தின் சின்னம். நல்லது, கெட்டது, ஆகிய எல்லாவற்றையும் சாம்பலாக்கும் தன்மை தீக்கு உண்டு. உடுக்கையும், கனலும் ஏந்திய இரு கரங்களின் வாயிலாக சிவத்தைத் தவிர சார்ந்திருக்கும் மற்ற அனைத்தும் நிலையில்லாமல் மாறிக்கொண்டே இருக்கும் தத்துவம் எடுத்தியம்பப்படுகின்றது.

பிரகிருதியின் பிரதிநிதி முயலகன். சத்வதம், ரஜஸ், தமஸ் ஆகிய முக்குணங்கள் மயமாக முயலகன் அமைந்துள்ளான். அத்தகைய அரக்கனை ஒருகாலால் மிதிக்கின்ற பாங்கில் அண்ணல் ஆடுகின்றார். 'முக்குணமாயுள்ள மாயையை உதைத்துத் தள்ளி பிரகிருதியின் ஆதிக்கத்தைப் புறக்கணித்தாலொழிய ஞான வாழ்க்கைக்குச் சாதகன் தகுதியுள்ளவன் ஆகமாட்டான்' என்னும் கோட்பாட்டை உள்ளடக்கியுள்ளது. தூக்கிய பாதமோ (குஞ்சிதபாதம்) விழிப்பு, கனவு, உறக்கம் என்ற முப்பாழ்களுக்கும் அப்பாற்பட்ட ஞானவாழ்க்கைக்குத் தகுதி உடையவனாக்கும் உத்தரவாதத்தைக் கொடுக்கின்றது. தாழ்த்தப்பட்ட இடது கரமானது இக்குஞ்சித பாதத்தைச் சுட்டிக் காட்டிக் கொண்டுள்ளது. தாழ்த்தப்பட்ட வலது கரமானது அபய முத்திரையை அபிநயம் பிடித்து, பக்தர்களின் பயத்தைப் போக்கி மன அமைதி அளிக்கும் கோட்பாட்டைக் குறிக்கின்றது. அகங்காரம் என்னும் புலியைச் சிவகுருநாதன் தாமே கொன்று அதன் தோலைத் தமது அரையில் அணிந்திருக்கிறார்.

19.9 ரிஷபாந்திகர் - முன்னும் பின்னும்

மிகவும் வேகமான தாண்டவம் என்பது எல்லாத் திசைகளிலும் பரந்து கிடக்கும் சிவனின் தலைமுடி அலங்காரத்தாலே உணர்த்தப்படுகின்றது. இதற்கு நேர்மாறாக சிவனது முகபாவமோ நிச்சலனமாய்க் குமிழ்சிரிப்புடன் உள்ளது. உடல் அவயவங்கள் அனைத்தும் ஒன்றோடொன்று ஒருங்கிசைவுடன் கிஞ்சித்தும் தடுமாற்றமுமின்றி அமைந்துள்ளன. வேகமான இயக்க அசைவுகளின் மையத்தில் குடி கொண்டிருக்கும் நிச்சலனமான அமைதி நம்மை ஆச்சர்யத்துள் ஆழ்த்துகின்றது.

இது சாந்த சொரூபத்திற்குக் கொடுக்கப்பட்ட வியத்தகு வடிவமாகும். இந்தியக் கலைகளின் இறுதி நோக்கமே நவரசங்களின் தலையாயதான சாந்தரசத்தை வெளிக் கொணர்வதேயாகும். இந்த சாந்த ரசமும் பாமரனுக்குப் புரியாத வகையில் குறியீடுகளாய் எடுத்துரைக்கப் படவில்லை. மாறாக பொருள் முதல் உலகின் கவர்ச்சிகளையும், இடையறாத ஓசைகளையும் போராடி வெற்றி கொண்ட சாந்த சொரூபம்தான் பக்தனுக்குக் காட்டப்பட்டுள்ளது.

சோழர்காலக் கலைஞர்கள் தெய்வங்களை எழிலார்ந்த, வலிமைமிக்க, மெலிந்த தேகமுடையவர்களாகவே கற்பனை செய்திருந்தனர். குறைகளேதும் கூறிவிட முடியாதபடி எவ்வித சின்னஞ்சிறு நுணுக்கங்களையும் கூட விடாமல் செப்புத்திருமேனிகளில் வெளிக்கொணர்ந்தனர். உதாரணமாகச் சோழர் காலச் செப்புத் திருமேனிகளில் காணப்படும் மிக லேசான வயிற்றுப் புடைப்பினைக் கூறலாம். இச்சிறு கூறின் மூலம் இச்செப்புத் திருமேனிகள் உயிரோட்டமுடன் திகழ்கின்றன. கண்ணாடியில் தெரியும் பிரதிபிம்பம் போன்ற தோற்றத்தைக் கொடுக்காமல் உயிருடன் கூடிய உடலையே இச்செப்புத் திருமேனிகளில் வெளிக் கொணர்ந்துள்ளனர்.

கலையில் தொழில்நுட்ப சாதனைகளின் உச்ச அடையாளமாக இச்செப்புத் திருமேனிகள் திகழ்கின்றன. வடிவத்திற்கு, உருவத்திற்கு அப்பாற்பட்ட மெய்ப்பொருளுக்குக் குறையேதும் கூறிவிட முடியாதபடி உலோகத்தினை அச்சில் வார்த்து வடிவம் கொடுக்கப்பட்டுள்ளது. செப்புத் திருமேனியின் நிறைவான அழகில் மயங்குகின்ற பக்தனின் கண்களுக்கு உலோகம் கண்களில் படாமல் பின்புலமாகவே விளங்குகின்றது. நடனமாடும் வகையிலமைந்த செப்புத் திருமேனிகளிலெல்லாம் மிகச் சிறந்த சமச்சீர்நிலை (balance) பெற்றிருப்பது மிகவும் அற்புதமானதொரு விஷயமாகும். உதாரணமாக சம்பந்தர் செப்புத் திருமேனியானது ஒரே காலில் தடுமாற்றமின்றி நிற்பது போல் வடிக்கப்பட்டுள்ளது. சிறப்பான நுணுக்கம் என்னவெனில்

19.10 ஞானசம்பந்தர் செப்புத் திருமேனி

இந்நிற்கும் நிலைக்குப் பொருத்தமாகக் கைகளை நீட்டித்துள்ள பாணியில் நளினமும், பொருத்தமான உத்வேக இயக்க நிலையும் வெளிப்படுகின்றது. ஒரு கால் விரல்கள் மட்டுமே தரையில்படுமாறு குதிகாலை தரையில்படாமல் ஊன்றியுள்ள நிலையில் வெளிப்படும் அநாயசமான இயற்கை நிலையானது புகைப்படம் வெளிப்படுத்தும் உண்மை நிலையையும் மிஞ்சும் வகையில் எழிலுற அமைந்துள்ளது.

உலகக் கலை உணர்வு வெளிப்படுத்தல் வேலைப்பாடுகளில் மிகச் சிறந்தவைகளில் ஒன்றாக கல்யாண சுந்தர மூர்த்தி செப்புத் திருமேனி என மார்தட்டிக் கொள்ளலாம். அனைத்துப் பகுதி மக்களும் எளிதில் புரிந்துகொள்ளும் வண்ணம் தனிமனித உணர்ச்சிகள் அனைத்தும் தெளிவாக வெளிப்படுத்தப் பட்டுள்ளன. மணமகளான பார்வதியின் வெட்கப்படும் பாவனையை அவரவர் சொந்த வாழ்வில் உணர்ந்ததன் மூலம் எளிதில் புரிந்துகொள்ள இயலும். பார்வதியின் துணைவன் அவளது முதுகில் கையை வைத்து முன்னோக்கிச் செல்லத் தைரியமூட்டுவது அனைருக்கும் எளிதில் புரியும். திருமணச் சடங்கின் போது பார்வதியின் கரத்தைச் சிவன் இறுகப் பற்றும்போது பார்ப்போர், அவரவர் சொந்த வாழ்வு அனுபவ உணர்ச்சிகளை அசைபோட்டுப் பார்ப்பதன் மூலம் தெய்வத் திருமணங்களைப் பக்திப் பரவசத்தோடு வணங்கிட இயலும். இவ்வாறு வாழ்வின் எல்லாக் கட்டங்களிலும் வாழ்வின் தெய்வீகத் தன்மையை நினைவுபடுத்திக் கொள்ள இயலும். இவ்வாறு இவ்வுலக வாழ்க்கையின் ஒவ்வொரு கணமும் போற்றுதலுக்குரியதாகின்றது.

தேன்மெழுக்கு முறையின் மூலம் செப்புத் திருமேனிகள் உருவாக்கப்பட்டன. எந்த உருவைச் செய்ய வேண்டுமோ அவ்வுருவை முதலில் தேன் மெழுகினால் செய்வர். மெழுகினால் ஆன உருவின் மேல் 'புற்று மண்' பூசி நிழலிலே உலர வைப்பர். இதன் பின்புறத்தே தலையிலும், இடையிலும், அடியிலும் துளைகள் இருக்கும். இது நன்கு உலர்ந்த பின்னர் தீயிலே இடுவர். மண்ணின் உள்ளே மெழுகிருந்த பகுதி அச்சாக நிற்கும். பெரும்பகுதி செம்பும், மிகச் சிறிய அளவில்

பித்தளை, தங்கம், வெள்ளி, வெண்கலம் ஆகியவற்றையும் கலந்து உருக்கி அச்சின் நடுவிலுள்ள துளையின் வழியாக ஊற்றுவர். தலையிலும், அடியிலும் உள்ள துளைகளின் வழியாக உலோகக் குழம்பு வெளிப்படும். அதன் மூலம் அச்சு முழுவதும் உலோகம் பரவிவிட்டது என்று அறிவர். இதைத் குளிர வைப்பர். ஊற்றிய உலோகம் கெட்டியாகும். பின்னர் அச்சை உடைத்து வார்ப்பை வெளியில் எடுப்பர். சோழர்கள் காலத்தில் மெழுகாலான உருவிலேயே நுண்ணிய வேலைப்பாடுகள் அனைத்தும் செய்து முடிக்கப்படும். உருவம் வார்த்த பின்னர் செதுக்கும் வேலை அதிகம் இருக்காது. ஆனால் இக்காலத்திலெல்லாம் மெழுகினால் செய்யப்பட்ட உருவம் எளிமையாக

19.11 சோமாஸ் கந்தன்

நுண்ணிய வேலைப்பாடுகள் இல்லாமல் இருக்கும். உலோகத்தால் உருவத்தை வார்த்தபிறகு நுண்ணிய வேலைப்பாடுகள், ஸ்தபதியின் ஆற்றலுக்கேற்ப உளி கொண்டு செதுக்கி அமைக்கப்படும். இத்தகு தேன்மெழுகு முறையின் மூலம் கனமாகச் செய்யப்பட்ட செப்புத் திருமேனிகளை வார்க்கலாம். வாகனங்கள் போன்றவற்றிற்குக் கனப்பொள்ளலாக (hollow) செய்ய வேண்டும். இத்தகு செப்புத் திருமேனிகள் தயாரிப்பு முறைக்கு ஒரேயொரு மாறுதல்தான் தேவை. முதலில் மண்ணைப் பிடித்து, அதன் மேல் மெழுகால் உருவை அமைத்து, அதன் மேல் மண் பூச வேண்டும். இதைத் தீயிலிட்டால் வெளியேயும் உள்ளேயும் மண் உருவம் இருக்க, இடையிலுள்ள மெழுகு மட்டும் உருகிவிடும். இவ்வச்சில் உலோகத்தை உருக்கி ஊற்ற வேண்டியதுதான்.

செப்புத் திருமேனிகள் செய்யும்போது மண்ணாலான அச்சை உடைத்து விடுவதால் மற்றுமொரு உருவம் அதே அச்சிலிருந்து செய்ய முடியாது. இவ்வாறு ஒவ்வொரு செப்புத் திருமேனியும் தனிப்பட்ட உன்னதமான வேலைப்பாடேயாகும். சோழர் கல்வெட்டுக்களிலிருந்து ஆரம்ப நிலைகளில் செம்பினால் மட்டுமே திருமேனிகள் உருவாக்கப்பட்டன. பின்னாளில் தங்கம், வெள்ளி, செம்பு, பித்தளை, தகரம் என்ற பஞ்சலோகங்களைக் கலந்து பயன்படுத்தி திருமேனிகள் உருவாக்கப்பட்டன. இந்த உலோகங்கள் பஞ்ச பூதங்களைக் குறிக்கும் என்றும், இப்பஞ்ச பூதங்களால் தான் உலகம் உருவாக்கப்பட்டுள்ளது என்றும் கூறுவர்.

19.12 அமராவதியிலுள்ள புத்தர் செப்பு மேனி

தமிழகத்து நூல்களில் சிறந்த குறிப்பு ஒன்று காணப்படுகிறது. ஓர் ஊரில் தெய்வ உருவைச் செம்பினால் செய்ய விழையும் போது, மெழுகினால் செய்த உருவை அலங்கரித்து ஊர் முழுவதும் வலமாக எடுத்துச் செல்வர். பின் ஊரார் ஒப்புதல் பெற்ற பின்னரே மண்ணிட்டு அச்சு செய்வர். செப்புத் திருமேனி முழுவதும் உருவான பின், அதை உரிய இடத்தில் அமைக்கும் போது பல இரத்தினக் கற்களைப் பீடத்திலிட்டுப் பின்னர் தெய்வ உருவை அப்பீடத்தில் பொருத்துவர். இதற்கு ‘இரத்தின நியாசம் செய்தல்’ என்று பெயர். எவ்வாறு கருவறையில் தெய்வச் சிலைகளைப் பிரதிஷ்டை செய்கிறோமோ, அதுபோலச் செப்பு உருவங்களுக்கும் வேதகோஷங்களுடன் சம்பிரதாயச்

19.13 நேர்த்திக் கடன் ஸ்தூபி, நாகை மாவட்டம்

சடங்குமுறைகளையும் பொருத்தமான சந்தர்ப்பங்களிலெல்லாம் செய்து பிரதிஷ்டை செய்ய வேண்டும். இதன் மூலமாகச் செப்புத் திருமேனிகளான உற்சவ மூர்த்திகளுக்கும் தெய்வீகத் தன்மை உருவாகின்றது. உருவைத் தெய்வமாக மாற்றும் கடைசிச் செயல் கண் திறப்பது ஆகும்.

இத்தகு உற்சவ மூர்த்திகள் அதன்பின் கருவறையிலோ அல்லது கருவறைக்கு அருகிலோ அமைக்கப்பட்டு, தினப்படி அபிஷேக ஆராதனைகள் நடத்தப்படும். உற்சவ காலங்களில் உற்சவ மூர்த்திகளுக்கான இடம்தான் பிரதானமாயிருக்கும். தினப்படி, வாராந்தர உற்சவங்களல்லாமல், வருடத்திற்கொருமுறை நடைபெறும் மஹோற்சவங்கள் பெரும்பாலும் 11 நாட்கள் முதல் 15 நாட்கள் வரை நடைபெறும். நகர வீதிகளில் பல்லக்கிலோ அல்லது தேரிலோ உற்சவ மூர்த்திகள் வீதியுலாவாக எடுத்துச் செல்லப்படும். பக்திப் பரவசமும், கேளிக்கைகளும், விருந்துபசாரங்களும் நிறைந்த கோலாகலமான நாட்கள் இவை. கோயில் தேரின் கட்டுமானமானது கோயில் விமானக் கட்டுமானத்தைப் போன்று பிரம்மாண்டமானதாகவே இருக்கும்.

6-ஆம் நூற்றாண்டு முதல் 9-ஆம் நூற்றாண்டு வரை வாழ்ந்த நாயன்மார்களும், ஆழ்வார்களும் தங்களது பக்தி இலக்கியங்கள் மூலம் வைதிக மதத்திற்குப் புத்துயிர் ஊட்டினர். பக்தி என்பது மனம் முழுக்க இறைவன் பால் நிரம்பி வழியும் பிரேமையேயாகும். ‘தன்னை மறந்தாள்; தன்நிலை மறந்தாள்; தலைப்பட்டாள் நங்கை தலைவன் தாளே’ என்ற அளவுக்கு நாயகி பாவனையின் உச்சகட்டமான இறைவனுடன் இரண்டறக் கலக்கும் ஆனந்தப் பாதையேயாகும். இன்றளவில் கூட மக்களிடையே பெரிய தாக்கத்தை ஏற்படுத்தக் கூடிய சக்தி வாய்ந்த பண்பாட்டுச் சின்னங்களாக நாயன்மார், ஆழ்வார்கள் போன்றோரின் பாடல்கள் விளங்குகின்றன. இவர்களின் பாடல்களுக்கு உருவம் கொடுக்கப்பட்டது போன்றே பல உற்சவ மூர்த்திகள் கிடைத்துள்ளது தமிழகத்தின் தவப்பயன் ஆகும். தில்லையம்பதியிலே திறந்த வெளியிலே ஆடுகின்ற ஆடல்வல்லான் தத்துவத்திற்கு அமைப்பிற்கு அடிப்படையான அப்பர் பாடல்:

19.14 கி.பி. 9 -ஆம் நூற்றாண்டு கர்நாடகா சுமதி நகர் ஸ்தூபி

"குனித்த புருவமும் கொவ்வைச் செவ்வாயில் குமிழ்சிரிப்பும் பனித்த சடையும், பவளம் போல் மேனியில் பால்வெண்ணீறும் இனித்தமுடன் எடுத்த பொற்பாதமும் காணப்பெற்றால் மனித்தப் பிறவியும் வேண்டுவதே இம்மாநிலத்தே."

கலை வரலாற்றாசிரியர்களான ஆனந்தா குமாரசாமியும், சி. சிவமூர்த்தியும் ஆடல் வல்லானின் வடிவில், தத்துவ அமைப்பில் பெரிதும் கவரப்பட்டு அதனை உலகுக்குணர்த்த நூல்கள் எழுதினர். "The Dance of Shiva" - என்பது ஆனந்தா குமாரசாமியின் நூல் ஆகும்.

கோயில்களில் உற்சவ மூர்த்திகள் மரியாதைக்குரிய விருந்தினரைப் போல் அரசரைப் போல் உபசரிக்கப்படுகின்றார். சில உற்சவ மூர்த்திகளுக்கு எட்டுகாலப் பூஜை கூட அளிக்கப்படும். அர்ச்சகர்கள் உற்சவ மூர்த்திகளுக்குப் பால், தயிர், சந்தனம், பஞ்சாமிர்தம், பன்னீர்.... எனச் சகலவிதமான அபிஷேகங்கள் செய்து, பட்டு வஸ்திரம் அணிவித்து, நகை அலங்காரம் செய்து உபசரிப்பது பக்தர்களுக்குக் கண்கொள்ளாக் காட்சியாயிருக்கும். இதனினும் மேலாக ஒரிஸ்ஸா மாநிலத்தில் பூரிஜகன்னாதருக்குப் பல் துலக்குவது, குளிப்பது போன்றவற்றிற்கும் கூட உற்சவம் நடைபெறும். தேவாரம், திருவாசகம், நாலாயிர திவ்வியப்பிரபந்தம் போன்ற பொருத்தமான பாடல்கள் பாடப்பட்டு அவற்றிற்குப் பொருத்தமான அபிநயம் உடைய நடனமும் ஆடப்படும். ஆண்டி முதல் அரசன் வரை அனைத்துத் தட்டு மக்களாலும் நகைகள் உற்சவ மூர்த்திகளுக்கு வழங்கப்பட்டன.

19.15 கி.பி. 9-ஆம் நூற்றாண்டின் ஆதி நாதர்

செப்புத் திருமேனிகள் உச்சகட்ட வேலைப்பாடுகளையே சிலாகித்துப் பேசிக் கொண்டிருக்கிறோம்; சோழர்கால செப்புக் காவியங்கள் அளவிற்கான வளர்ச்சி ஒரே நாளில் ஏற்பட்டுவிடவில்லை; பரிணாம வளர்ச்சியின் உச்சகட்டம்தான் இவை; இதன் தொடக்கத்தை முதன் முதலாக நாம் சந்திப்பது ஹரப்பா நாகரிகத்தின் 'நாட்டிய தாரகை' செப்பு (copper) சிலையில்தான்; 'கனிஷ்கரின் நினைவுச் சின்னங்களைக் காக்கும் பேழை' என்பது போன்ற உலோகத்தாலான குஷானர் காலக் கலைப் பொருட்களும்

கண்டெடுக்கப்பட்டுள்ளன; குப்தர் காலத்தில் உலோக வார்ப்பு தொழில்நுட்பம் அடைந்த உயர்வளர்ச்சிக்குச் சான்றாக நின்ற நிலை புத்தர் சிலைகளும் கிடைத்துள்ளன. இடைக்காலத்தில் பீகார், வங்காளப் பகுதிகளில் ஆதிக்கம் செலுத்திய 'பாலா' அரசவம்ச காலத்துச் சிறிய அளவிலான நேர்த்திக்கடன் ஸ்தூபி நாளந்தாவிலிருந்து கிடைத்துள்ளது; மேலும் உலோக வார்ப்பிலான வைதிகத் தெய்வச் சிலைகளும் கிடைத்துள்ளன.

தென்னிந்தியாவில் ஆந்திரப் பகுதிகளில்தான் முதன் முதலாக அறிமுகமான செப்புத் திருமேனிகள் தொழில்நுட்பமானது பல்லவ அரச வம்சத்தினரால் பின்பற்றப்பட்டதில் ஆச்சர்யமொன்றுமில்லை; ஏனெனில், பல்லவர்கள் ஆந்திரப் பகுதிகளிலிருந்து தமிழகத்திற்குக் குடிபெயர்ந்தவர்கள் தானே! பல்லவர்களின் துறைமுகங்களில் ஒன்றாகவும், செப்புத் திருமேனிகளுக்கு பிரசித்திபெற்ற பகுதியாகவும் நாகப்பட்டினம் விளங்கிற்று. ஆரம்பகாலந் தொட்டே புத்தமத முக்கிய மையங்களில் ஒன்று நாகப்பட்டினமாகும். குறைந்த எண்ணிக்கையிலேயே பல்லவச் செப்புத் திருமேனிகள் கிடைத்துள்ளன; அவற்றுள், நன்கு பேணப்பட்ட, பெரிய அளவிலான நின்ற நிலை விஷ்ணுவின் சிலையானது எட்டாம் நூற்றாண்டின் பிற்பகுதியைச் சேர்ந்தது.

அற்புதமான வேலைப்பாடுகளைக் கொண்ட செப்புத் திருமேனிகளை ஒரேயிடத்தில் கண்டு மகிழ்வதற்கு, சென்னை தேசிய அருங்காட்சியகத்திற்கோ அல்லது தஞ்சாவூர் சரஸ்வதி மஹால் கலைக் கூடத்திற்கோ செல்லவேண்டும்; அதுவரை அவரவர் ஊர்க் கோயில்களில் உள்ள அழகிய செப்புத் திருமேனி உற்சவ மூர்த்திகளைத் தரிசிப்பதிலேயே சமாதானம் அடைந்துகொள்ள வேண்டியதுதான்!

19.16 சென்னை அருங்காட்சியகம்

அத்தியாயம் - 20
மாமலை போற்றுதும்!
மாமலை போற்றுதும்!

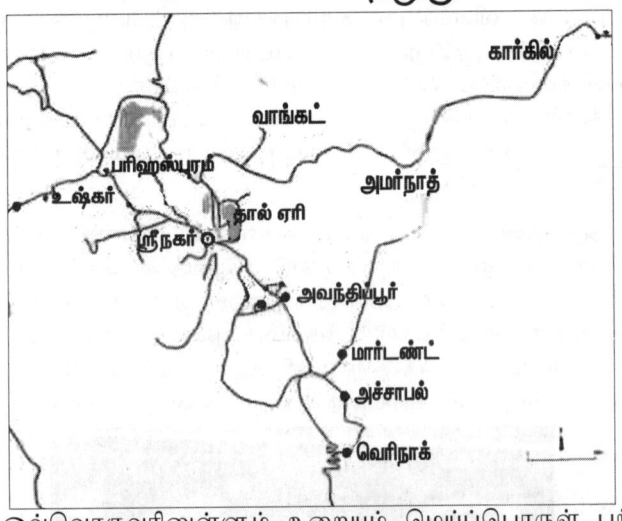

ஒவ்வொருவரினுள்ளும் உறையும் மெய்ப்பொருள் பற்றிய அறிவையும் உணர்வையும் தட்டி எழுப்புவதே இந்தியத் தத்துவம் மற்றும் கலையின் பிரதான நோக்கமாகும். இருப்பினும் இந்நோக்கம் நடைமுறை வாழ்வியல் இன்பங்களைத் தடை செய்யவில்லை. நாம் காணும் உலகக் காட்சிகளனைத்தும் நித்யப் பரம்பொருளின் பல்வேறு பரிமாணங்களேயாகும். எனவே பரம்பொருளின் எல்லாப் படைப்புகளிலும் ஊடுருவியுள்ள உள்ளார்ந்த உற்சாகத்தை ரசிப்பதன் மூலமும் பரம்பொருளை உணரும் பாதையில் அடியெடுத்து வைக்கலாம். இந்த உற்சாக உணர்வின் மிகச் சிறந்த வெளிப்பாடாகக் காஷ்மீரின் கலை திகழ்கிறது.

இயற்கை எழிலின் உச்சகட்டத்தைக் காஷ்மீரில் தான் அதிகமாகக் காண்கின்றோம். எனவே காஷ்மீரின் அழகைத் துய்க்கும் மனிதனின் மனம் இறைப்படைப்பின் அதிசயங்களில் லயிப்பதில் ஆச்சர்ய மொன்றுமில்லை. ஆரம்பகாலந் தொட்டே இந்துமத, புத்தமத தத்துவங்களின் புகழ் பெற்ற மையமாகவே காஷ்மீர் திகழ்ந்தது. பத்தாம் நூற்றாண்டில் காஷ்மீரில்தான் அபிநவகுப்தா (Abhinavagupta) என்ற தத்துவ ஆசிரியரால் அழகியல் (Aesthetics) பற்றிய இந்திய தத்துவம் விரிவாக எடுத்துரைக்கப்பட்டது. காஷ்மீரில்தான் சைவ சமயமானது மிக்குயர் நிலை வளர்ச்சியடைந்தது. 'நாம் துய்க்கும் அழகனுபவங்கள் எல்லாம் சிவனின் பல்வேறு பரிமாணங்களேயாகும்; இவைகளே 'சக்தி' எனத் தொழப்படுகின்றது' என்பதே மிக உயர்ந்த சைவ தத்துவமாகும். புத்தரும் போதிசத்துவர்களும் தெய்வ நிலைக்கு உயர்த்தப்பட்ட மஹாயான புத்தமதப் பிரிவும், அதற்கும் பின் வளர்ச்சி பெற்ற வஜ்ராயன பிரிவும் பேராதரவைப் பெற்றது காஷ்மீரில்தான். இவ்வாறு மிதமிஞ்சிய இயற்கை எழில் கொஞ்சி விளையாடும் காஷ்மீரில் கலைகள் மிக உயர்ந்த உற்சாக வெளிப்பாடுகள் கொண்டுள்ளதாய்த் திகழ்வதில் ஆச்சர்யமொன்றுமில்லை.

20.1 ஹர்வானில் கிடைத்த ஓடுகளில் அன்னாங்கள்

20.2 குப்தர் பாணி - காந்தாரபாணியின் கலவை காஷ்மீர் பாணி

ஹர்வான் (Harwan) என்பது ஸ்ரீநகர் அருகிலுள்ள மலைப் பகுதியாகும். இங்குதான் நான்காவது புத்த மஹாசபை நடைபெற்றதாக நம்பப்படுகின்றது. கி.பி. நான்காம் நூற்றாண்டைச் சேர்ந்த சுடுமண் ஓடுகள் (Terracotta tiles) இவ்விடத்தில் கிடைத்துள்ளன. இவ்வோடுகளில்

இடம் பெறும் அன்னங்கள் / ஹம்ஸங்கள் பற்றிய கலைக்கருத்துரு இந்தியக் கலைகளில் இடம் பெறும் பொதுவான கருத்துரு (Motif)வாகும். மேலும் இவ்வோடுகளில் சித்திரிக்கப்பட்டுள்ள உப்பரிகையில் / மாடங்களில் நின்ற நிலையிலுள்ள மனித உருவங்கள் காணப்படுகின்றன. இத்தகைய அமைப்பு இந்தியக் கலையின் பொதுவான கருத்துருதான். ஆனால் இங்கு இடம் பெறும் மனித வடிவங்களின் இலட்சணம், உடையலங்காரங்கள் மற்றும் தன்மைகளும் பார்த்தியர்கள், (Parthians) சசானியர்கள், (Sassanians), ஸ்கித்தியர்கள் (Scythians) ஆகியோரை நினைவுறுத்துகின்றன. கருத்துருவில் குப்தக் கலையும், உடல் அவயவங்கள், உணர்வு வெளிப்பாடுகள் போன்றவற்றில் காந்தாரக் கலையும் கலந்த தனித்துவமான கலைப் பாணியைக் காஷ்மீர் கலை கொண்டுள்ளது. இந்தப் பாணியில்தான் பாரமுல்லா (Baramulla) அருகிலுள்ள பதேகர் (Fathegarh) என்ற இடத்தில் கிடைத்த 5-ஆம் நூற்றாண்டைச் சேர்ந்த சிவன் சிலையும் அமைந்துள்ளது.

லலிதாதித்ய முக்தபிடா (Lalitaditya Muktapida) என்ற புகழ் பெற்ற காஷ்மீரின் அரசனைப்பற்றிய உண்மைகளை 12-ஆம் நூற்றாண்டைச் சேர்ந்த வரலாற்றறிஞர் கல்ஹானா (Kalhana)வின் குறிப்புகளிலிருந்து அறிந்து கொள்கின்றோம். எட்டாம் நூற்றாண்டைச் சேர்ந்த இவ்வரசன் பெரும்பான்மையான வட இந்தியப் பகுதிகளை வெற்றி கொண்டார். உத்தேசமாக கி.பி. 747-இல், வட இந்திய அரசர்களிடையே போட்டோ போட்டிக்குட்பட்ட கன்னோசி (Kannoj) நகரமானது லலிதாதித்யனின் வசமானது. ஆனால் இந்த இராணுவ சாகசங்களெல்லாம் பொருள் கொள்ளையை நோக்காகக் கொண்டதேயொழிய ஆட்சி செலுத்தும் நோக்காயிருக்கவில்லை. கைப்பற்றப்பட்ட செல்வங்களைக் கொண்டு மிகவும் உன்னதமான நினைவுச் சின்னங்களும், கலைப் பணிகளும் மேற்கொள்ளப்பட்டன. எனவே எட்டாம் நூற்றாண்டை காஷ்மீரின் புகழின் உச்சகட்ட காலம் எனலாம்.

20.3 மார்ட்டண்டு சூரியன் கோயில்

அனந்தநாக் (Anantnag) அருகிலுள்ள மிக உயரமான இடம் மார்டன்ட் (Martand) ஆகும். இங்கு லலிதாதித்யனால் எட்டாம் நூற்றாண்டில் சூரியன் கோயில் ஒன்று கட்டப்பட்டது. கம்பீரமான இக்கோயில் அந்தக் காலத்தில் கட்டப்பட்ட மிகச் சிறப்பான கட்டுமானக் கோயில்களில் ஒன்றாகும். பதின்மூன்றாம் நூற்றாண்டில் ஒரிஸ்ஸா கோனார்க்கில் கட்டப்பட்ட சூரியன் கோயிலுக்கு அடுத்த இடத்தைப் பிடிக்கும் இக்கோயில் காஷ்மீரின் மிகப் பெரிய வைதீகக் கோயிலாகும். 220 x 140 சதுர அடியில் கட்டப்பட்டுள்ளது.

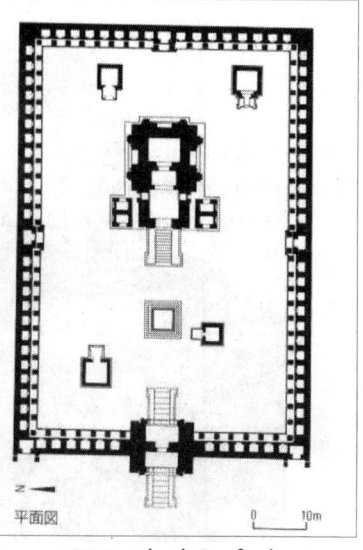

20.4 மார்டண்டு சூரியன் கோயில் தரைப்படம்

வட இந்தியாவின் 'நகரா' பாணியும் அல்லாமல் தென் இந்தியாவின் 'திராவிடப்' பாணியும் அல்லாமல் ஒரு தனித்துவமான பாணியை காஷ்மீரக் கோயில்கள் கொண்டுள்ளன. ஏறத்தாழ 75 அடி உயரமுடைய மார்டன்டு கோயிலின் கருவறை மேல்பகுதி (கூரை) மரத்தாலானதாகும். கூரிய முனையுடன் கூடிய இக்கூரை இன்றில்லை. தூண்களும், சாளர வளைவுகளும் (Trefoil arches) அவற்றின் மேலமைந்த முக்கோண வடிவக் கட்டமைப்பிலும் பிற்கால ஹெலினிஸ்டிக் (Late Hellenistic) மற்றும் மத்திய ஆசிய கட்டுமானப் பாணிகளின் தாக்கத்தைக் காணலாம். இக்கோயிலைச் சுற்றி 84 மாடங்கள் (niches) அமைந்துள்ளன. இவை ஒவ்வொன்றினுள்ளும் சூரியன் அல்லது விஷ்ணுவின் சிலை வடிவம் அமைந்துள்ளது.

20.5 மார்டண்டு சூரியன் கோயில் உள்மாடப் பிறையில் சூரியன்

20.6 பரிஹஸ்புரம் ஸ்தூபி இருந்த இடம்

பரிகஸ்புரம் (Parihaspura) என்ற காஷ்மீரிலுள்ள ஊர் எட்டாம் நூற்றாண்டில் உலகின் மிக முக்கியமான மத மையங்களில் ஒன்றாக இருந்திருக்க வேண்டும். இவ்வூரில் ஒரு பெரிய விஷ்ணு கோயிலும், புத்த சைத்யமும் லலிதாதித்யனால் கட்டப்பட்டது. இன்றைக்குச் சிதிலமாயிருக்கும் இந்நினைவகங்களின் கட்டுமான அளவுகள் அக்காலத்தில் இவற்றின் பெருமையைப் பறை சாற்றுகின்றன. இங்குள்ள புத்த சைத்யம் மத்திய ஆசியா முதல் ஜப்பான் வரையிலான புத்தமதக் கட்டுமானங்களுக்கு முன்மாதிரியாக அமைந்திருக்கும் என நம்பப்படுகின்றது. லடாக்கி லுள்ள (Ladakh) அல்கி (Alchi) என்னுமிடத்தில் காணப்படும் 12-ஆம் நூற்றாண்டு ஓவியத்திலுள்ள ஸ்தூபி அநேகமாகப் பரிகஸ் புரத்திலுள்ள ஸ்தூபி ஆகத்தான் இருக்க வேண்டும். தங்கம், வெள்ளி தாமிரத்தால் ஆன பிரமாண்டமான விஷ்ணு மற்றும் மாபெரும் புத்த வடிவங்களைப் பற்றி வரலாற்றாசிரியர் கல்ஹானரும்

20.7 பண்டரேதன் சிவன் கோயில்

குறிப்பிட்டுள்ளார். கன்னேரியில் காணப்படும் மிகப்பெரிய புத்த சிற்ப வடிவமைப்பின் தொடர்ச்சியாகக் கூட இவை இருக்கலாம். மிகப்பெரிய புத்தரின் வடிவங்கள் லடாக்கிலும், ஆப்கானிஸ்தானின் பாமியான் மலைப்பகுதிகளிலும், சீனாவிலும், ஜப்பானிலும் நிறுவப்பட்டுள்ளன.

20.8 மகுடஞ்சூடிய புத்தர்

எட்டாம் நூற்றாண்டைச் சேர்ந்த மகுடத்துடன் கூடிய புத்தரின் (Crowned Buddha) சிலை ஒன்று கிடைத்துள்ளது. இத்தகு வடிவமைப்பு அக்காலத்தில் பிரபல்யமானதாயிருக்க வேண்டும். மத்திய ஆசிய கலைகளில் காணப்படும் கருத்துருவான மகுடத்தில் இணைக்கப்பட்ட ரிப்பன்கள் அசைந்தாடுவது போன்று சிலையமைப்பு உள்ளது.

ஸ்ரீநகரின் புறப்பகுதியில் அமைந்துள்ள பண்டரேதன் (Pandrethan)-இல் சிறிய, நன்கு பேணப்பட்ட கோயில் காஷ்மீரின் தனித்துவமான கட்டுமானத்திற்குச் சான்றாகும். தோரண நுழைவாயிலின் மேலமைந்துள்ள லகுலிசா (Lakulisha) வடிவத்திலிருந்து, இக்கோயில் சிவன் கோயில் தான் என்பது உறுதியாகின்றது. பல்வேறு பாணிகளின் கலப்பினை இந்திரன் மனைவியான இந்திராணியின் சிற்ப வடிவமைப்பில் காண முடிகின்றது.

20.9 பண்டரேதன் கோயில் தரைப்படம்

உத்பாலா (Utpala dynasty) வம்சத்தை நிறுவியவரான அவந்திவர்மன் (Avandhivarman) அவந்திரபுரம் என்ற ஊரில் ஒன்பதாம் நூற்றாண்டில் இரண்டு அழகிய கோயில்களைக் கட்டினான். ஒன்று விஷ்ணு கோயில்; அளவில் சிறியது;. மார்டன்டு சூரியக் கோயில் போன்ற கட்டுமான அமைப்பைக் கொண்டுள்ளது. 'அவந்திஸ்வமின்' என்றழைக்கப்

20.10 விஷ்ணு சிற்பம்

20.11 அவந்திஸ்மின் விஷ்ணு கோயில் நுழைவாயில்

படுகின்றது. சிதிலமடைந்துள்ள இக்கோயிலின் சன்னிதி படிக்கட்டுகளின் பக்கத்தில் அழியாமல் தப்பிப் பிழைத்துள்ள சில சிற்பப் பலகைகளில் (Panel) இருந்து காஷ்மீர் சிற்பக் கலையின் உயர் வளர்ச்சியினை உணர முடிகின்றது. இடமேதும் மிச்சமில்லாமல் சிற்ப வடிவங்களால் நிரப்பப்பட்டு உள்ளதால், கூட்ட நெருக்கடியிலிருப்பது போன்ற உணர்வை ஏற்படுத்துகின்றது.

காஷ்மீர் கலைகளில் மிகவும் பிரபல்யமான விஷ்ணுவின் வடிவம் நான்கு தலைகளுடன் கூடிய சதுர்மூர்த்தி ஆகும். ஸ்ரீநகரிலுள்ள ஸ்ரீபிரதாப்சிங் அருங்காட்சியகத்தில் எண்ணற்ற சதுர்மூர்த்தி சிலைகள் உள்ளன. மத்தியிலிருக்கும் மனித முகத்தின் இரு பக்கங்களிலும் வராகமுகமும், சிங்க முகமும் அமைந்துள்ளன. வராக அவதாரமும், நரசிம்மம் அவதாரமும் விஷ்ணுவின் அவதாரங்களல்லவா! முக அமைப்பும், உடல் அமைப்பு மாதிரியும் தனித்தன்மை வாய்ந்த காஷ்மீர் கலைப்பாணிக்கே உரித்தானதாகும்.

அக்னூர் (Akhnoor) மற்றும் உஷ்கூர் (Ushkur) ஆகிய ஸ்தூபி இருக்கும் பகுதிகளில் சுடுமண்ணால் ஆன சிற்பங்களின் தலைப் பகுதிகள் பல கிடைத்துள்ளன. இவைகளில் காலம் 5 அல்லது 6-ஆம் நூற்றாண்டெனக் கணக்கிடப்பட்டுள்ளது. இச்சிற்பங்கள் வித்தியாசமாகவும், நுட்பமாகவும் உள்ளன. இருப்பினும் சுடுமண் சிற்பங்கள் காஷ்மீரில் பிரபல்யமாயிருக்கவில்லை. கற்சிற்பங்களே வாழ்நாள் அதிகம் கொண்டவைகளாக இருப்பதால், சிற்பவேலை ஊடகங்களாகக் கற்களே பயன்படுத்தப்பட்டன.

மிகவும் பிரம்மாண்டமான உலோகச் சிலைகள் பரிகாஸ்புரத்தில் (Parihaspura) எட்டாம் நூற்றாண்டில் வழிபாட்டிற்குரியதாக விளங்கியுள்ளதாக வரலாற்றாசிரியர் கல்ஹானர் குறிப்பிடுகின்றார்.

இத்தகைய பிரம்மாண்டமான உலோகச் சிலைகள் கிடைக்கவில்லை. ஆனால் எண்ணற்ற சிறிய அளவிலான உலோகச் சிலைகள் கிடைத்துள்ளன. இவற்றின் மூலம் உலோகச் சிலை வார்ப்பில் காஷ்மீர் கலைஞர்கள் திறமை படைத்தவர்களாய் இருந்தது தெரியவருகின்றது. காஷ்மீரி கலைஞர்கள் துத்தநாகமும் (Zinc), தாமிரமும் (Copper) கலந்த உலோகத்தையே சிலை வடிக்க அதிகம் பயன்படுத்தினர். இந்த உலோகக் கலவை மஞ்சள் நிறத்துடன், அழகிய பளபளப்புடன் சிலை வார்ப்பதற்கேற்றாற் போல் மென்மைத் தன்மையுடையது. கல்லில் செதுக்கப்பட்ட வைதீக தெய்வச் சிற்பங்களும், உலோகத்தில் வார்க்கப்பட்ட புத்தமதச் சிற்பங்களுமே பெரும்பான்மையாக அழிந்து போகாமல் நமக்குக் கிடைத்துள்ளன.

தேவசார் (Devasar) என்ற இடத்தில் கிடைத்த கிட்டத்தட்ட ஆறடி உயரமுள்ள, தலைக்குப்பின் ஒளிவட்டத்துடன் கூடிய உலோகச் சிலையானது பிரமாதமான வேலைப்பாடுகளைக் கொண்டுள்ள தாயுள்ளது. உலோக வார்ப்புச் சாதனை எனப் போற்றப்படும் இச்சிலை பத்தாம் நூற்றாண்டைச் சேர்ந்ததாகும். வட்டத் தகட்டினுள் (roundels) விஷ்ணுவும் மற்றும் அவரது அவதார உருவங்களும் வார்க்கப்பட்டுள்ளன.

20.12 வைரோகன புத்தர் சிற்பம்

எல்லாப் புத்தர்களின் சிறப்பம்சங்களையும் உள்ளடக்கிய உருவக வடிவம்தான் வைரோகன புத்தராகும். விரிவான வேலைப் பாடுகளுடன் கூடிய ஒன்பதாம் நூற்றாண்டைச் சேர்ந்த வைரோகன புத்தரின் செப்பு வடிவம் (Brass image) கிடைத்துள்ளது. இருபுறமுள்ள ஸ்தூபிகளுக்கு நடுவே தாமரை பீடத்தின் மேல் வைரோசன புத்தர் அமர்ந்த நிலைச் சிலையாகும் இது. அஜந்தா சுவரோவியங்களில் காணப்படுவது போன்று, கல்லில் வடிக்கப்பட்ட வழக்கமான சிற்ப அமைப்புடன், உலோகத்தில் வார்ப்பது காஷ்மீர் கலைகளில் காணப்படும் பொதுவான அம்சமாகும்.

இந்தியாவின் தென் கோடியில் கழுகுமலை வெட்டுவான் கோயிலும், இந்தியாவின் மத்தியில் எல்லோராவில் கைலாசநாதர் கோயிலும் மலையையே கோயிலாக மாற்றியமைத்த காலம் எட்டாம் நூற்றாண்டு ஆகும்.

20.13 மஸ்ரூர் சிவன் கோயில்

20.14 மஸ்ரூர் சிவன் கோயில் நுழைவாயில் சிற்பங்கள்

20.15 மஸ்ரூர் சிவன் கோயிலில் அமர்ந்த நிலையில் தேவி

இதே காலகட்டத்தில் இமயமலை அடிவாரத்தில் (Foot hills) மஸ்ரூர் (Masrur)ல் ஒரு மணற்பாறைக் குன்றானது பிரமாதமான சிவன் கோயிலாகச் செதுக்கி உருவாக்கப் பட்டது. ஹிமாச்சலப் பிரதேசத்தில் காங்ரா (Kangra) மாவட்டத்தில் அமைந்துள்ளது இந்த மஸ்ரூர் சிவன் கோயில். கலை வரலாற்றறிஞர் மைக்கேல் மெய்ஸ்டர் (Michael Meister) கருத்துப்படி இந்த மஸ்ரூர் ஒற்றைக் கற்றளி மலைக்கோயில்தான் (Temple mountain) கம்போடியாவிலுள்ள பிரம்மாண்டமான ஒற்றைக் கற்றளி மலைக் கோயிலுக்கு முன்வடிவமைப்பு மாதிரியாயிருந்திருக்கும் என்பதாகும். பேரண்ட வடிவில் உள்ள மெய்ப் பொருளை எடுத்துரைக்கும் முயற்சி யிலானது இக்கோயில். இக்கோயிலின் சிற்ப வேலைப்பாடுகளுக்கும், அருகிலுள்ள சம்பா (Chamba) பகுதியில் மரத்தால் அமைந்த கட்டுமானக் கோயிலின் சிற்ப வேலைப்பாடுகளுக் கிடையே அதிக ஒற்றுமை காணப் படுகின்றது.

'ராவி' நதி பாயும் சமவெளிப் பகுதியில் இயற்கை அரண் போல் உயர்ந்த மலைகளால் சூழப்பட்டுத் தனிமைப் படுத்தப்பட்ட பகுதிதான் சம்பாப் பகுதி. முந்தைய நாளில் வணிகப்

பாதையோ, இந்நாளில் நவீன சாலையோ இச்சமவெளிப் பகுதி வழியாகச் செல்லுமாறு அமைந்திருக்கவில்லை. எனவே காலங்காலமாகவே மாற்றமேதும் காணாததாகவும், அமைதி தவழுவதாகவும் இப்பகுதி உள்ளது. இப்பகுதியில் உள்ள பல கோயில்களின் காலம் ஆயிரம் ஆண்டுகளுக்குமேற்பட்டது. இக்கோயில்களிலுள்ள உலோகத்தாலான தெய்வச் சிலைகள் காலங்காலமாகவே வழிபாட்டுக்குரியனவாகத் திகழ்ந்தன.

20.16 சட்டிராரி கோயில் நுழைவாயில் சிற்பம்

20.17 பார்மார் கோயில்

20.18 பார்மார் கோயில் குழுமம்

பார்மார் (Bharmar) மற்றும் சட்டிராரி (Chattrarri)யில் உள்ள மரத்தால் ஆன கட்டுமானக் கோயில்களில் தெய்வச் சிற்பங்களுடன் கல்வெட்டும் (Inscription) அமைந்துள்ளது. மேருவர்மன் (Meru Varman) என்ற அரசனின் ஆதரவில் குஹ்ஹா (Gugga) என்ற ஸ்தபதியால் இக்கோயில்கள் கட்டப்பட்டதாக இக்கல்வெட்டுகள் கூறுகின்றன.

20.19 மரவேலைப்பாடு லக்சனா தேவி கோயில், பார்மார்

20.20 பார்மார் லட்சனா தேவி கோயில் நுழைவாயில் வேலைப்பாடுகள்

பார்மாரில் மரத்தால் உருவாக்கப்பட்ட கட்டுமானக் கோயிலான லக்சனா தேவி (Lakshana Devi) கோயிலானது குப்தர் காலக் கலைப் பாணியை நினைவுறுத்து கின்றது. இருப்பினும் மலைப்பகுதிப் பாணிக்கேயுரிய மென்மையும், உற்சாகத் தழும்பலும் கண்கூடாக வெளிப்படுகின்றன. உயிருள்ள அழகிய உடலமைப்பின் மென்மையையும், குழைவையும், வளைவுகளையும் தெளிவாக வெளிக் கொணரப் பயன்படுத்தப்பட்ட தேவதாரு (Deodar) மரமானது மிகச் சிறப்பான ஊடகமாகும். மரவேலைப் பாடுகளிலேயே மிகச் சிறந்ததாகத்

தோரண நுழைவாயில் திகழ்கின்றது. இது காஷ்மீரின் தனித்துவமான பாணியில் அமைந்துள்ளது. மூன்று அடுக்குகளும், அதன் மேல் முக்கோண வடிவமைப்பும் கொண்டதாக நுழைவாயில் மிக நுட்பமாகச் செதுக்கப்பட்டுள்ளது. (It has a three-storied pediment crowned by a gable).

20.21 பார்மார் லட்சனாதேவி கோயில் விதான வேலைப்பாடுகள்

இம்மலைப் பகுதிகளிலெல்லாம் தேவி வழிபாடு எனில் மகிஷாசுரமர்த்தினி வழிபாடுதான். மகிஷாசுரமர்த்தினி தான் லக்சனா தேவி. மெலிந்த, மென்மையான, கருணை பொழிவதாக வடிவமைப்பு செதுக்கப்பட்டிருந்தபோதும் தேவியின் சக்தியும் தெளிவாக வெளிப்படுகின்றது. சிவனின் வாகனமான நந்தியின் உயிரளவு செப்புத் திருமேனியானது பார்மார் கோயிலின் முற்றத்தில் கம்பீரமாக நின்ற நிலையில் உள்ளது.

சட்டிராரியிலுள்ள சக்திதேவி கோயிலானது எட்டாம் நூற்றாண்டைச் சேர்ந்த மரத்தால் ஆன கட்டுமானக் கோயிலாகும். கருவறை நுழைவாயில் மிக நுட்பமான மரவேலைப்பாடாகும். லிண்டல் பகுதியில் இடம் பெறும் பறந்த நிலையிலுள்ள கந்தர்வர்கள் உற்சாக உணர்வை வெளிப்படுத்துகின்றனர். நுழைவாயிலின் இருபக்கங்களிலும் எண்ணற்ற தேவதைகள் நுட்பமாகச் செதுக்கப்பட்டுள்ளனர். வார்த்தை வர்ணனைகளுக்கு அப்பாற்பட்ட மென்மையையும், உயிரோட்டத்தையும் இவ்வேலைப்பாடுகள் கொண்டுள்ளன. மெலிந்த தேகத்துடன், ஒருபக்கமாகச் சற்றே சாய்ந்து நின்ற நிலையிலமைந்துள்ளது சக்தி தேவியின் சிறப்பு. மேலாடை (Blouse), கேசத்தை மறைக்கும் ஆடை (Scarf) போன்ற சிறப்பியல்புகள் எல்லாம் காஷ்மீர் மலைக் கலையின் தனித்துவத்தைப் பிரதிபலிக்கின்றன.

20.22 சம்பாவிலுள்ள லட்சுமி நாராயணன் கோயில்

சம்பாநகரில் (Chamba) தொன்மையான கல்கட்டுமானக் கோயில்கள் இன்றும் வழிபாட்டுக்குரியனவாக உள்ளன. லட்சுமி நாராயணன் கோயில் குறிப்பிட்டுச் சொல்லத்தக்க ஒன்றாகும். பத்தாம் நூற்றாண்டைச் சேர்ந்த சிவ பார்வதி சிற்பங்கள் மென்னயத்தையும், அரச தோரணையையும் ஒரு சேர வெளிப்படுத்துகின்றன. சிவன் தனது முழங்கையைப் (Elbow) பார்வதியின் தோளில் அன்பு ததும்ப வைத்திருப்பதைக் காணுகையில் நமக்கு ஏற்படும் உணர்வாகும் இது.

லஹால் (Lahaul)என்ற இடத்திலுள்ள மிருகுளா தேவி (Mrikula Devi) கோயிலானது பதினொன்றாம் நூற்றாண்டைச் சேர்ந்ததாகும். வெளிப்புறக் கட்டுமானம் நம்மைக் கவரவில்லை. கோயிலின் உட்புற மர வேலைப்பாடு மிகச் சிறப்பானதாகும். கருவறை நுழைவாயில், மேல்தளம் (Ceiling), இதனைத் தாங்கும் தூண்கள் ஆகிய வேலைப்பாடுகள் காலத்தால் முந்தியது. ஜன்னலின் இருபக்க வேலைப்பாடுகளும் காலத்தால் பிந்தியது. பிற்காலத்தில் நிறுவப்பட்ட இரு பெரிய துவாரபாலகர்களும் உள்ளனர். இந்த வேலைப் பாடுகளுக்கும், காஷ்மீர் கலை வேலைப்பாடுகளுக்கும் நிறைய ஒற்றுமையுள்ளது.

காஷ்மீர் சமவெளியைச் சுற்றியுள்ள மாபெரும் மலைகள் காஷ்மீரின் புத்தபிக்குகளின் மன உறுதிக்குத் தடைக் கற்களாயிருக்க

20.23 ஒட்டுமான வேலைப்பாடுகளைக் கொண்ட கல்கட்டுமான சுவர்கள் - சம்பா லட்சுமி நாராயணன் கோயில்

முடியவில்லை. காஷ்மீரிலிருந்து புத்த பிக்குகள் திபெத்திற்கும், சீனாவிற்கும், மத்திய ஆசிய நாடுகளுக்கும் சென்று வந்த வண்ணமே இருந்தனர். இதனால் நான்காம் நூற்றாண்டு தொடங்கிப் பத்தாம் நூற்றாண்டு வரை இத்தொலைநாடுகளில் புத்தமத கருத்துக்களைப் பரப்ப முடிந்தது. குமாரஜீவா (Kumarajiva) என்பவர் காஷ்மீரைச் சேர்ந்த குமாராயனா (Kumarayana) என்பவரின் மகனாவார். சீன வரலாற்றில் குமாரஜீவா மிகச் சிறந்த புத்தமத ஆசானாகக் குறிப்பிடப்பட்டுள்ளார். இவர் போன்ற ஆசான்கள் செப்புச் சிலைகளையும், ஓவியங்கள் தீட்டப்பட்ட பௌத்த கோட்பாடுகள் இடம் பெறும் சுவடிகளையும் (Manuscripts) தங்களுடன் எடுத்துச் சென்றனர். இதன் மூலம் காஷ்மீரின் தனித்துவமான அழகுக் கலைகளைத் தூரதேசங்களிலும் பரப்பினர்.

இந்திய அழகியல் தத்துவத்தின்படி அழகில் மெய்மறக்கும் கணம் தான் பிரம்மானந்த நிலை அடையும் கணம் ஆகும். காஷ்மீரின் தனித்துவமான அழகிய கலை வேலைப்பாடுகள் அதிகப்படியான உற்சாக உணர்வையும் வெளிப்படுத்துவதால் அது மிகவும் சிறப்புடையதாகின்றது.

அத்தியாயம் - 21
இமயத்தின் எழில் கொஞ்சும் கலைச் சோலைகள்

புகழ் பெற்ற புத்தமத மையங்களெல்லாம் 12, 13ஆம் நூற்றாண்டுகளில் வெளிநாட்டுப் படையெடுப்பினால் அழிந்துவிட்டன. அதன்பின் இமயமலைப் பகுதிகளிலும், அதைத் தாண்டிய பகுதிகளிலும்தான் புத்தமதம் பெரும்பான்மையோரால் பின்பற்றப்படும் மதமாகத் திகழ்ந்தது.

ஸ்பிட்டி (Spiti), கின்னார் (Kinnaur), லடாக் (Ladakh) ஆகிய பகுதிகளெல்லாம் இயற்கை மாயாஜாலம் புரியும் இமயம் கடந்த (trans-Himalayan) பகுதிகளாகும். கின்னார் இன்றைய இமாச்சலப் பிரதேச மாநிலத்திலும், லடாக், ஜம்மு காஷ்மீர் மாநிலத்திலும் உள்ளது. உலகின் மிக உயர்ந்த மலைகள் இவ்விடங்களுக்கு இயற்கை அரணாய் உள்ளன. கடல் மட்டத்திலிருந்து 10,000 அடி முதல் 20,000 அடி வரை உயரமுள்ள பகுதிகளாகும் இவை. கடுங்குளிர் நிலவும் பனிப் பிரதேசங்களின் நில அமைப்பானது வியப்பூட்டும் குணாதிசயங்களையுடையதாகும். எனவே இந்த அந்தகாரப் பகுதிகளில் வசிக்கும் மனிதனுக்கு ஒவ்வொரு நாள் வாழ்க்கையும்

21.1 சனி ஸ்தூபி - கி.பி.1 - ஆம் நூற்றாண்டில் கனிஷ்கரால் நிறுவப்பட்டது

ஒரு போராட்டமேயாகும். இத்தகு சூழலில் இறைச்சிந்தனையானது எளிதில் கைகூடக் கூடியதே!

இப்பகுதிகளில் புத்தமதமானது மிகவும் பழமையான ஒன்றாகும். லடாக்கிலுள்ள சனி ஸ்தூபி (Sani Stupa) கி.பி. முதலாம் நூற்றாண்டில் பேரரசர் கனிஷ்கரால் நிறுவப்பட்டதென நம்பப்படுகின்றது. ஸ்ரீநகரிலிருந்து லெ (Leh) செல்லும் புராதனப் பாதையில் மிக பிரம்மாண்டமான மைத்ரேய புத்தரின் சிற்பமொன்று குன்றில் குடையப்பட்டுள்ளது. இச்சிற்பமானது எட்டாம், ஒன்பதாம் நூற்றாண்டைச் சேர்ந்த காஷ்மீர் கலைப் பாணியில் செதுக்கப்பட்டுள்ளது.

ஏழாம் நூற்றாண்டு முதல் ஒன்பதாம் நூற்றாண்டு வரையிலான கால கட்டத்தைச் சேர்ந்த பிரம்மாண்டமான புத்தர் சிற்பங்களும் பிற பாறைக் குடைவுகளும் இப்பகுதி வழி செல்லும் வணிகப் பாதைகளில் அமைந்துள்ளது. இதிலிருந்து இந்த மிக உயர்ந்த பீடபூமிப் பகுதிகளில் புத்தமதம் பரவியிருந்ததையும், காஷ்மீர் கலைப் பாணி தாக்கம் நிலவியதையும் அறிந்து கொள்ளலாம்.

எட்டாம் நூற்றாண்டில் இமயம் கடந்த பகுதிகளில் புத்தமதத்தின் முதல் மாபெரும் பரவல் (First Great Diffusion of Buddhism) நடைபெற்றது. குரு பத்ம சாம்பவன் (Guru Padmasambhava) மேற்கே லடாக் தொடங்கி கிழக்கே அருணாச்சலப் பிரதேசம் வரையிலான மலைப் பகுதியனைத்திலும் புத்தமதத்தைப் பரப்பினார். இவர் நாளந்தா பல்கலைக்கழகத்தில் கல்வி பயின்றவர்.

21.2 லடாக்கிலுள்ள மைத்ரேயன் சிற்பம்

பத்மசாம்பவான் தாந்த்ரிக புத்தமதத்தின் (Tantric Buddism) புகழ் பெற்ற ஆசானாவார். திபெத்திய மக்கள் புத்தமதத்திற்கு மாறத் தயக்கங்காட்டவே, குருசாம்பவான் திபெத்திற்கு அழைக்கப்பட்டார். தீய ஆவிகளும், சாத்தான்களும் மலைகளிலும், காற்றிலும் வசிப்பதாகத் திபெத்தியர்கள்

நம்பி அதீத பயத்திலிருந்தனர். 'சாம்' எனப்படும் (Cham, a sacred masked dance) புனித முகமூடி நடனத்தின் மூலம் இத்தீய ஆவிகளையும், சாத்தான்களையும் அடக்கி, ஓட்டினார் குரு சாம்பவான். இதன் மூலம் புத்தமதம் பரவ வழிவகுத்தார் சாம்பவான். இம்மலைப் பிரதேசமெங்கிலும், 'சாம்' நடனம் இன்றளவும் நடத்தப்படுகின்றது. குரு சாம்பவன் 'இரண்டாம் புத்தர்' என்ற அளவிற்குப் போற்றப்படுகின்றார்.

21.3 சாம் நடனத்தின் உச்சம்

பத்தாம் நூற்றாண்டில் திபெத்தின் மேற்குப் பகுதியிலுள்ள 'குகே' (Guge) என்ற பகுதிக்கு யேஸி ஒட் (Yeshe Od) என்பவர் அரசனானார். இக்காலகட்டத்திலெல்லாம் இப்பகுதியில் புத்தமதம் செல்வாக்கு இழந்திருந்தது. சிறுபான்மையினரால் பின்பற்றப்பட்ட புத்தமதம் கூட இப்பகுதிகளுக்கே உரியதான மந்திர, தந்திர சடங்குகளுடன் தூய்மையற்றிருந்ததே, அரசனை, மேலும் அதிக வருத்தத்திலாழ்த்தியது.

கி.பி.975 முதல் இவ்வரசன் ரின்சென் சான்போ (Rin chen Zangpo) என்பவரைக் காஷ்மீருக்கு அனுப்பினர். கடினமான பயணத்திற்குப் பின்பு சென்றடையக் கூடிய காஷ்மீரானது, இவ்வரசன் காலத்தில், மாபெரும் புத்தமத மையமாகத் திகழ்ந்தது. புத்தமதத்தின் உண்மையான அறிவினைப் புகட்டும் புனித நூல்களைக் கொணர்தல், கட்டுமானம், சிற்ப வேலை, வண்ணம் பூசுதல் ஆகியவற்றில் கைதேர்ந்த காஷ்மீரி கலைஞர்களை 'குகே'க்கு அழைத்து வருதல் ஆகிய பணிகள் ரின்சென் சாம்போவிற்கு அளிக்கப்பட்டிருந்தன.

சான்போ காஷ்மீரில் ஆறுவருடங்கள் தங்கி தனது கல்வியை முடித்துக் கொண்டதுடன், தனது சீடர்களையும் வழி நடத்தினார். புத்தமதம் பற்றிய உண்மை அறிவை மொழி பெயர்த்து 'குகே' பகுதிக்கு

21.4 இமாச்சல் பிரதேசத்திலுள்ள அரசன் யேஸி ஓட் சிற்பம்

அளித்தார். அதனாலேயே வருங் காலங்களில் 'மாபெரும் மொழி பெயர்ப்பாளர்' எனப் பொருள்படும் லோட்ஸவா (Lhotsava) என போற்றப்பட உள்ளார்.

ரின்சென் சாம்போ காஷ்மீரில் தங்கியிருந்த காலங்களில் வைரோகன மண்டலத்தின் (Mandalas of Vairocana) புனித நூல்களையே கற்றுத் தேர்ந்தார். சர்வ ததாகத தத்வ சங்க்ரக சூத்ரம் (Sarva Tathagata Tattva Sangraha Sutra) என்பதை சமஸ்கிருத மொழியிலிருந்து திபெத்திய மொழிக்கு மொழி பெயர்த்தார். யோகதந்திர புத்தமதப் பிரிவின் தலையாய நூல் இதுவேயாகும். இந்த நூல்களில் குறிப்பிட்டுள்ளபடியே வைரோகனரை மையமாகக் கொண்டுள்ள வஜ்ரதாது மண்டலமே (Vajradhatu Madala) ரின்சென் சாம்போவினால் உருவாக்கப்பட்ட புத்தபிக்குகள் தங்கும் தனிமைப்படுத்தப்பட்ட மடாலயங்களிலெல்லாம் (Monastries) நிறுவப்பட்டது. இக்கால கட்டத்தையே புத்தமதத்தின் இரண்டாம் மாபெரும் பரவல் (Second Great diffusion of Buddhism) என்றழைப்பர். இக்கால கட்டத்தில் கட்டப்பட்ட கோயில்களெல்லாம் வைரோகன புத்தருக்குரியதேயாகும்.

மடாலயங்களும், கோயில்களும் சேர்த்து மொத்தம் 108 புத்தமதக் கட்டுமானங்களை சான்போ உருவாக்கினார் என இமயம் கடந்த பகுதி மக்களால் நம்பப்படுகின்றது. காஷ்மீர் பள்ளத்தாக்குப் பகுதிகளில் தலை சிறந்து விளங்கிய 32 கலைஞர்களை சான்போ குகேக்கு அழைத்து வந்தார். இமயம் கடந்த பகுதிகளில் என்றென்றும் நிலைத்திருக்கும் பாணியின் அடித்தளம் இக்கலைஞர்களால் அமைக்கப்பட்டதேயாகும்.

இமயம் கடந்த பகுதிகளில் மேற்கொள்ளப்பட்ட கலை வேலைப்பாடுகளில் உள்நோக்கிய பார்வையும், உள்ளார்ந்த மன அமைதியும் உருவ வடிவமைப்பில் வெளிப்படுத்தும் குப்தர் கால பாணியும் அடக்கம். வணிகப் பாதைகளின் மூலம் தொடர்பு கொள்ள முடிந்த மத்திய ஆசிய நாடுகள், சீனா, மத்திய தரைக்கடல்

ஆகியவற்றின் கலாச்சார பாணிகளும் அடக்கம்; மேலும் சான்போ அழைத்து வந்த காஷ்மீரி கலைஞர்கள் இமயம் கடந்த பகுதியின் உள்ளூர் கலைஞர்களுக்கும் அனுபவப் பயிற்சியளித்தனர்; இதனால் இமயம் கடந்த பகுதிகளுக்கே உரித்தான கலைச் சிறப்பம்சங்களும் கலந்து வெளிப்பட ஏதுவாயிற்று. சான்போவின் முயற்சியால் உருவான கலை வேலைப்பாடுகள் இமயமலைப் பகுதியில் நியார்மா (Nyarma)விலும், திபெத்தில் தோலிங் (Tholing), கோர்ஜா (Khorja) என்ற இடங்களிலும் இடம் பெற்றுள்ளன.

21.5 ரின்சென் சான்போக்கு அர்ப்பணிக்கப்பட்ட சந்நிதி

'லே' யிலிருந்து தெற்கு நோக்கிச் செல்லும் பிரதான பாதையிலிருந்து சற்றே விலகி அமைந்துள்ள ஊர் நியார்மா ஆகும். இன்றைக்கு இவ்வூரிலுள்ள கலைக் கட்டுமானங்களெல்லாம் இடிபாடுகளுடன் காணப்படுகின்றன. இருப்பினும் காணக் கிடைத்துள்ள பல கோயில்களின் கூடுகளிலிருந்தும் (Shells), ஸ்தூபிகளிலிருந்தும்

21.6 லடாக்கிலுள்ள சிதிலமடைந்த ஸ்தூபிகள்

(Chortans) கட்டப்பட்ட காலத்தில் இக்கோயில்கள் பெற்றிருந்திருந்த மகோன்னதங்களை ஊகிக்க முடிகின்றது.

ஜன்ஸ்கர் (Zanskar) பள்ளத்தாக்கானது மிகவும் ரம்மியமான பகுதியாகும். வருடத்தில் பாதி நாட்கள் பனிமூட்டத்தின் காரணமாக உலகின் பிற பகுதி தொடர்பிற்கு வாய்ப்பில்லாத பகுதியாகும். தொன்மையான புத்தமத நடைமுறைகளைக் கட்டிக் காக்கும் புண்ணிய பூமியாகும். இப்பகுதியில் உள்ள கர்ஷா (Karsha), புக்டால் (Phugtal) என்பவை மிகவும் தொன்மையான மடாலயங்களைக் கொண்டுள்ளன. இக்கட்டுமானங்கள் ரின்சென் சாம்போவின் வழியைப் பின் தொடர்ந்த ஜன்ஸ்கர் லோத்ஸவா என்பவரால் உருவாக்கப்பட்டன.

21.7 ஸ்பிட்டி தபோ மடாலயம்

இமயமலைப் பகுதியில், இதைப்போல், தனிமைப்படுத்தப்பட்ட மற்றொரு பகுதி ஸ்பிடி (Spiti) ஆகும். இதன் செழிப்பான பள்ளத்தாக்கில் உள்ள டாபோ (Tabo) கிராமத்தில் புத்தபிக்கு குடியிருப்புக் குழும கோயில்கள் (Monastic Temple Complex) அமைந்துள்ளன. இவைகள் புத்தமத இரண்டாம் மாபெரும் பரவல் கால கட்டத்தைச் சேர்ந்த மிகவும் தொன்மையான செயல்பாட்டுத் தளங்களாகும். கி.பி. 996-இல் சான்போவினாலேயே உருவாக்கப்பட்டதாக நம்பப்படுகின்றது. குஹே வம்ச அரசர்களால் தொடர்ச்சியாக ஆதரிக்கப்பட்டதாக இங்குள்ள கல்வெட்டுக்கள் அறிவிக்கின்றன. கி.பி.1042-இல் பெரிய அளவில் புனருத்தாரண வேலைகள் மேற்கொள்ளப்பட்டுள்ளன.

21.8 தபோ மடாலய சிற்பங்கள்

இங்குள்ள வழிபாட்டுக் கூடுமிடங்களிலுள்ள (Dukhang) சிற்பங்களும், பெரும்பாலான ஓவியங்களும் புனருத்தாரண வேலைகள் மேற்கொள்ளப்பட்ட காலத்தைச் சேர்ந்தவை களேயாகும். முக்கிய வழிபாட்டுக் கூடுமிடமானது வஜ்ரதாது மண்டலத்தைக் குறிக்கும் கட்டுமானமேயாகும். மண்டலத்தின் மையத்தில் மிகவும்

21.9 வஜ்ரதாது மஹா மண்டபத்திலுள்ள போதி சத்துவர்கள்

21.10 குடையின் கீழ் கொடை தெய்வம்

உயர்ந்த நிலை வீடுபேற்றிற்கு உருவகமான மஹா வைரோகனரின் அமர்ந்த நிலைச் சிலையுள்ளது. சுற்றிச் சுவர்களில் நிறுவப்பட்டுள்ள சிற்பங்களிலும், வரையப்பட்டுள்ள ஓவியங்களிலும் இடம் பெறும் தெய்வங்கள் வைரோகனரின் வெவ்வேறு சிறப்பம்சங்களேயாகும். சிற்பங்களெல்லாம் களிமண்ணால் ஆனவை. வாழ்வியல் அளவுள்ள 37 தெய்வ சிற்பங்கள் தரையைத் தொடாமல் சற்று உயரத்தில் சுவரில் பொருத்தப்பட்டுள்ளன. இத்தகு அமைப்பானது களிமண் சிற்பத் தொழில் நுட்பங்கள் பற்றிய 8-ஆம் நூற்றாண்டு மற்றும் 12-ஆம் நூற்றாண்டைச் சேர்ந்த இந்திய நூல்களில் இடம் பெறும் விவரங்களையொத்தே அமைந்துள்ளன. உயரத்தில், சுவரில் பொருத்தப்பட்டிருக்கும் சிலைகள் அமைப்பானது, வான்வெளியில் தொங்கினாற் போன்ற தோற்றத்தைக் கொடுக்கின்றது. புத்தகம், வாள் போன்ற உருவக குணாதிசயங்களை இச்சிற்பங்களின் கைகளில் தற்போது காண முடியவில்லை. ஆனால் சிற்பங்கள் உருவாக்கப்பட்ட காலத்தில் புத்தகமோ, வாளோ நிச்சயமாக கையில் ஏந்தினாற்போல் அமைந்திருக்கும். புத்தகம் அறிவிற்கு உருவகமாகின்றது. அறியாமை இருளைக் கிழித்தெறியும் உருவகமாக வாள் அமைகின்றது.

இந்த வழிபாட்டுக் கூடத்தில் நுழையும் பக்தர்களும் வஜ்ரதாது மண்டலத்தினைச் சேர்ந்தவர்களகவே எண்ணப்படுகின்றனர். பக்தர்களின் வழிபாட்டு ஆராதனைகளும், அர்ப்பணிப்புகளும் வஜ்ரதாது மண்டலத்தின் பெண் தெய்வங்களாக உருவகப்படுத்தப்பட்டுள்ளன. இறைவன் மேல் கொண்ட பிரேமை வஜ்ரலஸ்யா (Vajralasya) என்றும், இசை கலந்த நடன ஆராதனை வஜ்ர நிருத்யம் (Vajranritya) என்றும் சாம்பிராணி, ஊதுபத்தி ஆராதனைகளெல்லாம் வஜ்ரதூபம் என்றும் பெண் தெய்வங்களாக உருவகப்படுத்தப்பட்டுள்ளன. கடிகார ஓட்ட திசையில் வலம் வரும் பக்தனின் அன்பு, அர்ப்பணிப்பு வெளிப் பாடுகளும் இவ்வாறு வஜ்ரதாது மண்டலப் பகுதியாகப் பிணைக்கப்பட்டுள்ளன.

முக அமைப்பு, மகுடம், ஆபரண அணி கலன்களில் எல்லாம் காஷ்மீரி கலைஞர்கள் கொணர்ந்த தொழில் நுணுக்கம் வெளிப் படுகின்றது. ஒட்டு மொத்தமாகக் கலை வேலைப்பாடுகளில் பல்வேறு நாகரிகங்களின், கலைப் பாணிகளின் தாக்கம் தென்படுகின்றது. முத்தாய்ப்பாக அருள்பாலிக்கும் கருணையும், மென்மையும், அமைதியும் தவழும் முக அமைப்புதான் பக்தர்களைப் பரசவத்திலாழ்த்துகின்றது. கருவறையில் (Cella) நான்கு உடல்களுடைய வைரோகனருக்குப் பின்பாக போதிசத்துவர்கள் இருபுறமும் இருக்க புத்தர் சிற்பம் உள்ளது. நுழைவு வாயிலில் துவாரபாலகர் போன்ற காக்கும் தேவதைகளும் இடம் பெற்றுள்ளனர்.

21.11 லாலுங் கிராமத்திலுள்ள செர்காங் பொற்கோயில்

21.12 விண்ணில் தவழும் கற்பனை உருவங்கள்

டாபோ மடாலயத்திற்கு அருகிலேயே அமைந்துள்ளது லாலுங் (Lhalung) கிராமம். இங்குள்ள செர்காங்(Serkhang) என்றழைக்கப்படும் பொற்கோயி லானது இமயலைப் பகுதி அனைத்திலும் உள்ள கட்டுமானங் களில் தலை சிறந்த கலை உருவாக்கமாகும். பொதுவாகச் சுவர்களிலெல்லாம் மென்மையான பாவங்களுடன் கூடிய போதிசத்துவர்களாலும், பெண் தெய்வங்களாலும் நிரப்பப்பட்டு விண்ணுலகத் தோற்றமே கொண்டுள்ளது. சாக்கியமுனி புத்தரைச் சுற்றியே இவர்களெல்லாம் சுவர்களில் இடம் பெறுகின்றனர். புத்தருக்குக் கீழே புத்தரை வணங்கினாற்போல் இந்திரன் படைக்கப்பட்டுள்ளான். புத்தரின் மென்மை தவழும் பாவமும், நளினமான நிலையும் ஷெர்காங்

சிற்பங்களிலேயே தலைசிறந்த ஒன்று என்பது தெளிவாகின்றது. கோயிலின் இடதுபுறச் சுவரில் வைரோகனா மண்டலச் சிற்பங்களெல்லாம் தர்மா-தாது- வாஜிஸ்வரா-மஜூஷ்ரீ) (Dharmadhatu-Vagisvara-Majushri) ஆக உருவாக்கப்பட்டுள்ளன. உருவாக்கப்பட்ட காலத்தில் வைரோகனரின் எட்டு கைகளும் அநேகமாக வாளையோ அல்லது புத்தகத்தையோ ஏந்தியிருக்க வேண்டும்.

பக்தர்களைப் பரவசத்துள்ளாக்கும் புனிதத்தலம்தான்; இருப்பினும் தெய்வங்களுக்கிடையேயுள்ள இடைவெளிப் பகுதிகளில் இடம் பெற்றுள்ள வளைந்து வளைந்து செல்லும் கொடிகளும் மற்றும் புராண இதிகாச உருவங்களும் பக்தர்களை வாழ்வியல் உற்சாகத்தி லாழ்த்துகின்றன. இக்கலைப் படைப்புகள் படைப்புலகக் கொடியின் முடிவில்லாத் தொடர்ச்சியினையும், அதிலிருந்து உருவாகும் எண்ணற்ற படைப்புகளுக்கும் உருவகமாகும். இந்தக் கருத்துரு (Motif) இந்தியக் கலைகளில் கி.மு. இரண்டாம் நூற்றாண்டிலிருந்தே பார்ஹூத் மற்றும் சாஞ்சி ஸ்தூபிகளைச் சுற்றியுள்ள வேதிகாவில் தொடங்கித் தொடர்ந்து காலங்காலமாக இடம் பெற்றுள்ளன.

ஸ்பிடி (Spiti) பள்ளத்தாக்கை ஒட்டியேயுள்ளது கின்னார் (Kinnaur). இங்கு பத்தாம் நூற்றாண்டைச் சேர்ந்த செதுக்கப்பட்ட கல்தூண் உள்ளது. இத்தூணில் இடம் பெறும் அரசன் யேஷி ஓட்-ன் கல்வெட்டில் ‘கடவுள் மற்றும் மனிதனின் மதமானது மிக உயர்நிலைக்கு எடுத்துச் செல்லப்பட்டுள்ளது‘ என்ற வாசகம் உள்ளது. இந்த வாசகத்திலிருந்துதான் புத்தமதத்தின் இரண்டாம் மாபெரும் பரவல் காலத்தைச் சேர்ந்தது இக்கல்தூண் என்பது உறுதியாகின்றது. கின்னார் பகுதியிலுள்ள ஸல்கார் (Shalkar) கிராமத்தில் லோட்ஸவா லக்காங் (Lhotsava Lakhang) கோயிலில் பாதிப்பேதும் இல்லாமல் அசல் மரத்தூண் உள்ளது. இம்மரத்தூண் பத்து முதல் பன்னிரண்டாம் நூற்றாண்டு வரையிலான காலத்தைச் சேர்ந்த தனித்துவமான காஷ்மீரி கலை பாணியிலேயே செதுக்கப்பட்டுள்ளது.

கின்னார் பகுதியிலுள்ள நாகோ (Nako) கிராமமானது 13000 அடி உயரத்தில் அமைந்துள்ளது. ‘இரண்டாம் மாபெரும் பரவல்’ காலகட்டத்தின் தொடக்கத்தைச் சேர்ந்த கோயில் குழுமம் ஒன்று இங்குள்ளது. இக்குழுமத்தின் பிரதான கோயிலானது லோட்ஸவா லகாங் என்றும் மாபெரும் மொழிபெயர்ப்பாளர் ரின்சென் சாம்போவின் கோயில் என்றும் அழைக்கப்படுகின்றது. கோயிலின் இடதுபுறச் சுவரில் வஜ்ரதாது மண்டலத்தின் ஓவியம் தீட்டப்பட்டுள்ளது. இக்கால கட்டத்தின் மிகச் சிறந்த சுவர் ஓவியங்கள் இக்கோயிலில் இடம் பெறுபவைகளாகும்.

இக்கிராமத்தில் அழியாமல் கிடைத்துள்ள களிமண் சிற்பங்களெல்லாம் இதே காலகட்டத்தைச் சேர்ந்த இமயம் கடந்த பகுதியிலுள்ள கோயில்களின் சிற்பங்களைப் போன்றேயுள்ளன. மிகவும் உன்னதமான (highest enlightenment) முக்தியை உணர்த்தும் அபிநய முத்திரையுடன் வைரோகனர் மையத் தெய்வமாய் இடம் பெற்றுள்ளனர். மகரங்களையும், உச்சியில் கருடனையும் கொண்டுள்ள சட்டங்களால் ஆன வைரோகனரின் சிம்மாசனமானது விரிவான வேலைப்பாடுகளை உடையதாகும். விஷ்ணுவின் வாகனமான கருடனானது இக்கால கட்டத்தைச் சேர்ந்த முக்கிய சந்நிதிகள் அனைத்திலும் இடம் பெற்றுள்ளது.

21.13 தொலை தூரத் தோற்றத்தில் அல்கி கோம்பா

கின்னார் பகுதியில் ஒதுக்குப்புறமாயுள்ள சரங் (Charang) என்ற இடத்திலுள்ள கோயிலும் ரின்சென் சாம்போவினால் கட்டப் பட்டதென்றே நம்பப்படுகின்றது. முக்கிய தெய்வம் வைரோகனர்தான். சுவரில், தரையிலிருந்து சற்று உயரமாக, தெய்வச் சிலைகளை நிறுவும் வழக்கம் இங்கும் தொடர்ந்துள்ளதைக் காணலாம். மையத்தில் வைரோகனரும், சுற்றுச் சுவர்களில் உயர்ந்த இடங்களிலுள்ள தெய்வங்களும் சேர்ந்த ஒட்டுமொத்த கோயிலே ஒரு கட்டுமான மண்டலமாகக் காட்சி அளிக்கின்றது.

ஒன்றுக்கொன்று நெருங்கிய தொடர்புடைய அல்கி (Alchi), மாங்யூ (Mangyu), சும்டா (Sumda), குழுமக் கோயில்களெல்லாம் லடாக்கில் செழிப்பான நதிப் பள்ளத்தாக்குப் பகுதிகளில் அமைந்துள்ளன. இவை மூன்றுமே ரின்சென் சாம்போவினால் ஒரே இரவில் கட்டப்பட்டதென்று லடாக் மக்களால் நம்பப்படுகின்றது.

21.14 சும்டஸ்க் கோயில் நுழைவாயில் வேலைப்பாடுகள்

அல்கியுள்ள டுகாங் (dukhang)ன் நுழைவாயில் காஷ்மீரி பாணியினாலான நுணுக்கமான மரவேலைப்பாடுகளைக் கொண்டுள்ளது. இங்குப் பிளிறும் யாளிகள் (Leogryphs) உள்ளன. பயமறியாத இவ்விலங்குகள் ஒவ்வொருவரினுள்ளும் இருக்கும் மனோ தைரியத்தைத் தட்டியெழுப்பத் தூண்டுகோலாயிருப்பவை ஆகும். இம்மனோதைரியத்தின் மூலம் மனக்குழப்ப பூதங்களை அண்டவிடாமல் தடுக்க இயலும். அல்கி டுகாங் ஆனது சும்டா (Sumda) கிராமத்தைச் சேர்ந்த பிக்கு கால்டன் ஷெராப் (Kalden Sherab) என்பவரால் கட்டப்பட்டதாகக் கல்வெட்டொன்று உரைக்கின்றது. அருகிலுள்ள நியார்மாவில் கால்டன் ஷெராப் கல்வி கற்றார். அல்கி டுகாங் சந்நிதியில் மையத்தில் வைரோகனரும், சுற்றிப் பிற தெய்வங்களும் தலைசிறந்த களிமண் வேலைப்பாடுகளாக இடம் பெற்றுள்ளனர்.

சும்டஸ்க் (sumtsek) என்றழைக்கப்படும் மூன்று தளங்களுடைய கோயிலின் வாயில் மர வேலைப்பாடு மிக நுணுக்கமாகக் காஷ்மீரி பாணியில் செதுக்கப்பட்டுள்ளது. காஷ்மீரி கோயில்களில் காணப்படும் (படம்) கலைப் பாணியிலேயே சிற்ப உருவங்கள் அமைந்துள்ளன. லடாக்கிலுள்ள கோயில்களின் சிறப்பம்சமே மண் கொண்டு உருவாக்கப்பட்ட மிக பிரம்மாண்டமான போதி சத்துவர்களைக் கொண்டுள்ள கோயிலின் உட்புறங்களே ஆகும். இரண்டு தளங்கள் உயரமுள்ள சிலைகளைக் கூட இங்குக் காணலாம்.

21.15 சும்டஸ்க் கோயிலின் முகப்பில் உள்ள மரவேலைப்பாடுகள்

21.16 அல்கி ஓவியங்கள்

சம்டஸ்க்-கிலுள்ள 18 அடிகள் உயரமுள்ள அவலோகிஸ்வரர் சிலையைச் சுற்றிலும் மிகச் சிறந்த ஓவியங்கள் இடம் பெற்றுள்ளன. சமகாலத்து காஷ்மீர் கலாச்சாரத்தின் காட்சிச் சான்றுகளாய் இவ்வோவியங்கள் திகழ்கின்றன. புத்த மத, வைதீக மத சந்நிதிகளும், தெய்வங்களும், இசைக் கலைஞர்களும், நடனக் கலைஞர்களும், குதிரை மீதமர்ந்து வேட்டையாடும் இளவரசர்களும் இந்த ஓவியங்களில் இடம் பெற்றுள்ளனர். நுட்பமான நிழல்பகுதிகள் மூலமும், நுட்பமான வடிவ அமைப்புகள் மூலமும் ஓவியக் கருத்துக்கள் தெளிவாக வெளிக் கொணரப்பட்டுள்ளன. ‘கிளாசிக்’ இந்திய பாணியில் இடைக்கால (Medieval) அதிநளின உருவ அமைப்புகளுடன், பெர்ஷிய பாணியலமைந்த மிக நுணுக்கமான சின்னஞ்சிறிய அளவு வேலைப்பாடுகளுடன் ஓவியங்கள் அமைந்துள்ளன. இடைக்காலத்தைச் சேர்ந்த மிக உன்னதமான கலாசாரங்கள் சங்கமிக்கும் இடமாக இவ்வோவியங்கள் திகழ்கின்றன என்றால் மிகையில்லை.

இரண்டாவது மாபெரும் புத்தமதப் பரவல் காலத்தைச் சேர்ந்த அல்கி குழுமத்தைச் சேர்ந்த மற்றொரு கோயில் மஞ்சுஸ்ரீலகாங் (Manjushri Lakhang) ஆகும். நான்கு பிரதான திசைகளையும் நோக்கியவாறு சிங்க சிம்மாசனத்தில் அமர்ந்த நிலையில் மஞ்சுஸ்ரீ போதிசத்துவரின் சிற்ப அமைப்பு உள்ளது. உருவாக்கப்பட்ட காலத்தில் போதி சத்துவரின் கையில் கத்தி, அம்பு, தாமரை மலர், புத்தகம் என ஏதாவது ஒன்று இடம் பெற்றிருக்கும்.

அல்கியிலிருந்து சிந்துநதியின் நதியோட்டத்தில் பின் தொடர்ந்தால் இடது கரையிலிருந்து பிரிந்து செல்லும் பாதையானது மான்ங்யூ (Mangyu) கிராமத்தைச் சென்றடையும். 11,400 அடி உயரத்தில் இக்கிராமம் (படம்) அமைந்துள்ளது. அல்கி கோயில் போன்றே இங்குள்ள கோயிலும் உள்ளது. பிரம்மாண்டமான ‘பிரிஹத்’ புத்தரையும், போதிசத்துவர்களையும் அமைக்கும் பாணி தொடர்வதைக் காணலாம். பன்னிரண்டு அடிக்கும் மேற்பட்ட உயரமுடைய போதிசத்துவர்களின் சிலைகள் இங்குள்ளன. அழகிய வேலைப்பாடுகளுடன் கூடிய ஸ்தூபியும், சிலைகளும், ஓவியங்களும் இடம் பெற்றுள்ளன.

21.17 சும்டஸ்க் கோயிலின் சுவரோவியங்கள்

13000 அடி உயரத்தில் அமைந்துள்ளது சும்டா (Sumda) மடாலயம். இங்கு களிமண்ணால் உருவாக்கப்பட்ட வஜ்ரதாது மண்டலம் நன்கு பேணப்பட்ட ஒன்றாதலால், முழுமையாக எவ்வித சேதமும் இல்லாமல் காட்சிக்குள்ளது. இடையில் உடையுடுத்தி அழகிய நகையலங்காரங்களுடன் அனைத்து உருவச் சிற்பங்களும் காணப் படுகின்றன. ஒருவரின் உள்ளார்ந்த நற்குணங்களுக்கு உருவகமான தெய்வங்களுக்கு ஆராதனைகளைக் கொணரும் பறக்கும் நிலையி லமைந்த சிற்ப உருவங்கள் காண்போரைக் களிப்பிலாழ்த்துகின்றன.

நளின வடிவமைப்பில் தூய்மையின் உறைவிடமாக அமைந்துள்ள இமயம் கடந்த பகுதிகளின் கோயில்களில் உற்சாக உணர்வு ததும்பி வழிகின்றது.

இரண்டாவது மாபெரும் புத்தமதப் பரவலின் போது லடாக்கில் நிலை பெற்ற, புத்த மதத்தின் மையக்கருவான உற்சாக அனுபவமே மிகப் பிரதானமாயிற்று. கோயில்களின் கட்டுமானம் இதனைப் பிரதிபலிப்பது

21.18 லடாக்கிலுள்ள ஓவியங்கள்

போல் அமைந்துள்ளன சிலைகள், ஓவியங்கள் ஆகிய அனைத்தும். எனவேதான் இவற்றை, உற்சாக அனுபவத்தை வெளிக்கொணரும் ஒருமித்த (Unified) புனித திட்டத்தின் அங்கங்களாகக் கருதப்படுகின்றன. இத்திட்டத்தின் விளைவாக இமயம் கடந்த இந்த பரந்த, வறண்ட பனிப் பகுதிகளில் அமைந்துள்ள கோயில்கள் எல்லாம் வண்ணச் சோலைகளாக மிளிர்கின்றன. உற்சாக உணர்வைக் கோயிலினுள் நுழையும் பக்தன் அனுபவிப்பதன் காரணமாகப் பொருள் முதல் உலகின் கவலை மற்றும் குழப்பங்களிலிருந்து விடுபட முடிகின்றது. அதன் காரணமாய் அவனுள் உறையும் உள்ளார்ந்த மன அமைதியில் திளைக்க இயல்கின்றது. எனவே இமயம் கடந்த புத்தமதத்தின் ஒருமித்த புனிதத் திட்டம் முழுமையான வெற்றி அடைந்துள்ளது என்றால் மிகையில்லை.

21.19 லடாக்கிலுள்ள அழகிய உட்புறத் தோற்றம்

அத்தியாயம் - 22
கலிங்கத்துக் காவியங்கள்

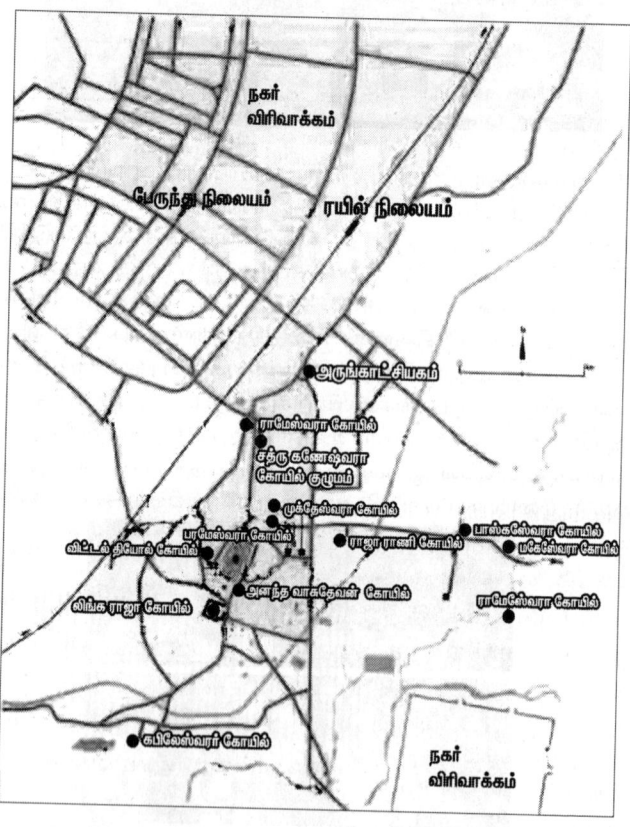

22.1 புவனேஸ்வரத்தில் உள்ள கோயில்களின் அமைவிட வரைபடம்

இந்தியக் கலை வரலாறு

தொடக்க காலந் தொட்டே ஒரிஸ்ஸா மாநிலத்தின் புவனேஸ்வரத்தைச் சுற்றியுள்ள பகுதிகள் ஆன்மிகச் செயல் மையங்களாகவே செயல்பட்டன. கி.மு. மூன்றாம் நூற்றாண்டைச் சேர்ந்த அசோகரின் பாறைச் சாசனங்களும், கி.மு. இரண்டாம் நூற்றாண்டைச் சேர்ந்த சமணக் குடைவரைகளும் இப்பகுதியிலுள்ளன. ஆறாம் நூற்றாண்டுத் தொடங்கி ஒரியக் கட்டுமானக் கோயில்களின் அமைப்பானது படிப்படியாக வளர்ச்சியடைந்துள்ளது.

வட இந்தியப் பாணிக் கட்டுமானக் கோயில்கள், திராவிடப் பாணி கட்டுமானக் கோயில்கள் போல் வரையறுக்கப்பட்ட குறுகிய பகுதிகளுக்குள் அடங்குபவைகளல்ல; கிழக்குக் கடற்கரையோரம் ஒரிஸ்ஸா; மத்திய இந்தியாவில் கஜுராஹோ; மேற்கே ராஜஸ்தான்; இப்பகுதிக்குத் தெற்கே குஜராத் மற்றும் கத்தியவார்; குவாலியர் கோட்டையிலுள்ள கோயில்கள் மற்றும் மதுரா, பிருந்தாவன்; தக்காணம் என வெவ்வேறு பரந்த நிலப்பகுதிகளில் வடஇந்திய பாணி கட்டுமானக் கோயில்கள் காணக் கிடைக்கின்றன. இந்த ஆறு பகுதிகளுக்குள் காணப்படும் வட இந்தியக் கோயில்களின் தோற்ற அமைப்பில் எண்ணற்ற வேற்றுமைகள் இருக்கலாம். எனினும் இவற்றின் தரையமைப்பிலும் (Ground plan), உயரவாக்குத் தோற்ற அமைப்பிலும் (elevation) சில அடிப்படை ஒற்றுமைகள் உண்டு; ஒரியக் கட்டுமான கோயிலமைப்பும் இதற்கு விதிவிலக்கல்ல.

ஒரியக் கட்டுமானக் கோயில்களின் பொதுக்கூறுகள்

ரேகா தியூல் (Rekhadeul), பீடாதியூல் (Pidhaduel) அல்லது ஜக்மோகனா என்றழைக்கப்படும் இரு முக்கிய பகுதிகளை ஒரியக் கட்டுமானக் கோயில்கள் கொண்டுள்ளன. சிகரத்துடன் கூடிய கருவறை ரேகாதியூல் என்றழைக்கப்படுகின்றது; கருவறை முன்புள்ள மண்டபமும், அதன் மேல்கட்டுமானமும் சேர்ந்து பீடாதியூல் அல்லது ஜக்மோகனா என்றழைக்கப்படுகின்றது.

22.2 ஒரிசாவிலுள்ள ராஜா ராணிக் கோயில்

ஒரியக் கோயில்களின் கருவறையின் உட்பகுதி சதுரமாகவே இருக்கும். கருவறையின் வெளிச்சுவர்களின் நாற்புறத்திலும் சில புடைப்புகள் (Projection) உருவாக்கப்படும். இப்புடைப்புகள் பக்கத்துக்கு ஒன்றாகில், அக்கோயில் திரிரதம் என்றும், இரண்டாகில் பஞ்சரதம் என்றும்; மூன்றாகில் சப்தரதம் என்றும் அழைக்கப்படும். இப்புடைப்புகளை மேலும் மேலும் கூட்ட, மூலை விட்டத்திற்கு இணையான பக்கங்களையுடைய ஒரு புதிய சதுரம் உருவாகின்றது. இப்புடைப்புகள் கீழிருந்து துவங்கி உச்சிவரை செல்கிறது. சிகரம் மேலே செல்லச் செல்ல உள்நோக்கி வளைகிறது (Curvilinear). சிகரத்தின் உச்சியில் வட்ட வடிவக்கல் உள்ளது. இது ஆமலகம் (நெல்லிக்கனி) எனப்படும். இதன் விளிம்புகளில் செங்குத்தான வரிகள் அமைக்கப்படுகின்றன. ஆலமகத்துடன் கூடிய உள்வளைந்த சிகரமே வட இந்தியக் கோயிலை இனம் கண்டு கொள்ள உதவும் சிறப்பம்சமாகும்.

ரேகாதியூல், பீடாதியூல் ஆகிய இரண்டுமே கீழிருந்து மேலாக நான்கு பகுதிகளாகப் பிரிக்கப்படுகின்றன. அவையாவன: பீஷ்டா (பீடம்); பாடா (bada அறைப்பகுதி) ;கண்டி (வளைந்த சிகரம்); மஸ்தகம் (வட்டமான உச்சி கற்பகுதி); மஸ்தகத்து உச்சியில் ஆமலகம் உள்ளது. இதன் கழுத்து பேகீ எனப்படும். ரேகா, பீடா தியூல்களின் பீடமும், அறைப்பகுதியும் ஒரே மாதிரியானவை. இவற்றின் மேற்பகுதிகளில்தான் வேறுபாடுகள் உண்டு.

22. 3 லிங்கராஜா கோயில்

பெரிய கோயில்களில் இவைகளுடன் நாட்டியத்திற்காக நாட்டிய மண்டமும், விழாக்களுக்காக போக மண்டபமும் சேர்க்கப்படும். இவையாவும் ஒன்றன்பின் ஒன்றாக ஒரே வரிசையில் அமைக்கப் படும். இவை எளிமையாய்த் துவங்கி, காலப் போக்கில் உள்ளும், புறமும், குறுக்கும், நெடுக்குமாகப் பல அணிகளின் சேர்க்கையால் ஒரு சிக்கலான அமைப்பைப் பெற்றுவிடுகின்றன. இதோடு பல பகுதிகளில் விதவிதமான சிற்பங்களும் சேர்க்கப்படுகின்றன. இவை யாவும் அவை உருவாக்கப் பட்ட கால மக்களின் ஆடம்பர மனோநிலையைப் பிரதிபலிக்கின்றன.

ஒரியக் கோயில் கட்டட முறையின் வளர்ச்சியினைப் படிப்படியாக நாம் அறிய முடிகின்றது. காரணம், இக்கலைஞர்கள் தங்கள் மரபுகளைக் காப்பாற்றியதும், தங்கள் கட்டடக் கலை நூல்களை அழியாது காப்பாற்றியதுமேயாகும். இந்நூல்கள் இக்கோயில்களின் ஒவ்வொரு பகுதியினையும், அவற்றின் அளவு முறைகளையும் மிகத் தெளிவாகக் கூறுகின்றன.

ஒரிஸ்ஸாவின் அரியணை கி.பி.473ஆம் ஆண்டு கேசரி குடும்பத்தினரின் கைக்கு மாறியது. அது முதல் கி.பி.1131ஆம் ஆண்டு வரை இந்தக் குடும்பத்தின் வழிவந்தவர்களே ஒரிஸ்ஸாவின் புவனேஸ்வரத்தை மையமாகக் கொண்ட ஒரு பகுதியை ஆண்டு வந்தனர். இவர்களின் பேராதரவிலேயே உதயகிரி, கண்டகிரி, நீலகிரி ஆகிய பௌத்த, சமண மதத்திற்கான குடைவரைக் கோயில்களும், புவனேஸ்வரத்திலுள்ள இந்துக் கோயில்களும் கட்டப்பட்டன.

சத்ருகணேஷ்வரா குழுக் கோயில்கள்

காலவெள்ளத்தினால் அழிந்துவிடாமல் தப்பிப் பிழைத்த ஒரியக் கட்டுமானக் கோயில்களில் தொன்மையானது கி.பி. ஆறாம் அல்லது ஏழாம் நூற்றாண்டைச் சேர்ந்த சத்ருகணேஷ்வராக் குழு கோயில்களாகும். (Satruganeswara Group). சிவன் கோயில்களாகும் இவை. லகுலிஷா (Lakulisha) போதனைகளைப் பின்பற்றும் பாசுபத (Pashuphata sect) பிரிவைச் சேர்ந்தவைகளாகும் இக்கோயில்கள்.

22.4 கீர்த்தி முகமும் சைத்திய வளைவும் கொண்ட சத்ரு கணேஷ்வரர் கோயில்

தொடக்க காலந் தொட்டே இடம் பெறும் சைத்திய குதிரை லாட வடிவ வாயில் மேல் வளைவும், அதற்கும் மேல் இடம் பெறும் கீர்த்திமுகமும் 'போ' (Bho) என்ற பெயரில் அழைக்கப்படுவது ஒரியக் கோயில்களின் சிறப்பியல்பாகும். சத்ரு கணேஷ்வராக் கோயில்களில் இத்தகு 'போ' இடம் பெற்றிருக்கக் காண்கின்றோம். பிற்கால ஒரியக்கோயில்களில் குதிரை லாட வடிவ சாளர அமைப்பினுள் விலங்குகளும், மனிதர்களும், தெய்வங்களும் இடம்பெறும்.

சிற்ப வேலைப்பாடுகளைக் கொண்டதாயிற்று. சிறப்பான அலங்கார வேலைப்பாடுகளைக் கொண்டுள்ள இக்கோயில் வருங்காலங்களில் கட்டப்படவிருக்கும் கோயில்களுக்கு ஒரு முன்மாதிரியாயிற்று. இக்கோயிலின் சிற்ப வேலைகள் இயற்கையின் அளப்பரிய சக்தியையும், எண்ணற்ற புராண, உலக வடிவங்களையும் உள்ளடக்கியதாக உள்ளது.

பரசுராமேஸ்வரர் கோயில்

புவனேஸ்வரத்திலுள்ள இக்கோயில் மிகத் தொன்மையானது. நன்கு பாதுகாக்கப்பட்ட இக்கோயில் அநேகமாக ஏழாம் அல்லது எட்டாம் நூற்றாண்டைச் சேர்ந்ததாயிருக்கலாம். இக்கோயில் திரிரதம். எனவே எளிமையான தோற்றமுடையது. ஜகமோஹனா அல்லா பீடாதியூல் தட்டையான கூரையுடையதாயுள்ளது. மேற்கு நோக்கியுள்ள இக்கோயிலின் தியூல் கிட்டத்தட்ட 40 அடி உயரமுள்ளதாகும். தியூல் மற்றும் ஜகமோஹனா சுவர்களில் எண்ணற்ற சிற்பங்கள் கட்டடக்கலை மற்றும் சிற்பக் கருத்துருவோடும் (Motif) பல்வேறு உருவ அமைப்புகளோடும் உள்ளது. அதிக அளவில் இடம் பெறும் வடிவமைப்பு குதிரை லாட வடிவ அமைப்பாகும். இத்தகு அமைப்பினுள் விலங்குகளும், மனிதர்களும், தெய்வங்களும் சிற்பங்களாக இடம் பெற்றுள்ளனர். சிவனின் பல்வேறு உருவகச் சிற்பங்கள் சிற்பியரால் ஆத்மார்த்தமாக உயிரோட்டத்துடன் செதுக்கப்பட்டுள்ளன. ஆனந்தத் தாண்டவம் புரியும் நடராசனாகச் சிவன் இடம் பெறும் சிற்பம் கவிதை நயத்தோடு ஒரியப் பாணிக்கே உரிய அலாதியான வடிவில் செதுக்கப்பட்டுள்ளது.

22.5 பரசுராமேஸ்வரர் கோயில்

22.6 பரசுராமேஸ்வரர் கோயில் சாளர வேலைப்பாடுகள்

தொடர்ச்சியான வளைவுகளோடு இருக்குமாறு செதுக்கப்பட்ட நேர்த்தியை ரசிக்கத் தவறக்கூடாது.

கருவறையின் இருண்ட உட்புறத்தில் லிங்கம் இடம் பெறுகின்றது. தியூலின் மூன்று பக்கங்களிலும் மையத்திலிருந்து துருத்திக் கொண்டிருக்கும் பகுதிகள் சிவனுடன் நெருங்கிய தொடர்புடைய தெய்வ வடிவங்களைக் கொண்டுள்ளன. தியூலின் கிழக்கு முக மாடப்பிறையில் இடம் பெறும் கார்த்திகேயனின் கீழ், அவரது வாகனமாக மயில் பாம்பைக் கொத்திக் கொண்டிருப்பது போன்ற சிற்ப அமைப்பு இடம் பெற்றுள்ளது. இம்மாடப்பிறையின் மேல்பகுதி லிண்டலின் மேல் சிவன், பார்வதியின் தெய்வீகத் திருமணக் காட்சி சிற்பத்தைக் காணலாம்.

முக்தேஸ்வரர் கோயில்

புவனேஸ்வரத்தின் புறத்தேயுள்ள முக்தேஸ்வரர் கோயில் 10-ஆம் நூற்றாண்டைச் சேர்ந்ததாகும். ஒரிஸ்ஸாவின் இடைநிலைக் கோயில்களுக்கு ஒரு சிறந்த எடுத்துக்காட்டாகும். இதற்கு முற்பட்ட கோயில் கட்டுமானங்களோடு ஒப்பிடும்பொழுது பல்வேறு வளர்ச்சியை இக்கோயிலின் பல்வேறு பகுதிகளில் காண்கின்றோம். 35 அடிக்கும் குறைவான ரேகாதியூலைக் கொண்டுள்ளது.

இக்கோயிலின் ஜகமோஹனா நல்ல வளர்ச்சி பெற்ற கூம்பு வடிவ கூரையுடையது. பின்னாளைய ஒரியக் கோயில்களுக்கெல்லாம் ஒரு முன்மாதிரி அமைப்பாகும் இது. ரேகாதியூலுக்கும், பீடாதியூலுக்கும் இடையேயுள்ள உயர வேற்றுமை கண்ணுக்கினியதாக உள்ளது. அருமையான சிற்ப வேலைப்பாடுகளைக் கொண்ட இக்கோயிலைக் 'கட்டடக்கலையின் அருஞ்சாதனை' என்பர். கருவறையின் வெளிச்சுவர்களில் பக்கத்துக்கு இரண்டு புடைப்புகள் உள்ள பஞ்சரதக் கோயிலாகும் இது.

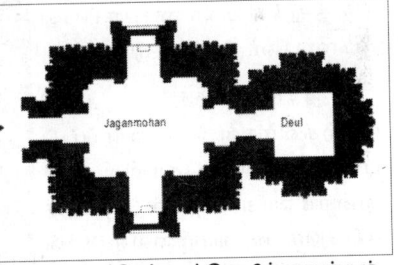

22.7 முக்தேஸ்வரர் கோயில் தரைப்படம்

கோயில் சுவர்களிலிருந்து புடைத்துக் கொண்டு நிற்கும் செவ்வக வடிவத் தூண்களை (Pilasters) சுற்றினாற் போல் செதுக்கப்பட்டுள்ள நாகர்களும், நாகினிகளும் ஒரியச் சிற்பிகளின் விருப்பமான வேலைப்பாடுகளாகும். இத்தகைய கருத்துருவை இந்தியாவின் வேறெந்த பகுதிக் கோயில் கட்டுமானங்களிலும் காண இயலாது.

22.8 முக்தேஸ்வரர் கோயில் தோரணவாயில்

சிவனின் பல்வேறு புராண வடிவங்களும், அறியாமைத் தீமையை வெற்றி கொள்ளும் அறிவின் சக்தி பற்றிய கதைகளும் ஏராளமாகக் கோயில் சுவர்களில் செதுக்கப்பட்டுள்ளன. சிற்ப வேலைப்பாடுகளெல்லாம் மிதமிஞ்சிய உற்சாக உணர்வுகள் வெளிப்படுமாறு அமைந்துள்ளன. நடராசரின் நேர்த்தியான சிற்பம் குறிப்பிடத்தக்க வொன்றாகும். சிங்க உடலும், கழுகின் தலையும் மற்றும் இறக்கைகளையும் கொண்ட விசித்திர விலங்கின் மீதும், சிங்கத்தின் மீதும் இருபால் போர் வீரர்களும் அமர்ந்து இயக்க விசையில் இருக்குமாறு உள்ளன சிற்பங்கள். கழுகு கலப்பு வாகனங்கள் பெரும்பாலும் யானையை மிதித்துக் கொண்டிருப்பது போல் படைக்கப்பட்டுள்ளன.

22.9 முக்தேஸ்வரர் கோயில் ரேகாதியூல் சிற்ப வேலைப்பாடுகள்

கோயிலைச் சுற்றி மதிற்சுவர்கள் எழுப்பப் பட்டுள்ளன. கோயிலினுள் நுழைய வட்டவடிவில் அமைந்த கல்தோரண வாயிலைத் தான் பயன்படுத்த வேண்டும் என்பது இக்கோயிலின் தனித்துவ மாகும். பழங்கால ஸ்தூபிகளின் தோரணவாயிலைப் போன்றமைந்துள்ளது இக்கோயிலின் தோரணவாயில். முதன்முறையாக இக்கோயிலில்தான் நுணுக்கமான வேலைப்பாடுகளைக் கொண்ட இரு தூண்களையும், தோரண வளைவையும் காண்கின்றோம். ஒரியக் கட்டுமானங்களில் சிறப்பிடம்

22.10 முக்தேஸ்வரர் கோயிலும் - திருக்குளமும்

பிடிக்கும் விரிவான அலங்கார வேலைப்பாடுகளுடைய 'போ' ஆனது தியூலின் மேல் பகுதியில் இடம் பெற்றுள்ளது. சைத்ய வளைவும், அதற்கு மேல் கீர்த்தி முகமும் கொண்டதாகும் இது.

ராஜாராணி கோயில்

கி.பி.1000வாக்கில் கட்டப்பட்ட கோயில் ராஜாராணிக் கோயிலாகும். இக்காலத்திலேயே நடை முறைக்கு வந்துவிட்ட ஒரிய பாணியிலேயே இக்கோயிலின் ஜகமோஹனா பல அடுக்கு பீடக் கூரைகளைக் கொண்டுள்ளது. மலைச் சிகரங்கள் போன்ற தோற்றத்தைக் கொடுக்குமாறு கோயிலின் ரேகாதியூலைச் சுற்றி சிகர அமைப்பில் பல நெருக்கமான குழுக் கட்டுமானங்கள் அமைந்துள்ளன (The duel has many clusters of the tower shape built around it) இதே கால கட்டத்தில் மத்திய இந்தியாவில் இம்மாதிரி மலைச் சிகரங்கள் போல் காட்சி தருமாறு நெருக்கமான குழுக் கட்டுமான சிகர அமைப்புகளுடன் கூடிய கோயில்கள் காணக் கிடைக்கின்றன. ஜகமோஹனாவின் வாயிலில் உள்ள தூண்களைச் சுற்றியிருப்பது போல் அருமையாக நாகர்களும், நாகினிகளும் செதுக்கப்பட்டுள்ளன. 'அலஸ்ய கன்னிகள் (Alasya Kanyas)' என்ற பெயரில் ஒரியக் கோயில்களில் இடம் பெறுகின்றன.

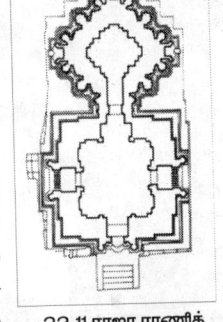

22.11 ராஜா ராணிக் கோயில் தரைப்படம்

22.12 ராஜா ராணிக் கோயில்

சில்ப பிரகாசம் (Shilpa Prakasha) என்பது கோயில் கட்டுமானத்தைப்

பற்றிய புத்தமாகும். இதில், அலஸ்ய கன்னிகள் போன்ற சிற்பங்கள் கோயில் கட்டுமானங்களில் தவிர்க்கவே முடியாத அளவு முக்கியத்துவம் வாய்ந்தது என்றுரைக்கின்றது. 16 மாதிரிகளில் அலஸ்ய கன்னிகளின் சிற்பங்கள் இடம் பெறலாம் என்றும் கூறப்பட்டுள்ளது. தொன்றுதொட்டு சாலபஞ்சிகை சிற்ப அமைப்பில் காண்பதுபோல் மரக்கிளையைப் பிடித்து இழுப்பதுபோன்ற அலஸ்ய கன்னி சிற்பம் வடிப்பது பெரிதும் போற்றப்படுவதாகும். கொலுசு, சிலம்பு போன்ற காலில் அணிந்துள்ள ஆபரணங்களைக் கழட்டுவது போன்ற அமைப்பு, செல்லப் பறவையைக் கையில் வைத்திருப்பது போன்ற அமைப்பு ஆகியவை பிற சிற்ப வடிப்பு மாதிரிகளாகும். இயற்கையின் வளம் கொழித்தலுக்கு உருவகமான அலஸ்ய கன்னிகள் வாழ்வின் தொடர்ச்சிக்கு உத்தரவாதம் அளிப்பவர்களாயும் உள்ளனர்.

22.13 ஜக்மோகனாவில் உள்ள நாக கன்னி

22.14 ஜக்மோகனாவில் உள்ள அலஸ்ய கன்னிகள்

கோயில் தியூலின் மூலைப் புடைப்புகளிலெல்லாம் சிறப்பாக செதுக்கப்பட்டுள்ள திக்பாலகர்கள் உள்ளனர். அக்னி, தனது வாகனமான ஆண்மைமிக்க செம்மறி ஆடு உடனிருக்க, காணப்படுகின்றனர். எமன், தனது பாசக் கயிற்றுடனும், வாகனமான எருமையுடனும் சிற்பமாக வடிக்கப்பட்டுள்ளார். வருணனின் வடிவமைப்பு நுட்பமாகச் செதுக்கப்பட்டுள்ளது.

பிரமேஸ்வரர் கோயில்

நன்கு வளர்ச்சியுற்ற ஒரியப் பாணியிலேயே கட்டப்பட்ட கோயிலாகும் இக்கோயில், 11-ஆம் நூற்றாண்டில் கட்டப்பட்ட சிவன்

இந்தியக் கலை வரலாறு

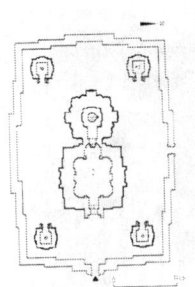

22.15 பிரம்மேஸ்வரர் கோயில் தரைப்படம்

22.16 பிரம்மேஸ்வரர் கோயில்

கோயிலாகும். 1) இக்கோயில் மகாசிவ குப்தயயாதி என்ற கேசரி மன்னனால் கட்ட ஆரம்பிக்கப்பட்டு அவன் பேரன் காலத்தில் முடிவடைந்தது என்று கூறப்படுகின்றது. 4 ஏக்கர் பரப்பில் உயரமான சுற்றுச் சுவர்களுடனும், 3 வாயில்களுடனும் அமைந்துள்ளது இக்கோயில் 2) ரேகாதியூலின் மேலுள்ள கற்கலசம் (ஆமலகம்) சாந்து பூசாமலே அப்படியே ஒட்டி நிற்கின்றது. இந்த பிரம்மாண்டமான கல்லை

22.17 பிரம்மேஸ்வரர் கோயில் - ரேகா தியூலின் அதிஷ்டானமும் சந்நிதியும்

தியூலின் உச்சிக்கு எப்படிக் கொண்டு சென்றார்கள் என்பது நம்மை ஆச்சரியத்திற்குள்ளாக்குகின்றது. பஞ்சரத மூலக் கருவறையைச் சுற்றி 4 சிறிய கோயில்கள் (சந்நிதிகள்) கட்டப்பட்டுள்ளன. கோயில் சுவர்களிலெல்லாம் நுணுக்கமான வேலைப்பாட்டினாலான சிற்பங்கள் உள்ளன. படைப்பின் உற்சாக அனுபவத்தை வெளிக் கொணரும் வகையில் அலஸ்ய கன்னிகளின் சிற்பங்கள் உள்ளன. தங்கு தடையற்ற கோடுகளிலும் மிதமிஞ்சிய அழகிய வளைவுகளுடன் கூடிய அலஸ்ய கன்னிகளின் சிற்பங்கள் மீண்டும் மீண்டும் பார்க்கத் தூண்டுகின்றன. இவையனைத்திற்கும் முத்தாய்ப்பாக, படைப்பிற்குப் பின்புலமாக இருக்கும் கருணையை, தயையைத் தெளிவாக வெளிப்படுத்துகின்றன தெய்வச் சிற்பங்கள். வெகு தொலைவிலிருந்தும் கண்பார்வையிலிருந்து

தப்பாத உயரத்தைக் கோயிலின் ரேகாதியூல் பெற்றுள்ளது, ஒரியக் கலை கண்டுள்ள வளர்ச்சியை வெளிப்படுத்துகின்றது.

லிங்கராஜா கோயில்

ஒரியக் கோயில் கட்டுமானக் கலையின் உச்ச கட்டத்திற்கு உதாரணமாயிருப்பது இக்கோயிலாகும். இன்றும் பக்தர்களால் பெருவாரியாக வணங்கி துதிக்கப்படும் இச்சிவன் கோயில் 12-ஆம் நூற்றாண்டில் கட்டப்பட்டதாகும். 150 அடி உயரத்தில் விண்ணைத் தொடுமளவு உள்ளது

22.18 ஜக்மோகனாவின் உட்புறத் தோற்றம்

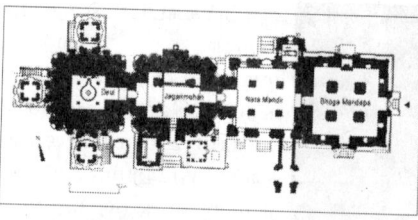

22.19 லிங்கராஜா கோயில் தரைப்படம்

இக்கோயிலின் ரேகாதியூல். கண்ணிற்கு விருந்தாவது போன்ற சரியான விகிதாச்சார அளவுகளில் கோயிலின் பல்வேறு பகுதிகளும் அமைந்துள்ளன. சிற்பச் செல்வங்களுடன் கூடிய கோயிலின் புறத்தோற்ற அழகு ஒரியக் கோயில் கலையின் முத்தாய்ப்பாகச் சாட்சியாகின்றது. கோயில் கட்டுமானத்துடன்

22.20 லிங்கராஜா கோயில் சிற்ப வேலைப்பாடுகள்

இணைந்துள்ள கோயில் சிற்பங்கள், பாந்தமாக ரேகாதியூல், ஜகமோஹனா, நாட்டிய மண்டபம், போக மண்டபம் ஆகிய கோயிலின் நான்கு அங்கங்களும் நல்ல வளர்ச்சியுள்ள நிலையில் அமைந்துள்ளது, கோயிலுக்கு ஒரு தனித்துவமான கம்பீரத்தைக் கொடுக்கின்றது.

22.21 லிங்கராஜா கோயில் சிற்பம்

கோயிலின் மதில் சுவருக் குள்ளாகவே பார்வதிக்கென்று தனியாக ஒரு துணை சந்நிதி அமைந்துள்ளது. கருவறை ரேகாதியூலும் கூட 60 அடி உயரமிருக்கலாம். ஆனால் இது அநேகமாக பதின்மூன்றாம் நூற்றாண் டைச் சேர்ந்ததாகும். எண்ணற்ற சிற்பச் செல்வங்களைக் கொண்டுள்ளது இத்தனிச் சந்நிதி.

22.22 கீசகேஸ்வரி கோயில்

கீசகேஸ்வரி ஆலயம்

ஒரிஸ்ஸாவின் வடகிழக்குப் பகுதியில் ஓர் ஒதுக்குப்புறமான ஊர் கீசிங் (Khiching) ஏழாம் அல்லது எட்டாம் நூற்றாண்டைச் சேர்ந்தது, இவ்வூரில் இருக்கும் கீசகேஸ்வரி கோயில் (Khichakeswari). 20-ஆம் நூற்றாண்டின் தொடக்கத்தில் அப்பகுதி அரசன் ஒருவனால் புருத்தாரண மற்றும் கட்டுமான வேலைகள் மேற்கொள்ளப் பட்டன. மண்ணாலான சாய்தளமான சாரம் அமைத்து அதன் மூலம்தான் பெரிய அளவிலான கற்களைக் கொண்டு சென்றார்கள்.

இருப்பினும் கோயிலினைத் தோற்றுவித்த காலத்து வடிவமைப்பு என்ன என்பதற்கு ஆதாரங்கள் ஏதும் சிக்கவில்லை. கோயில் ஒட்டு மொத்த கட்டுமானம் சரியான விகிதாச்சாரத்தில் இல்லை. இருப்பினும் இக்கோயிலிலும், சுற்றியுள்ள பகுதியிலுள்ள கோயிலிலும் உள்ள மிக உயர்ந்த வேலைப்பாடுள்ள சிற்பங்களிலிருந்து, இப்பகுதி உயர்ந்த கலாசார மையமாகத் திகழ்ந்திருக்கவேண்டும் என்பதில் ஐயமேதுமில்லை.

22.23 மகிஷாசுரமர்த்தினி சிற்பம்

கோயிலின் வடக்குச் சுவரில் இடம்பெறும் இரு மகிஷாசுரமர்த்தினி சிற்பங்கள் கலை நயத்துடன் சிறந்த வேலைப்பாடாக அமைந்துள்ளது. எருமைத் தலை அசுரனை வதைப்பது போல் துர்க்கை காட்சி அளிக்கின்றாள். இதன் உட்கருத்து அறியாமையை வெற்றி கொள்ளும் அறிவின் சக்தியாகும். இயக்க அசைவு உணர்வெல்லாம் நன்கு வெளிப் படுமாறு துர்க்கையின் பல்வேறு அங்கங்களும் ஒருங்கிணைப் போடு செதுக்கப்பட்டுள்ளன. வீறார்ந்த தன்மையும், கோபமும் வெளிப்பட்ட போதிலும் அழகிற்கும் நளினத்திற்கும் குறைவேது மில்லாமல் மிக நேர்த்தியாக மகிஷாசுரமர்த்தினியின் சிற்பம் அமைந்துள்ளது. சைத்ய சாளர வளைவுகளும், மிதுன சிற்பங்களும், நாக, நாகினி சிற்பங்களும், இலையமைப்பில் அமைந்த சிற்ப வேலைகளும் புவனேஷ்வரத்திலுள்ள கோயில் வேலைப்பாடுகளுடன் ஒத்துப் போகின்றது. நீண்ட வாழ்நாளையும், சிறப்பான சிற்ப வேலைப்பாடுகளுக்கு ஏதுவான நீலவண்ண நுண்மணல் குளோரைட் (Blue fine-grained chlorite) கற்களைக் கொண்டு கோயில் கட்டப்பட்டுள்ளது.

கங்கைச் சமவெளியில் ஐந்தாம் நூற்றாண்டு தொடங்கியே கட்டுமானக் கோயில்கள் காலம் ஆரம்பமாகிவிட்டது. அப்பொழுதிருந்தே இதே போன்ற கட்டுமானக் கருத்தும், எண்ணவோட்டங்களும் (Similar items & motifs) இந்தியாவின் வடக்கு, கிழக்கு, மத்திய பகுதிகளிலும் பிரதிபலிக்கத் தொடங்கியதற்குச் சாட்சியங்கள் உள்ளன. இருப்பினும் ஆற்றல் படைத்தவர்களின் கைகளின் மூலம் அந்தந்தப் பிராந்தியங்களுக்கே உரித்தான சிறப்பம்சங்களுடன் உருமாற்றம் அடைந்து தான் வெளிப்பட்டிருக்கின்றன. உதாரணமாக 10-ஆம், 11-ஆம் நூற்றாண்டுகளில் கலைக் கண்ணோட்டத்தில் மத்திய இந்தியாவின்

22.24 பூரி ஜகந்நாதர் ஆலயம்

கஜீராஹோ-விற்கும் இந்தியாவின் கிழக்கிலமைந்துள்ள ஒரிஸ்ஸாவிற்கும் இடையில் கட்டுமான அமைப்பில் ஒரே மனப்பான்மை நிலவுகின்றது. இருப்பினும் சிற்ப வடிப்புகளிலெல்லாம் ஒரியப் பாணியின் தனித் தன்மை நன்கு வெளிப்படுகின்றது. பிராந்திய சிறப்பம்சங்களும் கலந்த இந்தியா தழுவிய ஒற்றுமையுடன் கூடிய கலைப்படைப்புகள்தான், இந்தியக் கலைப் படைப்புகளுக்குச் செழிப்பாக மெருகூட்டுகின்றன.

அத்தியாயம் - 23

அர்ப்பணிப்பும் அதன் அழகியலும்

மத்திய இந்தியாவில் பழங்காலத்தில் வத்ஸா என்றழைக்கப்பட்ட பகுதியானது பின்னாளில் பண்டேல்கன்ட் என்றழைக்கப்பட்டது. கோயில் கட்டுமானம் மற்றும் கலைகளுக்கும், இப்பகுதிக்கும் நீண்டகால வரலாற்றுத் தொடர்பு உள்ளது. கி.மு. இரண்டாம் நூற்றாண்டில் பார்ஹீத்

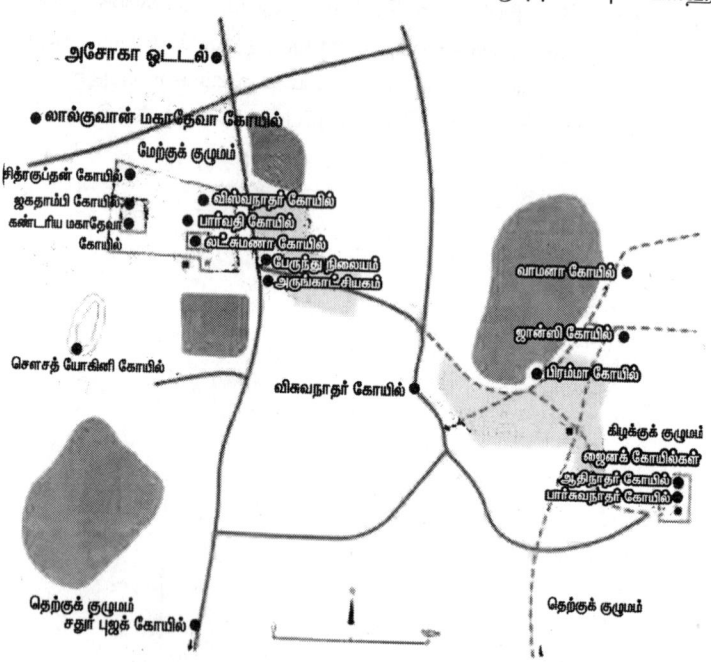

23.1 கஜீராஹோ குழுமக் கோயில்களின் அமைவிடங்கள்

ஸ்தூபியும், இதைச் சுற்றிச் சிற்ப வேலைப்பாடுகளுடன் கூடிய வேதிகாவும் கட்டப்பட்டதைக் கண்டது இப்பகுதிதான். இப்பகுதியிலுள்ள தியோகரிலும், நாச்னாவிலும் குப்தர் காலமாகிய ஆறாம் நூற்றாண்டில் அழகிய கோயில்கள் கட்டப்பட்டன. 1840ஆம் ஆண்டு டி.எஸ்.பர்ட் என்னும் ஆங்கிலேய என்ஜீனியர் தற்செயலாக இப்பகுதிகளில் வேட்டையாடச் சென்றிருந்தார். அப்போது அவர் கண்ணிலே இக்கோயில்கள் பட்டுப் பிரமிக்க வைத்தன; கஜீராஹோ குழுமக் கோயில்கள் தான் அவை.

பதினொன்றாம் நூற்றாண்டைச் சேர்ந்த அல்பரூனி என்ற இஸ்லாமிய வரலாற்றாசிரியர் கடவுளர்களின் நகரமாகிய கஜீராஹோவைப் பற்றிக் கூறியுள்ளார். அல்பரூனியின் புரவலராகிய கஜினி முகம்மது டெல்லி, கன்னோசி, மதுரா, சோமநாதபுரம் ஆகியவற்றையெல்லாம் வெற்றி கொண்டு அங்கிருந்த செல்வங்களைச் கொண்டு சென்றார். அல்புரூனியின் மூலம் கஜீராஹோ கோயில் நகரத்தின் செல்வச் செழிப்பை கஜினி முகம்மது அறிந்திருக்க வாய்ப்பிருந்தபோதும், கஜினி முகம்மதின் தாக்குதலுக்கு கஜீராஹோ உள்ளாகாதது; கி.பி.1193-இல் கோரிமுகம்மது படையெடுப்பின் போதும், தாக்குதலுக்கு உள்ளாகாமல் தவிர்க்கப்பட்டதும் போற்றுதலுக்குரியது. கஜீராஹோவானது இன்றைய மத்தியப் பிரதேச மாநிலத்தில் ஜான்ஸி நகருக்குத் தென்கிழக்கே 100 மைல் தொலைவில் சாட்னா நகருக்கு அருகிலுள்ளது என்பதுதான் வியப்பிற்குரிய காரணமாகும்.

9ஆம், 10ஆம் நூற்றாண்டுகளிலெல்லாம் வத்ஸா எனப்பட்ட பண்டேல்கண்ட் பகுதியில் நிலையான, திடமான ஆட்சியைக் கொடுத்தது சாந்தேல வம்ச அரசர்களாகும். அமைதியும், செல்வச் செழிப்பும் நிலவிய காலமாகும் இது. எனவே இயல்பாகவே கலையும், கலாச்சாரமும் செழித்தோங்கின. சாந்தேல வம்ச அரசர்கள் கவிதைகளுக்கும், நாடகங்களுக்கும் பேராதரவு கொடுத்தனர். இவர்களின் கலாச்சார சாதனையின் உச்சத்தைத்தான் இவர்களின் தலைநகராகிய கஜீராஹோவில் காண்கின்றோம். இங்குதான் உலக வரலாற்றிலேயே உச்சகட்ட வளர்ச்சியடைந்த கோயில் நகரமானது உருவாக்கப்பட்டது. கட்டப்பட்ட காலத்திலிருந்த 85 கோயில்களில் நமக்கு இன்று கிடைத்துள்ளது 25 கோயில்கள்தான்.

நீண்டகாலமாகத் தொடர்ந்த கட்டுமான வளர்ச்சியின் விளைவல்ல கஜீராஹோ கோயில்கள். மாறாக கி.பி. 950க்கும் 1050க்கும் இடைப்பட்ட நூறாண்டு காலத்திற்குள்ளாகவே கஜீராஹோ கோயில்களின் அனைத்துக் கட்டுமானங்களும் முடிவு பெற்று விடுகின்றன.

இதனால்தான் இந்த நூறாண்டு காலகட்டத்தை வைதீகக் கோயில் கட்டுமானத்தின் விவேகமிக்க காலகட்டம் எனலாம். மத உணர்வுகளும், சாந்தேல வம்ச அரசர்களின் நிபந்தனையற்ற தொடர்ந்த ஆதரவும் இணைந்திருந்ததால், கலைஞர்களின் முழுத்திறமையும் கட்டுமானங்களிலும், சிற்பங்களிலும் வெளிப்பட்டுள்ளன. மத ஒற்றுமைக்கு எடுத்துக்காட்டுபோல் சைவ, வைணவ, ஜைன கோயில்கள் அனைத்தும் அடுத்தடுத்தே அமைந்துள்ளன. கல்வி மற்றும் வழிபாட்டுக்கு மிகச் சிறந்த மையமாக கஜீராஹோ செயல்பட வேண்டும் என்ற சாந்தேல வம்ச அரசர்களின் ஆதங்கம் வெளிப்படையாக நன்கு புலப்படுகின்றது.

23.2 அதிஷ்டானத்தில் அணிவகுக்கும் இசைக் கலைஞர்கள்

23.3 லட்சுமணா கோயில் சிகரங்கள்

இந்தியாவின் வேறெந்தப் பகுதியிலும் காண முடியாத தனித்துவமான கட்டுமானப் பாணியைக் கஜீராஹோ கோயில்கள் கொண்டுள்ளன. சுற்றுச் சுவர்களுக்குள் அமையாமல் கஜீராஹோ கோயில்கள் மிக உயரமாகப் பீடத்தின் மீது கட்டப்பட்டுள்ளன. அன்றைய வாழ்க்கை நிலையை எடுத்துரைக்கும் அழகிய சிற்ப வேலைப்பாடுகளுடன் உள்ளது பீடப்பகுதி. ஒரு சிற்பப் பலகையில் கற்களைச் சுமக்கும் மனிதர்கள் இடம் பெற்றுள்ளனர். கோயில் கட்டுமானக் கடைநிலை ஊழியரின் சேவையை நிரந்தரமாக நினைவு கூர்ந்து போற்றுவது போல் இப்பலகை அமைந்துள்ளது. இராணுவம், பாடகர்கள், இசைக் கலைஞர்கள், வேடுவர்கள் ஆகியோரின் முடிவில்லாத அணிவகுப்பைப் பீடத்திலுள்ள சிற்பப் பலகையில் காட்டப்பட்டுள்ளது. கட்டுமான கால கட்ட சமூகத்தைப் பற்றி அறிந்துகொள்ள உதவும் வரலாற்றுப் பதிவுகளாகச் செயல்படும் இச்சிற்பப் பலகைகள் மதிப்பீட்டிற்கு அப்பாற்பட்ட சேவை புரிகின்றன. உருவ அமைப்பு, ஆடை, நகை அணிகலன்கள் ஆகிய அனைத்தும் விலாவாரியான நுணுக்கங்களுடன் செதுக்கப்பட்டுள்ளன. இதிலிருந்து கட்டுமானக் கால கட்டத்தின் செல்வச் செழிப்பையும், உற்சாக உயிரோட்டத்தையும் அறிந்து கொள்ள முடிகின்றது.

23.4 விஸ்வநாதர் கோயில் - கண்ணுக்கு மையெழுதும் பெண்

கஜீராஹோ கோயில்கள் அளவில் பிரம்மாண்டத்தைக் காட்டுபவையல்ல. மாறாக தோற்ற அழகிற்கு எடுத்துக்காட்டாய் இக்கோயில்கள் அமைந்துள்ளன. இவை புகழ் பெறுவதற்கான மூன்று காரணிகள். 1) சரியான விகிதாச்சார வடிவமைப்பு (Elegant Proportion) 2) ஏற்றமிகு சுற்றமைப்புகள் (Elegant Contours) 3) வெளிச்சுவர், உட்சுவர் என அனைத்துப் பகுதிகலும் பெற்றுள்ள சிற்ப அலங்கார வேலைப்பாடுகள் (Surface Treatment).

இம்மூன்று காரணிகளையும் உள்ளடக்கிய கோயிலின் தரைவரைப்படமானது இரு நேர்க்கோடுகள் செங்குத்தாக வெட்டிக் கொள்வது போல் (Latin Cross), அமைந்துள்ளது. கிழக்கு மேற்காக

23.5 கண்டரீய மகாதேவர் கோயில்

அமைந்துள்ள நீளமான நேர்க்கோட்டின் கிழக்கு முனையில் கோயிலின் ஒரே நுழைவு வாயில் அமைந்துள்ளது. இதனை அடுத்து, அர்த்த மண்டபம், அந்தராளம், கருவறை என்ற வரிசைக் கிரமத்தில் அமைந்துள்ளன. இக்குழுவிலுள்ள பெரிய கோயில்களில் மட்டும் மஹாமண்டபங்கள் உள்ளன. இவை வடக்கு தெற்காக அமைந்துள்ள குறுகிய கோட்டின் முனைகளில் கட்டப்பட்டுள்ளன. கோயிலின் அனைத்துப் பாகங்களும் அடக்கமான ஒரே கட்டுமானத் தொகுப்பாக அமைந்துள்ளன. எனவே எளிய கட்டுமானத் தொகுப்பாக உள்ளது. எனவே எளிய தரை வடிவமைப்புடனிருந்தாலும், ஒவ்வொரு கோயிலும் உயரமாக பீடத்தின் மேல் அமைந்த ஒரே கட்டமைப்பாகவே காண முடிகின்றது.

கஜீராஹோ கோயில் ஒவ்வொன்றின் கட்டமைப்பையும் உயரவாக்கில் மூன்று பிரிவுகளாகப் பிரிக்கலாம் அவை. 1) உயரமான அடித்தளம் 2) இதன்மேல் அமைந்துள்ள கோயில் சுவர்கள் மற்றும் உட்புறப்பகுதிகளுக்கான கோயில் சுவர்கள் மற்றும் உட்புறப்பகுதிகளுக்கான நுழைவு வாயில்கள் 3) சிகரங்கள்.

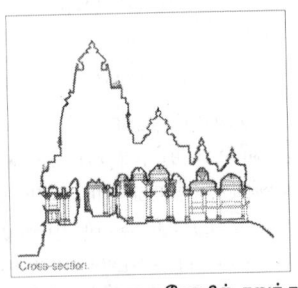

23.6 லட்சுமணா கோயில் குறுக்கு வெட்டுத் தோற்றம்

அழகிற்குச் சிறப்பான வடிவம் கொடுப்பதென்பது இந்தியக் கலைஞர்களின் முக்கிய கலைக் கருவாகவே விளங்கிற்று. தொன்றுதொட்டு அழகிய பெண் வடிவமானது. நற்சகுன

இந்தியக் கலை வரலாறு

23.7 கண்டரீய மகாதேவர் கோயில் சுவர் வேலைப்பாடுகள்

அடையாளமாகக் கருதப்பட்டது; மேலும் வாழ்க்கைத் தொடர்ச்சிக்கு உத்தரவாதமளிக்கும் இயற்கையின் வம்சவிருத்தித் தன்மைக்கு உருவகமாகப் பெண்கள் கருதப்பட்டனர். எனவே அழகியல் வடிப்பிற்கு ஊடகமாக பெண் வடிவம் எடுத்துக் கொள்ளப்பட்டதில் வியப்பில்லை. கஜீராஹோ கோயில் சுவர்களில் பலவிதப் பாங்குகளில் பெண்களின் உருவச் சிலைகள் அதிக எண்ணிக்கையில் இடம் பெற்றுள்ளன. பெண்மைத் தத்துவம் போற்றிக் கொண்டாடப்பட்டது என்ற எண்ணத்தைத் தோற்றுவிக்கும் வகையில் பல்வேறு சமயங்களில், பல்வேறு பாவங்களில் பெண்கள் படம் பிடித்துக் காட்டப்பட்டுள்ளன. கடிதம் எழுதுவது போல், கண்களுக்கு மை தீட்டுவது போல், கூந்தல் உலர்த்துவது போல், பந்தாடுவது போல், கண்ணாடியைப் பார்ப்பது போல், பாதங்களில் வண்ணம் பூசுவது போல், பாதத்தில் தைத்த முள்ளை எடுப்பது போல்.... பெண்களின் சிற்பங்கள் நுட்பமாகச் செதுக்கப்பட்டுள்ளன.

கார்லே குகைகளிலேயே காதல் ஜோடிகளான மிதுனர்கள் இடம்

23.8 லட்சுமணா கோயில் சிற்பப் பலகைகள்

பெற்றுள்ளனர். அன்பு பொங்கக் காதல் ஜோடிகள் ஒன்றாயிருக்கும் வடிவமைப்பே கார்லே கலைகளின் நோக்கமான 'இயற்கையுலகத் திட்டத்தின் ஒருங்கிசைவிற்குப்' போதுமானதாயிருந்தது. மிதுனர்களின் பரஸ்பர அந்நியோன்யத்தை வெளிப்படுத்த இத்தகு வடிவமைப்பே போதுமானது என்ற எண்ணவோட்டம் கலைஞர்களுக்குக் காலம் செல்லச் செல்ல, இருக்கவில்லை. இதன் தொடர்ச்சியாகத்தான் கஜீராஹோ கோயில்களில் மன்மதக் கலைக்கு முக்கியத்துவம் கொடுத்திருக்கிறார்கள். மேரி ஆன் மில்போர்டு என்பவரின் கூற்றுப்படி 'கஜீராஹோ கோயில் சிற்பங்களில் இடம் பெறும் ஆண் பெண் இணக்கம் வெளிப்படுத்தும் உணர்வுப் பாங்கானது கடுங் காமத்தை அஸ்திவாரமாகக் கொண்டதாகத் தோன்றவில்லை. மாறாக அவ்வுணர்வுப் பாங்கானது ஒருவித தெய்வீகத் தன்மையுடையதாயுள்ளது; தாம்பத்யத்தின் பயன் சதிபதிகள் தம்மை மறந்த வகையில் பூரண இணக்கத்தை அடைதலேயாகும்; இதன் மூலம் சமூகக் கடமைகளையும், சமயக் கடமைகளையும் நிறைவேற்றும் பாங்கில் அமைகின்றது'.

23.9 ஜைன பார்சுவநாதர் கோயில் சுவரில் விஷ்ணுவும் லட்சுமியும்

சிவன், விஷ்ணு, பிரம்மா, இந்திரன், அக்னி .... போன்ற தெய்வங்கள் தங்கள் மனைவியருடன் கோயில் சுவரில் சிற்பங்களாக இடம் பெற்றுள்ளனர். இத்தெய்வச் சிற்பங்களைச் சுற்றி விண்ணுலகத் தேவதைகள் மாலைகளையும் இதர சமர்ப்பணப் பொருட்களையும் சுமந்தாற் போன்று செதுக்கப்பட்டுள்ளனர். வடிவிற்கு அப்பாற்பட்ட மெய்ப்பொருள் உருவகப்படுத்தப்பட்டுள்ள எண்ணற்ற தெய்வ வடிவங்களைச் செதுக்கக் கிடைத்த ஒரு பரந்த ஊடகமாக இக்கோயில் சுவர்கள் பயன்படுத்தப்பட்டுள்ளன.

கஜீராஹோ கோயில்களில் கருவறைக்கு மேல் உயரமான சிகரம் அமைந்துள்ளது. அதைச் சுற்றிலும் அடுத்தடுத்து படிப்படியாக உயரங் குறைந்த சிகரங்கள் நெருக்கமாக அமைந்துள்ளன. இச்சிறு சிகரங்கள் ஊரு சிருங்கம் என்றழைக்கப்படுகின்றன. இச்சிகரங்கள் அனைத்தின் ஒட்டு மொத்தத் தொகுப்பு உயர்ந்த மலைச் சிகரங்களைக் காண்பது போன்ற காட்சியைக் கொடுப்பதற்காகும்.

கஜீராஹோவின் ஆரம்பக் கட்டுமானங்களில் தலைசிறந்தது லட்சுமணன் கோயிலாகும். கி.பி.945-இல் இக்கோயில் கட்டி முடிக்கப்பட்டது. லக்சவர்மன் என்றும் அழைக்கப்பட்ட அரசன் யசோவர்மனின் ஆட்சிக் காலத்தில் கட்டப்பட்டது. சாந்தேல வம்ச ஆட்சியைத் திடமாக நிலை நிறுத்தியதும், கோயில் கட்டுமானங்களில் சாந்தேல வம்ச பாணிக்கான காரணகர்த்தாவும் இவரேயாவார்.

23.10 விஸ்வநாதர் கோயில் கருவறைச் சிகரங்கள்

லட்சுமணன் கோயிலில் உள்ள கல்வெட்டு ஒன்றில் 'இக்கோயில் பனி மூடிய மலைச் சிகரங்களுடன் போட்டியிடுகின்றது' என்றுள்ளது. லட்சுமணன் கோயில் அடிமானத்தில் யசோதவர்மனின் வலிமையான சேனைகளின் வெற்றிக் கொண்டாட்டங்கள் செதுக்கப்பட்டுள்ளன. 'சிவனின் இருப்பிடமான காலிஞ்சரா (Kalinjara) மலையின் உயரமானது, மதிய வேளையில் உச்சியைக் கடக்கும் சூரியனின் முன்னேற்றத்தையும் தடுக்கும் தன்மை பெற்றது. அவ்வளவு உயரமான காலிஞ்சரா மலையை மிக எளிதாக யசோதாவர்மன் வெற்றி கொண்டான்' என்று கல்வெட்டொன்று கூறுகிறது.

23.11 லட்சுமணா கோயிலின் உட்புறத் தூண் உச்சிஇணைப்புகளின் எழிலார்ந்த வடிவாக்கம்

விண்ணுலக அப்சரஸ்களும், பூலோக நாயகிகளும் மற்றும் தெய்வ வடிவங்களும் அதிக எண்ணிக்கையில் லட்சுமணன் கோயிலின் உள்ளும், சுவர்களிலும் இடம் பெற்றுள்ளனர். இச்சிற்பங் களின் அழகும், நளினமும் உலகளவில் பாராட்டப்படுபவை களாகும். இந்தக் காலகட்ட சிற்பங்களெல்லாம் ஏதோவொரு இயக்கப் பாங்குடனேயே செதுக்கப் பட்டுள்ளன. இருப்பினும் எத்தகு செயல் நடுவில் இருப்பது போல் வடிவமைக்கப் பட்டிருந்தாலும், முகத்தில் வெளிப்படுத்தப் பட்டுள்ள ஆழ்ந்த அமைதி மிகவும் அலாதியானது. சிற்ப உருவங்கள் அனைத்தும் மூன்று பரிமாணங்கள் உடையதாக, கிட்டத்தட்ட முழு உருவமும் காட்சிக்குரியதாக இருக்கு மாறு படைக்கப்பட்டுள்ளன. சூரிய வெளிச்சம் படும் பகுதியும், வெளிச்சம் படாத ஆழ்ந்த நிழல் பகுதியும் ஒன்று சேர்ந்து, இச்சிற்ப வடிவங்களை மேலும் உயிரோட்ட முள்ளவைகளாகக் காட்டுகின்றன. உளியின் அனைத்து வகையான செதுக்குதல்களுக்கும் ஒத்துழைக்கும் மங்கலான மஞ்சள் நிற மணற்பாறைகள் பயன்படுத்தப் பட்டுள்ளன. அலங்கார நகைகளிலும், பெண்களின் விதவிதமான கொண்டை யலங்காரங்களிலும், எவ்வித நுணுக்கங்களும் தப்பிவிடாதபடி, விலாவாரியாக அதேசமயம் நேர்த்தி யாகப் படம் பிடித்துள்ளனர். பக்தனுள் உறையும் மனோ தைரியத்தை விழித்தெழச் செய்ய லட்சுமணன் கோயிலில் உள்ள தாவிப் பிளிறும் யாளிகள் உதவுகின்றன.

23.12 லட்சுமணா கோயிலின் முகப்பு

பிரகாரம் சுற்றிவரும் பக்தன், தன்னுள்ளும் உறையும் மெய்ப்பொருள் அறிவைச் சந்திக்க லட்சுமணன் கோயில் நுழை

வாயிலைக் கடக்கின்றான். எண்ணற்ற சிற்பங்களால் அலங்கரிக்கப்பட்ட மஹாமண்டபத்தைக் கடக்கும் பக்தனை அழகிய அப்சரஸ்களும், பிற விண்ணுலகத்தவரும் சிற்ப வடிவில் வரவேற்கின்றனர். நுட்பமான, அதேசமயம் விரிவான, வேலைப்பாடுகளைக் கொண்ட தூண்களையும், விதானத்தையும் கண்டு இன்புறுவதற்குப் போதுமான வெளிச்சத்தை மட்டுமே அனுமதிக்கின்ற மஹாமண்டப சாளரங்கள் சற்று உயரத்தில் அமைந்துள்ளன.

23.13 லட்சுமணா கோயில்அதிஷ்டானம்

கருவறையைச் சுற்றிய பிரகாரப் பாதையில் வலம் வரும் பக்தனைப் பரவசத்தில் ஆழ்த்துமாறு விஷ்ணுவின் பல்வேறு அவதார வடிவங்களும், பரிவார தேவதைகளின் வடிவங்களும் இடம் பெற்றுள்ளன. இவை, கருவறையில் விஷ்ணு சதுர் மூர்த்தியை வணங்க இருக்கும் பக்தனின் மனதைப் பக்குவப்படுத்த வேண்டிய தயாரிப்புக் பணியைச் செய்கின்றன. நான்கு முகங்களுடன் கூடிய விஷ்ணுவின் இவ்வடிவம் லட்சுமணண் கோயில் கட்டுமான காலத்தில் காஷ்மீரில் மிகவும் பிரபல்யமான வடிவமைப்பாகும்.

விஷ்ணுவின் தசாவதாரக் கதைகள் மனித இனப் பரிணாம வளர்ச்சியை விவரிக்கின்றன என்ற ஒரு அறிவியல் விளக்கமும் உள்ளது. மச்சாவதாரம் நீர்வாழ் உயிரினத்தையும், கூர்மாவதாரம் நீர், நிலம் வாழ் உயிரினத்தையும், வராக அவதாரம் நிலம் வாழ் உயிரினத்தையும் குறிப்பதாகும். வராகமே உயிர்க்குல முன்னோடி; அதிலிருந்தே அனைத்து தெய்வங்களும் உருவாயினர் என்ற நம்பிக்கையின் வெளிப்பாடே லட்சுமணன் கோயில் முன்பாக விதானத்தின் கீழ் அமைந்துள்ள ஒற்றைக் கற்றளியான வராகச் சிற்பமாகும். வராகத்தின் உடலிலே வரிவரியாகக் கோடுகள் செதுக்கப்பட்டுள்ளன. வராகத்தின் உடல் முழுவதும் சிவன், விஷ்ணு, பிரம்மா, சரஸ்வதி, கங்கை... என அனைத்துத் தெய்வங்களும், புராணப் பாத்திரங்களும் செதுக்கப்பட்டுள்ளன. வராகத்தின் அடிவயிற்றில் கூடச் சிற்பங்கள் செதுக்கப்பட்டுள்ளது குறிப்பிடத்தக்கது. மொத்தம் 674 வடிவங்கள் வராகத்தின் உடலில் அமைந்துள்ளன. முன்பக்கம் நீண்டு நிற்கும் வராகத்தின் கால்கள் பளபளவென்ற

23.14 உடல் முழுவதும்வடிவங்கள் செதுக்கப்பட்டுள்ள ஒற்றைக் கற்றளி வராகம்

கண்ணாடிபோல் மெருகேற்றப்பட்டுள்ளன. வராகம் அமைக்கப் பட்டுள்ள மேடையிலேயே பூமியின் வடிவத்தைச் செதுக்கியிருக் கின்றான் சிற்பி.

லட்சுமணன் கோயிலின் அழகைப் பறைசாற்றும் கல்வெட்டொன்று 'விழாக்காலங்களில் ஒன்று கூடும் விண்ணுலகோர் இக்கோயிலைக் கண்டவுடன் அபரிமிதமான ஆனந்தத்தில் மூழ்கி வாயடைத்துப் போய் விடுகின்றனர்' என்றுரைக்கின்றது.

கஜீராஹோ கோயில்களுள் கண்டரீய மஹாதேவர் கோயிலே மிகப் பெரியது; அழகியது. சிவனுக்கு அர்ப்பணிக்கப்பட்ட இக்கோயிலில், மத்திய இந்தியக் கோயில்களின் எல்லாக் கலையம் சங்களும் உள்ளன. கி.பி. 1017க்கும் 1029க்கும் இடைப்பட்ட காலத்தில் சாந்தேல வம்ச அரசன் வித்யாதரனால் கட்டப்பட்டிருக்கலாம் என்று நம்பப்படுகின்றது. இக்கோயிலின் கருவறைச் சிகரம் கிட்டத்தட்ட 100 அடிக்கும் மேல் உயரமுடையதாயுள்ளது. உயரமான சிகரத்தைப் பெற்றிருக்கும் விஷயத்தில், இச்சிகரம், இதே காலகட்டத்தைச் சேர்ந்த தஞ்சை பிரஹதீஸ்வரர் கோயில் சிகரம், மற்றும் புவனேஷ்வரத்தின் லிங்கராஜா கோயில் சிகரம் ஆகியவற்றுடன் ஒத்துப் போகின்றது. கருவறைச் சிகரமும், இதற்கு நெருக்கமாக ஆனால் படிப்படியாக உயரங்குறைந்த பிற ஊருசிருங்கங்களும் ஒன்றிணைந்து சிவன் இருப்பிடமான கைலாய மலையைப் போல் தோற்றமளிக்கின்றது. மலைச் சிகரங்களைப் போல் தோற்றத்தைப் பெறுவதில் ஒரியக் கோயில்களைக் விட கஜீராஹோ கோயில்கள் சிறந்து விளங்குவது சாதாரண கண் பார்வைக்கே நன்கு புலப்படும்.

109 அடி x 60 அடி தரைப்பகுதியின் மேல் அமைந்துள்ளது கண்டாரீய மஹாதேவர் கோயில். கிழக்கு முனையில் அமைந்த ஒரே நுழைவாயிலுடன், கிழக்கு மேற்காக அமைந்த நீண்ட கோட்டிற்குச் செங்குத்தாக இரு குறுக்குக் கோடுகள் அமைந்தாற் போலுள்ளது இக்கோயிலின் தரை வரைபடம். கிழக்கு நுழைவாயில் தொடங்கி ஒன்றன்பின் ஒன்றாக ஒரே வரிசையில் அர்த்த மண்டபம், அந்தராளம், கருவறை ஆகிய பகுதிகள் அமைந்துள்ளன. குறுகிய இரு கோடுகளுக்கு

23.15 கண்டாரீய மகாதேவர் கோயில்

மத்தியில் மஹாமண்டபம் அமைந்துள்ளது. இம்மாதிரி அமைப்பைப் பஞ்சாயதனம் என்பர்.

மண்டபத்திற்கும், பிரகாரப்பாதைக்கும் தேவையான வெளிச்சம் கொடுப்பதற்காகக் குறுகிய கோடுகள் பகுதிக் கட்டுமானங்களில் அமைந்துள்ள சாளரங்கள் உதவுகின்றன.

இக்கோயிலின் வெளிச்சுவர்களில் அமைந்துள்ள 600க்கும் மேற்பட்ட சிற்பங்கள் தெய்வீக அழகுடையவை. கோயிலின் உட்புறத்திலும் 200க்கும் மேற்பட்ட சிற்பங்கள் உள்ளன. ஆண்-பெண்

23.16 கண்டரீய மகாதேவன் கோயில் சிற்பங்கள்

தெய்வங்கள், மிதுனர்களின் ஆலிங்கனம், பலவித பாங்குகளில் பெண்களின் உருவங்கள் எனச் சிற்பங்கள் ஆலயம் முழுவதும் நிரப்பப்பட்டுள்ளன. இயக்க அசைவுடன் கூடிய வெவ்வேறு நிலைகளில் வெவ்வேறு கோணங் களில் திரும்பிய வண்ணம் முக்கால் பகுதி உடல் வடிவம் தெரிகின்றாற் போல் முப்பரிமாண வடிவங் களாகவே கோயில் சிற்பங்கள் பார்ப்போர் கண்களுக்கு விருந்தளிக் கின்றன. மிகத் திருத்தமான முக அமைப்பு, உருவங்கள் அணிந்திருக்கும் நகைகளில் வெளிக்காட்டப்பட்டுள்ள நுட்பமான வேலைப்பாடு, இயக்கப் பாங்குகளில் வெளிப்படுத்தப்பட்டுள்ள வித்தியாசமான எண்ணற்ற வகைகள் போன்ற கூறுகளில் உச்சகட்ட வளர்ச்சியடைந்திருப்பதைக் காண முடிகின்றது. மொத்தத்தில் சிற்பக் கருவூலமாகவே திகழ்கின்றது.

கண்டரீய மஹாதேவர் கோயிலுக்கு அடுத்து சித்திரகுப்தன் கோயில் உள்ளது. இதன் கருவறையில் ஏழு குதிரைகள் பூட்டிய தேரில் பவனி வரும் சூரிய பகவானின் ஐந்தடி உயரச் சிலை உள்ளது. கருவறைக்குத் தெற்கில் உள்ள மாடத்தில் 11 தலைகளுள்ள விஷ்ணுவின் சிலை ஒன்று உள்ளது. நடுவில் விஷ்ணுவின் தலை; அதோடு பொருந்திய 10 தலைகள் தசாவதாரக் திருவுருவங்கள் ஆகும்.

கண்டரீய மஹாதேவர் கோயிலைப் போன்றே வடிவமைப்புடன், ஆனால் அளவில் ஆறில் ஒரு பங்கு குறைவாயுள்ள இருகோயில்கள் விஸ்வநாதன் கோயிலும், சதுர்புஜன் கோயிலுமாகும். முன்னது சிவனுக்கும், பின்னது விஷ்ணுவுக்கும் அர்ப்பணிக்கப்பட்ட பஞ்சாயதன அமைப்பைச் சேர்ந்த கோயில்களாகும்.

கஜீராஹோ குழுமத்தில் மிகச் சிறந்த நினைவுச் சின்னமாக விளங்குவது பத்தாம் நூற்றாண்டைச் சேர்ந்த பார்ஸ்வநாதர் ஜைனக் கோயிலாகும். லட்சுமணன் கோயில் கட்டுமானம் முடிந்தவுடன் கட்டப்பட்டது பார்ஸ்வநாதர் ஆலயம் என்று கல்வெட்டொன்று கூறுகின்றது. இக்கோயிலின் அழகிய சிற்பங்கள் கஜீராஹோ கோயில்

குழுமத்திலுள்ள வைஷ்ணவக் கோயில்களின் சிற்பங்களைப் போன்ற பாணியிலேயே செதுக்கப்பட்டுள்ளன. சிற்பங்களின் பாங்கு, வடிவமைப்பு விகிதாச்சாரம், பாவம் ஆகிய அம்சங்கள் சிறப்பாக அமைந்துள்ளதால், கஜீராஹோவின் மிக நேர்த்தியான தெய்வ உருவங்களின் படைப்பு இக்கோயிலில்தான் அமைந்துள்ளது என்பர். ஜைன தெய்வ வடிவங்களுடன் எண்ணற்ற வைதீக தெய்வ வடிவங்களும் இக்கோயிலில் இடம் பெற்றுள்ளன.

23.17 பார்சுவநாதர் கோயில் கருவறைப் பிரகாரப் பாதை

இக்கோயிலை அடுத்து அமைந்துள்ளது, ஆதிநாத ஜைனருக்கு அர்ப்பணிக்கப்பட்ட கோயில்.

கஜீராஹோ கோயில் கட்டுமானக் காலகட்டத்தின் இறுதிப் பகுதியில் கட்டப்பட்ட சிறிய கோயிலாகும் இது. ஜைன, வைதீக தெய்வ வடிவங்களையும் உள்ளடக்கிய அழகிய சிற்பங்கள் உள்ளன. கோயிலைச் சுற்றி மூன்று வெவ்வேறு உயர நிலைகளில் அழகிய நாயகிகளையும் உள்ளடக்கிய சிற்பங்கள் அமைந்துள்ளன.

23.18 ஜைனக் கோயிலிலுள்ள பிரம்மா

1910ல் W.E. ஜார்டைன் (Jardyn) இப்பகுதியில் வெள்ளையர்களின் நிர்வாகியாகச் செயல்பட்டார். இவர், கஜீராஹோ குழுக்கோயில்களிலிருந்து விழுந்து கிடந்த சிற்பங்களையெல்லாம் இக்குழுமக் கோயில்களின் மேற்குப் பகுதியின் அருகில் ஒரு கூரையில்லாக் கட்டடத்தில் நேர்த்தியாக அடுக்கி வைத்தார். இத்தொடக்கத்தின் வளர்ச்சியே கஜீராஹோ தொல்பொருள் ஆய்வுத்துறை அருங்காட்சியமாக உருவெடுத்துள்ளது. இங்கு கஜீராஹோ கோயில் சிற்பங்களை மிகவும் அருகாமையிலிருந்து காணலாம். கோயில்களில், இதே சிற்பங்களை, சற்றுத் தூரத்திலிருந்தும் அண்ணாந்தும் பார்க்க வேண்டியதாயிருந்திருக்கும்; இதற்கு பொருத்தமான சிறிய மாற்றங்கள் இச்சிற்பங்களில் கஜீராஹோ

சிற்பிகளால் உருவாக்கப்பட்டுள்ளன; மனதினுள் இதே திருத்தங்களை அமைத்துக் கொண்டு பார்த்தால்தான் சிற்பங்களின் நேர்த்தி புலப்படும்; இல்லையெனில் சற்று ஏமாற்றமாய்த்தான் உணர வேண்டியிருக்கும். இம்மாதிரி சின்னஞ்சிறு நுணுக்கங்கள் கூட கஜீராஹோ சிற்பியின் சிந்தனையிலிருந்து தப்பிடவிடவில்லை என்பது மிகவும் வியப்பளிக்கின்றது.

பல்வேறு சமயங்கள் சச்சரவின்றி ஒற்றுமையாய் இணக்கத்தோடு இருக்கும் கலாச்சாரத்திற்கு கஜீராஹோ குழுக் கோயில்கள் மிகச் சிறந்த சான்றாகும். சமயத் துவேஷம் பல்வேறு சமயங்களைப் பின்பற்று வோர்களிடையே காணப்படவில்லை. அதனால் பிரிவினை இல்லை. தொன்மையான இந்திய தத்துவார்த்த நடைமுறையில் ‘அனைத்துச் சமய வழிமுறைப் பயணத்தின் இறுதியில் சந்திக்கும் மெய்ப்பொருள் ஒன்றேயாகும்; பொருள் முதல் உலக இச்சைகளைத் துறந்து, ஒவ்வொருவரினுள்ளும் உண்மைத் தன்மையை உணரும் அறிவைப் பெறும் தனித்தனிப் பாதைகளே இந்த வெவ்வேறு சமய நடைமுறைகள்’ என்ற உண்மையையே கஜூராஹோ கோயில்கள் தெளிவாக வலியுறுத்துகின்றன.

அத்தியாயம் - 24
அற்புதக் கலவை

11, 12ஆம் நூற்றாண்டிலெல்லாம் இந்தியாவின் வடக்குப் பகுதியிலும், மத்தியப் பகுதியிலும் 'நகரா' பாணியில் கோயில்கள் கட்டப்பட்டன. தமிழ்நாட்டிலே 'திராவிடப்' பாணியில் மாபெரும் கோயில்கள் கட்டப்பட்டன. ஆனால் தக்காணத்தின் ஒரு பகுதியான இன்றைய கர்நாடக மாநிலத்தில் கி.பி.1050க்கும் 1300க்கும் இடைப்பட்ட காலத்தில் கட்டப்பட்ட கோயில்கள் திராவிட, நகரா பாணிகள் கலந்த ஒரு தனித்துவமான பாணியைக் கொண்டுள்ளன. இப்பாணியைப் பிற்கால சாளுக்கியர் பாணி என்றோ அல்லது ஹொய்சாலர் பாணி என்றோ அழைக்கின்றனர்.

24.1 ஹொய்சாலர்களின் சின்னம்

ஆறாம் நூற்றாண்டு முதல் பன்னிரண்டாம் நூற்றாண்டு வரை நீண்டகாலம் கர்நாடகப் பகுதியை ஆண்டவர்கள் சாளுக்கிய மன்னவர்களாவர். தார்வாருக்கு அருகிலுள்ள வரலாற்று மும்மூர்த்தி நகரங்களான ஐஹோளே, பாதமி, பட்டடக்கல் ஆகியவற்றில் ஆறாம் நூற்றாண்டு தொடங்கி மேற்கொள்ளப்பட்ட கட்டுமானங்கள் மூலம் தனித்துவமான ஹொய்சாலர் பாணிக்கான விதைகள் தூவப்பட்டு விட்டன. நிலையான, திடமான ஆட்சியின் விளைவாக, நீண்டகால பாரம்பரிய கட்டுமான நடைமுறை அனுபவமும் அதன் மூலம் பெறப்பட்ட மிகச்சிறந்த அழகியல் உணர்வும் மைசூர் கலைஞர்களின் வேலைப்பாடுகளில் வெளிப்பட ஏதுவாயிற்று.

ஹொய்சாலா அரச வம்ச சின்னம் 'சிங்கத்தைக் கொல்லும் மனிதன்' ஆகும். இதன் பின்னணியில் ஒரு கதை உண்டு. சாலா என்பவன் காட்டுவாசி, மலைவாசி. தியானத்திலிருந்த ஒரு ஜைன மதச் சாது மேல் ஒரு சிங்கம் தாவ இருந்தது. அச்சமயத்தில் அச்சிங்கத்துடன் சண்டையிட்டுக் கொன்றான் சாலா. காப்பாற்றப்பட்ட ஜைன சாதுவின் ஆசிகளுடன், சாலாவின் அதிகார வரம்பு பெருகி ஹொய்சாலா வம்சத்தை நிறுவினான் என்பர். இருப்பினும் ஹொய்சாலா அரச வம்ச வரலாறு விஷ்ணுவர்த்தனன் காலம் முதல்தான் தெளிவாக அறிய முடிகின்றது. கி.பி.1108 முதல் 1142 வரை விஷ்ணுவர்த்தனன் ஆட்சி நடைபெற்றது. சாம்ராஜ்யாதிபதிகளான சோழர்களை விஷ்ணுவர்த்தனன் கி.பி.1116-இல் வெற்றி கொண்டான். மலைவாசித் தலைவர்களால் உருவாக்கப்பட்ட ஹொய்சாலா வம்சம் திடமாகக் காலூன்ற சோழர்களை வென்றதால் முடிந்தது. வெற்றியைக் கொண்டாடுவதற்காகப் பேளூரில் 'விஜயநாராயணன் கோயில்' என்ற பெயரில் கி.பி.1117-இல் ஒரு விஷ்ணு கோயிலைக் கட்டினான். இன்று அது 'சென்னக் கேசவன் கோயில்' என்றழைக்கப்படுகின்றது.

24.2 பேளூர் சென்னக் கேசவன் கோயில் முழுத் தோற்றம்

விஷ்ணுவர்த்தனின் பேரன் இரண்டாம் வீரவல்லாளன் ஆட்சிக் காலத்தை ஹொய்சாலா சாம்ராஜ்ஜியத்தின் பொற்காலம் என்றே கூறலாம். அவனும், அவனது இளையராணி அபிநவ கேதாள தேவியும் கி.பி.1219-இல் கேதாரீசுவரர் கோயிலைக் கட்டினர். ஹொய்சாலா அரசன் நரசிம்மனால் (1141-82) கட்டப்பட்டது ஹொய்சாலேஸ்வரர் கோயிலாகும். கேதாரீஸ்வரர் ஆலயமும், ஹொய்சாலேஸ்வரர் ஆலயமும் ஹலபேடு என்ற குக்கிராமத்தில் உள்ளன. ஹொய்சாலா சாம்ராஜ்யத்தின் புகழ் பெற்ற தலைநகரமாகிய துவார சமுத்திரம்தான் இன்றைய ஹலபேடு. முழுமையான, முதிர்ச்சியடைந்த ஹொய்சாலாகப்பாணிக் கட்டு மானத்திற்குச் சான்றான கேசவன் கோயில் (1268) சோம்நாத்பூரிலுள்ளது. சிறப்பான சிற்ப வேலைப்பாடுகளை உடைய ஜைன தீர்த்தங்கரர் களுக்கான ஹொய்சாலாப் பாணியிலான பல கோயில்கள் ஹலபேடிலேயே உள்ளன. இருப்பினும் விஷ்ணுவர்த்தனின் ஆட்சிக் காலத்தில் 1133-இல் ஹாசனுக்கு அருகிலுள்ள பஸ்திஹள்ளி என்னுமிடத்தில் ஜைனர்களின் மூன்றாவது தீர்த்தங்கரரான பார்ஷவநாதருக்காக கட்டப்பட்ட சிறிய கோயில் குறிப்பிடத்தக்கது.

தார்வார் மும்மூர்த்தி நகரங்களின் கட்டுமானங்களுக்கும், நன்கு வளர்ச்சியடைந்த ஹொய்சாலாக் கட்டுமானங்களுக்கும் ஒரு முக்கிய வேறுபாடு உள்ளது. நுணுக்கமான வேலைப்பாடுகளுக்கு அதிக ஒத்துழைப்புத் தர மறுக்கும் சிகப்பு நிற மணற் பாறைகள் மும்மூர்த்தி நகரக் கோயில்களில் பயன்படுத்தப்பட்டன. எனவே இந்த கட்டுமானங்களில் திடமான கட்டுமானத் தோற்றமும், பெரிய அளவுள்ள சிற்ப வடிவங்கள் செதுக்குவதும் மட்டுமே சாத்தியமாயிற்று. நன்கு வளர்ச்சியடைந்த ஹொய்சாலா பாணிக் கட்டுமானங்களில் பச்சை அல்லது கருநீலநிற மாக்கல் (Chlorite Schist) எனப்படும் நுண் மணற்பாறை பயன்படுத்தப்பட்டது. வெகுநுட்பமான உளிச் செதுக்கல்களுக்கு அதிக அளவில் வளைந்து கொடுக்கும் மென்மைத் தன்மையை இக்கல் மலைப்பகுதிகளிலிருந்து வெட்டியெடுத்த புதிதில் பெற்றிருக்கும். ஆனால் காலஞ்செல்லச் செல்ல, காற்றில் படும்படி இந்நுண்பாறை இருக்கும்பொழுது இறுகிக் கடினமாகிவிடும். எனவே சிறிய அளவு நுண்மணற்பாறைப் பாளங்களால் மேற்கொள்ளப்பட்ட ஹொய்சாலா கட்டுமானங்களில் வெகு நுணுக்கமான சிற்ப வேலைப்பாடுகளால் நிரப்பப்பட்டுச் சிற்பக் கலைக்கூடங்களாகக் காட்சியளிக்கின்றன.

மைசூர் பகுதிகளில் கட்டப்பட்ட 100 கோயில்களுள் எண்பதுக்கும் மேற்பட்டவை தனித்துவமான ஹொய்சாலா பாணியில் அமைந்துள்ளன.

ஹொய்சாலா பாணி கட்டுமான அலங்கரிப்பு வேலைகளில் ‘நகரா’ பாணியில் சிகரங்கள் சிறிய அளவில் அமைக்கும் முறை காணப்படுகின்றது. இது போன்ற சிறுசிறு நகரா பாணி தாக்கங்கள் மட்டுமே ஹொய்சாலா கட்டுமானங்களில் காணப்படுகின்றன. மாறாக ஹொய்சாலா கட்டுமானங்கள் எந்த அளவிற்குத் திராவிட பாணி கட்டுமானங்களுக்கு அண்மையில் உள்ளனவோ அந்த அளவிற்குத் திராவிட பாணியின் தாக்கமும் உள்ளது. ஹொய்சாலா பாணியலமைந்த கட்டுமான அமைப்பை 1) கட்டட வடிவமைப்பு 2) சுவர் வேலைப்பாடுகள் 3) சிகர அமைப்பு 4) தூண்கள் வடிவமைப்பு என்ற நான்கு பிரிவுகளின் வாயிலாக நன்கு அறியலாம்.

1. கட்டட வடிவமைப்பு

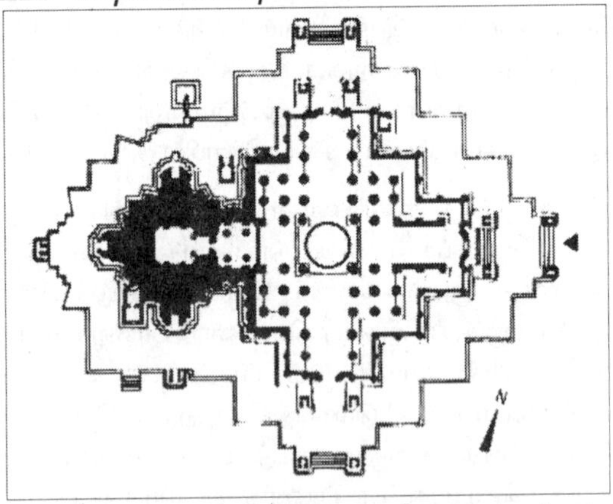

24.3 பேளூர் சென்னக் கேசவன் கோயில் தரைப்படம்

மத்தியில் முக்கிய கட்டுமானக் கோயில் அமைந்துள்ளது. அனைத்துக் கட்டுமானங்களும் சுற்றுச் சுவர்களுக்குள் அமைந்துள்ளன. சுற்றுச் சுவரின் உட்புறப் பகுதியோடு இணைந்த வெவ்வேறு அளவுள்ள மாடங்களும், இவற்றை இணைப்பது போன்ற தூண்களுடனும் மேலே விதானத்துடனும் கூடிய தாழ்வாரமும் கொண்டுள்ளன. கருவறையும் இதனுடன் இணைக்கப்பட்ட இடைநாழிகையும் சேர்த்து ‘சுகநாசி’ என்றழைக்கப்படுகின்றது. சுகநாசியை அடுத்து அமைந்துள்ள தூண்களுள்ள மண்டபம் நவரங்க மண்டபம் எனப்படுகின்றது. இதனை அடுத்து தூண்களுள்ள மண்டபம் அமைந்துள்ளது. இந்த மண்டபம், திறந்த வெளி மண்டபமாயிருக்கும் அல்லது துளைகளும், சிற்பங்களும் கூடிய கல்லாலான திரைச்சீலையைக் கொண்டு மூடப்பட்டிருக்கும். ஹொய்சாலா பாணிக் கோயிலின் எளிய அமைப்பு இதுவாகும்.

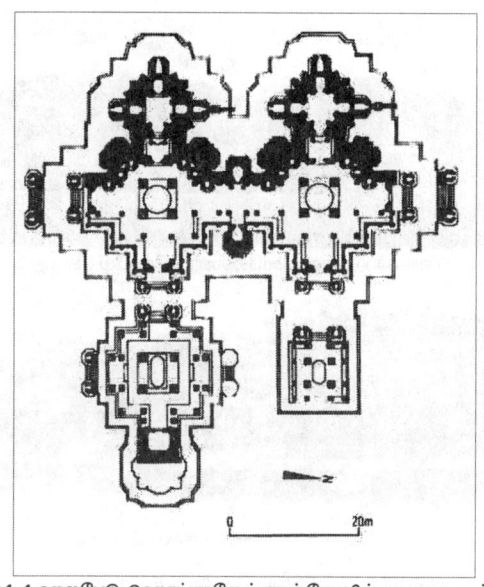

24.4 ஹலபேடு ஹொய்சாலேஸ்வரர் கோயில் தரையமைப்பு

ஆனால் இணைப்புப் பாதையுடன் கூடிய இரண்டு, மூன்று, நான்கு சிலசமயங்களில் ஐந்து கோயில்களின் குழுமக் கட்டமைப்பாக இருக்கும். கருவறை போன்ற முக்கிய பகுதிகள் நட்சத்திர வடிவமைப்பில் அமைந்திருக்கும். நுட்பமான வடிவக் கணிதக் கருவியால் இந்த நட்சத்திர அமைப்பு உருவாக்கப்படும். ஒரே மையத்தைக் கொண்ட, வெவ்வேறு மூலைவிட்ட அளவுகளுள்ள தேவைப்படும் எண்ணிக்கையுள்ள சதுரங்களின் முனைகளை இணைத்து தேவையான நட்சத்திர வடிவமைப்பை உருவாக்கலாம். இணைக்கப்பட்ட எத்தனை கோயில்களைக் கொண்ட குழுமமாயிருந்தாலும், நட்சத்திர வடிவமைப்புடைய ஒட்டு மொத்த கோயில் கட்டுமானமானது உயர்ந்த பீடத்தின் மீதே அமைந்திருக்கும். பீடப்பகுதியும் நட்சத்திர வடிவில், ஒட்டுமொத்த கோயிலின் நட்சத்திர கட்டுமான அமைப்புக்கு இணையாக அமைந்திருக்கும். கோயிலினுள் பிரகாரப் பாதை இல்லாதிருக்கும் குறையைப் போக்குவது போல் கோயிலைச் சுற்றி விசாலமான பிரகாரப் பாதையைப் பீடப்பகுதி பெற்றுள்ளது.

2. சுவர் வேலைப்பாடுகள்

சுவர் வேலைப்பாடுகள் குறுக்கு வசத்தில் எடுப்பாகத் தோற்றமளிக்கின்றன. உயரவசத்தில் தூக்கிக் காட்டும் எண்ணவோட்டம்

24.5 ஹலபேடு ஹொய்சாலேஸ்வரர் கோயில் தோற்றம்

24.6 பேளூர் சென்னக் கேசவன் கோயில்

எதுவும் சுவர் வேலைப்பாடுகளில் காணப்படவில்லை. ஹொய்சாலாப் பாணியில் அமைந்துள்ள பெரிய கட்டுமானங்களிலெல்லாம் உயரவாக்கில் எடுப்பான தோற்றத்தைக் கொடுக்கும் விமானங்களும், பிற மேல் கட்டுமானங்களும் ஏதோவொரு காரணத்தால் இல்லாமலுள்ளன.

குறுக்குவசத்தில் விமானச் சுவரமைப்பு மூன்று பிரிவுகளாகவும், தூண்களுள்ள மண்டபங்களின் சுவரமைப்பு இரண்டு பிரிவுகளாவும் பிரிக்கப்பட்டுள்ளன. விமானச் சுவர்களும் தூண்களுள்ள மண்டபச் சுவர்களும் சில சமயங்களில் ஒன்பது அல்லது பத்தடி உயரமுள்ள அடித்தளங்களைக் கொண்டுள்ளன. விமானம் மற்றும்

24.7 அதிஷ்டானத்தில் விலங்குகளின் அணிவகுப்பு

மண்டபங்களுக்குப் பொதுவான பிரிவான இந்த அடித்தள அமைப்பானது ஒட்டு மொத்தக் கட்டுமானம் முற்றும் சுற்றிச் செல்கின்றது. இந்த அடித்தளப் பகுதி குறுக்குவசத்தில் ஒன்றன்மேல் ஒன்றாகப் பல அடுக்குகள் உடையதாகப் பிரிக்கப்பட்டுள்ளன. தரையை அடுத்துள்ள அடித்தளத்தின் முதல் அடுக்கு முழுவதும் யானைகளின் ஊர்வலமாக உள்ளன. வலிமைக்கும், உறுதியான நிலைப்பாட்டிற்கும் உருவகங்களே யானைகள். இதற்கு மேல் உள்ள

அடித்தள அடுக்கில் வேகமான இடப் பெயர்ச்சிக்கு உருவகமான குதிரைகள் இடம் பெற்றுள்ளன. இதற்கு மேலுள்ள அடுக்குகளில் கொடிக்கருக்கு வேலைப்பாடுகளும், கீர்த்தி முகங்களும் சூரிய முகங்களும் அமைந்துள்ளன. நம் கண்ணில் எடுப்பாகப் படும் ஒரு அடி அகலமுள்ள அடித்தள அடுக்குப் பகுதியானது இதிகாச, புராணக் கதைக் காட்சிகள், கதை சொல்லும் பாங்கில் அடுத்தடுத்து தொடர்ச்சியாகச் செதுக்கப்பட்டுள்ளன. கல்லில் உருவாக்கப்பட்ட, உணர்ச்சிப் பாங்காக கதை கூறும் கண்காட்சிக் கூடம்தான் இப்பகுதி. இதற்கும் மேல் உள்ள அடுக்குகளில் யாளிகளின் அணிவரிசையும் அனைத்திற்கும் மகுடம் வைத்தாற்போல் அன்னப் பறவைகளின் அணிவகுப்பும் அமைந்துள்ளன.

24.8 சென்னக் கேசவன் கோயில் அதிஷ்டாணம்

இத்தகு அடித்தளப் பிரிவின் மேல் மண்டபத்தின் ஆசனம் அமைந்துள்ளது. மண்டபத்தின் அடித்தளப் பிரிவு மற்றும் மண்டபத்தின் ஆசனத்தையும் சேர்த்து 'ஜகதி' என்ற பெயரில் குறிப்பிடுவர். மண்டபத்தின் வெளிப்புறத் தூண்கள் குறிப்பிட்ட இடைவெளியில் அமைந்துள்ளன. கட்டுமான காலத்தின் போது இம்மண்டபங்களை திறந்த நிலை மண்டபங்களாக விடும் எண்ணம் நிலவியது. பின்னாளில் இவ்வெளிப் புறத் தூண்களை இணைப்பது போல் இடைவெளிகளோ அல்லது சிற்ப வேலைப்பாடுகளோ கொண்ட கல் திரைச் சீலைகளால் மூடப்பட்டுவிட்டன. ஜகதிக்கு மேலமைந்த மண்டபக் கட்டுமானமே முன்பு குறிப்பிட்டிருந்த இரண்டாவது பிரிவாகும்.

விமானச் சுவரமைப்பின் முதல் பிரிவு அடித்தளப் பிரிவாகும். இது கிட்டத்தட்ட மண்டபத்தின் அடித்தளம் போன்றே யானைகள், குதிரைகள், கொடிக்கருக்குகள், யாளிகள், அன்னங்கள், புராண,

24.9 ஹொய்சாலேஸ்வரர் கோயிலின் தெற்கு வாயில்

இதிகாசக் காட்சிகள் ஆகியவற்றின் அணி வகுப்பாகவே உள்ளது. இரண்டாவது பிரிவு பார்வையாளர்களின் கண்பார்வைக்கு எளிதில் உட்படும் அடித்தளத்திற்கு மேலுள்ள சுவர்ப் பகுதியாகும். இப்பிரிவில் ஹொய்சாலாக் கலைஞன் தான் ஒரு சிற்பக் கலைஞன் என்பதை நிரூபிக்கும் சாதனையைப் படைத்துள்ளான். அகலமான இந்த விமானச்

24.10 ஹொய்சாலேஸ்வரர் கோயில் சுவரில் சிற்ப வேலைப்பாடுகள்

சுவர் பிரிவில் கொடிக்கரு விதானங்களையுடைய அலங்கார மாடங்களை அமைத்துள்ளான். இதனுள் அவனது இஷ்ட தெய்வங்களை எல்லாம் வெகு நுணுக்கமாக அதே சமயம் வெகு விவரணமாகச் செதுக்கியுள்ளான்.

ஒவ்வொரு மாடமும் சிற்பக் கலைக்கு ஒரு தனித்துவமான சான்றாக விளங்குகின்றது. மேலும் நட்சத்திர வடிவ கட்டுமானத்தின் எழிலை இவை மேலும் அதிகரிக்கச் செய்கின்றன. திராவிடக் கட்டுமானங்களில் இந்த இரண்டாவது பிரிவினில் இடம் பெறும் குட்டித் தூண்களையும், பிற வெளி நீட்டுமான வேலைப்பாடுகளையும் ஹொய்சாலக் கலைஞன் இதற்கு மேலுள்ள மூன்றாவது பிரிவினில் இடம் பெறச் செய்துள்ளான்.

3. சிகர அமைப்பு

விமானத்தின் சுவர்ப்பகுதியானது விமானத்தின் மேற்பகுதியிலிருந்து சற்று அகலமான வெளி நீட்டுமானத்தின் மூலம் பிரிக்கப்பட்டுள்ளது. மேலும் நட்சத்திர வடிவமைப்பு சிகரத்திலும் புலப்படுமாறு பார்த்துக் கொள்ளப்பட்டுள்ளது. இத்தகு வடிவமைப்பைப் பெறுவதற்கு ஏற்றாற்போல், ஒன்றன்மேல் ஒன்றாக ஒழுங்காக அடுக்கப்பட்ட அமைப்புடன் உள்ளது. மேலே செல்லச் செல்ல அளவில் குறைந்து கொண்டே சென்று இறுதியில் குடை அல்லது கலசம் போன்ற அமைப்பில் முடிகின்றது. சிறு சந்நிதிகளும், மாடங்களும் பொருத்தமான இடங்களில் பொருத்தமான கலவைகளாக அமைந்துள்ளன. ஒவ்வொரு அடுக்கும் உள்ளடங்கிய இணைப்புகள் மூலமாகவோ, அல்லது வேறு நுணுக்கங்கள் மூலமாகவோ பிரித்துக் காட்டப்பட்டுள்ளது. ஒட்டுமொத்தத்தில் உயரத் தோற்றத்தைத் தூக்கலாகக் காட்டாமல், அழகிய சிற்பக் கூடமாகவே சிகர அமைப்பு அமைந்துள்ளது. கட்டுமானக் கண்ணோட்டத்தில் மதிப்பிடும் பொழுது, சிகரமானது வடிவிலும், கட்டுமான உறுதியிலும் குறை பாடுடையதாகவே உள்ளது.

24.11 ஹொய்சாலேஸ்வரர் கோயில் தூண்கள்

4. தூண்கள் வடிவமைப்பு

தூண்களின் மத்திய பகுதியான தண்டுப் பகுதியானது ஒரே கல்லால் உருவான ஒற்றைக் கற்றளி ஆகும். தேர்ந்தெடுக்கப்பட்ட கல்லானது தேவையான உத்தேச அளவிற்கு உருவாக்கப்பட்டவுடன், நின்ற நிலையில் ஒரு சக்கரத்தின் மேல் எளிதாக சுழலும்படி பொருத்தப் படுகின்றது. இந்நிலையானது உளி

வேலைப்பாடுகளை எளிதில் மேற்கொள்ள ஏதுவானது. தூணின் அடிப்பகுதி சதுர வடிவிலும், அதற்கு மேல் உள்ள பகுதிகளெல்லாம் வெவ்வேறு அளவுள்ள வட்ட வடிவ வளையங்கள் ஒன்றன் மேல் ஒன்று அடுக்கப்பட்டது போன்றும் தோற்றமளிக்கின்றன. தூணின் கீழ்ப்பாதியை நெருங்கும்போது எடுப்பாகத் தெரியுமாறு 'மணி' போன்ற வடிவமைப்பு தவறாமல் இடம் பெறுகின்றது. இது தொன்று தொட்டுப் பின்பற்றப்படும் நடை முறையாகும். தூண் உச்சி இணைப்பில் செதுக்கப்பட்டுள்ள பெண்கள் 'மதனகைகள்' என்றழைக்கப் படுகின்றனர். மதனகைகளின் உருவ வடிவமைப்பிலும், அணிகலன் களிலும் கேரளச் சிற்ப பாணியின் தாக்கம் தென்படுகின்றது.

24.12 ஹொய்சாலேஸ்வரர் கோயில் தூண் உச்சியிணைப்பு வேலைப்பாடுகள்

சிற்பிகளின் கட்டுமானம்

ஹொய்சாலாப் பாணியின் அடிப்படை திராவிட பாணியே. ஆனால் ஹொய்சாலா கலைஞர் களின் கைவண்ணத்தால் மாறுபட்ட தோற்றமுள்ளதா யுள்ளது. கட்டுமானக் கலைஞனுக் கான எண்ண வோட்டமில்லாமல் சந்தன மரக் கடைசல்காரர், தந்த வேலைக்காரர், உலோக வேலைக் காரர், நகை ஆசாரி போன்ற கைவினைஞர்களின் எண்ண வோட்டத்தையே ஹொய்சாலாப் பாணி கட்டுமானங்கள் கொண்டுள்ளன. சந்தனமரக் கடைசல் கைவினைத்திறனை விமானத்தின் வெளிப்புறச் சுவர்களில் இடம் பெறும் உருவங்களின் செதுக்கல்களில் காண்கின்றோம். தூண் உச்சியில் தென்படும் மதனகைகளின் வேலைப்பாடுகளில் தந்தக் கலைஞர்களின் கைவண்ணம் தெரிகின்றது. விதான வேலைப்பாடுகளில் உலோக வேலைக் கலைஞர்களும், பெண்களின் சகலவிதமான அலங்கார வேலைப்பாட்டில் நகை ஆசாரிகளும் காணப்படுகின்றனர்.

'கலைஞர்களின் கலைஞன்; நல்லோர் இதயங்களை மகிழ்விப்பவன்; சரஸ்வதியின் காலடித் தாமரைத் தேனீ' என்ற புகழ்பாடும் பதிவுகளுடன், சிற்பியின் பெயரும் சில வேலைப்பாடுகளில் பொறிக்கப்பட்டுள்ளன. இதற்கு முந்தைய காலகட்ட வேலைப்பாடு களிலெல்லாம் உருவாக்கிய கலைஞன் தனது பெயரைப் பொறிப்ப தில்லை. பெயரைப் பொறிக்கும் புதிய மாறுதலை இங்குதான்

காண்கின்றோம். ஒட்டு மொத்தத்தில் ஹொய்சாலா பாணிக் கோயில்களைக் 'கலைஞர்களின் கட்டுமானம்' என்றோ அல்லது மேலும் பொருத்தமாகச் 'சிற்பிகளின் கட்டுமானம்' என்றோ கூறலாம். 'இந்திய பக்தன் தனது சொந்தப் பிரச்சினைகளை முறையிடும் கடைசிப் புகலிடமாகக் கோயிலைக் கருதுகின்றான். அப்பிரச்சினைகள் தீர்ந்ததென்றால், தனது நன்றிக் கடனைச் செலுத்துவதற்காகவும் கோயிலுக்கு வருகின்றான். பிறவியே வேண்டாம் என வேண்டிக் கொள்ளவும் கோயிலுக்கு வருகின்றான். எனவே இந்திய பக்தனின் கவனத்தில் கட்டுமான அமைப்பு இடம் பெற வாய்ப்பில்லை; அவனது இஷ்டத் தெய்வங்களையும் அவனுக்கு நன்கு அறிமுகமான புராண, இதிகாசக் காட்சிகளையும் சிறப்பாக வெளிப்படுத்துவோம்' என்ற எண்ணவோட்டத்தின் விளைவாக கல்லில் கதை கூறும் கலைஞனாக ஹொய்சாலாப் பாணிக் கலைஞன் மாறிவிட்டான்.

கேசவன் கோயில், சோம்நாத்பூர்

ஹொய்சாலாப் பாணியிலமைந்த பெரிய மற்றும் முக்கியமான கட்டுமானங்களெல்லாம் முழுமையாக இல்லை. ஏனெனில் இக்கோயில்களில் விமானமும், அதற்குரிய மேல்சுவரும் கட்டப் படவில்லை. அல்லது கட்டப்பட்டிருந்தாலும் பாழடைந்து இடிந்து விழுந்திருக்கலாம். எனவேதான் முழுமையான, முதிர்ச்சியடைந்த ஹொய்சாலாப் பாணிக்குச் சான்றாக சோம்நாத்பூரிலுள்ள கேசவன் கோயிலை (1268) எடுத்துக் கொள்ளலாம். சோம்நாத்பூர் ஸ்ரீரங்கப் பட்டினத்திலிருந்து இருபது மைல் தூரத்திலுள்ளது.

24.13 சோம்நாத்பூர் கேசவன் கோயிலின் வெளிச்சுற்றுப் பிரகாரப் பாதை

இக்கோயில் திரிகுடசலம் என்றழைக்கப்படும் மூன்று சந்நிதிக் கோயிலாகும். மதில் சுவர்களால் சூழப்பட்ட மொத்த இடத்தின் அளவு 215 x 177 அடி; கோயில் 87 x 83 அடி அளவுள்ள சிலுவை அமைப்பின் மேல் அமைந்துள்ளது. மதிற்சுவரின் கிழக்கு வாசலைத் தாண்டி திறந்த முற்றப்பகுதிக்கு வந்தால், முழுக்கோயிலும் கண்ணில்படும் சிறிய அளவுடையது. கோயிலின் பகுதிகள் அனைத்தும் பொருத்தமான விகிதாச்சாரத்தில் அமைந்துள்ளதால், நட்சத்திர வடிவமைப்புடைய மூன்று விமானங்களும் முப்பது அடி உயரமேயிருந்த போதிலும் கோயிலின் மற்ற பகுதிகளோடு இணைந்து அழகிய வடிவுடைய தாயுள்ளது. நட்சத்திர வடிவுடைய கோயிலை வலம் வருமாறு கோயில் அமைந்துள்ள நட்சத்திர வடிவ மேடையில் கிட்டதட்ட ஏழு அடி அகலப் பாதையுள்ளது.

24.14 சோம்நாத்பூர் கோயில் மண்டபமும் கருவறையும்

மத்தியில் தூண்களுள்ள மண்டபமும், அதன் மேற்கு முனையில் சுற்றி மூன்று சந்நிதிகளும் அமைந்துள்ளன. முக மண்டபம் மற்றும் நடுமண்டபம் (நவரங்கம்) ஆகிய இரண்டடையுமே உள்ளடக்கிய ஒரே மண்டபமாகும் இது. முகமண்டபம் 12 தூண்களையும், நவரங்கம் 4 தூண்களையும் கொண்ட தாயுள்ளது. மூன்று கருவறைகளையும், நவரங்கப்பகுதியிலிருந்து சென்றடைய சுகநாசி எனப்படும் சதுர வடிவ இடைநாழியைக் கடந்து செல்ல

24.15 சோம்நாத்பூர் கோயில் கோபுர வேலைப்பாடுகள்

வேண்டும். ஆளுயர விஷ்ணு வெவ்வேறு வடிவங்களில் கருவறைகளில் உள்ளார். குழல் ஊதும் வேணுகோபாலனாகவும் பக்தர்களை பரவசத்திலாழ்த்துகின்றார்.

24.16 சோம்நாத்பூர் கேசவன் கோயில் சிற்பம்

பேளூர் சென்னக் கேசவன் கோயில்

வரலாற்று முக்கியத்துவம் வாய்ந்த பேளூர் குழுமக் கோயில்களின் கட்டுமானக் காலம் 1117-இல் தொடங்குகிறது. நடுவில் அமைந்துள்ள கேசவன் கோயிலும், சமச்சீராக இல்லாமல் சிதறலாகக் கிடக்கும் மற்ற கோயில்களும் ஒரே மதிற்சுவருக்குள் அமைந்துள்ளன. சிகரம் உள்ளடங்கிய மேல் கட்டுமானம் சென்னக் கேசவன் கோயில் பெற்றிருக்கவில்லை. எனவே கட்டுமானக் கண்ணோட்டத்தில் பரவசப்படுத்தாவிட்டாலும், சிற்பக் கலை நோக்கில் பரவசப் படுத்துகின்றது.

178 x 176 அடி அளவுள்ள நட்சத்திர வடிவ உயர்ந்த தளத்தின் மேல் இக்கோயில் அமைந்துள்ளது. தூண்களுள்ள மண்டபமும்,

நட்சத்திர வடிவக் கருவறையும் சதுர வடிவ இடைநாழியால் இணைக்கப்படுகின்றன. கருவறையை இணைக்கும் பக்கம் தவிர, மண்டபத்தின் மற்ற மூன்று பக்கங்களிலும் வாயில்கள் அமைந்துள்ளன. சில படிக்கட்டுகள் ஏறி அடையும் வகையிலமைந்த வாயிலின் இருபுறமும் விமானத்துடன் கூடிய சிறு சந்நிதி உள்ளது. வாயில்கள் அமைந்துள்ள மண்டபம் ஆரம்பத்தில் திறந்த வெளி மண்டபம்தான். ஹொய்சால மன்னன் இரண்டாம் வல்லாளன், செதுக்கப்பட்ட இருபது கல்திரைச் சீலைகளாலான பக்கச் சுவர் கொண்ட மண்டபமாக மாற்றிவிட்டான்.

24.17 பேளூர் சென்னக் கேசவன் கோயில் தெற்கு வாயிலின் முகப்புத் தோற்றம்

150 ஆண்டுகள் கால இடைவெளியுள்ள இக்கோயிலுக்கும், சோம்நாத்பூர் கேசவன் கோயிலுக்குமிடையே காணப்படும் வித்தியாசங்கள் வெகு சொற்பமேயாகும். இதிலிருந்து ஹோய்சாலாக் கலைஞர்கள் அடிப்படை நடைமுறை வழக்கங்களை மாற்றிக் கொள்வதில் தயக்கங் காட்டினர் என்பது தெளிவு. அடித்தள அலங்கார வேலைப்பாடுகளைப் பொருத்தும் வரிசைக்கிரமத்தில் சற்று சுதந்திரம் எடுத்துக் கொண்டுள்ளனர். வெளிப்புறச் சுவர்களில் இடம் பெறும் சிற்பங்களிலும் நடைமுறைக் கட்டுப்பாடுகள் குறைவாகக் காணப்படுகின்றன. பத்துக் கல்திரைச் சீலைகளில் புராணக் கதைகள் செதுக்கப்பட்டுள்ளன. கதை கூறும்

24.18 பேளூர் கோயில் சுவர் சிற்பங்கள்

24.19 பேளூர் கோயில்
நாயகி சிற்பம்

பாங்கில் அமைந்த இத்திரைச் சீலைகள் இக்கோயிலில் மட்டுமே அமைந்துள்ளது என்பது குறிப்பிடத்தக்கது. அடித்தள அணிவகுப்பு அடுக்கில் இடம் பெறும் ஒவ்வொரு யானையும் ஒவ்வொரு விதமாகச் செதுக்கப்பட்டிருப்பது சிற்பியின் கைவண்ணத்தையும், கற்பனைத் திறனையும் வெளிப்படுத்துகின்றது. நவரங்க மண்டபத்தின் மிகப் பெரிய உள்ளளவு 92 x 78 அடி. மொத்தத் தூண்கள் எண்ணிக்கை 46. இவற்றில் நான்கைத் தவிர மற்றவை அனைத்தும் மத்திய பகுதியில் நெருக்கமாக அமைந்துள்ளன. பயன் பாட்டிற்கு அதிக இடம் உள்ளது போன்ற தோற்றத்திற்கே இடமில்லை. இந்த எண்ணவோட்டத்தைத் தூண்களின் நெருக்கமும், அதிக அளவிலான உளி வேலைப்பாடுகளும் ஏற்படுத்துகின்றன. அநேகமாக ஒவ்வொரு தூண் வேலைப்பாடும் ஒரு தலைமைச் சிற்பி மற்றும் அவனது உதவியாளர்களின் பொறுப்பில் விடப்பட்டிருக்க வேண்டும். இதனால் ஏற்பட்ட போட்டியின் காரணமாக ஒவ்வொரு தூணும் தலை சிறந்ததாய் உள்ளது. புதுமாதிரி வடிவமைக்கும் சிந்தனைத் திறனும், அதை விலாவாரியாக அதே சமயம் நுணுக்கமாக வேலைப்பாடுகள் மூலம் வெளிப்படுத்தும் திறனும் வர்ணனைகளுக்கு அப்பாற்பட்டதாயுள்ளது. மண்டபத்தின் மையத்திலுள்ள ஒரு தூண் தனித்துவமான குணாதிசயமுடையது; நரசிம்மத் தூண் என்ற பெயரின் மூலம் மற்ற தூண்களிலிருந்து வித்தியாசப்படுத்தப்படுகின்றது; அடிப்பகுதி, தண்டுப்பகுதி, தலையில் இடம் பெறும் உருவப் பகுதி ஆகியவைகளில் காட்டப்பட்டுள்ள கைத்திறனோடு, முழுத்தூணும் விருப்பப்படி சுழற்றும் முறையில் அமைந்திருந்ததுதான் போற்றுதற்குரியது.

கோயில் கூரையில் துருத்திக் கொண்டிருக்கும் விளிம்புகளைத் தாங்கி நிற்கும் தூண்களின் தலைப்பகுதியில் செதுக்கப்பட்டுள்ள மதனகைகளின் வடிவங்கள் தலை சிறந்த சிற்பங்களாகும். தலையைக் கோதிக் கொண்டிருப்பது போல், கையில் கிளியை ஏந்தியிருப்பது போல் பல்வேறு நிலைகளில் மதனகைகள் இடம் பெற்றுள்ளனர். ஆளை மயக்கும் கவர்ச்சிகரமான பெண்ணும், அவளது காலடியில் தேள் ஒன்று இருப்பதுபோன்றும் உள்ள தத்ரூபமான சிலையொன்று கருவறையின்

பின் சுவரில் இடம் பெற்றுள்ளது. விஷக்கன்னிகை என்று அழைக்கப்படுகின்றாள் அப்பெண். பிறந்தது முதலே சிறிது சிறிதாக விஷத்தை ஊட்டி வளர்த்ததன் காரணமாகப் பெண்ணின் உடலே விஷமாயுள்ளது. மேலும் சிறுவயது முதலே உளவு பார்ப்பதற்கும், எதிரி நாட்டின் முக்கியஸ்தர்களை அழகாலும், கவர்ச்சியாலும் மயக்கி விஷ உடலைப் பயன்படுத்திக் கொல்வதற்கும் பயிற்சி பெற்றவள் இப்பெண். கவர்ச்சியான வடிவழகுடனும், உடல் பாகங்களனைத்தும் நச்சுத் தன்மையுடையது என்பதற்கு உருவகமாக அப்பெண் அருகிலே தேளும் தத்ரூபமாகச் சிலையாக வடிக்கப்பட்டு உள்ளது. பக்கவாத்தியங்களோ அல்லது பக்கவாத்தியங்கள் இல்லாமலோ, நடனமாடும் பாணியிலேயே பெரும்பாலான தெய்வ, மனித வடிவங்கள் செதுக்கப்பட்டுள்ளன. வடிவழகையும், நுண்கலைகளையும் கொண்டாடும் சிற்பக் கூட்டம்தான் பேளூர் சென்னக் கேசவன் கோயில்.

ஹலபேடு ஹொய்சாலேஸ்வரர், கேதாரீஸ்வரர் கோயில்கள்

24.20 ஹலபேடு ஹொய்சாலேஸ்வரர் கோயில் சிற்பங்கள்

ஹொய்சாலா சாம்ராஜ்ய தலைநகரமாக முந்நூறு ஆண்டுகள் விளங்கிய சிறப்பைப் பெற்றது ஹலபேடு என்ற துவார சமுத்திரமாகும். ஹலபேடில் மனிதன் சம்பந்தப்பட்ட சாம்ராஜ்ய நினைவுச் சின்னங்கள் எல்லாம் அழிந்து போய்ப் புல்மேடாய்க் காட்சி தருகின்றது. ஆனால் ஹலபேடில் இறைவனின் சாம்ராஜ்யத்தின் நினைவகமாக ஹொய்சாலாப் பாணிக் கோயில்கள் மட்டும் தப்பிப் பிழைத்துள்ளன. துவார சமுத்திரம், மத சம்பந்தப்பட்ட செயல்பாட்டு மையமாகத் திகழ்ந்தது என்பதற்கறிகுறியாக வைதீக, ஜைன கோயில்கள் பல துவார சமுத்திர மதிலுக்குள் அமைந்துள்ளன.

மனிதக் கரங்களால் உருவாக்கப்பட்ட கோயில்களில் குறிப்பிடத்தக்கது ஹலபேடிலுள்ள ஹொய்சாலேஸ்வரர் கோயிலாகும். அரண்மனைக்கு அருகிலும், சாலை மூலம் இணைக்கப்பட்டும் காணப்படுவதால் கேதாரீஸ்வரர் கோயில் அநேகமாக அரச கோயிலாக இருந்திருக்க வேண்டும் ஆனால் இச்சிறிய கோயிலின் அழகு ஹொய்சாலேஸ்வரர் கோயிலின் அழகில் அடிபட்டுப் போய் விடுகின்றது. கேதரோஜா என்ற தலைமைச் சிற்பியால் ஹொய்சாலேஸ்வரர் கோயில் கட்டப்பட்டது. அரசனின் பொதுப்பணித்துறைத் தலைமை அதிகாரி கேட்டமல்லன் மேற்பார்வையில் கட்டப்பட்டது.

24.21 ஹலபேடு கோயில் மண்டபத்தின் எழில்மிகு உட்புறத் தோற்றம்

நட்சத்திர வடிவக் கோயில் வடிவமைப்பானது இதற்கு இணையான நட்சத்திர வடிவ மேடைமேல் அமைந்துள்ளது. ஹொய்சாலா பாணிக்கே உரித்தான பொதுவான கட்டட வடிவமைப்பு, சுவரில் சிற்ப வேலைப்பாடுகள், தூண்கள் அமைப்பு போன்றவை இக்கோயில்களில் சிறப்பாக அமைந்துள்ளன. கருவறைமேல் உள்ள

சிகரக் கட்டமைப்பு கட்டப்படாதிருந்திருக்கும். அல்லது சிதலமடைந்து விழுந்திருக்க வேண்டும். கோயில் வாயிலை நெருங்கும்போது, கண்ணில்படுமாறுள்ள சிறு சந்நிதிகளின் விமானங்கள் மூலக் கருவறை விமானங்களின் சிறு வடிவமைப்பாகக் காட்சியளிக்கின்றன.

இணைக்கப்பட்ட இரு கோயில்களின் கூட்டமைப்பே ஹொய்சாலேஸ்வரர் கோயில். இந்த இரு கோயில்களும் தனித்தனியே 112 x 100 அடி அளவுள்ளதால் சிறிய கோயில்கள்தாம். ஆனால் ஒட்டு மொத்த கட்டமைப்பும், ஒவ்வொரு கோயிலின் முன்புள்ள நந்தி மண்டபத்தையும் சேர்த்துக் கணக்கிடும்போது 200 அடி பக்கமுள்ள சதுர அமைப்பாகப் பிரமிக்க வைக்கின்றது. தெற்குக் கோயிலின் கிழக்கு வாயிலருகிலுள்ள நந்தி மண்டபம் 'தனித்த ஒரு கோயில்' என்று சொல்லுமளவிற்குப் பெரியதாக உள்ளது. ஆனால் வடக்குக் கோயில் முன்புள்ள மண்டபமோ சிறியது. ஆனால் கோயிலின் வெளிச்சுவரமைப்பு வெளிநீட்டல்கள் அதிக எண்ணிக்கையில் வெவ்வேறு கோணங்களில் அமைந்துள்ளதால், கண்பார்வைக்குப் பெரிய கட்டுமானமாகத் தெரியவில்லை. உட்புற மண்டபத்திலோ நெருக்கமாய்த் தூண்கள் அமைந்துள்ளதால், இதே உணர்வுதான் மிஞ்சுகிறது.

கோயிலின் கீழ்ப்பகுதி ஹொய்சாலாப் பாணிக்கே உரித்தான பறவைகள், விலங்குகள் ஆகியவற்றின் அணி வகுப்பைப் பெற்றுள்ளன. அதிக எண்ணிக்கையிலுள்ள சிற்பங்கள் ஒன்றுபோல் மற்றொன்றிருப்பதில்லை. ஹொய்சாலாச் சிற்பி, அந்த அளவிற்குக் கவனத்துடன், சிரத்தையெடுத்துப் பொறுமையாகச் செதுக்கியிருக்கின்றான். கோயிலைச் சுற்றி பிரகார மேடைப் பாதையில் செல்லும் பொழுது கண்ணில்படும் கோயில் சுவரின் அடுக்குப் பகுதியை ஓலைச் சுவடியுடன்தான் ஒப்பிடப்பட வேண்டும். அந்த அளவிற்கு இந்த அடுக்குப் பகுதியில் இந்திர சபையில் உள்ள அனைத்துத் தெய்வங்களும் விதான வேலைப்பாடுகளுடன் கூடிய கட்டுமான மாடங்களில் அற்புத சிற்பங்களாக இடம் பெற்றுள்ளனர். இவையல்லாமல் இராமாயண, மகாபாரத கதைகளின் சில காட்சிகளும், பாகவத புராணத்தின் முக்கிய பகுதிகளும் கதை கூறும் பாணியில் நுணுக்கமாக, சுற்றி அலங்கார வேலைப்பாடுகளுடன் செதுக்கப்பட்டுள்ளன. விளிம்பு வேலைப் பாடுகளில் இயற்கைக் காட்சிகளும், வழக்கமான விலங்குகளும், புராண இதிகாசக் கதைக் காட்சிகளும் கலையழகுடன் செதுக்கப்பட்டுள்ளன.

இதற்கு முந்தைய காலகட்டக் கலை வேலைப்பாடுகளில் காணப்படாத ஒரு முக்கிய அம்சம் இங்கு இடம் பெற்றுள்ளது. யுத்தத்திற்கான தயார் நிலையில் இருக்கும் போர் வீரர்கள், இரதங்கள்

இந்தியக் கலை வரலாறு   417

24.22 ஹலபேடு கோயில் தூண்கள்

போன்றவற்றில் எந்தச் சிறு நுணுக்கமும் தப்பிவிடாதபடி செதுக்குவதில் காட்டப்படும் முக்கியத்துவம் குறிப்பிடத்தக்கதொன்றாகும். ஒரிஸ்ஸா கோனார்க் கோயில்களிலும் இதே மனநிலை நிலவுகிறது. இதிலிருந்து இக்கால கட்டத்தில் எந்நேரமும் யுத்தத்திற்குத் தயார் நிலையில் இருப்பதற்குக் கொடுக்கப்பட்ட அதிக முக்கியத்துவம் கோயில் கலைகளில் நன்கு பிரதிபலிக்கின்றது.

கோயிலொன்றுக்கு இரண்டு வீதம் நான்கு வாயில்கள் இச்சுவர் சிற்பக் கண்காட்சித் தொடர்ச்சியைத் தடுக்கின்றன. அமைப்பில் ஒரே மாதிரியாயிருக்கும் தெற்கு மற்றும் தென்மேற்கு வாயில்கள் முற்றிலும் முடிந்த மாதிரியுள்ளன. சாதாரண செவ்வக வாயில் வழிதான்; ஆனால் அதைச் சுற்றிய வேலைப்பாடுகள் தான் வர்ணனைக்கு அப்பாற்பட்ட சிறப்புடையதாயுள்ளது. பெரிய அளவில் திரிபங்க நிலையில் எண்ணற்ற அணிகலன்களுடன் கொடிக்கருக்கு வேலைப்பாடுள்ள வளைவுக்குள் துவாரபாலர்கள் வாயிலின் இருபுறமும் இடம்

24.23 ஹலபேடு கோயில் சிவனும் பார்வதியும்

பெற்றுள்ளனர். வாயிலின் மேலுள்ள லின்டல் பகுதி 12 அடி நீளமும், 3அடி உயரமும் உள்ள சிற்பப் பல்கையாகும். இப்பகுதி இன்னும் நுணுக்கமான வேலைப்பாடுகளையுடையதாயுள்ளது. யாளிகள் தாங்கும் லதாதோரணங்களின் கீழ் தாண்டவமாடும் நடராஜருடன், பிற தெய்வங்களும், முரசு, சிப்லாக் கட்டை போன்ற இன்னிசைக் கருவிகளுடன் துணை நிற்கின்றனர். நவரங்க மண்டபமும், கருவறையும் மரபுப்படி சிறப்பாக வடிவமைக்கப்பட்டுள்ளன. ஆனால் மதனகை போன்ற சிற்ப வேலைப்பாடுகளெல்லாம் உளி எழுதிய கவிதைகளேயாகும். கற்பனை உலகில் சிறகடித்துப் பறந்த ஹொய்சால சிற்பிகளின் கைவண்ணத்தால் சிற்பக் கலையின் உச்ச கட்டம் ஹலபேடு கோயில்கள் என்ற சிறப்பைப் பெற்றுள்ளன.

ஹொய்சாலா மரபுப்படி அமைந்துள்ள கேதாரீசுவரர் கோயிலைத் தெய்வீக ஆபரணம் என்றே கூறலாம். கோயிலின் சுற்றுச் சுவர்கள் அனைத்திலும் அடுக்கடுக்காக நுண்ணிய சிற்ப வேலைப்பாடுகள் உள்ளன. வியக்கும் வண்ணம் மேற்குச் சுவரில் அமைந்துள்ள சிற்பம் ஒன்றை உதாரணமாகக் காணலாம். வானரங்கள் டெலஸ்கோப் போன்ற ஒன்றைத் தாங்கி நிற்க, சடாயுவின் சகோதரன் சம்பாதி அதன் வழியாகப் பார்த்துச் சீதை இருக்குமிடத்தைக் கண்டுபிடிப்பது போன்ற சிற்பம்தான் அது. விரிவாகப் பார்க்க ஆரம்பித்தால், ஹொய்சாலேஸ்வரர் கோயிலைத் திரும்பப் படிப்பது போன்ற உணர்வே மிஞ்சும்.

24.24 பஸ்திஹள்ளி பார்சுவநாதர் கோயில் முன் மண்டபம்

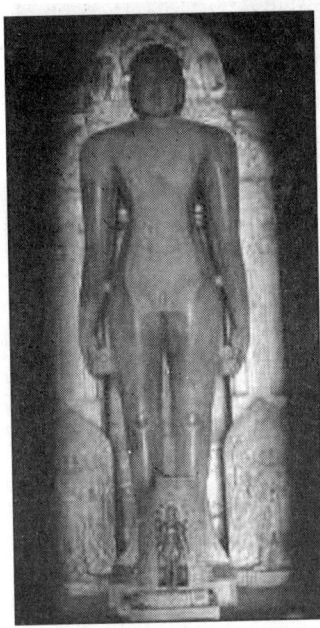

24.25 ஹலபேடு சாந்திநாதர்

பஸ்திஹள்ளி பார்ஷவ நாதர் ஜைனக் கோயில்

சிறிய இக்கோயிலின் சிறப்பே நவரங்கக் கூடத்தில்தான் உள்ளது. கருங்கல்மணலாலான பதினான்கு தூண்கள் நவரங்க மண்டபத்திலுள்ளன. வழுவழுவென்றிருக்கும் இத்தூண்களில் ஐந்து தூண்களை மாயாஜாலத் தூண்கள் எனலாம். தூரத்திலிருந்தால் ஒரு பிம்பத்தையும் நெருங்கி வந்தால் வேறொரு பிம்பத்தையும் காட்டும் இம்மாயாஜாலாத் தூண்கள். ஒரு தூணானது முன் நிற்பவரின் தூர பிரதிபிம்பமாகப் பாம்பையும், அருகாமை பிரதிபிம்பமாக நண்டையும் காட்டும். இதுபோல் இம்மாயாஜாலத் தூண் எதன் முன் நின்றாலும் நமது உருவத்தை வித்தியாசமான முறையிலோ அல்லது வேறு உருவத்தையே பிரதிபலிக்கும். மாயாஜாலத் தூண்களுள்ள நவரங்க மண்டபத்தின் முன்னால் பல தூண்களைக் கொண்ட ஒரு மண்டபம் உள்ளது. அதிலிருந்து உள்ளே வர ஒரு சிறு வாசல்தான் உள்ளது. இதன் வழியே கிடைக்கும் குறைந்த ஒளியைப் பல்வேறு கோணங்களில் தூண்களை நிறுத்திப் பிரதிபலிக்கச் செய்வதன் மூலம் வெவ்வேறு பிம்பத்தைக்காட்டும் மாயாஜாலத்தை அரங்கேற்ற முடிந்துள்ளது. ஹொய்சாலா அரச வம்சத்தில் பல அரசிகளும், பல தளபதிகளும் ஜைன மதத்தைப் பின்பற்றுபவர்களாக இருந்தனர்.

இந்தியக் கலையில் ஹொய்சாலாக் கோயில்களின் காலமானது அதிக வளர்ச்சியைக் கண்ட கால கட்டமாகும். ஹொய்சாலா காலக் கட்டடக் கலைஞர்கள் விடாமுயற்சியுடைய கடின உழைப்பாளிகள்; அதன் பயனாகத்தான் விலாவாரியான நுணுக்கமான வேலைப்பாடுகளை அதிக அளவில் உருவாக்க முடிந்தது. இதற்கு முந்தைய கால கட்ட கலைகளில் காணப்படும் 'கண் பார்த்ததைச் சிலையில் கொணர்தல்' என்ற நடைமுறை வாழ்வின் மனித உணர்ச்சி, இயற்கைக் காட்சி ஆகியவற்றை வெளிக்கொணரும் முயற்சி சற்றுக் குறைவாகவே உள்ளது. நகம் கூட நன்கு புலப்படுமாறு சிறப்பாகச் செதுக்கப்பட்டுள்ளன.

24.26 சுழலும் தூணின் வேலைப்பாடுகள்

ஆனால் இந்திய சிற்பக் கலைகளில் இதற்கு முன் காணப்பட்ட 'வாழ்வியல் உயிர்மூச்சு' கொலு வீற்றிருந்த இடத்தை அதிகப்படியான அலங்கார வேலைகள், அணிகலன்கள் பிடித்துக் கொண்டன. இது ஹொய்சாலா அரச தர்பாரையும், ஹொய்சாலா சாம்ராஜ்யத்தையும் இவற்றின் மகோன்னதங்களையும் படம் பிடித்துக் காட்டும் முயற்சியாகவே தோன்றுகிறது.

அத்தியாயம் - 25

ஞாயிறு போற்றுதும்! ஞாயிறு போற்றுதும்!

ஆரம்ப காலங்களில் ஸ்தூபி, குகைக் கோயில், கட்டுமான கோயில்களுக்கான கட்டுமானப் பொருளுதவி சாமான்யர்களாலேயே வழங்கப்பட்டது. எனவே இக்கட்டுமானங்களின் நோக்கம் பொருள் முதல் உலகக் குழப்பங்களிலிருந்து மனதைத் திசை திருப்பி மெய்ப்பொருள் உணரும் பணியில் மனதை ஈடுபடுத்துவதேயாகும். ஆனால் இடைக்காலக் கோயில் கட்டுமானங்களுக்கு அரசர்களே நேரடியாகப் புரவலர்களாக இருந்தனர். எனவே இக்காலக் கட்டுமானங்களின் நோக்கம் அரசர்களின் மகோன்னதங்களைப் பறை சாற்றுவதேயாகும். இதனால் கட்டுமானங்களெல்லாம் அளவில் பிரம்மாண்ட அமைப்புடையதாகவே உருவாக்கப்பட்டன. இத்தகு மாபெரும் கட்டுமானங்களின் உச்சகட்ட வளர்ச்சியைக் கோனார்க் சூரியன் கோயிலில் காணலாம். 800 ஆண்டுகால கட்டுமான வளர்ச்சியினைப் புகழ்பாடும் இக்கருங்கோயில் (Black Bagoda) கிழக்கு கங்க வம்சத்தைச் சேர்ந்த முதலாம் நரசிம்ம மஹாதேவனால் (1238-64) கட்டப்பட்டதாகும்.

கோனார்க் கடற்கரையை அடையாளங் காட்டும் கலங்கரை விளக்கம் போல் செயல்பட்ட கோனார்க் சூரியன் கருங்கோயில் கட்டப்பட்ட காலந்தொட்டே காண்போரை மெய் மறக்க வைத்துள்ளது. ஒரேயொரு உதாரணத்திற்குப் பேரரசர் அக்பரின் அவை வரலாற்றறிஞரான அபுல்ஃபாசல் 1585-இல் கோனார்க் சூரியன் கோயிலைக் கண்டு வியந்து அய்னி அக்பரியில் குறிப்பிட்டுள்ள வாசகம் ஒன்றே போதுமானது. அவ்வாசகம் 'எதிலும் குறைகாணும் மனப் போக்குடையவரும், மேலும் எளிதில் திருப்திப்படுத்தப்பட இயலாத

25.1 கோனார்க் சூரியனார் கோயில்

25.2 கோனார்க் ரதம்

இயல்புடையோரும் கூட இக்கருங்கோயிலைக் காணும்பட்சத்தில் ஆச்சரியத்தில் மெய்மறந்து போய்விடுவர்', என்பதாகும்.

ஒரியப் பாணியின் அடிப்படைக் கட்டுமான விஷயங்களைக் கோனார்க் சூரியன் கோயில் கொண்டுள்ளது. இருப்பினும் சூரியன் கோயில் மற்ற ஒரியப் பாணிக் கோயில்களிலிருந்து பெரிதும் வித்தியாசப்பட்டு காட்சியளிக்கின்றது. ஒரிய பாணியில் கருவறையையும், அதன் மேலமைந்த விமானத்தையும் சேர்த்து 'தியூல்' என்றும் மண்டபத்தை ஜக்மோகன் என்றும் அழைப்பர். சூரியன் கோயிலின் தியூலும், ஜக்மோகனும் சூரியன் பயணிக்கும் மாபெரும் ரதம் போன்றே வடிவமைக்கப்பட்டுள்ளது. நாள்தோறும் வானவெளியில் ரதசாரதியாக அருணன் செயல்படும் ரதத்தில் சூரியன்

இந்தியக் கலை வரலாறு 423

பயணிக்கின்றார் என்ற நம்பிக்கை நிலவுகின்றது. இடுப்புக்குக் கீழ் உள்ள உடல் பகுதிகள் பெற்றிராதவன்தான் அருணன்.

இந்த ரதத்திற்குப் பக்கத்திற்குப் பன்னிரண்டாக மொத்தம் 24 சக்கரங்கள் அமைந்துள்ளன. 12 சக்கரங்கள் 12 மாதங்களுக்குக் குறியீடாகின்றன. துரிதகதியில் ரதத்தை இழுக்கும் பொருட்டு ரதத்தின் முன் ஏழு குதிரைகள் பூட்டப்பட்டுள்ளன. அகலமான நுழைவாயிலின் பக்கங்களில், 4 குதிரைகள் ஒரு பக்கமும், மூன்று குதிரைகள் மற்றொரு பக்கமும் ரதத்துடன் பிணைக்கப்பட்டுள்ளன. சூரிய சஹஸ்ரநாமத்தில் ஸப்தாஸ்வா, ஸப்தவர்ணஹா என்ற வர்ணனை உள்ளது. வானவில்லின் ஏழு வர்ணங்களாகப் பிரியும் ஒளியின் தன்மையை ரதத்தை இழுக்கும் ஏழு குதிரைகள் குறிக்கின்றன என்பர்.

25.3 கோனார்க் சக்கரத்தின் சிற்பங்கள்

ஐக்மோகனும், தியூலும் ஒரே மேடையின் மேல் கட்டப்பட்டுள்ளன. இந்தக் கல்தள மேடையின் பக்கங்களில்தான் ரதத்தின் மாபெரும் சக்கரங்கள் அமைந்துள்ளன. கனவுலகக் கற்பனையில் தீட்டப்பட்டது போன்ற இம்மாபெரும் கட்டுமானத்திற்கு, 10 அடிக்கும் மேல் உயரமுடைய இச்சக்கரங்கள் மிகவும் பாந்தமாய் பொருந்துகின்றன. ரத சக்கரங்கள் நேரில் எத்தகு தோற்றமுடையதாயிருக்குமோ, அவ்வாறே சூரியன் கோயில் சக்கரங்களும் சகலவிதமான நுணுக்கங்களுடன் செதுக்கப்பட்டுள்ளன. ஒவ்வொரு சக்கரத்திலும் 8 பெரிய ஆரங்களும் 8 சிறிய ஆரங்களும் உள்ளன. இந்த ஆரங்களும் சக்கரத்தில் சரியாகப் பொருந்தியிருக்குமாறான பணியைச் செய்யும் குத்தூசிகளையும் கூட இச்சக்கரங்கள் பெற்றுள்ளன.

கோயிலின் பிற பகுதிகளைப் போன்றே சக்கரங்களும் மிகச் சிறப்பான சிற்ப வேலைப்பாடுகளைக் கொண்டுள்ளன. இம்மியளவு இடம் கூட வெறுமனே விடப்படவில்லை. சக்கரத்தின் எல்லாப் பகுதிகளிலும் எல்லாவிதமான நுணுக்கங்களுடன் கூடிய சிறிய வடிவமைப்பு உருவங்களால் நிரப்பப்பட்டுள்ளன. அளவில் சிறிய

25.4 கோனார்க் ரதத்தின் பெரிய சக்கரம்

அல்லது பெரிய சிற்ப வேலைப்பாடுகளில் கோனார்க் கலைஞர்கள் தாங்கள் வாழ்ந்த அன்றாட உலகின் உன்னதங்களையெல்லாம் பிரதிபலிக்குமாறு பார்த்துக் கொண்டார்கள்.

குதிரைகள் இழுக்கும் ரதம் போன்ற வடிவமைப்பிற்கான உத்வேகம் ஒருவேளை தென்னிந்தியாவில் இருந்து உருவாகியிருக்கலாம். ஏனெனில் தென்னிந்தியாவின் உற்சவ காலங்களில் உற்சவ மூர்த்திகளை ரதங்களில் அமர்த்தி ஊர்வலமாக இழுத்துச் செல்வர். மேலும் தமிழ்நாட்டில் தாராசுரத்தில் அமைந்துள்ள 12ஆம் நூற்றாண்டைச் சேர்ந்த ஐராவதேஸ்வரர் கோயில் மண்டபமானது ரத அமைப்பில் கட்டப்பட்ட சிறிய கட்டுமானமாகும். 'ரதத்தில் பூட்டிய குதிரைகளை அருணன் விடுவிக்கும்பொழுது, இரவானவள் எல்லாப் பகுதிகளிலும் தனது ஆடையை விரிக்கின்றாள்' என்று ரிக் வேதத்தில் (1, 15, 4) உள்ள வர்ணனைக்கு வடிவமைக்கும் முயற்சியாகக் கூட கோனார்க் சூரியன் கோயில் கட்டமைப்பைக் கொள்ளலாம்.

உயிர் வாழ்க்கைக்கு ஆதாரமான இயற்கை அன்னையின் முக்கிய குணாதிசயங்களை இந்தியாவின் கோயில்களிலும், ஸ்தூபிகளிலும் உருவகப்படுத்தப்பட்டுள்ளன. சூரிய வழிபாடு என்பது தொன்றுதொட்டு நிலவும் தெய்வ வழிபாடுகளில் ஒன்றாகும். சூரியனை முழு முதல் தெய்வமாக வணங்குபவர் சௌர மதத்தவர் ஆகின்றனர். சூரிய வெளிச்சம் எல்லாத் திசைகளிலும் பரவி மற்ற பொருள்களில் பொருந்தி விடுவது போன்று சௌர மதம் மற்ற எல்லா மதங்களுள்ளும் அந்தர்தானமாய் விட்டது. ஏதேனும் ஒரு விதத்தில் உயிர்களெல்லாம் சூரியனை ஆராதித்து வருகின்றன. 'யார் நம் அறிவைத் தூண்டுகிறாரோ அந்தச் சுடர்க் கடவுளின் மேலான ஒளியைத் தியானிப்போமாக' என்று சூரிய காயத்ரீயில்

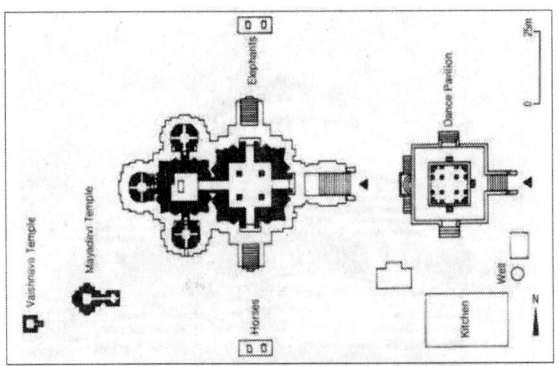

25.5 கோனார்க் கோயிலின் தரைப்படம்

அமைந்துள்ளது. காஷ்மீரில் மார்டண்டு என்ற இடத்திலும், குஜராத்தில் மோதராவிலும், ராஜஸ்தானில் ராணக்பூர் மற்றும் ஒசியன் என்ற இடங்களிலும் சூரியனுக்கு அர்ப்பணிக்கப்பட்ட கோயில்கள் உள்ளன.

மூன்றுவிதமான கற்கள் கொண்டு கோயில் உருவாக்கப்பட்டுள்ளது. வாயில்கள், சந்நிதியிலுள்ள சிலைகள், உயரமான பகுதிகளில் அமைந்துள்ள அழகிய இசைக் கலைஞர்கள் போன்றவற்றிற்கு நீண்டநாள் தாக்குப்பிடிக்கக் கூடிய குளோரைட் கற்கள் பயன்படுத்தப்பட்டுள்ளன. கண்ணுக்கு முற்றிலும் புலப்படாத அடித்தளம் மற்றும் மேடைக்கான கட்டுமானத்திற்கு லேட்டரைட் கற்கள் பயன்படுத்தப்பட்டுள்ளன. கோயிலின் கட்டுமானத்திற்குக் கொண்டாலைட் கற்களும் பயன்படுத்தப்பட்டுள்ளன. துரதிருஷ்ட வசமாகக் கொண்டாலைட் கற்கள் குறுகிய காலத்திலேயே பாதிப்படையும் தன்மை கொண்டது. கட்டுமானத்திற்குத் தேவையான எவ்வகைக் கற்களும் கோனார்க் புறப்பகுதிகளில் கிடைப்பதற்கு வாய்ப்பில்லை. கோயிலுக்குத் தேவையான அனைத்து வகை கற்களுமே வெகு தொலைவிலிருந்து நதிகளின் வழியாகக் கொண்டு வரப்பட்டிருக்க வேண்டும்.

சூரியன் கோயிலின் கருவறை தியூலானது முழுமையுற்றிருந்தால் 200 அடி உயரமுடையதாய் இருந்திருக்கும். அவ்வாறிருக்கும்பட்சத்தில் இந்தியக் கோயில்களிலேயே மிக உயரமுடையதாயிருந்திருக்கும். இன்றும் கம்பீரமாக 130 அடிக்கும் மேல் உயரமுடையதாய் கோயில் ஜக்மோகன் காட்சியளிக்கின்றது. பொருத்தமான விகிதாச்சாரத்தில் அமைந்துள்ள கட்டுமானங்கள் எண்ணிலடங்கா சிற்ப வளத்தால் மேலும் அழகூட்டப்பட்டுள்ளது. கோனார்க் சூரியன் கோயிலில் கட்டுமானமும், சிற்ப வேலைப்பாடுகளும் ஒன்றையொன்று மிஞ்சாமல்

25.6 கோனார்க் கோயில் பீடாதியூலின் சிகர உச்சி

25.7 அதிஷ்டான சிற்பங்கள்

மிகப் பொருத்தமாக அமைந்து முழுமை பெற்றுள்ளன. மேலும் கட்டுமான வடிவமைப்பில் உள்ளடங்கியதாகவே சிற்ப வேலைப்பாடுகளை இணைத்திருப்பது கணினியுக வடிவமைப்புக் கற்பனையையும் மிஞ்சிய செயல் என்றால் மிகையில்லை.

பரந்த தரைத்தளத்தின் பக்கங்களில் புடைப்புச் சிற்ப செல்வங்கள் அபரிமிதமாய் அமைந்துள்ளன. யானைகளின் பல்வேறு வடிமைப்பு களிலிருந்து, கோனார்க் கலைஞன் விலங்குகளை உன்னிப்பாக உற்று நோக்கியதும், அவற்றின்மேல் அன்பு பாராட்டியதும் தெளிவாகப் புலப்படுகின்றது. யானைகள் தத்ரூபமாக வனாந்தரச் சூழலில் சுதந்திரமாக அலைந்து திரிவது போன்றே படைக்கப்பட்டுள்ளன.

25.8 கோனார்க் விலங்குகள் சிற்பம்

யானைகள் மரங்களை வேரோடு பிடுங்குகின்றன; யானைகள் தங்கள் வால்களை ஆட்டிக் கொண்டிருப்பது மிக இயற்கையாக சிற்பத்தில் வெளிப்படுத்தப் பட்டுள்ளது. பெற்றோர் அன்பை வெளிப்படுத்துவதில் மனிதனுக்கும் விலங்குக்குமிடையே எவ்வித வேற்றுமையில்லை. இந்த உண்மையைக் கோனார்க் சிற்பி வெளிக் கொணர்ந்துள்ளான். யானைகள் தங்கள் குட்டிகளுக்குப் பாலூட்டுகின்றன; உணவூட்டு கின்றன; பலவிதங்களில் அன்பு பாராட்டுகின்றன. கீழைக்கங்க வம்சத்தினர் தங்களைக் 'கஜபதிகள்' என படாடோபமாக அழைத்துக் கொண்டனர். எனவே யானைச் செல்வங்கள் தானே அவர்களுக்கு அந்தஸ்தைக் கொடுக்கும்! எனவே யானைகளைப் பிடிக்கும் மனித முயற்சிக் காட்சிகளும் புடைப்புச் சிற்பங்களாக இடம் பெற்றுள்ளன. கோயில் கட்டுமானத்திற்குத் தேவையான கல்பாளங்களை சக்கரங்கள் பொருத்தப்பட்ட வண்டிகளில் மனிதர்கள் கொணரும் காட்சியையும் இப்புடைப்புச் சிற்பங்கள் படம் பிடித்துள்ளன.

சுவர்களின் மேல்பாகத்தில் கூரையோடு இணையும் பகுதியில் இடம் பெற்றுள்ள சிற்பங்கள் ஆண்,பெண் இருபாலாரின் அன்றாட வாழ்க்கை முறைகளைப் படம் பிடித்துக் காட்டுகின்றன. விற்கும் பொருட்களைத் தலையில் சுமந்தவாறுள்ள மனிதனின் சிற்பம் உள்ளது. மூதாட்டி தனது குடும்பத்தினரிடமிருந்து புனித யாத்திரைக்கு

25.9 கோனார்க் புடைப்புச் சிற்பங்களில் கட்டுமானப் பணிகள்

விடைபெறுவது போன்றதொரு காட்சியுள்ளது. உடையணிந்து ஒரு குழு வரவேற்கின்றது. அன்பளிப்பாக வழங்குவதற்காக இந்தியாவிற்கு அந்நியமான விலங்கான ஒட்டகச்சிவிங்கி ஒன்றும் குழுவினருடன் உள்ளது. இதிலிருந்து கலிங்கத்திற்கும் தூரதேசங்களான ஆப்பிரிக்க நாடுகளுக்கிடையேயும்கூட வியாபாரத் தொடர்பு நிலவியதை ஊகிக்க முடிகின்றது.

சேனைகளோ, போருக்கான முஸ்தீபுகளோ முற்காலக் கலைகளில் அதிக முக்கியத்துவம் கொடுக்கப் படவில்லை. ஆயுதந் தாங்கிய துவாரபாலகர்கள் கூட முற்காலக் கலைகளில், போருக்குத் தயார் நிலையில் இருப்பவர்களாகக் காட்டப்படவேயில்லை; தெய்வீகப் பாதுகாப்புணர்வுடன் கூடிய கருணை உணர்வுள்ளவர்களாகவே படைக்கப்பட்டனர். ஆனால் கோனார்க் சூரியன் கோயிலில் பிரசித்தி பெற்ற கருத்துருவாக சேனை அணிவகுப்பு காணப்படுகின்றது. சேனையின் பலம், போருக்குத் தயார் நிலையிலிருத்தல் போன்ற அம்சங் களுக்கும் அதிக கவனம் செலுத்தப் பட்டதை அறிய முடிகின்றது.

25.10 ஒட்டகச் சிவிங்கியை பரிசளிக்கும் சிற்பம்

வாலிப்பான உடலமைப்புள்ள ஆலஸ்ய கன்னிகளின் எண்ணற்ற சிற்பங்கள் சூரியன் கோயிலில் இடம் பெற்றுள்ளன. அன்புடனும், அந்நியோன்யத்துடனும் தழுவலில் ஈடுபட்டுள்ள மிதுனர்களும் படைக்கப்பட்டுள்ளனர். இயற்கையின் படைப்பு உந்துதல்களுக்கும், இனவிருத்திக்கும் உருவகமான இப்படைப்புகள் வாழ்க்கைத் தொடர்ச்சியை உத்தரவாதப்படுத்துகின்றனர். இத்தகு படைப்புகள் தெய்வங்களுடனும், இயற்கை உலகின் மற்றெல்லாப் படைப்பு களுடனும் கோனார்க் சூரியன் கோயிலில் இடம் பெற்றுள்ளன. மனித வடிவின் மென்மையும், நளினமும் மற்றும் இறைவனுடன் இரண்டறக் கலக்க விழையும் அனைத்துப்

25.11 நாக தேவதைகள்

படைப்புகளின் துடிப்பும் ஆலஸ்ய கன்னிகளின் சிற்ப வடிப்புகள் மூலம் வெளிக் கொணரப்பட்டுள்ளன. இத்தகு கண்ணோட்டம் தான் இந்தியக் கலைகளுக்குச் சிறப்பான தனித் தன்மையைத் தருகின்றது. மனிதர்கள், விலங்குகள், தாவரங்கள் போன்ற அனைத்திலும் இழைந்தோடும் ஒருமைத் தன்மையைக் காணும் கண்ணோட்டமிது; ஆணும் பெண்ணும் ஒருவர்மேல் மற்றொருவர் கொள்ளும் இச்சையும், ஒன்றுக்கொன்று தொடர்புடைய உலகில் ஒவ்வொரு படைப்பும் தன்னுடைய பங்களிப்பிற்காகக் கொள்ளும் இச்சையும் எவ்விதத்திலும் வேறுபடுத்திப் பார்க்கப் படவில்லை. இயற்கையின் காக்கும் சக்திக்கும், வம்ச விருத்திக்கும் உருவகமான நாகர்களும், நாகினிகளும் அதிக எண்ணிக்கையில் கோயில் சுவர்களில் இடம் பெற்றுள்ளனர்.

25.12 சூரியனை துதிபாடும் இசைவாணர்கள் சிற்பங்கள்

சூரியன் கோயில் ஜக்மோகன் மேல் அமைந்த கூரையானது ஒரிய கட்டுமானப் பாணியின்படியே மேல்நோக்கிப் படிப்படியாகக் குறைந்து கொண்டே செல்லும் பிரமிட் வடிவமைப்பைப் பெற்றுள்ளது. இது மூன்றடுக்கு கொண்டது. இக்கோயிலின் மிகச் சிறந்த சிற்ப உருவங்கள் வெவ்வேறு நிலைகளில் கூரையின் விளிம்புகளிலும், வெளி நீட்டல்களிலும் இடம் பெற்றுள்ளன. சிவனின் சீற்றமிகு தோற்ற வடிவமான பைரவர் தீய சக்திகள் கோயிலை அணுகாமல் காக்கின்றார். இருபுறமும் பெரிய அளவில் செதுக்கப்பட்டுள்ள இசைவாணர்கள், வான்வெளியே ரதத்தில் பயணித்துக் கடந்து செல்லும் சூரியனை, இன்னிசையுடன் வரவேற்கின்றனர். சிப்ளாக்கட்டை, மேளம், குழல் ஆகிய இசைக் கருவிகளின் இன்னிசையோடு சூரியன் வாழ்த்தப்பட

25.13 பைரவர் சிற்பம்

வேண்டும் எனப் புனித நூல்கள் கூறுகின்றன. இசைவாணர்களின் உடல், அவர்கள் இசைக்கும் இன்னிசைக்கேற்ப அபிநயம் பிடிக்கின்றது. அபிநய பாவத்துடன் முகங்கள் மிகவும் நுணுக்கமாக, தீர்க்கமாக செதுக்கப் பட்டுள்ளன. இத்தகு வேலைப் பாடுகளுக்குகந்த குளோரைட் கல் பயன்படுத்தப்பட்டுள்ளது.

ஜக்மோகனின் உள்கூடு 60x60 அடிகள் உள்ள சதுர அமைப்பாகும். நான்கு மூலைகளிலும் உள்ள நான்கு பெரிய உறுதியான தூண்கள் கூரையைத் தாங்குகின்றன. உள்புறச் சுவர்கள் வேலைப்பாடுகள் எதுவுமின்றி எளிமையாய் உள்ளன. ஜக்மோகனும், கருவறையும் நடைபாதையால் இணைக்கப் பட்டுள்ளது. கூரையின் உறுதிப் பாட்டிற்காகத் துருப்பிடிக்காத இரும்பு உத்திரங்கள் பயன்படுத்தப் பட்டுள்ளன.

25.14 யானையை வேட்டையாடும் சிங்க கர்ஜனை

ஐந்தாம் நூற்றாண்டிலேயே நிலை பெற்று விட்ட வாயிலமைப்புப் பாணியின் படியே ஜக்மோகனின் தலைவாயிலும் அமைந்துள்ளது. முழுதுமாக உளி வேலைப்பாடுகளுக்கு உட்படுத்தப்பட்ட குளோரைட் கல்லாலானது இவ்வாயில்; எட்டு வரிசைகளாகச் செதுக்கல் வேலைகள் அமைந்துள்ளன; இச்சிற்ப வேலைப்பாடுகளில் நிலவும் கருத்துருக்களில் சில: நாகர்கள், உயிர் வாழ்தலின் ஒருங்கிசைவைக் கொண்டாடும் காதல் ஜோடிகள், உலகின் உயிர்த் துடிப்புச் சக்தியை வெளிப்படுத்தும் முடிவில்லாத தொடர்ச்சியான கொடிக்கருக்கு போன்றவைகளாகும்.

ஜக்மோகனின் அனைத்துப் பக்கங்களிலுமுள்ள வாயில் படிக்கட்டுகளின் இருபுறமும் காவல் காப்பதுபோல் பிரம்மாண்டமாக விலங்கு ஜோடிகள் இடம் பெற்றிருந்தனர். கிழக்கு வாயில் படிக்கட்டுகளின் இருபுறமும் காவல் காத்துக் கொண்டிருந்த விலங்குச் சிற்பங்கள் தற்போது போக மண்டபத்தின் வாயில் முன் இடம்

பெற்றுள்ளன. சிங்கங்கள், தங்களால் நசுக்கி வதைக்கப்பட்ட யானைகளின் மேல் கம்பீரமாகக் கர்ஜித்துக் கொண்டிருப்பது போல் செதுக்கப்பட்டுள்ளன. பயமறியாத இத்தகு விலங்குகளால் அறியாமை அசுரனை எதிர் கொள்ளும் துணிச்சல் வரப்பெற்றுப் பக்தன் கோயிலினுள் நுழைகின்றான். ஜக்மோகனின் மற்ற நுழைவாயில்களில் நேரில் காண்பது போன்ற இயல்பான உருவ அமைப்பில்,

25.15 கருவறையின் மேற்கு முகச் சுவரில் சூரியக் கடவுள்

ஆனால் அளவில் மிகப் பெரிதான யானைகளும், போர்க் குதிரைகளும் பக்தனை வரவேற்றன. கட்டுமானக் காலத்திலிருந்த இடத்திலிருந்து மாற்றி, அவ்விடத்திற்கு அருகில் சற்றுத் தள்ளிக் கட்டப்பட்ட மேடையின் மேல் இன்றைக்கு இந்த யானைகளும், குதிரைகளும் வைக்கப்பட்டுள்ளன.

எட்டுத் திசைகளுக்கும் தலைமை வகித்து அத்திசைகளை நோக்கியவாறு இடம் பெற்றிருந்த கோயில் திக் பாலர்களில் மூவர் கோனார்க் அகழ்வாராய்ச்சி நினைவகத்திலும் ஒருவர் டெல்லியில் உள்ள

அரசு பொருட்காட்சியகத்திலும் பாதுகாப்பாகக் காட்சிக்கு வைக்கப்பட்டுள்ளனர். கருவறையிலிருக்கும் மூலவருக்கு நெருங்கிய தொடர்புடைய ஸ்பரிச தேவதைகள் விமானத்தின் சுற்றுச் சுவர்களில் இடம் பெற்றுள்ளனர். அருணன் செலுத்தும் ரதத்தில் மனித உருவை விட அளவில் பெரிய சூரியன் கம்பீரமாக நிற்கின்றார். இந்தியத் தெய்வங்களில் சூரியன் மட்டுமே பாதங்களை முற்றிலும் மறைக்கும் காலணி அணிந்தவராக வடிக்கப்பட்டுள்ளார். இம் மாதிரி காலணி அணிவது நம் நாட்டு கலாசார வழக்கமன்று. இதிலிருந்து கோயில் கட்டுமான காலத்தில் இந்தியாவின் வடமேற்குப் பகுதியிலிருந்த பல்வேறு நாடுகளுடன் இந்தியாவிற்குக் காலங்காலமாகத் தொடர்பிருந்தது உறுதியாகின்றது. சூரியனின் பாதத்தருகில் மண்டியிட்டமர்ந்த நிலையில் அரசனும், அரசனின் குடும்ப அர்ச்சகரும், உள்ளனர். இச் சிற்பங்களும் சூரியனின் இதர வடிவங்களும் வரையறுக்கப்பட்ட நெறிமுறைகளுடன், மிடுக்குடன் காட்சியளிப்பவர்களாய்ச் செதுக்கப்பட்டுள்ளனர்.

25.16 ஜக்மோகனாவில் இசைவாணி

இக்கோயில்களில் இடம் பெற்றுள்ள சூரியனின் வடிவங்கள் ஓவியச் சிற்பங்களின் கலையின் தலை சிறந்தவைகளில் சிலவாகும்.

எட்டாம் நூற்றாண்டுக்கு முன் ஒன்றிரண்டு விதி விலக்குகள் தவிர கோயில்கட்டுமானங்களில் அரசன் போன்ற பெரியோரின் சிற்ப வடிவமைப்பு இடம் பெறவில்லை. எட்டாம் நூற்றாண்டு தொடங்கியே அரசர்களால் கட்டப்பட்ட பிரம்மாண்டமான கோவில்களில் அரச குடும்பத்தினரின் வடிவங்கள் சிற்பங்களாகவும் ஓவியங்களாகவும் இடம் பெறத் தொடங்கி விட்டன.கோயில் கட்டுமான நடைமுறையின் உச்சகட்ட சான்றுதான் கோனார்க் சூரியன் கோயில். எனவே உச்சகட்ட நினைவகமாகவும் படாடோபத்துடனும் இக் கோயில் திகழ்கின்றது. இதற்கு முன் கண்டிராத அளவிற்கு அரசனின் வாழ்வும், அன்றாட நடவடிக்கைகளும் அதிகப்படியான அளவில் இக்கோயிலில் கொண்டாடப்படுகின்றன. இதை வெளிக் கொணர சிற்பங்கள் உன்னதமான நிலைகளில் இடம் பெற்றுள்ளன. இவை கருவறை, ஜக்மோகன் ஆகியவற்றின் மாடப் பிறைகளில் அமைந்துள்ளன.

ஆர்வலர்கள் பார்த்து வியக்கும்படி அம்பெய்யும் பயிற்சி எடுப்பது போன்ற அரசனின் வடிவம் உள்ளது. விழாக்களில் அரசன் இடம் பெறுவதும், ஓய்வாக உல்லாசமாக ஊஞ்சலில் அமர்ந்து அரசன் ஆடுவது போன்ற பல்வேறு நிலைகளில் அரசனின் சிற்பங்கள் இடம் பெற்றுள்ளன. ஊஞ்சல் சங்கிலி வடிவமைப்பு ஒன்றே ஓவியச் சிற்பக் கலைத்திறனுக்குக் கட்டியங்கூறும். முதலாம் நரசிம்ம மகாதேவன் சிவலிங்கத்தையும் விஷ்ணுவையும் சூரியனையும் வணங்குவது போன்று காட்டப்பட்டுள்ளார். அரசனை விட அளவில் பெரியதாக அரசகுரு இடம் பெற்றுள்ளார். ஆசானுக்கு இம் மாதிரி முக்கியத்துவம் அளிக்கும் வழக்கம் தொன்றுதொட்டு நடை முறையில் உள்ளதேயாகும்.

கோயில் குழுமத்தின் நுழைவிடத்தில் போக மண்டபம் நடன மண்டபம் அமைந்துள்ளது. இப்புனித பகுதியினுள் பக்தன் நுழைந்தவுடனேயே வாழ்வின் உற்சாகங்களை எடுத்துரைக்கும் சாந்த சிற்ப வடிவங்களால் சூழப்பட்டு விடுகின்றான். இசை வாணர்களும், நடனக் கலைஞர்களும் சிற்ப வடிவில் பக்தனை வரவேற்கின்றனர். முற்றிலும் அழிந்துபோகவிருந்த புகழ்பெற்ற நடனக் கலையான ஒடிசி நடனமானது இந்த போக மண்டபத்தில் இடம் பெற்றுள்ள நடன முத்திரைகளை ஆராய்ந்ததன் பயனாகவே இன்றைய காலகட்டத்தில் உயிரூட்டப்பட்டுள்ளது. சம்பிரதாயமாக, நடன மண்டபம் கோயிலோடு இணைக்கப்பட்டிருக்கக் கூடாது.

25.17 குதிரையில் ஆரோகணிக்கும் சூரியக் கடவுள்

இக் கோயிலிலும் இவ்வாறே அமைந்துள்ளது. இருப்பினும் பார்வைக்கு கோயிலோடு ஒன்றிணைந்து செயல்படும் வடிவ அமைப்புடையதாய் உள்ளது. எனவே ஒட்டு மொத்த கோயில் கட்டுமானத்தோடு ஐக்கியமாய் விடுகின்றது. பழங்கால வழக்கப்படியே வடிவமைக்கப்பட்டுள்ள யானைகள் தங்கள் முதுகில் கோயில் கட்டுமானங்கள் அனைத்தினையும் தாங்கிக் கொண்டுள்ளன. ஆலயத்தின் முன் இருந்த 180 அடி உயரக் கல் துவஜஸ்தம்பம், பூரி ஜகந்நாதர் ஆலயத்தின் கிழக்கு வாசலுக்கு மாற்றப்பட்டுவிட்டது. இந்தக் கீர்த்தி ஸ்தம்பத்தின் உச்சியில் அர்ஜுனனின் சிற்ப வடிவைக் கொண்டுள்ளது.

கிழக்கு மேற்காக நேர்க் கோட்டிலமைந்த கோனார்க் சூரியன் கோயிலின் தென்மேற்குப் பகுதியில் உள்ள தனிச் சந்நிதி ராமருக்கு அர்ப்பணிக்கப்பட்டதாகும். தென் கிழக்குப் பகுதியில் பெரிய, ஆனால் எளிய, சிற்ப வேலைப்பாடுகளல்லாத மண்டபம் அமையப் பெற்றுள்ளது.

அத்தியாயம் - 26
மாற்றங்களின் பரிமாணங்கள்

இடைக்காலத்தில் இந்தியக் கலை மற்றும் கலாசாரமானது பல்வேறு மாறுதல்களைக் கண்டது. வாழ்க்கையைப் பற்றிய இந்தியக் கண்ணோட்டமானது வேற்றுமை பாராட்டாத தத்துவார்த்த நடை முறையாகும். சூழ்நிலை மற்றும் கலை மாறுதலுக்கு ஏற்ப, இந்தியக் கண்ணோட்டமும் சிறிதளவு மாறுபட்டு வளர்ச்சியடைந்தது. தொன்று தொட்டு வந்த பாரம்பரிய எண்ணவோட்டங்கள் சற்று மாறுதலுக்குட் பட்டிருப்பினும் உயிரோட்டமுடன் இருந்த பிரதேச மென்னவோ விஜயநகர சாம்ராஜ்யமே ஆகும்.

வடக்கே டெல் லியைத் தலை நகராகக் கொண்டு ஆண்ட கில்ஜி மற்றும் துக்ளக் வம்ச அரசர்கள் தக்காணத்தின் மீது திரும்பத் திரும்ப படையெடுத்து மக்களை வருத்தினர். இதனால் தக் காணம், மற்றும்

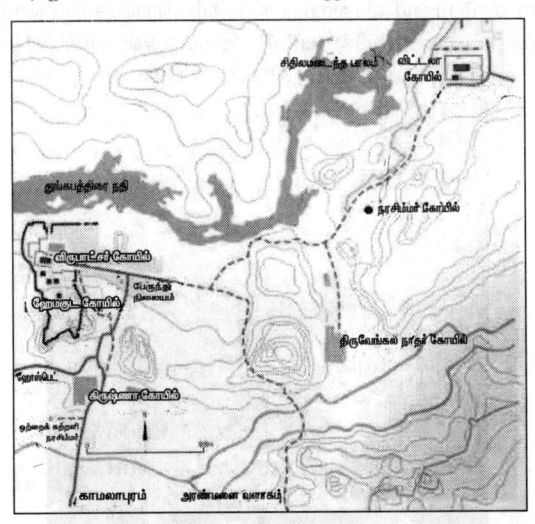

26.1 ஹம்பி கலை இருப்பிட வரைபடம்

தென்னிந்தியப் பகுதிகளை ஆண்ட மன்னர்களின் வலிமை குன்றியது. 14 - ஆம் நூற்றாண்டின் தொடக்கத்தில் எல்லாம் தக்காணத்தில் கிட்டத்தட்ட அரசியல் வெற்றிடச் சூழல் நிலவியது. டெல்லி சுல்தானியத்தின் அதிகார வரம்பும் குறைந்தது. இச்சூழலில், ஆனகுந்தியில், அரசர் இறந்ததும் அவ்வரசரனின் அமைச்சரான ஹரிஹரனும், நிதிக் காப்பாளரான புக்கரும் அரசைக் கைப்பற்றினர். நாளடைவில் ஹரிஹரர் மன்னரானார். விஜய நகர சாம்ராஜ்யத்திற்கான அடிக்கல் கி.பி.1336-இல் நாட்டப்பட்டுள்ளது. இஸ்லாமிய டெல்லி சுல்தானியத்தினின்றும் பிரிந்ததோடமையாது இஸ்லாத்தை வலுக்கட்டாயமாகப் புகுத்துதலை எதிர்த்தும், இஸ்லாத்தின் முன்னேற்றத்தையும், இந்துக்களுக்கு சேதம் விளைவிக்கும் சக்தியையும் தடுக்கும் எண்ணத்தோடு நிறுவப்பட்ட அரசாகும்.

முதலாம் ஹரிஹரர் துங்கபத்திரை ஆற்றின் தென்பால் ஆனக்குந்திக்கு அண்மையிலேயே வெற்றிநகரம் எனப் பொருள்படும் விஜயநகரை நிறுவி, தனது தலைநகராக்கிக் கொண்டார். இந் நகருக்கு ஹம்பி, விருபாஷிபுரம், ஹொசாலப்பட்டினம், வித்யாநகரம் என்று பல பெயர்கள் உண்டு.

அன்றைய கர்நாடகா மாநிலத்தில் அமைந்துள்ள ஹம்பிக்கு இதிகாசச் சிறப்புகளும், நீண்ட கால வரலாற்றுச் சிறப்புகளும் உண்டு.

அந்திசாயும் பொழுதில் மாதங்கபர்வத மலையின் உச்சியில் கட்டப்பட்டுள்ள சிறு கோயில்களிலிருந்து பார்த்தால் மாபெரும் விஜய நகர சாம்ராஜ்ய வரலாற்று நாடகம் அரங்கேறிய ஹம்பி நகரம் முழுவதும் நம் கண்களில் பட்டு இதயத்தில் வலி ஏற்படுத்தும். அனுமன் உட்பட்ட தனது ஆதரவாளர்களுடன், சுக்ரீவன் தனது

26.2 மாதங்க மலையிலிருந்து ஹம்பியின் இடிகரைக்

அண்ணன் வாலிக்குப் பயந்து திரை மறைவு வாழ்க்கையை நடத்திய இடம் தான் மாதங்கபர்வதமலை என்பர்.

அதனை உறுதிப்படுத்துவதற்கு இரண்டு வரலாற்றுச் சான்றுகள் பயன்படுத்துவர். 1) இராவணணால் கடத்திச் செல்லப்பட்ட பொழுது, வழி நெடுகிலும் சீதை தனது ஆடையுடன் ஆபரணங்களையும் விட்டுச் சென்றாள். அது போல் மாதங்க பர்வதமலையில் கிடந்த சீதையின் ஆடை, ஆபரணங்களை சுக்ரீவன் எடுத்துப் பாதுகாத்து வைத்த குகை இது தான் என்று துங்கபத்திரை நதிக்கரையருகே மாதங்கபர்வதத்தில் உள்ள ஒரு குகையைக் காட்டுவர். 2) அருகில் உள்ள திம்மாபுரம் என்ற சிற்றூரில் சிறு குன்று போல் குவிந்திருக்கும் சாம்பல் மேடு தான் இராமனால் அம்பெய்து கொல்லப்பட்ட வாலி எரியூட்டப்பட்ட இடம் என்று உரைப்பர். சிறு குன்றுகளும் பெரிய கற் பாறைகளும் அதிகமுள்ள ஹம்பியின் வடக்கில் உள்ள துங்கபத்திரை நதிப் பாதையில் பெரிய கற்பாறைகள் ஆங்காங்கே சிதறலாகக் காணப்படுகின்றன. துங்கபத்திரை நதிக்குத்தான் புராணகாலப் பெயர் பம்பா என்பர். விருபாஷரைப் நோக்கிக் கடும் தவம் புரிந்து அவரை மணக்கும் வரம் பெற்ற பிரம்மாவின் மகள் பம்பா என்ற விளக்கமும் உண்டு. எது எப்படியிருப்பினும் பம்பா என்பது தான் திரிந்து ஹம்பி என்றானது என்பர். ஏனெனில் ப என்பதெல்லாம் பெரும்பாலும் ஹ என்று கன்னடமொழி வழக்கில் மாறும் என்று மொழி வல்லுநர்கள் உரைக்கின்றனர்.

புகழின் உச்சியிலிருந்த கால கட்டத்தில் விஜய நகர சாம்ராஜ்யமானது துங்கபத்திரை நதி தொடங்கி குமரி முனை வரைப்பட்ட அனைத்துப் பகுதிகளையும் தன் ஆட்சிக்குட்படுத்தி யிருந்தது. கி.பி.1336 முதல் கி.பி. 1565 வரை மிக வலிமையுள்ள பேரரசராகவும் அதன் பின் கி.பி.1614 வரை வலுவிழந்த நாடாகவும் விஜய நகர அரசு விளங்கியது. சங்கமர் குலம், சாளுவர் குலம், துளுவர் குலம், அரவிடு குலம் என்ற நான்கு வம்சங்கள் விஜய நகர அரசை ஆண்டன.

விஜய நகர அரசு நிறுவப்பட்ட கால கட்டத்தில் தான் தப்தி, துங்கபத்திரை ஆறுகளுக்கிடையே பாமினி சுல்தான் ஆட்சியும் நிறுவப்பட்டது. பாமினி அரசும், விஜய நகர அரசும் டெல்லி சுல்தானியத்தை எதிர்த்தவையே ஆயினும் அவற்றுக்கு இடையே தீராப் பூசல் அவை நிறுவப்பட்ட நாளில் இருந்தே ஏற்பட்டுவிட்டன. அவற்றின் அடிப்படை நோக்கங்களே ஒன்றோடொன்று அவ்வளவு முரண்பட்டவை ஆதலின் கிருஷ்ணா துங்கபத்திரை ஆறுகளுக்கு இடைப்பட்ட ராய்ச்சூர் ஆற்றிடை நிலம் பெரும்பாலும் பாமினியும் விஜய நகரமும் பொருதும் போர்க்களமாயிற்று. அந்நிலம் அடிக்கடி கைமாறினாலும் பெரும்பாலும் பாமினி சுல்தான்கள் வசமே இருந்தது.

26.3 ஹம்பி - கிழக்குக் கடைவீதியின் முடிவும், வித்தலா கோயிலின் தொடக்கமும்

இரு அரசுகளுக்கிடையே தொடர்ந்து போர்கள் நடை பெற்றாலும் இரு மதக் கலாசாரங்களுக்கு இடையே விஜய நகர அரசில் நிலவிய தொடர்புகள் தடைப்பட்டுப் போய் விடவில்லை. விஜய நகர அரசரான இரண்டாம் தேவராயரின் சேனையில் ஆயிரக் கணக்கான முஸ்லிம் வீரர்கள் இடம் பெற்றிருந்தனர். மேலும் இவ்வரசர் குரானுக்கு உயர்ந்த அந்தஸ்தை அளித்ததுடன் மசூதிகள் கட்ட நன் கொடையும் அளித்தார். அவரவர் மதப் பழக்க வழக்கங்களை முழு சுதந்திரத்துடன் கடைப்பிடிக்கலாம் என்று அறிவுரை கூறி கிபி 1368-இல் அரசர் புக்கராயர் வைணவ சமண மதத்தைப் பின்பற்றுவோரிடையே நிலவிய பகைமை உணர்ச்சியைப் போக்கினார்.

இடைக்கால இந்தியாவில் பல்வேறு பிரிவு மக்களையும் உள்ளடக்கிய புகழ் பெற்ற மிகச் சிறந்த நகரங்களில் ஒன்று ஹம்பியாகும். போர்த்துகீசிய யாத்திரிகரான பார்போசா எழுதுகிறார். 'யார் வேண்டு மென்றாலும் வந்து செல்லலாம்; தங்குபவர்கள் அவரவர் பழக்க வழக்கங்களின்படியே வாழ்க்கையை நடத்தலாம்; கிறிஸ்துவனா, முஸ்லிமா, போன்ற கேள்விக் கணைகள்

26.4 ஹம்பி, இரு வெளிநாட்டினரின் நடனம் மஹாநவமி திப்பா புடைப்புச் சிற்பம்

26.5 ஹம்பி மஹாநவமி திப்பா குதிரையை விற்கும்முயற்சி - புடைப்புச் சிற்பம்

ஏற்படுத்தும் எரிச்சல் அறவே இல்லாத சமூகச் சூழல் அரசரால் ஏற்படுத்தப்பட்டது. சமத்துவமும், நீதியும் அனைத்துத் தரப்பினருக்கும் சமமாகவே பாவித்து அளிக்கப்பட்டது. இப்பண்பினை அரசர் மட்டுமே பெற்றிருக்கவில்லை. அனைத்து மக்களாலும், சக மக்களின் உறவு நிலைகளில் கடைப்பிடிக்கப்பட்டதே சிறப்பம்சமாகும்'.

14-ஆம் நூற்றாண்டு முதல் 16-ஆம் நூற்றாண்டு வரையிலான கால கட்டத்தில், உலகின் மிகச் செழிப்பான பொருளாதார வளம் பெற்ற தலைசிறந்த நகரங்களில் ஹம்பியும் ஒன்றாகும். ஹம்பியின் அகலமான கடைவீதிகளில் பல்வேறு நாடுகளைச் சேர்ந்த மக்களின் தோள்கள் உரசிக் கொண்டன. போர்த்துகீசிய வணிகர்கள் அரேபியாவிலிருந்து மிகச் சிறந்த புரவிகளை விற்பனைக்குக் கொணர்ந்தனர். கோல்கொண்டா நகரிலிருந்து வைரங்கள் வந்தன. உலகின் எல்லா மூலைகளில் இருந்தும் ஆடைகளும், வாசனைத் திரவியங்களும் கொணர்ந்து விற்பனைக்குக் குவிக்கப்பட்டன.

15-ஆம் நூற்றாண்டைச் சேர்ந்த அப்துல்ரஸாக் என்ற பாரசீக யாத்திரிகர் ஹம்பியைப் பற்றிக் குறிப்பிடுவதாவது: 'கண்ணின் மணியான இம்மாதிரியொரு நகரைக் கண்டதேயில்லை; உலகிலேயே இந்நகருக்கு இணையான இடம் இருப்பதான தகவல் புத்திசாலிகளின் காதுகளில் உரைக்கப்படவேயில்லை'. மேலும் அவர் ஹம்பியின் பல்வேறு கடைவீதிகளைப்பற்றிக் குறிப்பிடுவதாவது: 'ரோஜா மலர்கள் அனைத்து இடங்களிலும் விற்கப்பட்டன. ரோஜா மலர்களில்லாமல் மக்களால் வாழ இயலாது; உணவைப் போலவே அத்தியாவசியமான பொருளாகவே ரோஜா மலரை மக்கள் கருதினர். வைரம் போன்ற நவரத்தினங்கள் கூட கடைகளில் நகை வியாபாரிகளால் அனைவரும் காணுமாறு விற்கப்பட்டது'. வெளிநாட்டு யாத்திரிகர்கள் அனைவராலும் 'ஹம்பி நகரமானது இரண்டாவது சொர்க்கபுரி. இதற்குச் சமமான நகரம் உலகிலேயே இல்லை' என்று ஒப்புக் கொள்ளப்பட்டதொன்றாகும்.

கி.பி.1509 முதல் கி.பி.1530 வரை கிருஷ்ண தேவராயரின் சிறப்பான ஆட்சியால் விஜயநகர சாம்ராஜ்யம் புகழின் உச்சத்தை எட்டியது. இவரது ஆட்சியின்போது, விஜய நகரத்தில் பயணம் செய்த

யாத்திரிகரான டோமிங்கோஸ் பயஸ் கிருஷ்ணதேவராயரைப் பற்றி விலாவாரியாக எழுதியுள்ளார். 'சேனைகளைத் தானே தலைமை தாங்கிச் சென்று மாபெரும் வெற்றிகளைப் பெற்றவர்; இருப்பினும் 'அமுக்தா மால்யாதா', என்னும் தெலுங்குக் கவிதையை எழுதுமளவிற்குச் சிறந்த கவிஞர்; மிகச் சிறந்த அறிஞர்கள் இவரது அவையை அலங்கரித்தனர்; பல்வேறு கலைக் கட்டுமானங்கள் மூலம் தலைநகரை அலங்கரித்தனர். அரசு நிர்வாகத்தைச் செம்மைப் படுத்தியவர்'. பயஸ் மற்றும் போர்த்துகீசிய வணிகரான நூனிஸ் ஆகியோர் கூற்றின்படி வல்லபபுரத்தில் துங்கபத்திரை ஆற்றின் குறுக்கே அணை கட்டினார்; பசவன்னா நீர்ப்பாசனக் கால்வாயை கட்டினார்; மேலும் கோவாவில் போர்த்துகீசிய கவர்னராயிருந்த அல்புகர்க் அனுப்பி உதவிய ஜோவோ டெல்லா போன்டே என்ற பொறியாளரின் மேற்பார்வையில் ஹோஸ்பெட் அருகில் இரண்டு உயர்ந்த மலைத் தொடர்களுக்கு இடையில் தண்ணீரைச் சேமித்து வைக்க ஏரி ஒன்றை உருவாக்கினார். விஜய நகரத்திற்கு விஜயம் செய்த யாத்திரிகர் அனைவருமே நகர் பெற்றிருந்த மிகச் சிறந்த நீர்ப்பாசனம் மற்றும் நீர் மேலாண்மை நிர்வாகத்தை மிகவும் வியந்து பாராட்டுகின்றனர்.

கி.பி. 1542 முதல் சதாசிவர் விஜயநகர அரசராய் இருந்தாலும், ஆட்சி நடத்தியதென்னவோ மூன்று சகோதரர்களுள் மூத்தவரான ராமராஜாதான். உண்மையான அரசர் ராமராஜா என்பது போன்றே பெரிஸ்டா பேசுகின்றார். ராமராஜரின் தக்காண சுல்தான்களுக் கெதிரான தகாத செயல்கள், அவர்களை ஒன்றுபட வைத்தன. ஜனவரி 23, 1565-இல் நடைபெற்ற தலைக்கோட்டை யுத்தம் தென்னக வரலாற்றிலேயே மிக முக்கியமானதாகும். திறம்பட செயல்படும் பீரங்கிகள் மற்றும் குதிரைப் படையின் உதவியால் அகமது நகர் சுல்தான் ராமராஜரைக் கைதுசெய்து, கொன்று, தலையை நீளமான வேல் கம்பில் பொருத்தி விஜயநகரப் படைகள் காணும்படி செய்தார். கலவரமுற்று விஜயநகரப் படைகள் பின்வாங்கி ஓட, சுல்தானியப் படைகள் கொலை வெறித் தாக்குதலைத் தொடங்கினர். நிர்க்கதியாக விடப்பட்ட தலைநகர் ஹம்பியில் நுழைந்த சுல்தானிய படைகள் கிட்டத்தட்ட ஆறுமாத காலம் நடத்திய அடாத செயல்களால் 'ஹம்பியின் இடிகரைகள்' என்றழைக்கப்படுமளவிற்கு ஹம்பி பாழடைந்த நகராயிற்று. வெற்றி பெற்ற சுல்தான்களின் ஒற்றுமையும் நீடித்து நிலைக்கவில்லை. வெகு சீக்கிரத்திலேயே தக்காண சுல்தான்களின் அரசுகளும் டெல்லி முகலாயப் பேரரசின் பகுதிகளாகிவிட்டன.

ஹம்பியின் இடிகரைகள் என்றழைக்கப்படும் விஜயநகர கலை வேலைப்பாடுகளின் எச்சங்கள் கிட்டத்தட்ட 26 சதுர கி.மீ அளவிற்குப் பரவிக் கிடக்கின்றன. விட்டல சுவாமி கோயிலின் கல் ரதம் மற்றும் இசைத் தூண்கள், அரண்மனையின் எச்சங்கள், லோட்டஸ் மஹால், விரூபாக்ஷர் கோயில், விஜயநகர பாணி ஓவியங்கள், ஹஸரா-ராமசுவாமி கோயில், ராணிமார் குளியலறை, அரசரின் துலாபாரம் (Balance) அச்சுதராயர் கோயில், கடைவீதிகள்.... என மிக நீண்ட பட்டியலைக் கொண்டதாகும் விஜயநகர பாணி கலைவேலைப்பாடுகள்.

26.6 ஹம்பி மஹாநவமி திப்பா - வாள், கேடயத்துடன் போர் வீரர்கள்

விஜயநகர சாமராஜ்யம் ஸ்தாபிப்பதற்கு முன்னும், ஸ்தாபித்த பின்னும் கூட யுத்த மேகங்கள் படர்ந்தே இருந்தன. சக்தி வாய்ந்த விஜயநகர பேரரசும், அதை ஆண்ட திறமையும், வீரமும் மிகுந்த மன்னர்களும் தக்காணத்தில் கிழித்த எல்லைக் கோட்டைத் தாண்டி வடக்கத்திய படைகள் வந்துவிடாதபடி பெரு அரணாக விளங்கினர். சாம்ராஜ்யத்தின் மாபெரும் படைகள் எப்பொழுதும் கண்காணிப்புடன் தயார் நிலையில் இருக்கவேண்டிய சூழல் எப்பொழுதும் நிலவியது. இதன் தாக்கத்தைக் கலைப் பாணிகளிலும், கலை நோக்கங்களிலும் காண முடிகின்றது. விஜயநகர பாணி கலையும், கட்டுமானங்களும் வீறார்ந்த தன்மையையும் இவ்வுலக வாழ்க்கை உற்சாகங்களை நுகரத் துடிக்கும் தன்மையையும் பிரதிபலிக்கின்றன.

விஜயநகர சாம்ராஜ்யமெங்கும் உருவாக்கப்பட்ட கோயில் கட்டுமானங்கள் சோழர் காலத்தைப் போல் பிரம்மாண்டமான ஒருமித்த கட்டுமானங்களல்ல; அளவில் மத்திய தரமுடையதாகவும், பல்வேறு குழுமங்களின் தொகுப்பாகவும் அதே சமயம் மிக அழகிய சிற்ப வேலைப்பாடுகளை உடையதாகவும் கட்டப்பட்டவைகளாகும். கோயில் மத்தியில் அமைந்த கருவறை, தனி சந்நிதிகள், தூண் மண்டபங்கள், திறந்த வெளிக் காட்சி மாடங்கள் மற்ற இணைப்புக் கட்டுமானங்கள் ஆகிய அனைத்தும் கோயிலின் சுற்றுச் சுவருக்குள் உருவாக்கப்பட்டன. இவை ஒவ்வொன்றும் கோயில் சார்ந்த சிறப்புக் காரணங்களுக்காகவே அமைந்திருந்தன. கருவறையிலிருக்கும் மூலவரின் துணைவியாருக்கென தனிசந்நிதி அமைந்திருந்தது. மூலவர் சந்நிதியை விட சற்றே பின் தள்ளி வடமேற்கு மூலையில் இந்த அம்மன் சந்நிதி அமைவது வழக்கமாயிற்று. கோயிலின் கிழக்கு

வாசல் முன் இடதுபுறமாக முக்கிய கட்டுமானமான கல்யாண மண்டபம் அமைந்திருக்கும். ஒட்டுமொத்த கோயிலிலேயே அதிகப்படியான, அழகிய வேலைப்பாடுகளைக் கொண்டதாகும் இக்கல்யாண மண்டபம். தூண்களாலான திறந்த வெளிக்காட்சி மாடம் போன்றதும், மத்தியில் உயர்ந்த பீடத்தின் மேல் சிம்மாசனம் போடுவதற்கு ஏதுவாகவும் இக்கல்யாண மண்டபக் கட்டமைப்பு அமைந்திருக்கும். வருடந்தோறும் நடைபெறும் திருக்கல்யாண உற்சவமானது இம்மண்டபத்தில் நடைபெறும்.

26. 7 ஹம்பி: வித்தலா கோயில் - கல்யாண மண்டபம்

விஜயநகர பாணிக் கோயில்களின் சிறப்பம்சமே மண்டபத்தினுள் இடம்பெறும் தூண்களின் எண்ணிக்கையும், முக்கியத்துவமும், வடிவமைப்பும், சிற்ப வேலைப்பாடுகளுமேயாகும். முப்பரிமாணத் தோற்றமளிக்கும் விலங்கு வடிவங்கள் தாவிக் குதிக்கும் நிலையில் இணைப்பதற்கு மட்டுமே அமைந்தது போன்று தூணின் தண்டுப்பகுதி அமைந்துள்ளது. தூண்களிலிருந்து வெளிப்படுவது போன்று சவாரி செய்வோருடன் கூடிய யாளி இணைப்பும், இரு முன்னங்கால்களை உயரத் தூக்கிக் கனைத்துக் கொண்டு சவாரி செய்பவரைத் தள்ளிவிட முயற்சிக்கும் புரவி இணைப்பும் கொண்ட தூண்கள் விஜயநகர கலைப்பாணியின் முத்திரையாகும். இதுவே பின்னாளைய நாயக்கர் காலப் பாணிக்கு உத்வேக உணர்வூட்டுவதாகவும் விளங்கின. தூணின் மத்தியத் தண்டுப் பகுதியைச் சுற்றிப் பல சிறு தூண்களின் குழுமமே இடம் பெற்றிருக்குமாறு மற்றொரு வகைத் தூண்கள் வடிவமைக்கப் பட்டன. தண்டைச் சுற்றியிருக்கும் இச்சிறு தூண்கள் சுற்றளவில் சிறியதாக, மிக அழகிய தோற்றமுடையவையாகும். முழுமையான உண்மைக் கட்டுமானங்களைப் பிரதிபலிக்கும் அளவில் சிறிய சந்நிதிகள் அடுக்கடுக்காகப் பிரிக்கப்பட்ட தூணின் தண்டுப் பகுதியில்

இடம் பெறுகின்றன. கோயில் விமானங்களிலும், கோபுரங்களிலும் மாடங்கள் எந்த அடிப்படையில் அடுக்கப்பட்டிருக்குமோ, அதே அடிப்படைதான் தூணிலும் பின்பற்றப்பட்டன. பிற்கால திராவிட பாணியில் இடம் பெறும் எட்டுப்பட்டை, பதினாறு பட்டை கொண்ட கனசதுர கருத்துரு கொண்ட தூண்களும் விஜயநகர பாணியில் இடம் பெற்றுள்ளன. அனைத்து வகைத் தூண்களின் உச்சியிலும் இடம் பெற்றுள்ள இணைப்பு வேலைப்பாடுகளின் கீழ் அமைந்துள்ள போதிகையின் முடிவில் கவிழ்க்கப்பட்ட தாமரை மொட்டுப் போன்ற வடிவமைப்பு விஜயநகர பாணி என்று இனங்கண்டு கொள்ள உதவுவதாகும்.

விஜயநகர பாணிக் கட்டுமானங்கள் திராவிட நாடு முழுவதும் பரவலாகக் காணப்படினும், மிகச் சிறந்த கட்டுமானங்கள் காணப்படுவதென்னவோ ஹம்பியில்தான். பாதுகாப்புக் கருதியே ஹம்பி தலைநகராகத் தேர்ந்தெடுக்கப்பட்டது. சூரியன் சுட்டெரிக்கும் பாறைகள் நிறைந்த இந்நகரத்தில் மிகக் குறைந்த அளவிலேயே பயன்பாட்டுக்கு உரிய இடங்கள் உள்ளன. பல்வேறு கோண நிலைகளில் நின்றுகொண்டிருக்கும் மிகப் பெரிய பாறைகளின் நடுவேதான் மாபெரும் நினைவுச் சின்னங்கள் பரவலாகக் காணப்படுகின்றன. கட்டுமானத்திற்குப் பயன்படுத்தப்பட்ட கற்கள் எல்லாம் அருகிலேயே இருக்கும் பாறைகளிலிருந்து கிடைத்தவைகள் என்பதால் சில சமயங்கள் இயற்கை எங்கு முடிகின்றது, கலைக் கட்டுமானம் எங்கு தொடங்குகிறது என்று

26.8 ஹம்பி: வித்தலா கோயில் மண்டப இசைத் தூண்கள்

வேறுபடுத்திப் பார்ப்பது மிகக் கடினமாக உள்ளது. மாபெரும் அளவுள்ள கருங்கற்கள் எளிதாகக் கிடைத்த காரணத்தால் கட்டுமானங்களில் அதிக எடையைச் சமமாகப் பங்கிட்டுத் தாங்கு வதற்காக நிறுவப்பட்ட எடைதாங்கித் தூண்களெல்லாம் ஒற்றைக் கற்றளி ஆக இருப்பதில் வியப்பொன்றுமில்லை. உளி வேலைப் பாடுகளுக்கு ஏதுவாக இருக்கும் கரும் பச்சைக் குளோரைட் கல்லும் கட்டுமான இடத்தருகேயே கிடைத்தது.

26.9 ஹம்பி: வித்தலா கோயில் அடிமான (அதிஷ்டான) புடைப்புச் சிற்பங்கள்

கருங்கல்லிலும், கரும் பச்சை குளோரைட் கல்லிலும் மேற்கொள்ளப்பட்ட வேலைப் பாடுகளில் காணப்படும் வேறுபாடு வெளிப்படையாகவே கண்ணில் படுகின்றது. மாவீரர் களின் நினைவாக ‘வீரக்கல்’ அல்லது ‘நடுகல்’ நடும் நாட்டுப்புறக் கலைப்பாணி யிலிருந்து வளர்ச்சியடைந்தது போன்றது கருங்கல்லில் உருவாக்கப்பட்ட புடைப்புச் சிற்பங்கள்போன்ற வேலைப் பாடுகளாகும். பழங்கால நினைவுக் கற்களிலிருந்த உருவ வடிவமைப்பு போன்றே, ஆண், பெண் சிற்பங்கள் வலுவான, பூசினாற்போன்ற உடலமைப்புக் கொண்டதாகவும், உணர்வுகளை அங்க அவய அசைவுகள் மூலம் வெளிப்படுத்துமாறும் படைக்கப்பட்டனர். இத்தகு உடல் வலுவும், உணர்வு வெளிப்பாடுகளும் ஆரம்பகால விஜயநகர கலைகளுக்கே உரித்தானதாகும். ஆரம்பகால விஜய நகரக் கலைகள் என இனங்கண்டுகொள்ள உதவும் மற்றொரு குணாதிசயம், தொடர்ச்சியாக கதை கூறும் பாணியில் நீளவாக்கில் அடுத்தடுத்து தாழ்நிலைப் புடைப்புச் சிற்பங்களாக அமைந்துள்ளதேயாகும். சிற்ப வடிவுக்கு முக்கியத்துவம் கொடுக்கப்பட்டது. இச்சிற்பங்கள் பூசப்பட்டு வர்ணமும் அடிக்கப்பட்டது. தொலைதூரக் காட்சியினால் சிறிதாக்கப்பட்டது போல் காண்பிப்பது, வரைபடத்தில் வரைந்தது போல் பலவற்றையும் தெளிவாகத் தெரியும்படி வடிப்பது போன்ற நுணுக்கங்களல்லாத எளிய பாணியையே இந்தக் கருங்கல் வேலைப்பாடுகளில் பின்பற்றினர்.

26.10 ஹம்பி: பம்பாபதி அல்லது விருபாஷர் கோயில்

15-ஆம் நூற்றாண்டின் தொடக்கத்தில் விஜயநகர மன்னர்கள் பம்பாபதி என்றும், விருபாஷர் என்றும் அழைக்கப்படும் சிவன் கோயிலைத் திரும்பக் கட்டினார்கள். கட்டப்பட்ட இடம் குறைந்தது ஆயிரம் ஆண்டுகளுக்கும் மேலாக வரலாற்றுப் பதிவுகளில் இடம் பெற்ற புனிதமானதொரு இடமாகும். முக்கிய நிலைவாயில் கோபுரமானது 179 அடி உயரமுடையதாகும். இது விஜயநகரத்தில் கட்டப்பட்ட கோபுரங்களில் மிக உயரமானதாகும். பிற்கால வாயில் கோபுரக் கட்டுமானங்களுக்குச் சிறந்த முன்னுதாரணமாகும். கோயிலின் எதிரேயிருந்த அகலமான ரதவீதியானது கடைவீதி என்று அறியப்பட்டதாகும். கிட்டத்தட்ட 1 கி.மீ தூரத்திற்கு வளைவுகள் ஏதும் கொண்டிராத இந்த வீதியின் இருபுறமும் பல இரண்டடுக்குக் கட்டுமானங்களும், அவற்றில் கடைகளும் இடம் பெற்றிருந்தன. அக்கால கட்டத்தில் உலகின் ஜனநெருக்கடியான சந்தைப் பகுதிகளில் ஒன்று இது என்றால் மிகையில்லை.

அரண்மனைக் கட்டுமானக் குழுமத்தினுள் மகாநவமி திப்பா என்றழைக்கப்படும் மிகப் பெரிய கட்டுமானமும் அடங்கும். இக்கட்டுமானத்தில் அழிவுக்குள்ளாகாமல் எஞ்சி நிற்பது கற்களால் உருவாக்கப்பட்ட அடிமானம் ஒன்றேயாகும். போர்த்துகீசிய யாத்திரீகர்

26.11 ஹம்பி: மஹாநவமி திப்பா அடித்தளம்

டோமிங்கோ பயஸ்-ன் பதிவுகளில் மன்னர் கிருஷ்ண தேவராயர் ஒரிஸ்ஸாவின் மேல் படையெடுத்து வெற்றி கொண்டதைக் கொண்டாடும் விதத்தில் மகாநவமிதிப்பா உருவாக்கப்பட்டது என்றுள்ளது. இந்தக் கல் அடித்தளத்தின் மேல் ஆடம்பரமாக அலங்கரிக்கப்பட்ட தூண்களாலான மண்டபமோ அல்லது பல அடுக்குகளைக் கொண்ட திறந்த வெளிக்காட்சி மடமோ இருந்திருக்க வேண்டும். மகாநவமி உற்சவத்தை அரசர் மிக உயரமான இந்தத் திறந்த வெளிக்காட்சி மாடத்திலிருந்து தான் கொண்டாடுவார்; சேனை அணிவகுப்பைப் பார்வையிடுவார்; மேலும் போருக்கான ஆயத்த நிலையை எந்த அளவிற்குப் படைகள் பெற்றுள்ளன என்பதையும் மதிப்பிடுவார். இந்த மகாநவமி உற்சவங்களை மிக விரிவாகக் கண்டுகளித்த வெளிநாட்டு யாத்திரிகர்கள் பதிவு செய்துள்ளனர்.

26.12 ஹம்பி : மஹாநவமி திப்பா அடித்தள புடைப்புச் சிற்பங்கள்

இக் கட்டுமானக் கல் அடித்தளத்தின் பக்கங்களில் மாபெரும் சேனை அணிவகுப்பு புடைப்புச் சிற்பங்களாக இடம் பெற்றுள்ளன. மேலும் வேடுவர்களும், நடனக் கலைஞர்களும் இடம் பெற்றுள்ளனர். அரச குடும்பத்தாருக்கும், உயர் பதவி வகிப்போருக்கும், போர்த்துகீசிய

வணிகர்கள் அரேபியாவில் இருந்து தருவிக்கப்பட்ட நன்கு பேணப் பட்ட ஆற்றல்மிகு குணாதிசயங் களைக் கொண்ட குதிரைகளை விற்பனைக்காகக் காட்டிக் கொண்டிருப்பதும் இடம் பெற்றுள்ளது. அந்த போர்த்துகீசிய வணிகர்களின் மேல் சட்டைகளும், கால்சராய்களும், தொப்பிகளும், தாடிகளும், மேல் நோக்கி முறுக்கி விடப்பட்ட மீசைகளும் விஜயநகரக் கலைஞர்களால் நன்கு உள் வாங்கப் பெற்றுள்ளது புடைப்பச் சிற்பங்களில் வெளிப்படுகின்றது. அக்கால வாழ்வியல் உற்சாகங்களும் மிக அழகாகப் புடைப்புச் சிற்பங்களில் இடம் பெற்றுள்ளன. உள்ளூர் அலங்காரச் சாதனங்களும், இசைக் கருவிகளும் இதில் அடக்கம்.

26. 13 மஹாநவமி திப்பா அடித்தள புடைப்புச் சிற்பங்கள்

26.14 கலைஞர்களின் புடைப்புச் சிற்பம்

பழங்காலக் கலைக் கண்ணோட்டத்தில் ‘தெய்வீகமே’ முக்கிய கருத்தோவியமாக இருந்தது. ஹம்பியின் கலைக் கண்ணோட்டமோ ‘இவ்வுலகில் இந்த நிமிடத்திய வாழ்வியல் உற்சாகங்களுக்கே’ முக்கியத்துவம் கொடுக்கப்பட்டிருந்தது. செதுக்கப்பட்ட வடிவங் களெல்லாம் ஆரோக்கியமான உடற்கட்டினுள் பேரார்வம் கொப் பளிக்கும் முழு உணர்ச்சிகளை வெளிப்படுத்துபவைகளாக அமைந்துள்ளன.

ஹஸாரா-ராமா எனப்படும் ராமச்சந்திரா கோயிலானது அநேகமாக 15-ஆம் நூற்றாண்டின் இறுதிப் பகுதியில் கட்டப்பட்டிருக்க வேண்டும். இதனுள் 16-ஆம் நூற்றாண்டில் மேலும் சில

26.15 ஹம்பி: ஹஸாரா - ராமர் கோயிலின் பின்பக்கத் தோற்றம்

கட்டுமானங்கள் புதிதாக உருவாக்கப்பட்டன. கோயிலின் சுற்றுச் சுவரின் வெளிப்புறத்தில் கீழிருந்து மேலாக இடம் பெறும் புடைப்புச் சிற்பங்கள் வரிசையாவது: யானைகள், குதிரைகள் மற்றும் அவற்றைச் செலுத்துபவர்கள்;சேனை வீரர்களின் அணிவகுப்பு; நடனமாடும் இசைக் கலைஞர்கள்; வசந்தோற்சவ விழாக் கொண்டாட்டங்கள். போர்த்துகீசிய யாத்ரீகர் பயஸ் கூற்றுப்படி: குதிரைப் படையில் இடம் பெற்றிருந்த குதிரைகள் அனைத்தும் முழுக் கவசமும், முழுமையான சேணமும் பூட்டப்பட்டிருந்தன; சில குதிரைகளின் முகக் கவசம் மட்டும் வெள்ளித்தகட்டால் ஆனது; பல வண்ணப் பட்டுநூல்களை முறுக்கி பூச்சரம் போல் உருவாக்கப்பட்டவைகளின் நெருக்கமான தொடர் விசைகளால் அமைந்ததே பெரும்பாலான குதிரைகளின் முகக்கவசமும், சேணமும் ஆகும். கிழக்கு வாசலை வந்தடையும் இப்படைப்புகளின் தொடர்ச்சி, பிரகாரம் சுற்றும் திசையிலேயே அமைந்துள்ளன. அரச உடை தரித்த ஒருவருக்கு மரியாதை செலுத்தும் நிமித்தமாக ஆண்களும், பெண்களும் விலங்குகளுடன் வரிசையில் நிற்பது போன்ற சிற்பப் பலகையானது கீழ்த் தளத்திலமைந்த நான்கு சிற்பப் பலகைகளில் இடம் பெற்றுள்ளன. அரசனின் அதிகாரமும், செல்வமும், சேனைப் பலமும், அரசிமார்களும் இச்சிற்பப் பலகை மூலம் சிறப்பாகப் பதிவு செய்யப்பட்டுள்ளது.

கோயிலினுள் உள்ள சுற்றுச் சுவர்ப் பகுதிகளிலும், ரெங்க மண்டபச் சுவர்களிலும் ராமாயண கதைக் சம்பவ காட்சிகளும், புதிய கிருஷ்ணன் காட்சிகளும் இடம் பெற்றுள்ளன. புடைப்புச் சிற்ப வேலைப்பாடுகள் நுட்பமாகவும், சம்பிரதாய முறைப்படியும் படைக்கப்பட்டுள்ளன. எனவே மகாநவமி திப்பா வேலைப்

26.16 ஹம்பி: ஹஸாரா - ராமர் கோயில் - சீதையின் கரம்பற்ற ராமர் வில்லை முறிக்கும் புடைப்புச் சிற்பம்

பாடுகளிலுள்ள உயிரோட்டத்தை விடச் சற்றுக் குறைவாகவே உள்ளன. அரண்மனைக் கட்டுமானக் குழுமத்தின் அருகிலேயே அமைந்திருப்பதாலும், கோயிலின் அலங்கார வேலைப்பாடுகளையும் கொண்டு அரசர்களின் தனி வழிபாட்டிற்குரிய கோயில் என்று கருதப்படுகின்றது.

26.17 ஹம்பி ஹஸாரா - ராமர் கோயில் - மத்திய மண்டபத்தைத் தாங்கும் பிரசித்தமான கருங்கல் (Basalt) தூண் வேலைப்பாடுகள்

முக மண்டபம், மத்திய மண்டபம், ராமர் இருக்கும் கருவறை, மத்திய மண்டபத்தின் பக்கங்களில் இருபுறமும் உள்ள படிக்கட்டுகளின் முடிவில் மேலும் மண்டபங்கள், தனியான அம்மன்

சந்நிதி, கல் கட்டுமானத்தாலான நீர்வாய்க்கால் ஆகிய அனைத்தையும் உடையதாகும் இக்கோயில். மத்திய மண்டபமானது அழகிய மெருகூட்டப்பட்ட 4 கருங்கல் தூண்களால் தாங்கப்படுகின்றது. விஜயநகர பாணி போதிகைகளும், தூணில் அழகிய சிற்ப வேலைப்பாடுகளும் இடம் பெற்றுள்ளன. சைவ, வைணவ துவேஷமேதுமில்லை என்பது தூண்களில் இடம் பெறும் சைவப் படைப்புகளிலிருந்து அறிந்துகொள்ள முடிகின்றது. வடகிழக்குத் தூணில் கல்கி அவதாரச் சிற்பம் இடம் பெற்றுள்ளது. கருவறை விமானமானது உச்சியில் கலசத்துடன் கூடிய கோள வடிவத்தையும், அம்மன் சந்நிதி விமானமானது கூண்டு வண்டியின் மேல்பகுதி போன்றும் அமைந்துள்ளன. பொதுவாக விதானத்தின் மேல் அமைந்துள்ள கட்டுமானங்கள் அனைத்துமே செங்கல் கட்டுமானங்களே ஆகும்; சுதை வேலைப்பாடுகளுடன், வர்ணம் தீட்டப்பட்டு காண்போரைக் கவரும் வண்ணம் கட்டப்பட்ட காலத்தில் இருந்திருக்கும் என்பதில் ஐயமில்லை.

தலைக்கோட்டை யுத்தத்திற்குப் பிறகு சுவர் அரண்களுக்குள் இருந்த அரண்மனைக் கட்டுமானக் குழுமத்தைச் சேர்ந்த பல கட்டுமானங்களின் அடித்தளங்கள் மட்டுமே கல்கட்டுமானங்களாக இருந்ததால் அழிக்கப்படவில்லை. மற்றெல்லாக் கட்டுமானங்களை விட இரு கட்டுமானங்கள் நம் கவனத்தை ஈர்க்கின்றன. இவற்றில் பெரியது அரச தரிசன மண்டபம்; சிறியது சிம்மாசன மேடை என்றும், வெற்றி மண்டபம் என்றும் அழைக்கப்படுகின்றது; 1513-இல்

26. 18 விட்டல சுவாமி கோயில் மண்டபத்திற்கு முன்புறமுள்ள அழகிய வேலைப்பாடுகளுடன் கூடிய கல்தேர்

ஒரிஸ்ஸாவை வென்று திரும்பிய பின் கிருஷ்ணதேவராயர் கட்டியது என்பர். அடித்தள எச்சங்களை ஆய்வு செய்யும்பொழுது அரச தரிசன மண்டபம் நூற்றுக்கால் மண்டபமாக இருந்திருக்க வேண்டும் என்றுரைக்கின்றனர். கீழே விழுந்து கிடக்கும் இத்தூண்களிலிருந்து, அடியில் சதுர வடிவிலும், நடுவில் உருளை வடிவத் தண்டுடனும், மேலே இணைப்புச் சிற்ப வேலைப்பாடுகளுடனும் அமைந்திருக்கும் எனக் கருதுகின்றனர். மேலே செல்லச் செல்ல குறைந்து கொண்டே செல்வது போன்ற விசாலமான மூன்றடுக்குடையதாக அடித்தளக் கல் கட்டுமானம் அமைந்துள்ளது. ஒவ்வொர் அடுக்கிற்கும் செல்லப் படிக்கட்டுகள் அமைந்துள்ளன. படிக்கட்டின் பக்கச் சுவர்களில் நேர்த்தியான வேலைப்பாடுகள் மேற்கொள்ளப்பட்டுள்ளன. இம்மண்டபத்தில் அனைத்துத் தரப்பு மக்களும் அரசரை அணுக இயலும். இதே போன்ற அமைப்பைப் பெற்றிருக்கும் சிம்மாசன மேடை மண்டபம் உயர்ந்த அந்தஸ்துடையோர் மட்டும் அரசரைச் சந்திப்பதற்குரியதாகும்.

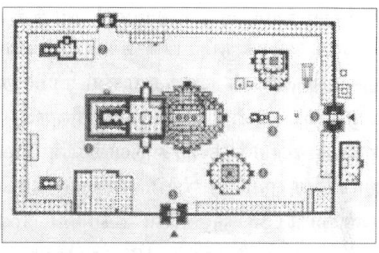

துங்கபத்திரை நதியின் தென்கரையில் மாபெரும் வைஷ்ணவக் கோயில் கட்டுமானமொன்றுள்ளது. இருபுறமும் கடைகள் நிறைந்த ரதவீதியின் மூலம்தான் இக்கோயிலைச் சென்றடைய முடியும். கடைவீதிகளின் முடிவில் சிற்ப வேலைப்பாடுகளுடன் கூடிய தூண்களுடைய கண்காட்சிக் கூடம் அமைந்துள்ளது. ரதோற்சவம் முடிவடையும் இடம் இதுதான். கோயில் குழுமத்தின் ஒரு பக்கத்தில் திருக்குளம் அமைந்திருந்து. இத்திருக்குளத்தில் தெப்போற்சவம், கட்டப்பட்ட காலத்தில் நடத்தப்பட்டது. இத்தகு சுறுசுறுப்பான இயக்க மையப் பகுதியாக விட்டல சுவாமி கோயில் பெரிய சுற்றுச் சுவரினுள் அமைந்துள்ளது. 16-ஆம் நூற்றாண்டுக் கட்டுமானக் கோயில்களில் தலை சிறந்தவற்றில் ஒன்றாகும் விட்டலசாமிக் கோயில்.

26.19 விட்டல சுவாமிகோயில் வரைபடம்

விட்டல சுவாமி கோயிலின் சிற்ப வேலைப்பாடுகளில் கட்டுமஸ்தான உடலமைப்புப் பாணி மாறி சற்று நீண்ட, மெலிந்த ஆனால் அழகிய உடலமைப்புப் பாணி பின்பற்றப்பட்டது. மகாமண்டப அடித்தளப் புடைப்புச் சிற்பங்களில் இம்மாற்றத்தைக் காண இயலும். கோயிலின் மண்டபத்திற்கு முன்பாக கல்ரதம் ஒன்று உள்ளது.

இதன்மேல் கட்டுமானம் 19-ஆம் நூற்றாண்டு வரை பக்தர்களின் கண்களுக்கு விருந்தானது. ஒற்றைக் கற்றளி வகையைச் சேர்ந்ததல்ல இக்கல் ரதம். ஆனால் நுணுக்கமான வேலைப்பாடுகளாலான கற்கள் கொண்டு உருவாக்கப்பட்டதாகும். நான்கு திண்மையான கல் சக்கரங்களும் அதனதன் அச்சில் அழகுற அமைந்துள்ளதால், ஒட்டு மொத்த ரதமே இயக்கத்திலிருப்பது போன்ற உணர்வூட்டுகின்றது. கோயிலின் முக்கிய மண்டபத்தின் அடித்தளத்தில் போர்த்துகீசிய வணிகர்கள் விற்பனைக்குக் கொணர்ந்த குதிரைகளுடன் இருக்கும் மிகச் சிறந்த புடைப்புச் சிற்பம் இடம் பெற்றுள்ளது. இருப்பினும் இந்த கால கட்டத்தில் அடித்தளப் புடைப்புச் சித்திர வடிவமைப்பில் கொடுக்கப்பட்ட கவனத்தை விட அதிக வளமும், ஆர்வமும், மண்டபத்தினுள் இடம் பெறும் தூண்கள் வடிவமைப்பில் செலுத்தப்பட்டுள்ளது. பார்வையாளர்களை வெகுவாகக் கவர்வது இசைத் தூண்கள் உள்ள மண்டபமாகும்.

விட்டல சுவாமி கருவறை அமைந்துள்ள கட்டுமானத்தின் முக்கிய வாயில் நிலையான கிழக்கு வாசலினுள் நுழைய யானைகள் காவல் காக்கும் படிக்கட்டுக்களைப் பயன்படுத்த வேண்டும். நுழைந்தவுடன் அர்த்த மண்டபம், அடுத்து மத்திய மண்டபம் அடுத்து கருவறை என்ற உட்புற விரிவுகள் சிற்ப வேலைப்பாடுகள் மிகுந்த ஐந்தடி உயரத் தரைத் தளத்தின் மேலமைந்துள்ளன. வடக்கு, தெற்கு வாயில்களும் உண்டு. விஜயநகர பாணிக்கேயுரிய வேலைப்பாடு களுடைய 56 தூண்கள் கொண்ட மண்டபத்தின் வெளி விளிம்புகளை ஒட்டினாற்போல் 40 தூண்களும், நடுவில் 16 தூண்களும்

26.20 விட்டல சுவாமி கோயில் மண்டபத் தூண்களின் வேலைப்பாடு நுணுக்கங்கள்

அமைந்துள்ளன. ஒவ்வொரு தூணுமே ஒற்றைக் கற்றளி ஆகும். விஜயநகர பாணி தூண் சிற்ப வடிவமைப்பு இம்மண்டபத் தூண்களின் வடிவமைப்பில் அடங்கிவிடும். 7 படிக்கட்டுகளைப் பயன்படுத்தி தாழ்தளத்தில் அமைந்துள்ள கருவறைப் பிரகாரப் பாதையில் வலம் வந்து பின் திரும்பவும் 7 படிக்கட்டுக்கள் ஏறுமாறு பிரகாரப்பாதை அமைந்துள்ளது.

இந்த விட்டல சுவாமி கட்டுமானமல்லாமல், அம்மன் சந்நிதி, பிற சந்நிதிகள் மற்ற சுவாமி சந்நிதிகள், பிற மண்டபங்கள் எனப் பல கட்டுமானங்கள் அமைந்துள்ளன. கோயிலின் கிழக்கு வாசல் முன்பாக ஆனால் சற்றுத் தள்ளி இடப்புறமாக அமைந்துள்ள கல்யாண மண்டபம் குறிப்பிடத்தக்கதொன்றாகும். அர்த்த மண்டபம் போன்றே ஆனால் அளவில் பாதிக்கும் மேலாக உள்ளது இந்த கல்யாண மண்டபம். வடிவமைப்பிலும், தூண்கள் மற்றும் சிற்ப வேலைப்பாடுகளிலும் அர்த்த மண்டபம் போன்றதேயாகும்.

விஜயநகர சாம்ராஜ்யத்தின் வீறார்ந்த உணர்வுகளையும், அதிகார பலத்தையும் எடுத்துரைப்பது போன்றமைந்துள்ளது ஒற்றைக் கற்றளியான லட்சுமி நரசிம்மர் சிற்பம். மிகப் பெரிய இவ்வடிவமைப்பு 22 அடி உயரங்கொண்டதாகும். காண்போரை வியப்பில் ஆழ்த்துகின்ற இச்சிற்பம் 1529-இல் கிருஷ்ண தேவராயரால் நிறுவப்பட்டதாகும். இச்சிற்பமே இவரது கடைசிக் கட்டுமானமுமாகும். லெபாக்சியில் அமைந்துள்ள வீரபத்ரக் கோயிலின் வடகிழக்கில் அமைந்துள்ள ஒற்றைக் கற்றளியான மாபெரும் நந்தி மற்றொரு கவர்ந்திழுக்கக் கூடிய விஜயநகர பாணிச் சின்னமாகும்.

26.21 ஒற்றைக் கற்றளியான லட்சுமி நரசிம்மர்

பல்வேறு கலாச்சார சந்திப்பு மையமாகும் ஹம்பி. மேலும் செல்வச் செழிப்பினையும் பெற்று மிளிர்ந்தது. அரண்மனைக் கட்டுமானங்களிலும், உல்லாசத் திறந்த வெளிக்காட்சி மாடங்களின் கட்டுமானங்களிலும் கல்லாலான அஸ்திவாரம் போடப்பட்டுள்ளது. பாரம்பரிய சிற்பக் கலைக் கண்ணோட்டமான தெய்வீகக் கருத்துருக்கள் தொடர்ந்தன. இருப்பினும் அரசியல், சமூகச் சூழலால் இவ்வுலக வாழ்க்கை உற்சாகங்களுக்கு கலைகளில் அதிக முக்கியத்துவம் கொடுக்கப்பட்டதென்பதே சிறப்பம்சமாகும். சாம்ராஜ்யத்தின் செல்வச் செழிப்பும், சேனை பலமும் கலைகளில்

26. 22 பிரம்மாண்டமான லெபாக்ஷி நந்தி

தெளிவாக வெளிப்படுகின்றன. பழங்காலக் கருத்துருக்களும் கலைகளில் இடம் பெற்றுள்ளன. ஆனால் பழங்காலத்தைப் போன்ற உள்ளார்ந்த, நளின, அமைதி பாவம் சற்றுக் குறைவாகவே விஜயநகரக் கலைகளில் வெளிப்படுகின்றன என்பது மறுக்க முடியாத உண்மையாகும்.

26.23 விளக்கொளியில் மிளிரும் முக மண்டபம் - விட்டல சுவாமி கோயில்

அத்தியாயம் - 27
புனிதப் பகுதிகளின் விரிவாக்கம்

விஜயநகர அரசர்களின் கோயில் கட்டுமானங்களில் கருவறை விமானங்களைக் காட்டிலும், நுழைவாயில் கோபுரங்கள் அதிக உயரமுடையதாய் உருவாக்கப்பட்டன. வெகு தொலைவிலேயே பக்தர்களின் கண்களுக்குக் கோயில் கோபுரம் புலனாகும். பேரரசின் பெருமையையும், தெய்வீகத்தின் சிறப்பினையும் பிரதிபலிப்பவைகளாய் கோபுரங்கள் கொள்ளப்பட்டன. கோயில் குழுமமானது, அதிக எண்ணிக்கையில் கூடும் பக்தர்களுக்குப் பயன்படுமாறு குறுக்குவசத்திலும் வளர்ச்சி கண்டது. மனதைத் தொடும் சிற்பங்கள் இணைந்த அழகிய தூண்களைக் கொண்ட மிகப் பெரிய மண்டபங்கள் உருவாக்கப்பட்டன. இத்தகு விஜயநகர பாணிக் கோயில்கள் தமிழ்நாட்டில் வேலூர், கும்பகோணம், காஞ்சிபுரம், தத்பத்ரி, விருஞ்சிபுரம், ஸ்ரீரங்கம் ஆகிய ஊர்களிலும் உருவாக்கப்பட்டன. வேலைப்பாடுகளில் விஜயநகரத்தில் அமைந்துள்ள கோயில்களைக் காட்டிலும் வேலூர் கோயிலும், அதன் கல்யாண மண்டபமும் காண்போரை சிலாகிக்க வைக்கும். யாளிகள் இணைக்கப்பட்ட தூண்களுக்கிடையே சிங்கத்தூண்களும் காணப்படுவது மாமல்லை யமபுரி மண்டபத்தை நினைவுறுத்துகின்றது.

நாயக்கர் பாணி அல்லது மதுரை பாணி

சுதந்திர விஜயநகர அரசின் முதல் மன்னரான முதலாம் ஹரிஹரரின் (1336-1355) சகோதரர் புக்கரின் மகன் குமார கம்பணர் ஆவார். இவர் தென்னாட்டிற் படையெடுத்து காஞ்சி சம்புவரையர்களையும், மதுரை சுல்தானையும் தோற்கடித்துக் குமரி முனை வரை விஜயநகர அரசின் ஆட்சியை விரிவுபடுத்தினார். இவ்வெற்றிகளை

வர்ணிக்கும் 'மதுரா விஜயம்' என்னும் நூலைக் கம்பணரின் தேவி கங்காதேவி எழுதினார். குமார கம்பணர் தமிழகக் கோயில்களில் எல்லாம் வழிபாடு முன்போல் நிலவ வகை செய்தார். இதே காலத்தில் அருணகிரி வள்ளல் தமிழ்நாடு முழுவதும் உள்ள முருகப்பிரான் ஆலயங்கள் மீது திருப்புகழ் பாடி சிறக்கச் செய்தார். ஆதலால் சமயமும், கலையும் சிறக்க ஏற்ற சூழ்நிலை பிற இடங்களைக் காட்டிலும் தமிழகத்தில் மேலோங்கி நின்றது.

குமார கம்பணனால் தமிழகத்தில் தொடங்கப்பட்ட கலைப் பணிகள் கிருஷ்ண தேவராயர் மற்றும் அவருக்குப் பின் வந்த அச்சுதராயர், சதாசிவராயர் ஆகிய விஜயநகர மன்னர்களாலும் தொடரப்பட்டது. திருவண்ணாமலையின் உயர்ந்த கோபுரம், காஞ்சிபுரத்து ஏகாம்பரநாதர் கோயில் தெற்குக் கோபுரம், வரதராஜப் பெருமாள் கோயிலின் உயர் கோபுரம், தில்லையின் வடக்குக் கோபுரம், திருவண்ணாமலை ஆயிரங்கால் மண்டபம் போன்றவைகள் தமிழகத்தில் கிருஷ்ண தேவராயர் ஆற்றிய கலைப் பணிகளில் சிலவாகும். இக்காலக் கோபுரங்கள் அனைத்துமே கீழ்நிலைக் கல்லாலும் மேல்நிலைச் செங்கல்லாலும் எடுக்கப்பட்டன. கிருஷ்ண தேவராயர் எடுத்த கோபுரங்களை ராயர் கோபுரம் என்று மக்கள் அழைத்தனர்.

விசுவநாத நாயக்கர் மதுரையில் நாயக்கர் வம்சத்தின் ஆட்சியை நிறுவியவர் ஆவார். இவர் மதுரைச் சொக்கநாதருக்கு எடுத்த கோயில் முழுவதுமே ஒரு சிற்பம் போல் அமைந்தன. விசுவநாதனும், அவனுக்குப் பின்வந்த நாயக்க மன்னர்களும், குறிப்பாக திருமலை நாயக்கரும் தமிழகத்தில் மேற்கொண்ட கட்டுமானப் பணிகள் தனித்தன்மை வாய்ந்தவை. பழமையான கோயில்களைப் புதுப்பித்தல், ஏற்கனவே இருந்த திருச்சுற்றுக்களுடன் பெரும் திருச்சுற்றுகளை எடுத்து அவற்றின் வாயிலை அலங்கரிக்க வானளாவும் கோபுரங்களை எழுப்புதல், சிற்பங்கள் இணைந்த தூண் மண்டபங்களை எடுத்தல், திருக்குளங்கள் வெட்டுதல் ஆகிய பணிகளின் மூலம் இக்கோயில்கள் அழகிய, பெரிய கோயில்களாக உருமாற்றம் அடைந்தன. எனவே 17-ஆம் நூற்றாண்டில் தமிழகத்தில் மேற்கொள்ளப்பட்ட விரிவுபடுத்தும் கட்டுமானப் பணிகளை நாயக்கர் பாணி அல்லது மதுரை பாணி என்றே கூறலாம்.

பழமையான சிறிய அளவுக் கோயில்கள் பல்வேறு கட்டுமான இணைப்புகள் மூலம் பிரம்மாண்டமான கோயில்களாக மாறிடும் உருமாற்றம் இரண்டு வகைகளாகக் காணப்படுகின்றன. ஒரு குறிப்பிட்ட

27.1 வேலூர் ஜலகண்டீசுவரர் கல்யாண மண்டபம்

கால கட்டத்தில் மேற்கொள்ளப்பட்ட ஒரே தொடர் முயற்சியின் பயனாக உருமாற்றம் அடைவது ஒருவகை; படிப்படியாக வெவ்வேறு கால கட்டங்களில் மேற்கொள்ளப்பட்ட முயற்சிகளின் ஒட்டு மொத்த விளைவாக அடையும் உருமாற்றம் இரண்டாவது வகை. இத்தகு பெரிய கட்டுமானக் கோயில்களெல்லாம் குழப்பமான கட்டுமானத் தொகுப்பாகவே முதலில் தோன்றும். இருப்பினும் கோயில் அமைப்பினுள் ஊடுருவியிருக்கும் திட்டவட்டமான கட்டுமான நடைமுறைகளை எடுத்துரைக்க இயலும்.

ஏறக்குறைய 30 கோயில்கள் மதுரை பாணி அல்லது நாயக்கர் பாணியைச் சேர்ந்தவைகளாகும். இவற்றுள் முக்கியமான கோயில்கள் அமைந்துள்ள ஊர்கள் மதுரை, திருச்சியில் ஸ்ரீரங்கம் திருவாரூர், ராமேஸ்வரம், சிதம்பரம், திருநெல்வேலி, திருவண்ணாமலை,

ஸ்ரீவில்லிபுத்தூர் ஆகியவைகளாகும். ஒவ்வொரு கோயில் கட்டுமானத்தையும் விலாவாரியாக ஆராய்ந்தால், விரிந்து கொண்டே போகும். இக்கோயில்களின் சிறப்பம்சங்களில் குறிப்பிடத்தக்க ஒன்றிரண்டை மட்டும் ஆய்வது மட்டுமே சாத்தியமாகும்.

சிதம்பரம் நடராஜர் கோயில்

27.2 சிதம்பரம் - சிற்றம்பலம்

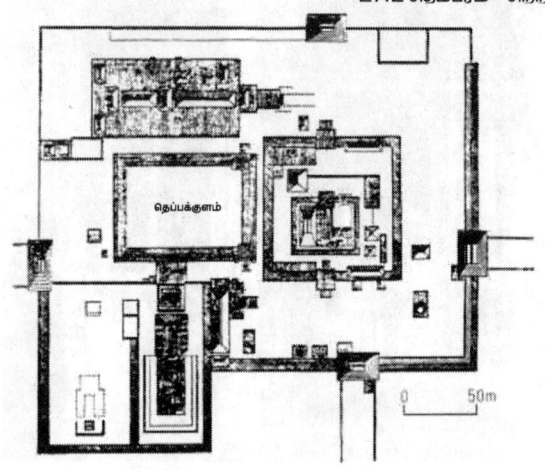

27.3 சிதம்பரம் கோயிலமைப்பு தரைவரைபடம்

இக்கோயிலானது 'புனிதமான கோயில்' என்று பக்தர்களால் போற்றப்படுகின்றது. நடராஜனாக சிவன் தாண்டவம் புரிந்த ஊர் சிதம்பரம் என்று அனைவராலும் நம்பப்படுகின்றது. ஆடல் வல்லானின் அழகில் மெய்மறந்து சைவக்குரவர்கள் பாடிய திருப்பதிகங்கள் தேவாரத்தில் இடம் பெற்றுள்ளன. இக்கோயிலின் ஆரம்பநிலைக் கட்டுமானங்கள் சோழர் காலத்தைச் சேர்ந்ததாகும். சோழர்கள் ஆடல்வல்லானைத் தங்கள் குல தெய்வமாகக் கொண்டனர். இக்கோயிலில்தான் பல மன்னர்கள் முடிசூடிக் கொண்டனர். சோழர்களின் காலத்தில்தான் கருவறை விமானத்திற்குப் பொன் கூரை வேயப்பட்டது. 11-ஆம் நூற்றாண்டின் தொடக்கத்தைச் சேர்ந்த ஓவியமொன்றில் பொன்கூரை வேயப்பட்ட சிதம்பரம் கோயில் இடம் பெற்றுள்ளது. தஞ்சை பிரகதீஸ்வரர் ஆலயத்தில் இவ்வோவியத்தைக் காணலாம்.

சிறிய அளவாயிருந்த இக்கோயிலானது 12-ஆம் நூற்றாண்டு தொடங்கி 16-ஆம் நூற்றாண்டுக்குள்ளாக 40 ஏக்கர் பரப்பளவு கொண்டதாய் விரிவுபடுத்தப்பட்டது. உட்புறத்தில் அமைந்துள்ள நான்கு கோபுரங்களும் 13-ஆம் நூற்றாண்டில்தான் கட்டப்பட்டிருக்க வேண்டும். 16-ஆம் நூற்றாண்டில் கடைசிக் கட்ட விரிவாக்கமாக மதிற்சுவர்களும், நுழைவாயில்களும் சேர்க்கப்பட்டிருக்க வேண்டும். கருவறையின் இருளினுள்ளே உறையும் வடிவமற்ற மெய்ப்பொருளை தொலைத்தூரத்திலிருந்தும் பார்க்கும்படியாக விரிவுபடுத்தப்பட்ட கோயிலின் கோபுரங்கள் அமைந்துள்ளன. ராஜ கோபுர வாயில்களில் உள்ள நிலைத்தூண்கள் மூன்றடி சதுரமும், 30 அடி உயரமும் உள்ள ஒரே கல்லால் ஆனவை. கோபுரத்தின் நிலைப்பத்தி கருங்கற்களாலும், மேற்பத்தி செங்கற்களாலும் சுதையாலும் ஆனவையாகும்.

27.4 சிதம்பரம் கோயில் கோபுர சிற்பங்கள்

தில்லைக் கோபுரங்களில், சிற்பங்கள் இடம் பெற்றுள்ள ஒவ்வொரு மாடத்திலும் அத்தெய்வத்தின் பெயர் தமிழ் கிரந்த எழுத்துக்களால் (கல்வெட்டால்) பொறிக்கப் பெற்றுள்ளது. மேலும், நுழைவு வாயிலின் இருபுறமும் பரதக் கலையின் 108 கரணங்களைச் சிற்பமாக்கி, ஒவ்வொரு சிற்பத்திற்குக் கீழும் பரத சாத்திர சுலோகங்கள் குறிக்கப் பெற்றுள்ளன. கிழக்குக் கோபுர நுழைவுவாயிலில் இடப்புறப் பக்கச் சுவரிலுள்ள மாடத்தில் இரு சிற்பிகள் வணங்கிக் கொண்டிருக்கும் நிலையில் காணப்படுகின்றனர். அவர்கள் அருகில் ஒரு அளவுகோலும் உள்ளது. மேலும், வடக்குக் கோபுரப் பக்கச்சுவரில் கோபுரத்தைக் கட்டிய சிற்பிகளின்

உருவங்களும், அவர்களின் பெயர்களும் காணப்படுகின்றன. திருப்பாற்கடலைக் கடைகின்ற காட்சி சிற்பக் கலையாகத் தெற்குக் கோபுரத்தில் இடம் பெற்றுள்ளது. நான்கு கோபுரங்களிலும் கீழ்வரிசையில் இடம் பெற்றுள்ள சிற்பங்களின் எண்ணிக்கை 46 ஆகும். எண் திசைக் காவலர்கள், ஒன்பதுகோள்கள், ரிஷிகள், கணபதி.... போன்ற திருவுருவங்கள் உள்ளன. மேல்நிலை மாடங்களில் உமை, திருமால் போன்ற தெய்வங்களின் பல்வேறு கோலங்கள் இடம் பெற்றுள்ளன. மேலும் 12 ராசிகளுக்கும் மாடங்களில் இடம் அளித்துப் பெயரும் பொறிக்கப் பெற்றிருப்பது குறிப்பிடத்தக்கதாகும். நான்கு கோபுரங்களையும் இணைக்கும் மதில் சுவரின் உட்பகுதியில் 'ராஜாக்கள் தம்பிரான் மாளிகை' என்ற பெயருடைய மூன்றாவது பிரகாரத் திருச்சுற்று அமைந்துள்ளது. இதன் அடிப்புறத்தில் பல்லாயிரக்கணக்கான நடனச் சிற்பங்கள் இரண்டு, மூன்று அல்லது நான்கு பெண்கள் இணைந்தாடும் காட்சிகளாக விளங்குகின்றன.

தேர் வடிவில் அமைந்துள்ள நிருத்த சபையானது இரண்டாம் பிரகாரத்தில் அமைந்துள்ளது. இங்கு இறைவன் காளியுடன் ஊர்த்துவ தாண்டவ மூர்த்தியாக ஆடல் புரியும் திருமேனி இடம் பெற்றுள்ளது. சிற்சபை எனப்படும் சிற்றம்பலத்தில் மூலவரான சிவபெருமான் சிவகாமியம்மை காண அருள் நடம் புரிகின்றான். இதற்கு வலப்பக்கத்தில் தான் 'சிதம்பர ரகசியம்' என்றும் 'ஆகாசலிங்கம்' என்றும் அழைக்கப் படும் அருவத் திருமேனியாகிய சந்நிதி அமைந்துள்ளது. பெரு வெளியாக இறைவன் விளங்குத் திறத்தைப் புலப்படுத்தும் இது, வில்வப் பொன்னிதழ் மாலை தொங்கவிடப்பட்டுக் கறுப்புத் திரையினால் மறைக்கப் பெற் றுள்ளது. மூலவரையும், சிவகாமி அம்மையையும், ஆகாசலிங்கத்தையும் 'கனகசபை' என்று அழைக்கப்படும் முன்மண்டபத்தில் நின்று கண்டு தரிசித்தல் மரபு. நுட்பமான வேலைப்பாடுகளையுடைய மரத்தூண்கள் கொண்ட

27.5 தில்லை சிவகாமியம்மை கோயில் முன் மண்டப விதான ஓவியங்கள்

இக்கனகசபை கோயிலின் குறிப்பிடத்தக்க கட்டுமானங்களில் ஒன்றாகும். இச்சந்நிதியில் குறிப்பிட்ட இடத்தில் நின்றால் நடராஜரையும் வழிபடலாம்; கோவிந்தராஜப் பெருமாள் கோயிலில் சயனக் கோலத்தில் இருக்கும் கோவிந்தராஜப் பெருமாளையும் வழிபடலாம். திருமங்கையாழ்வாராலும், குலசேகராழ்வாராலும் மங்களா சாசனம் செய்யப் பெற்ற திருத்தலமாகும். தம் பெற்றோர்கள் தில்லைப் பெருமாளை வழிபட்டதன் பயனாகப் பிறந்த அப்பைய தீட்சிதர், தில்லைக் கூத்தனையும், கோவிந்தராஜ பெருமாளையும் ஒருங்கே போற்றும் முறையில் வடமொழியில் தோத்திரப் பாடல்கள் பாடியுள்ளார்.

விதானத்துடன் கூடிய தூண்கள் உள்ள நடைச் சுற்றாலும், படிக்கட்டுக்களாலும் நாற்புறமும் சூழப்பட்டுள்ளது திருக்குளம். சிதம்பரம் கோயிலின் மூன்றாவது திருச்சுற்றில், வடக்கு ராஜகோபுரம் பின்புலமாக அமைய, உருவாக்கப்பட்டுள்ள சிவகங்கைத் தீர்த்தத்தின் மேல்கரையில் அமைந்துள்ளது சிவகாமியம்மைத் திருக்கோயில். இதன் வடபக்கத்தில் பாண்டிய நாயகம் என்னும் பெயருடைய திருக்கோயிலில் ஆறுமுகப் பெருமான் மயில் மீதமர்ந்து வள்ளி, தெய்வானையுடன் அருள் புரிகின்றார். இக்கோயில் யானைகளாலும், யாளிகளாலும் இழுக்கப்படும் தேர் வடிவில் அமைந்துள்ளது. சிவகங்கைத் தீர்த்தத்தின் வடமேற்கு மூலையில் ஒன்பது சிவலிங்கங்கள் எழுந்தருளியுள்ள நவலிங்கக் கோயில் உள்ளது. சிவலிங்கத் தீர்த்தத்தின் கீழ்ப்பக்கத்தில் அமைந்துள்ள மண்டபம் ஆயிரங்கால் மண்டபம் ஆகும். ஆண்டுதோறும் ஆனி, மார்கழி மாதத் திருவிழா நாட்களில் நான்கு வீதிகளிலும் தேரில் பவனி வரும் நடராஜப் பெருமானும், சிவகாமி அம்மையும் அன்றிரவு ராஜசபை என்றழைக்கப்படும் இந்த ஆயிரங்கால் மண்டபத்தில்தான் எழுந்தருளியிருப்பர். இங்குதான் சேக்கிழார் நாயனார் இயற்றிய திருத்தொண்டர்ப்புராணம் அரங்கேறியது.

27.6 இராமேஸ்வரம் கோயிலின் சிறப்பே, அதன் மூன்றாம் பிரகாரம்தான் - பெர்குஸன்

அன்னை சிவகாமி ஆலய முன்மண்டபத்தில் ஓவியங்கள் இருக்கின்றன. அழிந்தது போக நமக்குக் கிடைத்திருக்கும் ஓவியங் களே நம்மைப் பரவசத்தில் ஆழ்த்துகின்றன. மாணிக்கவாசகப் பெருந்தகையின் கதை தொடர்ந்து இங்கு இடம்

பெற்றுள்ளது. குழந்தை மாணிக்கவாசகருக்கு நீராட்டுவது, நரிகளைப் பரிகளாக்கியப் பின் கொண்டுவந்து கொட்டிலில் அரபு நாட்டு பாணி உடையணிந்த சேவகர் கட்டும் காட்சி, பரிகள் திரும்பவும் நரிகளாகி குதிரைகளைக் கடித்துக் குதறும் காட்சி ஆகியவை மிகச் சிறந்த ஓவியங்களாகும். மாடு பூஜித்தது, இந்திரன் பூஜித்தது, மயில் பூஜித்தது, காட்டில் வழிப்பறியில் ஈடுபட்டுள்ள வேடன் ஆகியவைகளும் உணர்ச்சி மிகு ஓவியங்களாகும்.

வடபகுதியில் உள்ள ஓவியத்தில் தாருகாவனத்து முனிவர்கள் வேள்வி செய்வதும், சிவபெருமான் பிக்ஷாடனர் உருவில் வருவதும், மோகினி வடிவு கொண்டு விஷ்ணு வருவதும், முனிவர்கள் காமுற்று அவள் பின் செல்வதும் நன்கு அழியாமல் எஞ்சியுள்ளன. தாருகாவன முனிவர்கள் சிவன் மீது சீறி வேள்வி வேட்க அதிலிருந்து புலி, பாம்பு, மான், பூதம், ராட்சத பூச்சி முதலியன வெளிவரும் காட்சி நன்கு சித்திரிக்கப்பட்டுள்ளது. கற்களைச் செதுக்கிச் சாரம் அமைத்து அவற்றை மேல் ஏற்றுகிற ஓவியக் காட்சி அக்காலக் கட்டுமான முறைகளை எடுத்துரைக்கின்றது. இவ்வழகிய ஓவியங்கள் 17 அல்லது 18-ஆம் நூற்றாண்டு ஓவியங்களாகும்.

ராமேஸ்வரம் இராமநாதசுவாமி கோயில்

கோயிலின் மகோன்னதமானது நாயக்க மன்னர்களால் உருவாக்கப்பட்ட பிரகாரங்கள் மூலம் மேலும் உயர்வடைந்தது. விதானத்துடன் கூடிய அகலமான இந்நடைபாதையானது கோயிலின் பல்வேறு பகுதிகளையும், சேர்மானங்களையும் இணைக்கின்றது. 'இராமேஸ்வரம் கோயிலின் பெருமையே மூன்றாவது பிரகாரத்தில் தான் உள்ளது' என்று கலை வரலாற்றறிஞர் பெர்குஸன் வியந்து பாராட்டியுள்ளார்.

சொக்காட்டான் மண்டபம் என்று இந்த மூன்றாவது பிரகாரம் அழைக்கப்படுகின்றது. வடக்குப் பகுதியில் 207மீ, தெற்குப் பகுதியில் 194.7மீ, கிழக்குப் பகுதியில் 130.5 மீ, மேற்குப் பகுதியில் 118.5 மீ நீளமுள்ளதாகும் இந்த மூன்றாம் பிரகாரம். நடைபாதையின் அகலம் 5.10 மீ உடையது. இந்தப் பிரகாரத்தை 1212 பிரம்மாண்டமான கல்தூண்கள் தாங்கி நிற்கின்றன. மேடையின் உயரத்தோடு சேர்ந்து, ஒவ்வொரு தூணும் 9மீ உயரமுடையதாகும். தாழ்வாரத்தின் ஒரு கோடியிலிருந்து பார்த்தால் கல்லாலான மரங்கள் இருபக்கங்களிலும் வரிசையாக நிறுத்திவைக்கப்பட்டிருப்பது போல் அழகாகத் தோற்றமளிக்கும். நுட்பமான வேலைப்பாடுகள்

கொண்ட உயிரளவுள்ள சிற்பங்கள் இணைந்த இத்தூண்கள் நாயக்கர் பாணிக்கு பெருமை சேர்க்கின்றன. 29 ஆண்டுகள் தொடர்ந்து மேற்கொள்ளப்பட்ட இப்பிரகார கட்டுமானமானது 1769-இல் முடிவடைந்தது என்று நம்பப்படுகின்றது. இராமாயணக் கதைக் காட்சிகளும், பிற புராணக் காட்சிகளும் பிரகாரச் சிற்பப் பலகைகளில் இடம் பெற்றுள்ளன. கோயிலின் அனைத்துக் கட்டுமானங்களையும் உள்ளடக்குவதற்காகவே உருவாக்கப்பட்ட போதிலும், சில கட்டுமானங்கள் மூன்றாவது பிரகாரத்திற்கு வெளியே அமைந்துள்ளன. ராமரும், சீதையும் சிவலிங்கத்தை பிரதிஷ்டைப் பண்ணும் ராமலிங்கப் பிரதிஷ்டை சந்நிதியானது இப்பிரகாரத்தின் வடமேற்கு மூலையில் அமைந்துள்ளது. லட்சுமணன், ஹனுமன் உடன் மற்றவர்களும் இங்கு இடம் பெற்றுள்ளனர்.

நான்கு திசைகளிலும் வாயில்கள் அமைந்துள்ளன. கிழக்கு, மேற்கு நுழைவாயில்கள் கோபுரங்களுடன் காணப்படுகின்றன. வடக்கு, தெற்கு நுழைவாயில்கள் இரண்டுமே கீழ்நிலைக் கல்கட்டுமானத்தோடு கோபுரம் முடிவடையாமல் உள்ளது. மேற்குக் கோபுரம் போன்று பிரகாரச் சுவரின் மேல் கிழக்குக் கோபுரம் அமர்ந்திருக்கவில்லை. மாறாக நுழைவாயில் மற்றும் இரண்டாம் பிரகாரம் ஆகிய இரண்டின் மேலும் எழுப்பப்பட்டுள்ளது. எனவே கீழ்நிலைக் கல் கட்டுமானம் பிரகாரப் பகுதியினுள் அடங்கிப் போய்விடுகின்றது. அதற்கு மேலுள்ள கோபுரப் பகுதி மட்டுமே கண்ணுக்குப் புலப்படுகின்றது. வழக்கம் போன்று செங்கற் கட்டுமானமாக இல்லாமல், கடல் காற்றின் உப்புத்

27. 7 இராமேஸ்வரம் அக்னிதீர்த்தம்

தன்மையால் பாதிப்படையாதிருக்கும் வகையில் மிருதுவான கற்களாலான கட்டுமானமாக உள்ளது. மேற்குக் கோபுரம் ஐந்தடுக்குகளையும், கிழக்குக் கோபுரம் ஒன்பது அடுக்குகளையும் கொண்டுள்ளது. 4 முதல் 6 அடி உயரமுள்ள நூற்றுக்கணக்கான சிற்பங்கள் மேற்குக் கோபுரத்தை அலங்கரிக்கின்றன. ரிஷபங்கள், கிருஷ்ணன், ராதை, ருக்மணி, ரிஷிபத்தினி, பிக்சாடனர், மான் போன்றவை இக்கோபுர சிற்பங்களில் சிலவாகும். மாறாக கிழக்குக் கோபுரத்தில் சிற்ப வேலைப்பாடுகள் அதிகமில்லாவிட்டாலும், சரியான விகிதாச்சாரத்திலும், வளைவுகள் திடமான நேர்கோணங் களாகவும் அமைந்துள்ள கட்டுமான நுட்பநேர்த்தி எடுப்பான தோற்றத்தையளிக்கின்றது.

முதல் பிரகாரத்தினுள் மூலவர்களான இராமநாத சுவாமிக்கும் அவரது தேவியான பர்வதவர்த்தினிக்கும் தனித்தனி சந்நிதிகள் அமைந்துள்ளன. மேலும் காசிவிஸ்வநாதர், விசாலாட்சி, நடராஜர் ஆகியோருக்கும் சிறுசந்நிதிகள் அமைந்துள்ளன. 12 ஜோதிர்லிங்கங் களில் ஒன்றாகும் இக்கோயில்; ஆன்மிக மார்க்கமாகவும் இந்துக்களை இணைக்கும் புண்ணியத் தலமாகும். ராமேஸ்வரத்தில் அபிஷேகம் செய்ய கங்கை நீரைக் கொண்டு வருவோர், ராமேஸ்வரத்தின் அக்னி தீர்த்தத்தை காசியில் அபிஷேகம் செய்ய எடுத்துச் செல்வர். இறந்த தங்களின் முன்னோர்களுக்கு சிரார்த்தம் கொடுப்பதற்காக இந்தியாவின் மூலை, முடுக்கிலிருந்தெல்லாம் ராமேஸ்வரத்திற்கு மக்கள் வருகின்றனர். மேலும் கடலிலிருந்து வெகு சமீபத்தில் இருக்கும் கோயிலின் புனித தீர்த்தங்களில் நீராடித் தங்களின் மற்றும் தங்களின் சந்ததியினரின் நல்வாழ்விற்கு இறைவனிடம் வேண்டிக் கொள்வதற்காகவும் பக்தர்கள் வருகின்றனர். சம்பிரதாய பிரார்த்தனை முறைகளோடு, இந்தியாவில் பேசப்படும் அனைத்து மொழி தொழில் பேச்சுக்களும் காதில்படும் இடம் ராமேஸ்வரம் ஒன்றே என்றால் மிகையில்லை.

மதுரை மீனாட்சி அம்மன் ஆலயம்

நாயக்கர் கால ஆட்சியின் மிகப் பெரிய சாதனை மதுரை மீனாட்சி அம்மன் ஆலயத்தை உருவாக்கியதேயாகும். மிகப்பெரிய கட்டுமானக் கோயில்களில் ஒன்றாகும் இக்கோயில். கோயில் குழுமம் மொத்தமும் இரு சந்நிதிகளைச் சுற்றியே அமைந்துள்ளது. ஒன்று சுந்தரேஸ்வரர் என்றழைக்கப்படும் சிவன் சந்நிதி; மற்றது மீனாட்சி என்றழைக்கப்படும் சிவனின் தேவி பார்வதிக்குரிய சந்நிதி. மீனாட்சிக் கோயில் குழுமத்தினுள் 33 மில்லியன் சிற்பங்கள் உள்ளதாக கோயில்

நிர்வாகிகள் கூறுகின்றனர். அவர்கள் சிற்பங்களின் எண்ணிக்கையை எண்ணிக் கூறவில்லையென்று வைத்துக் கொண்டாலும் கூட, இந்த எண்ணிக்கை அளவிற்குச் சிற்பங்கள் இருக்கும் என நம்பும்படியாகவே கோயில் வேலைப் பாடுகள் அமைந்துள்ளன.

'முன்னர் எண்திக் கயங்கள் தாங்கிடும் முதுபேரண்டம்

மண்ணும் இந்திரனார் போற்றும் விண்இழி விமானமாகும்

மன்னவன் சிவனே யாகும் சிவலோகம் மதுரையாகும்'.

என்று திருவிளையாடற் புராணத்தில் உள்ள வர்ணனைக்கேற்ப சிவன் சந்நிதியை எட்டு திசை யானைகள் தாங்கி நிற்கின்றன. இதன் மேல் கூடுகளிலெல்லாம் ஆடுகின்ற பாவையரின் அழகிய உருவங்கள் அலங்கரிக்கின்றன. மீனாட்சி அம்மனின் சந்நிதியும், பிரகாரமும் சுந்தரேசுவர சந்நிதி, பிரகாரத்துடன் ஒப்பிடும்போது சிறியவை களாகும். மீனாட்சியம்மனின் கருவறை வாசல் முகப்பில் யானைகள் நீர் அபிஷேகம் செய்து வழிபடும் லட்சுமியின் சிற்பப் பலகையானது அழகிய தோரண வளைவின் கீழ் அமைந்துள்ளது. கலைப் பயணத்தின் தொடக்கம் முதலே நாம் காணும் காட்சியாகும் இது.

27. 8 விண்ணைத்தொடும் மதுரை மீனாட்சி அம்மன் கோயில் கோபுரம்

மதுரையைக் கோயில் நகரம் என்றே அழைப்பர். காரணம் உற்சவ மூர்த்திகள் கருவறையிலிருந்து வெளிப்போந்து கோயிலினுள்ளும், கோயிலுக்கு வெளியேயும் பக்தர்களுக்கு தரிசனம் கொடுக்கும் பொருட்டு உலா வருவர். அப்போது செப்புத் திருமேனிகளான உற்சவமூர்த்திகள் ஊர்வலமாக எடுத்துச் செல்லப்படும். தினப்படி சடங்குகளின் ஒரு பகுதியாகவோ, கோயிலின் மாதாந்திர அல்லது வருடாந்திர திருவிழாக்களின் பொருட்டோ இம்மாதிரி உலா வருதல் அமையும். தன்னைத் தேடிவரும் இறைவனை பக்தர்கள் எளிதாக தரிசிப்பதன் மூலம் இறைவனுடன் நேரடித் தொடர்பேற்படுத்திக் கொள்ளுதல் பக்தனுக்குச் சாத்தியமாகின்றது. மனிதனைப் போன்றே இறைவனுக்கும் தேவியர், குழந்தைகள் என உறவுமுறைகள்

கற்பிக்கப்பட்டு, இந்த இறைக் குடும்பம் வீதி உலா வரும்போது, இறைவன்பால் பக்தி செலுத்துவதில் ஓர் அந்நியோன்யம் ஏற்படுத்திக் கொள்ள இயல்கின்றது. சுவாமி புறப்பாடு என்பது மீனாட்சி அம்மன் கோயிலில் தினந்தோறும் நடைபெறுவதாகும். கார்த்திகை, பிரதோஷம் போன்ற மாதாந்திர வழக்கமான சிறப்பு தினங்களோடு பிற விழாக்களின் எண்ணிக்கையும் எண்ணற்றதாகும். மீனாட்சி அம்மன் கோயிலில் உச்சகட்டமாக சித்திரைத் திருவிழா நாட்களில் மதுரையில் கோலாகலம் உச்சகட்டத்தை எட்டும். சைவ, வைணவ ஒற்றுமைக்கு எடுத்துக்காட்டு போல் மீனாட்சி அம்மன் கோயில் உற்சவங்களோடு, கள்ளழகர் எதிர்சேவையும் இணைந்து கொள்ளும். மதவேற்றுமை பாராத மக்கள் திருவிழாவாகும் சித்திரைத் திருவிழா.

மீனாட்சியம்மன் கோயிலில் மாலை வழிபாட்டிற்குப்பின், கோயிலின் மதில் சுவர்களுக்குள்ளாகவே அமைந்துள்ள பொற்றாமரைக் குளத்தின் படிக்கட்டுகளில் பக்தர்கள் நிம்மதியாக அமர்ந்து சிறுபொழுது செலவிடுவர். தியானிக்கவும், அறிவைப் பெருக்கிக் கொள்வதற்குமான இடமாக மட்டுமல்லாது, கோயிலானது வாழ்வின் அனைத்து அம்சங்களுக்கும் வளைந்து கொடுக்கக் கூடியதாய் வளர்ச்சி அடைந்துவிட்டது. இதன் மூலமாக, அனைத்து உயிர்களினுள்ளும் ஊடுருவியிருக்கும் இறைத்தன்மையை எடுத்துரைக்கும் பணியையும் கோயிலானது செவ்வனே செய்கின்றது.

27. 9 பொற்றாமரைக் குளமும், கோபுரங்களும் மதுரை மீனாட்சி அம்மன் கோயில்

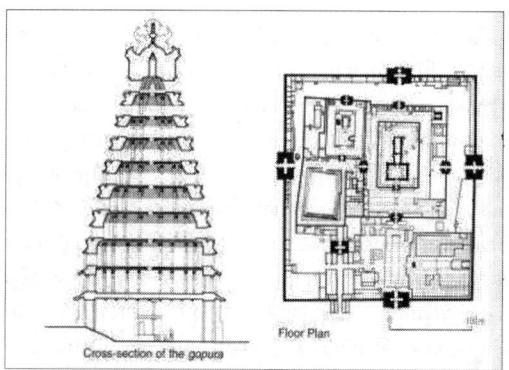

27.10 கோபுரத்தின் குறுக்குவெட்டுத் தோற்றம் மற்றும் கோயில் தரைவரைபடம் - மதுரை மீனாட்சி அம்மன் கோயில்

நாயக்கர் காலத்தில் நுட்பமான சிற்ப வேலைப்பாடு களையுடைய தூண்களுள்ள மிகவும் அழகிய பெரிய மண்டபங்கள் நிறுவப்பட்டன. 16-ஆம் நூற்றாண்டில் கட்டப்பட்ட ஆயிரங்கால் மண்டபம் மீனாட்சி கோயில் மண்டபங்களில் மிகப் பிரசித்தி பெற்றதாகும். நுட்பமான சிற்ப வேலைப்பாடுகளையுடைய தூண்களின் எண்ணிக்கை நிச்சயமாக ஆயிரத்தை நெருங்கும். பெரிய கற்பாளங்களிலிருந்து செதுக்கி உருவாக்கப்பட்டுள்ளன இத்தூண்கள். ஒவ்வொரு தூணும் மிகச் சிறந்த கலைவேலைப் பாட்டிற்கு எடுத்துக்காட்டாகும். தூணோடு இணைந்த சிற்பங்களின் உயரம் சுமார் 6 அல்லது 7 அடிக்கு மேலானதாகும்.

27.11 ஆயிரங்கால் மண்டபம் - மதுரை மீனாட்சி அம்மன் கோயில்

ஆயிரங்கால் மண்டபத்தின் புறத்தே அலங்கரிக்கின்ற காலாந்தகர், திரிபுரசம்ஹார மூர்த்தி, குறவன், குறத்தி, கண்ணப்பனுக்கு அருள் பாலித்த அண்ணல் ஆகிய உருவங்கள் முகத்தின் அமைதியிலும் உடலின் வளைவுகளாலும், அவற்றை அலங்கரிக்கும் அணிகளாலும், அங்க நெகிழ்வாலும் சிறப்பு பெறுகின்றன. ஆயிரங்கால் மண்டபத்தின் உள்ளே அலங்கரிக்கும் பெரும் சிற்பங்கள் சிலவற்றில் யாழ் ஏந்தி இசைக்கும் பாணன் மகள் உருவம் மிக அழகானது. மகாபாரதக் கதைக் காட்சிகள் இங்கு அதிகம் இடம் பெற்றுள்ளன. அதேபோல் பிக்ஷாடனர், மோகினியின் அழகிய சிற்பங்கள் சிறப்பாகப் படைக்கப்பட்டுள்ளன. விசுவநாத நாயக்க மன்னன் உட்பட 4 நாயக்க மன்னர்களுக்கு அமைச்சராய் இருந்த அரியநாத முதலியார் இம்மண்டபத்தைக் கட்டினார் என்பர். முன்னிலைத் தூண்கள் ஒன்றில் அவர் உருவச் சிற்பமும் இணைந்து உள்ளது.

27.12 புதுமண்டபத் தூண் வேலைப்பாடு

இச்சிற்ப பாணிகளுக்கு மாறாக திருமலை நாயக்க மன்னர் உருவாக்கிய புதுமண்டபத்தில் உள்ள சிற்பங்கள் மெல்லிய உடலும், மிகுந்த வளைவுகளையும் கொண்டிருக்கவில்லை. நல்ல கருத்துச் செறிவோடு திருமலை நாயக்கர் சிற்பங்களை அமைத்திருக்கிறார். மண்டபத்தின் கிழக்குப் பக்கத்தில் திருவிளையாடல் புராணக் கதைகள் சிற்பங்களாகச் செதுக்கப்பட்டுள்ளன. மேற்குப் பக்கத்தில் சிவபுராணக் காட்சிகள் இடம் பெறுகின்றன. மண்டபத்தின் நடுப்பகுதியில் திருமலை நாயக்கர் தமது தேவியோடும், மற்ற சிலரோடும் இடம் பெற்றுள்ளார். புதுமண்டபத்தின் கிழக்கிலும், மேற்கிலும் வரிசையாக உள்ள

27.13 மதுரை மீனாட்சி அம்மன் கோயில் கோபுர சிற்பங்கள்

தூண்களில் நாயக்கர் உருவமும், பிரதானிகளின் உருவமும் குதிரை மீது அமர்ந்து சவாரி வருவது போலக் காண்பிக்கப்பட்டிருக்கிறது. முழுஉருவிலே, முப்பரிமாணத்திலே செதுக்கப்பட்ட அற்புத சிற்பமாகும் இது.

நான்கு திசைகளையும் நோக்கியவாறுள்ள வெளிக் கோபுரங்கள் நான்குமே தனித்தன்மையான அழகுடையவைகளாகும். கண்ணுக்கினிய விகிதாச்சாரத்தில் கோபுரத்தின் உயரத்திற்கேற்ற அகலத்தினைப் பெற்றுள்ளது. கீழைக் கோபுரமானது பாண்டிய மன்னன் ஜடாவர்மன் சுந்தர பாண்டியனால் (1256) கட்டப்பட்டது. திருவிளையாடல் புராணக் கதைக் காட்சிகள் சுதை உருவங்களாக இடம் பெற்றுள்ளன. பராக்கிரம பாண்டியனால் (1323) கட்டப்பட்ட மேலைக் கோபுரத்தில் இடம் பெறும் புராண சுதைச் சிற்பங்களில் திருப்பாற்கடலைக் கடையும் காட்சி சிறப்பானதாகும். பொற்றாமரைக் குளத்தின் அருகே அமைந்துள்ள அழகிய கோபுரம் என்பதால் புகைப்படங்களில் மதுரை மீனாட்சி கோயில் என்றாலே இத்தெற்குக் கோபுரம்தான் இடம் பெறும். இது நாயக்கர் பாணி குணாதிசயங்களைப் பெற்றுள்ளது. சுவரின் அரைத்தூண்கள் அனைத்துமே விஜயநகரத் தூண்கருத்துருவான அமர்ந்த நிலை சிங்கத்தின் மேல் தூண் அமைந்துள்ளது போன்றுள்ளது. மொட்டைக் கோபுரம் என்றழைக்கப்படும் வடக்குக் கோபுரம் 19-ஆம் நூற்றாண்டின் இறுதியில்தான் நாட்டுக்கோட்டை நகரத்தாரால் கட்டப்பட்டது. 4 கோபுரங்களுமே இரண்டடுக்குக் கீழ்நிலை கல்லாலும், மேலேயுள்ள

ஒன்பது அடுக்கு செங்கல்லாலும் கட்டப்பட்டுள்ளன. 150அடிக்கும் மேல் உயரமுள்ள இக்கோபுரங்கள் அனைத்துமே வளைவான பக்கப் பகுதிகள் ஒரே நேர்கோணத்தில் உயரம் குறைந்துகொண்டே செல்லாமல் சற்று வளைவாக உட்குழிந்தவாறே உயரம் குறைந்து கொண்டே செல்வது போல் கண்ணுக்கினியதாக அமைந்துள்ளதே இக்கோபுரங்களின் சிறப்பாகும்.

மதுரை மீனாட்சியம்மன் கோயிலில் 12 ஆண்டுகளுக்கொருமுறை புனருத்தாரண வேலைகள் மேற்கொள்ளப்பட்டு கும்பாபிஷேகம் நடத்தப்பட்டு கோயிலின் புனிதத் தன்மை காக்கப்படுகின்றது. இப்புனருத்தாரண வேலைகளின்போது பெரிய நுழைவாயில் கோபுரங்களில் இடம் பெறும் ஆயிரக்கணக்கான சிற்பங்களும் பழுது நீக்கப்படுகின்றன; தேவையெனில் மாற்றப்படுகின்றன; பின் அழகிய வர்ணமும் பூசப்படுகின்றன. இப்புனருத்தாரண வேலைகளை மேற்கொள்ளுதல் என்பது இன்றளவும் உயிரோடு இருக்கின்றன நடைமுறையில் இருக்கின்றன என்பதே மதுரை மீனாட்சி அம்மன் கோயிலின் சிறப்பாகும்.

புனருத்தாரண வேலைகளின் விளைவாக புதுமண்டபத்தில் இடம் பெற்றிருந்த திருமலை நாயக்கர் காலத்து ஓவியங்கள் கூட மறைந்துபோயின. எஞ்சியுள்ளது பொற்றாமரைக் குளக்கரையில் உள்ள ஊஞ்சல் மண்டபத்தின் விதானத்தில் இடம்பெறும் மங்கம்மாள் காலத்து ஓவியங்களேயாகும். சொக்கநாதப் பெருமான் மீனாட்சியம்மை திருமணக் காட்சி, மீனாட்சியம்மனின் எண்திசை வெற்றிக்காட்சி, மீனாட்சி அம்மனிடமிருந்து ராணி மங்கம்மாள் செங்கோல் பெறும் காட்சி, சிவபெருமானின் 24 திருவுருவக் காட்சிகள் என இங்குள்ள ஓவியங்களை நான்கு பகுதிகளாக அறிந்து கொள்ளலாம்.

திருச்சி: ஸ்ரீரங்கம் ரெங்கநாதர் ஆலயம்

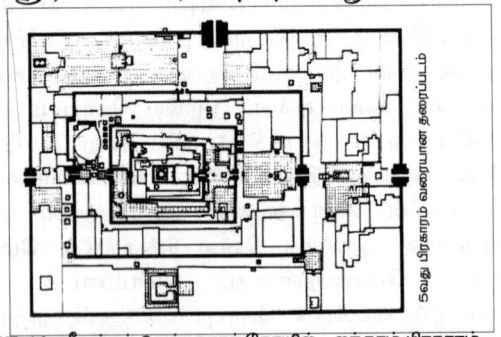

27.14 ஸ்ரீரங்கம் ரெங்கநாதர் கோயில் - ஐந்தாம் பிரகாரம் வரையிலான கோயில் தரையமைப்பு வரைபடம்

தமிழ்நாட்டில் திருச்சி அருகில் ஸ்ரீரங்கத்தில் உள்ள ரெங்கநாதர் ஆலயம் எனப்படும் விஷ்ணு கோயிலே வாழ்வின் குறிக்கோள் என்று கூறுமளவிற்கு மிகவும் சிறப்புடைய கோயிலாகும். காவிரிக் கரையில் அமைந்தள்ளது இவ்வூர். 7-ஆம், 8-ஆம் நூற்றாண்டிலேயே விஷ்ணுகோயில் அமைந்திருந்தது. மற்ற விஷ்ணுத் தலங்களைக் காட்டிலும், பன்னிரண்டு ஆழ்வார்களால் அதிகமாகப் பாடப்பட்ட தலம் இதுவேயாகும். இன்றைக்கு நாம் காணும் ரெங்கநாதர் ஆலயத்தின் பிரம்மாண்டமான கட்டுமானங்களெல்லாம் கி.பி.1371 முதல் தொடங்கப்பட்டவைகளாகும். நாயக்க மன்னர்களின் தலைநகரமாக

27.15 ஸ்ரீரங்கம் - கோயில் கோபுர குழுமம்

ஸ்ரீரங்கம் மாற்றப்பட்ட 17-ஆம் நூற்றாண்டில்தான் கோயிலின் கட்டுமானம் இறுதிக் கட்டத்தை எட்டியது.

ஸ்ரீரங்கம் கோயில் குழுமமானது 878 x 755 ச.மீ பரப்புடையதாகும். கருவறையானது ஏழு சுற்று அரண்கள் கொண்டதாயுள்ளது. இக்கோயிலில் 21 கோபுரங்கள் அமைந்துள்ளன. அவற்றில் சிலவற்றின் கட்டுமானம் முற்றுப் பெறவில்லை. கட்டப்படாமலிருந்த தெற்கு ராஜ கோபுரமானது 1987-இல் ஸ்ரீஅஹோபில மடத்தின் அழகிய சிங்கர் ஜீயர் ஸ்வாமிகளால் கட்டி முடிக்கப்பட்டது. 236 அடி உயரமுடையதாயுள்ளது இக்கோபுரம். கோயிலைச் சுற்றியும், கோயிலின் புனிதப் பகுதிகளையும் சம்பிரதாய ரீதியாக, பூஜை புனஸ்காரங்கள் மூலமாக இணைக்கும் உத்தரவாதமே உற்சவர்கள் வீதிஉலா வருதலாகும். மார்கழி மாதத்து வைகுண்ட ஏகாதசியின்போது நாலாயிர திவ்யப் பிரபந்தத்தை ராகதாளத்தோடு இன்னிசையாய் இசைக்கும் அரையர் சேவை

27.16 வைகுண்ட ஏகாதசி உற்சவம் - ஸ்ரீரங்கம்

இக்கோயிலுக்குரிய சிறப்பம்சமாகும். கோயிலை மையமாக வைத்தே நகரின் அமைப்பும், கட்டுமானங்களும் திட்டமிடப்பட்டுள்ளன.

27.17 கம்பராமாயணம் அரங்கேறிய கம்பர் மண்டபம் - தாயார் சந்நதி - ஸ்ரீரங்கம்

5வது திருமதிலுக்குள் அமைந்துள்ள தாயார் சந்நிதிக்கு எதிரில்தான் கம்பர் இராமாயணத்தை அரங்கேற்றிய கம்பர் மண்டபம் உள்ளது. இங்குள்ள ஆயிரங்கால் மண்டபத்தின் நடுவே உள்ள திருமாமணி மண்டபத்தில்தான் அரையர் சேவை நடைபெறும். வரிசையாக அணிவகுத்து நிற்கும் நுட்பமான வேலைப்பாடுகளைக் கொண்ட 900 தூண்களின் முடிவில் சந்நிதி அமைந்துள்ளது. நான்காவது திருமதில் நுழைவாயிலுக்கருகில் பிரம்மாண்டமான கருடாழ்வார் சந்நிதி உள்ளது. திருவரங்கனை நேராகக் கைகூப்பித் தொழுதவண்ணம் உள்ள கருடன் மிக பிரம்மாண்டமான வடிவுடையதாகும். இதன் எதிரேயுள்ள பரமன் மண்டபத்தில் உள்ள சிற்பங்கள் இணைந்த தூண்கள் கலைநுணுக்கம் வாய்ந்தவை. குதிரைலாட வடிவிலமைந்த சந்திர புஷ்கரணி என்றழைக்கப்படும் திருக்குளம் இம்மதிலின் வடக்குப் பகுதியில் அமைந்துள்ளது. முதல் திருமதிலுக்குள்தான் கருவறை அமைந்துள்ளது. பேரழகுடன் பெருமாள் சயனித்திருப்பது இங்குதான். கருவறைக்கு முன் உள்ள மண்டபத்திற்கு ரங்க மண்டபம் என்று பெயர்.

ஊரிலேன் காணியில்லை உறவு மற்றொருவர் இல்லை
பாரில் நின்பாத மூலம் பற்றினேன் பரமமூர்த்தி
காரிருள் வண்ணனே என் கண்ணனே கதறுகின்றேன்
ஆரிருள் களைகஅம்மா அரங்கமா நகருள்ளானே!

என்று பக்தர்களின் இடர்களையும் புகலிடமாக ஸ்ரீரங்கம் கோயிலும், ரெங்கநாதப் பெருமாளும் விளங்குகின்றனர்.

திருவானைக்கா - ஜம்புகேஸ்வரர் கோயில்

இக்கோயில் திருச்சி மாநகருக்கு அருகே காவிரியும், கொள்ளிடமும் அரவணைக்கும் ஸ்ரீரங்கம் ரங்கநாதர் திருக்கோயிலின் அருகில் அமைந்துள்ள சிவன் கோயிலாகும். தேவார மூவர்களால் பாடப் பெற்ற தலம்; பஞ்சபூதத் தலங்களில் ஒன்று; இறைவன் நீர்வடிவாகத் திருவானைக்காவில் காட்சித் தருகின்றார்; ஐந்து திருச்சுற்றுக்களையும், ஏழு கோபுரங்களையும் உடையதாக விளங்குகின்றது; வெளிப் பிரகாரங்கள் இரண்டும் திறந்த நிலையிலும், உள்பிரகாரங்கள் இரண்டும் விதானமுடையதாய் அமைந்துள்ளன.

வழக்கமான பாணியிலமைந்துள்ள கிழக்கு ராஜகோபுர துவார வாசல் வழியாகச் சென்றால், இருபுறமும் 112 கல்தூண்கள் வரிசையினைக் கொண்ட மண்டபம் உள்ளது. இம்மண்டபத்தின் வலப்பக்கத்தில் இரண்டு அடுக்கு கட்டுமானம் சூழ்ந்த பெரிய திருக்குளம் அமைந்துள்ளது. இம்மண்டபத்தை அடுத்து, இரண்டாவது

27.18 திருவானைக்கா ஜம்புலிங்கேஸ்வரர் கோயில் - மத்திய மண்டப கல்தூண்களின் வேலைப்பாடு அற்புதமானது

திருமதிலின் நுழைவாயில் கோபுரத்தின் கீழ் அமைந்துள்ளது. இவ்வாயிலின் இருபக்கமும் உள்ள தூண்களாலான முகப்பு எடுப்பாக நீட்டப்பட்டதொன்றாகும். இதற்கும் அடுத்துள்ள மதில் சுவரினுள்தான் மிக அழகிய கட்டுமான நுட்பங்களுடன் கூடிய பகுதி அமைந்துள்ளது. நுழைவாசலைக் கடந்தால், கல்தூண்களால் ஆன பாதையின் முடிவில், சதுர வடிவில் மத்திய மண்டபம் அமைந்துள்ளது. நான்கு மூலைகளிலும் மிகவும் பிரம்மாண்டமான நான்கு சதுர வடிவக் கல் தூண்கள் அமைந்துள்ளன. இதன் மையப் பகுதியில்தான் கருவறை லிங்கம், நந்தி, கொடி மரம், பலிபீடம் ஆகியவை அமைந்துள்ளன. மூலைத் தூண்களின் தண்டுப்பகுதி மிகப் பெரியதாகவும், திடமானதாகவும் உள்ள கல்தூண் ஆகும். தண்டுப்பகுதியைச் சுற்றி மூன்று அரைத்தூண்கள் நான்கு பக்கங்களிலும் அமைந்துள்ளன. தண்டுப்பகுதியின் மேல் அமைந்துள்ள உச்சியமைப்பும், அதன் மேலுள்ள மேல்கட்டுமானமும் சிறந்த கட்டுமான நெறிமுறைகளுடன், சிற்ப வேலைப்பாட்டுடன் அமைந்துள்ளன. தண்டுப்பகுதியின் மேலுள்ள இவ்வமைப்புகள் தலைகீழாக அமைக்கப்பட்ட பிரமிட் அமைப்பு போல் மிக அகலமாக விரிந்து அமைந்துள்ளது. இம்மூலைத் தூண்களிலிருந்து சற்றுத் தொலைவில் மைய மண்டபத்தின் வெளிச்சுற்றுபோல் தூண்கள் வரிசை அமைந்துள்ளது. இதற்கடுத்த வரிசையில் சற்று உயரங் குறைவாக அமைந்த தூண்களால், மைய மண்டபத்தைச் சுற்றி தூண்முகப்பு அமைந்துள்ளது போன்ற தோற்றத்தைத் தருகின்றது. இதே காலக் கட்டடத்தைச் சேர்ந்த எந்த திராவிடபாணிக் கட்டுமானக்

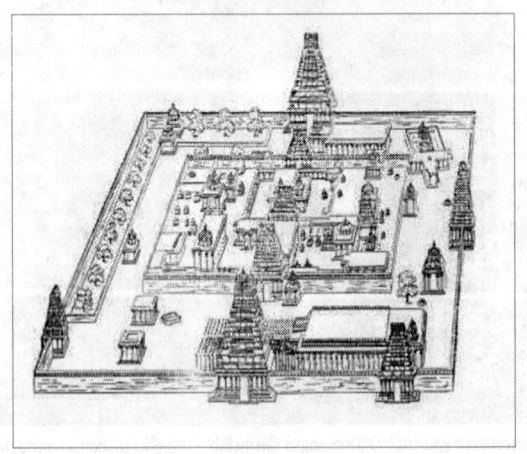

27.19 திருவாரூர் தியாகராஜர் கோயில் - தரையமைப்பு வரைபடம்

கோயிலும், இந்த அளவிற்குரிய மைய மண்டப உள்தோற்ற அழகைப் பெற்றிருக்கவில்லை என்பது பெர்ஸி புரௌன் என்ற இந்திய கட்டடக் கலை எழுத்தாளர், விமர்சகரின் கருத்தாகும். நாயக்கர் காலக் கட்டடக் கலையில் தொடங்கி, இப்புஷ்ப போதிகையின் வளர்ச்சி யின் நிறைவை இத்தூண்கள் வெளிப்படுத்துகின்றன.

திருவாரூர் தியாகேசர் கோயில்

27.20 உலகப் பிரசித்தமான ஆழித்தேர் - திருவாரூர்

முக்தித் தலங்களில் ஒன்றாகும் திருவாரூர் தியாகேசர் கோயில். ஆரூரில் பிறந்தாலே முக்தியுண்டு என்று நம்பப்படுகின்றது. பஞ்சபூதத்தலங்களில் ஒன்றான திருவாரூர் 'மண்' தலமாகும். மகாதுவாரம் எனப்படும் கிழக்கு ராஜகோபுரம் ஆரூர் திருக்கோயிலின் முக்கிய திருவாயிலாகும். கோபுரத்தின் கீழ்நிலைக் கருங்கற் கட்டுமானம் கட்டடக் கலையின் உயரிய எடுத்துக்காட்டாய் திகழ்கின்றது. இதன் மிகத் தாழ்நிலை அடுக்கில் மிக அகலமான அரைத்தூண்களும், யாளிகள் இணைந்த உள்ளடங்கிய பகுதிகளும் அடுத்தடுத்து மிக அழகாக அமைந்துள்ளன. கோபுரக்கல் கட்டுமான மேல்நிலை இரு அடுக்குகளிலும் அமைந்துள்ள மாடங்களில் தெய்வத்

27.21 கமலாலயமும் (திருக்குளமும்), தியாகராஜர் கோயில் கோபுரங்களும்

திருவுருவங்களின் நிர்மாணம் மிகச் சிறப்பாயுள்ளது. கர்ண முத்திரைகளின் அத்தனை வெளிப்பாடுகளையும் துல்லியமாகக் காட்டும் வண்ணம் முப்பரிமானச் சிற்பங்களாகவே நடனமாதர் சிற்பங்கள் செதுக்கப்பட்டு கோபுரத்திலும், மண்டபங்களிலும் இணைக்கப்பட்டுள்ளது. புராணத்தோடும், வரலாற்றோடும் பின்னிப் பிணைந்த மனுநீதிச் சோழன் பெருமை பேசும் அரிய சிற்பத் தொகுதிகள் இடம் பெற்றுள்ளன. கல்லில் தேர் அமைத்து அதன் சக்கரமொன்றில் கன்று சிக்கியுள்ள காட்சியையும், கன்றை இழந்த பசு, கொம்பால் மணி அடிக்கும் காட்சியையும் சிற்பங்களாக இடம் பெற்றுள்ளன. கல்தேரின் உட்புறம் விடை மீது சாய்ந்த வண்ணம் சிவனும், உமையவளும் இடம் பெறுகின்றனர். 17-ஆம் நூற்றாண்டில் சிங்காதனம் என்ற ஓவியன் தஞ்சை மராட்டிய மன்னன் சகஜியின் ஆதரவால் அற்புத ஓவியக் கூடத்தைக் கோயில் விதானத்தில் படைத்தான். 17-ஆம் நூற்றாண்டின் ஆரூர் மக்களின் வாழ்க்கை வரலாற்றை, கலாசாரத்தை எடுத்துரைக்கும் வரலாற்றுச் சான்றாக இவ்வோவியங்கள் அமைகின்றன.

ஆழித்தேர் சிறப்பினைக் கொண்ட திருவாரூர்த் தேர் பிற திருத்தலத் தேர்களை விடச் சிற்பச் சிறப்பு பெற்றது. இதற்கு இணையாக பூரி நகரில் நடைபெறும் ஜகந்நாத சுவாமி தேர்த்திருவிழாவைக் கூறலாம். கோயில் எவ்வாறு பேரண்டத்தின் சிறிய வடிவமோ அவ்வாறே தேரும், அமைப்பில் கோயிலை ஒத்தேயுள்ளது. தேரைப் பொறுத்தவரையில் அதன் உற்சவர் எழுந்தருளும் அமைப்பான, கட்டுகளோடு கூடிய கீழ்ப்பாகமே, சிற்ப வேலைப்பாடுகளுக்கு உகந்ததாகும். பூலோக வாழ்க்கை, வானவர் வாழ்க்கை, சுவர்க்க வாழ்க்கையைச் சித்திரிக்கும் அழகிய பல உருவங்கள் கீழிருந்து மூன்றடுக்குகளில் இடம் பெறும். அரசவைக் காட்சிகள், நடனக்காட்சிகள், மூலை முடுக்குகளில் காமத்துப் பாலைச் சித்திரிக்கும் காட்சிகள் போன்றவை முதல் அடுக்கிலும், கின்னரர் போன்ற உருவங்கள் அடுத்த அடுக்கிலும், தெய்வங்களின் உருவங்கள் மேல் அடுக்கிலும் இடம் பெறுவது மரபு. சமயப் பிரிவினைகள் இன்றி தெய்வங்களின் வடிவங்கள் தேர்ச்சிற்பங்களில் இடம் பெறும்.

திருவாரூர் உற்சவரின் திருவீதி பவனியைக் கண்குளிரக் கண்ட நாவுக்கரசன் 'என்ன மாதவஞ் செய்தனை நெஞ்சமே' என்று உருகுகின்றார். உயர் தொழில் நுட்பத்துடன் கூடிய மிகப் பெரிய தேரில் திருவீதி பவனி வரும் இறைவனின் திருத்தோற்றத்தைக் கண்குளிரக் காணும் எவருக்கும் தோன்றுமுணர்வு இதுவேயாகும்.

பிற கோயில்கள்

நாயக்கர் பாணியில் அமைந்துள்ள கோயில்களில் குறிப்பிடத் தக்கவைகளுள் திருவண்ணாமலை அருணாச்சலேசுவரர் கோயிலும், திருநெல்வேலி நெல்லையப்பர் கோயிலும், ஸ்ரீவில்லிபுத்தூர் ஆண்டாள் மற்றும் வடபத்ரசாயி கோயிலும் அடங்கும்.

27.22 திருவண்ணாமலை அருணாச்சலேசுவரர் கோயில்

27.23 கல்லாலான கோபுர அடித்தளப் பகுதியில் உள்ள சிற்ப வேலைப்பாடுகள் - திருவண்ணாமலை அருணாச்சலேஸ்வரர் கோயில்

பஞ்சபூத ஸ்தலங்களில் திருவண்ணாமலை நெருப்பு ஸ்தலமாகும்; பிற்காலச் சோழர்களும், பல சிற்றரசர்களும், விஜயநகர அரசர்களும், குறிப்பாக கிருஷ்ண தேவராயரும், நாட்டுக்கோட்டை நகரத்தாரும் ஆதரவு நல்கினர். கிருஷ்ணதேவராயர் தனது வடகிழக்கு வெற்றிகளின் நினைவாக நூற்றுக்கால் மண்டபம், ஆயிரங்கால் மண்டபம், சிவகங்கைக் குளம், இதன் தண்ணீர்த் தேவையைப் பூர்த்தி செய்ய திருமலைதேவி சமுத்திரம் என்ற பெரிய ஏரி, பதினொரு நிலைக் கிழக்குக் கோபுரம் போன்ற எண்ணற்ற கட்டுமானங்களை உருவாக்கினார். இன்றைய கால கட்டத்தில் பல்வேறு ஆசிரமங்கள் திருவண்ணாமலையில் அமைந்துள்ளன. திருவண்ணாமலை கார்த்திகைத் தீபம் பக்திப் பரவசத்துடன் ஆண்டுதோறும் இக்கோயிலில் நடைபெறும் விழாவாகும்.

27. 24 நெல்லையப்பர் கோயில் விதானம்

திருநெல்வேலி, நெல்லையப்பர் கோயிலிலே மாபெரும் மண்டபத்திலுள்ள இசைத் தூண்கள் மிகச் சிறந்த அலங்காரப் படைப்புகளாகும். மண்டபத்தின் முன்பக்கம் பண்ணிசைக்கும் இருதூண் கள் மண்டபத்தைத் தாங்கி நிற்கின்றன. இசைத்தூண்கள் ஒவ்வொன்றும் ஒருபெருங் கல்லால் செய்யப்பட்டதாகும். நடுவில் பெரிதாக ஒரு தூணும் அதைச் சுற்றிலும் 48 சின்னஞ்சிறு தூண்களான உருட்டுக் கம்பிகளும் இணைக்கப்பட்டாற் போன்று செதுக்கப்பட்டுள்ளன. ஒவ்வொரு உருட்டிலும் ஒரு சிறிய குச்சியைக் கொண்டு தட்டினால் ஒவ்வொரு ஸ்வரம் எழுகின்றது. மேலும் இந்த இசைத்தூண்கள் அலங்காரச் சிற்பப் படைப்புகளாகவும் மிகச் சிறப்பாக அமைந்துள்ளன.

ஸ்ரீவில்லிபுத்தூர் ஆலய வளாகத்தில் வடகிழக்கே வடபத்ரசாயி கோயிலும் தென்மேற்கே நாச்சியார் கோயிலும் உள்ளன. தமிழ்நாட்டில் அரசின் சின்னமான கோபுரம் வடபத்ர சாயி ஆலய இராசகோபுரம் ஆகும். இதிலிருந்தே இக்கோயிலும், கோபுரமும் எத்தகைய சிறப்புடையது என்பது புலப்படும். விஜயநகர நாயக்க மன்னர்கள் காலத்தில் சிற்றரசர்கள் பலரும் திருப்பணிகள் புரிந்துள்ளனர். திருமண மண்டபம், கொடி மரம் இருக்கும் மண்டபம் ஆகியவற்றில் காணலாகும் சிற்பத் தூண்கள் நாயக்கர் பாணிச்

சிற்பங்களாகும். திருமலை நாயக்கர், வில் வாள் கருவிகளுடன் வீரர்கள், நாகாஸ்திரத்துடன் கர்ணன், பாசுபத அஸ்திரத்துடன் அர்ச்சுனன், ரதி, மன்மதன், யாளிகள், கொடிக் கருக்கு வேலைகள், குழலூதும் வேணு கோபாலன், நரம்பிசைக் கருவியை மீட்டும் பெண்மணி என பலதரப்பட்ட நுட்பமான சிற்ப வேலைப்பாடுகளைக் கொண் டுள்ளன இக்கோயில் தூண்கள்.

27.25 தமிழக அரசின் சின்னமாக விளங்கும் ஸ்ரீவில்லிபுத்தூர் வடபத்ர சாயி கோயில் கோபுரம்

நாயக்கர் காலகட்டத்தில் தனிப்பட்ட சிற்பங்களுக்கு முக்கியத் துவம் அளிப்பது என்ற கண்ணோட்டம் மாறியுள்ளது. ஆரம்ப காலக் கோயில் கட்டுமானங்கள் அளவில் சிறியவை யாதலால், இங்குச் சிற்பங்கள் அதி முக்கியத்துவம் பெறுகின்றன. இவ்வமைப்பு பக்தர்கள் மெய்ப்பொருளுடன் நேரடித் தொடர்பு கொண்ட உணர்வினை ஏற்படுத்தும் அமைப்பாகும். கலையின் அழகிலும், அமைதியிலும், கருணையிலும் பக்தர்கள் தன்னிலை மறந்து இறைவனுடன் தனித்தொடர்பு ஏற்படுத்திக் கொள்ள இயன்றது. ஆனால் நாயக்கர் காலகட்டத்தில் கட்டுமானங்களுக்கே முக்கியத்துவம் அளிக்கப்பட்டது. அளவில் பெரியதாகவும், வேலைப்பாடுகளில் காண்போரை பிரமிப்பிலாழ்த்துவதாகவும் அமைந்துள்ள கட்டுமானங்கள் பக்தர்களுக்கு மெய்ப்பொருளின் மகோன்னதங்களை நினைவுறுத்துகின்றன. ஒரே மாதிரி சிற்பங்கள் திரும்பத் திரும்ப, சில சமயங்களில், அடுத்தடுத்தே அமைந்து கோயிலுக்கு அழகூட்டும் பணியைச் செய்கின்றன.

தென்னிந்தியாவின் மிகப் பெரிய கோயில் நகரங்களில், வழிபாட்டிற்குரிய கோயில்பகுதி என்பது அதிகளவில் விரிவு படுத்தப்பட்டது. இதன் மூலம் அண்டத்தின் புனிதத் தன்மையைப் படம் போட்டுக் காட்ட முடிந்தது. இருப்பினும் அமைதி கிட்டுவதென்னவோ, மெய்ப்பொருளின் தயை கிட்டுவதென்னவோ கருவறையில்தான். இருப்பினும் மெய்ப்பொருளின் பெருமைகள், சிறப்புகள் வாழ்வின் அனைத்து அம்சங்களில் கொண்டாடப்படுகின்றது.

♦♦♦

அத்தியாயம் - 28
ஆற்றுப்படுத்தும் ஆலயங்கள்

வணிகமும் ஆக்கிரமிப்பும்

நாடுகளுக்கிடையேயான வணிகத்தின் பயன் தனி நபர்களும், நாடும் செல்வச் செழிப்படைவதோடு முடிவடைந்து விடுவதில்லை; பல்வேறு நாட்டு மக்களையும் ஒற்றுமை உணர்வோடு செயல்படுமாறு இணைக்கின்றது. பரஸ்பரம் புரிந்து கொள்ளுதலும், அந்நியப் பண்பாடு மற்றும் கலாசாரங்களை ரசிக்கும் பண்பும், பாராட்டும் பண்பும் வளர்கின்றது. ஒவ்வொருவரிடமிருந்தும் மிகச் சிறந்தனவற்றைக் கற்றுக் கொள்ளுதல் அல்லது ஏற்றுக் கொள்ளுதல் சாத்தியமாகின்றது. அதனால் கலையும், இதயமென்மை அனுபவங்களும் மலர்ச்சி அடைகின்றன.

மாறாக, இராணுவ நோக்கமும், சாம்ராஜ்யக் கனவும் கைப்பற்றிய நாடுகளின் கலை மற்றும் கலாசாரத்தை அடக்கியாளும் எண்ணத்தைத் தோற்றுவிக்கும். பல்வேறு கால கட்டங்களில் பல்வேறு நாட்டுக் கலாசார பாரம்பரிய இணக்கம் நிலவியதைப் பிரதிபலிக்கின்றது. உதாரணமாக குஜராத் மாநிலத்தில் சாமலாஜியில் காணப்படும் ஆறாம் நூற்றாண்டுச் சிற்பங்கள் காந்தார பாணியை நினைவுறுத்துகின்றன. மெலிந்த உடல் தோற்றம், அழகும் அமைதியும் ஒன்றிணைந்த சிலையமைப்பு, கனமான பல மடிப்புகளையுடைய உடையலங்காரம் போன்ற கூறுகள் காந்தாரக் கலையை நினைவுறுத்துபவைகளாகும்.

கத்தியவார் கோப் கோயில்

கத்தியவாரிலுள்ள பர்டா மலைகளில் உள்ள கோப் என்னுமிடத்தில் ஆறாம் நூற்றாண்டைச் சேர்ந்த கோயிலின் எச்சங்கள்

உள்ளன. கத்தியவாரிலுள்ள மிகப் பழமையான கட்டுமானக் கோயில் இதுவேயாகும். பிரகாரப் பாதையாகவும் செயல்படும் இரண்டடுக்கு அடித்தளத்தின் மேல் கோயில் அமைந்துள்ளது. மேலடுக்கு அடித்தளம், கீழடுக்கு அடித்தள அளவை விடச் சிறியதாயுள்ளது. வேலைப்பாடற்ற வெளிப்புறச் சுவரின் மேல் புறத்தில் அமைந்திருந்த உத்திரங்கள் கருவறை விமானத்தைத் தாங்கியிருக்க வேண்டும். அடித்தள அடுக்குகளில் இருந்த மாடங்கள் போன்ற வேலைப்பாடுகள் எல்லாம் கிட்டத்தட்ட முழுவதும் சிதலமடைந்துள்ளன. கருவறையைச் சுற்றி உள்ள கட்டுமானம் இரண்டு அடுக்கு உயரங் குறைந்த கர்ண கூடு வேலைப்பாடுகளுடன் உச்சியில் கோள வடிவில் அமைந்த அழகிய கலசத்துடன் முடிவடைகின்றது. கீழ் அடுக்கு மேல் கட்டுமானத்தின் இரண்டு சைதன்ய வளைவுகளும், மேல் அடுக்கில் ஒரு சைதன்ய வளைவும் அழகாக அமைந்துள்ளன. கால வெள்ளத்தில் அழியாத சில சிற்ப வேலைப்பாடுகளைக் கோயிலில் காணலாம்.

28.1 'கோப்' கிராமத்திலுள்ள விஷ்ணுகோயில்

28.2 கருவறைச் சிகர வேலைப்பாடுகள்

ஹர்சத் மாதா கோயில் ராஜஸ்தான்

ராஜஸ்தானத்து பாலைவனங்களின் ஊடாகப் பல வணிகப் பாதைகள் இந்தியாவையும் மேற்கு ஆசிய நாடுகளையும் இணைத்தன. ராஜஸ்தானின் செல்வச் செழிப்பும் கலாசாரத்தில் பெற்றிருந்த உயர் நிலையும் இங்குள்ள கோயில்களின்

28.3 அபனேரி (ஜெய்ப்பூர்) கிராமத்திலுள்ள ஹர்சத் மாதா கோயில்

எச்சங்களிலிருந்து தெளிவாகத் தெரிகின்றது. ஜெய்ப்பூர் அருகிலுள்ள அபனேரி கிராமத்தில் அமைந்துள்ளது 8 ஆம் நூற்றாண்டைச் சேர்ந்த ஹர்சத்மாதா கோயில். அதன் தரைத்தள மேடையின் பக்கங்களில் சிறந்த புடைப்புச் சிற்பங்கள் உள்ளன. நளின உருவங்களும், மென்மையான பாவங்களும், நுணுக்கமான சிற்ப வேலைப்பாடுகளும் மெச்சத் தக்கவைகளாக உள்ளன.

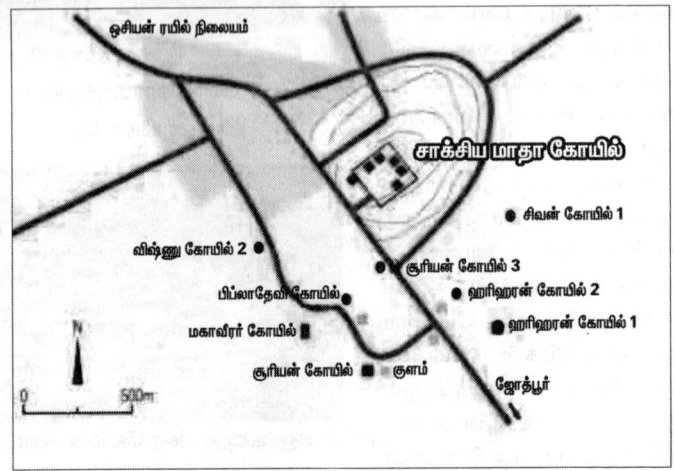

28.4 ஓசியன் குழுமத்தில் இடம்பெறும் கோயில்களின் அமைவிட வரைபடம்

ஓசியன் கிராமக் கோயில் குழுமம்

ஜோத்பூரில் இருந்து வட மேற்குத் திசையில் 32 மைல் தூரத்தில் அமைந்துள்ளது ஓசியன் கிராமம். 11 கோயில்கள் கொண்ட ஒரு குழுமம் இன்றைய ஓசியன் கிராமத்திற்கு அருகிலும் 5 கோயில்கள் கொண்ட மற்றொரு குழுமம் இக்கிராமத்திற்குக் கிழக்கேயுள்ள மலையிலும் அமைந்துள்ளன. முன்னது ஆரம்ப நிலைக் கட்டுமானங்களாகும்; பின்னது பிற்காலக் கட்டுமானங்களாகும். நானூறு ஆண்டுக் காலம் மதமானது மக்கள் வாழ்வோடு இணைந்த ஒன்று என்று இக்கோயில் குழுமம் சான்றுரைக்கின்றது. குப்தர்கள் பாணி, குப்தர்களுக்குப் பிற்பட்ட காலக் கலைப் பண்பாடு என்று இனங்கண்டு கொள்ளவும் இக் கோயில்கள் உதவுகின்றன.

ஆரம்ப நிலைக் கட்டுமானங்களின் காலம் எட்டாம் ஒன்பதாம் நூற்றாண்டுகளாகும். ஒவ்வொரு கோயிலும் மிகச் சிறிய கட்டுமானமேயாகும். அளவில் சிறியதாயிருப்பதை ஈடு செய்வது போல் கட்டுமான நேர்த்தியிலும் அழகுபடுத்தும் வேலைப்பாடுகளிலும் சிறந்து விளங்குகின்றன.

ஓசியன் ஹரிஹரன் கோயில்கள்

விஷ்ணுவும் சிவனும் இணைந்த வடிவினை ஹரிஹரன் என்பர். மூன்று சிறிய ஹரிஹரன் கோயில்கள் எட்டாம் நூற்றாண்டைச் சேர்ந்தவைகளாகும். இவற்றுள் இரண்டு கோயில்கள், மூலவர் சந்நிதியையும் சேர்த்து 5 சந்நிதிகள் கொண்ட பஞ்சாயதன வகையைச் சேர்ந்தவைகளாகும். கஜீராஹோ கோயில் குழுமத்தைப் போல் உயர்ந்த தரைத்தள மேடை மேல் இக் கோயில்கள் அமைந்துள்ளன. சிகர வடிவமைப்பு ஓரியக் கோயில்களைப் போல், ஆனால் இன்னும் சிறப்பாக அமைந்துள்ளன. இரு கோயில்களின் மண்டபங்கள் திறந்த நிலைக் காட்சி மண்டபங்களாக அமைந்துள்ளன. தூண்களின் கீழ்ப்பகுதியானது பக்தர்கள்

28.5 ஓசியன் ஹரிஹரன் கோயில் (எண்1) எட்டாம் நூற்றாண்டு

சாய்ந்தமருமாறு அமைந்துள்ள சாய்வுச் சுவர்ப் பகுதிகளைத் தாங்குகின்றன. இங்கு காணப்படும் மிக நுணுக்கமான சிற்ப வேலைப்பாடுகளெல்லாம் உயிரோட்டமுடன், இயக்க அசைவுடன் அப்பாவித் தனமான நளினத்துடன் அமைந்துள்ளன.

ஓசியன் சூரியன் கோயில்

காலத்தால் சற்று பிற்பட்ட, சில வகைகளில் மொத்த குழுமத்திலும் மிகச் சிறந்த கோயிலென்று கூறத்தக்கது சூரியன் கோயில் ஆகும். கோயிலின் முன் தோற்ற அழகு மிகச் சிறப்பானது. மிக உயரமான உருளை வடிவ இரு தூண்கள் முன்னால் அமைந்துள்ளன. இவ் வமைப்பு சம்பிரதாய பாணிக் கண்ணோட்டத்தைக் கோயிலுக்குக் கொடுக்கின்றது. பஞ்சாயதன வகையைச் சேர்ந்தது இக் கோயில்.

சிகர அமைப்பும் தூண்களின் வடிவமைப்பும் மிகச் சிறப்பாக அமைந்துள்ளன. முகப்பு மண்டபத் தூண்கள் குவளை மற்றும் இலைகள் கருத்துருவில் அமைந்துள்ளன. தூண் அடிமானம் தூண் உச்சி வேலைப்பாடுகள் கொண்டு குவளை

28.6 ஓசியன் சூரியன் கோயில்

மற்றும் இலைகள் பாணியைச் சேர்ந்தது என்பர். தண்டுப் பகுதியின் மெலிந்த கோடுகளை மறிப்பது போல் குறுக்கு வசத்தில் அமைந்துள்ள சிற்ப வேலைப்பாடுகள் கலைஞர்களால் மிகுந்த அக்கறையோடு மேற்கொள்ளப்பட்ட கைத்திறனைத் தெளிவாக வெளிப்படுத்துகின்றது இச் சூரியன் கோயில்

ஓசியன் மஹாவீரர் கோயில்

ஓசியன் குழுமத்திலேயே முழுமை பெற்ற சான்றாக மஹாவீரருக்கு அர்ப்பணிக்கப்பட்ட ஜைன கோயிலைத்தான் கூற வேண்டும். கருவறை, பக்க அமைப்புகள் கொண்ட மண்டபம் திறந்த நிலை முகப்பு மண்டபம்,

இந்தியக் கலை வரலாறு

28.7 ஓசியன் மஹாவீரர் கோயில்

வேலைப்பாடுகளுடன் கூடிய தோரணவாயில் ஆகியவற்றைக் கொண்டது இக் கோயில். எட்டாம் நூற்றாண்டின் இறுதியில் கட்டப்பட்டிருக்க வேண்டும். பத்தாம் நூற்றாண்டில் பழுது நீக்கப்பட்டு, பிற்சேர்க்கை கட்டுமானங்களும் மேற்கொள்ளப் பட்டிருக்க வேண்டும். தூண்களின் வடிவமைப்பிலிருந்து இரு வேறு கால கட்ட கட்டுமானங்கள் அமைந்துள்ளது தெரிய வருகின்றது.

கோயிலின் உட் பகுதிகளுக்குச் செல்வதற்காக உள்ள படிகளின் மேல் கட்டப்பட்ட பிற்சேர்க்கையே முகப்பு மண்டபமாகும். எனவே தான் நாழ் மண்டபம் என்றழைக்கப்படுகின்றது. நாழ் மண்டபத்தூண்கள் வடிவமைப்பு பாணியானது குப்தர் காலத்திற்கும் பிற்பட்ட முழு வளர்ச்சியடைந்த பாணியாகும். தூண்களின் வேலைப்பாடுகளில் இந்தியாவின் வசந்த கால அழகை, பூத்துக் குலுங்கும் இயற்கை அழகை, படம் பிடித்துக் காட்ட முயற்சிக்கும் சிற்பியரின் சிந்தனை வெளிப்படுகின்றது. பத்தாம் நூற்றாண்டு அல்லது அதற்கும் மேற்பட்ட கால பாணியான இவ்வமைப்புத் தூண்கள் அமைந்துள்ள பிற கோயில்களைப் பட்டியலிடலாம். இப்பட்டியலில் ஜைராஸ்பூரில் மாலா டே கோயில், கோட்டா என்ற ஊரின் அருகில் அம்வான் என்ற இடத்தில் அமைந்துள்ள 3 சந்நிதியுள்ள வைஷ்ணவ கோயில், சித்லோகத் என்னுமிடத்தில் உள்ள காளிகாமாதா கோயில் போன்றவை அடங்கும்.

ஓசியன் பிப்லா தேவிக் கோயில்

தூண்கள் வடிவமைப்பு வளர்ச்சியின் உயர் நிலைக்கோர் உதாரணம் இக் கோயிலாகும். பத்தாம் நூற்றாண்டின் இறுதியிலிருந்து

தொடங்கும் கால கட்டத்தைச் சேர்ந்த 30 தூண்களால் தாங்கப்படும் பெரிய சபா மண்டபம் இச் கோயிலின் ஒரு பகுதியாகும். இத்தகு வடிவமைப்பில் உச்சத்தை எட்டிய பின், மேற்கொள்ளப்பட வேண்டிய புதின வேலைப்பாடுகள் புரிபடாத நிலையை எடுத்துக் காட்டுகின்றன இத் தூண்கள். முந்தைய காலகட்ட பாணியான உருளை வடிவில் தூணின் தண்டுப்பகுதி அமைக்கப்படவில்லை. மாறாக அடுத்தடுத்து உள் அடங்கியதாய், பட்டை தீட்டப்பட்டதாய்க் கீழிருந்து மேல் வரையுள்ள தூணின் தண்டுப்பகுதியும் அதற்கும் மேல் உள்ள உச்சி இணைப்புகளிலும் வேலைப்பாடுகள் அமைந்துள்ளன.

ஓசியன் சாச்சிய மாதா கோயில்

ஓசியன் குழுமத்தின் இறுதிக் கட்ட கட்டுமானமாகும் இக் கோயில். கிராமத்தின் கிழக்கே அமைந்துள்ளது. இக் கோயிலின் அஸ்திவாரம் 8 ஆம் நூற்றாண்டையும் அதற்கு மேல் இன்றும் காணப்படும் எச்சக் கட்டுமானங்கள் 12 ஆம் நூற்றாண்டு மத்திய பகுதியையும் சேர்ந்ததாகும். சபா மண்டபத்தின் மையப் பகுதியானது எண் கோண வடிவில் அமைந்துள்ளது. எட்டு முனைகளிலும் அமைந்துள்ள தூண்கள் உயரம் குறைவான கோள வடிவ விதானத்தைத் தாங்குமாறு உள்ள உட்புற தோற்றத்தைக் கொண்டுள்ளது சபா மண்டபம். 11 ஆம் நூற்றாண்டில் தான் இம் மாதிரி வடிவமைப்பு ஆரம்பமாகின்றது. கருவறை சிகரத்தின் பக்கங்களிலும் ஊருசிருங்காக்கள் இணைக்கப்பட்டுள்ள, சிக்கலான வடிவமைப்பும் காலக் கணிப்பை உறுதி செய்கின்றன.

ஓசியன் கருவறை நுழைவாயில் வேலைப்பாடுகள்

கருவறை முன் அமைந்துள்ள நுழைவாயில் வேலைப்பாடுகளைப் பற்றிக் கூறவில்லையெனில் ஓசியன் கோயில் குழுமத்தின் சிறப்பு முடிவுக்கு வராது. கருவறை முன் அமைந்த நுழைவாயில் என்பதால் கலைஞர்கள் தம் கற்பனைச் சிறகுகளைப் பறக்க விட்டு தங்களது முழு திறனை, அனுபவத் திறனை வெளிப்படுத்தியுள்ளனர். லிண்டலில் நவக்கிரஹங்கள் இடம் பெற்றுள்ளன. இதன் கீழ் அடுக்கில் அமைக்கப்பட்டுள்ள மாடங்கள் தெய்வ வடிவங்களைக் கொண்டுள்ளன. கருவறையில் உள்ள தெய்வத்தைப் பிரதிபலிக்கும் வடிவமோ அல்லது குறியீடோ அர்ப்பணிப்புப் பகுதியில் இடம் பெற்றுள்ளன. கதவு சட்டப் பலகைகளில் ஆர்வத்தை அளிக்கும் உயிரோட்டமுள்ள உருவ வடிவங்கள் இடம் பெற்றுள்ளன. நுழைவாயிலின் விளிம்புகளில் அழகுபடுத்தும் இணைப்புகள் சேர்க்கப்பட்டுள்ளன. அதில் பின்னிப் பிணைந்த இரு நாகங்களின் வடிவமைப்பு முக்கிய கருத்துருவாகும்.

குப்தர் காலத்தில் நுழைவாயில் உயரப் பகுதிகளில் இடம் பெற்று இருந்த யமுனை கங்கை பெண் தெய்வங்கள் இங்கு கீழ்ப் பகுதியில் இடம் பெற்றிருப்பது கால ஓட்ட மாறுதல்களைக் குறிக்கின்றது. யாளி சிற்ப வடிவம் ஒசியன் கோயில்களிலும் இடம் பெற்றுள்ளது. அது இந்தியா முழுவதும் ஒத்த கலைக்கருத்துரு நிலவியதை நிரூபிக்கின்றது.

28.8 ஓசியன் சாச்சிய மாதா கோயில்

டம்னர் வைதிகக் கோயில்

ஜால்ராபடான் என்ற இடத்திற்குத் தென்மேற்கே 50 மைல் தொலைவில் உள்ள டம்னர் என்னுமிடத்தில் வைதிகக் குடைவரைக் கோயிலொன்று உள்ளது. எட்டாம் அல்லது ஒன்பதாம் நூற்றாண்டைச்

சேர்ந்ததாயிருக்கலாம். பாறையினூடே குடையப்பட்ட 282 அடிப் பாதையின் முடிவில், மையத்தில் பாறைப் பகுதியை விட்டுவிட்டுச் சுற்றிலும் பாதை குடையப்பட்டுள்ளது. மையப்பகுதிப் பாறையானது கோயிலாகச் செதுக்கப் பட்டுள்ளது. கோயிலின் வடிவமைப்பு எளிமையான ஒன்றல்ல.

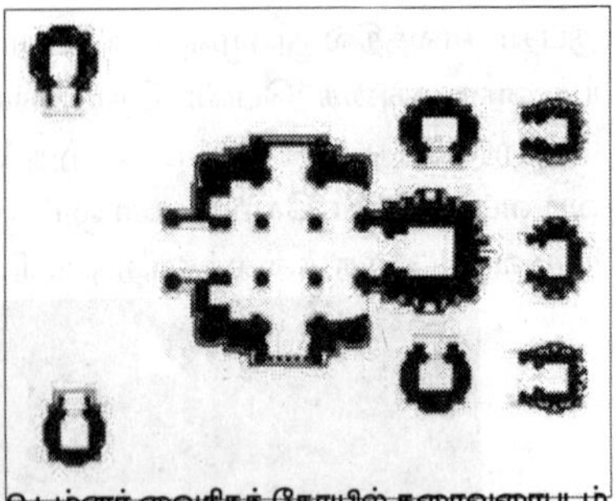

28.9 டம்னர் வைதிகக் கோயில் தரைவரைபடம்

28.10 டம்னர் குடைவரைக் கோயில்

மூலவர் சந்நிதியைத் தவிர்த்து சுற்றிலும் 7 தனித்த ஆனால் சிறிய சந்நிதிகள் அமைந்துள்ளன. சமச்சீர் குழுமமாக இந்த 8 சந்நிதிகளும் ஒரே கட்டுமானத்திற்குள் அமைந்துள்ளன. 5 சந்நிதிகள் கொண்ட பஞ்சாயதன கோயில்களிலிருந்து மாறுபட்டு 8 சந்நிதிகள் கொண்ட பிற கோயில்களாவன: பதாரியில் 9ஆம் நூற்றாண்டுக் கட்டுமானமான கோதீஸ்வரர் கோயில், உதயபூரில் 11ஆம் நூற்றாண்டுக் கட்டுமானமான உதயேஸ்வரர் கோயில் ஆகியவைகளாகும். ஆனால் இக்கோயில்களுக்கு முன்மாதிரி வடிவமைப்பு டம்னர் குடைவரைக் கோயிலாக இருக்க வேண்டும்.

கருவறை, தூண் மண்டபம், 2 தூண்களாலான சிறிய முகப்பு மண்டபம் என உள்ளும் புறமும் முழுவதும் முற்றுப் பெற்ற கட்டுமானக் கோயிலாகும்; மண்டபத்தினுள் அமைந்துள்ள மையத்தூண்கள் நான்கும், அரைத்தூண்கள் எட்டும் தட்டையான விளிம்புகளில் சரிவான வடிவமைப்புள்ள விதானத்தைத் தாங்குகின்றன. குடைவரைக் கோயில், எட்டு சந்நிதி 'நகரா' பாணிக் கோயில் என்பவைகளே இக்கோயிலின் சிறப்பம்சங்கள்.

ராஜபுத்திரர் - வரலாற்றுச் சுருக்கம்

குப்தர்கள் காலத்திற்குப் பிற்பட்ட காலமானது புதிய பாணி உருவாக்கத்திற்கும், அதன்பின், உருவான பாணிகள் உச்சகட்ட

வளர்ச்சியை அடைவதற்கும் ஏற்ற சூழல் நிலவியது. இதனை ஏரான், ஓசியன் போன்ற இடங்களின் கலைகள் எடுத்துரைக்கின்றன. கி.பி.647-இல் ஹர்ஷர் இறந்த பிறகு வடஇந்தியா மறுபடியும் பல சிறு அரசுகளாகச் சிதறிற்று. இதில் ஏழாம் நூற்றாண்டின் மத்தியிலிருந்து 12ஆம் நூற்றாண்டு வரையிலான காலகட்டத்தை 'ராஜபுத்திரர்கள் காலம்' எனக் கூறலாம். ஏனெனில் ஏறத்தாழ அனைத்து சிற்றரசுகளும், ராஜபுத்திர வம்சக் கிளையொன்றினாலேயே ஆட்சி செய்யப்பட்டது. கூர்ஜரப் பிரதிகாரர்கள், பண்டல்கண்ட்-இன் சாந்தேலர்கள், பாகேல்கண்ட-இன் (சேடி) காலாசூரிகள், வலபியின் மைத்ரகர்கள், குஜராத்தின் சோலங்கிகள், மால்வாவின் பார்மார்கள், ஆஜ்மீரின் சௌகான்கள், மேவாரின் சிசோதயர்கள், பஞ்சாபின் சாஹிகள் என்ற சிற்றரசுகளில் பெரும்பான்மையானவை ராஜபுத்திர அரசுகளேயாகும்.

குஜராத் கோயில் கட்டுமானங்கள்

கஜினி மஹம்மதுவின் சோமநாதபுரப் படையெடுப்பிற்கும் டெல்லி சுல்தான்கள் ஆட்சிக்கும் இடைப்பட்ட ஏறத்தாழ 250 ஆண்டுகளில் ஓரளவிற்கு அமைதி நிலவியது. வர்த்தகத்தின் காரணமாக, பொருளாதார வளமும் மேம்பட்டது. வணிகத்தைப் பொறுத்த அளவு புவியியல் ரீதியாக ஐரோப்பாவிற்கு வெனிஸ் எப்படியோ அவ்வாறே இந்தியாவிற்கு குஜராத் விளங்கியது. எனவே இந்த 250 ஆண்டு காலக்கட்டத்தில்தான் குஜராத்தில் பெரும்பான்மையான கோயில் கட்டுமானங்கள் உருவாக்கப்பட்டன. இவற்றில் மிகச் சிறந்த பல கட்டுமானங்கள் பல்வேறு நிலைகளில் சிதிலமடைந்து காணப்படுகின்றன. காலமும், தட்பவெப்ப நிலையும், முஸ்லிம் படையெடுப்பும், 19ஆம் நூற்றாண்டில் கத்தியவார் பகுதியை மையமாகக் கொண்ட மாபெரும் பூகம்பமும் கட்டுமான சிதிலங்களுக்குக் காரணமாகின்றன. ஆனால் தப்பிப் பிழைத்த கட்டுமானங்களில் இருந்தும், பாதிப்படைந்த கட்டுமானச் சிதலங்களிலிருந்தும் குஜராத் கலைஞர்களின் கட்டுமானத் திறனும், கலைத்திறனும் மற்றும் இக்கலைஞர்களைப் போற்றி ஆதரித்த மக்களின் மனப்பாங்கும் முழுமையாக வெளிப்படுகின்றது.

கோயில் கட்டுமானத்திற்கான வருமானம்

கி.பி. பத்தாம் நூற்றாண்டின் பிற்பகுதியில் சோலங்கிகள் என்ற சாளுக்கிய வம்சம் குஜராத்திலுள்ள அன்ஹில்வாடா பட்டானாவைத் தலைநகராகக் கொண்டு நிறுவப்பட்டது. இந்நகரம் இன்று 'படான்'

என்றழைக்கப்படுகின்றது. அஹமதாபாத் நகரின் வடமேற்கேயுள்ளது. சோலங்கி வம்ச அரசர்கள், அரசர்களின் பிரதிநிதிகள், அமைச்சர்கள் பெரும்பான்மையான கட்டுமான உருவாக்கங்களுக்கு காரணகர்த்தாக்கள் ஆவர். அரசர் வைதிக மதத்தைச் சேர்ந்த வராயிருப்பினும், பிற அதிகாரிகளில் பெரும்பான்மையோர் ஜைனராயிருந்தனர். 13ஆம் நூற்றாண்டின் முதற்பகுதியில் பதவி வகித்த வாஸ்துபாலா, தேஜாபாலா என்ற சகோதரர்களைச் சான்றாகக் கூறலாம். முதல் விளைச்சலை இறைவனுக்குச் சமர்ப்பிப்பது போன்று ஒவ்வொருவரும் அவரது வருமானத்திற்கேற்ற விகிதாச்சாரத்தை கோயில் கட்டுமானத்திற்கு வழங்கும் வழக்கம் நிலவியது.

கோயில் கட்டுமானங்களின் ஆரம்ப கட்டத்தில் ஒரு குறிப்பிட்ட தொகை அரசர்களாலோ அல்லது பிற அதிகாரிகளாலோ வழங்கப்படும். இத்தொகை சில நிலப் பகுதிகளின் வரிவசூலாகக் கூட இருக்கலாம். அதன்பின் ஊர்ப் பெரியவர்கள் ஒன்று கூடிச் சந்தைப் பகுதிகளில் வசூலிக்கவேண்டிய கோயில் கட்டுமான வரிகளை முடிவெடுப்பர். அதன்படி 'தானியமென்றால் ஒரு கைப்பிடியளவும், பஞ்சென்றால் ஒரு மனிதன் தன் இருகைகளால் தூக்க முடிகின்ற அளவும்' என்பன போன்ற வரிவிதிக்கும் முறைகள் நிர்ணயிக்கப்பட்டு வசூலிக்கப்பட்டது.

சோலங்கி கட்டுமானங்களின் ஒட்டுமொத்த வடிவமைப்பு

குஜராத்திலும், இந்தியாவின் மேற்குப் பகுதிகளிலும் உள்ள பெரும்பான்மையான கட்டுமானங்களெல்லாம் கருவறை, தூண் மண்டபம் ஆகியவற்றை மட்டுமே கொண்டவைகளாகும். இந்த அடிப்படை அமைப்பில் புத்திசாலித்தனமான, புதுமையான உத்திகளைப் பயன்படுத்திக் கட்டுமானங்களுக்கிடையே வேறுபாட்டினைக் காட்டினர். இக்கட்டுமானங்களையெல்லாம் இருபெரும் கட்டுமானப் பிரிவினுக்குள் அடக்கலாம்.

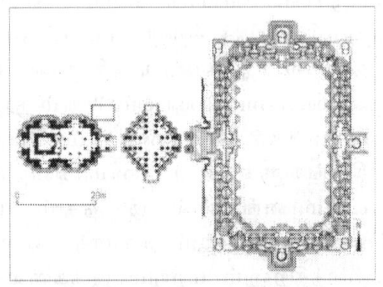

28.11 மோதரா சூரியன் கோயில் தரைவரைபடம்

மொத்தக் கட்டுமானமும் ஒரு இணைகரத்தினுள் அடங்குவது போல் கருவறை, தூண் மண்டபத்தை இணைப்பது ஒரு பிரிவாகும்.

ஆரம்பக்கட்ட கோயில் கட்டு மானங்களெல்லாம் 'இணையாக இணைக்கும்' இப்பிரிவினைச் சேர்ந்ததாகும்.

கருவறை, தூண் மண்டபம் ஒவ்வொன்றும் செவ்வக வடிவமைப்பில் அமைக்கப்பட்டு இணைப்பு மூலை விட்டக் கோட்டின் மேலமைவது இரண்டாவது கட்டுமானப் பிரிவாகும். 12ஆம் நூற்றாண்டின் சோமநாதபுர ஆலயம் இம்மாதிரி மூலைவிட்ட இணைப்புப் பிரிவினுக்குள் அடங்கும்.

28.12 குஜராத் சோமநாதர் கோயில்

இந்த இரு இணைப்புப் பிரிவினுள்ளும் கட்டுமானப் பக்கங்கள் சமச்சீரான இடைவெளியில் உள்ளடங்கியோ அல்லது வெளியில் நீட்டப்பட்டோ கோயிலின் மேல்கட்டுமானம் வரை செல்லுமாறு அமைக்கப்படும். இதன்மூலம் உயரமான, உறுதியான தோற்ற நேர்த்திக் கிடைப்பதுடன், வெளிச்சம் விழும் பகுதிகளும், நிழலான பகுதிகளும் அமையும் விளைவை உருவாக்க ஏதுவாகின்றது. வெளிநீட்டல், உள்அடங்கல் உருவாக்கக் கட்டுமானமும் நேர்கோணப் பக்கங்களாகவோ, அல்லது வட்டவடிவப் பக்கங்களாகவோ அமைக்கப்படும். மேலும் சோலங்கிக் கோயில்கள் இரண்டு அல்லது மூன்றுதளக் கட்டுமானங்களாகவே அமைந்திருந்தன.

கருவறை, சபாமண்டப பொதுக்கட்டமைப்பு

கருவறை, சபாமண்டபம், தூண் ஆகிய அனைத்தும் உயரவாக்கில் பிதா, மண்டோவரா, சிகரா என மூன்று பாகங்களால் பிரிக்கப்படுகின்றன. கருவறை, சபாமண்டபக் கட்டுமானங்களில் தரைத்தளம், விதானம் வரையிலான உடல்பகுதி, விதானத்திற்கு மேல் உள்ள கட்டுமானப்பகுதி ஆகியவைகளே முறையே பிதா, மண்டோவரா, சிகரா என்றழைக்கப்படும் பாகங்களாகும்.

பிதாப் பகுதியில் கீழிருந்து மேலாக ராட்சதர்கள், யானைகள், குதிரைகள், மனிதர்கள் என 8 வரிசைகள் அடுத்தடுத்த அடுக்கில் அமைந்துள்ளன. மண்டோவராப் பகுதியில் மாடங்களுக்குள்ளும், புடைப்புச் சிற்பங்களாகவும் மூலவரோடு சம்பந்தப்பட்ட பிற தெய்வங்களும், முனிவர்களும் கட்டுமானச் சுவர்களில் இடம் பெற்றுள்ளனர். சிகரப்பகுதியோ உயரங்குறைந்த பிரமிட் வடிவமைப்பில்

பல அடுக்குகளாக, மேலே செல்லச் செல்ல அடுத்த அடுத்த அடுக்குகள் அளவில் சிறியதாக, இறுதியில் கலசத்துடன் முடிவடையுமாறு அமைக்கப்பட்டுள்ளது. சிகர அமைப்புத்தான் இந்தியாவின் மேற்குப் பகுதி கோயில்களை மற்றப்பகுதி கோயில்களிலிருந்து வித்தியாசப்படுத்தும் அம்சமாகும். ஒட்டுமொத்த கட்டுமானத்தின் சிறிய வடிவமைப்பாக அமைந்துள்ள 'ஊரு சிருங்கா'க்கள் ஒவ்வொரு அடுக்கின் சுற்றுப்புறமெங்கும் அடுத்தடுத்து முப்பரிமாணமும் வெளிப்படுமாறு புடைப்புச் சித்திரங்கள் போல் சிறப்பாக இணைக்கப்பட்டுள்ளன.

28.13 சுவரில் இடம்பெறும் சிற்ப வேலைப்பாடு நுணுக்கங்கள்

28.14 மௌண்ட் அபு விமலா வாசகி கோயில்

தூண்கள் பொதுக் கட்டமைப்பு

தூண்களில் தரையோடு இணைக்கப்பட்ட பகுதியை பிதா என்றும், தண்டுப் பகுதியை மண்டோவரா என்றும் தூண் உச்சி இணைப்புகள் அனைத்தையும் சிகரப்பகுதி என்றும் அழைக்கின்றனர். தூண் மண்டபங்களின் மையப் பகுதி எண் கோண வடிவில்

அமையுமாறு உட்புறத் தூண்களும், இப்பகுதிக்கு வெளிப்புறத்தில் குறிப்பிட்ட இடைவெளியில் வெளிப்புறத் தூண்களும் அமைந்து இடைப்பட்ட மண்டபப் பகுதி நடைபாதைப் பகுதி போன்ற அமைப்பைப் பெறுகின்றது. தூணின் தண்டுப்பகுதி பல அடுக்குகள் கொண்ட அலங்கார வேலைப்பாடுப் பிரிவுகளாக அமைந்துள்ளன. தூணின் சுற்றளவு அடுத்தடுத்த அடுக்குகளில் குறைந்து கொண்டே சென்று உச்சிப் பகுதி உருவ இணைப்புகளானது சிகர அமைப்பைப் பெறுகின்றன.

28.15 உட்புறத் தூண்களின் உச்சியிணைப்பு வேலைப்பாடுகள் மௌன்ட் அபு விமலா வாசகி கோயில்

மண்டபத்தின் உட்புறச் சுற்றிலமைந்துள்ள தூண்களுக்கு உயரங் குறைந்த துணைத் தூண்களும் உச்சியிணைப்புகளையும் பெற்றிருக்குமாறு அமைந்துள்ளன. உயர மாறுபாடுகளை இத்தூண்களின் உச்சிகளுக்கிடைப்பட்ட பகுதியானது சாய்தள அமைப்பிலோ அல்லது வளைவான அமைப்பிலோ அமைந்த கட்டுமானத்தால் நிரப்பப்படுகின்றது. இந்த நிரப்பும் கட்டுமானத்தில் அதிக அளவில் அழகிய பெண்களின் வடிவங்கள் இடம் பெறும் உயர்நிலைப் புடைப்புச் சிற்பங்கள் இடம்பெறுகின்றன. மத்திய

பகுதியின் விதானமானது உயரங் குறைவான, உட்பகுதியான அமைப்புக் கட்டுமானங்கள் ஒன்றையொன்று வெட்டிக் கொள்ளும் விதத்தில் அமைக்கப்பட்டுள்ளது. ஒட்டுமொத்த இவ்விதானத் தோற்றம், கோளத்தின் பகுதி போன்ற ஒன்றுபட்ட தோற்ற அமைப்பைப் பெறுகின்றது. உயரங்குறைந்த தூண்கள் இவ்விதான அமைப்பைத் தாங்கும் பணியையும் செய்கின்றன. கோயிலின் உட்புறத் தோற்றமும், கருவறை நுழைவாயில் வேலைப்பாடுகளும் தூண் வேலைப்பாடுகளுடன் ஒன்றியமைந்து சிறப்பாக அமைந்துள்ளது.

சிற்ப வேலைப்பாடுகள்

வெளிச்சுவர் வேலைப்பாடுகளில் கிழக்கே ஒரிஸ்ஸா தொடங்கி மேற்கே குஜராத் வரை ஒன்றுபோல் இம்மியளவு இடம் கூடவிடாமல் சிற்ப வேலைப்பாடுகளைப் பெற்றுள்ளன. ஒரிஸ்ஸா கோயில்களில் உட்புறச் சுவர்கள் சிற்ப வேலைப்பாடுகள் ஒன்றுகூட அமையாமல் வெறுமனே காட்சியளிக்கின்றன. மத்திய இந்தியாவில் கஜூராஹோவில் உட்சுவர்களில் உளி வேலைப்பாடுகள் கட்டுப்பாடுடையதாய் ஓரளவிற்கு மேற்கொள்ளப்பட்டுள்ளன. குஜராத் கோயில்களிலோ கருவறைப் பகுதி போன்ற வரையறுக்கப்பட்ட பகுதிகள் தவிர பிறஇடங்களில் உளி வேலைப்பாடுகள் தாராளமாக மேற்கொள்ளப் பட்டுள்ளன. நுழைவாயிலிலிருந்து கருவறையை நெருங்க நெருங்க சிற்ப வேலைப்பாடுகளும் எண்ணிக்கையில் குறைந்து கொண்டேயும், அதிகக் கட்டுப்பாடுகளுடையதாயும் அமைந்துள்ளன. ஒரே விதிவிலக்கு கருவறை நுழைவாயில் வேலைப்பாடுகள் தான். இரண்டு பகுதிகளாய் இருப்பினும் சில துணைச்சந்நிதிகளின் விதானங்களில் சிற்பியர்கள் தங்கள் கைத்திறனை முழுமையாகக் காட்டியுள்ளனர். கைவிளக்கைக் கொண்டுதான் இச்சிற்பங்களைக் காண இயலும்!

'ஆரம்ப காலகட்ட கலைகளில் கட்டுமானக் கலைஞர்கள் மிகக் கவனமுடன் செதுக்கினர் ஒவ்வொரு சிறிய பகுதிகளையும் கண்பார்வைக்கு உட்படாத பகுதிகளையும்; ஏனெனில் கடவுளின் அருட்பார்வைதான் எல்லா இடங்களையும் காணுமே' என்று பொருள்படும் ஆங்கிலக் கவிஞன் லாங்பெல்லோவின் கவிதைப்படி இவ்விதான வேலைப்பாடுகள் சிற்பியர்களால் மெய்ப்பொருளுக்கு மட்டுமே சமர்ப்பிக்கப்பட்டதாயிருக்கலாம்!

நீலகண்ட மஹாதேவர் கோயில், சுனக்.

சோலங்கிகளின் தலைநகரான படான்க்கு 15 மைல்கள் சுற்றளவுக்குள்ளாகவே சுனக், கனோடா, டெஸ்மால், காசரா ஆகிய

இல்லங்களில் பத்தாம் நூற்றாண்டின் பிற்பகுதியில் கட்டப்பட்ட கோயில்கள் உள்ளன. இவற்றுள் நன்கு பராமரிக்கப்பட்ட கோயில்கள் உள்ளன. இவற்றுள் நன்கு பராமரிக்கப்பட்ட கோயில் சுனக் என்னுமிடத்தில் அமைந்துள்ள நீலகண்ட மஹாதேவர் கோயிலாகும். கருவறையும், திறந்த நிலை தூண் முகப்பு மண்டபமும் மட்டுமே கொண்ட சிறிய கட்டுமானந்தான். கோயிலினுள்ளும், வெளிச்சுவரிலும் உள்ள சிற்ப வேலைப்பாடுகள் கஜுராஹோ கோயில்களின் சிற்ப வளத்தை நினைவுறுத்துகின்றன. கருவறைச் சிகரமானது பல மலை உச்சிகள் மிக நெருக்கமாக அமைந்திருப்பது போன்ற தோற்றமளிப்பதாகும். கருவறையில் இருக்கும் மெய்ப்பொருளின் பல வடிவங்களும் கோவில் சுவர்களில் இடம் பெற்றுள்ளன.

28.16 மோதரா சூரியன் கோயிலும், குண்டா திருக்குளமும்.

மோதரா சூரியன் கோயில்

இக்கோயில் முதலாம் பீமா என்ற சோலங்கி வம்ச மன்னனால் 1026-27-இல் கட்டப்பட்ட கோயிலாகும். படான்-க்குத் தெற்கே 18 மைல் தொலைவிலுள்ள குக்கிராமமாக இன்று காட்சியளிக்கின்றது. ஓரிஸ்ஸாவில் கோனார்க், காஷ்மீரில் மார்டண்டு போன்ற இடங்களில் உருவாக்கப்பட்ட சூரியன் கோயில்கள் சிதிலமடைந்திருப்பது

போன்றே, மோதரா சூரியன் கோயிலும் சிதிலமடைந்துள்ளது. கருவறைச் சிகரம் இல்லை; தூண்களாலான மண்டபத்தின் கூரைகளும் சிதிலமடைந்துள்ளன. இவ்வளவு குறைபாடுகள் இருந்தும், இக்கோயில் ஒப்பிலா அழகுடைய சிறந்த நினைவுச் சின்னமேயாகும்.

ஒட்டுமொத்தத் தோற்றம்

கோயிலெதிரே கிழக்குப் புறமாக செவ்வக வடிவில் அமைந்துள்ள 'குண்டா' எனப்படும் கட்டுமானத் திருக்குளமே மிகச் சிறந்த கலைப் படைப்பாகும். குளத்தினுள் இறங்க படிக்கட்டுகள் அமைந்துள்ளன.

28.17 பரிவாரங்கள் புடைசூழ சூரியன் - மோதரா சூரியன் கோயில்

28.18 திருக்குள படிகளில் இடம்பெறும் சிறு சந்நிதிகள் - மோதரா சூரியன் கோயில்

28.19 திறந்தநிலை மண்டப முன்புற தோரண வாயிலின் மேல்பகுதி இழந்து விழுந்துவிட்டது

படிக்கட்டுப் பாதையில் செல்லும்போது குறிப்பிட்ட இடைவெளித் தூரத்தில் அமைந்துள்ள சிறுசிறு சந்நிதிகளை சந்திக்குமாறு அமைந்துள்ளது. கோயில் குழுமத்தின் நுழைவாயிலில் சிற்ப வேலைப்பாடுள்ள தோரண வாயில் அமைந்துள்ளது. ஒட்டு மொத்த கோயிலமைப்பே சிறுநடை பாதையால் பிரிக்கப்படும் இரு தனிக் கட்டுமானங்களாக அமைந்துள்ளது. ஒரு பக்கம் சபா மண்டபம் எனப்படும் திறந்த நிலை மண்டபமாகும். மறுபக்கம் செவ்வக வடிவ மூடிய கட்டுமானத்திற்குள் கரு வறையும், குதா மண்டபம் எனப்படும் மண்டபமொன்றும் அமைந்துள்ளன. கிழக்கு நோக்கி அமைந்துள்ள கருவறை, குதா மண்டபக் கட்டுமான மத்திய நேர்க்

கோட்டுடன், இணைகர வடிவ சபாமண்டபத்தின் மூலைவிட்டக் கோடு படிவது போல் அமைந்துள்ளது. திறமையான கட்டுமானக் கருத்துருக்கள் மூலம் 'முழுமையான ஒரே கட்டுமானம்' என்னுமாறு ஒருங்கிசைவை இத்தனிக் கட்டுமானங்கள் பெற்றுள்ளன.

28.20 மோதரா சூரியன் கோயிலின் முழுத்தோற்றம்

சபா மண்டபம்

சபாமண்டபத்தின் நான்கு மூலைகளிலும் இரு தூண்களால் தாங்கப்பட்ட விதானவளைவின் கீழ் நுழைவாயில்கள் அமைந்துள்ளன. அடுத்தடுத்த இரு வாயில்களின் வெளிப்புற இணைப்புப் பகுதிகள் சற்று உள்வாங்கிய கோணங்களில் உயரங் குறைந்த தூண்களுடன் அமைந்துள்ளன. நுழைவாயில் தூண்களும், உயரங் குறைந்த தூண்களும் சாஜா (Chajja) என்றழைக்கப்படும் வித்தியாசமான வேலைப்பாடுகளைக் கொண்டுள்ள மூன்றடுக்கு கட்டுமானத்தைத் தாங்குகின்றன. மேல் அடுக்குச் சுற்றுப் பகுதி திறந்த நிலையிலும், கீழ் அடுக்குச் சுற்றுப்பகுதி மிகச் சிறிய சுவர் கொண்டு அடைக்கப்பட்டும் அமைந்துள்ளன. எண்ணற்ற சிற்பங்களாலான சிற்பப் பலகையாகவே இந்த உயரங் குறைந்த சுவர் அமைந்துள்ளது. இந்த உயரங் குறைந்த சுவர் மேல் சாய்ந்தமரும் வசதியுள்ள சுவர்ப்பகுதி அமைந்துள்ளது.

குதாமண்டபம், கருவறை

கருவறை கட்டுமானத்தின் ஒரே நுழைவுவாயில் கிழக்கு நோக்கி அமைந்துள்ளது. இவ்வாயிலின் எதிரே சபாமண்டபத்தின் மேற்கு வாயில் அமைந்துள்ளது. குதா மண்டபச் சுவர்களில் சரியான விகிதாச்சாரத்தில் அமைந்த 5 சாளரங்கள் உள்ளன. குதா மண்டபத்தின் மையத்திலுள்ள எண்கோணப் பகுதியின்

28.21 மண்டபத்தினுள் காணப்படும் தூண்களின் அணிவகுப்பு

முனைகளில் எட்டுத் தூண்கள் அமைந்துள்ளன. மண்டபச் சுவரின்வெவ்வேறு பகுதிகளில் உள்ள மாடங்களில் அமைந்துள்ள சூரியக் கடவுளின் சிற்ப வடிவம் தவிர சிற்ப வேலைப்பாடுகள் இல்லை. கருவறை வாயில் வேலைப்பாடுகளில் சம்பிரதாயமான கட்டுப்பாடுகள் நிலவுவது தெளிவாக வெளிப்படுகின்றது.

கனவுகள் மெய்ப்பட்டன

28.22 வலம்வரும் பொழுது கண்ணில் படும் சிற்ப வேலைப்பாடுகள்

இக்கோயிலில் காணப்படும் சிற்ப வளங்கள் இந்தியா முழுவதும் நிலவிய அக்கால கட்ட சிற்பப் பாரம் பரியத்தை பிரதிபலிக்கின்றன. கணக்கிலடங்காத சிற்ப வேலைப்பாடுகளுக்கு உட்படுத்தப்பட்ட தலையாய கோயில்களில் இக்கோயிலும் ஒன்று என்று உறுதியாகக் கூறலாம். மரவேலைப் பாடுகளுக்குப் புகழ் பெற்ற இப்பகுதியின் மரவேலைப்பாடு பாரம்பரியத்தை கோயில் சிற்பங்கள் பிரதிபலிக்கின்றன. ஆயிரம் ஆண்டுகளுக்கும் மேலான கால ஓட்டத்தில் தட்பவெப்ப நிலைகளின் பாதிப்பினையும் மீறிச் சிற்பங்கள் செதுக்கப்பட்ட கால அழகை இழக்காமல் காட்சியளிக்கின்றன என்பது கண்கூடு.

28.23 விதான வேலைப்பாடுகள்

சூரியன் நிலநடுக் கோட்டைக் கடக்கும் இருநாட்கள் மார்ச் மாதம் 21ஆம் தேதி செப்டம்பர் மாதம் 22ஆம் தேதி ஆகும். அந்த நாட்களில் சூரிய உதயத்தின் போது சூரிய ஒளிக்கதிர்கள் நுழைவாயிலைக் கடந்து, குதா மண்டபத் தூண்களுக்கு ஊடாகச் சென்று கருவறைக்குச் செல்லும் வாயிலையும் கடந்து மூலவரின் மீது பட்டு சூரியக் கடவுளை ஒளி வெளிச்சத்தில் குளிப்பாட்டும். இச்சமயங்களில் ஒட்டுமொத்தக் கட்டுமானமே, உட்புறங்களிலும், தங்கநிற ஒளிக் கதிர்களால் ஜொலிக்கும். நிலவியல், வானியல், கணக்கியல், கட்டடக் கலையியல்

இந்தியக் கலை வரலாறு 499

முதலான பல்வேறு அறிவியல் துறைகளில் கைதேர்ந் திருப்பதோடு கனவுத் தோற்றங்களுக்கெல்லாம் வடிவம் கொடுப்பவர்களாகத்தான் இக்கோயில் கலைஞர்கள் திகழ்ந்திருக்க வேண்டும்.

பிற படான் கட்டுமானங்கள்

படான்-க்கு அருகிலுள்ளது வேத்நகர். 12ஆம் நூற்றாண்டின் முற்பகுதியைச் சேர்ந்த கோயிலொன்றின் தோரண வாயில் வேத் நகரில் எஞ்சியுள்ளது. மரவேலைப்பாடுகளை நினைவு படுத்துவதுபோல் நுட்பமாக முழு விவரணங்களுடன் கூடிய வேலைப் பாட்டினைக் கொண்டுள்ளது. மரத்தில் மட்டுமே இத்தகைய வேலைப்பாடுகளைக் கொணர்தல் எளிது; கல்லில் கொணர்தல் அவ்வளவு எளிதல்ல. படான்-க்கு அருகில் தொல்பொருள் ஆராய்ச்சிக் குட்படுத்தப்பட்ட மற்றொரு இடம் உம்டா ஆகும். இங்கு மிகப்பெரிய அழகிய கோயில் குழுமம் அமைந்திருந்தது கண்டறியப் பட்டுள்ளது. சிற்ப பாணிகளைக்கொண்டு சோலங்கி வம்ச ஆட்சிக் காலத்திலேயே (11 முதல் 13ஆம் நூற்றாண்டு வரை) கட்டப்பட்டிருக்கலாம் என்பது புலனாகிறது. தெய்வங்கள், தீர்த்தங்கரர்களின் வடிவங்களுடன் நாயகிகளின் வடிவங்களும் காணப்படுகின்றன. மென்மையையும், மனதை வசீகரிக்கும் அமைதியையும், அழகையும் கொண்டுள்ளன நாயகிகளின் சிற்பங்கள்.

28.24 வேத்நகர் (படான் அருகில்) கோயிலின் தோரணவாயில்

உதயமதியின் விஷ்ணுக் கிணறு

முதலாம் பீமா சூரியன் கோயிலைக் கட்டியபோது, அவனது மனைவி உதயமதி படான்-ல் விஷ்ணு கிணற்றினை உருவாக்கினாள். கோயிலை வலம் வருவது போன்றுதான் மிக அழகிய வேலைப் பாடுகளுக்குட்படுத்தப்பட்ட கிணற்றுப் படிகளும் அமைந்துள்ளன. கிணற்றுச் சுவர்களும், தூண்களும் உலக வடிவங்களையெல்லாம் கொண்டுள்ளன.

மாடங்களில் இடம் பெறும் தெய்வங்களின் இருபுறங்களிலும் நாயகிகளின் பல வடிவங்கள் இடம் பெற்றுள்ளன. பல்வேறு நிலைகளில், பல்வேறு செயல்பாடுகளில் இச்சிற்ப நாயகிகள் ஈடுபட்டுள்ளனர். பந்து விளையாடுவது, கொலுசு அணிவது போன்ற செயல்பாட்டு வடிவங்களாகும் இவை. நாயகிகளின் முகங்களில் மென்மை தவழ்கின்றது; உணர்வுகளை முழுமையாக வெளிப்படுத்துபவர்களாகப் படைக்கப்பட்டுள்ளனர்; உள்ளார்ந்த அன்னியோன்யத்தை வெளிப்படுத்துபவர்களாகவும், உள்நோக்கிய பார்வை உடையோர்களாகவும் செதுக்கப்பட்டுள்ளனர். இந்த நாயகிகளின் அழகிலும், நளினத்திலும், அமைதியிலும் படிகளில் பயணிப்போரது மனம் லயிக்கும்பொழுது, அவர்களுள் உள்ள நற்குணாதிசயங்கள் தட்டியெழுப்பப்பட்டு மெய்ப்பொருள் தரிசனப் பயணத்திற்கு மனம் பக்குவப்படுத்தப்படுகின்றார்.

28.25 படானிலுள்ள படிகளைக் கொண்டுள்ள திருக்குளம்

இங்குள்ள சிற்பக் கலை பாணியானது ஆரம்பகாலக் கட்டடக் கலை வெளிப்பாடான எல்லையற்ற மென்னயத்தை, அமைதியைக் கொண்டுள்ளது; இந்தியாவில் இடைக்காலத்தில் பின்பற்றப்பட்ட பாணியின் குணாதிசயங்களை - வெகுசீரான உடல் அங்கங் களையும், வடிவநிலை கோணங்களையும் - வெளிப் படுத்துகின்றது. எனவே, இந்த பாணி, அறிவுத்திறன் வளர்ச்சியின் எழுச்சிமிகு தன்மையை பிரதிபலிக்கின்றது. இந்தியாவின் மேற்குப் பகுதி களிலோ இந்த இடைக்காலக் கலைக் கருத்துருவானது வரும் நூற்றாண்டுகளில் மென்மேலும் வளர்ச்சியுற்று ஜைன சுவடி ஓவியங்களாக, சிற்றோவியங்களாக மலரவிருக்கின்றது.

28.26 படானிலுள்ள திருக்குளச் சுவர்களில் இடம்பெறும் சிற்ப வேலைப்பாடுகள்

படிகளில் இறங்கும் பொழுது கண்ணில்படும் உலக வடிவங்கள், உருவங்கள் அத்தனையும் மெய்ப் பொருளின் பல்வேறு வடிவங்களே என்ற உண்மை உள்வாங்கப்படும். இந்த படிப்பயணத்தின் இறுதியில் விஷ்ணு இடம் பெறுகின்றார். பொருள் முதல் உலகக் கூச்சல் களுக்கும், ஆர்வத் தூண்டுதல் களுக்கும் அப்பாற்பட்ட இடம் இது. சேஷா என்ற நாகத்தின் மீது சாய்ந்தவாறு உலகைப் படைக்கும் கனவில் விஷ்ணு சஞ்சரிக்கின்றார். சேஷா என்பதன் பொருள் 'எஞ்சி இருப்பது எதுவோ அது' என்பதாகும். சேஷாவின் மற்றொரு பெயர் ஆனந்தா ஆகும். இதன் பொருள் 'முடிவுற்ற ஒன்று' என்பதாகும்.

28.27 திருக்குளக் கட்டுமானத் தூண்களில் இடம்பெறும் சிறந்த சிற்ப வேலைப்பாடுகள்

28.28 படானிலுள்ள ராணி உதயமதியின் விஷ்ணுக் கிணறு

இந்தியாவின் மேற்குப்பகுதி ஜைனர்கள்

இந்தியாவின் மேற்குப் பகுதியிலிருந்த மக்களில் ஜைன மதத்தைப் பின்பற்றுவோர் செல்வச் செழிப்படைந்த வண்ணமே முன்னேற்றம் கண்டனர். இவர்கள் வன்முறைகளிலும், போர் நடவடிக்கைகளிலும் எவ்வித நம்பிக்கையும் வைக்காதவர்கள், இவர்களில் பெரும்பாலோர் அமைதியான வணிக நடவடிக்கைகளிலேயே ஈடுபட்டவர்கள்.

குஜராத்திலும், ராஜஸ்தானிலும் அமைந்திருந்த வணிகப்பாதைகள் இவர்களின் வணிகத் திறமையை வெளிப்படுத்துவதற்கும் அதன் பயனாய்ச் செல்வச் செழிப்பிற்கும் அடிகோலிற்று.

ஜைன தத்துவம்

உலக பந்தங்களிலிருந்தும், ஆசாபாசங்களிலிருந்தும் சில கண நேரமேனும் மனதைத் திருப்பி இயக்கவசைவல்லாத பேரமைதித் தன்மையடையும் வழிகளைத் தேடுவதில் மனதைச் செலுத்துவது மிக முக்கியமானது. இது எல்லா இந்திய நம்பிக்கைகளிலும் உணர்த்தப் பட்டுள்ளது. இத்தத்துவத்தை நடைமுறைப்படுத்துவது போல் ஜைனர்கள் உருவாக்கிய புண்ணியத்தலங்கள் பெரும்பான்மை யானவை சராசரி நடைமுறை உலகக் கூக்குரல்கள் எட்டாத தொலை தூரங்களில், மலைகளில் அமைக்கப்பட்டன.

இந்தியாவின் பிற மத நம்பிக்கைகள் போன்றே ஜைன மதத்தின் அடித்தளக் கொள்கைகளாக அஹிம்சையும், தவமும், தியானமும் அமைந்துள்ளன. தீவிர வாக்குவாதங்கள் கூட அஹிம்சைக்குப் புறம்பானதாகக் கருதப்பட்டு தவிர்க்கச் சொல்கின்றது ஜைனமதம். இந்த அளவிற்கு அஹிம்சை கொள்கையானது எல்லை வரையறை அற்றதாய்க் கடைப்பிடிக்கப்படுகின்றது. ஆசாபாசங்கள் வைக்காமல் வாழ்க்கையை நடத்தவேண்டும் என்பது ஜைன மதத்தின் கொள்கையாகும். மாய வடிவங்கள் நிறைந்த உலகில் வாழும் ஒருவர் அவ்வடிவங்கள் மேல் பற்று வைத்தல் கூடாது. உலகில் அவரவர்களுக்கு உள்ள கடமையை ஆற்ற வேண்டும்; ஆனால் பந்தம் கொள்ளாமல் தொலைத்தூரப் பார்வையாளர் உணர்வுடன் கடமை ஆற்ற வேண்டும். இம்மாதிரி அந்நியப்பட்டிருந்தால்தான் இவ்வுலக வாழ்க்கைப் பாதையில் ஒருவரால் திடமாக நடைபோட இயலும்.

சமணத்தின் கலை மொழியும் மெய் வழியும்

ஜைனமதத்தின் இத்தத்துவார்த்த நம்பிக்கைகள் ஜைனக் கலைகளில் சிரமேற்கொண்டு அப்படியே பின்பற்றப்படுகின்றன. எனவேதான் இந்தியக் கலைகளில் ஜைனமதக் கலைகள் அதிக அளவில் குறியீடு நிறைந்த பாணியாக அமைந்துள்ளன. எளிய, ஒரே சீராயுள்ள வடிவங்கள் எப்பொழுதும் கலைவேலைப்பாடுகளுக்கான பாராட்டுதல் களைப் பெறுதல் சாத்தியப்படாமல் போகலாம். இருப்பினும் இவ்வடிவங்கள் தீர்த்தங்கரர்களின் அபரிதமான உள்ளார்ந்த சக்தியையும், பெருமிதத்தையும், உள்மன அமைதியையும் திறம்பட வெளிப்படுத்துகின்றன.

கர்நாடகா மாநிலத்தில் சிரவணபெலகொளாவில் அமைந்துள்ள மாபெரும் பகுபாலி சிலையைப்பற்றிக் கலை வரலாற்றறிஞர் ஹெய்ன்ரிச் ஜிம்மர் எழுதுவதாவது: முழுவளர்ச்சியடைந்த, நிலைதடுமாறாத, முற்றிலும் சுயசார்புள்ள குணாதிசயங்களைக் கொண்ட உயர்தோரணைத் தனிமைத் தன்மையை வெளிக்கொணரும் பகுபாலியின் வடிவம் அவரின் வெற்றிகரமான தனிமைப்படுத்தலை வலியுறுத்தும் சாதனமாகின்றது.

ஜைனமத தத்துவார்த்த நம்பிக்கைகளின் தூய்மைத் தன்மையினை ஜைனர்கள் காலங்காலமாகத் தொடர்ந்து காப்பாற்றி வந்துள்ளனர். தீர்த்தங்கரர்கள் தடைகளைத் தாண்டி புனிதத்தின் உச்சத்தை எய்தியவர்கள்; மேலும் சாக்காட்டுப் பயத்தை வென்றவர்கள். பக்தர்கள் தீர்த்தங்கரர்களுக்குத் தங்களின் மனமார்ந்த அஞ்சலிகளை சமர்ப்பித்துக் கொள்கின்றார்கள். பக்தர்களின் எண்ணங்களில் தங்களுக்குத் தீர்த்தங்கரர்கள் உதவி புரிவார்கள் என்ற நம்பிக்கை சிறிதளவு கூடக் கிடையாது. ஏனெனில் தீர்த்தங்கரர்கள் வேண்டுதல் களுக்கு அப்பாற்பட்டவர்கள்; எனவே அவர்களின் உதவியேதும் கிடைக்க வாய்ப்பில்லை. தீர்த்தங்கரர்கள் எல்லாவிதமான செயல்பாடுகளுக்கும் அப்பாற்பட்டவர்கள்; முழு உள்மன அமைதியைப் பெற்றவர்கள் தீர்த்தங்கரர்கள்.

28.29 மௌண்ட் அபு விமலா கோயில்

மௌண்ட் அபு விமலா கோயில்

மோதரா கோயிலை முதலாம் பீமா என்னும் சோலங்கி வம்ச மன்னன் கட்டியபோது, அவனது மனைவி உதயமதி படிக்கட்டுகளுடன்

கூடிய விஷ்ணுவின் கிணற்றினை உருவாக்கியபோது, அமைச்சர் 'விமலா' மௌன்ட் அபு என்னுமிடத்தில் சலவைக்கல் கட்டுமானத்தில் ஜைனக் கோயிலொன்றைக் கட்டினார். முதல் ஜைனத் தீர்த்தங்கரரான ஆதிநாதருக்காக உருவாக்கப்பட்டது இக்கோயில்.

28.30 ரானக்பூர் சௌமுகக் கோயில்

மௌன்ட் அபுவில் அடுத்தடுத்த நூற்றாண்டுகளில் பல ஜைனக் கோயில்கள் உருவாக்கப்பட்டன. வெள்ளைச் சலவைக்கல்லில் ஜைனக்கோயில் கட்டும் நடைமுறை வழக்கத்தில் இருந்தது. சான்றாக, ராஜஸ்தான் மாநிலத்திலுள்ள ரானக்பூரில் சௌமுகக் கோயில் என அழைக்கப்படும் ஆதிநாத தீர்த்தங்கரருக்கான ஜைனக்கோயில் கி.பி.1439-இல் கட்டப்பட்டது. நகர்ப்பகுதிகளிலிருந்து ஒதுக்குப்புறமாக குறைந்த உயரமுடைய மலைத் தொடர்களுக்கூடே இக்கோயில் அமைந்துள்ளது. வழக்கத்திற்கு மாறாகக் கட்டுமான வடிவமைப்பாளரின் பெயர் 'தீபிகா' என இக்கோயிலுள்ள தூணொன்றில் பொறிக்கப்பட்டு உள்ளது.

28.31 மண்டபத் தூண் வேலைப்பாடுகள்

400 தூண்களின் ஆதாரத்தில் நிற்கும் எட்டு அரைக்கோள வடிவ விதானங்களால் விமலாக் கோயிலின் மொத்தக் கட்டுமானமும் மூடப்பட்டுள்ளது. எந்த இரு தூண்களும் ஒன்றுபோல் இல்லை என்று மெச்சத்தகும் அளவிற்குத் தூண்கள் விலாவாரியாக அதேசமயம் நுணுக்கமான வேலைப்பாடுகளைக் கொண்டுள்ளன. விதானங்களுக்கு இடையேயுள்ள இடைவெளிகளிலிருந்தும், முற்ற வெளிகளிலிருந்தும் கசிந்து வரும் வெளிச்சமானது பயன்பாட்டிற்கு அதிக இடமுடைய உட்புற நேர்த்தியையும், நுணுக்கமான சிற்பியர் கைத்திறனையும் திறம்படப் படம்பிடித்துக் காட்டுகின்றது. 'அதீத தூய்மைப்பகுதி' என்னும் தோற்றத்தினைச் சுற்றிலும் அமைந்துள்ள வெள்ளைச் சலவைக் கற்களாலான கட்டுமானங்கள் தோற்றுவிக்கின்றன.

28.32 சிற்ப வேலைப்பாடுகளுக்கோர் எடுத்துக்காட்டு

ஜைன சிற்பக் கலையின் முழுவளர்ச்சியடைந்த பாணியை இங்குள்ள சிற்பங்கள் எடுத்தியம்புகின்றன. உடல் கூறுகளில் பெரும்பான்மை யானவை வடிவக் கணித அமைப்புள்ளவைகளாக செதுக்கப்படும் அளவிற்கு மனித வடிவங்கள் அமைப்பு பொதுமைத் தன்மைப்படுத்தப் பட்டுள்ளது. தீர்த்தங்கரர்களின் ஆன்மிக முழுத் தூய்மைத் தன்மையைக் காட்சிப்படுத்துவது போல் புறத்தோற்ற உருவ அமைப்பு மிகச் சிறப்பாக அமைந்துள்ளது.

தீர்த்தங்கரர்கள் அல்லாத பரிவார உருவங்கள் உட்பட பிற உருவங்கபெளல்லாம் இயக்க அசைவுகளுடனேயே படைக்கப் பட்டுள்ளன. பெண்பால் இசைவாணர்கள் வான்வெளியில் சுழன்றிருக்கும் முப்பரிமாண அமைப்பில் வடிக்கப்பட்டுள்ளனர். இருப்பினும் பொதுமைப்படுத்தப்பட்ட தன்மையுருவிலேயே இவ்வடிவங்கள் செதுக்கப்பட்டுள்ளன. முறுக்கித் திரும்பிய வடிவமைப்புள்ளதாக இவ்வடிவங்கள் செதுக்கப்பட்டுள்ளன. வடிவகணித குணாதிசயங்கள் உடையதுபோல் சிலை பாவங்கள், நிலைகள் அமைந்துள்ளன. விதானங்கள் மிகச்சிறப்பான வேலைப்பாடுகளால் தனித்தன்மையுடையவைகளாய்க் காட்சி தருகின்றன. கொடிக்கருக்கு வேலைப்பாடுகள், வடிவ கணித

கருத்துருக்கள், மனித வடிவங்கள் போன்ற எண்ணற்ற வேலைப்பாடுகளைக் கொண்டுள்ளது விதானம்.

28.33 நுழைவாயில் வேலைப்பாடுகள்

28.34 பிரகாரப்பாதை வேலைப்பாடுகள்

வேலைப்பாடு எந்த அளவிற்கு நுட்பமாய் அமைந்துள்ளது என்பதைக் காட்டுவதற்காகக் கூறப்படும் செய்தியாவது: 'சிற்பிகள் எந்த அளவிற்குக் கற்களைச் செதுக்கி வெளியேற்றுகின்றார்களோ அந்த அளவிற்கு ஊதியம் வழங்கப்பட்டது' என்பதுதான். சிற்ப வேலைப்பாடானது முழுவிபரணங்களை வெளிக்கொணர் பவைகளாயும், ஆழ்ந்த நுணுக்கமான செதுக்கல் வேலைப்பாடுகளை உடையனவாயும் அமைந்துள்ளன.

பாலிட்டானா கோயில் நகரம்

28.35 கோயில் நகரம் - பாலிட்டானா

குஜராத் மாநிலத்திலுள்ளது பேவ் நகரம். இந்நகரிலிருந்து 35 கி.மீ. தொலைவிலுள்ளது சத்ருஞ்சய மலைத்தொடர். இம்மலையின் மீதுதான் ஜைனமத நம்பிக்கையின் மிகப்பெரிய வடிவாக்கமான 'பாலிட்டானா கோயில்நகரம்' அமைந்துள்ளது. இரவு முழுவதும் கோயில் பணியாளர்கள் உட்பட ஒருவரும் கோயிலில் தங்கமாட்டார்கள். மெய்ப் பொருள் உறையுமிடம் என்ற நம்பிக்கைதான் காரணம்.

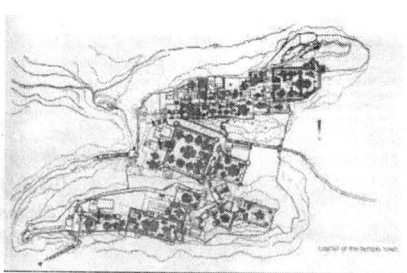

28.36 பாலிட்டானா கோயில் நகரமைப்பு வரைபடம்

இங்கு முதன்முதலாக ஆதிநாதர் ஆலயமொன்று கி.பி.960 ஆம் ஆண்டு கட்டடப்பட்டது. இதே கோயில். திரும்பவும் கி.பி.1530-இல் கட்டப்பட்டது. இருமலை உச்சிகளும், மலைச்சரிவுகளும், இடைப்பட்ட சமவெளிப் பகுதியும் காலங்காலமாகத் தொடர்ந்து பக்தியுணர்வை வெளிச்சம் போட்டுக்காட்டும் புனிதப் பகுதிகளாக மாற்றப்பட்டுள்ளன. இங்கெல்லாம் சிறியதும், பெரியதுமான ஏறத்தாழ 500க்கும் மேற்பட்ட கோயில்களும், 7000க்கும் மேற்பட்ட தெய்வ வடிவங்களும் வழிபாட்டிற்கென அமைந்துள்ளன. உள்ளார்ந்த ஆன்மிக உணர்வினைப் போற்றியுரைக்கும் உலகின் தூய்மையான பக்திப் பிரதேசமாகும் இப்பகுதி. நித்தியப் பிரச்சினைகளையும், பொருள் முதல் ஆசாபாசங்களையும் துறக்கும் முயற்சிப் படிகளாக இக்கோயில்களை ஜைனர்கள் நாடுகின்றார்கள்.

28.37 ஆதிஸ்வரா கோயிலின் இரண்டாம் தளத்தில் சௌமுகக் கடவுள்

இந்தியக் கலை - ஒரு தொடர்கலை

இந்தியக் கலை வரலாறானது மிகத் தொன்மையான கலாசாரத்தை உரைக்கும் கதையாகும். ஆரம்பநிலைக் காலங்களைப் போன்றே ஒவ்வொருவரினுள்ளும் நிலைபெற்றிருக்கும் மெய்ப் பொருளையடையும் நோக்கத்தினையே கொண்டுள்ளது.

28.38 குஜராத் கோயிற் கலை இருப்பிடங்கள்

28.39 ராஜஸ்தான் கோயிற் கலை இருப்பிடங்கள்

28.40 ராஜஸ்தானி பாணி

28.41 குஜராத் பாணி

ஆழப்புதைந்துள்ள, தொடர்ந்த, இம்மாபெரும் நம்பிக்கையானது 3000 ஆண்டுக்கால பாரம்பரியம் உடையது; இன்றும் தொடர்கின்றது. இனிவருங்காலங்களிலும் தொடரும் என்பது நிச்சயம்.

அத்தியாயம் - 29

சிற்றோவியங்கள்

இந்திய ஓவியங்களைப் பொதுவாக சுவரோவியங்கள், சிற்றோவியங்கள் என்ற இரு பெரும் பிரிவினுக்குள் அடக்கலாம். குடைவரை மற்றும் கோயில் சுவர்களிலும் விதானங்களிலும் தீட்டப்பட்டுள்ள ஓவியங்களே சுவரோவியங்கள் ஆகும். அஜந்தா, எல்லோரா போன்ற குடைவரைகளும் தஞ்சை பெரிய கோயில், மதுரை மீனாட்சி அம்மன் கோயில் போன்ற கோயில்களும் புகழ் பெற்ற சுவரோவியங்களைக் கொண்டுள்ள இடங்களில் சிலவாகும். மாறாக பனையோலை, காகிதம், பட்டுத்துணி, கண்ணாடி போன்ற ஊடகங்களில் வரையப்படும் ஓவியங்கள் சுவரோவியங்களுடன் ஒப்பிடப்படும் பொழுது, அளவில் சிறியவைகளே ஆகும், எனவே தான் இவை சிற்றோவியங்கள் என்று பொதுவாக அழைக்கப்படுகின்றன.

ஜைன, புத்த மத சிற்றோவியச் சுவடிகள்

மேற்கோள்கள் என்று கூறிடத்தக்க ஜைன, புத்த மத வாசகங்களுக்குப் பொருத்தமான சித்திரங்கள் கொண்ட படக்கதை நூல்களுக்கு முதன் முதலாகப் பயன்படுத்தப்பட்ட ஊடகம் பனை யோலைகள் தான், எனவே இந்நூல்களின் அகலம் இரண்டு அங்குலத்திற்குள்ளும்; நீளம் 12 அங்குலத்திற்குள்ளும் அடங்கிவிடும்; மெல்லிய மரத்தகடு அட்டைகளுக்குள் பனையோலைச் சுவடிகள், நூல் கொண்டு பிணைக்கப்பட்டிருக்கும். பதினொன்றாம் நூற்றாண்டைச் சேர்ந்த பனையோலைச்

29.1 பனையோலைச் சுவடிகள்

சுவடி நூல்கள்தாம் நாம் காணக் கிடைத்துள்ள பழமையான பனையோலைச் சிற்றோவிய நூல்களாகும். இவை பீகார், வங்காளப் பகுதிகளை ஆண்ட பாலா அரசவம்ச புத்த மதக் கையெழுத்துச் சுவடிகளும், இந்தியாவின் மேற்குப் பகுதியைச் சேர்ந்த ஜைனமத கையேட்டுச் சுவடிகளுமே ஆகும்.

மேற்கோள்களுக்குரிய வாசகங்களைத் தேர்ந்தெடுத்து, அதனை பனையோலையில் அழகுற எழுதுபவர் தான், பனையோலைச் சிற்றோவியச் சுவடி நூல் தயாரிப்பில் தலைமைப் பொறுப்பு வகிக்கும் முக்கியஸ்தராவார். இவர் தனது எழுத்து வேலையை முடித்ததும், இவ் வாசகங்களுக்குப் பொருத்தமான படக் கருப்பொருளும், படம் இடம் பெறும் சுவடிப் பகுதியும் ஓவியரிடம் விளக்கியுரைக்கப்பட்ட பின் தான், இந்த ஓலைச் சுவடி அவரிடம் கொடுக்கப்படுமாம்.

29.2 'பாலா' வம்ச புத்தமத பனையோலைச் சுவடி பதினொன்றாம் நூற்றாண்டு

29.3 பாலா வம்ச பனையோலைச் சுவடிகளின் அட்டைச் சுவடி - 12 ஆம் நூற்றாண்டு

பாலாவம்ச சிற்றோவியக் கையேட்டுச் சுவடி நூல்களில் இடம் பெறும் ஓவியங்களில் கோடுகளும் வண்ணத் தீட்டல்களும் மிகவும் மேம்பட்ட தரமுடையவையாகவுள்ளன; பாலா பாணி சிற்ப உருவ அமைப்பையே சிற்றோவிங்களும் பெற்றுள்ளன. இந்நூல்கள் வரலாற்று இடைக் காலத்தின் இறுதிப் பகுதியைச் சேர்ந்தவையாகும். பன்னிரண்டாம் நூற்றாண்டின் பிற்பகுதிகளில் நடைபெற்ற இஸ்லாமிய படையெடுப்புகளுக்கு முன்பாகவே பாலா பாணி சிற்றோவியங்கள் வரைந்த ஓவியர்கள் மற்றும் புத்த சமூகத்தினர் நேபாளத்திற்கும் திபெத்திற்கும் சிதறியோடிவிட்டனர். இப்பகுதிகளிலுள்ள இமயமலை பௌத்த மடாலயங்களில் பாலா சிற்றோவிய பாணியிலேயே, வளர்ச்சியோ, மாற்றங்களோ ஏதுமில்லாத சிற்றோவியங்கள் சமீப காலம் வரை தீட்டப் பெற்றன.

இந்தியாவின் மேற்குப் பகுதியில் நிலை கொண்ட ஜைன பனையோலைச் சிற்றோவிய நூல்கள் வரலாற்றால் ஆசிர்வதிக்கப்பட்டவைகளாகவே தோன்றுகின்றன. அரசியலில் ஈடுபடாமல், அவ்வப்போதைய அரசுகளுக்கு வளைந்து கொடுத்து வணிகம் ஒன்றிலேயே கவனத்தைச் செலுத்தியவர்கள் ஜைன மத

வியாபாரிகள். குஜராத்தைச் சேர்ந்த இவ்வியாபாரிகள் மற்றும் கப்பல் கட்டுவோரால் ஆதரிக்கப்பட்டமையால், ஜைன பனை யோலைச் சுவடி நூல்கள் நல்லாதரவைப் பெற்றன. இவ்வணிகப் புரவலர்களின் நூலகங்கள் இப்பாணி சிற்றோவியச் சுவடி நூல்களால் நிரப்பப்பட்டன.

29.4 பட விளக்கச் சுவடிகள் - மேவார்பகுதி - 13 ஆம் நூற்றாண்டு - பெண் கடவுளர்க்கும், ஒரு சீடனுக்கும் பார்சுவநாதர் போதித்தல்

29.5 அரசனுக்கு போதிக்கும் ஜைனத்துறவி - 1500 - 25 AD

29.6 படவிளக்க காகிதம் - 15 ஆம் நூற்றாண்டின் தொடக்கம்

29.7 கி.பி. 12 ஆம் நூற்றாண்டு 'பாலா' மன்னர்கள் கால அஸ்ட சகஸ்ரிகா பிரஜாபராமிதா - புத்தரின் மகாபரி நிர்வாணம்

இவ்வோவியங்களின் பாணி வரையறுக்கப்பட்ட எல்லைக் கோடுகளுக்குள்ளேயே அடங்கி ஒடுங்கி விடுகின்றன. அழகு வேலைப்பாடுகளுக்கே, அப்பாணியில் முக்கியத்துவம் அளிக்கப்பட்டது. ஆரம்ப காலங்களில் சிவப்பு, மஞ்சள், நீலம், தங்க வண்ணம், கருப்பு மற்றும் வெள்ளை வண்ணங்களாலேயே சிற்றோவியங்கள் தீட்டப்பட்டன. இச்சிற்றோவியங்களின் குறிப்பிடத்தக்க குணாதிசயம் இரு கண்களுமே காட்டப்பட்டுள்ள மனித உருவங்கள் தாம். மனித உருவங்களை

மேம்படுத்திக் காட்டுவதற்காக, பிதுங்கி விழுந்து விடுவது போன்ற தோற்றம் தரும் கண்ணாடிக் கண்கள் கூடுதலாகச் சேர்க்கப்பட்டதாய் மௌண்ட் அபு போன்ற கோயில் சிற்பங்கள் படைக்கப்பட்டன. இச்சிற்பங்களைச் சிற்றோவியக் கலைஞர்கள் முன் மாதிரிகளாய்ப் பயன்படுத்தியிருந்திருக்கலாம். புத்தரின் மஹாபரி நிர்வாணம் (வங்காளம், பாலாவம்சம், கி.பி.1000) அஷ்டசகஸ்ரிகா ப்ரஜ்னபரமிதா (1350 நேபாளம்) மண்டூ கல்பசூத்ரம் (1439, மத்திய இந்தியா) ஆகியன சிறப்பான பக்க வடிவமைப்பு உடைய ஆரம்ப காலச் சுவடி நூல்களாகும். பனையோலைச் சுவடி நூல்கள் பல ஒரிஸ்ஸா, புவனேஸ்வர மாநில அருங்காட்சியகத்தில் காட்சிக்கு வைக்கப்பட்டுள்ளன.

காகிதமானது பாரசீகம் வழியாக இந்தியாவிற்கு 1300 ஆம் ஆண்டின் பிற்பகுதிகளில் அறிமுகப்படுத்தப் பட்டிருக்கலாம். எனவே இந்தியாவின் மேற்குப் பகுதிகளில், பதினைந்தாம் நூற்றாண்டின் தொடக்கத்திலேயே பனையோலையின் இடத்தைக் காகிதம் பிடித்துக் கொண்டது. பனையோலை களில், கோடுகளோ அல்லது எழுத்துக்களோ திடீர் திருப்பங்கள் இல்லாத குணாதிசயத்தைப் பெற்றிருக்க வேண்டும்; அப்பொழுது தான் பனையோலைகளில் கிழிந்து விடாமல் வரைதலோ, எழுதுதலோ சாத்தியம். ஒரிய மொழியில் எழுத்து வடிவங்களில் பெரும்பான்மையானவை வட்ட வடிவ தோற்றத்தைப் பெற்றிருப்பதற்குக் காரணம் பனையோலைகளில் எழுதுவதற்கு ஏதுவான அமைப்பிற்கேயாகும். காகிதத்தில் இம்மாதிரி வசதிக் குறைவுகள் ஏதும் கிடையாது. தூரிகை வேலைப்பாடுகளில் அதிகப்படியாய்க் கோணங்களையும், திருப்பங்களையும், விவரணங்களையும் நுணுக்கங்களையும் அளித்தல் சாத்தியமே; மேலும் பனையோலையின் குறுகிய (2 அங்குல) உயர வசதிக் குறைவும் காகிதத்தில் இல்லை; சிற்றோவிய வடிவங்களை தேவைப்படுமளவிற்கு உயர வாக்கில் அமைக்கப் போதுமான அளவு உயரமுள்ள காகித ஊடகம் பெற இயலும். இதனால் பாரசீக பாணியின் நுணுக்கங்களையும் பயன்படுத்திக் கொள்ளுதல் கைகூடலாயிற்று

29.8 கி.பி. 13 ஆம் நூற்றாண்டில் மேவாரில் பார்சுவநாதர் தன் சீடர்களுக்கும் சரஸ்வதி மற்றும் அம்பிகைக்கும் போதித்தல்

காகிதத்தை அறிமுகப்படுத்திய ஜைன வணிகக் கப்பல்கள் தாம் நீல வண்ண சாயப் பொருளையும் அறிமுகப்படுத்தியிருக்க வேண்டும். இதனால் விளக்கப்பட சிற்றோவியங்களுக்குப் பின்புலமாக பயன்படுத்தப்பட்டு வந்த அடர் சிவப்பு நிறத்தை, நீல வண்ணம் பிடித்துக் கொண்டது. இதன் காரணமாகவே சிற்றோவியங்களின் காலத்தை நிர்ணயிக்கும் காரணிகளில் வண்ணப் பின்னணியும் ஒன்றாகும். பின்னாட்களில் பச்சை வண்ணமும், நீல வண்ணமும் பளிச்சென்ற வண்ணத் தோற்றத்திற்காகச் சேர்த்துக் கொள்ளப்பட்டன.

ஆரம்பநிலை ஜைனச் சிற்றோவியங்களில் ஜைன தீர்த்தங்கரர்கள், புரவலர்கள் தான் அதிக அளவில் இடம் பெற்றிருந்தனர்; பின்னாளைய ஜைனச் சிற்றோவியங்களில் அதிகப்படியாய்க் கதை கூறும் பாணி பின்பற்றப்பட்டது. இதற்கு வனாந்திரக் காட்சிகளையும்; விலங்குகளையும், பறவைகளையும், விரிவான கட்டடப் பின்புலங் களையும் பயன்படுத்தும் முறை நடைமுறைக்கு வந்தது. இந்தியாவின் மேற்குப் பகுதி ஜைன சிற்றோவிய பாணியிலிருந்து உருவெடுத்ததே ராஜபுதன சிற்றோவியங்களாகும். இன்றைக்கும் பிரசித்தமான காதல் காவியம் லார் சந்தா ஆகும். இதன் சிற்றோவிய விளக்க நூலானது உத்தர பிரதேசப் பகுதியில் (Laur Chanda) பதினைந்தாம் நூற்றாண்டின் பிற்பகுதியில் தீட்டப்பட்டதாக நம்பப்படுகின்றது. இந்நூல் இந்தியாவின் மேற்குப் பகுதி ஜைன பாணி மற்றும் பாரசீகப் பாணியின் கலப்பு என்கின்றனர்; உடற்கூறு கோடுகளின் வளைவுகளும், இரண்டு கண்களுமே தீட்டப் பெற்ற முக அமைப்பும் இந்தியாவின் மேற்குப் பகுதி ஜைன பாணியிலமைந்துள்ளது; உயர வாக்கில் கூடிய ஓவிய அமைப்பு பாரசீக பாணியிலமைந்துள்ளது என்பது வாதமாக வைக்கப்படுகின்றது.

முகலாயச் சிற்றோவியங்கள்

முகலாய சாம்ராஜ்யத்தை இந்தியாவில் நிலை நிறுத்தியவர் பாபர் ஆவார். இவரது மகனும் முகலாயச் சக்கரவர்த்தியுமான ஹுமாயூன் 1540-இல் ஷெர்ஷா சூரி என்ற ஆப்கானிய தளபதியிடம் தோல்வியுற்று பாரசீகத்தில் 15 ஆண்டுக் காலம் தஞ்சமடைய வேண்டியதாயிற்று. இங்கு அறிமுகமான பாரசீகச் சிற்றோவியக் கலை, ஹுமாயூனை மிகவும் கவர்ந்தது. 1555 இல் டெல்லியை திரும்பவும் கைப்பற்றியபோது மறக்காமல், மீர் சையது அலி, அப்துல் சமத் என்ற இரு பாரசீக சிற்றோவியக் கலை வல்லுநர்களையும் ஹுமாயூன் தன்னுடன் அழைத்து வந்திருந்தார். முகலாய சிற்றோவிய பாணியானது, இவ்விருவரின் திறமையை மையமாக வைத்தே வளர்ச்சியுற்றது.

ஹுமாயூன் பேரரசைத் திரும்பவும் கைப்பற்ற முனையும் கால கட்டத்தில் ஆப்கானிஸ்தான் தலைநகர் காபூலில் சில காலம் தங்கியிருந்தார். இச் சமயம் சிறு பையனாயிருந்த ஹுமாயூன் மகன்,

29.9 கி.பி. 16 ஆம் நூற்றாண்டின் முகலாயர் சிற்றோவியம் - ஹம்ச நாமா

பின்னாளில் வரலாற்றில் மிகவும் போற்றப்பட்ட, அக்பர், ஓவியப் பாடங்களைக் கற்றார், ஓவியக் கலை மேல் காதல் வசப்படலானார்; பேரரசரானதும், அரசு ஓவியப் பணிமனை (State atelier) யொன்றையும் நிறுவினார். பாரசீகக் கலைஞர்கள் பீர் சையது அலி, அப்துல் சமத் தலைமையில் ஏறத்தாழ 100 ஓவியக் கலைஞர்கள் - பெரும்பாலோர் இந்துக்கள் - இப் பணி மனையில் சிற்றோவியப் பணிகளை மேற் கொண்டனர். 1605இல் அக்பர் இறந்தபொழுது, அவரது நூலகத்தில் 24,000 படங்களுடன் கூடிய சுவடிப் புத்தகங்கள் இருந்தன.

முகலாய பணிமனையின் முதல் படைப்பு ஹம்ச நாமா ஆகும். இப்பணி ஹுமாயூன் காலத்தில் ஆரம்பித்து அக்பர் காலத்தில் முடிவடைந்தது. துணி ஊடகத்தில் 1400 ஓவியங்கள் தீட்டப்பட்ட தைக்கப்படாத 12 சிறு புத்தகங்களின் தொகுப்பாகும். இப் படைப்பு வழக்கத்திற்கு மாறாக பெரிய அளவில் தீட்டப்பட்டவைகளாகும். இந்த ஓவியங்கள் ஏறத்தாழ இரண்டடி உயரமுள்ளவை; முன்புறமுள்ள

ஓவியத்திற்கு மூலாதாரமான வாசகங்கள் பின்புறத்தில் எழுதப்பட்டிருக்கும் அரசவைப் பார்வையாளர்களுக்குப் புலனாகும்படி ஓவியங்களைக் கையிலேந்திப் பிடிப்பவர் பின்புறமுள்ள வாசகங்களை உரக்கப் படிப்பார்.

அக்பரின் சிற்றோவிய பாணியானது, இந்தியக் கருத்துக்களும் காட்சிகளும் பாரசீகக்கலைப் பாணியில் சொல்லுவதாகும். பாரசீக சிற்றோவியங் களில் அலங்காரக் கருத்துக்களே மிகுந்திருக்கும். மாறாக, அக்பர் பாணியிலோ மயிர்க்கூச்செரியும் சாகஸக் காட்சிகளுக்குத் தான் முக்கியத்துவம் கொடுக்கப்பட்டிருக்கும்; இட நெருக்கடியால் அவதியுறுவது போல் ஓவிய கதா பாத்திரங்கள் படைக்கப் பட்டிராது; அத்தகு குணாதிசயங்கள் முகலாய சிற்றோவிய பாணியில் தொடர்ந்த தோடல்லாமல் ராஜபுதன பாணிகளிலும் இரண்டறக் கலந்துவிட்டன. ஐரோப்பிய தத்ரூபக் கோட்பாடும் (European realism) அக்பர் காலத்திலேயே முகலாய சிற்றோவிய பாணியில் செல்வாக்கு பெற்றிருந்தன. இதற்குக் காரணமாக, விளக்கப்படங்களுடன் கூடிய கிறித்துவ மத நூல்கள் கூறப்படுகின்றன; இந்நூல்கள் கிறித்துவ மத பாதிரிகளால் பேரரசர் அக்பருக்கு அன்பளிப்பாகக் கொடுக்கப்பட்டன; இப்பாதிரிகள் கோவாவில் குடியேற்றப் பகுதிகளை ஏற்படுத்தியிருந்த போர்த்துகீசியரின் தூதுக் குழுவில் இடம் பெற்று அக்பரின் அரசவைக்கு வந்தவர்களாவர்.

29.10 லாகூரில் அமீர் குஸ்குவால் தீட்டப்பட்ட அலெக்ஸாண்டர் பிளாட்டோவை சந்திக்கும் புனையப்பட்ட ஓவியம்

இத்தகு கலப்பின பாணி சிற்றோவியங்களின் பிரதிநிதியாக மஹா அலெக்ஸாண்டர் கடலுக்குள் இறக்கப்படுதல் என்ற சிற்றோவியத்தை ரசிப்போம். மஹா அலெக்ஸாண்டரின் வாழ்வோடு புனையப்பட்ட கட்டுக் கதைக் காட்சியே தீட்டப்பட்டுள்ளது. அமிர்குஸ்ரூவால் இயற்றப்பட்ட கம்ஸா என்ற படவிளக்க சுவடியமைப்பு நூலின் ஒரு பக்கமாகும் இச்சிற்றோவியம்; 1595 இல் காகித ஊடகத்தில் தீட்டப்பட்டுள்ளது; கண்ணாடியிலான கலத்தில் அலெக்ஸாண்டரை அடைத்துக் கலத்தைக் கடலுக்குள் இறக்கப்படுவது போல் படைக்கப்பட்டுள்ளது ஓவியம்; அலெக்ஸாண்டரின் காலத்தைப்

பிரதிபலிக்காமல் அக்பரின் அல்லது ஓவியரின் காலத்தை பிரதிபலிக்கின்றது.

இதனை, ஓவியத்தில் இடம் பெறும் மனிதர்களின் உடற் கூறமைப்பு, உடையமைப்பு, தலைப்பாகையமைப்பு போன்றவற்றை உற்று நோக்கினால் புலப்படும்; அக்பர் காலத்திய இஸ்லாமிய மற்றும் இந்து மத ஆடவர்களுடன், சில ஐரோப்பியர்களும் இடம் பெற்றுள்ளது தெளிவாகத் தெரிகின்றது; இவ் வோவியத்தில் மிகவும் குறிப்பிடத்தக்க அம்சங்கள் நேர்த்தியான வண்ணத் தீட்டலும் பின்புலத்திலுள்ள நிலம் மற்றும் வான்வெளி இயற்கைக் காட்சியமைப்புமாகும்; பதினாறாம் நூற்றாண்டைச் சேர்ந்த பெல்ஜியம் போன்ற ஐரோப்பிய நாட்டின் பின்புல நில அமைப்பு இந்த சிற்றோவியத்தில் இடம் பெற்றிருப்பது கண் கூடாகத் தெரிகின்றது.

அக்பர் பாணி சிற்றோவியங்களின் பிற்காலப் படைப்புகளில் இந்த தத்ரூப கோட்பாடு மென்மேலும் வலுப்பெற்றது. அக்பர் நாமா என்பது அக்பரின் வரலாற்றை விவரிக்கும் நூலாகும். இந்நூலுக்காக தயாரிக்கப்பட்ட விளக்கப்பட நூலில் இடம் பெறும் ஒரு சிற்றோவியத்திலிருந்தே தத்ரூப கோட்பாடு வலுப்பெற்று வருவதை உணர்ந்துகொள்ளலாம். யமுனை ஆற்றின் குறுக்கே ஒன்றிணைக்கப்பட்ட பல படகுகளின் மேல் பலகையடித்து ஒரு தற்காலிகப் பாலம் உருவாக்கப்பட்டது; ஒரு யானை மேல் அமர்ந்து மற்றொரு யானையை விரட்டியபடி அக்பர் இத் தற்காலிகப் பாலத்தின் மேல் பயணிக்கின்றார்; மயிர்க்கூச்செறியும் இச்சாகஸக் காட்சியின் போது படகுப் பாலம் சரிந்து யமுனையாற்றில் விழுகின்றது.

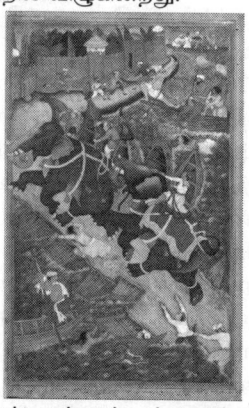

29.11 இந்திரன் அனுப்பிய பேய்மழையிலிருந்து கிருஷ்ணர் மக்களைக் காத்தல் - முகலாயர் காலத்தது

29.12 அக்பர் பாலத்தைக் கடக்கையில் பாலம் உடைந்துவிழுவது போன்ற காட்சி அபுல் பாசலின் அக்பர் நாமாவில் இடம் பெறுகிறது

முகலாய ஓவியர்கள் ஓவியம் வரைந்த முறையை, முற்றுப் பெறாத ஓவியங்களை ஆய்வு செய்வதன் மூலம் ஊகிக்க முடிகின்றது. ‘கவனமாக பளபளப்பேற்றப்பட்ட காகிதத்தில் சிவப்பு மசி கொண்டு தொடக்க நிலை ஓவியம் வரையப்படுகின்றது. தேவையான அனைத்து திருத்தங்களும் செயல்படுத்தப்படுகின்றன. பின்திரும்பவும் இந்த ஓவியம் கருப்பு மசி கொண்டு மேலே வரையப்படுகின்றது. பின் ஓவியம் இடம் பெறும் தாளின் மேல் புறமெங்கும் வெள்ளை வண்ணப் பொருள் தூவி நிரப்பப்படுகின்றது. அத்தகு மேற் பரப்பில் முகத்தில் அடித்தாற் போல் அடர்த்தியான வண்ணங்கள்கொண்டு சிற்றோவியமானது தீட்டி முடிக்கப்படுகின்றது. இறுதியாக, தேவைப்படும் இடங்களில் தங்கத்தூள் கொண்டு நிரப்பப்படுகின்றது. முற்றுப் பெற்ற இச் சிற்றோவியமானது திரும்பவும் பளபளப்பேற்றப்படுகின்றது‘ என்று குணல் (Kuhnel) விவரிக்கின்றார்.

1605 முதல் 1627 வரை முகலாயப் பேரரசர் ஆக ஆட்சி புரிந்த ஜஹாங்கீர் கலைத் திறமையுடையவர்களைக் கண்டறிவதில் மிகவும் கெட்டிக்காரர்; அவரது அரசவைக் கலை பணிமனைகளில் பணி புரிந்த ஓவியர்களில் சிலர் ஏதாவது சில குறிப்பிட்ட அம்சங்களில் விற்பன்னர் களாயிருந்தனர்; ‘முகம் வரைவதில் அணிகலன்கள் வரைவதில், இயற்கைக் காட்சியமைப்பு வரைவதில்’ என்பன போன்றவையே அச்சிறப்பம்சங்கள்; எனவே பலரது கை வண்ணத்தில் தீட்டப்பட்ட ஒரே சிற்றோவியத்தில் கூட அவரவர் தனித் திறமைகள் காட்டப் பட்டிருந்தது; எனவே ஜஹாங்கீர் பாணி சிற்றோவியங்கள் உயர் தரப் படைப்புகளாகப் போற்றப்படுவதில் வியப்பொன்றுமில்லை. விலங்குகள், பறவைகள், மலர்கள் என ஜஹாங்கீருக்கு இயற்கைப் படைப்புகள் மீதான காதல் மிக அதிகம்;அவரது பேரரசின் மூலை முடுக்குகளில் கூடக் காணப்படும் பல வகைப்பட்ட விலங்குகள், பறவைகள், மலர்கள், மரஞ்செடிகொடிகள் ஆகியவற்றைச் சிற்றோவியங்களாகப் பதிவு செய்யக் கலைஞர்களைப் பணித்தார். காஷ்மீரில் அதிகமாகக் காணப்படும் செனார் (Chenar) மரமானது ஜஹாங்கீர் காலச் சிற்றோவியப் படைப்புகளில் திரும்பத் திரும்ப இடம் பெற்றிருக்கும். அத்தகைய ஓர் சிற்றோவியத்தை

29.13 முகலாயப் பேரரசர் ஜஹாங்கீர் அரியணையில் அமர்ந்திருப்பது போன்ற ஓவியம்

ரசிப்போமா. செனார் மரத்தின் ஒளிரும் வண்ணங்களும் மற்றும் கிளைகளின் வடிவமைப்பும் பொதுவாகவே கண்ணைக் கவரும்; இங்கும் அத்தகையதொரு செனார் மரம் தாள் இடம் பெற்றுள்ளது. வேட்டை தேடி இச் செனார் மரத்தின் மேலேற ஒருவர் முற்படுகின்றார்; இவரைக் கண்டவுடன் அச்சம் கலந்த ஒலியெழுப்பிக் கொண்டே பல்வேறு மரக் கிளைகளுக்கும் சிதறியோட முனைகின்றன மரத்திலுள்ள அணில்கள்; அச்ச உணர்வால் பல்வேறு ஓட்ட நிலையில் உள்ள அணில்களின் வடிவமைப்பு செனார் மரத்திற்கு அழகொளி ஊட்டுகின்றதா அல்லது செனார் மரத்தின் ஒளிரும் வண்ணங்களும் கிளைகளின் வடிவமைப்பும் அணில்களின் அல்லோகல்லோல நிலையை மேம்படுத்திக் காட்டுகின்றதா? கேள்விகளே ஒன்றுக்கொன்று பதிலாகின்றன என்று தான் கூற வேண்டும்.

29.14 செனார் மரத்தின்மீது அணில்கள் விளையாடும் காட்சி - ஜஹாங்கீர் கால ஓவியம்

29.15 ஜஹாங்கீர் காலப் பறவைகள் ஓவியம்

வாசகங்களும், அவற்றுக்கான விளக்கப் படங்களும் கொண்ட படப் புத்தகங்கள் படைப்பதில் ஜஹாங்கீருக்கு அதிக விருப்பமில்லை. மாறாக புகழ்பெற்ற தனி நபர் உருவப்பட சிற்றோவியங்களிலும், அவரது ஆட்சிக் காலத்து நிகழ்ச்சிகளைப் பதிவு செய்யும் சிற்றோவியங்களிலும் தான் ஜஹாங்கீருக்கு நாட்டம் இருந்தது. அரசுப் பணிமனை ஓவியர்கள் இவரது விருப்பங்களை நிறைவு செய்யத் தலைப்பட்டனர். இதற்காகவே இவ்வோவியர்கள் அரசவை நிகழ்ச்சிகளை அருகிலிருந்து கவனித்துள்ளனர். அரசவைப் படாடோபங்களை தத்ரூபமாக சிற்றோவியங்களில் பதிவு செய்திருக்கின்றனர். மேலும் இச் சிற்றோவியர்கள் அரசருடன் வேட்டைக்கும் உடன் சென்றிருக்கின்றனர்; போர்க்களத்திற்கும் உடன் சென்றிருக்கின்றனர்; எனவே தான் யானைகளும், பெண்களும், தளபதிகளும், அடிமைகளும்

என அனைத்துத் தரத்தினரும், பல அரசு நிகழ்ச்சிகளும் சிற்றோவியங்களுக்குரிய வரை கருப்பொருட்களாயின. எனவே இச் சிற்றோவியங்கள் வரலாற்று நிகழ்ச்சிகளை மிகச் சரியாகப் பதிவு செய்யும் பணியைத் திறம்பட நிறைவேறியுள்ளன. இதற்குக் காரணமான சிற்றோவியங்கள் வரலாற்றாசிரியர்களைக் காட்டிலும் வரலாற்றுக்கு அரும் பணியாற்றியுள்ளன. ஏனெனில் வரலாற்றாசிரியர்களெனில் மிகையாய் புகழ்ந்துரைத்திருப்பார்கள் (பேரரசனின் சமகாலத்தவராய் இருந்தால்); அல்லது பல்வேறு சொந்தக் கோட்பாடுகளின் காரணமாய், உண்மையைக் கூறாமல் மறைத்தோ அல்லது மிகைப்படுத்திக் கூறியோ அல்லது பாதி உண்மையை உரைத்தோ எழுதுவர் (ஒரு கால கட்டத்தைப் பற்றி பிந்தைய காலகட்ட வரலாற்றாசிரியர் எழுதுவது எனில்). வாழ்நாளின் கடைசி கட்டத்தில் அபின் கலந்து மது வருந்தும் பழக்கத்திற்கு அடிமையானார் ஜஹாங்கீர். மிகவும் பரிதாபகரமான உடல் நிலையுள்ள ஜஹாங்கீரை படம் பிடிக்கும் மிகச் சிறப்பான சிற்றோவியங்களும் தீட்டப்பெற்றன.

அதீதப் பொருத்தமாய் மிளிரும் தாஜ்மஹால் புகழ் பேரரசர் ஷாஜஹான் காலச் சிற்றோவியங்கள் உயிரற்றவைகளாகவும் உணர்வற்றவைகளாகவும் விளங்குகின்றன. எனவே இவை முகலாய சிற்றோவியச் சரிமானத்தின் தொடக்கத்தினை எடுத்துரைப் பவைகளாய் உள்ளன. ஔரங்கசீப் காலத்தில் பேரரசின் ஆதரவை அரசு கலைப் பணிமனை இழந்தது. மேலும் தீவிர இஸ்லாமிய சட்டங்கள் இந்துக் கலைஞர்களையும் துயரத்திற் குள்ளாகியது. எனவே இக் கலைஞர்கள் புகலிடம் தேடி ராஜபுதனத்தில் ஏதாவதொரு அரசவைக்கோ அல்லது அந்தஸ்தில் குறைந்த பிரபுக்களுக்குச் சேவை செய்யவோ இடம் பெயரலாயினர்.

29.16 ஷாஜகான் தன்எடைக்கு இருமடங்கு தங்கம் வெள்ளியை ஏழைகளுக்குத் தானம் வழங்கும் ஓவியம்

தக்காண சுல்தான்களின் சிற்றோவியங்கள்

முகலாய சிற்றோவிய பாணியுடன் எவ்விதத்திலும் தொடர்பில்லாமல் தனித்தே வளர்ச்சியடைந்ததுதான் தக்காண சுல்தான்களின் சிற்றோவியங்களாகும். இச் சிற்றோவியங்கள் 1550 களில் அகமது நகர்,

பீஜப்பூர், கோல் கொண்டா சுல்தான்களின் ஆதரவில் வளர்ச்சி பெறத் தொடங்கின.

அகமது நகர் சுல்தானான ஹூசைன் நிஜாம்ஷா I (1553- 65) என்பவரால் கவிதை வடிவில் டாரிஃப்-இ-ஹூசைன் சாஹி (Tarif-i-Husayn Shahi) என்ற காவியம் இயற்றப்பட்டது. இக் காவியத்தை விளக்கியுரைக்கும் சிற்றோவியங்களே தக்காணத்தின் முதல் சிற்றோவியப் படைப்புகளாகும். இச் சிற்றோவியங்களில் ஒன்று தான் 'அழகிய பெண்ணின் கரம் பட்டதால் பூத்துக் குலுங்கும் மரம்' என்ற சிற்றோவியம் ஆகும்; காகித ஊடகத்தில் வர்ணமும், தங்கத் துகள்களும் பூசி தீட்டப்பட்டதாகும்; வாசகங்களின் முழுமையுணர்வுக் குறைவை இட்டு நிரப்புபவைகளாகவும், பெண்மை ஆதரவாளர்களை உயர்த்திக் காட்டுவதாகவும் இச்சிற்றோவியம் விளங்குகின்றது; இது தீட்டப்பட்ட காலத்திற்கு முற்பட்ட சிற்றோவியப் படைப்புகள் அனைத்தையும் பின்னுக்குத் தள்ளுகின்ற அளவு உயர் படைப்பாகும்; சற்றே நீண்ட முகங்கள், பெரிய அளவு ஆபரணங்கள், உயரமான, மெலிந்த தேகமுடைய பெண்கள், தெற்கத்திய பாணியில் மார்பை மறைக்குமாறு சேலை அணியும் முறை ஆகிய அனைத்துமே தக்காண சிற்றோவிய பாணிக்கேயுரிய புதினங்களாகும்; லெபாக்ஸி வைதீகக் கோயிலின் சுவரோவியங்களில் காணப்படும் பெண் உடற்கூறையும், நடையுடை பாவனைகளையும் பின்பற்றியிருக்கக் கூடும்; ஏனெனில் லெபாக்ஸி, அகமது நகருக்குத் தெற்கேயுள்ள நகராகும். இங்கு 1540-இல்தான் விஜயநகர பாணியில் இவ் வைதீகக் கோயில் கட்டப்பட்டது. எனவே கால தூர வர்த்தமானங்களில் அகமது நகருக்கும், லெபாக்ஸிக்கும் தொடர்பிருக்க வாய்ப்பு அதிகமுண்டு.

மேம்பட்ட நளினம், வண்ணம் தீட்டுதல், காட்டப்படும் அக்கறை, நுணுக்கமாக அதே சமயம் விலாவாரியாக அழகுபடுத்தலில் காட்டப்படும் ஆர்வம் ஆகிய சிறப்பம்சங்களை தக்காண சுல்த்தான்களின் சிற்றோவியங்கள் கொண்டுள்ளன. வைதீக மத வேலைப்பாடுகளுக்குரிய கூறுகளை இச்சிற்றோவியங்கள் கொண்டுள்ளது நாம் அறிந்ததேயாகும். தக்காணத்துடன் சிறப்பான கடல்வழித் தொடர்பு மேற்கத்திய நாடுகளுக்கு இருந்தது. எனவே பாரசீகம், துருக்கி, ஐரோப்பிய நாடுகள் ஆகியவற்றின் சிற்றோவியக் கூறுகளும் நேரடியாகவே தக்காணச் சிற்றோவியங்களில் இடம் பெறலாயின. முகலாய பாணி சிற்றோவியங்கள் போல் தத்ரூபக் கோட்பாடுகளைக் கொண்டவை களல்ல தக்காணச் சிற்றோவியங்கள்; மாறாக மனதிற்குகந்த கற்பனை வடிவங்களைக் கொண்டவைகளாகும். இதற்குக் காரணம் சுல்த்தானியப்

பணிமனைகளில் விஜயநகர இந்துக் கலைஞர்கள் செல்வாக்குப் பெற்றிருந்ததாயிருக்கலாம்; இவர்கள், விஜயநகர சாம்ராஜ்ய அழிவிற்குப் பின் சுல்த்தானியப் பணிமனைகளுக்கு இடம் பெயர்ந்திருக்கலாம்.

பீஜப்பூர் சுல்த்தானான இப்ராஹீம் அடில்ஷா (1580-1626), தலைசிறந்த கலைப்புரவலர்களில் ஒருவராவார்; இவர், இவரது கலைப் பணிமனையிலிருந்த தலைசிறந்த இசை வல்லுநர்களுக்கும், ஓவியர்களுக்கும் சமமான திறனுடையவர். இவரது ஆட்சிக் காலத்தின்போது புகழ் பெற்ற 'ராகமாலிகை' வகைச் சிற்றோவியங்கள் தீட்டப் பெற்றன. இச்சிற்றோவியங்களில் ஒன்றானது இசை வாணர்கள் பயன்படுத்தும் மரத்தாலான இசைக் கருவியொன்றை (Wooden rhythm clappers) சுல்த்தான் கையில் வைத்திருப்பது போன்று வரையப்பட்டுள்ளது.

29.17 அடில் ஷா தம்பூரா வாசிக்கும் ஓவியம்

தக்காண பாணி சிற்றோவியங்களின் சிறந்த தொகுப்பு, ஹைதராபாத் நகரிலுள்ள சாலார் ஜங் அருங்காட்சியத்தில் காட்சிக்கு வைக்கப்பட்டுள்ளது. இங்குள்ள சில சிற்றோவியங்கள் சிறப்பான வண்ண வடிவமைப்பு பதிக்கும் முறையில் (special marbling technique)

29.18 பீஜப்பூர் ராகினி பதான்சிகா ஓவியம்

29.19 சாந்த்பீபி போலோ விளையாடும் காட்சி

தீட்டப்பட்டுள்ளன. இம்முறையில் வண்ணச் சாயமானது சிறப்பு திரவமொன்றின் மீது மிதக்குமாறு கொட்டப்படுகின்றது; இத்திரவத்தின் சிறப்பம்சம் என்னவெனில், இத்திரவத்துடன் வண்ணச் சாயம் கலக்கவும் செய்யாது; முற்றிலும் கரைந்தும் போகாது; எனவே மிதக்கும் வண்ணச்சாயம் கொண்டு, குறுக்கும், நெடுக்குமாக அமைந்த பொருத்தமான சிறுசிறு வண்ண வடிவமைப்புகள் உருவாக்கப்படுகின்றன. வடிவமைப்பு வேலைகள் அனைத்தும் முடிந்தவுடன், மிதக்கும் இவற்றின் கீழ் ஓவியம் தீட்டப் பெற்ற காகிதம் மிகக் கவனமாகச் செலுத்தப்படுகின்றது. வண்ண வடிவமைப்புகள் அனைத்தும் பொருத்தமாய் ஓவியத்தில் ஒட்டிக் கொண்டபின் திரவத்திலிருந்து காகிதம் தூக்கப்பட்டு விடுகின்றது.

29.20 ஹைதராபாத் ராகா விபாஷா ஓவியம்

ஜஹாங்கீரைப் போன்றே அடில்ஷாவும் 1627-இல் மறைந்தார். எனவே முகலாய சிற்றோவிய பாணியும், தக்காண சிற்றோவிய பாணியும் ஒன்று போன்றே தேய்பிறையைக் காணத் தொடங்கலாயிற்று.

வைதீகச் சிற்றோவியங்கள்

பதினான்காம் நூற்றாண்டிலெல்லாம் வைதீக மதம் மறுமலர்ச்சி கண்டது; இதற்கு முந்தைய காலகட்டங்களில் வைதீக நூல்களெல்லாம் பிரபுக்களும், புரோகிதர்களும் அடங்கிய மேட்டுக்குடி மக்களுக்கேயுரியவைகளாயிருந்தன. மாறாக, மேய்ச்சல் நிலங்களையும், கால்நடை வளர்ப்பையும், கோபிகைகள் கண்ணன் மேல் கொண்ட காதலையும், ராதா-கிருஷ்ணன் காதலையும் போற்றிய பக்தி இயக்கமானது மிக எளிதாகப் பாமர மக்களையும் வசீகரித்தது; ஏனெனில் அவர்களால், தங்கள் அன்றாட வாழ்க்கையைப் பின்புலமாகக் கொண்ட பக்தி இயக்க வைதீக மதத்துடன் எளிதில் இணங்கித் தொடர்புபடுத்திக் கொள்ள முடிந்தது. இவ்வாறு புத்துயிர் பெற்ற வெகுஜன வைதீக மதம், கலைகளின் அனைத்துப்பிரிவு வளர்ச்சிக்கும் அடிகோலிற்று.

பாகவத புராணம், கீதகோவிந்தம், சௌரபாஞ்சசிகம் (Chaura Panchasikam), ரசிகப்பிரியா, பாராமாஸ் (Baramas) ஆகியவை பிரசித்தி

29.21 கீதகோவிந்தத்தில் ராதா - கிருஷ்ணன் காதல் காட்சி

பெற்ற பக்தி இயக்க இலக்கியங்களாகும். பாகவத புராணம் என்பது கிருஷ்ணனின் வாழ்க்கை வரலாற்றை விவரிப்பதாகும். வங்காள அரசவைக் கவிஞரான ஜெயதேவர் இயற்றிய கீதகோவிந்தம் ராதா-கிருஷ்ணன் காதலை வர்ணிப்பதாகும். காஷ்மீரி அரசவைக் கவிஞரான பில்ஹானா-வினால் இயற்றப் பெற்ற சௌரபாஞ்சசிகம் 50 காதல் கவிதைகளைக் கொண்டதாகும். ஓர்ச்சா (Orcha)வின் அரசவைக் கவிஞரான கேசவதாசரால் இயற்றப் பெற்றது ரஸிகப் பிரியாவாகும். இந்நூலானது நாயகன், நாயகிகளின் பல்வேறு உணர்ச்சிக் குணாதிசயங்களையும், அதற்குக் காரணமான வாழ்க்கைச் சூழல்களையும் விவரிக்கின்றது. பாராமாஸ் என்பது வெவ்வேறு பருவகால வர்ணனைகளைக் கொண்ட நூலாகும். இந்த பக்தி இயக்க இலக்கியங்களுக்குப் படக்காட்சிகளாக வைதீகச் சிற்றோவியங்கள் திகழ்கின்றன.

29.22 ராதை - கிருஷ்ணன் ரஸிகப் பிரியா ஓவியம்

வைதீக மத பாணி சிற்றோவியங்கள், அவை வளர்ச்சியடைந்த பகுதிகளைக் கொண்டே பெயரிடப்படுகின்றன. இந்தியாவின் மத்திய சமநிலப் பகுதிகளில் தீட்டப்பட்ட சிற்றோவியங்களை ராஜஸ்தானி என்றும், இமயமலையின் அடிவாரப் பகுதிகளில் வளர்ச்சியடைந்த சிற்றோவிய பாணியை பஹாரி (Pahari) என்றும் அழைப்பது வழக்கம்.

ராஜஸ்தானி சிற்றோவியங்கள்

தத்ரூபக் கோட்பாட்டை அடிப்படையாகக் கொண்டது முகலாய சிற்றோவிய பாணி. மாறாக, ராஜஸ்தானி சிற்றோவியங்கள் உணர்த்தும் உள்ளார்ந்த பொருள் வேறொன்றாயிருக்கும்; எனவே கவிதைகளில் பயன்படுத்தப்படும் உருவகங்கள் போன்றது சிற்றோவியங்களின் குறியீடுகள். ராஜஸ்தானி சிற்றோவியக் கலைஞனைப் பொருத்தமட்டில் அனைத்து மனித உருவங்களும் குறியீடுகளே ஆகும். சிற்றோவியத்தில் இடம் பெறும் ஒரு பெண்ணின் வடிவம் பெண்களின் குழுமத்திற்கோ அல்லது இப்பெண் வடிவம் உணர்த்தும் ஒட்டுமொத்தப் பெண்மையின் ஏதாவது ஒரு குணாதிசயத்திற்கோ குறியீடாக இருக்கலாம். சிற்றோவியத்தின் இயற்கைப் படைப்புகள் கூடக் குறியீடுகளே ஆகும். ஒரு மரமானது ஒட்டுமொத்த வனாந்தரத்தையே குறிக்கலாம்; புதராய் மண்டிக் கிடக்கும் ஒரு பூச்செடி ஒரு தோட்டத்தையே குறிக்கலாம்; தாமரை மலர்களுடன் கூடிய வளைந்த கோடுகள் ஒரு தடாகத்தைக் குறிக்கலாம்; வானில் மலர்கள் சிதறியிருப்பது போன்ற காட்சி மங்களகரமான நிகழ்ச்சியைக் குறிப்பதாகும்.

சிற்றோவியங்களில் இடம் பெறும் இயற்கையின் படைப்புகள், அன்றாட நிகழ்ச்சிகள், அடிப்படை உணர்வுகள் ஆகிய அனைத்துமே உயர் ஆன்மிகக் கருத்துக்களை எடுத்துரைக்கும் ஊடகக் கருப் பொருள்களாகும். பயன்படுத்தப்படும் வண்ணங்களும் வெவ்வேறு பொருள் பொதிந்தவைகளாகும்.

சிவப்பு வண்ணம் கட்டுக் கடங்காத சினத்தைக் குறிக்கலாம்; மஞ்சள் வண்ணம் மங்களகரமான அற்புத நிகழ்வுகளைக் குறிக்கலாம். பழுப்பு வண்ணம் சிற்றின்ப உணர்வைக் குறிக்கலாம். இசையின் பின்புலமான ராகங்களைக் குறிக்கக் கூட வண்ணங்கள் பயன் படுத்தப்பட்டன.

29. 23 தோடி ராகினி புந்தி ஓவியம்

ராகமாலிகை சிற்றோவியங்கள்

'ராகமாலிகை' சிற்றோவியங்கள் இந்தியாவின் பெருமைமிகு படைப்புகளில் ஒன்றாகும். வெவ்வேறு சுரங்களால் அல்லது ராகங்களால் தொடுக்கப்பட்ட மாலையே ராகமாலிகை ஆகும். இசை உணர்வுகளை வர்ணிக்கும், விவரிக்கும் கவிதைக்குப் பொருத்தமான மனித உணர்வுச் சூழலைக் கருப்பொருளாகக் கொண்டதாக ராகமாலிகை சிற்றோவியங்கள் திகழ்கின்றன. இந்தியாவில் மட்டும்தான் ஓவியம், கவிதை, இசை ஆகிய முப்பெரும் கலைப் பிரிவுகளும் ஒன்றையொன்று சார்ந்த படைப்புகளாக, ஒன்றுபட்ட ஈடுயிணையற்ற படைப்புகளாக, சிற்றோவிய வடிவில் மிளிர்கின்றன.

ஒவ்வொரு ராகமும் ஒரு குறிப்பிட்ட பருவ காலத்துடனும், ஒரு நாளின் ஒரு குறிப்பிட்ட பொழுதோடும்தான் தொடர்பு படுத்தப்பட்டுள்ளன. காலையில் பாடும் ராகம், மாலையில் பாடும் ராகம் என்ற பாகுபாடு எல்லாம் உண்டு. அந்தந்த ராகத்தை அதனோடு தொடர்புபடுத்தப்பட்ட நேரத்தில்தான் பாட வேண்டும். ராகமாலிகை கவிதைகளையும், சிற்றோவியங்களையும் கற்பதன் மூலம் இசைக் கலைஞர்கள் ஒரு குறிப்பிட்ட ராகத்திற்குரிய தனித்துவத்தையும், உணர்வு பாவங்களையும் திறம்பட குரல் வளத்தில் வெளிப்படுத்த இயலும். ராகத்திற்கான செயல் விளக்கக் காட்சிகளாகச் சிற்றோவியங் களைக் கொள்ளலாம்.

பொருத்தமான வேளைகளில் பாடும் ராகம், இந்தப் பருவ காலத்தோடு தொடர்புடைய ராகம் என்று பேசும்பொழுது மழையைப் பற்றிப் பேசாமலிருக்க முடியாது. ஐரோப்பிய நாடுகளுக்கு வேண்டுமானால், மழையானது மனச்சோர்கை அளிக்கக் கூடியதாயிருக்கும். மழையையே நம்பி இருக்கும் இந்தியாவில் சூல் கொண்ட மேகங்களும், மழை பொழிதலும் உச்சகட்ட இன்பச் சூழலுக்கான அடையாளங்களேயாகும்.

ஆரம்பகால ராகமாலிகை சிற்றோவியப் படைப்புகளில் ஒன்றுதான் 'மாலாஸ்ரி ராகினி' சிற்றோவியம். மேவாரின் தென்மேற்கு எல்லையிலுள்ள சாவந்த் (Chawand) கிராமத்தில் 1605-இல் தீட்டப்பட்ட சிற்றோவியமாகும். காதலனின் வருகையை எதிர்நோக்கி ஏங்கியிருக்கும் பெண்மையே ஓவியக் கருப்பொருளாகும். 'என்னை உண்மையிலேயே நேசிக்கின்றாரா? இல்லையா?' என்று சிந்தையில் புலம்பிக் கொண்டு, பயன்படுத்தாத கட்டிலருகில், தாமரை இதழ்களைப் பிய்க்கின்ற உணர்வு கூட இல்லாமல் தனிமை சோகத்தில்

தவிக்கும் நிலையில் அழகிய இளம்பெண் இடம் பெறும் காட்சி தீட்டப்பட்டுள்ளது. ஓவிய ஊடகப் பரப்பானது பல செவ்வக வடிவ பரப்புகளாகப் பிரித்துப் பளிச்சிடும் சிவப்பு, மஞ்சள், பச்சை, கருப்பு வண்ணங்களால் நிரப்பப்பட்டுள்ளது. இவ்வண்ணப் பின்புலத்தின் மேல் பதிக்கப்பட்ட அச்சுகள் போல் பெண்களும், விலங்குகளும், குவளைகளும், மலர்களும் இடம் பெற்றுள்ளனர்.

1625ஆம் ஆண்டு முதல் பிராந்திய பாணிக்கேயுரிய தனித்துவம் கொண்டவைகளாய் ராஜஸ்தானி சிற்றோவியங்கள் வளர்ச்சியுற்றன. மால்வா (Malva), புந்தி (Bundi), கோட்டா (Kotah), கிஷன்கர் (Kishangarh), ஜெய்ப்பூர் போன்ற ராஜஸ்தானி அரசவைகளின் ஆதரவே காரணமாகும்.

தோடி, ராகினி, மால்வா பாணி

இந்தியாவின் மத்தியப் பகுதிகளிலுள்ள மால்வாவைச் சேர்ந்த காகிதத்தில் வரையப்பட்ட 1630ஆம் வருடத்திய 'தோடி ராகினி' என்ற சிற்றோவியத்தைக் காணலாம். உயரவாக்கில் சிற்றோவியத்தின் நீளம் அதிகரித்துள்ளதால், மனித வடிவங்களையும், மரங்களையும் சற்று உயரங் கொண்டதாய்த் தீட்டுதல் எளிதாயிற்று. தேவைப்படும் தன்மைக்கேற்றாற்போல் மெல்லிதாகவோ, அடர்த்தியாகவோ வண்ணம் பூசும் முயற்சியேதும் மேற்கொள்ளப்படவில்லை.

29.24 மேவாரில் உள்ள மாலஸ்ரி ராகினி ஓவியம்

இருப்பினும் மரங்கள் போன்றவற்றை வரைவதில் கொடுக்கப்பட்டுள்ள வண்ணப் பூச்சானது வித்தியாசமான முறையில் சிற்றோவியத்திற்கு மெருகூட்டவே செய்கின்றது. வரைகருப்பொருள் தோடி ராகினி ஆகும். இது, மழைக் காலத்தைக் குறிக்கின்ற பெண்மை ராகமாகும். 'ராகா' (Raga) என்பது ஆண் ராகத்தையும், ராகினி (Ragini) என்பது பெண் ராகத்தையும் குறிக்கும். ராகபுத்திரன், ராகபுத்திரி என ஆண், பெண் குழந்தைகளின் ராகங்களும் ராகமாலிகையில் உண்டு. இவ்வோவியத்தின் உச்சிவிளிம்புகளில் மழை மேகக் கூட்டங்கள் திரண்டிருப்பது காட்டப்பட்டுள்ளது. இளமை ததும்பும் தோடி

ராகத்திற்கு உருவகமான இளம்பெண்ணின் கைவிரல்கள் மீட்டும் தம்புராவிலிருந்து எழும் இனிய இசையானது காட்டிற்குள் உள்ள மான்களை வெளியே வர வைத்துவிட்டது போலும்! இருப்பினும் இம்மான்களின் அருகாமை கூடக் காதலர் பிரிவால் ஏங்கும் நாயகியின் தனிமைத் துயரை அதிகப்படுத்தத்தான் செய்கின்றன. புத்தொளி வீசும் இலைகளுடன் பூத்துக் குலுங்கும் மரங்கள் இளமைப் பூரிப்புடன் கூடிய நாயகியின் அழகைக் கோடி காட்டுகின்றன. மேலும் இவை நாயகியின் குமுறலும் (காதலர் அண்மையில் இல்லாததால்) எதிர்பார்ப்பும் (எப்பொழுது வருவாரோ) கலந்த மனநிலையை மேம்படுத்திக் காட்டுகின்றன.

29.25 18 ஆம் நூற்றாண்டின் புந்தி ஓவியம்

புந்தி பாணி

மால்வா பாணிக்கும், புந்தி பாணிக்கும் இடைப்பட்ட கால இடைவெளி அதிகம்தான். அதோடு சிந்தனையிலும், அமைப்பிலும், செயல்வடிவத்திலும் கூட இடைவெளி அதிகமிருக்கின்றது. முகலாய பாணிகள் தாக்கத்தினால் மேம்பட்ட வளர்ச்சி கண்டுள்ளது. ஷாஜஹானின் அரசுப் பணிமனையில் புந்தி சிற்றோவியர்கள் தங்கி கற்றுக் கொள்ளும் வாய்ப்பு கிடைத்திருக்கவேண்டும்; அல்லது, இப்பணிமனை ஓவியர்கள் புந்தி அரசவைக்கு இடம் பெயர்ந்திருக்க வேண்டும். இதனால் முகலாய பாணியின் வண்ணந்தீட்டல் நுட்பங்கள் புந்தி சிற்றோவியங்களில் பின்பற்றப்பட்டுள்ளன. வித்தியாசமான முறையில் நிழல் பகுதிகளைக் காட்டுதல், வண்ணம் தீட்டப்பட்ட பகுதிகளின் மேம்பட்ட தன்மை, வண்ணம் தீட்டுதலில் காட்டப்படும் நுணுக்க மாற்றங்கள் போன்றவை முகலாய பாணியின் தாக்கங்களேயாகும்.

'வழக்கமான சந்திப்பிடத்திற்கு ராதை போல் வேடமணிந்து கிருஷ்ணன் அணுகுதல்' என்ற 1760ஆம் ஆண்டின் காகித ஊடக சிற்றோவியத்தைக் காண்போம். தாமரைத் தடாகம், வாத்துகள், கருஞ்சிவப்பு வேலிகள் போன்றவை புந்தி பாணிக்கேயுரிய தனி முத்திரைகளாகும். சுட்டெரிக்கும் சூரியன் அமானுஷ்யமான, காலவெளியைக் கடந்த பகல் பொழுதைக் கொடுப்பதாய் உள்ளது; மானுடக் காதலைத் தாண்டிய புனிதமான தெய்வீகக் காதல் அரங்கேற்றம் பிருந்தாவனுக்கேயுரியது. இருப்பினும் இத்தெய்வீகக் காதலர்களையே ஓரங்கட்டி கவனத்தை ஈர்க்கின்றன வாழைமரங்கள்; செழித்து அடர்ந்து வளர்ந்துள்ள இம்மரங்களும் புந்தி கலைபாணிக்கேயுரிய நிலைபெற்ற முத்திரையாகும். 'உச்சகட்டக் காதல் உணர்வு வெளிப்பாடுகளில் ஒன்று காதலியின் / காதலரின் உடையணிவது' என தேவதாசர் தனது காதல் காவியமான ரஸிகப்ரியா என்பதில் குறிப்பிட்டுள்ளார். வழக்கமான சந்திக்குமிடத்தில் காத்திருக்கும் ராதையை கிருஷ்ணன் அணுகுகின்றான்; தம்புராவை கையிலேந்தியுள்ளான்; ராதையின் தலைமுக்காடையணிந்து தேவதாசரின் கூற்றை மெய்ப்பிக்கின்றான்! அற்புதமான இவ்வோவியத்தின் கவித்துமான அழகு பதினெட்டாம் நூற்றாண்டைச் சேர்ந்த பல புந்திபாணி சிற்றோவியங்களில் வெளிப்படுகின்றன. எனவேதான் ராஜஸ்தானி சிற்றோவியங்களின் முக்கிய மையமாகப் புந்தி படைப்புகள் கருதப்படுகின்றன.

கோட்டா பாணி

மற்றொரு ராஜபுதன சிற்றோவிய பாணியான கோட்டா, புந்திபாணியிலிருந்து வளர்ந்ததாகும். 18ஆம் நூற்றாண்டில் புந்தி அரசர்களின் கிளைகளொன்றால் கோட்டா ஆளப்பட்டதே இதற்குக்

29.26 ராஜா உமத் சிங் புலியை வேட்டையாடும் காட்சி

காரணமாயிருக்கலாம். வளர்ச்சியடைந்த கோட்டா பாணி, நளினத்திற்கு எதிர்மறையாகவும், அனைத்துக் கூறுகளிலும் மிகைப்பட்டதாகவும் உருவெடுத்தது. இப்பாணியில் இடம் பெறும் கட்டடங்கள் எல்லாம் கட்டட நெறிமுறைகளுக்கு விதிவிலக்குப் பெற்றவைகளாகும். ஏனெனில் இவை புவியீர்ப்பு விசையைப் பொருட்படுத்தாததும், பொருத்தமில்லாத, எதிர்பாராத இடங்களில் காணப்படும் கட்டடங்களாகும். உதாரணத்திற்கு காட்சிக் கூறுகளில் இலைகளை எடுத்துக் கொள்ளுங்கள்; இப்பாணியில் இலைகளெல்லாம் பொருத்தமற்ற பெரிய அளவுடையதாய் உள்ளன. எதிர்பார்ப்பையும் மீறிய செழுமையுடையதாய் உள்ளன; இருப்பினும் இவ்வமைப்பு காட்சிக்கு மன மகிழ்ச்சியளிக்கக் கூடியதேயாகும். 'கோட்டா பாணி' என்று எளிதில் இனங் கண்டு கொள்ளத்தக்கதாயுமிருக்கும்.

இப்பாணிக்கோர் எடுத்துக்காட்டாக 'ராஜா உமத்சிங் (Raja Umed Singh, 1771-1819) புலியைச் சுடுதல்' என்ற சிற்றோவியத்தைக் காண்போம். சந்திரனும், நட்சத்திரங்களும் ஒளி சிந்தும் இந்திய இரவு; வேட்டைக்குப் பொறியாக வைக்கப்பட்டுள்ள நீண்ட கொம்புகளுள்ள எருமையைத் தாக்க புலி பாய்கின்றது; மரத்தின்மேல் அமைந்த பாதுகாப்பான மறைவிடத்திலிருந்து, ராஜா புலியைச் சுடுகின்றார். இக்காட்சி எளிமையாக, தத்ரூபமாக தீட்டப்பட்டுள்ளது. தாமரை மலர்கள், புலிகள், பாறைகள், மரத்தின் ஒவ்வொர் இலை உட்பட காட்சிக் களங்கள் அனைத்தையும் எதுவுமே தப்பி விடாமல் தீட்டப்பட்டுள்ள விதம் சிற்றோவியர்களின் உற்சாகப் பெருக்கை வெளிப்படுத்துகின்றது.

கிஷன்கர் பாணி

புந்திக்கு வடமேற்கே 60 கல் தொலைவிலுள்ளது கிஷன்கர். ராஜா சாவந்தசிங் (1699-1764) கிஷன்கரின் அரச பதவியிலிருந்து அவரது சகோதரரால் இறக்கப்பட்டார். இந்நிகழ்ச்சிக்குப்பின் ராஜா சாவந்தசிங் பிருந்தாவனத்தில் திரியும் ஆன்மிகக் கவிஞரானார்; கிருஷ்ணனும், ராதையும் வாழ்ந்த காதல் வாழ்க்கையை இவ்வரசர், அரசதாசி பானிதானி (Bani Thani)யுடன் வாழ்ந்து பார்க்கத் தலைப்பட்டார். கிஷன்கரில் காகித ஊடகத்தில் 1760-இல் தீட்டப்பட்ட 'ராதை'யின் உருவப்படம், அழகும், கவிதாவிலாசமும் வாய்க்கப் பெற்ற பானிதானியின் உருவப்படம்தான்

29. 27 கிஷன்கரின் அவையில் பானி தானியின் ஓவியம்

என்பர். இவர் அரசராயிருந்த காலத்திலேயே இப்பாணி சிற்றோவியங்கள் முகலாய பாணியிலிருந்து பெரிதும் விலகியதாய், மாற்றமடைந்ததாய், கிஷன்கர் அரசவையில் நிலைகொள்ளத் தொடங்கிவிட்டது. 1757-1770 காலகட்டங்களில் தீட்டப்பெற்ற கிஷன்கர் சிற்றோவியங்கள் இப்பாணியின் உச்சகட்ட படைப்புகளாகும்; இவைகளில் சில 18 அங்குலம் அல்லது அதற்கும் மேம்பட்ட உயர அளவுள்ளவைகளாய் மரபு மாறிய குணாதிசயத்தைப் பெற்றுள்ளன.

29.28 கிஷன்கர் பாணி ஓவியம்

பிற்காலத்து (19ஆம் நூற்றாண்டு) ராஜபுதன சிற்றோவியங்களில் எப்பொழுதாவது உயர்தரமுடைய படைப்புகள் படைக்கப்பட்டன. அவைகளுக்கோர் எடுத்துக்காட்டாக மேவார் அரசவையைச் சேர்ந்த கலைஞர் சோகா (Chokha) என்பவரால் 1810-இல் தீட்டப்பட்டதாகக் கூறப்படும் 'அரசவையில் ஓர் முத்தம்' என்ற சிற்றோவியத்தைக் காண்போம். வெள்ளைப் பளிங்குத் தரையில், தங்களை மறந்த நிலையில், நெருக்கமான தழுவல் உள்ள காதலர்கள் எண்ணற்ற திண்டுகளைச் சிதறடித்துள்ளனர். வெள்ளைப் பளிங்குத் தரையானது திண்டுகளின் வண்ணத்தை மேலும் அடர்த்தியாகக் காட்டுகின்றது. மேலும் திண்டுகள் ஆங்காங்கே சிதறிக் கிடக்குமாறு தோற்றமளிக்கவும் உதவுகின்றது; அசாத்தியத் துணிச்சலான அதேசமயம் மிக அழகிய, மிக நேர்த்தியான சிற்றோவியமிது என்பதில் ஐயமில்லை.

பசோலி பாணி

இமயமலைச் சாரலில் உள்ள இந்து அரசவைகளில் சிற்றோவியங்கள் தீட்டுதல் தொடங்கிய வரலாற்றைப் பற்றிய இறுதியான கண்ணோட்டம் தெரியாமலேயே உள்ளது. பசோலி பாணி என்று இனங்காணும் வகையில் நமக்குக் கிடைத்துள்ள ஆரம்பகால பஹாரி சிற்றோவியமானது பானுதத்தா என்பவரின் ரசமஞ்சரி காவியத்தில் இடம்பெறும் காட்சியொன்றான 'ராதையின் இல்லத்திற்கு கிருஷ்ணன் வருதல்' என்ற சிற்றோவியமாகும்; 1660-70 காலகட்டத்தில் காகித ஊடகத்தில் தீட்டப்பட்டதாகும்; அரச தோரணை உடையணிந்த

29.29 பசோலி பாணி ஓவியம்

நாயகனும் (கிருஷ்ணனும்), நாயகியும் (ராதை) இடம் பெறுகின்றனர்; ஒன்று போல் சிவப்பு வண்ணம் தீட்டப்பட்ட பின்புலத்தில், அலங்கரிக்கப்பட்ட மாடம் இடம் பெற்றுள்ளது. அடர்த்தியான வானவில்லைப் போன்ற வண்ணங்கள் தீட்டப்பெற்ற நீட்டல்கள் (பிதுக்கல்கள்) கொண்ட நகையாபரணங்கள் பசோலிப் பாணிக்கேயுரிய தனிமுத்திரையாகும்.

குலர் பாணி

பசோலிக்குத் தெற்கே சமவெளிப் பகுதிகளை ஒட்டியுள்ள குலர் (Guler) அரசவை சிற்றோவிய பாணியின் தொடக்க காலங்களில், முகலாயப் பாணி சிற்றோவியக் கூறான தத்ரூப கோட்பாடு இங்கும் பசோலியைக் காட்டிலும் அதிகப்படியாக வெளிப்படுகின்றது. 1725-30 காலகட்டத்தைச் சேர்ந்த 'இலங்கை முற்றுகை' என்ற இராமாயண காவியக் காட்சித் தொடர் சிற்றோவியங்களானது பஹாரி சிற்றோவியங் களில் புகழ் பெற்றவைகளாகும். இவைகளில் பெரும்பான்மையானவை வழக்கத்தைவிட பெரிய அளவுள்ளவைகளாகும்; சில சிற்றோவியங்கள் பாதியளவே முழுமை பெற்றவைகளாயுள்ளன; மற்ற சில கோட்டோவிய அளவிலேயே உள்ளன; காட்சிக்குரிய காவியக் கவிதை மறுபக்கத்தில் எழுதப்பட்டுள்ளது; எனவே முகலாய ஹம்சநாமாவைப் போல் படப்பக்கம் அரசவையிலுள்ளோர்களிடம் காட்டப்பட்டு, பின்புற பக்கத்தில் உள்ள கவிதை உரக்கப் படிக்கப்படுவதாயிருக்கலாம்.

29.30 குலர் பாணி ஓவியம்

ஆனால் இச்சிற்றோவியங்கள் தீட்டப்பெற்ற காலத்திற்குப் பின் 20, 25 ஆண்டுகளுக்குள்ளாகவே புதிய நேர்த்தியான வடிவமைப்புகள் இடம் பெறத் தொடங்கிவிட்டன. இதனை விளக்கிக் காட்டும் சிற்றோவியம் 'வேட்டைப் பருந்தை (Hawk) கையிலேந்திய நங்கை' என்பதாகும்;பஹாரி குலர் பாணியில் காகித ஊடகத்தில் தீட்டப்பட்டுள்ளது; மொட்டை மாடியில் அமர்ந்து ஹூக்கா குடித்தவண்ணம், மேலுறை அணிந்த கையில் அமர்ந்திருக்கும் பருந்தை

பார்த்துக் கொண்டிருக்கும் காட்சியாகும்; காதல் பிரிவினால் தவிக்கும் மனநிலையே சிற்றோவியக் கருப்பொருள் ஆகும்; தெளிவாக இவ்வுணர்வு வெளிப்படுத்தப்பட்டுள்ளது; பழம்பாணி போன்ற அடர்சிவப்புப் பின்புலத்தில் சைப்ரஸ் மரம் இடம் பெற்றுள்ளது; எதற்கெனில் கவிதைத்தனமான உணர்வு வெளிப்பாடுகளுக்காகத்தான்; பழம்பாணி அடைந்துள்ள மாற்றங்கள் கண்கூடானது; சைப்ரஸ் மரமானது மெலிந்த ஈட்டி போன்ற அமைப்புடையதாயுள்ளது; ஓவியப் பின்புலமும் ஒன்றுபோல் ஒரே சீராக இந்திய சிவப்பு வண்ணம் பூசப்பட்டுள்ளது; காதலர் அருகாமையில் இல்லாமையைச் சிந்தித்தவாறு இருக்கும் கருப்பொருளை நன்குணர்த்துவதற்காக சைப்ரஸ் மரம் பயன்படுத்தப்பட்டுள்ளது; மரத்தின் மெலிந்த வடிவமைப்பு காதலனின் அண்மையை விழையும் நங்கையின் மனநிலையைக் குறிப்பாகக் கோடி காட்டுகின்றது; சிவப்புப் பின்புலமும், மலர்ந்த பூக்கள், வேட்டைப் பருந்து ஆகிய அனைத்துமே சிற்றோவியக் கருப்பொருளை மறைமுகமாக உணர்த்தத்தான் இடம் பெற்றுள்ளன; வேட்டைப் பருந்து - காதலன், சிவப்பு வண்ணப்பின்புலம் - உணர்வுக் கொந்தளிப்புகள், மலர்ந்த பூக்கள் - மலர்ச்சியடைந்த நங்கையின் இளமை என்ற மறைபொருள்களை உணர்த்தப் பயன்படுத்தப்பட்டுள்ளன.

காங்கிரா பாணி

18-19ஆம் நூற்றாண்டுகளில் பஞ்சாப் மலைப்பகுதிகளில் தலைசிறந்த காங்கிரா சிற்றோவிய பாணியின் வளர்ச்சிக்கான புரவலராக செயல்பட்டவர் ராஜா சன்சார் சந்த் (1775-1823) ஆவார். பத்து வயதில் அரசரான இவர் அப்பொழுது முதற்கொண்டே சிற்றோவியங்களில் ஆர்வங் கொண்டவராயிருந்ததை, புடைசூழ அரசர் (சிறுபையன்) சிற்றோவியங்களைப் பார்வையிடும் காட்சி கொண்ட சிற்றோவியப் படைப்பிலிருந்து அறிந்துகொள்கின்றோம். காங்ரா சிற்றோவியங்களின் கருப்பொருளாக, பெரும்பாலும் கிருஷ்ண பிரேமையே இடம் பெற்றிருப்பது, அரசரின் ஈடுபாடு எத்தன்மையது என்றுரைக்கின்றது.

29.31 காங்ரா பாணி ஓவியத்தில் ராதையும் - கிருஷ்ணனும்

சன்சார் சந்த்-ன் அரசு பணிமனையில் தீட்டப்பெற்ற ஆரம்ப காலச் சிற்றோவியங்களில் 'தோப்பில் ராதையும், கிருஷ்ணனும்' என்பது ஒன்றாகும். சுழித்தோடும் ஓடையருகே வாழையிலைகளாலான படுக்கையில் ராதையும், கிருஷ்ணனும் இருக்கின்றனர்; ஓடையில் தாமரை இலைகளும், சிவந்த தாமரை மலர்களும் நிறைந்துள்ளன; கூடுதலால் காதலர்கள் அடையும் மகிழ்ச்சிப் பெருக்கை இயற்கையின் அத்துணைக் கூறுகளும் போற்றிக் கொண்டாடுகின்றன. மரக்கிளையிலிருந்து மலர்சொரிதல் நடைபெறுகின்றது. தாவர, விலங்கினங்கள் அனைத்துமே ஜோடிகளாகவே காணப்படுகின்றன; காதலர்களின் வெவ்வேறு கூடுதல் நிலைகளை மரங்களின் தண்டுகளும், இலைகளும் கோடிகாட்டுகின்றன. காதலர்களின் நேயத் தழுவலை மரத்தைச் சுற்றிப் படரும் கொடிகளிலும் காணமுடிகின்றது. 1780-இல் காகித ஊடகத்தில் தீட்டப்பெற்ற பஹாரி, காங்ரா பாணி சிற்றோவியமாகும் இது.

பத்தாண்டுகளுக்குப்பின் 1790-இல் பஹாரி காங்ரா பாணி 'ஊஞ்சல்' என்ற சிற்றோவியம் காகித ஊடகத்தில் தீட்டப்பட்டது. அழகிய பெண் உருவ அமைப்பு காங்ரா பாணியில் முக்கிய இடத்தைப் பிடிக்கின்றது. இப்பெண் சீரான வளைவுக் கோடுகள் மூலம் வரையப்பட்டுள்ளாள்; இதன் மூலம் இப்பெண்ணின் வெளிப்படையான வெகுளித்தனத்தைப் படம்பிடித்துக் காட்ட முடிந்தது; முதல் பார்வைக்கு இச்சிற்றோவியம் பெண்மையின் அழகைப் போற்றுவதாகத் தோன்றும்; ஆனால் ஓவியக் கூறுகள் ஒவ்வொன்றும் உணர்த்தும் மறைமுகப் பொருள்கள் வேறாகும்; பளிங்குத் தரையுள்ள முற்றத்திற்கு வெளியே வானில் திரளும் சூல் கொண்ட மேகங்கள், இப்பெண்ணின் அதிகரித்துக்கொண்டே செல்லும் இச்சையைக் குறிக்கின்றன; இடி, மின்னலுடன் மழை பெய்து ஓய்வது என்பது புணர்தலின் உச்சகட்ட இன்பத்திற்குக் குறியீடாகும்; ஊஞ்சலானது புணர்ச்சிக்குரிய குறியீடு மட்டுமல்ல, வசந்த காலத்திற்கான குறியீடாகவும் நெடுநாட்கள் பயன்படுத்தப்பட்டு வந்தது.

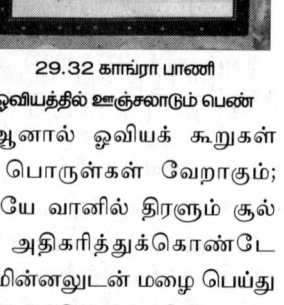

29.32 காங்ரா பாணி ஓவியத்தில் ஊஞ்சலாடும் பெண்

29.33 கார்வால் பாணியில் 'கிருஷ்ணனை நோக்கிச் செல்லும் பாதை'

கார்வால் பாணி

குலர்/காங்ரா சிற்றோவிய பாணியின் தாக்கத்தை கார்வால் (Garhwal) பாணி சிற்றோவியங்களில் தெளிவாக வெளிப்படுகின்றது. 'கிருஷ்ணனை நோக்கி இட்டுச் செல்லும் பாதை' என்ற சிற்றோவியம் 1780-இல் காகித ஊடகத்தில் தீட்டப்பெற்ற கார்வால் சிற்றோவியமாகும். பாகவத புராணக் காட்சிகளிலொன்றைச் சித்திரிக்கின்றது. வறுமையைப் போக்க, பிள்ளைச் செல்வங்களால் அவதியுறும் சுதாமா என்ற வைதீகர், தனது குருகுலவாச கால நண்பனான துவாரகை மன்னன் கிருஷ்ணனைத் தேடிச் செல்லும் காட்சியமைப்பு இது; பசுமையான மலைகளின் விளிம்புகளில் தொடர்ச்சியாக மரங்களைக் கொண்டிருப்பது கார்வால் பாணிக்கேயுரிய தனி முத்திரையாகும்; சுதாமரின் கண்பார்வையில் தற்போதுதான் இறைவனின் ஜொலிக்கும் தலைநகர் தென்பட்டுள்ளது; இவ்வோவியத்தின் கவிதைத்தனமான கற்பனையோட்டம் உற்சாகமூட்டுவதாயுள்ளது. ஓவியர் சமுத்திரத்தையே

29.34 ராஜஸ்தானி சிற்றோவியம்

29.35 லெபாக்ஷி சுவரோவியம்

29.36 பாலர் கால பஞ்ச விம்சாதி சாகஸ்ரிக பிரஜ்னாபாரமித்ரா ஓவியம்

வாழ்நாளில் கண்டதில்லை என்பது உறுதிப்படுத்துகின்றது; எவ்வாறெனில், பெருவிலங்குகளைக் காட்டியிருப்பதிலிருந்தும், மலையருவிகளுக்கே உரித்தான நீர்ச்சுழற்சிகளைப் படைத்திருப் பதிலிருந்தும் இது புலப்படுகின்றது.

வெள்ளையர்கள் ஆட்சியின் கீழ் இந்தியா முழுவதும் கொண்டு வரப்பட்ட பின், சிற்றோவியக் கலையும் மங்கத் தொடங்கிவிட்டது. ஆங்காங்கே சிற்றோவியங்கள் வரையப்பட்டாலும் அவையெல்லாம் வெள்ளையர்களுக்காக வரையப்பட்ட கம்பெனி ஓவியங்களாகும். இந்தியத்துவமென்றாலே வெறுக்கும் வெள்ளையர்களின் ஏகாதிபத்தியத்தில் இந்தியக் கலைப் பண்பாட்டுக் கூறுகள் பொதுவாக அழிவுப் பாதையிலேயே பயணித்தன. இதனைத் தொழிற்புரட்சியும், விலைமலிவான அச்சுக் கலையும் விரைவுபடுத்தின என்றால் மிகையில்லை. இதன் அடுத்த பரிமாணத்தைத்தான் இன்றைய கணினியுகத்தில் தொலைக்காட்சிப் பெட்டிகளும், வலைத்தொடர்புகளும் வெளிப்படுத்துகின்றன. இவ்வூடகங்கள் பெரும்பான்மையாக இந்தியத்துவ கலை, பண்புக் கூறுகளைச் சிதைக்கின்றன. ஆறுதலாக, இவ்வூடகங்களிலேயே அபூர்வமாகத் திருப்பி உயிரூட்டும் முயற்சிகளும் மேற்கொள்ளப்படுகின்றன என்பதுதான் ஒரு சிறு நம்பிக்கையின் ஒளிக்கீற்று ஆகும்.

இந்நூல் ஆக்கத்திற்குப் பெருந்துணைபுரிந்த குறும்படங்கள்.

1) The story of India - BBC documentary series by Michael Wood.
2) The lost temples of India - Discovery Channel Documentary.
3) Seven wonders of India - NDTV Production.

இந்நூல் ஆக்கத்திற்குப் பெருந்துணைபுரிந்த இணையதளங்கள்.

1) Wikipedia
2) Archaeological Survey of India (www.asi.nic.in)
3) www.indoarch.org
   (Takeo Kamiya -Architecture of India or Architecture of the Indian subcontinent Seen through the lens of Takeo Kamiya)
4) www. stolaf.edu

(Art of India & South east Asia spring 2002) Jenniffer Joffee/ 219

5) www. world heritage - tour. org

(1001 wonders Asia South Asia India)

இந்நூல் ஆக்கத்திற்குப் பெருந்துணை புரிந்த நூல்கள்

1. Basham, A.L, The Wonder that was India, Delhi, 1981.
2. Coomarasamy, A.K, Dance of Siva, Bombay, 1956.
3. Lunia, B.N, Evolution of Indian Culture, Agra, 1996.
4. Longhurst, A.H, Hampi Ruins, Cosmo publications, India, 2003.
5. James Furgusson, Illustrations of Mythology and Art in India.
6. James Furgusson, History of Indian and Eastern Architecture, 2 volumes New Delhi, 1876.
7. The History and Culture of Indian people, 11 volumes, Bharatiya vidhya Bhavan Publications, Bombay.
8. Percy Brown, Indian Architecture (Buddhist and Hindu Periods), Bombay, 1959.

9. Roy Craven, A Consise History of Indian Art.
10. Rea Alexander & Ananthalwar, Indian Architecture Styles of Architecture, 3 volumes, New Delhi, 1980.
11. Sivaramamurti.C, Indian Painting, National Book Trust, India, Delhi, 1970.
12. Srinivasan, K.R. Temples of South India, National Book Trust, Delhi, 1972.
13. Shobita Punja, Museums of India.
14. Richard Lannoy, The Speaking Tree: A study of Indian culture and Society,
15. Edith Tomary, A History of Fine Arts in India and the west, Orient Longman, 1982.
16. வைத்திய லிங்கன், செ, சிற்பக்கலை, மெய்யப்பன் பதிப்பகம்
17. சுந்திரமூர்த்தி, தமிழ்நாட்டுச் சிவாலயங்கள், தொகுதி I&II, தமிழகத் தொல்லியல் துறை, சென்னை.
18. சேதுராமன், ஜி, பௌத்தக் கலை வரலாறு, J.J. ப்ளிக்கேசன்ஸ், மதுரை, 2006.
19. சேதுராமன், ஜி. தமிழக சமுதாயப் பண்பாட்டுக் கலை வரலாறு, J.J. பப்ளிக்கேசன்ஸ், மதுரை, 1997.
20. வெங்கட்ராமன்.ஆர், இந்தியக் கோயில் கட்டடக் கலை வரலாறு, என்னஸ் பப்ளிகேசன்ஸ், மதுரை, 1993.
21. சுப்ரமண்யன், நா, இந்தியவரலாறு, NCBH, சென்னை.
22. நாகசாமி, மாமல்லபுரம், தமிழகத் தொல்லியல் துறை, சென்னை.
23. Benjamin Rowland, The Art and Architecture of India - Buddhist /Hindu/Jain, Penguin Books, Delhi, 1956.
24. J.C. Harle, The Art and Architecture of Indian Subcontinent, Penguin Books, Delhi, 1990.
25. Benoy K. Behl's 25 series of articles published in Front Line, India.
26. Articles published in The Hindu, Madurai.